ब्रिटिशांची भारतातील राजनीती

British Policy in India

लेखक

एस. गोपाल

अनुवादिका

डॉ. सरोज देशपांडे

डायमंड पब्लिकेशन्स

ब्रिटिशांची भारतातील राजनीती British Policy in India
लेखक : एस. गोपाल, अनुवादिका : डॉ. सरोज देशपांडे

ISBN 10: 81-89724-09-6

ISBN 13: 978-81-89724-09-2

मराठी द्वितीय आवृत्ती - २००६
पुनर्मुद्रण : २०२३

प्रकाशक :
डायमंड पब्लिकेशन्स
२६४/३ शनिवार पेठ, अनुग्रह अपार्टमेंट
ओंकारेश्वर मंदिराजवळ, पुणे-४११ ०३०, ☎ ८६०००१०४१६
info@dpbooks.in
www.dpbooks.in

अक्षरजुळणी
स्टुडिओ मुवागो
'फिफ्थ ॲव्हेन्यू' अपार्टमेंट्स
कोथरूड, पुणे ४११ ०२९

या पुस्तकाचे प्रकाशन भारतीय इतिहास अनुसंधान परिषद, नवी दिल्ली, या संस्थेच्या इतिहासविषयक प्रसिद्ध इंग्रजी ग्रंथाच्या भारतीय भाषांतून भाषांतर योजनेअंतर्गत पुरस्कृत. या पुस्तकात व्यक्त झालेली मते सर्वस्वी लेखकाची आहेत. त्याच्याशी संपादक अथवा प्रकाशक सहमत असतीलच असे नाही.
This book has been Sponsored by Indian Council of Historical Research, New Delhi, under its project Translation of Welknown English History book in the Indian Languages.

प्रकाशकाचे निवेदन

सदर ग्रंथ वाचकांच्या हाती देत असताना 'डायमंड प्रकाशन' ला विशेष आनंद होत आहे. इंडियन कौन्सिल ऑफ हिस्टॉरिकल रिसर्च आणि डायमंड प्रकाशन यांच्या संयुक्त विद्यमाने मराठीत प्रथमच एवढ्या मोठ्या प्रमाणावर हा प्रकल्प अस्तित्वात येऊ शकला. अत्यंत चांगले संदर्भग्रंथ अभ्यासकांच्या हाती उपलब्ध करून देण्याची संधी आम्हाला मिळाली. याबद्दल कृतज्ञता आणि आनंद सुद्धा!

इतिहास विषयाचे प्रमाणभूत संदर्भग्रंथ मराठीत आणणे हे एक आव्हानच होते. परंतु सर्वांच्या सहाकार्याने आम्ही हा ११ पुस्तकांचा प्रकल्प पूर्णत्वास नेत आहोत ही गोष्ट मराठी सारस्वताला ललामभूत आहे. 'याचसाठी केला होता अट्टाहास...' अशीच आमची भावना आहे.

या निमित्ताने अधिकाधिक अनुवाद मराठीत आणण्याचा आम्ही प्रयत्न करीत आहोत.

सदर प्रकल्प अस्तित्वात येण्यासाठी भारतीय इतिहास अनुसंधान परिषदेच्या प्रकाशन विभागाचे अध्यक्ष डी.एन्.त्रिपाठी, सेक्रेटरी डॉ. प्रभातकुमार शुक्ला, डेप्युटी डायरेक्टर इंदिरा गुप्ता, इतिहासतज्ज्ञ प्रा. अ. रा. कुलकर्णी (माजी कुलगुरु, टिळक महाराष्ट्र विद्यापीठ, सुप्रतिष्ठ प्राध्यापक इतिहास विभाग, पुणे विद्यापीठ) यांचे मार्गदर्शन मोलाचे ठरले. त्यांच्याच पुढाकारामुळे हे काम घडून आले. डॉ. राजा दीक्षित यांची मदत या कामी अमूल्य होती. त्यांचेही विशेष आभार. आमचे समन्वयक श्री. अनिल किणीकर, या संपूर्ण प्रकल्पाचे संपादक प्रा. गणेश द. राऊत, मुद्रक, चित्रकार, आमचा कर्मचारी वर्ग यांच्याच सहकार्याने हा प्रकल्प अस्तित्वात येऊ शकला.

प्रकाशक

भाषांतर योजनेविषयी थोडेसे

'भारताचा इतिहास' या विषयाचे, संशोधन, अध्ययन आणि अध्यापन यांना उत्तेजन देण्याच्या उद्देशाने तत्कालीन शिक्षणमंत्री. प्रा. नरुल हसन यांच्या प्रयत्नामुळे भारतीय इतिहास अनुसंधान परिषदेची स्थापना २७ मार्च १९७२ रोजी झाली. या परिषदेने आपल्या कार्यक्रम पत्रिकेत, भारतातील जेष्ठ इतिहासकारांनी इंग्रजीत लिहिलेल्या इतिहासावरील काही मूलभूत ग्रंथांचा परिचय इतिहासाच्या अभ्यासकांना प्रादेशिक भाषांतून होणे आवश्यक आहे असा विचार करून, भारताच्या इतिहासातील विविध कालखंड व राजवटींवर लिहिलेल्या ग्रंथांचे भाषांतर करण्याचा धोरणात्मक निर्णय घेतला. त्यानुसार काही प्रसिद्ध निवडक इतिहास ग्रंथांची एक प्राथमिक यादी तयार केली. त्यात प्रामुख्याने आर. डी. कोसंबी, सुशोभन सरकार, रजीन पाम दत्त, जदुनाथ सरकार, रामशरण शर्मा, एस्. गोपाल, एच्. सी. रॉयचौधरी, डब्लू. एच. मूरलँड, डी. सी. सरकार, रोमिला थापर, एन्. ए. सिद्दिकी इत्यादी सिद्धहस्त इतिहासकारांच्या ग्रंथांची निवड करून भारतातील प्रमुख विद्यपीठांच्या सहकार्याने ही योजना कार्यन्वित करण्याचे ठरविले.

या योजनेनुसर परिषदेचे पहिले अध्यक्ष प्रा. रामशरण शर्मा आणि मानद सचिव श्रीमती दोराय स्वामी यांनी मराठी भाषांतराचे काम पुणे विद्यापीठाकडे सोपविले. भारतीय इतिहास अनुसंधान परिषदेचा महाराष्ट्राचा प्रतिनिधी सदस्य आणि पुणे विद्यापीठाचा इतिहास विभाग प्रमुख या दुहेरी नात्याने ही कामगिरी माझ्याकडे आली. तज्ज्ञांच्या सहकार्याने ग्रंथांची आणि अनुवादकांची निवड करण्यात आली आणि तीनचार वर्षांच्या कालावधीत काही भाषांतरे मान्यवर व्यक्तींकडून तयार करून घेण्यात आली.

परंतु या कामास मराठी प्रकाशकांकडून योग्य तो प्रतिसाद न मिळाल्याने ज्या हेतूने हे अत्यंत जिकिरीचे आणि कष्टाचे काम करून घेण्यात आले होते, तो हेतू सफल झाला नाही.

तथापि भारतीय इतिहास अनुसंधान समितीचे सदस्य सचिव डॉ. प्रभातकुमार

शुक्ला आणि प्रकाशन विभाग प्रमुख श्रीमती इंदिरा गुप्ता यांनी रेंगाळत पडलेल्या या योजनेचे पुनरुज्जीवन करण्याचे ठरविले. पुण्यातील डायमंड पब्लिकेशन्स या प्रकाशन संस्थेच्या श्री. दत्तात्रेय पाष्टे यांनी विशेष पुढाकार घेऊन आम्हाला मदत करण्याचे ठरविले आणि पुस्तकांच्या प्रकाशनाची मोठी जबाबदारी स्वीकारली. पुण्यातील इतर मान्यवर प्रकाशकांनीही मदतीचा हात पुढे केला आणि या सर्वांच्या सहकार्यामुळे इंग्रजी भाषेतील १५ महत्त्वाचे मान्यवर ग्रंथ लवकरच मराठीत उपलब्ध होणार आहेत आणि मराठी माध्यमातून अध्ययन, अध्यापन करणाऱ्या महाविद्यालयीन विद्यार्थी, प्राध्यापक यांची एक महत्त्वाची गरज पूर्ण होईल अशी उमेद आहे.

पुणे
२६ जानेवारी २००६

अ. रा. कुलकर्णी
सुप्रतिष्ठ प्राध्यापक
पुणे विद्यापीठ

अनुक्रम

उपोद्घात

इ.स. १८५८ मध्ये भारतातील उद्रेक दडपून टाकल्यानंतर भारताच्या प्रशासनाची जबाबदारी स्वतःच उचलण्याचा निर्णय ब्रिटिश सरकारने घेतला. भारतातील ब्रिटिश राजवट उलथून टाकण्यात बंडवाल्यांना यश मिळालं नसलं तरी ईस्ट इंडिया कंपनीने एका साम्राज्याचा कारभार चालवावा यातील विसंगतीकडे लक्ष वेधण्यात ते यशस्वी ठरले होते. ब्रिटिश राजघराण्याकडे सत्ता गेल्यामुळे भारताच्या इतिहासात फार मोठा फरक पडला असे नव्हे. १८५८ नंतरच्या काळात अंमलात आणली गेलेली कित्येक तत्त्वे आणि कार्यपद्धती विचारात घेऊन कंपनीच्या अधिकाऱ्यांनी आधीच त्यांची आखणी केली होती. तसेच प्रत्यक्ष कारभार करणारे अधिकारीही फारसे बदलले नव्हते. परंतु भारताचे प्रशासन सुरळितपणे चालावे आणि येथील लोकांची स्थिती सुधारावी याची जबाबदारी ब्रिटिश सरकार आणि पार्लमेंट यांनी घेणे ही घटनाच खूप महत्त्वाची होती.

यामुळे एक गोष्ट प्रथमतः साधली गेली. यापुढे भारतविषयक धोरण ब्रिटिश सरकार ठरवणार असल्यामुळे ब्रिटनमधील दोन्ही राजकीय पक्षांना भारताचा आणि भारतातील ब्रिटिश राजवटीच्या उद्दिष्टांचा विचार करावा लागणार होता. १८५८ नंतर ब्रिटिशांचा मुख्य भर प्रशासनावरच होता. सरकारी यंत्रणा सुव्यवस्थित केली गेली, कायदे एकत्र ग्रथित केले गेले. मुलकी कामकाजाला बळकटी आणली गेली. ही कामे अचेतन, जड नव्हती. ती काही कल्पनांमधून निर्माण झाली होती आणि त्यांच्यामुळे या देशात काही प्रेरणा निर्माण झाल्या. सुयोग्य प्रशासनाचे एक अंग म्हणून जरी मुख्यतः शिक्षणाला उत्तेजन दिले गेले असले तरी शिक्षणामुळे राजकीय जाणिवा विकसित झाल्या. या नव्या प्रेरणांचे वर्चस्व प्रस्थापित होणार ही गोष्ट सुमारे ५० वर्षांनंतर लॉर्ड कर्झनचा व्हॉइसरॉय म्हणून कारभार संपल्यानंतर स्पष्ट झाली. त्यानंतरच्या काळाचा इतिहास म्हणजे भारतीयांच्या राजकीय महत्त्वाकांक्षांचा वाढता जोर आणि ब्रिटिशांच्या अधिकाराची माघार यांची हकीकत आहे.

या पुस्तकात ब्रिटिश राजघराण्याच्या भारतावरील कारभाराच्या पहिल्या टप्प्याचा विचार केला आहे. यात प्रामुख्याने ब्रिटिशांच्या धोरणाचा विचार असून भारतीयांच्या प्रतिक्रिया किंवा दृष्टिकोन यांचा विचार नाही, हे त्याच्या शीर्षकावरुन

स्पष्ट होते. ब्रिटिश राजकीय पक्ष, राजकारणी व मुत्सद्दी माणसांच्या कल्पना, त्यांच्या आकांक्षा, धोरणे आणि ती अंमलात आणण्याचे मार्ग या सर्वांचे अपेक्षित तसेच कल्पना न केलेले परिणाम यांचा वेध यात घेतला आहे.

या काळात भारतात घडलेल्या सर्वच गोष्टी मी विचारात घेतलेल्या नाहीत. ते नुसते अव्यवहार्यच नव्हे, तर प्रस्तुत पुस्तकाच्या दृष्टीने अनावश्यकही आहे. ब्रिटिशांच्या धोरणांमागच्या मुख्य सूत्रांचा मी पाठपुरावा केला आहे. या कालखंडाचे जे सोयीस्कर विभाग पडतात त्यात या सूत्रांचा कसकसा विकास होत गेला ते अभ्यासले आहे.

ब्रिटन व भारत येथील सरकारांचे अधिकृत दस्तऐवज, तसेच ब्रिटिश व भारतातील राजकारण्यांची खाजगी कागदपत्रे यावर मी मुख्यतः विसंबलो आहे. धोरणे आखण्यामागचे व्यक्तिगत संघर्ष, त्याचप्रमाणे कल्पनांचे मोकळे आदानप्रदान स्पष्ट होण्याच्या दृष्टीने मी मोठ्या प्रमाणात उद्धृते दिली आहेत.

हे पुस्तक लिहायला प्रदीर्घ काळ लागला. १९५८ मध्ये लंडन युनिव्हर्सिटीच्या 'स्कूल ऑफ ओरिएंटल अ‍ॅण्ड आफ्रिकन स्टडीज्' ने रॉकफेलर रिसर्च असोशिएट म्हणून माझी नेमणूक केली त्यावेळी ते सुरू झाले. त्यानंतर भारतात परतल्यावर दैनंदिन कामाच्या रगाड्यात मी त्याकडे कमीच वळू शकलो. सुदैवाने केंब्रिज येथील 'फॅकल्टी ऑफ मॉडर्न हिस्टरी' ने मला कॉमनवेल्थ फेलो म्हणून एका वर्षासाठी निमंत्रण दिले आणि ट्रिनिटी कॉलेजने उदार मनाने माझी सर्व व्यवस्था केली. त्यामुळे मी हे पुस्तक पूर्ण करू शकलो. केंब्रिजमध्ये मी दिलेल्या व्याख्यानांसाठी त्यातील काही भागांचा आधार घेतला होता.

हे पुस्तक छापले जात असतानाच केंब्रिज युनिव्हर्सिटीचे 'सेंटर ऑफ साऊथ एशिअन स्टडीज्' चालवणाऱ्या मंडळाने माझ्याकडे विचारणा केली. केंब्रिज साऊथ एशिअन स्टडीज या नव्या मालिकेचे पहिले पुस्तक म्हणून हे छापले तर चालेल का, असे त्यांनी विचारले. अर्थातच मी आनंदाने रुकार दिला.

हे पुस्तक आकाराला येत असताना ज्यांनी मला प्रोत्साहन दिले त्या प्रा. बटरफिल्ड, डॉ. किट्सन क्लार्क, प्रा. व्ही. एच्. गालब्रेथ, प्रा मानसर्ग आणि प्रा. सी.एच्. फिलिप्स यांचा मी आभारी आहे. हेअरवुडचे अर्ल आणि श्री मायकेल मॅक्लगन यांनी कॅनिंगची कागदपत्रे उपलब्ध करून देऊन मला मदत केली. डॉ. सी.सी.डेव्हिस, श्री. क्रिस्टोफर हिल आणि श्री. जे. स्टीव्हन वॉटसन यांनी पुस्तकाचा टंकलिखित मजकूर वाचून मला मोलाच्या सूचना केल्या.

एस. जी.

प्रकरण पहिले

उठावानंतर
(१८५८-१८६९)

I

दि. २३ जुलै १८५९ रोजी आपला मित्र हिंदुस्तानचा गव्हर्नर जनरल व व्हाइसरॉय चार्लस् कॅनिंग याला लिहिलेल्या पत्रात ग्लॅडस्टनने असे म्हटले की, 'ज्याला उठाव, यादवी युद्ध किंवा दुसरे कोणतेही भयंकर नाव देता येईल ते बंड आता खरोखरीच संपले आहे'[१] असे आदल्या दिवशी मंत्रिमंडळाला सांगण्यात आले. ह्या उठावाचे स्वरूप शिपायांच्या बंडापेक्षा फार व्यापक होते. बंगालच्या लष्करातील हिंदुस्थानी शिपायांचे बंड म्हणून सुरू झालेल्या ह्या उठावाला हळूहळू असा पाठिंबा मिळत गेला, की हा उठाव म्हणजे १९ व्या शतकातील हिंदुस्तानातील मोठ्या प्रमाणावरचा एकमेव उठाव ठरला. हिंदुस्तानी शिपायांच्या असंतोषाची काही विशिष्ट कारणे होती. वास्तविक पाहता हा शिपाई म्हणजे सैनिकी गणवेष घातलेला शेतकरीच होता आणि म्हणूनच ग्रामीण भागातील परिस्थितीचा परिणाम त्याच्यावर होणे अपरिहार्य होते. बंगालच्या लष्करातील अनेक शिपाई ब्राह्मण किंवा रजपूत होते आणि जवळजवळ एकतृतीयांश शिपायांची घरे अयोध्येत होती. शतकानुशतके आदरणीय असलेल्या राजघराण्यांना ईस्ट इंडिया कंपनीने कठोरपणे आणि उतावीळपणे पदच्युत केलेले त्यांना माहीत होते. देशात घडणारी आर्थिक, सामाजिक स्थित्यंतरे, सरकारने जमीनदारांच्या जमिनी बळकावणे, नामशेष झालेले ग्रामोद्योग, यांची त्यांना कल्पना होती. अनेकवेळा त्यांना स्वतःला घाईगर्दीने कूच करून सती सारख्या घटना बंद पाडाव्या लागल्या होत्या. म्हणून जेव्हा १८५७ मध्ये त्यांनी बंड केले, तेव्हा त्यांनी समाजातील सर्व असंतुष्टांना प्रेरणा दिली व त्यांच्या सहानुभूतीवर ते स्वतः पोसले गेले. लष्कराने स्वतःच्या गाऱ्हाण्यांखेरीज जनतेच्या गाऱ्हाण्यांना वाचा फोडली व उठाव लष्करापुरता मर्यादित न राहता अधिक व्यापक झाला. संधी मिळताच बंगाल, बिहार आणि तत्कालीन वायव्य सरहद्द प्रांत व मध्य भारत येथील परंपरावादी व सरंजामी शक्तींनी भूतकाळाची पुन्हा प्रस्थापना करण्यासाठी एकजुटीने प्रयत्न केला. स्वतः कॅनिंगने उठावाचे स्वरूप व गांभीर्य या गोष्टी ओळखल्या होत्या. 'ज्या संघर्षाला आपण तोंड दिले, त्याचे स्वरूप एखाद्या स्थानिक उठावापेक्षाही राष्ट्रीय युद्धासारखे होते. त्याची व्याप्ती, कालावधी, त्यासाठी झालेला खर्च आणि त्याची काही नैतिक

वैशिष्ट्ये यावरून त्याचे स्वरूप बरेचसे राष्ट्रीय युद्धासारखे दिसते.[२]

उठावाचा उद्रेक हा हिंदुस्तानातील बहुसंख्य इंग्रजांना अनपेक्षित धक्का होता. हिंदुस्तानातील परिस्थितीविषयी ढोबळ माहिती असलेल्या इंग्लंड मधील राजकारणी पुरुषांनी मात्र जास्त दूरदृष्टी दाखविली होती. १८५६ मध्ये हिंदुस्तानात जावयास निघण्याआधी कॅनिंगने अशा उठावाची शक्यता बोलून दाखविली होती.[३] हिंदुस्तानातील राजकारणाबाबत उदासीन असणाऱ्या पामर्स्टनला देखील हिंदुस्तानातील ब्रिटिश साम्राज्य ही एक लष्करी समस्या होऊ शकेल याची जाणीव होती. 'हिंदुस्तानामध्ये भारताचे रक्षण आपणास करावे लागणार नाही, अशी दिशाभूल कोणीही करून घेऊ शकणार नाही.[४] हिंदुस्तानातील मुलकी व लष्करी इंग्रज अधिकाऱ्यांनी मात्र हिंसक उठावाची अपेक्षा केलेली नव्हती. 'मीरत येथे जे काही घडलेले आहे त्यामुळे, ज्यांना आपल्या शिपायांची चांगली ओळख आहे, अशा लोकांइतका जबरदस्त धक्का दुसऱ्या कोणालाही बसलेला नाही. क्वचित एखादा अपवाद वगळता, आपल्या शिपायांच्या निष्ठेविषयी निर्वाळा देणाऱ्या या पलटणींच्या मुख्य अधिकाऱ्यांवरील माझा विश्वास पूर्णपणे उडाला आहे.'[५] (धोक्याच्या जाणिवेने व भीतीपोटी) अचानक धक्का बसल्यामुळे याच अधिकाऱ्यांनी आता दुसरे टोक गाठले व ते उग्र सूडाची मागणी करू लागले. परंतु कॅनिंग खंबीर राहिला. बंडवाल्यांना बेलगाम प्रत्युत्तर देऊन न्यायाला काळिमा फासण्यास त्याने नकार दिला. बंडखोरांच्या क्रौर्यकथा ऐकून तेथील जनमत खवळलेले असल्यामुळे[६] ब्रिटनकडून त्याला काहीच मदत मिळाली नाही. अशा परिस्थितीत कॅनिंगने हा उफाळलेला वर्णद्वेष गाडून टाकण्याचे शक्य ते सर्व प्रयत्न केले. ब्रिटनमधील समंजस लोक हळूहळू त्याच्या बाजूला वळले. अनेक वर्षांपूर्वी ऑक्सफर्डला असताना डलहौसीने ज्याच्याविषयी 'हा विशेष कोणीच होऊ शकणार नाही'[७] असे म्हटले होते, तोच कॅनिंग १८५७ मध्ये कीर्तिशिखरावर उभा होता.[८] कॅनिंगचे गुण नेत्रदीपक नसले तरी अशा आणीबाणीच्या प्रसंगी आवश्यक असणारे सर्व गुण त्याच्यापाशी होते.

एकदा बंडाच्या ज्वाळा विझल्या की ईस्ट इंडिया कंपनीला बाजूला सारुन ब्रिटिश सरकारने हिंदुस्तानच्या प्रशासनाची जबाबदारी स्वतःच्या हाती घ्यावी, याविषयी इंग्लंडमधील सर्वच राजकीय पक्षांचे व गटांचे एकमत होते. मात्र हे कसे साधावे याविषयी मात्र एकमत नव्हते. इंग्लंडमध्ये हिंदुस्तानच्या प्रशासनाची धुरा वाहण्यासाठी एक अध्यक्ष व सल्लागार मंडळाची तरतूद करणारे एक विधेयक पामर्स्टनने मांडले होते. परंतु त्याचे कायद्यात रुपांतर होण्याआधीच त्याचे मंत्रिमंडळ गडगडले. अत्यंत गुंतागुंतीच्या पद्धतीने निवडलेल्या एका अध्यक्षाची व मंत्रिमंडळाची तरतूद असलेले

एक विधेयक दुसऱ्या डर्बी मंत्रिमंडळाच्या वतीने डिझरेलीने मांडले. ह्या योजनेवर कडक टीकेचा इतका भडिमार झाला की, डिझरेलीने ती मागे घेऊन दुसरे विधेयक पुढे मांडले व त्याचेच १८५८ च्या कायद्यात रुपांतर झाले. त्याचे स्वरूप असे होते : इंग्लंडच्या राजसत्तेच्या वतीने हिंदुस्तानचा राज्यकारभार हिंदुस्तानमंत्र्यांमार्फत चालविला जावा. त्याला मदत करण्यासाठी पंधरा सदस्यांचे एक मंडळ नेमण्यात यावे. या पंधरा सदस्यांपैकी किमान नऊ जणांनी कमीतकमी दहा वर्षे हिंदुस्तानात नोकरी केलेली असली पाहिजे आणि हिंदुस्तान सोडून त्यांना दहा वर्षांहून अधिक काळ झालेला असू नये. मंडळाच्या अध्यक्षस्थानी हिंदुस्तानमंत्री राहावा आणि जरुर पडल्यास मंडळाचा निर्णय दूर सारण्याचा अधिकार त्याला असावा. हिंदुस्तान सरकारशी केलेला सर्व पत्रव्यवहार या मंडळाला सांगण्याचे बंधनही त्याच्यावर असावे. कुठली गोष्ट 'गुप्त' ठेवावयाची हे सर्वस्वी त्याच्या हाती असावे.

हिंदुस्तानमध्ये मध्यवर्ती सत्ता गव्हर्नर-जनरल व त्याचे सल्लागार मंडळ यांचेच हाती ठेवण्यात आली. राजसत्तेचा प्रतिनिधी या नात्याने गव्हर्नर-जनरल याला 'व्हाइसरॉय' ही नवी उपाधी देण्यात आली. ही उपाधी केवळ औपचारिक, म्हणजे दरबारी, म्हणून कल्पिलेली होती. कारण राजप्रतिनिधी म्हणून व्हाइसरॉयच्या कर्तव्यांची व्याख्या कोठेही केलेली नव्हती. परंतु हिंदुस्तानचा पहिला व्हाइसरॉय कॅनिंग मात्र या हुद्यावर खूष होता. कदाचित हिंदुस्तानातील संस्थानिक व सामाजिक या इतर सनातनी घटकांवर या हुद्याचे वजन पाडण्यासाठी त्याचा उपयोग होईल, अशी त्याची कल्पना असावी.[९] निश्चितच या हुद्यामुळे हिंदुस्तानातील प्रशासनप्रमुखाला उच्चतम स्थान प्राप्त झाले. त्यानंतरच्या ९० वर्षांच्या काळात हिंदुस्तानचा प्रशासनप्रमुख हा 'गव्हर्नर-जनरल' या जबाबदारीच्या नावाने ओळखला जाण्याऐवजी 'व्हाइसरॉय' या पोकळ हुद्यानेच जास्त परिचित झाला.

व्हाइसरॉय हा हुद्दा १८५८ च्या कायद्याने अस्तित्वात न येता, १ नोव्हेंबर १८५८ च्या राणीच्या जाहीरनाम्यान्वये बहाल केला गेला. ह्या जाहीरनाम्याचा मसुदा तयार करताना डर्बी सरकारने कॅनिंगचा सल्ला घेतला नव्हता, परंतु 'कॅनिंगवादाची जबरदस्त पुरस्कर्ती'[१०] असलेल्या राणीने कॅनिंगची मतप्रणाली या जाहीरनाम्यात अंतर्भूत होईल, अशी खबरदारी घेतली होती. संस्थानिकांना त्यांचे हक्क, मान व मरातब यांचा आदर केला जाईल असे आश्वासन देण्यात आले आणि भारतीयांना राणीच्या इतर प्रजाजनांच्या समान दर्जानेच वागविले जाईल, असे जाहीर करण्यात आले. धार्मिक कारणावरून पक्षपात केला जाणार नाही, जमिनीच्या हक्कांचे रक्षण केले जाईल, हिंदुस्तानच्या प्राचीन परंपरा, हक्क व चालीरीतींचा मान ठेवला जाईल आणि सरकारी

नोकरीची दारे सर्वांसाठी मोकळी ठेवण्यात येतील, अशीही आश्वासने देण्यात आली. १ जानेवारी १८५९ पूर्वी जे बंडवाले शरण येतील. त्यांना पूर्ण अभय देण्याचे जाहीर केले गेले. मात्र ज्यांनी ब्रिटिश प्रजाजनांच्या हत्येमध्ये प्रत्यक्ष भाग घेतला होता किंवा अशा गुन्हेगारांना आश्रय दिला होता, अगर ज्यांनी बंडाचे नेतृत्व केले होते वा बंडाला प्रोत्साहन दिले होते अशांना हे अभय मिळणार नव्हते. कॅनिंगच्या मते, या जाहीरनाम्यात फक्त दोनच मुद्दे आक्षेपार्ह होते. एक म्हणजे ज्यामुळे वर्षाच्या उर्वरित काळातील उठाव वैध ठरेल असा तत्काळ शांतता प्रस्थापनेचा अनुल्लेख व दुसरा म्हणजे जमिनीविषयीच्या सर्व हक्कांचे रक्षण करण्याचे वचन.

II

इंग्लंडच्या राजसत्तेने हिंदुस्तानातील प्रशासनाचा अधिकारग्रहण केला, त्या प्रसंगी शाही दरबार भरविण्यात आला नाही. परंतु सर्व भारतीय भाषांमधून जाहीरनामा वाचण्यात आला व सर्व संस्थानिकांना त्याच्या प्रती पाठविण्यात आल्या. या जाहीरनाम्याचे महत्त्व भारतीयांच्या नजरेतून सुटले नाही.[११] ब्रिटिश सनदी नोकरांनाही बदलाविषयी उत्कंठा वाटत होती. फक्त कंपनीच्या सैनिकांनीच थोडाफार विरोध केला. सामान्यतः एखाद्याने बंडावर मात केल्यावर ती आपल्या कार्याची इतिकर्तव्यता मानली असती, परंतु कॅनिंगला मात्र जाहीरनाम्यात उद्धृत केलेल्या उद्दिष्टांच्या रोखाने निदान वाटचाल तरी सुरू करावी अशी इच्छा होती. सरसकट माफीनाम्याची सूचना त्याचीच होती. बंडवाल्यांचा विरोध ओसरत असताना अभयदानाने त्यांचा बंदोबस्त करणे इष्ट असल्याचे त्याने १८५८ च्या सप्टेंबरमध्ये स्टॅन्लेला सुचविले होते. 'क्षमा करण्याच्या आपल्या इच्छेचा सच्चेपणा त्यांच्या मनावर बिंबवायचा असेल तर तो सक्तीच्या माफीनाम्यामुळेच ठरेल, एरवी नाही, असे मला वाटते.'[१२] ब्रिटिश प्रजाजनांची हत्या करणे व अशा गुन्हेगारांना आश्रय देणे अथवा उठावाचे नेतृत्व करणे, याव्यतिरिक्त इतर आरोप ठेवून ज्या लोकांवर फिर्यादी करण्यात आल्या होत्या, त्या सर्व फिर्यादी मागे घेण्याचा त्याने हुकूम सोडला. यापूर्वी फर्मविलेल्या शिक्षांची अमलबजावणी केली जाणार होती; परंतु जप्तीच्या हुकूमांचा मात्र सहानुभूतिपूर्वक फेरविचार व्हावयाचा होता.[१३] शब्दशः, तसेच कायद्याच्या दृष्टीने जरी 'ब्रिटिश प्रजानन' या संज्ञेमध्ये भारतीयांचादेखील समावेश होत असला, तरीही कॅनिंग सरकारच्या मते, जाहीरनाम्यामध्ये फक्त युरोपियनांचा खून करणाऱ्यांनाच क्षमा होणार नाही असा अर्थ ध्वनित होत होता. न्यायालयांनी भारतीयांची हत्या करणाऱ्यांना माफीनामा मिळणार नाही असा समज करू नये म्हणून स्थानिक सरकारांना भारतीयांची हत्या करणाऱ्यांविरुद्धच्या फिर्यादी मागे घेण्याचा आदेश देण्यात आला.[१४] जाहीरनाम्याच्या

या अन्वयार्थाला ब्रिटिश सरकारने संमती दिली.[१५]

उठावाने व्यापलेल्या इतर भारतीय प्रदेशात झाले नाही तसे अवधमध्ये या लष्करी बंडाचे रुपांतर समाजाच्या सर्व स्तरांना व्यापणाऱ्या सार्वजनिक उठावात झाले होते. म्हणूनच इतर कुठल्याही प्रदेशापेक्षा अवधमध्ये आपल्या लष्कराचा संपूर्ण विजय व्हावा, असे सरकारला वाटत होते. अवधमध्ये बंड करून उठलेल्या पलटणीतील शिपायांपैकी बरेचजण, कदाचित अर्धेअधिक, लढाईत मारले गेले होते. उरलेल्यांपैकी फारच थोड्या जणांमध्ये पुढे येऊन शरण जाण्याचे धैर्य होते. आपल्या मित्रांच्या गुप्त मदतीने ते गावाजवळ घिरट्या घालत राहत. त्यांच्या मारल्या गेलेल्या अथवा सुळावर चढविलेल्या मित्रांपेक्षाही जास्त भयंकर शिक्षा ते भोगत असावेत असा सरकारचा अंदाज होता.[१६] अवध पूर्णपणे शरण आली होती. अवध सरकारच्या मते, कदाचित धर्मांध निम्नवर्गीय मुसलमानांखेरीज समाजातील इतर सर्व स्तरातील लोकांनी हे मान्य केले होते की, दीर्घकाळ अनुकूलता असतानाही या शक्तिस्पर्धेत आपला पूर्ण पराभव झाला. अवध संस्थान विलिनीकरणापेक्षा या विजयामुळेच ब्रिटिशांना अवधवर राज्य करण्याचा खरा अधिकार प्राप्त झाला आहे, असे सर्वसामान्य जनतेचे मत असल्याचे अवध सरकारने म्हटले.[१७] मुख्य आयुक्त सर जेम्स औटरॅम [१८] आणि जॉन लॉरेन्स [१९] हे सर्व उठावकऱ्यांना व बंडवाल्यांना माफ करण्यास अनुकूल होते, परंतु इतक्या उदार धोरणाचा चुकीचा अर्थ लावला जाईल अशी कॅनिंगला भीती वाटत होती. बंड हा काही खेळ नव्हे. पहिल्या झटापटीतून बंडखोर पार पडले तर त्यांनी पूर्णपणे निर्दोष सुटून जाण्याची अपेक्षा करू नये, ही गोष्ट स्पष्ट करण्याची गरज होती. 'फाशी अथवा गोळ्या घालून ठार मारणे या शिक्षा जरी फक्त विशिष्ट गुन्ह्यांसाठी राखून ठेवल्या असल्या तरीही पकडलेल्यांपैकी बहुतेकांना हद्दपार करण्यात यावे.[२०]' प्रांताची एकंदर परिस्थिती व बहुतेक सर्व जनतेचा उघड विरोध लक्षात येऊन मुख्य आयुक्ताला फौजदारी न्यायदानाची जास्त कणखरपणे अंमलबजावणी करण्याचा आदेश देण्यात आला. ज्या हल्ल्यांमुळे प्रत्यक्ष मृत्यू झाले नाहीत अशा व्यक्तिगत हल्ल्यांसाठीही देहदंडाची सजा जाहीर करण्याचा अधिकारही मुख्य कमिशनरला देण्यात आला.[२१]

प्रजेचे निःशस्त्रीकरण करण्याचा आणि उभे किल्ले जमीनदोस्त करण्याचा निर्णयही घेण्यात आला. या गोष्टी पार पाडण्यात अडचणी येणार नाहीत असे औटरॅम यास वाटत होते.

'भारतीय जनता अधिकाराला मान देते आणि कुठलेही शक्तिशाली सरकार आपल्या स्वतःच्या लष्कराखेरीज व प्रबल ठाण्यांखेरीज इतर लष्कर वा ठाणी यांचे अस्तित्व सहन करणार नाही, हे तिला पक्के माहीत आहे. दुर्बलतेच्या प्रदर्शनाने

लोकप्रियता मिळत नाही. जर त्यांना हा निःशस्त्रीकरणाचा कायदा काही काळ का होईना, जाचक वाटला नसता तर, नुकत्याच होऊन गेलेल्या उठावाच्या शिकवणुकीनंतरही त्यांना, सरकार विरुद्ध अंशतः यशाची खात्री असलेले बंड पुन्हा करू देण्याची शक्ती त्यांच्यात ठेवणाऱ्या सरकारविषयी काहीही आदर वाटला नसता. ज्याला प्रजेचे निःशस्त्रीकरण हा शहाणपणाचा मार्ग वाटलेला नाही, असा आपल्या सरकारशी एकनिष्ठ असलेला एकही एतद्देशीय मुख्य आयुक्ताला आढळला नाही.'[२२]

खेडोपाडी जाऊन लोकांना शस्त्रे सरकारच्या स्वाधीन करण्यास सांगावे आणि न केल्यास कसून झडती घ्यावी, असा आदेश औटरॅमने आपल्या अधिकाऱ्यांना दिला. 'जर स्वाधीन केलेल्या शस्त्रांची संख्या गावातील पुरुषांच्या संख्येपेक्षा कमी भरली तर त्याचा अर्थ शस्त्रास्त्रे पुरुन ठेवली आहेत असा होतो. कारण प्रत्येक पुरुषाजवळ एखादी तलवार, भाला वा बंदूक असणे अपरिहार्यच होते. शस्त्रे बाळगण्याची परवानगी सहसा देऊ नये आणि काही काळ तरी शस्त्रे वा दारुगोळा तयार करणे व त्याची विक्री करणे यांचे परवाने देऊ नयेत.'[२३]

उच्चनीच स्तरांतील गुन्हेगारांना दिलेल्या कडक शिक्षा, आणि संपूर्ण अवध प्रांताचे निःशस्त्रीकरण यांचा परिणाम म्हणून, १८५८ च्या अखेरीपर्यंत अवधची जनता शरण आली असेच नव्हे तर शांतही झाली.[२४] काही थोडे अपवाद वगळता अवधमधील जवळजवळ सर्वच जनतेने सरकारविरोधी उठावात भाग घेतला असल्यामुळे त्या संपूर्ण प्रांताच्या जमिनीवरील हक्क सरकारने आधी आपल्या ताब्यात घ्यावेत आणि मागाहून त्याविषयीचे धोरण ठरवावे, असे कॅनिंगने ठरविले.[२५] १५ मार्च १८५८ रोजी, लखनौच्या पाडावानंतर एक जाहीरनामा काढण्यात आला. त्या अन्वये सहा विशिष्ट वतने वगळता अवधमधील जमिनीवरील सर्व मालकी हक्क जप्त करण्यात आले. मात्र वंशपरंपरागत वतनदार असलेल्या तालुकदारांना असेही आश्वासन देण्यात आले की, त्यांच्यापैकी ज्या कोणाचा युरोपियनांच्या निर्घृण हत्येमध्ये हात नव्हता, त्यांच्या जमिनी त्यांना परत देण्यात येतील. याशिवाय एखादा तालुकदार अजूनही पुढे येऊन सरकारच्या मदतीला उभा राहिला तर त्याची जमीन जप्त केली जाणार नाही. शिवाय डलहौसीने अमलात आणलेल्या सार्वत्रिक जप्तीकरणाच्या वेळी त्याची जप्त झालेली जमीनही त्यास कदाचित परत मिळेल, असे जाहीर करण्याचा अधिकार मुख्य कमिशनरला देण्यात आला.[२६]

अवधच्या जाहीरनाम्याची 'अती कडक' म्हणून अवहेलना केली जाते. परंतु खरे पाहता यापेक्षा जास्त सौम्यपणा दाखवणे शक्य नव्हते. मुख्य आयुक्ताला दिलेल्या तारतम्याधिकाराच्या अनुषंगाने अनेक तालुकदारांना क्षमा करून त्यांच्या जमिनीही

त्यांना परत देण्यात आल्या. शरण आल्याबद्दल आणि माहिती गोळा करून ती पोहोचविण्याची निष्ठा दाखविण्याबद्दल अवधमधील २३,५४३ खेड्यांपैकी सुमारे २२,६५८ खेडी तालुकदारांना परत देण्यात आली होती. [२७] बंडखोरांचा प्रत्यक्ष पाठलाग करण्याची, मदतीचीसुद्धा त्याच्याकडून मागणी करण्यात आली नव्हती. जाहीरनाम्याचा जॉन ब्राइटने केलेला धिक्कार व एलनबरोची जाहीर टीका या गोष्टी अन्याय्यच नव्हेत तर अप्रस्तुत होत्या. जाहीरनाम्याचे प्रत्यक्ष शब्द काहीही असले तरीही त्याच्या टीकाकारांच्या इच्छेपेक्षाही बरेच काही जास्त कॅनिंग सरकारने तालुकदारांसाठी केलेले होते. तालुकदारांच्या गैरकृत्यांचा पाढा वाचून कॅनिंगच्या बाजून बोलणाऱ्या त्याच्या उदारमतवादी पाठीराख्यांना हे कळलेच नाही की, त्याने जप्तीहुकूम काढल्यामुळेच तालुकदारी पद्धतीची पुनःप्रस्थापना करणे शक्य होते[२८] त्यामुळे परिस्थिती स्वच्छ व स्पष्ट तर झालीच, शिवाय ब्रिटिश शक्तीचे प्रदर्शनही झाले. 'एतद्देशीयाला क्षमा करण्याआधी त्याला पूर्णपणे नमविणे आवश्यक असते. जोपर्यंत तो तुमच्या पायाशी लोटांगण घालीत नाही तोपर्यंत तो तुमची क्षमा मान्यच करणार नाही. हा त्याचा स्वभाव आहे.'[२९] अत्यंत बुचकळ्यात पडलेल्या सर चार्लस वुडने भारतमंत्री पदाची सूत्रे हाती घेतल्यावर व्हाइसरॉयला लिहिले की, 'या जाहीरनाम्यामुळे आपण या देशात आल्यापासून जमीनधाऱ्यांविषयी जे काही करीत होतो ते सर्व उधळून लावणे तुम्हाला शक्य झाले आहे' ही गोष्ट मी विसरु शकत नाही. तुमचा जाहीरनामा, राणीच्या जाहीरनाम्याचा उद्देश किंवा संभाव्य परिणाम यांच्या इतका विरुद्ध आहे की, तो पाहताच धक्का बसतो. सगळ्याच गोष्टी इतक्या विस्कळीत आहेत की, हिंदुस्तानातील आपल्या भवितव्याविषयी माझे मन अत्यंत नाउमेद झाले आहे.'[३०]

परंतु कॅनिंगला आपल्या कृत्यांचा मुळीसुद्धा पश्चात्ताप झाला नाही. त्याने अवधला भेट दिली आणि एका औपचारिक दरबारात तालुकदारांना कायम हक्कांच्या सनदा बहाल केल्या. गोळी घालून मृत्यू अथवा कमीतकमी जमिनी कायमच्या गमावणे या शिक्षांची अपेक्षा करणाऱ्या तालुकदारांमध्ये त्याला पूर्ण उत्साह, निष्ठा आढळली. बावीस तालुकदारांना त्याने त्यांच्या जमिनीवरील महसुलाचे पूर्ण हक्क व न्यायनिवाड्याचे अधिकार बहाल केले.

अवधमध्ये जे काही केले आहे ते अर्थशून्य समजू नये, अशी विनवणी कॅनिंगने ब्रिटिश सरकारला केली.[३१] अवधमधील योजना ब्रिटिश सरकारला पाठबळ देणारा भारतीय उमराववर्ग प्रबळ करण्याच्या त्यांच्या सर्वसामान्य धोरणाचा एक भाग होता. 'हे आतापर्यंत कधीच केले नाही ही ब्रिटिश शासनाची हिंदुस्तानातील घोडचूक व पाप आहे. जे प्रयत्न केले गेले ते सुद्धा क्षीण व अर्धवट होते.'[३२] कॅनिंगचा दयाळूपणा

केवळ सद्गुण नसून त्याच्या एकूण धोरणाचे एक धूर्त पाऊल होते. उठावाबद्दलच्या सविस्तर बातम्या इंग्लंडमध्ये पोहोचल्यावर तेथील पहिली प्रतिक्रिया अशी होती की, हिंदुस्तानातील समाजाचा कुठलाच घटक विश्वासार्ह नाही. हिंदुस्तानात ब्रिटिश राज्यकर्त्यांविषयी सरसकट अप्रीती वाटते, असे दिसत होते. 'गोऱ्या माणसाच्या बग्गीकडे कुठल्याही प्रसंगी मित्रत्वाने पाहिले जात नाही. ती नजरेची भाषा, तिच्याविषयी कोणाला शंका येईल?'[३३] हिंदुस्तानातील ब्रिटिश सत्ता ही प्रामुख्याने बलाधिष्ठितच असली पाहिजे, असा यावरून निष्कर्ष काढण्यात आला. पण कॅनिंगच्यामते हे योग्य नव्हते आणि व्यवहार्यही नव्हते. हिंदुस्तानामध्ये कधीही मूठभर इंग्रजांपेक्षा जास्त इंग्रज राहाणे शक्य नसल्यामुळे जर त्यांनी सर्वच भारतीयांना अविश्वसनीय ठरविले किंवा समाजाचे वर्गच्या वर्ग नालायक ठरविले तर त्यांना परिणामकारकरीत्या हुकमत चालविण्याची आशाच नव्हती. हिंदुस्तानातील जनतेच्या एखाद्यातरी वर्गाचा पाठिंबा असल्याशिवाय, 'सॅक्सन वर्चस्ववाल्यांना' हिंदुस्तानचे साम्राज्य टिकविणे देखील जड गेले असते. संकटाच्या पूर्वी होते त्याहून एकही युरोपियन सैनिक बंगाल व बिहार या प्रांतात जास्त नव्हता, व ओरिसामध्ये युरोपियन लोकांची एकूण संख्या शंभराहून जास्त नव्हती. त्या प्रांतांमध्ये शांतता व सुव्यवस्था राखली गेली होती याचे कारण इतकेच की, तेथील संस्थानिक, जमीनदार, सरकारी अधिकारी इत्यादी उच्चस्तरीय लोकांच्या सदिच्छा व निष्ठायुक्त प्रयत्न त्यांच्या पाठीशी होते. ब्रिटिशांना पाठिंबा देणे त्यांच्या स्वतःच्या फायद्याचे होते हे खरे असले, तरीही त्यांच्यावर विश्वास दाखवून व त्यांना सन्माननीय वागणूक देऊन त्यांची ही स्वहितपरायणता दृढ करणे उचित होईल अशी कॅनिंगची धारणा होती. आपण उद्रेकावर मात केली आहे ह्या वस्तुस्थितीमुळे संतुष्ट राहण्याचे ब्रिटिशांना कारण नव्हते. शीख लोक निष्ठावंत राहिले होते तरीही व्हाइसरॉयचा त्यांच्यावर विश्वास नव्हता. त्यामुळे आपण ब्रिटिशांचे रक्षण केलेले असूनही ते याची जाणीव बाळगून नाहीत अशी भावना त्यांच्यामध्ये सतत वसत होती. अर्थातच पुन्हा संधी मिळाल्यास तिचा फायदा घेतल्याखेरीज ते राहिले नसते. तोफखाना विभागातून भारतीयांचे उच्चाटन केल्यामुळे धोका थोडा कमी झाला होता.[३४] इंग्लिश खाडीतील नौदलाच्या ताफ्याचे इंग्लंडच्या दृष्टीने जेवढे महत्त्व तेवढेच महत्त्व भारताच्या दृष्टीने फक्त युरोपियनांचाच भरणा असलेल्या सुसज्ज तोफखान्याचे होते. 'तो जोवर सामर्थ्यशाली आहे तोवर कोणत्याही प्रकारच्या उद्रेकापासून आपण सुरक्षित आहोत. तो सगळ्यांना काबूत ठेवील. अगदी शिखांनासुद्धा'.[३५] ब्रिटनमधून सैनिकांच्या तुकड्या पाठविण्याचे बंद झाल्यावर, तसेच हिंदुस्तानात पूर्वीपासून असलेले सैन्यदल मागे घेतल्यावर एखाद्या युरोपियन युद्धाच्या संदर्भात ब्रिटिश सत्तेला पोहोचू शकणारा

उपद्रव हाच अधिक संभाव्य व गंभीर धोका होता. याच्यावर कॅनिंगच्या मते एकच उपाय आहे, 'भारतीय संस्थाने व प्रमुख युरोपियन प्रजाजन या प्रभावी वर्गाची अशी परिस्थिती व मनःस्थिती निर्माण करावयाची, की प्रसंग पडताच सर्व परिस्थितीचा बोजा संपूर्णतया त्यांच्या अंगावर टाकून अंतर्गत शांतता व सुव्यवस्था त्यांच्यावर सोपविता येईल.'[३६]

संस्थानिकांच्या बाबतीत कॅनिंगने प्रतिकाराला शिक्षा व आज्ञापालनाला पारितोषिक असे कठोर धोरण अवलंबिले. आग्रा व लाहोर या ठिकाणी त्याने दोन दरबार भरविले. त्याप्रसंगी निष्ठावंत संस्थानिकांना पाचारण केले गेले, त्यांच्या श्रेणी व किताब कायम केले गेले व काही जणांना तर त्याव्यतिरिक्त सन्मान दिले गेले. निजामाकडून घेतलेला काही भूभाग त्याला परत देण्याचा विचारही कॅनिंगने केला. 'आपल्या अधिकारातील काही चांगल्या गोष्टींवरील पकड आपण प्रसंगी सैल करू शकतो हे आपण खात्रीलायक रीतीने दाखवून दिले पाहिजे.'[३७] प्रत्यक्षात तसे काहीच घडले नाही. मात्र ग्वाल्हेरच्या शिंद्यांना ब्रिटिशांशी जमिनीची देवाणघेवाण करून आपले राज्य बळकट करण्याची संधी दिली गेली. याउलट धार व कोटा यांसारख्या ज्या संस्थानांनी युद्धकाळांत ब्रिटिशांना पाठिंबा देणारी निश्चित भूमिका स्वीकारली नव्हती, त्यांना काही प्रदेशाला मुकावे लागले.

संस्थानिकांचे किताब व मालमत्ता अव्याहतपणे त्यांच्याकडे राहण्याची व्यवस्था करून त्यांना अधिक संतुष्ट करावे म्हणून औरस वारस नसल्यास दत्तक घेण्याचा त्यांचा हक्क मान्य करावा, अशी कॅनिंगची इच्छा होती. पूर्वीच्या डलहौसीच्या खालसा धोरणामुळे त्याला बाधा आली होती. कॅनिंगने वुड यास लिहिले आहे, 'एतद्देशीयांना चुचकारण्याची एवढी योग्य संधी आपल्याला कधीच आली नव्हती. जर इंग्लंडमध्ये अडचणी आल्या व त्यामुळे येथून सैन्य हलविले गेले तर त्या परिस्थितीत आपण शक्य तितक्या ठिकाणी हमी, तारण, आसरा निर्माण करून ठेवला पाहिजे.'[३८] दत्तकविधानास संमती देणे हा खर्चिक दरबार व मोठी पारितोषिके देण्याइतका नेत्रदीपक उपाय नसला, तरी त्याचे परिणाम अधिक व्यापक व टिकाऊ झाले असते. भारतीय प्रभावावर विसंबण्याच्या ज्या धोरणासाठी आपली व्हाइसरॉयपदाची उर्वरित कारकीर्दच नव्हे तर आयुष्यही समर्पित करण्याची कॅनिंगची इच्छा होती, त्या धोरणाचा हा अपरिहार्य पाया होता. 'जमीनदार व संस्थानिक यांच्यामध्ये आपणाविषयी बांधिलकी निर्माण करण्यास व ब्रिटिश सत्तेचा ऱ्हास त्यांना जराही फायद्याचा नसल्याचे त्यांच्या मनावर बिंबवण्यास इंग्रजांनी दिरंगाई करू नये. या एकाच उपायाने अंतर्गत प्रक्षोभ व बाहेरील धमक्या यांच्यापासून ब्रिटिश साम्राज्य सुरक्षित राहील. कारण धर्मवेडेपणापेक्षाही ऐहिक

लाभाचा विचार प्रबल ठरेल.'[३९] हे निश्चितच, खालसा करण्याची, विशेषतः गिरिविहाराची सुंदर ठिकाणे खालसा करण्याची शक्यता इतक्या ठामपणे नाकारण्यास वुड जरी विशेष उत्सुक नव्हता, तरीही संस्थानिकांशी स्नेहसंबंध ठेवण्याच्या तत्त्वास त्याने मान्यता दिली. राणी व स्टॅन्ले यांचा दुजोरा मिळाल्यावर कॅनिंगच्या सूचनेस त्याने संमती दिली. [४०]

हे धोरण आचरणात आणण्याचा व ब्रिटिश सरकारचा खरेपणा जोखण्याचा प्रसंग लवकरच निर्माण झाला. म्हैसूरचा राजा साठ वर्षांचा होता; त्याला वारस नव्हता व दत्तक घेण्याची इच्छा त्याची नव्हती. त्याने असे जाहीर केले की, त्याला आपल्या वंशाचा अखेरचा प्रतिनिधी समजावे व त्याच्या पश्चात ब्रिटिश सरकारने त्याच्या मालमत्तेचे उत्तराधिकारी व्हावे.[४१] परंतु इंडिया ऑफिसने राजाशी परस्पर पत्रव्यवहार सुरू केला, सर्व व्यवस्था उलटीपालटी केली व कॅनिंगच्या मते[४२] हेच दाखवून दिले की, आपल्या प्रत्यक्ष देखरेखीखालील बाबतीही व्हाइसरॉयला काही अधिकार नसून त्यासंबंधीच्या नियमांचे त्याला ज्ञानही नव्हते. म्हैसूरबाबतचे सर्व व्यवहार ही यापुढे मद्रास सरकारची जबाबदारी राहील असे तेथील राजाला कळविण्यात आले. याचा कॅनिंगने निषेध केल्यामुळे हा विशिष्ट निर्णय जरी मागे घेतला गेला,[४३] तरीही हिंदुस्तान सरकारचा अधिकार उणावला व राज्यत्याग करण्याच्या आपल्या निर्णयाचा राजा फेरविचार करू लागला. त्यामुळे ब्रिटिश सरकार ज्या पद्धतीने हिंदुस्तान सरकारची उपेक्षा करीत होते, त्याबद्दल निषेध व्यक्त करणारा एक कडक अहवाल कॅनिंगने सादर केला. आपल्याला व्यक्तिशः गप्प राहणेच अधिक आवडले असते असे, त्याने बुडजळव स्पष्ट केले. 'परंतु तुम्ही गव्हर्नर - जनरलचा अधिकार खच्ची करीत आहात व त्याच्याविषयीचा अंधश्रद्धेवर आधारलेला आदर नाहीसा करीत आहात व त्याच्याविषयीचा अंधश्रध्देवर आधारलेला आदर नाहीसा करीत आहात. माझे निर्णय पाचसहा वेळा फिरवण्याने अथवा माझ्या कृतींना परवानगी नाकारण्याने होणार नाही, एवढ्या परिणामकारकरीतीने ही गोष्ट गव्हर्नर - जनरलच्या अधिकाराच्या संपूर्ण उपेक्षेमुळे होईल.'[४४] गव्हर्नर जनरलचे एकतंत्री राज्य अबाधित राहावे व त्याच्या अधिकाराला बाधा आणणारी कोणतीही गोष्ट करू नये याबाबत वुडचे कॅनिंगशी एकमत होते. मात्र म्हैसूरच्या या प्रकरणात व्हाइसरॉयच्या अधिकारास कोठे बाधा आली हे त्याला समजले नाही.[४५] म्हैसूरच्या राजाने राज्यदान केल्यामुळे किंवा त्यांच्या संमतीने म्हैसूरचा ताबा घेण्यासाठी तो आता आतुर झाला होता खरा; परंतु जबरदस्तीने तसे करता येणार नाही हे त्यांच्या लक्षात आले होते. [४६] म्हणून राजाने मृत्यूपत्रान्वये राज्य इंग्रजांना देऊन टाकण्याचे लेडी कॅनिंगला जवळजवळ वचन दिले असताही

कायम करण्याऐवजी राजाला दत्तक घेण्यास परवानगी देण्यास कॅनिंग तयार होता,[४८] हे पाहून वूडची निराशा झाली. कॅनिंगच्या नंतर १८६२ मध्ये आलेल्या लॉर्ड एल्जिनचे मतही कॅनिंगसारखेच होते. परंतु म्हैसूरच्या राज्याच्या पश्चात ते संस्थान इंग्लंडच्या राजाकडे जावे, फक्त त्यातील एखादा जिल्हा राजाने आपल्या एखाद्या नातलगाला द्यावा,[४९] अशी ब्रिटिश सरकारची तीव्र इच्छा असल्याचे त्याला सांगितले गेले. व्हाइसरॉयची मंत्रिमंडळाशी जुळते घेण्याची इच्छा होती. काहीसे बिचकतच त्याने असे सुचविले की, राजाने दत्तक घेऊ नये यासाठी त्याला लाच देता येईल.[५०] परंतु इंडिया कौन्सिलने राजाकडे राज्यव्यवस्था परत सुपूर्त करावी व आपल्या पश्चात राज्य ब्रिटिशांना देण्याच्या त्याच्या जाहीर संकल्पावर विश्वास ठेवावा असा सल्ला दिला. वुड यास हे विशेष पसंत नसले तरीही याहून योग्य असे दुसरे काहीही त्यास सुचले नाही. 'म्हैसूर मिळविण्याची इच्छा व आपल्यासमोर दिसरणारा आपला प्रामाणिक मार्ग यांपैकी काय स्वीकारावे याबाबतीत मी किंकर्तव्यमूढ झालो आहे.'[५१] सरतेशेवटी कॅनिंगचा निर्णय न बदलण्याचे ठरले.[५२]

एल्जिनच्या मृत्यूनंतर डिसेंबर १८६३ मध्ये व्हाइसरॉय पदावर आलेल्या जॉन लॉरेन्स याने असे मत प्रकट केले की, जर म्हैसूर इंग्रजांच्या हाती ठेवावयाचे असले तर दत्तक घेण्याचा हक्क नाकारणे हे सरकारचे स्पष्ट कर्तव्य व विशेष अधिकार होता.[५३] हुजूरपक्षीय भारतमंत्री क्रॅनबोर्न (नंतर साल्सबरी) याने असे उत्तर दिले की, या संस्थानिकांविषयी त्याला मुळीच सहानुभूती नव्हती. कारण 'ज्यावेळेस सहजपणे जमेल त्यावेळेस ते हाती गवसलेल्या प्रत्येक इंग्रजाचा गळा कापतील.' परंतु सरकारने विचारपूर्वक त्यांच्याबाबतीत न्यायीपणे वागणे व ब्रिटिश सरकारने आपल्या वचनांचे पालन कसोशीने केले नाही असे म्हणण्यास त्यांना वाव देऊ नये.[५४] राजाचे तहादि हक्क त्यांच्या मृत्यूबरोबर संपत असले तरी त्याच्या दत्तक मुलाने आपली योग्यता सिद्ध केल्यास, सरकार घालील त्या अटींवर त्याला राज्याचा काही भाग मिळावा असा निर्णय क्रॅनबोर्नच्या नंतर आलेल्या सर स्टॅफर्ड नॉर्थकोट याने आपल्या पूर्वीच्या भारतमंत्र्यांने हा निर्णय आपल्या मंडळाच्या विचारविनिमयाशिवाय जाहीर केला असल्याचे उघड केले. दत्तक वारस वयात आल्यावर सरकार लादेल त्या अटींवर संपूर्ण राज्यच त्याजकडे द्यावे, अशी नॉर्थकोटची स्वतःची इच्छा होती.[५७] वारस नसल्यास संस्थान खालसा करण्याचे डलहौसीचे तत्त्व म्हैसूरला लागू न केल्याचा लॉरेन्सला पश्चाताप झाला. परंतु नॉर्थकोट याच्या निर्णयानुसार वागण्याचे त्याने ठरविले.[५८] अशा प्रकारे म्हैसूर खालसा होण्यापासून वाचले.

संस्थानिकांच्या खालच्या पायरीवर सरंजामदारांची सहानुभूती मिळविण्याचा

कॅनिंगने प्रयत्न केला व जेथे असा वर्ग अस्तित्वात नव्हता तेथे निर्माणही केला. अवधमध्ये तो व्यक्तिशः तालुकदारांशी सौम्यपणे वागला होता. एवढेच नव्हे तर तालुकदारांना एक वर्ग म्हणून त्याने पाठिंबाही दिला होता. जरी औटरॅम यांनी तयार केलेल्या लोकसंख्याशास्त्रीय प्रमाणावरून पाहू जाता वायव्य सरहद्द प्रांतात केवळ अंशतः निःशस्त्रीकरण झाले होते, तरीही अशाच परंपरेने सत्ता गाजवीत आलेल्या लोकांना न्यायदानाचे काही अधिकार सुपूर्द करावे व उत्तेजन द्यावे असा विचार त्या प्रांतात केला गेला.[५९] उदाहरणार्थ, मीरतमध्ये दर चार माणसांमागे एक शस्त्र जमा केले गेले तर बनारसमध्ये दर सव्वीस माणसांमागे एक शस्त्र सापडले होते. यासाठीच वायव्य सरहद्द प्रांताच्या सरकारची अशी इच्छा होती की, निःशस्त्रीकरणाचे अधिकार त्यांच्याकडे कायमचे सोपवावेत. अन्यथा, एकदा ते अधिकार संपल्यावर शस्त्रोत्पादन व शस्त्रविक्रीस पुन्हा प्रारंभ होईल व लवकरच पूर्वीइतकीच शस्त्रे तयार होतील.[६०] परंतु हिंदुस्तान सरकारने जनतेविषयीच्या त्यांच्या या कठोर व संशयी वृत्तीची निंदा केली व अनावश्यक कठोरतेने अधिकार वापरल्याचा त्यावर आरोप ठेवला. निःशस्त्रीकरणाचे अधिकार चालू ठेवण्याची हिंदुस्तान सरकारला विशेष आवश्यकता वाटत नव्हती, ते कायम करण्याची तर त्याहूनही गरज नव्हती. वायव्य सरहद्द प्रांतातील एकूण शस्त्रांपैकी ३५,७६,३१७ जमा केली गेली असून १४,८७,६४१ हाती आली नव्हती.[६१] असा अंदाज असूनही हे दूषण निमूटपणे मान्य केले गेले.[६२]

वायव्य सरहद्द प्रांतात दुष्काळी काळात भूधारणेच्या पद्धतीचे परिणाम काय असतात, हे पाहण्यासाठी कॅनिंगने एक चौकशी समिती स्थापन केली. बंगालमध्ये १७९३ साली जे केले गेले होते त्याचप्रमाणे, करद्वारा होणाऱ्या उत्पन्नात विशेष नुकसान न होता वायव्य सरहद्द प्रांतात कायमधारा पद्धती बव्हंशी अमलात आणता येईल अशी काही सबळ कारणे त्यातून निदर्शनास येतील असा कॅनिंगचा विश्वास होता.[६३] या प्रांतात कायमधारा पद्धती लागू करण्यास कॅनिंग उत्सुक होता. वारसाहक्काला मंजुरी देण्याने ज्याप्रमाणे संस्थानिकांच्या निष्ठा सरकारला लाभल्या होत्या, त्याचप्रमाणे कायमधारा पद्धतीच्या अंमलबजावणीने जमीनदारांच्या निष्ठा ब्रिटिश सरकारला लाभतील याविषयी त्याला खात्री होती. 'युरोपियन सैनिकांच्या एखाद्या सैन्यदलाएवढे त्याचे मोल असेल.'[६४] परंतु वुड याने आपल्या संमतीशिवाय हिंदुस्तान सरकारने कायमधारा जाहीर करण्याविरुद्ध, त्याचप्रमाणे सार्वत्रिक स्वरूपाची कायमधारा पद्धती लागू करण्याची बांधिलकी पत्करण्याविरुद्ध इशारा दिला. कारण कायमधारा जाहीर करण्यापूर्वी जमिनीची किंमत काळजीपूर्वक निश्चित केली आहे किंवा नाही, तसेच तिच्यावरील सारा काळजीपूर्वक ठरविला आहे किंवा नाही त्याची खात्री करून घ्यावयास

हवी, असे त्याचे मत होते. अशा तऱ्हेचा कायमधारा फार अधिक ठरविला गेल्यास तो केव्हाही कमी करता येतो. परंतु कमी ठरविला गेल्यास, मात्र तो कधीही वाढविता येणार नव्हता. [६५]

ज्यावेळेस करात विशेष मोठी तूट येत नसेल तेथे कायमधारा पद्धती सुरू करण्यास कॅनिंगप्रमाणेच लॉरेन्सनेही अनुकूलता दर्शविली. [६६] त्यावेळी वुडने त्याला सबुरीचा सल्ला दिला. कायमधारा पद्धती लागू करण्याच्या निर्णयात बदल करण्याची काही आवश्यकता नसली तरीही उत्पन्न वाढविण्याची कोणतीही शक्यता नष्ट होत नाही याबाबत खबरदारी जरूर घ्यावयास हवी.[६७] ह्या उपायामुळे उत्पन्नात नुकसान झालेच तर अगदी कमी होईल. शिवाय जनता फार मोठ्या प्रमाणावर सरकारच्या बाजूने उभी राहील, असे व्हाइसरॉयने उत्तर दिले. [६८]

इ.स. १८६४ च्या अखेरीस भारतमंत्री यांना कुठल्याही स्वरूपाच्या कायमधारा पद्धतीविषयी साशंकता वाटू लागली. कारण वायव्य सरहद्दप्रांत, बंगाल, मद्रास व अवध यापैकी कुठल्याच प्रांतात अनुभवाच्या कसोटीस ती उतरल्याचे त्यांना आढळले नाही.[६९] परंतु लॉरेन्सचे मत निराळे पडले. मद्रास प्रांतात सुरू केल्या गेलेल्या रयतवारी पद्धतीत फार वर्षांपर्यंत बदल न केला गेल्याने ती कायम स्वरूपाचीच झाली असे लॉरेन्स समजत होता. त्याच्या मते, इतर कोणत्याही पद्धतीपेक्षा तीच जास्त ग्राह्य होती. तसेच मन्रो हा हिंदुस्तानातील सर्वश्रेष्ठ प्रशासक होता असे त्याला वाटत होते. वायव्य सरहद्द प्रांतातील टॉमसनची आकारणीही किफायतशीर ठरली होती. एखादी कायम भूधारा पद्धती लागू करण्यास मान्यता देण्याची विनंती लॉरेन्सने ब्रिटिश सरकारला केली.[७०] त्याप्रमाणे एखादी कायम स्वरूपाची धारापद्धती सुरू करण्यास हिंदुस्तान सरकारला अधिकार देण्यात आला. '८०% जमीन लागवडीखाली असल्यास व चालू दर योग्य असल्यास धारा चालू दराने ठरविला जावा. मात्र भविष्यकाळातही सध्या निश्चित केलेल्या दरानेच धारा ठरविला जाईल अशी कुठल्याही प्रकारची बांधिलकी नसावी.' [७१]

कायमधारा पद्धतीला क्रॅनबोर्न अनुकूल नव्हता. प्रारंभी तिच्यासंबंधी अशी अपेक्षा होती की, शेतकी संपत्तीतील वाढीचा अंदाज घेण्याचा काहीतरी मार्ग सापडेल. परंतु तो केवळ 'परिसाचा निष्फळ शोध'च[७२] ठरला. ह्याबद्दल लॉरेन्सला फार दुःख झाले. कायमधारा पद्धतीचे राजकीय लाभ फार मोठे आहेत अशी त्याची खात्री होती व म्हणून करातील प्रत्यक्ष तुटीचे संतुलन ब्रिटिश सत्ता व अधिकार बळकट होण्यामुळे राखले जाईल. मात्र कायमधारा पद्धतीस प्रतिबंधक निर्णय द्यावयाचाच असेल तर तो जेवढा लवकर दिला जाईल तितके बरे.[७३] पंजाब प्रांतास कॅनिंगने भेट दिली तेव्हा

तेथील लोकांचे समाधान व सहकार्यतत्परता पाहून तो आश्चर्यचकित झाला. हा डलहौसी व जॉन लॉरेन्स यांच्या कारकिर्दीतील भलेपणाचाच पुरावा आहे हे त्याला उमजले नाही. लखनौ व इतरत्र आढळलेले मौन व क्रियाशून्यता येथे नव्हती, तर निष्ठेचे सुखद प्रदर्शन होते. मात्र प्रभावशाली चारित्र्यसंपन्न बुद्धिमान भारतीय – म्हणजेच भारतीय सरदारवर्ग – फार थोडा उरला असल्याचे आढळल्याने कॅनिंगला अतिशय दुःख झाले. सेवानिवृत्त झालेले लोक, उतरणीला लागलेल्या घराण्यांचे प्रमुख किंवा सधन पेढीवाले पुष्कळ असले तरीही खरोखर धनिक व प्रभावशाली जमीनदार फार कमी होते. पंजाबातील सार्वत्रिक समाधानाचे हे द्योतक असू शकेल हे कॅनिंगच्या लक्षात आले नाही. सरकार व गरीब जमीनदारवर्ग यांच्यामधील 'मोठी दरी' असे नाव त्याला देऊन त्याने त्याविषयी खेद व्यक्त केला. 'इतक्या अस्वाभाविक पद्धतीने एखाद्या देशाचे दीर्घकाळ शासन करता येईल असे मानण्याइतके आपण वेडे असलो तर नक्कीच आपल्याला दुसऱ्या एका बंडाळीला तोंड द्यावे लागेल.' ज्या देशात राजघराण्यात अनेक बदल घडूनही सरंजामशाही मूळ धरून राहिली होती, त्या देशातील सरदारवर्गाचा नाश करून किंवा त्याचे सर्व अधिकार अपहरण करून त्या देशावर राज्य करण्याचा प्रयत्न करणे अत्यंत असमंजसपणाचे होते. शासनयंत्रणेत सहभागी होणाऱ्या, आपल्यापेक्षा खालच्या स्तरातील लोकांवर अधिकार गाजविणाऱ्या व जमिनीत हितसंबंध गुंतलेले असणाऱ्या वर्गाचा पंजाबमध्ये अभाव आहे असे कॅनिंगला वाटले. त्यामुळे जमिनी वाटून देण्याचा जमीनदारांचा प्रघात त्याने रद्द केला व त्यांच्या मालमत्ता सुसंघटित करण्याची त्यांना परवानगी दिली.[७४] कारण जमिनींच्या विस्कळीत मालकीमुळे ते दुर्बल व ऐदी सरदार बनले होते. हिंदुस्तानातील आपल्या कारकिर्दीच्या शेवटच्या वर्षी कॅनिंगने पंजाबात वारसाहक्क लागू करण्याच्या [७५] व शक्य तेथे कायमधारा पद्धती अमलात आणण्याच्या शक्यतेचाही विचार केला.

कॅनिंगच्या धोरणाची सर्वसामान्य समर्पकता वुडला पटली होती. 'अवधमधील तुमच्या सुयशाबद्दल मी अभिनंदन करतो. पौर्वात्यांशी व्यवहार करताना थोड्याफार प्रमाणात दिशाभूल उपयुक्त नव्हे तर आवश्यकही आहे असे मला वाटते. केवळ त्यांच्याच बाबतीत असे नव्हे, तर मला वाटते इतरत्रही ती यशस्वी होते. तथापि, तुम्ही योग्य तेच केले आहे आणि मी असे धरून चालतो की, ह्या सद्भावना आता जितक्या समाधानकारक वाटत आहेत तितक्याच त्या कायम टिकणाऱ्या ठरतील.'[७६] भारतीय उच्चवर्णीय लोक वगळता सर्व एतद्देशीय मृतप्राय आहेत. जेथे विशेष कणखर व्यक्तित्वाची गरज नसते अशा कारकुनाच्या किंवा गौण दर्जाच्या इतर नोकऱ्या वगळता दुसरीकडे त्यांची दृष्टी जात नाही.[७७] जे भारतीय जन्माने वा दर्जाने या देशात जात्याच

काही प्रभाव पाडू शकत असतील, अशा लोकांना ब्रिटिशांच्या बाजूला वळवून घेणे आणि त्यांना नोकरीत घेणे हे अत्यंत आवश्यक आहे, या कॅनिंगच्या मताशी वुड सहमत होता. ब्रिटिश कायद्यांच्या अंमलबजावणीमुळे जमीनदार वर्ग प्रतिकूल होऊ लागला होता आणि त्या वर्गाची निष्ठा जर कॅनिंग मिळवू शकला असता तर ब्रिटिशांच्या कारकिर्दीतील एका नव्या आणि अतिशय महत्त्वाच्या युगाचा तो प्रवर्तक ठरला असता. लोक आगंतुक नेत्यांचा अनुनय व चिथावणी याच्या आहारी जाण्यापेक्षा त्यांचे स्वाभाविक नेते आपल्या अंकित होण्यामुळे ब्रिटिश सत्ता अधिक बळकट झाली असती. [७८] परंतु हे धोरण कॅनिंगने नेहमी बिनचूकपणे अमलात आणले असेलच असा वुडला विश्वास वाटत नव्हता. अवधमध्ये तालुकदारांच्या किताबांच्या कायदेशीरपणाची पुरेपूर छाननी केली गेली नव्हती. या वर्गाचा वैयक्तिक अधिकार पुनश्च त्यांच्या सुपूर्द करण्यापेक्षा त्यातील व्यक्तिंचा आपल्या अधिकारी वर्गात भरणा करणेच वुडला अधिक पसंत पडले असते.[७९] तसेच तालुकदारांच्या हाताखालील सर्वांच्या अधिकारांचे रक्षण झाले, असा विश्वास वुडला वाटत नव्हता.

तथपि, आपल्या प्रयत्नांच्या परिणामांबाबत खुद्द कॅनिंग संतुष्ट होता. 'ज्या वृत्तीने व यशस्वीतेने एतद्देशीय जमीनदारांनी व नेत्यांनी आपली नवी कर्तव्ये पार पाडली आहेत, ती माझ्या अपेक्षेपेक्षा फारच निर्दोष ठरली आहेत. 'आपण विश्वासार्ह ठरलो असल्याची जाणीव, त्याचप्रमाणे भारतीय व ब्रिटिश या दोघांनी आपल्या अधिकाराचा मान राखण्याचा उद्देश यामुळे तालुकदार व सरदारांमधील मानव जागृत झाले. अवध व पंजाब या दोन्ही प्रांतात सत्तेचा जराही गैरवापर, अयोग्य अनुग्रह किंवा दुराचार घडल्याचे व्हाइसरॉय यास वाटले नाही. आपल्या न्यायदान अधिकाराच्या पहिल्या वर्षी तालुकदारांनी चालविलेल्या ६०९ फौजदारी खटल्यांपैकी फक्त ३४ खटल्यांचे निकाल अपिलातील ब्रिटिश न्यायाधीशांनी बदलले व तालुकदारांनी नेहमीच सहृदयतेच्या दिशेने चूक केली होती. त्यामुळे प्रोत्साहन मिळून भ्रूणहत्यानिरोधनाच्या कामात तालुकदारांचे साहाय्य कॅनिंगने जमेस धरले व लखनौ येथेही भारतीय न्यायाधीश नेमण्याची परवानगी दिली. या उपायांमुळे जे प्रांत हिंदुस्तानच्या सुरक्षिततेच्या दृष्टीने महत्त्वाचे होते, त्या प्रांतात एक निरोगी वातावरण निर्माण झाले. आपल्या या धोरणाच्या स्थूल परिणामांबाबत त्यांची अशी खात्री पटली. [८०]

कॅनिंगचे धोरण जरी एल्जिनला पसंत नसले तरी जे निर्णय घेतले गेले आहेत ते सर्वस्वी न बदलता थोड्याफार प्रमाणात बदलावे, असे वुडने एल्जिनला सुचविले. एका धोरणाऐवजी दुसऱ्या धोरणाचा अकस्मात अवलंब केल्याने अनिश्चितता निर्माण होते. जरी ते दुसरे धोरण अधिक योग्य असले तरीही तसे करणे सरकारला कधीही

उपकारक नसते.[८१] एल्जिनला कॅनिंगचे धोरण मुळीच आवडले नाही. भारतीय रिवाज व हक्क याविषयीच्या कल्पनांना विरोध अशी सत्ता या सनदांद्वारा तालुकदारांना त्यांच्या भूमीवर मिळाली आहे, असे त्याला वाटले.[८२] कॅनिंगच्या कृतींचा तपशील, सकृद्दर्शनी तसे न भासवता बदलावा, अशी वुडची इच्छा होती. कारण नेत्यांच्या एकंदर व्यवस्थांच्या टिकाऊपणावरील विश्वासास धक्का लावणे मोठे अनिष्ट ठरले असते. शेतकरीवर्ग व अनधिकारी वर्गाच्या हक्कांचा अपहार व लूट यांना कॅनिंगच्या कायमधाऱ्यामुळे परवानाच मिळत असल्याचे समजून उमजूनही त्याला ब्रिटिश सरकारने संमती दिली होती. तालुकदारांच्या रूपाने एक उच्चवर्णीय भारतीय वर्ग निर्माण करण्याचे कॅनिंगचे धोरण होते व मोठी नामुष्की पत्करल्याशिवाय हिंदुस्तान सरकारला ते सोडता आले नसते. कारण कॅनिंगच्या मतांचा विरोधक व अवधमध्ये आपले अधिक समंजस धोरण लागू करण्यास उत्सुक, अशी लॉरेन्सची ख्याती होती.[८३] त्यामुळे कॅनिंगच्या धोरणात तडकाफडकी बदल करणे रास्त नव्हते.

एकंदरीत काळजीचे काहीच कारण नाही असे उत्तर लॉरेन्सने दिले. मूलभूत तत्त्वे सोडून न देता अवधमधील सर्व व्यवहार सुरळीत करण्यासाठी तो शक्य ते करीतच होता. कॅनिंगचे धोरण मुळात आहे तसेच ठेवण्याचाही त्याचा प्रयत्न होता.[८४] शिथिलीकरणाच्या त्यांच्या आदेशामुळे अनेकांचा प्रत्यक्ष वा अप्रत्यक्ष फायदा होणार होता. गैरकारभार व जुलूम यांचे साम्राज्य अवध येथे इतके दीर्घकाळापर्यंत होते की, लाखो लोकांचे रास्त हक्क हिरावून घेतले गेले होते. मात्र पूर्वग्रहदूषित नसलेले न्यायाधीश लाभल्यास व योग्य निवाडे झाल्यास अद्यापही काही लोकांना आशा वाटत होती.[८५] प्रांतातील वरचे सर्व अधिकार जरी तालुकदारांच्या हाती असावेत असे कॅनिंगने म्हटले असले, तरी त्याने हेही स्पष्ट केले होते की, 'सर्व दुय्यम अधिकारांची' ही बूज राखली जावी. यावरून तालुकदारांच्या हाताखालच्या फक्त एकाच दुय्यम अधिकाऱ्याचे संरक्षण करावे असे कॅनिंगला वाटत होते असे म्हणता आले नसते.[८६] तसेच सर्व हक्कांची नोंदणी अवध सरकारने सुरू केली असल्यामुळे तिकडे दुर्लक्षही करता येण्याजोगे नव्हते.

चौकशी अधिकारी विंगफील्ड[८७] याने असे म्हटले की, खालसाकरणाच्या वेळी अधिकार अस्तित्वातच नव्हते. दुय्यम अधिकाऱ्यांना कोणतेही हक्क देण्यामुळे कॅनिंगने तालुकदारांना दिलेले हक्क उणावतील अशी तो व लॉरेन्सच्या मंडळाचे एक सदस्य विल्यम ग्रे[८८] यांनी भूमिका घेतली. मात्र जमीनदार किंवा तालुकदारांकडून[८९] गंभीर स्वरूपाचे मर्यादातिक्रमण झाल्यास, देशातील दुय्यम अधिकाऱ्यांच्या संरक्षणार्थ हस्तक्षेप करण्याचा आपला अधिकार सरकार डावलू शकणार नाही, कारण त्यातच

सरकारची प्रतिष्ठा व कर्तव्य यांची बूज आहे, असे लॉरेन्सने ठामपणे सांगितले. तसेच जमीनदारांनी आपल्या हाताखालच्या अधिकाऱ्यांना गुणवत्ता, प्रघात किंवा वहिवाटीने मिळणारे व न्यायालयाने मान्य केलेले सर्व हक्क द्यावेत असाही आग्रह त्याने धरला.[१०] आपल्या भूमिकेस इंडिया ऑफिसने पाठिंबा न दिल्यास राजीनामा देण्याचीही त्याची तयारी होती.[११] सर हेन्री मेन यांचा या बाबतीत त्याला पाठिंबा मिळालेला असल्याने असेल कदाचित व्हाइसरॉय इतक्या ठामपणे हे मत मांडू शकला.[१२] 'या विशिष्ट बाबतीतील यशाकडे आणि जितक्या समाधानाने मागे वळून पाहू तितके आपल्या कारकिर्दीच्या दुसऱ्या कोणत्याही कालाकडे पाहणार नाही' असे लॉरेन्सने लिहिलेले आहे.[१३]

III

कॅनिंग हा पहिला व्हाइसरॉय व व्यापारादी व्यवधानांनी कुंठित न होऊ शकणाऱ्या प्रशासनाचा प्रमुख असल्यामुळे त्याने सरकारच्या कार्यप्रणालीवर लक्ष केंद्रित करावे हे स्वाभाविक होते. धोरण व तत्वविषयक समस्या रोज निर्माण होऊ लागल्या. मार्गदर्शनार्थ पूर्वीचे पायंडे उपलब्ध नव्हते अशा बाबींमध्ये मोठ्या प्रमाणावर वाढ झाली, निर्णय घ्यावयाची गरज निर्माण झाली. सर्व संबंधित कागदपत्रे गव्हर्नर - जनरल व त्याचे सल्लागार मंडळ यांजकडे पाठविली जावी व प्रत्येक बाबतीत त्यांच्या एकत्रित सभेने निर्णय घ्यावा अशी चालू प्रथा होती. याचा परिणाम म्हणजे गव्हर्नर - जनरल व त्याचे सल्लागार मंडळ हे, कॅनिंगच्या शब्दांत, एक 'महान चर्चामंडळ' बनले.[१४] यावर सुधारणेदाखल पहिले पाऊल म्हणून कॅनिंगने एक अगदी उघड दिसणारी गोष्ट केली. एकतर सरकारच्या सचिवांनी नित्याच्या बाबी निकालात काढाव्या व दुसरे म्हणजे मंडळाच्या प्रत्येक सदस्यावर एकेका खात्याची जबाबदारी सोपवावी. सल्ला व विचार विनिमयाची आवश्यकता असेल त्या महत्त्वाच्याच बाबी फक्त गव्हर्नर जनरल व त्याचे मंडळ यांजकडे नेल्या जाव्या.[१५] यामुळे कार्यक्षमता थोडी वाढली. परंतु व्यक्तिशः गव्हर्नर - जनरलचा मात्र विशेष फायदा झाला नाही. कारण एकतर लहानसहान बाबतीतही गव्हर्नर - जनरलला कळविल्याखेरीज निर्णय घेण्याची त्याच्या सहकाऱ्यांची तयारी नसे व दुसरे म्हणजे आपल्या सल्ल्याशिवाय निर्णय घेतला जाणे काही सदस्यांना पसंत नसे.[१६]

अधिक निर्णायक उपायाची आवश्यकता होती हे उघडच होते. कॅनिंगने पूर्वीच्या पद्धतीत बदल केला असतानाही उच्च सरकारी अधिकाऱ्यांवर कागदपत्रांचा मारा होतच राहिला. 'गव्हर्नर - जनरल व राज्यपाल पेटाऱ्यांखाली' गुदमरत आहेत. इंग्लंडमध्ये तपशिलाच्या ज्या बाबी मोठमोठ्या हुद्द्यांवरील अधिकाऱ्यांच्या अमूल्य वेळाचा

अपव्यय होत आहे.'[९७] व्हाइसरॉयचे मंडळ व विशेषकरून खुद्द व्हाइसरॉय यांच्यावर पडणाऱ्या जबाबदारीच्या कामांचा भार मानवी शक्तीपलीकडील होता व त्यामुळे अर्थातच जास्त कठीण व महत्त्वाचे प्रश्न, तसेच सतत विचारांची गरज असलेल्या समस्याच मागे पडतात व त्यांना विलंब लागतो असे कॅनिंगने सांगितले.[९८] परिषद सदस्य सर बार्टल फ्रेअर [९९] यांस असे वाटत होते की, महत्त्वाच्या बाबींच्या कार्यवाहीतील दिरंगाईच याला कारणीभूत होती. 'जी साकल्याने व वेगाने कार्यवाही करू शकेल अशी सरकारी यंत्रणा मी माझ्या वारसदारांच्या हाती देऊ शकेन की त्यामुळे त्याला स्वतःचे डोके व बोटे कामाच्या बोजाखाली गैरवाजवी थकवावी लागणार नाहीत.'[१००]

परिषद सदस्यांना काढून टाकावे व सचिवांच्या संघाच्या मदतीने हिंदुस्तानचा कारभार करण्याचा अधिकार व्हाइसरॉयला द्यावा असे स्टॅनले व वुड या दोघांचेही मत होते.[१०१] कारणपरत्वे परिषदेत एकत्र येणाऱ्या सचिवांना परिषद सदस्यांच्या जागी नेमण्याच्या योजनेला कॅनिंगही अनुकूल होता. जी व्यक्ती मूलतः व वस्तुतः एखाद्या विशिष्ट खात्याची प्रमुख असते व आपल्या खात्याबाहेरील कामांच्या बाबतीत सल्ला देण्याची तिच्यावर क्वचित व दुय्यम कारणांनी वेळ येते, अशी व्यक्तीच आपले काम अधिक मनापासून व योग्य रीतीने करू शकते. तसेच यामुळे विशिष्ट खात्यांच्या कारभारासाठी विशेष गुणवत्तेची माणसे निवडणेसुद्धा शक्य होऊ शकते.[१०२]

'मी एक फार उत्तम सचिवमंडळ निर्माण करू शकेन आणि अगदी मामुली खर्चामध्ये एक – दोन खात्यांच्या दुय्यम अधिकारीवर्गात वाढ करण्याची मुभा जर मला मिळाली तर इंग्रज व भारतीय यांच्यामधील वाढत्या कडवटपणाला व अधूनमधून एखाद्या वेगळ्या विषयाचा विचार करण्यासाठी सतत काही वेळ देण्यास त्याला मोकळीक मिळेल.'[१०३] मात्र हिंदुस्तानच्या प्रशासनात कोणताही बदल ब्रिटिश सरकारला करावयाचा झाला तरी त्याचा प्रारंभ होईपर्यंत राहावयाची कॅनिंगची इच्छा होती. कारण त्यामुळे त्याच्या अनुभवाचा फायदा झाला असता, शिवाय तो निवृत्त होण्याच्या वेळेस नेमका बदल केला गेला तर त्याचा अर्थ त्याच्या कारभारावरील टीका हाच केला गेला असता.[१०४]

तथापि, परिषद निर्माण करण्याविषयी वुड फेरविचार करू लागला. अशा मंडळाची सामूहिक कार्यशक्ती कमी पडली असती व व्हाइसरॉयच्या दौऱ्यांच्या वेळेच्या गैरहजेरीत प्रांतिक सरकारांवर नियंत्रण ठेवण्यासही ते कमकुवत ठरले असते. यामुळे अशा बदलाला होणाऱ्या विरोधाचे इतिवृत्त ठेवण्यास परिषद सदस्यांना उत्तेजन मिळाले हे वास्तविक गव्हर्नर जनरलला सल्लागार कमी हवेत अशी वस्तुस्थिती नसून, अंतिम

निर्णय घेण्याच्या त्याच्या अधिकाराला बाधा येऊ न देता अधिक जबाबदार सल्लागार नेमण्याची गरज होती. जे यापूर्वीच अनौपचारिकपणे केले गेले होते तेच, म्हणजे प्रत्येक सदस्याकडे एकेक खाते सुपूर्द करणेच काय ते आवश्यक होते. गव्हर्नर जनरलला सर्वोत्कृष्ट प्रतिभा, मोठी उत्साहशक्ती, सर्वाधिक परिपक्क अनुभव यांचाच आपल्या परिषदेत लाभ व्हावा. परंतु यादृष्टीने सचिवांची नियुक्ती फलदायी होणार नाही. कारण सचिवांना दीर्घकाळपर्यंत नोकरीत राहावयाचे असल्यामुळे बढतीवर नजर ठेवून ते निर्भीड सल्ला देताना अडचणीत सापडतील. अशा नियुक्त सदस्यांच्या मदतीने हिंदुस्तानचा कारभार गव्हर्नर जनरलने चालवावा अशी अपेक्षा ठेवणे ही महान चूक होईल.[१०५] म्हणून खात्याविषयीच्या जबाबदाऱ्या सदस्यांकडे सोपविण्याच्या पद्धतीविषयी कायदा लोकसभेने पास करावा, अशी सूचना हिंदुस्तान सरकारने मांडली. कोणत्याही सभासदाला कामाच्या विभागणीविषयी तक्रार करण्यास प्रतिबंध करावा यादृष्टीने ही गोष्ट आवश्यक होती. त्याप्रमाणे १८६१ च्या इंडियन कौन्सिल ॲक्ट अन्वये गव्हर्नर जनरलला आपल्या मंडळात कारभारविषयक कामकाज अधिक सोयीस्करपणे करता यावे म्हणून नियम करण्याचे व आदेश देण्याचे अधिकार प्राप्त झाले. या सर्वसामान्य अधिकारामुळे खात्यांमधील कार्याच्या व्यवस्थापनाला कायद्याची मान्यता लाभली.

विधानपरिषदेचा प्रश्न शासकीय सुधारणेच्या या प्रश्नांशी निगडित होता. निरनिराळ्या इलाख्यातील अधिकृत मत अजमावण्याच्या दृष्टीने हिंदुस्तानात डलहौसीने १८५३ मध्ये या पद्धतीची निर्मिती केली होती. ह्या मताची पूर्ण अभिव्यक्ती त्याला मिळालीही होती. आता व्हाइसरॉयच्या कार्यकारी मंडळाच्या जागी सचिवांचा ताफा आणण्याचा एक परिणाम असा झाला असता की, विधानपरिषदेचे अनेक सदस्य बाहेर पडले असते व ती एक पोकळ संस्था बनली असती. मात्र ही गोष्ट मोठीशी गैरफायद्याची आहे असे सर्वसामान्य मत नव्हते. १८५३ चा प्रयोग हे एक मोठे खर्चिक अपयश ठरले असल्याबद्दल लंडनमधील इंडिया ऑफिसच्या सदस्यांचे एकमत होते. गव्हर्नर जनरल व त्याचे कौन्सिल यांचा विधानपरिषदेवर विश्वास नसे व त्यांची त्यावर देखरेख असे. तसेच मद्रास व मुंबई येथील सरकारांशी विधानपरिषदेचे संबंध जरा विसंगतच होते. कारण त्याच्या सदस्यांना हिंदुस्तानच्या प्रत्येक भागाविषयीची प्रत्यक्ष माहिती काही नसे. विधानपरिषदेने बहुधा काहीच उल्लेखनीय कार्य केलेले नसून, प्रसंगी उपद्रव मात्र दिला आहे, असे स्टॅन्लेचे मत होते. त्यामुळे त्याने व वुडने असा निर्णय दिला की, मद्रास व मुंबई येथील सरकारांनी स्वतःचा कारभार स्वतःच चालवावा व कलकत्याहून त्यांच्यावर फार कडक नियंत्रण ठेवले जाऊ नये. [१०६] वुडची इच्छा

अशी होती की, प्रत्येक इलाख्यात एक मर्यादित सत्ता असलेली, राज्यपालाने शिफारशीवरून नियुक्त केलेल्या काही भारतीय व इंग्रज बिगरसरकारी सदस्यांचा समावेश असलेली विधानपरिषद असावी.[१०७]

विधान परिषदेबाबतीत कॅनिंगचाही अपेक्षाभंग झाला. त्यामुळे तिच्या बैठकींना नेहमी हजर राहण्याची डलहौसीची प्रथा मोडून तो फक्त विशेष बैठकांनाच हजर राहत असे. संसदेच्या सर्व रिवाज व समारंभांचा कित्ता गिरवून शिवाय विधानपरिषदेत लोकांना मुक्तद्वार ठेवण्यात मोठी चूक झाली आहे, असे त्याला वाटू लागले होते. परंतु ही परिस्थिती बदलण्यास आता फारच उशीर झाला होता व मंडळाने कायमचे समाधानकारक रीतीने कार्य करण्याचा कोणताच उपाय त्याला दिसत नव्हता. थोड्या प्रमाणात बिनसरकारी इंग्रज व भारतीयांचा समावेश करण्याने टीकाकारांची तोंडे तात्पुरती बंद झाली असती, तरीही असमाधानाची नवी कारणे लवकरच निर्माण झाली असती. आपल्या प्रतिनिधींना वगळल्याची तक्रार मुंबई व मद्रास सरकारने केली असतीच. परंतु त्या प्रतिनिधींचा कलकत्ता प्रवासाचा खर्च देण्याची त्या सरकारांची तयारी असल्याखेरीज त्यांचा समावेश करणेही शक्य नव्हते. बिगरसरकारी सभासदांचा अंतर्भाव हे फक्त 'एक फसवे पाऊल, असंतुष्टांना गप्प करण्यासाठी एक ढापण आहे हे लवकरच उघडकीला आले असते.' मध्यवर्ती विधानसभेच्याजागी प्रांतिक विधिसभांची स्थापना करण्याचा दुसरा पर्याय योजल्यास कायदे करण्याच्या कार्यप्रणालीत सुधारणा होण्याची शक्यता असली, तरी बिगरसरकारी लोकमताचे समाधान त्यामुळे झाले नसते आणि एकदा का विधानपरिषदेची स्थापना झाली की, तिच्याऐवजी दुसरी एखादी पर्यायी संस्था निर्माण केल्याशिवाय तिचे विलीनीकरण करणे अशक्यच होते.[१०८] भारतीय लोकमत अर्थातच प्रक्षुब्ध झाले असते. फ्रिअर या अतिशय अनुभवी ब्रिटिश अधिकाऱ्याने असे मत व्यक्त केले की, इंग्रजी वृत्तपत्रे वाचणाऱ्या व इंग्लंडमधील लोकमत हलविणाऱ्या सर्व शक्तींशी संपर्क असणाऱ्या भारतीयांची संख्या दिवसेंदिवस वाढतच आहे. तसेच त्याच शक्तीशी अप्रत्यक्षपणे संपर्क असणारा वर्ग अधिकच वेगाने वाढत आहे. ''ह्या बाबतीत एतद्देशीयांमध्ये जो विलक्षण बदल घडून आलेला दिसतो, त्याहून लक्षवेधी अशा फारच थोड्या गोष्टी मला माहीत आहेत. २० वर्षांपूर्वी प्रत्यक्ष स्थानिक परिणाम घडवून न आणणाऱ्या सार्वजनिक प्रश्नांबाबतची त्यांची एकंदरीत उदासीनता लक्षणीय होती. परंतु आता बुद्धिमान वर्गामध्ये या उदासीनतेची जागा अस्वस्थ औत्सुक्याने घेतली आहे. गेल्या काही वर्षात एतद्देशीय समाजाच्या स्वरूपात जे लक्षणीय बदल घडून आले त्यात ही उत्सुकता हा एक महत्त्वाचा बदल म्हणून मला वारंवार जाणवली आहे.' बिगरसरकारी

इंग्रज सभासददेखील विधानपरिषद बरखास्त करण्याला विरोधच करतील. म्हणून फ्रिअरने सध्या अस्तित्वात असलेल्या संस्थेत बिगरसरकारी इंग्रज व भारतीयांची नेमणूक करण्याची सुधारणा करावी, असे सुचविले. लक्षावधी लोकांचे विचार जाणून घेण्याचे व कायदे त्यांना रुचतात किंवा नाही हे अजमावण्याचे बंडाखेरीज काहीच साधन हातात नसताना ह्या लोकांबाबतचे कायदे करीत राहण्याच्या प्रयोगातील धोका दूर करण्याचा तेवढा एकच उपाय दिसत होता. स्थानिक विधिमंडळांच्या निर्मितीलाही तो अनुकूल होता.[१०९]

वुडने आपले मत आणखी एका बाबतीतही बदलले. विधिमंडळांच्या संख्येत वाढ करण्याने गोंधळ मात्र वाढेल व सत्तांचे झगडे वाढतील, असे त्याला वाटले. म्हणून भारतीय व बिगरसरकारी इंग्रज सभासद यांची नियुक्ती मध्यवर्ती विधिमंडळावर अधिक प्रमाणात करण्याचा पर्याय त्याने निवडला. तसेच स्वतंत्र ब्रिटिश सदस्यांपासून भारतीय हितसंबंधांचे संरक्षण करण्याच्या दृष्टीने प्रभावी सरकारी घटक अस्तित्वात असला पाहिजे, असेही त्याचे मत होते.[११०] ही योजना कॅनिंगला फारशी आवडली नव्हती. परंतु त्वरित कार्यवाही व्हावी यासाठी तो उत्सुक होता. 'निर्णय एक तर आताच, नाही तर केव्हाही नाही. आणखी दोनतीन वर्षांनी आपल्या हल्लीच्या स्वरूपापासून व बनावट संसदीय प्रचारापासून मागे फिरून हिंदुस्तानातील विधिमंडळाला आपल्या खऱ्या स्वरूपाप्रत नेणे कठीणच नव्हे, तर अशक्य होईल.'[१११]

विधानसभेचे सदस्य म्हणून नेमल्या गेलेल्या दोघा न्यायाधीशांनी सरकारबद्दल कठोर टीकेचे उद्‌गार काढल्यामुळे हा प्रश्न अधिकच निकडीचा बनला. 'चर्चा व जोरदार मतप्रदर्शन' यासाठी प्रांतिक विधानपरिषद स्थापून मध्यवर्ती विधानपरिषदेच्या गुप्त बैठकी घेतल्या जाव्या, असे कॅनिंगने सुचविले.[११२] ज्या विधानसभांचे सदस्य सरकारपेक्षा स्वतंत्र किंवा सरकारविरोधी वर्तन करतील व स्वतःला बिगरसरकारी ब्रिटिश लोकमताचे प्रतिनिधी म्हणवतील,[११३] अशा सभा बरखास्त करण्याकडे वुडचा कल होता. 'एक उपद्रवी नसली तरी निव्वळ हास्यास्पद अशी कॉमन्स सभा मी हिंदुस्तानात बनवणार नाही.'[११४] परंतु कॅनिंग ब्रिटिश समाजाला चुचकारण्याच्या नव्या अवस्थेत असल्याने त्याने वुडला इतकी जहाल कृती करू नये, असा सल्ला दिला.

'जेव्हा एखादे तत्त्व पणाला लागते, त्यावेळेस केवढाही विरोध किंवा विद्वेष यांविरुद्ध उभे ठाकणे हे सरकारचे कर्तव्य असते व अनेकवार सरकारने तसे केलेही आहे. परंतु कठोरपणा आता जरा सौम्य होत आहे. व कायदेविषयक रीतींवरून तो पुन्हा निर्माण व्हावा अशी माझी इच्छा नाही. मला हे अर्थातच मान्य आहे की असमंजसपणे कबूल करून बसल्यामुळे रीतीच विलक्षण महत्त्वाच्या ठरल्या. त्यापासून

सुटका करून घेण्यासाठी मी मोठे मोल देण्यास तयार आहे. परंतु आपल्या युरोपियन समाजाच्या वरचेवर उद्भवणाऱ्या शत्रुत्वाएवढी त्याची किंमत आहे, असे मला वाटत नाही. हा समाज अतिशय लहान, हिंदुस्तानविषयी अज्ञानी, उदासीन व स्वार्थी आहे. परंतु तो एकसंघ व एकत्रित आहे, वृत्तपत्रे त्याच्या बाजूची आहेत व हिंदुस्तानातील इतर कोणत्याही वर्गापेक्षा तो आवाज उठवू शकतो. त्यामुळे या समाजाशी सतत विरोध – विशेषतः कायदेविषयक क्षेत्रात – केल्यास अखेरीस सरकार आपल्या एतद्देशीय प्रजाजनांपुढे दुर्बल ठरेल. बंगालमध्ये यापूर्वीच तसे घडलेले आहे.'[११५]

१८६१ च्या इंडियन कौन्सिल ॲक्ट अन्वये कायदेविषयक बाबींसाठी गव्हर्नर जनरलच्या मंडळात सहा ते बारा सदस्यांची वाढ करण्याची तरतूद केली गेली. त्या सदस्यांची नियुक्ती सरकारने करावयाची असे. परंतु त्यापैकी निदान निम्मे बिनसरकारी असावे अशी कल्पना होती. उलटपक्षी या कायद्याने विधान परिषदेच्या अधिकारात काटछाट केली गेली. तिने फक्त कायदेविषयक बाबींचाच विचार करावा अशी कल्पना होती. एवढेच नव्हे तर तिला इतर विषयांचा विचार करण्याची उघडपणे बंदी केली गेली. सार्वजनिक महसूल किंवा कर्ज, धर्म, सेनादल, नौदल तसेच परराष्ट्रसंबंध याविषयीचे उपाय गव्हर्नर जनरलच्या परवानगीशिवाय मांडता येत नसत व विधानपरिषदेने मंजूर केलेल्या प्रत्येक कायद्याला गव्हर्नर जनरलच्या संमतीची आवश्यकता असे. १८३३ साली मद्रास व मुंबईच्या सरकारांकडून काढून घेतलेले कायदे करण्याचे अधिकार त्यांना परत देण्यात आले. बंगालसाठी एका विधिमंडळाला मान्यता मिळाली, अशीच मंडळे वायव्य सरहद्द प्रांत व पंजाबात स्थापन करण्याचा अधिकार गव्हर्नर जनरलला देण्यात आला. ही सर्व विधिमंडळे मध्यवर्ती विधानपरिषदेच्या धर्तीवर कायदेविषयक उद्दिष्टांनी व्यापक केली गेली. मध्यवर्ती व प्रांतिक विधिमंडळांमध्ये विषयांचे वाटप केलेले मात्र प्रांतिक मंडळाच्या कायद्यांना राज्यपालाप्रमाणेच गव्हर्नर जनरलची संमतीही आवश्यक होती. तसेच काही विशिष्ट विषयांसंबंधीची विधेयके मांडण्यासही गव्हर्नर जनरलची संमती आवश्यक होती.

सरकारची 'खातेवाटप पद्धती' त्याचप्रमाणे कायदे करण्याच्या पद्धतींसंबंधीचे नियम आखून देणे या दोन्ही बाबतीत १८६१ चा कौन्सिल ॲक्ट पूर्णपणे कॅनिंगच्या सूचनांना धरून होता.[११६] आपल्या नव्या स्वरूपात मध्यवर्ती कायदेमंडळाची बैठक कलकत्यात कॅनिंगच्या प्रयाणाच्या जरा आधी झाली व ती कॅनिंगला पूर्णपणे समाधानकारक वाटली. शासनाच्या अग्रभागी कॅनिंग असल्यामुळे अपेक्षेप्रमाणे नियुक्त भारतीय सदस्य अर्थातच जमीनदार व संस्थानिक होते व ते आदराने व गांभीर्याने वागले.

IV

आपल्या दयाळू धोरणावर हिंदुस्तानातील आपल्या देशबांधवांनी प्रखर टीकेचा भडिमार केल्यामुळे स्तंभित व व्यथित होऊन कॅनिंग इतर बाबतीत त्यांना प्रसन्न करण्यास फार उत्सुक झाला. म्हणूनच ब्रिटिश भांडवलदार आकर्षित होतील, अशा अटींवर निकृष्ट जमिनींची विक्री करण्यास अनुमती देण्याचे त्याने ठरविले. ह्या गोष्टीचा आणखीही एका दृष्टीने फायदा होण्याजोगा होता. संयुक्त संस्थानांकडून इंग्लंडला होणारा कापसाचा पुरवठा कमी होण्याचा संभव असल्यामुळे हिंदुस्तानातील कापसाची लागवड वाढवावी, अशी चळवळ इंग्लंडमध्ये जोर धरीत होती. तिला या धोरणाने आपोआपच योग्य उत्तर मिळाले असते. येथील ही मरुभूमी खरेदी करून कापसाची लागवड करण्यात मँचेस्टरमधील हितसंबंधी घटक भाग घेतील अशी कॅनिंगची अपेक्षा होती. प्रत्यक्षात तेथील कापूस उत्पादकांची अपेक्षा अशी होती की, हिंदुस्तान सरकारनेच कापसाच्या लागवडीला उत्तेजन द्यावे व इंग्लंडला कापसाचा पुरवठा करावा.[११७] जमिनीवरील करात सवलत मिळावी ह्या युरोपियनांच्या मागणीला मान्यता देण्याचीही कॅनिंगची इच्छा होती. फक्त सरकारच्या हक्कांवरच ह्याचा परिणाम होईल व इतर भूमिधारकांचे अधिकार सुरक्षित राहतील याविषयी काळजी घेऊन हा प्रयोग निर्धास्तपणे करून पाहण्यास हरकत नाही, असे व्हाइसरॉयचे मत होते.[११८]

ब्रिटिश सरकारशी विचारविनिमय न करता हिंदुस्तान सरकारने दोन ठराव प्रसिद्ध केले. ते निकृष्ट जमिनींची विक्री व जमिनीवरील करातील सवलत यासंबंधी होते. वुडने या योजनांना ढोबळमानाने मान्यता दिली असली तरी काही बाबतीतील तपशिलांवर आक्षेप घेतले. तसेच आधी त्याचा सल्ला न घेतल्याबद्दल नापसंती व्यक्त केली.[११९] निकृष्ट जमिनी विकाव्या हे जरी ब्रिटिश सरकारला मान्य होते, तरीही देशाला त्यापासून होणारा फायदा अजिबात सोडून द्यावा, हे त्यांना अकारण औदार्य वाटत होते. तसेच भूमिधारकांच्या हक्कांचे संरक्षण करण्यात उणे पडणेही चूक आहे असे त्यांचे मत होते. ज्या जमिनींची किंमत कमी दराने ठरविली गेली आहे, अशाच जमिनींचे मालक सवलत द्यावयास तयार होतील. त्यामुळे कर आकारणीचे दर वाढविण्याची संधी राज्याला कदापि मिळणार नाही. कायमधारा पद्धतीमुळे लोकांच्या परिस्थितीत इतकी सुधारणा होईल की, त्यामुळे सारावसुलीत होणारे नुकसान भरून काढण्याइतकी करपात्र वस्तूंची खरेदी वाढेल हेही शक्य नव्हते.[१२०] हे सर्व खरे असले तरीही कर आकारणीचे काळजीपूर्वक परिशीलन केल्यानंतर कायमधारा पद्धती अमलात आणावी, असेच ब्रिटिश सरकारचे मत होते.[१२१] सवलतींविषयी असे म्हणता येईल की, ब्रिटिशांच्या सुधारलेल्या दृष्टिकोनाचे उदाहरण या दृष्टीने त्या वाजवीपेक्षा जादा

वाटतात व कसणाऱ्यांची एकंदर परिस्थिती सुधारावी यासाठी त्या दिल्या असल्यास त्या फार अपुऱ्या वाटतात. सर्वांत उत्तम उपाय म्हणजे विशिष्ट अटींवर निकृष्ट जमिनींची विक्री, विशिष्ट बाबतीत सवलती व कायमधारा पद्धती यांचा समन्वय साधणे हे होय.[१२२]

ठराव रद्द करण्यामुळे हिंदुस्तानातील लोकमतावर निश्चितपणे विपरीत परिणाम झाला असता ही गोष्ट अगदी स्पष्ट होती. कॅनिंगच्या कारकिर्दीच्या शेवटच्या वर्षातील ह्या भव्य तजविजी होत्या. इंग्लंड व हिंदुस्तान या दोन्ही देशातील बिगरसरकारी लोकमत अनुकूल करण्यासाठी योजलेले हे उपाय होते. ते रद्द करण्याने उभयपक्षी टीकेला आमंत्रण दिले गेले असते. ज्यांचा फायदा प्रत्यक्षात हिरावून घेतला गेला आहे, अशा लोकांनी तर टीका केलीच असती, परंतु हिंदुस्तानचे शासन लंडनमधून न करता हिंदुस्तानातून करावे या विचारप्रणालीच्या लोकांनीही टीका केली असती. आपल्या आधीच्या व्हाइसरॉयने घेतलेल्या निर्णयांच्या बाबतीत सरकारी आदेशांची वाट पाहात राहणे व सरतेशेवटी विरोधी आदेशांची अंमलबजावणी करावी लागणे, ही परिस्थिती नवीन व्हाइसरॉयचा जम बसण्याच्या दृष्टीने निश्चितच उपकारक नव्हती. ब्रिटिश वर्तमानपत्रांनी तर एल्जिनला 'दुर्बल मूर्ख'[१२३] म्हणून त्याचा धिक्कार केला. एवढे आचारस्वातंत्र्य घेण्याबद्दल कॅनिंगला दूषणे देणाऱ्या पत्रकाचा मसुदा ब्रिटिश सरकारने तयार केला होता. परंतु तेवढ्यात कॅनिंग मृत्यू पावला व ते पत्रक रद्द केले गेले.[१२४] तथापि, करआकारणी योग्य असेल तेथे कायमधारा लागू करण्याचा अधिकार मुंबई सरकारला देण्यात आला.[१२५]

बिगरसरकारी ब्रिटिश समाजाच्या शासनाबाबत आणखी एक नाजुक समस्या निर्माण झाली होती. निळीच्या लागवडीची सक्ती करू पाहणारे ब्रिटिश मळेवाले व एतद्देशीय प्रजा यांच्यामधील बखेडे हे तिचे कारण होते. इ.स. १८६० मध्ये बंगालच्या अनेक जिल्ह्यातील, विशेषतः नडिया, जेसोर व माला या जिल्ह्यांमधील प्रजेमध्ये निळीची लागवड करण्याविषयी तीव्र व जवळजवळ एकमुखी नाखुषी दिसत होती. या लागवडीसाठी काहीजणांना आगाऊ रकमा मिळालेल्या असूनही ते नाखूष होते. मोठ्या प्रमाणावर आपले नुकसान होऊ नये म्हणून एकतर स्वतः लागवड करावयाची किंवा सक्तीने करवून घ्यावयाची असा मळेवाल्यांचा निश्चय होता. त्याचा परिणाम अर्थातच गंभीर स्वरूपाच्या कलहामध्ये झाला असता. यामुळे सरकारपुढे पेचप्रसंग उभा राहिला होता. सरकार स्वतः अफूचे मक्तेदार होते. ज्या जमिनी मिळविण्याचा निळीच्या उद्योगपतींचा प्रयत्न होता, त्याच जमिनींवर नुकसानकारक अटी लादून, त्यांनी अफूच्या लागवडीची सक्ती केलेली होती.[१२६] असे असले तरीही मळेवाले व एतद्देशीय प्रजा यांच्या संघर्षात त्यांचे कर्तव्य भारतीय प्रजेच्या बाजूचे होते याची त्यांना पूर्ण जाणीव

होती. मळेवाल्यांनी सरकारला असे कळविले की, 'जर सरकारने निश्चित स्वरूपाची व कडक उपायोजना त्वरित केली नाही तर दक्षिण बंगालमध्ये सार्वत्रिक बंड होणे अटळ आहे. सरकारी मदतीशिवाय बंड शमविणे मळेवाल्यांच्या सर्वस्वी आटोक्याबाहेरचे आहे. आणखी एका पंधरवड्याच्या आत परिस्थिती सुधारली नाही तर परिणामी मालमत्तेची हानी तर होईलच; परंतु कोणाही व्यक्तीचे जीवन सुरक्षित राहणार नाही.'[१२७] दुसऱ्या शब्दांत सांगायचे तर, जमिनी लुबाडणे व मशागत करणाऱ्याची पिळवणूक करणे यात मळेवाले सरकारचे साथीदार झाले. सार्वत्रिक बंडाविषयीच्या त्यांच्या अतिशयोक्त विधानांचा अर्थ इतकाच होता की, त्यांची स्वतःची भूमिका असमर्थनीय होऊ लागली होती. म्हणून त्यांनी सरकारला अशी विनंती केली की, सरकारने एका जाहीर सूचनेद्वारा सरकारचा निळीच्या लागवडीबाबत हस्तक्षेप करण्याचा इरादा असल्याचा प्रजेचा समज दूर करावा. त्याचप्रमाणे जिल्ह्यांमध्ये ताबडतोब खटला निकालात काढून करारभंगाला शिक्षा देण्याची तरतूद कायद्याने करावी.[१२८] सरकारचा निळीच्या लागवडीला विरोध होता असा समज निश्चितच प्रचलित होता.[१२९] म्हणून मळेवाल्यांना मदत होईल व सरकारच्या सद्सद्विवेकबुद्धीस बाधा येणार नाही, असे एक निवेदन काढण्यास सरकारने परवानगी दिली. आगाऊ रकमांचा स्वीकार करून निळीच्या लागवडीच्या करारात गुंतणे प्रजेला बंधनकारक असणार नाही व या बाबतीतील कायदा सर्वांना सारखाच राहील असे प्रजेला सांगितले गेले. मात्र जे प्रजाजन निळीची लागवड करण्याचे ठरवतील, त्यांच्यावर करार पाळण्याचे बंधन राहील. तसेच अटींच्या पालनात त्यांनी कुचराई केल्यास गैरवर्तणुकीबद्दलच्या कायदेशीर इलाजांनाही ते पात्र ठरतील. ही अधिसूचना पाठविताना बंगाल सरकारने आपल्या अधिकाऱ्यांना कळविले, की निळीच्या लागवडीविषयीच्या सरकारी दृष्टिकोनाबाबत जो अपसमज होता, त्याचे निराकरण व्हावे हाच यामागे एकमेव उद्देश आहे. दिवाणी करारांची अंमलबजावणी पोलिसांनी करावी अशी अपेक्षा नव्हती. त्यासाठी मळेवाल्यांनी न्यायालयांचा मार्ग स्वीकारावा.[१३०] तथापि, काही दंगली यापूर्वीच घडलेल्या होत्या व एकंदरीत सार्वत्रिक तणावाचे वातावरण असल्यामुळे या जिल्ह्यांमध्ये लष्कर पाठवण्यात आले. एका हंगामी कायद्यान्वये, करारांची अंमलबजावणी सक्तीने करण्याच्या न्यायाधीशांच्या अधिकारांमध्ये वाढ करण्यात आली. एक खास चौकशी समिती नेमण्याचेही ठरविण्यात आले.[१३१] कलकत्याच्या सर्व हालचालींकडे दूषित नजरेने पाहणाऱ्या ट्रॅव्हेलिअनने[१३२] मद्रासमध्ये असे उद्गार काढले की, 'बंगाली प्रजा सामान्यपणे सर्वात अधिक गरीब, लीन व सहजगत्या अधिकाराखाली वागणारी असूनही ती कोंडमारा झालेल्या बंडखोराच्या वृत्तीकडे झुकली आहे. जुलमी कायदा व लष्कराचे

अस्तित्व यांमुळेच केवळ ती उघडपणे प्रतिकार करीत नाही.[१३३] हे म्हणणे अर्थातच कमालीचे अतिशयोक्तीचे होते, परंतु काहीसे बिचकत का असेना आपण मळेवाल्यांचा पक्ष धरला होता हे बंगाली अधिकाऱ्यांना मान्य करणे भाग होते.

असे असूनही प्रजेचा प्रतिकार चालूच राहिला. निळीच्या लागवडीच्या कराराचा भंग केल्याच्या कथित आरोपांवरून नडिया जिल्ह्यामध्ये ४०० पेक्षा जास्त लोकांनी कारावास पत्करला होता. ठाणे जिल्ह्यामध्ये लाठ्याकाठ्यांनी सज्ज अशा एका दंगलखोर जमावाने मळेवाल्यांना साहाय्य करणाऱ्या पोलीस तुकडीला परतवून लावले होते.[१३४] या सर्व घटनांमुळे भारतमंत्र्याला भीती वाटली व त्याने नाराजी व्यक्त केली. हिंदुस्तानातील निळीच्या लागवडीची योजना वुड यास वेठबिगारीप्रमाणे वाटली होती व ती थांबणे इष्ट आहे असे त्याचे मत होते. कायदा किंवा शिक्षार्ह नियमभंगाचे कायदे यांच्या जोरावर ती अमलात आणता येण्यासारखी नव्हती. त्यामुळे सरकारने योजिलेले उपाय फक्त तात्कालिक स्वरूपातच समर्थनीय ठरले असते. मळेवाल्यांना निळीची लागवड निर्विघ्नपणे करावयाची असेल तर त्यांनी रयतेशी न्याय्य वर्तन करावे व त्यांना योग्य दर द्यावा. यामुळे कदाचित काही मळेवाल्यांचे दिवाळेही निघाले असते; परंतु त्याला इलाज नव्हता.[१३५] आपल्या मनात रेंगाळणाऱ्या अपराधीपणाच्या भावनेतच अधिकृत ताकिदीची भर पडल्यामुळे बंगाल सरकारने आपल्या अधिकाऱ्यांना अशी सूचना दिली की, उभयपक्षी गैरवर्तणूक व गैरवर्तनाचा आभासही टाळणे, हेच सर्वात महत्त्वाचे उद्दिष्ट असावे. तसे केले तरच न्यायाधीश न्यायी व तटस्थ आहेत असा त्यांच्याविषयी विश्वास निर्माण होईल व त्यांचा सल्ला किंवा विनंती यांचा चांगला उपयोग होऊ शकेल. तसेच सरकारचा उद्देश सर्वांशी समानतेने व न्यायाने वागण्याचा आहे, याविषयीही प्रजेला शंका उरणार नाही. मळेवाले किंवा प्रजा यांच्याकडून जोपर्यंत अपराध घडलेला नाही तोपर्यंत त्यांच्याशी युक्तिवाद करताना किंवा त्यांना सल्ला देताना सौम्य, संयमी व समंजस वृत्ती अंगीकारावी; मात्र एकदा का अपराध घडल्याचे आढळून आले की, प्रजा किंवा मळेवाले यांच्याबाबतीत कायद्याची निःपक्षपातीपणे अंमलबजावणी करणे हेच न्यायाधीशाचे एकमेव कर्तव्य होते. जोवर मळेवाले कायद्याला धरून वागतील तोवर त्यांना संपूर्ण संरक्षण मिळेल व शक्यतो सर्व प्रकारचे साहाय्यही मिळेल. परंतु त्यांनी दडपशाही आरंभल्यास तिच्या परिणामांचे उत्तरदायित्व संपूर्णपणे त्यांच्यावर राहील अशी त्यांना ताकीद द्यावी. ज्यामुळे भविष्यकाळात शेतकऱ्यांची स्थिती खालावेल अशी कोणतीही कृती करण्यास त्यांना प्रवृत्त करणाऱ्या अधिकाऱ्यास क्षमा केली जाणार नाही,[१३६] हेही स्पष्ट करावे.

आता बंगाल सरकारवर टीका करण्याची पाळी मळेवाल्यांची होती. त्यांचे

म्हणणे असे होते की, हिंदुस्तान सरकारची निळीच्या लागवडीला उत्तेजन देण्याची इच्छा असल्याची आपली पूर्णपणे खात्री पटलेली आहे. परंतु बंगालचा नायब राज्यपाल सर जे.पी. ग्रांट[१३७] व त्याच्या हाताखालील अधिकारी यांनी निळीच्या लागवडीला आपला विरोध असल्याचा समज निर्माण केल्याचा आरोप त्यांच्यावर केला गेला. अधिकृतपणे प्रसिद्ध झालेल्या एका पत्रात ग्रँटने खरोखरीच असे विधान केले होते की, 'निळीची लागवड करणाऱ्यांना निळीच्या लागवडीच्या एकंदर पद्धतीविषयी न्याय्य तक्रार करण्यास सबळ व वाढता आधार प्रथमपासून होताच असे माझे स्वतःचे मत आहे.' रयतेने मळेवाल्यांशी केलेले करार पाळण्यास त्यांना भाग पाडणारे कायदे फक्त चालू हंगामापुरते असून नंतरच्या काळात ते चालू राहणार नाहीत, असे रयतेला सांगून बंगाल सरकार मळेवाल्यांचे नुकसान करीत आहे असेही म्हटले गेले. न्यायाधीशांनी सुचविलेल्या शिक्षांमध्ये अयोग्य रीतीने व अविवेकाने ढवळाढवळ करण्याचा आरोपही ग्रँटवर केला गेला. त्याच्या या वागणुकीमुळे सर्वसामान्य जनमत असे झाले की, मळेवाल्यांच्या बाजूने लागलेले निकाल बंगाल सरकारला नापसंत असतील. मळेवाल्यांच्या मते, या सर्वांचा परिणाम म्हणून दक्षिण बंगालमधील जनतेच्या मनातील अधिकारी वर्गाविषयीचा आदर नाहीसा होत गेला. एवढेच नव्हे तर निळीच्या जिल्ह्यातील लोकांची मनःस्थिती एकंदरीत पाहता सक्तीचा कायदा जारी होण्यापूर्वीपेक्षा अधिक क्षुब्ध व अनिश्चित बनली.[१३८]

ग्रँटने खाजगीरीत्या कबूल केल्याप्रमाणे, या तक्रारीमध्ये काही अंशी तथ्य होते. निळीच्या लागवडीची पद्धत अन्यायकारक असून तिचा नायनाट झाला पाहिजे, याविषयी ग्रँटचे वुडशी एकमत होते. म्हणून ती पद्धत उलथून पाडण्यासाठी शक्य ते सर्व प्रयत्न त्याने केले व त्यात यश मिळाल्याने त्याला समाधान वाटले. भारतमंत्र्याला सादर केलेल्या अहवालात त्याने म्हटले की, 'एक कुजका व धोकादायक इमला नेस्तनाबूत झालेला आहे ही. गोष्ट फार काळजीपूर्वक केली गेल्यामुळे हा ऱ्हास कमीतकमी विध्वंसक ठरला आहे. माझे हे म्हणणे कोणाला फार निष्ठुरपणाचे वाटणार नाही असे मला वाटते.'[१३९] हेच त्याने आपल्या अधिकृत निवेदनामध्येही अधिक मर्यादेने परंतु तेवढ्याच ठामपणे सांगितले. त्याने असेही दाखवून दिले की, मळेवाले व रयत यांच्यामधील वितुष्टाने प्रसंगोपात्त उग्र व हिंसक स्वरूप धारण केले असले तरी सामान्यपणे निळीच्या जिल्ह्यांमध्ये प्रक्षोभ किंवा अशांतता नव्हती. मळेवाल्यांचे जे नुकसान झाले त्याबद्दल त्याने दिलगिरी व्यक्त केली. 'परंतु राष्ट्रीय हिताच्या दृष्टीने विचार करता हिंदुस्थान सारख्या कृषिप्रधान देशात जमिनीचे मालक व मशागत करणारे यांचा दर्जा दुसऱ्या कोणच्याही तुलनेने दुय्यम असता कामा नये. दोन्ही हितसंबंधीयांना

न्यायाची व विवेकाची वागणूक मिळाली पाहिजे. निर्दोष आर्थिक धोरण व निःपक्षपाती व्यवहार या दोन्ही दृष्टींनी समतोल भूमिका घेता न येणे ही चूक ठरेल.' तत्त्वतः निळीच्या लागवडीस ग्रँटचा विरोध नव्हता. त्याच्या पत्रातील उद्धृत केल्या गेलेल्या वाक्यावरून काहीही सिद्ध होत नव्हते. 'न्यायबुद्धीने, स्वेच्छेने व सर्व संबंधितांचा फायदा होईल या दृष्टीने निळीची लागवड केली असता ती राष्ट्रीय संपत्तीचे एक मोठे साधन होऊ शकेल. तसे न केल्यास मात्र ती एक घोर आपत्तीच ठरेल व तिच्यावर तत्काळ उपाय करावा लागेल. एखाद्या व्यक्तीची इच्छा नसल्यास कोणत्याही प्रकारच्या पिकाची लागवड करण्यासाठी तिच्यावर जबरदस्ती करणे किंवा अशा तऱ्हेने जबरदस्ती करणाऱ्या लोकांना मदत करणे किंवा त्यांना संरक्षण देणे यांसारखी कृत्ये पोलिसांनी करण्याला माझा विरोध आहे. तसेच एखाद्या माणसाने दुसऱ्याच्या जमिनीवर बेकायदा व जुलमाने पेरणी केल्यास व त्यासाठी सबबी सांगितल्यास पोलिसांनी त्याची पाठराखण करू नये असेही मी निक्षून सांगितले आहे.' रयतेला निळीची लागवड करणे फायद्याचे वाटावे इतकी भरपूर किंमत जर मळेवाल्यांनी दिली तर त्यांना हवे तेवढे निळीचे उत्पन्न प्रतिवर्षी मिळाले असते. आकस्मिकपणे उभ्या राहिलेल्या एका आणीबाणीवर तोडगा म्हणून सरकारने एका विशेष कायद्याचा पुरस्कार केवळ सहा महिन्यांपुरता केला होता. त्याबरोबरच सरकारने चौकशीची व गाऱ्हाणी आल्यास योग्य भरपाई देण्याची तरतूदसुद्धा केली होती. प्रजेला ही माहिती दिली गेली होती. 'कोणत्याही एका पक्षाच्या लोकांचे समाधान व्हावे म्हणून जर दुसऱ्या पक्षाच्या न्याय्य हक्कांची मी पायमल्ली केली असती, तर ते मला स्वतःलाच लांछनास्पद झाले असते.'[१४०]

ग्रँटच्या अहवालाचे वर्णन कॅनिंगने 'एक उत्कृष्ट निबंध व एका संपूर्णतया रास्त धोरणाचे स्पष्ट विवरण' अशा शब्दात केले.[१४१] बंगाल सरकारने अत्यंत निःपक्षपातीपणे सर्व लोकांना समानतेने कायदा लागू केल्याबद्दल हिंदुस्तान सरकारला फार समाधान वाटले, असेही त्याने मळेवाल्यांना सांगितले.[१४२] सरकारने फक्त एकाच बाबतीत व तीसुद्धा खाजगीरीत्या टीका केली. ज्यांनी यापूर्वीच काही वर्षांसाठी आगाऊ करार केलेले होते, त्यांना ते पूर्ण करावे लागतील ही गोष्ट त्यांच्या स्पष्टपणे निदर्शनास आणली जावयास हवी होती.[१४३] वुडचेही एकंदरीत समाधान झाले. निळीच्या लागवडीच्या प्रचलित पद्धतीवर निर्णायक आघात झाला असे त्याला वाटले. न्यायाची अंमलबजावणी काटेकोरपणे व निःपक्षपातीपणे करण्याचा व आपल्या नुकसानीचा दोषारोप अधिकाऱ्यांच्या वर्तणुकीवर करण्याचा आदेश त्याने ग्रँटला दिला.[१४४] सरकार निळीच्या लागवडीला विरोध करीत आहे असे आचाराने किंवा उच्चाराने सूचित करू नये. तसेच

हिंसाचाराला प्रतिबंध करावा. मळेवाल्यांचे जबर आर्थिक नुकसान होत होते. त्यांची समजूत काढणे अतिशय आवश्यक होते. इंडिया कौन्सिलच्या सभासदांपैकी अनेकांनी निळीच्या धंद्यात भांडवल गुंतवलेले होते व ते अर्थातच संतप्त झालेले होते. याचा परिणाम होऊन वुडने हे सौम्यपणाचे धोरण अवलंबिलेले दिसते.[१४५] ग्रँटचा अहवाल मात्र प्रक्षुब्ध भावनांचे सांत्वन करणारा नव्हता. त्यात उघडपणे दिसणाऱ्या पूर्वग्रहदूषित वृत्तीला मळेवाल्यांचा विरोध होता. म्हणूनच ब्रिटिश भांडवल दक्षिण बंगालमध्ये पुन्हा गुंतवले जाण्याची विशेष शक्यता नाही, असे त्याचे म्हणणे होते. समजुतीप्रमाणे नायब राज्यपालाने न्यायदानाच्या पद्धतीत हस्तक्षेप केला होता. व त्याविषयीही त्यांनी निषेध प्रकट केला.[१४६] त्याला उत्तर देताना ग्रँटने पुन्हा एकवार आपली भूमिका स्पष्ट करण्याचा प्रयत्न केला. या अशांततेच्या काळात त्याने फक्त दोनच तत्त्वांचा विचार सतत मनात बाळगला होता – दोन्ही पक्षांना समान न्याय देणे व ह्या मुळातच सदोष असलेल्या पद्धतीचे अटळ असलेले विघटन शक्य तितके कमी अनर्थकारी करणे.

'बिहार, वायव्य सरहद्द प्रांत व मद्रास येथे ज्या पद्धतीने निळीचा व्यापार चालला होता. तिच्यात सकृद्दर्शनी जरी काहीही आक्षेपार्ह नव्हते, तरी बंगालमध्ये मात्र प्रचलित पद्धतीमुळे शोचनीय गैरव्यवहार घडून आल्याचे आढळले. मळेवाले व प्रजा यांच्यातील तंट्यांविषयीच्या सरकारी अहवालाच्या व निळीच्या कमिशनच्या पुराव्याच्या प्रसिद्धीनंतरसुद्धा ही वस्तुस्थिती लपवण्याचा प्रयत्न करणे कदाचित समर्थनीय असले तरी निष्फळ होते.'

म्हणूनच, ग्रँट जरी तत्त्वतः मळेवाल्यांच्या किंवा निळीच्या लागवडी करण्याच्या विरुद्ध नव्हता, तरीही अशा प्रकारच्या दुराचाराचा बंदोबस्त करणे अधिक सूज्ञपणाचे व फायद्याचे झाले असते.[१४७]

खरे म्हणजे, ग्रँटने स्वतःच भारतमंत्र्यांच्या निदर्शनास आणल्याप्रमाणे, वस्तुतः निळीच्या लागवडीच्या जुन्या पद्धतीचा नायनाट ही काही ग्रँटची स्वतःची कामगिरी नव्हती. तो प्रश्न रयतेनेच स्वतःच्या हातात घेतला होता. कायदा व न्याय पूर्णपणे त्यांच्या बाजूला होता. रयतेला आपल्या हक्कांची जाणीव होती व त्यांच्यासाठी झगडणे महत्त्वाचे आहे अशी तिची भावना होती. इतर पिकांची लागवड किफायतशीर होत असताना, नुकसान सोसून, निळीची लागवड करण्यास रयतेला भाग पाडणे ही गोष्ट आता शक्य नव्हती. 'ज्यामध्ये सर्व प्रकारच्या मालमत्तेची अपरिमित हानी होण्याची शक्यता होती अशा अंदाधुंदीपासून आपली सुटका झाली आहे व त्यावेळेस मला वाटले त्यापेक्षा अगदी थोडक्यानेच आपण बचावलो आहोत. बंडाच्या पाठोपाठ असा उद्रेक आपल्याला परवडला नसता.' वस्तुस्थिती अशी होती की, निळीच्या

जिल्ह्यातील रयतेची मने 'तीव्र निष्ठेने'[१४८] व्यापली होती. कॅनिंग व त्याचे सरकार यांनी ग्रँटची बाजू उचलून धरली.[१४९] सर्वस्वी नायब राज्यपालाने बजावलेल्या या कामगिरीबद्दल वुडने व्हाइसरॉयचे अभिनंदन केले.[१५०] लंडनमध्ये जसजसा मळेवाल्यांना असलेला पाठिंबा इंडिया कौन्सिलपुरता मर्यादित न राहता पार्लमेंटपर्यंत पोहोचला तसतसा ग्रॅनव्हिल अधिकाधिक चिंतातुर होऊ लागला. त्याला ग्रँटचा अहवाल दाखविण्यात आला. याहून अधिक प्रभावी निबंध आपण पूर्वी वाचला नसल्याचे सांगून त्याने पुढे म्हटले की, या अहवालामुळे हिंदुस्तान सरकारचे धोरण बिनचूक असल्याची आपली खात्री पटली आहे.[१५१] हुजूरपक्षीय स्टॅन्लेचे मतपरिवर्तन मात्र इतक्या सहजासहजी झाले नाही. ग्रँटची मळेवाल्यांविषयीची भाषा अगदी सौम्य बोलावयाचे तर, 'दुर्दैवी' म्हणावयास हवी, असे त्याने म्हटले; परंतु जरी हुजूरपक्षीय विरोधात होते तरीही हिंदुस्तान सरकारवर टीका करण्यास तयार नव्हते. कारण १८५७ च्या उठावाचा धक्का अजून फार ताजा होता. त्यामुळे स्टॅन्लेच्या शब्दात सांगायचे झाल्यास, हुजूरपक्षीयांनी संसदेला 'हिंदुस्तानच्या अस्तित्वाची, दखलच न घेण्याच्या आपल्या स्थितीत परत जाऊ दिले.'[१५२]

आता वारे आपल्या बाजूने वाहू लागलेले पाहून कॅनिंगने निळीच्या व्यवहारात प्रत्यक्ष लक्ष घातले. डिसेंबर १८६० मध्ये भारतमंत्र्याला पाठविलेल्या अधिकृत पत्रात त्याने काही गोष्टी मान्य केल्या. कायद्याची अंमलबजावणी निःपक्षपातीपणे झालेली नाही. तसेच मळेवाले व त्यांचे हस्तक यांच्यापासून रयतेला पुरेसे संरक्षण मिळाले नाही, हे ग्रँटप्रमाणेच त्याने मान्य केले. एप्रिल १८६० चा निळीच्या सक्तीचा कायदा जर हंगामी स्वरूपाचा नसता तर ते रयतेला अन्यायकारक झाले असते. आपल्या न्याय्य गाऱ्हाण्याची दाद मागण्यासाठी हिंसाचार व प्रक्षोभ यांचा आश्रय घेणे, तसेच कराराचा भंग करणे याविरुद्ध रयतेला ताकीदही दिली गेली होती. निळीच्या लागवडीची प्रचलित पद्धत तिच्यातील अंगभूत सदोषतेमुळेच कोलमडली. त्या पद्धतीपासून दक्षिण बंगालची मुक्तता व त्यानंतर घडणारे बदल ही राष्ट्रीय हिताची बाब आहे असे कॅनिंगचे मत होते.[१५३] यानंतर तीन महिन्यांनी त्याने आपल्या खाजगी लिखाणात या विषयावर पुन्हा अभिनिवेशपूर्वक लिहिले. एकूण सहाशे करारनाम्यांपैकी चाळीसच्यावर करारनामे बनावट असून उरलेल्यांपैकी दोनशेच्या आसपास बनावट निघतील असे गृहीत धरण्या हरकत नाही असे त्याने वुडला सांगितले. 'काही जिल्ह्यांमध्ये आंधळे, महारोगी, मुले व अंथरुणाला खिळलेले रुग्ण यांनादेखील करारभंगाच्या आरोपाच्या मिषाने तुरुगांत ठेवलेले आढळले. अशांचा विचार केल्यास कपटाच्या या राक्षसी पद्धतीच्या पांघरुणाखाली काय काय अत्याचार घडले असतील या नुसत्या कल्पनेनेही रक्त गोठते.

खरोखर ही स्थिती गुलामगिरीपेक्षाही भयंकर आहे. येथे गुलामाऐवजी कपटाचा अवलंब केला जातो. प्रतिष्ठित व्यक्ती त्यात अजाणता गुंततात.' कित्येक उच्च अधिकारी या स्थितीकडे कानाडोळा करीत होते. कारण खाजगीरीत्या त्यांनी निळीच्या व्यापारात भांडवल गुंतविले होते. ही वस्तुस्थिती माहीत असल्यामुळे मळेवाल्यांनी तिचा उपयोग रयतेला दुराचाराला मान तुकविण्यास भाग पाडण्यासाठी व जबर अटी लादण्यासाठी केला होता.[१५४] तथापि, लवकरच एतद्देशीय ब्रिटिश जनमताच्या दडपणामुळे कॅनिंगने आपल्या उत्साहाला आवर घातला. लबाडीने करारभंग करून इतर शेतकीमालाचे उत्पादन करणे किंवा ने-आण करणे हा फौजदारी गुन्हा ठरवून त्याला शिक्षा देणाऱ्या कायद्याचा त्याने प्रस्ताव मांडला. त्यामुळे वुड यास अतिशय आश्चर्य वाटले.[१५५] ह्या काळात दिसणारे कॅनिंगचे रुप निराळेच होते. १८५८ साली सूडाच्या गर्जनांना तोंड देणारा कॅनिंग तो हाच असे वाटत नव्हते. यावरून एकच निष्कर्ष काढता येतो की, दीर्घकालीन यातनांमुळे त्याच्या शक्ती बोथटल्या होत्या. त्याने आपल्या कृत्याच्या समर्थनार्थ अशी लंगडी सबब सांगितली की, निळीच्या लागवडीची समस्या सुटत नाही. आपल्या हक्कांचा आधार घेऊन रयतेने काही ठिकाणी चुका केल्या होत्या व असे प्रश्न कायद्याच्या दृष्टीने गुंतागुंतीचे होऊ पाहत होते.[१५६] असे असले तरी ते विधेयक मागे घेण्यात आले.

'नीलदर्पण' प्रकरण हाताळतानाही कॅनिंगची ही अनुनयाची व सौम्य वृत्ती दिसून येते. 'नीलदर्पण' या बंगाली नाटकात मळेवाल्यांची निंदा व निळीची लागवड ज्या निर्घृण वातावरणात केली जात असे त्याचे वर्णन होते. या नाटकात वरील विषयावरील लोकमताचे प्रतिबिंब आढळेल, अशा कल्पनेने ते वाचण्यासाठी ग्रँटने त्याचे भाषांतर करण्याचा आदेश दिला. १८५७ चा उठाव अकस्मात एखाद्या स्फोटाप्रमाणे झाला. याची कारणे, ग्रँटच्या मते, भारतीय समाजाच्या सर्व वर्गांपासून ब्रिटिशांच्या मनात असणारी अंशतः वेगळेपणाची, दूरत्वाची भावना व भारतीयांची मते व दृष्टिकोन याविषयीचे अज्ञान ही होती व निळीच्या समस्येबाबत तसे अज्ञान त्याला टाळावयाचे होते.[१५७] नाटकाचे भाषांतर केले गेले व ग्रँटच्या परवानगीशिवायच बंगाल सरकारचा सचिव सेटन-कार याने ते बऱ्याच अधिकाऱ्यांकडे पाठविले.[१५८] मळेवाल्यांना हे समजले व त्यांनी यावर आक्षेप घेतला.[१५९] परंतु 'नीलदर्पण' बदनामीकारक नव्हते. तसेच समाजाचा एखादा वर्ग चिथावला जाईल किंवा शांतताभंगाला प्रवृत्त होईल असेही त्यात काही नव्हते. त्यामुळे त्याच्या प्रसाराबाबत खेद वाटण्याचे कारण नव्हते. अधिकृतरीत्या या नाटकाच्या प्रती पाठविल्या गेल्याबद्दल त्याने माफी मागितली खरी, परंतु प्रत्यक्ष भाषांतर रद्द करविले नाही.[१६०] यानंतर

मळेवाल्यांनी भाषांतरकार व वितरक यांच्याविरुद्ध बदनामी केल्याबद्दल कारवाई सुरू केली. दरम्यानच्या काळात मळेवाल्यांना खूष करण्यास उत्सुक असलेल्या व्हाइसरॉयने ह्या प्रकरणात हस्तक्षेप केला. त्याने भारतमंत्र्याला कळविले की, 'इतक्या नाजुक विषयावर पक्षीय हल्ला चढविणे'[१६१] हे सेटन-कारचे कृत्य 'अविवेकीच नव्हे तर अक्षम्य आहे.' सेटेन-कारकडून स्पष्टीकरण मागण्यात आले. ग्रँटच्या संमतीशिवाय ते नाटक अधिकृतपणे प्रसृत करण्यात आपल्या हातून अनवधानाने घडलेली चूक मान्य करून त्याने विधान मंडळाच्या सदस्यत्वाचा राजीनामा देण्याची तयारी दाखविली. त्याचा राजीनामा स्वीकारण्याची ग्रँटला आवश्यकता वाटली नाही.[१६२] मध्यंतरीच्या काळात वरिष्ठ न्यायालयाने भाषांतरकाराला दंड व कारावासाची शिक्षा ठोठावली. व्हाइसरॉयच्या मतेही ही शिक्षा 'असंस्कृत पक्षपाताची'[१६३] द्योतक होती. म्हणून गव्हर्नर-जनरलने संयुक्त विधानमंडळात याविषयी एक ठराव पास केला. त्यात असे म्हटले की, जरी विरोधदर्शक उताऱ्यावरील आरोप पूर्णपणे नाशाबीत करण्यात आले, तरीही ह्या एकूण प्रकरणाच्या हाताळणीतील हिंदुस्तान सरकारची दिलगिरी त्यामुळे फारशी कमी होणार नाही. ग्रँटवर ठपका ठेवला गेला. सेटन-कारचे कृत्य आपल्या दृष्टोत्पत्तीस आल्याबरोबर ताबडतोब त्याने त्याविषयी नापसंती दाखवून ते अमान्य करावयास हवे होते. त्याचप्रमाणे मुळात आपल्याला नसलेल्या अधिकाराचा गैरवापर केल्याबद्दल सरकारला योग्य वेळी कळविण्याच्या कर्तव्यात कुचराई केल्याबद्दल व असमर्थनीय रीतीने सत्ता गृहीत धरल्याबद्दल सेटन-कारवरही भरपूर टीका झाली. त्याने माफी मागितली तरीही विधान मंडळाच्या सदस्यत्वाचा त्याचा राजीनामा स्वीकारला गेला. शिवाय बंगाल सरकारचा सचिव म्हणून काम करण्याची परवानगी त्याला नाकारली गेली.[१६४] व्हाइसरॉयच्या या कृत्याचे मळेवाल्यांनी स्वागत केले यात काहीच आश्चर्य नाही.[१६५] ब्रिटिश सरकार कलकत्ता वरिष्ठ न्यायालयाच्या निर्णयाशी सहमत नव्हते. अर्थातच त्यांना कॅनिंगचे धोरण फार कडकपणाचे वाटले. तरीही त्याच्या इच्छेला मान देऊन त्याच्या निर्णयात त्यांनी ढवळाढवळ केली नाही.[१६६]

निळीच्या समस्येचा हा शेवट नव्हता. मुख्य न्यायाधीश सर बार्नस पीकॉक[१६७] यांनी प्रदर्शित केलेल्या काही मतांमुळे काही प्रश्न तीव्र झाले. निळीची लागवड, मशागतधारा, कुळांचे हक्क, सारा इत्यादी बाबतीतील समस्या अधिक बिकट झाल्या. वुडने त्यावर टीका करताना असे म्हटले की, 'आपल्या या अविवेकी मूर्खपणाबद्दल पीकॉकला चाबकाचे फटकेच मारले पाहिजेत असे मला वाटते.' जमीन किंवा मालमत्ता यांच्या मालकी हक्काविषयी कोणत्याही माणसाने, त्यातून ती व्यक्ती प्रमुख न्यायाधीश

असेल, तर शंका प्रदर्शित करणे समर्थनीय होत नाही. आमच्या चॅन्सेलरांचे म्हणणे पीकॉकला परत बोलवावे असे आहे.[१६८] पीकॉक जितक्या लवकर राजीनामा देईल तितके बरे होईल.'[१६९] साराविषयक कायदा व कुळांचे हक्क यासंबंधीची अनिश्चितता ही फार वाईट गोष्ट आहे असे एल्जिनचे मत होते. त्याची दुरुस्ती करणारे विधेयक विचारात घेण्याची त्याची तयारी होती.[१७०] परंतु अगदीच निरुपाय झाल्याखेरीज न्यायालयाच्या निर्णयांची उपेक्षा करणारे कायदे करण्याची वुडची इच्छा नव्हती.[१७१] प्रत्येकच बाबतीत न्यायालयाने धारा ठरवून द्यावा ही अपेक्षा करणे गैरच होते. परंतु एखाद दुसऱ्या बाबतीत काहीना काही तडजोड सापडली असती व प्रत्यक्ष व्यवहारात हा प्रश्न सुटला असता.[१७२] परंतु पीकॉकच्या निर्णयामुळे भारतातील जमीनधारा पद्धतीत क्रांतिकारी बदल घडण्याची शक्यता निर्माण झाली. १८५९ च्या कुळकायद्यान्वये, सतत बारा वर्षे जमीन कसणाऱ्यांचा त्या जमिनीवरील ताबा मान्य केला गेला होता व अशा कुळांचा सारा वाढविणे किंवा कुळांना जमीनदारांनी काढून टाकणे यावर बंधने घातली गेली होती. वुडचे मत असे होते की, कलकत्ता वरिष्ठ न्यायालयाच्या निकालाच्या दृष्टीने विचार करता बंगालमधील कुळकायद्यात सुधारणा व्हावयास हवी. १८५७ च्या कायद्यात सुधारणा करून मालकी मिळविण्याची मुदत बारा वर्षांऐवजी २० ते २५ वर्षे ठेवणे आवश्यक होते.[१७३] परंतु हे मत लॉरेन्सच्या विचारसरणीशी जुळत नव्हते. लॉरेन्सला मळेवाल्यांशी होणाऱ्या संभाव्य झगड्याविषयीच जास्त चिंता वाटत होती. मळेवाल्यांची इच्छा निळीची लागवड सक्तीने करता यावी यासाठी धारा वाढविण्याचे अधिकार मिळविण्याची होती.[१७४] लॉरेन्स 'निकराच्या लढ्याला' तयार झाला. 'परंतु मला अशी भीती वाटते की, यातील न्यायबुद्धी रयतेच्या लक्षात येणारच नाही. कारण त्यांच्याविरुद्ध फार मोठे व समर्थ हितसंबंध गुंतलेले आहेत.'[१७५] मळेवाले, जमीनदार व बहुसंख्य वकील या सर्वांची मिळून एक भयावह युती झाली होती व त्यामुळे धाराप्रश्नात ढवळाढवळ करण्याची नागरिकांना भीतीच वाटत होती.[१७६]

धारा वाढविणे हा आपला हक्क आहे असे जमीनदार मानीत होते. 'धारा वाढविणे हे कोणत्याही देशात कुळांच्या असंतोषाला कारणीभूत होते हे खरे. त्याचबरोबर हेही खरे की, जमीनदाराने आपल्या स्वतःच्याच जमिनींच्या वाढलेल्या किमतीतील हिस्सा मागणे हे अगदी नैसर्गिक व रास्त आहे. ज्याप्रमाणे अधिक कार्यक्षमता व दीर्घकालीन नोकरी या दोन्ही दृष्टींनी पगारवाढीची अपेक्षा करण्यात सरकारी अधिकारी काहीच गैर मानीत नाहीत, त्याच न्यायाने जमीनदारांनी धारावाढीची अपेक्षा करणे रास्त ठरते. परंतु या वस्तुस्थितीची दखल उभ्या जगात केवळ भारतातील सरकारी अधिकाऱ्यांनाच दिसत नाही.'[१७७] त्यावेळेस प्रचलित पद्धत अशी होती की, रयतेपुढे दोन पर्याय ठेवले

जात. एक तर रयतेने निळीची लागवड करण्याचा करार अमलात आणावा किंवा १८५९ च्या कायद्यानुसार धारावाढ मान्य करावी. यापैकी कोणता पर्याय अधिक निंद्य व असंतोषजनक होता हे ठरविणे कठीण आहे. एवढे मात्र खरे की, बहुसंख्य प्रजाजन कायमच्या धारावाढीपेक्षा मर्यादित कालावधीचे निळीचे करार अधिक पसंत करीत होते. याच्या भरीला निळीच्या लागवडीसंबंधी जुलूमजबरदस्ती देखील अनेक वेळा केली जात असे. त्यामुळे कित्येकदा मुळीसुद्धा किफायतशीर नसलेल्या दराने निळीच्या लागवडीचे करार करणे रयतेला भाग पडत असे.[१७८] यामुळे अशा प्रकारची लागवड मुळातच अन्यायाच्या भावनेने हाती घेतली जात असे. रयतेचे नुकसान होईल अशा प्रकारे कराराच्या अटी व मुदत या बाबतीत बेकायदा ढवळाढवळ करण्यात मळेवाल्यांना विशेष दिक्कत वाटत नसल्याने, तुरळक दंगेधोपे ही नेहमीचीच बाब झाली होती. मळेवाल्यांनी सरकारला आपणास पाठिंबा देण्याची, तसेच निळीची लागवड फायदेशीर आहे असे रयतेला पटवून देण्याची विनंती केली. मळेवाल्यांचे म्हणणे असे होते की, आळीपाळीने पिके काढण्याच्या पद्धतीत, काही काळ पडीक राहणाऱ्या जमिनीवर निळीची लागवड केली जात असल्याने[१७९] ते अर्थातच रयतेच्या फायद्याचे होते. परंतु मळेवाल्यांचे म्हणणे काहीही असले तरी निळीच्या लागवडीचा परिणाम पडीक पिकासारखा होईल, असा भरवसा नव्हता. खेरीज मळेवाल्यांचे हस्तक सामान्यपणे लागवडीसाठी पडीत जमीन न घेता उत्कृष्ट प्रतीची जमीनच निवडत असत. त्यामुळे ह्या लागवडीचा आळीपाळींच्या पिकांशी अर्थाअर्थी काही संबंध नसे. वस्तुस्थिती अशी असल्यामुळे बंगाल सरकारने या बाबतीत हस्तक्षेप करण्याचे नाकारले. 'कोणती गोष्ट आपल्याला फायदेशीर आहे व कोणती नाही हे न समजण्या इतकी बंगाली प्रजा मूर्ख नाही. अशा प्रश्नांवर ज्या मळेवाल्यांना थोडेफार तरी शेतकीविषयक ज्ञान असते त्यांचा सल्ला मानावयास जर ती तयार नसेल, तर तेवढ्या तुटपुंज्या ज्ञानाचाही आव आणता न येण्याचा सरकारी अधिकाऱ्यांचा सल्ला ती खचितच स्वेच्छेने मानणार नाही आणि अनिच्छेने सल्ला मानावयास भाग पाडणे हे जुलमाचेच दुसरे नाव आहे.'[१८०]

हिंदुस्तान सरकारपुढे हा प्रश्न विचारविनिमयासाठी आला त्यावेळी गृहखात्याचे मत असे पडले की, पुन्हा पुन्हा सारा वाढविण्याचा धोका टाळण्यासाठी नेहमीसाठी सारा ठरवून देणे हे कायमधारा पद्धतीच्या मूळ उद्दिष्टांना पूर्णपणे विरोधी होईल.[१८१] परंतु व्हाइसरॉयचे मत असे पडले की, जमिनींच्या मालकांना वंशपरंपरेने जमीन कसणाऱ्या प्रजेशी तडजोड करण्यास उद्युक्त करता आले तर धारा बराच वाढवून

कायम करता येईल. लॉरेन्सने ह्याला असा पर्याय सुचविला की, न्याय्यपणे व अधिक सोप्या रीतीने वंशपरंपरेने जमीन कसणाऱ्यांचे धारे ठरवून देणारा कायदा करावा. नाहीपेक्षा निळीची लागवड बंद करणेच अधिक श्रेयस्कर होईल. कारण १८६० मधील शेतकऱ्यांच्या उठावासारख्या व्यापक उठावाची पुनरावृत्ती घडू नये म्हणून शक्य ते उपाय योजणे हे हिंदुस्तान सरकारचे आद्य कर्तव्य होते.[१८२]

परंतु लॉरेन्सला आपल्या मंडळाचा विशेष पाठिंबा मिळाला नाही. बंगालमधील अधिकाऱ्यांची मने मळेवाल्यांविरुद्ध कलुषित झालेली आहेत, अशी मेन याची समजूत होती. त्याच्या मते, निळीच्या कमिशनच्या अहवालात उघडकीस आलेली एकंदर परिस्थिती आता निवळली होती. जे दुराचार व जुलूम अद्यापही होत होते, त्यावर मळेवाल्यांच्या जुलमी पद्धतीवर बंदी घालणे हा उपाय नसून दिवाणी न्यायालयाची पद्धतशीर स्थापना हा होय.

मेन लॉरेन्सला लिहितो, [१८३] 'मी आपणांस स्पष्टपणे विचारतो की, आज दिसणाऱ्या बंगाली लोकांमध्ये आपणांस दडपलेल्या जमातीचे कोणते तरी गुण आढळून येतात काय? मी तर उलट असे म्हणेन की, त्यांचा मुख्य स्वभावधर्म 'औद्धत्य' हा आहे. तो त्यांच्यामध्ये दिसून येण्याचे कारण असे की, ब्रिटिश सरकार व हिंदुस्तान सरकार या दोघांच्याही मनात त्याचे हित करावे असे आहे, हे त्यांना कळून चुकले आहे. त्यांना कागदोपत्री देण्यात आलेले हक्क व सवलती खरोखरच अमलात आणण्यासाठी आहेत हेही त्यांना माहीत आहे.'

वाजवी स्वरूपात करार केले जाऊन त्याची नीट रीतीने अंमलबजावणी होईल अशी दक्षता घेण्यासाठी एक प्राथमिक उपाय म्हणून दिवाणी न्यायालयाची स्थापना, धारापद्धतीत कोणतीही सुधारणा घडवून आणण्यापूर्वी करावयास हवी. एखाद्या माणसाने करारभंगाचा घाट घातल्यास त्याचे बैल जप्त करण्याऐवजी दिवाणी न्यायालयाचे समन्स त्याच्यावर बजवावयास हवे. त्यायोगे एक निःशब्द क्रांती वेगाने घडेल. करारांचे स्वरूपच संपूर्णतः बदलून जाईल. युरोपियनांना लागलेली जमिनीच्या मालकी हक्कांच्या कज्जांमध्ये लक्ष घालण्याची सवय सुटेल. एकीकडे कायदे करणे नाजूक व अवघड काम होऊन बसेल. तर दुसरीकडे निळीच्या लागवडीची योजना समूळ सोडून देण्याचा विचारही शक्य होणार नाही. 'आता आपण सत्याला सामोरे जाण्याची आवश्यकता आहे. निळीच्या लागवडीच्या योजनेचे समूळ उच्चाटन हा हिंदुस्तान सरकारच्या भरभराटीवर जबरदस्त आघात तर ठरलाच असता; परंतु हिंदुस्तान सरकारची प्रतिष्ठाही ह्या निर्णायक आघातामुळे कोलमडली नसती काय?'[१८४] ट्रॅव्हेलियनचा असा दावा होता की, न्यायालयांनी धारा ठरवून देणे शक्यही नव्हते व उचितही नव्हते. धारा

ठरविणे हे समाजाच्या शासकीय यंत्रणेत मोडत नसून तो व्यक्तिगत समझोत्याचा भाग होता. तथापि, बंगालमध्ये लागू असलेल्या जमीनधाऱ्यांसंबंधी चौकशी करण्यासाठी व निर्णय घेण्यासाठी एक समिती नेमावी असे त्याने सुचविले.[१८५] मेन व ट्रॅव्हेलियन या दोघांनाही असे वाटत होते की, लॉरेन्सच्या सूचनेप्रमाणे धारा निश्चित ठरवून देण्यापेक्षा मुदतीचे स्वरूप कायम करणे अधिक योग्य आहे. मेनने याचे वर्णन 'दुय्यम कायमधारा' असे केले आहे.

अशारीतीने मोठ्या लोकसंख्येशी सरकारची चकमक घडवून आणतील, म्हणून मळेवाल्यांच्या हक्कांचे रक्षण करण्याच्या सरकारच्या कर्तव्याच्या कक्षांचा काळजीपूर्वक अभ्यास करण्याची कामगिरी त्याने मेनला सांगितली.[१८६] परंतु मेन यास याबाबतीत विशेष गम्य नसावे. कारण त्याचा कल सर्वस्वी जमीनदार व मळेवाले यांच्या बाजूचा होता व लोकप्रियतेला बाधा येणे त्याला रुचणारे नव्हते.[१८७] वुडचे स्वतःचे मत असे होते की, जमिनीचा वंशपरंपरागत ताबा सिद्ध होण्यासाठी सकृतदर्शनी पुरावा म्हणून बारा किंवा त्याहून अधिक वर्षांची अशी विशिष्ट कालमर्यादा आखून दिली जावी. तसेच जमिनीतील प्रत्यक्ष वा संभाव्य उत्पादनाच्या किंमती ज्या प्रमाणात वाढल्या असतील, त्याच प्रमाणात धारा वाढवला जावा व धारा ठरविताना मुळात तो न्याय्य व रास्त तत्त्वांवर ठरविला गेलेला असेल, असे याठिकाणी गृहीत धरलेले आहे.[१८८] प्रजेवर जुलूम केल्याचा ठपका सरकारवर येता कामा नये. कायद्याच्या दृष्टीने सरकारची भूमिका बरोबर किंवा चूक कशीही असली तरी जनमत जर कायदा असमान व अन्याय्य आहे असेच असेल, तर त्या कायदेशीर भूमिकेला चिकटून राहणे अशक्य होते.[१८९] त्याचप्रमाणे बिगरसरकारी ब्रिटिश समाजाला शांत करण्यासाठी कॅनिंगने ज्यांना संमती दिली होती, ते 'निळीच्या लागवडीचे लबाडीचे व लांच्छनास्पद करार' सौम्य करण्यास मेनने पाठिंबा द्यावा असे वुडने सांगितले व त्यादृष्टीने विशिष्ट ठिकाणच्या प्रयोगांवर मर्यादा घालून त्याऐवजी अधिकृत करार करावे म्हणजे रयतेने स्वतंत्र घटक म्हणून करार केले, असे समाधान नोंदणी अधिकाऱ्याला मिळू शकेल.[१९०]

निळीच्या कमिशनने वर्णिलेले दुराचार कमी झाले असले, तरी नाहीसे झाले नव्हते व चिल्लर दाव्यांची न्यायालये त्यावर योग्य उपायोजना करू शकत नाहीत, याविषयी लॉरेन्सची खात्री पटली होती.[१९१] परंतु परिस्थितीत सुधारणा घडवून आणण्याचा त्याचा निश्चय दुर्बल होऊ लागला होता. त्याला स्वतःलाच धारा समस्येवर यशस्वी तोडगा सापडत नसल्यामुळे, त्याने मेनलाही स्वतःच्या इच्छेविरुद्ध हा प्रश्न हाती घेण्याचा आग्रह केला नाही. १८५९ च्या कायद्यात कोणताही बदल करून काही मोठीशी सुधारणा होण्यासारखी नव्हती. त्या कायद्याबाबतचे वरिष्ठ न्यायालयाचे

एकत्रित मत समजून घेण्यास मेन फार उत्सुक होता. परंतु न्यायाधीशांनी ते देण्यास नकार दिला. 'वस्तुस्थिती सरळसरळ अशी आहे की, जनमत मळेवाल्यांच्या बाजूचे आहे व इंग्रज मुद्रकही मळेवाल्यांनाच अनुकूल आहेत.'[१९२] सरकारने दरेक बाबतीतील सारा ठरवून दिल्याशिवाय फारसे काही करता येण्याजोगे नव्हते. करार नोंदविण्यामुळेसुद्धा प्रजेला संरक्षणाची खरी परिणामकारक हमी मिळणार नव्हतीच.[१९३] १८६६ च्या फेब्रुवारी महिन्यात अधिकार सोडताना वुडला भीती वाटत होती, ती ही की - त्याच्या वारसदारांच्या कारकिर्दीत मळेवाल्यांच्या स्वार्थसाधू धोरणास बळकटी येईल. 'हिंदुस्तानातील कसणाऱ्या लोकांना त्यांच्या रुढीसिद्ध हक्कांवर गदा येत आहे असे वाटू लागले तर हिंदुस्तानावरील आपली कायमची पकड सैल होण्याची दाट शक्यता आहे, याविषयी मला पूर्ण खात्री आहे, '[१९४] असे त्याने म्हटले.

वुडच्या नंतर व्हाइसरॉयपदावर रिपन आला. त्याचे मत असे होते की, अगदीच आवश्यक असल्याशिवाय धाऱ्याबाबत नवा कायदा करू नये.[१९५] त्यामुळे लॉरेन्सने परिस्थितीची तीव्रता कमी करण्याचे सर्वच प्रयत्न सोडून दिले. त्याने शेतकीविषयक करारांच्या अंमलबजावणीबाबत विशिष्ट असा एकही कायदा पास केला नाही. कारण तसा कायदा हे कदाचित जुलूम व ठकबाजीचे साधन होऊ शकले असते. प्रजाजन स्वतंत्र घटक नसल्याने, स्वेच्छेनुसार ते करार करू शकत नसत. 'ज्या शृंखला तोडण्यास मी आनंदाने साहाय्य करीन त्याच पक्क्या करणे' ही गोष्ट करारांच्या अंमलबजावणीच्या विशिष्ट कायद्याने घडेल, असे लॉरेन्सचे मत होते. लॉरेन्सला हेही ठाऊक होते की, त्याच्या मंडळाचे इतर सभासद जरी निळीच्या लागवडीच्या पद्धतीला अनुकूल नव्हते, तरीही समाजातील प्रभावशाली वर्गाचा द्वेष ओढवून घेण्याची त्यांची इच्छा नव्हती.[१९६] याव्यतिरिक्त काही इतर कारणांमुळे देखील १८५९ च्या कायद्यात दुरुस्ती करू नये, असा सल्ला सर जॉन स्ट्रॅची याने लॉरेन्सला दिला. 'आपला नवा गव्हर्नर-जनरल टोरी असल्या कारणाने त्याची सहानुभूती जमीनदारांना जास्त असून कुळांना मुळीच नसणार. त्यामुळे असला वादग्रस्त प्रश्न त्याच्या कारकिर्दीत निर्माण करण्याची मला फार धास्ती वाटते.'[१९७]

निळीच्या लागवडीची बिहारमधील परिस्थिती कदाचित बंगालपेक्षाही वाईट होती. तेथील प्रजेची अवस्था गुलामाप्रमाणे असून भय व जबरदस्तीच्या वातावरणात लागवड करविली जात होती, असे लॉरेन्सने नमूद केले आहे. अर्थात पुढेमागे गंभीर स्वरूपाचा असंतोष वाढीस लागणे अपरिहार्यच होते.[१९८] मळेवाल्यांनी किंमती वाढविण्याला मान्यता देऊन एका समस्येचे निवारण कसेबसे केले खरे, परंतु १८६०

मध्ये बंगालमध्ये घडून आलेल्या उद्रेकासारखा उद्रेक घडून आल्याखेरीज बिहारमधील निळीच्या समस्येचा अंतिम निर्णय लागणे शक्य नाही.'[१९९] असेच लॉरेन्सला वाटत होते.

V

युरोपियन मळेवाले आणि त्यांच्या मालकीच्या जमिनींवर राबणारे हिंदुस्तानी मजूर यांच्या परस्परसंबंधांचा प्रश्न केवळ आर्थिक नव्हता. दोन भिन्नवंशीय लोकांच्या परस्परसंबंधाच्या गंभीर प्रश्नात त्याचे आपोआपच रुपांतर झाले. इंग्रज व भारतीय यांच्या व्यक्तिगत हितसंबंधांमधील संघर्ष वुड यास मनापासून पसंत नव्हता.[२००] मेनचा कल आपल्या देशबांधवांचा पक्ष उचलून धरण्याकडे होता. अखेर विजय युरोपियन लोकांचा व्हावयास हवा होता. त्यांना मार्गदर्शन करावयाचे आणि कमजोर जमातीशी न्यायाने वागण्यास त्यांना भाग पाडावयाचे, एवढेच फक्त हिंदुस्तान सरकारचे महत्त्वाचे कार्य होते.[२०१] प्रत्यक्षात मात्र मेनला हस्तक्षेप करण्याची मुळीच गरज दिसत नव्हती. कारण बंगाली लोकांची अशी भावना होती की, युरोपियनांविरुद्ध आपणास पुरेसे संरक्षण आहे व लहानशा निमित्तानेसुद्धा त्यांच्याविरुद्ध उभे ठाकण्याची बंगाल्यांची तयारी होती. मळेवाल्यांविरुद्ध त्यांनी घेतलेल्या भूमिकेचे यश त्यांच्या मस्तकात भिनले होते. असे मेन यास वाटत होते व भारतीय संसदेने काढलेले नायब राज्यपालाच्या विधानसभेतील भाषणाच्या निषेधाचे पत्रक हा त्याने 'उभ्या आयुष्यात वाचलेला सर्वात जास्त मग्रूर दस्तऐवज होता.'[२०२] परंतु वुड इतक्या सहजासहजी फसणारा नव्हता, मळेवाल्यांवर, तसेच एकंदरीत ब्रिटिशांवरच त्याचा विश्वास नव्हता.

'नुकतीच एक हकीकत मी ऐकली. ती ऐकून मला आयुष्यातील सर्वात मोठा धक्का बसला. ती हकीकत अशी : कलकत्त्यास राहणाऱ्या एका परदेशी माणसावर काही अधिकाऱ्यांनी अत्यंत हिंसक अशा कारवाया केल्या. त्यासंबंधीचे स्पष्टीकरण देताना वकिलाने असे म्हटले की, तो इसम एतद्देशीय आहे अशा कल्पनेने ते तसे वागले. येथे स्थायिक होणाऱ्या इंग्रजास न्याय मिळावा यासाठी मी सर्वतोपरीने प्रयत्न करीन. परंतु त्याचबरोबर आम्ही जुलमास पायबंद घातला नाही तर आपल्या परमपवित्र कर्तव्यापासून आपण च्युत झालो असेच होईल. कोणत्याही पक्षाची प्रवृत्ती आपल्या स्वतःच्या हेतूंच्या सिद्धीसाठी अधिकार वापरण्याचीच असणार, ही जाणीव अशा बाबींचा विचार करताना आपण सतत ठेवली पाहिजे.'[२०३]

इंग्रज व भारतीय यांच्या परस्परसंबंधाच्या प्रश्नामधूनच हिंदुस्तानातील ब्रिटिश राजवटीचे भवितव्य या अधिक व्यापक समस्येचा जन्म झाला. ही राजवट कायम टिकून राहील, यावर वुडचा विश्वास नव्हता.तिचा शेवट कशा प्रकारे होईल याचे

भाकीत कोणीच सांगू शकले नसते. शहरामधे राहणाऱ्या भारतीयांमध्ये शिक्षणाचा प्रसार व त्यामुळे येणारी जागरूकता निर्माण झाल्यावर खालच्या वर्गातील भारतीयांना दुराचारी व खालच्या हुद्यांवरील इंग्रजांकडून मिळणारी गैरवर्तणूक पाहिल्यावर ब्रिटिश राजवट टिकाव धरू शकेल, असे मानणे दुरापास्त होते. 'झगडा होणार हे उघडच आहे. विनाकारण रक्तपात व खजिन्याचा उपसा हे देखील होईलच. आपल्या हिंदुस्तानातील राजवटीचा बहुधा हाच शेवट होईल. परंतु जरी तो टाळता आला नाही तरीही चांगली वर्तणूक, योग्य उपाय, विवेकी धोरण यांच्या अवलंबनामुळे तो बरीच वर्षेपर्यंत पुढे मात्र ढकलता येईल. परिणाम काहीही होणार असला तरी आपला मार्ग आपण बदलता कामा नये. एतद्देशीयांमध्ये सुधारणा करणे, शक्यतर आपल्या राजवटीशी जुळते घेण्यास त्यांना तयार करणे व शेवटी त्यांना स्वतःचा राज्यकारभार हाकण्यासही तयार करणे हाच तो मार्ग होय. स्वतः कारभारास लायक होण्यामुळे भारतीय माणूस स्वातंत्र्य मिळेपर्यंतच्या काळात वाईट प्रजाजनासारखा वागेल असे मला वाटत नाही.'[२०४]
लष्कराच्या बाबतीत मात्र वुड अधिक सावध होता. धर्मांतरित ख्रिश्चनांचे सैन्य उभारण्याची हिंदुस्तान सरकारची हास्यास्पद कल्पना त्याने खोडून काढली.[२०५] एकाच पलटणीमध्ये निरनिराळया जातीजमाती एकत्र आणण्याला मात्र तो अनुकूल होता व शक्यतोवर हिंदुस्तानच्या निरनिराळया प्रांतातील सैनिकांच्या पलटणी तयार करण्याचा सल्ला, त्याने कॅनिंग व एल्जिन यांना दिला. त्याला असे वाटत होते की, समान भावना, समान पूर्वग्रह व समान संबंधित यांनी युक्त असे हिंदुस्तानी सैन्यदल परत केव्हाही उभारले जाता कामा नये. उलटपक्षी एखाद्या पलटणीने बंड केल्यास तिच्या शेजारीच तिच्यावर सहज चालून जाईल इतकी परकी पलटण तयार असली पाहिजे.[२०६]

आपल्या राजवटीचे जोखड झुगारण्याची कोणतीही सुसंधी हिंदुस्तानचे नागरिक सोडणार नाहीत, असे[२०७] रोझ याचे म्हणणे होते. 'हिंदुस्तानच्या एका विभागाविरुद्ध दुसरा विभाग उभा करून आपण आपली सत्ता टिकविली आहे व तेच धोरण आपण चालू ठेवले पाहिजे... म्हणूनच सर्वांमध्ये समान भावना निर्माण होऊ न देण्यासाठी शक्य ते सर्व प्रयत्न तुम्ही करा. समाजापासून सर्वस्वी अलग अशा लष्कराची उभारणी आपण करूच शकत नाही. कारण सैनिक आपल्या घरी, आपल्या गावाला, जात-येत असतात. त्या भेटींच्या वेळी आपल्या कुटुंबाशी, संबंधितांशी पुन्हा संबंध प्रस्थापित करीत असतात. आपण फक्त सैन्याच्या निरनिराळ्या दलांमध्ये समान भावना निर्माण होऊ न देण्याची दक्षता घेऊ शकतो व तेच करण्याची मला फार उत्कंठा आहे.'[२०८]

'प्रत्येक प्रांतात त्याच प्रांतातील लोकांचे दल उभारले जावे व प्रसंग पडल्यास शीख व बंगाली पलटणी एकमेकींशी लढण्यासाठी तयार ठेवाव्यात. हिंदुस्तानातील

निरनिराळया जाती जमातींचे परस्परवैमनस्य हा ब्रिटिशांच्या सामर्थ्याचा एक महत्त्वाचा घटक आहे. म्हणूनच 'विघटनशील प्रवृत्तींची' जोपासना करावयास हवी. जर संपूर्ण हिंदुस्तान आपल्याविरुद्ध एकसंधपणे उभा राहिला तर आपण आपले स्थान कसे टिकवू शकू?'[२०९]

पुन्हा एकवार उठाव होईल अशा भीतीपोटी देण्यात आलेल्या ह्या सल्ल्याचे हिंदुस्तानात स्वागत झाले. मुंबईचा राज्यपाल एल्फिन्सटन[२१०] याला असे वाटत होते की, ब्राह्मणांचा कल ब्रिटिशांच्या बाजूचा कधीच होणार नाही.[२११] त्याच्यामागून आलेला फ्रिअर याला असे खात्रीपूर्वक वाटत होते की, मुसलमान व ब्राह्मण या दोन्ही जमातींचे लोक अनेक पिढ्यांपर्यंत ब्रिटिशांपासून दूरच राहतील. सख्य जोडण्यास ते कधीच उत्सुक असणार नाहीत व त्यांचे सहकार्य मिळविणेही फार अवघड जाईल. समाजातील ह्या दोन प्रभावशाली व सुसंहत वर्गांना नेहमीच चांगले नेतृत्व मिळत राहील. खोडसाळपणाच्या ह्या नेत्यांच्या प्रयत्नांना समाजातील संतुष्ट व सधन वर्गाचा पाठिंबा व सहानुभूती देखील नेहमीच मिळत राहील.[२१२] भारतीय सैन्यदलाविषयी सेनाप्रमुखाच्या मनात मुळीच चिंता नव्हती.[२१३] परंतु घबराट निर्माण करणाऱ्या अफवा पसरत होत्या. सर्व युरोपियनांचे शिरकाण होणार असल्याच्या वृत्तामुळे १८६२ च्या जून महिन्यात सार्वत्रिक भीतीचे वातावरण निर्माण झाले व ब्रिटिश अधिकारी देखील अतिशय संतापले. व्हाइसरॉयच्या मते, बहुसंख्य युरोपियन लोक कोणत्याही भारतीयाच्या जीवनाला एखाद्या कुत्र्याच्या जीवनापेक्षा अधिक मोल देत नसत. 'ह्या देशात सर्वात जास्त त्रास एतद्देशीय व युरोपियन यांना समान न्याय देण्यातील अडचणीमुळेच होतो.'[२१४] तरीही एल्जिनने कायद्याची अंमलबजावणी निःपक्षपातीपणाने व खंबीरपणाने झालीच पाहिजे असा आग्रह धरला आणि वुडला हिंदुस्तानातील युरोपियन रहिवाशांविषयी विशेष आदर नसल्यामुळे, ब्रिटिश सरकारने एल्जिनला याबाबतीत पाठिंबाच दिला. एवढेच नाही तर भारतीय न्यायासनांपुढे युरोपियनांना खटल्यासाठी उभे राहावे लागणे हा आंतरवंशीय परस्परसंबंधातील सर्वात नाजूक प्रश्न होता. वुडचा तत्त्वतः असे खटले चालविण्याला पाठिंबा होता. भारतीय न्यायाधीश विद्याव्यासंग किंवा विचक्षणा यात उणे पडत नाहीत परंतु नैतिक धैर्य व एकट्याच्या जबाबदारीवर निर्णय घेण्यासाठी आवश्यक असलेल्या इतर गुणांची त्यांच्यामध्ये उणीव आहे, असे त्याला विश्वासपूर्वक वाटत होते. त्यामुळे त्याने उघडपणे असे म्हटले की, 'वरिष्ठ न्यायालयात भारतीय न्यायाधीशांची नेमणूक करण्यास आपण मागेपुढे पाहणार नाही, कारण तेथे त्यांच्या जोडीला इतर न्यायाधीशही असतील. परंतु लहान खेडेगावात किंवा जिल्ह्यासारख्या ठिकाणी एकमेव न्यायाधीश म्हणून

एखाद्या भारतीयाची नेमणूक करण्याइतपत विश्वास आपल्याला त्यांच्याबद्दल वाटत नाही.[२१५] एकंदरीत पाहता हिंदुस्तानी लोक जरी उच्चवंशीय नसले तरी त्यांच्यामध्ये थोडीफारसुद्धा लायक माणसे नसतील, असे म्हणणे निश्चितच असमंजसपणाचे होते. 'सर्व भारतीय विश्वासास अपात्र आहेत व अगदी निम्नश्रेणीय नोकऱ्यांखेरीज इतरत्र नियुक्तीस अयोग्य आहेत असे मानले तर आपली काय अवस्था होईल? आपण त्यांना केव्हाही कसे काय सुधारु शकणार? उच्च श्रेणीच्या हुद्यांवरील नेमणुका त्यांना फार क्वचितच मिळू शकतील, हे मला मान्य आहे. परंतु सुधारणेची चिन्हे त्यांच्यामध्ये आहेत अशी माझी खात्री नसती तर त्यांचा कारभार कायमचा चालवीत राहणे मला आवडले नसते.'[२१६]

नैतिक कर्तव्यासंबंधीचा युक्तिवाद बाजूला ठेवला तरीही भारतीयांना अधिकाराच्या जागा जास्त प्रमाणात देण्यात फायदा आहे, हे वुडच्या लक्षात आलेले होते. 'हिंदुस्तानातील क्रियाशील व चैतन्यपूर्ण शक्तींनी ब्रिटिश राजवटीला पाठिंबा द्यावा यासाठी त्यांचा ब्रिटिश सत्तेशी संपर्क साधावयास हवा.'[२१७] वुडचा असा दृष्टिकोन असल्यामुळे दुय्यम दर्जाच्या न्यायालयांमध्ये असलेल्या हिंदुस्तानी अधिकाऱ्यांच्या जागी ब्रिटिश वकिलांच्या नेमणुका करण्याच्या मेन याच्या सूचनेला त्याने विरोध केला. सनदी नोकऱ्या व लष्कर यातील भारतीयांची संख्या कमी करणे आवश्यक झालेले होते. परंतु न्यायसंस्थेमधूनही भारतीयांची उचलबांगडी करण्यामुळे ब्रिटिशांची इच्छा भारतीयांच्या मदतीशिवायच हिंदुस्तानचा कारभार करण्याची आहे,[२१८] असे लोकमत झाले असते.

हितसंबंधांमधील विरोधामुळे दोन्ही वंशीय लोकांमध्ये वाईट भावना निर्माण होण्याच्या संभाव्य धोक्याची लॉरेन्सलासुद्धा जाणीव होती. 'ह्या गोष्टी रात्रंदिवस माझ्या मनात घोळत असतात. परंतु मुख्य अडचण लोकांना सूज्ञपणाच्या, शहाणपणाच्या व उभयपक्षांना हितकारक अशा गोष्टींशी जुळते कसे घ्यावयास लावावयाचे त्याबाबत आहे.'[२१९] उभयवंशीय लोकांशी निःपक्षपाती वर्तन ठेवण्याबाबतच्या चिंतेपोटी व्हाइसरॉयने बंगालातील एका राजाने राणीच्या सैन्यातील कमिशनसाठी केलेला अर्ज अधिकृतपणे पाठविला. भारतमंत्र्याची परिस्थिती थोडी अडचणीची झाली, तरीही त्याने तो अर्ज फेटाळून लावला व त्यासाठी त्याने दोन कारणे दिली. एक म्हणजे ब्रिटिश सैनिक भारतीय अधिकाऱ्यांच्या आज्ञेत वागण्यास कधीच तयार झाले नसते व दुसरे म्हणजे ब्रिटिश अधिकाऱ्यांच्या भोजनगृहात ब्राह्मणांची कुचंबणा झाली असती.[२२०] उच्चवर्गीय भारतीयांना सैन्यात नेमणुका देण्याच्या इतर मार्गांचा विचार करण्याचा आदेश त्याने लॉरेन्स यास दिला खरा,[२२१] परंतु १८५७ च्या स्मृती तो विसरु शकत

नव्हता. त्याच्या या आशंका लॉरेन्सच्या अहवालाने अधिक बळकट झाल्या. लॉरेन्सने लिहिले होते की, 'हिंदुस्तानी सैनिकांमध्ये बऱ्याच प्रमाणावर एक प्रकारचा 'शांततापूर्ण असंतोष' आढळतो आहे.'[२२२] ह्याच कारणामुळे मुंबई सरकारची, त्यांनी भारतीय पलटणीला[२२३] एन्फिल्ड बंदुका दिल्याबद्दल निंदा केली गेली व खिश्चन धर्माच्या प्रसारामध्ये[२२४] अधिकृतपणे आस्था दाखवू नये, असा सल्ला मद्रास सरकारला दिला गेला. इंग्रज गुन्हेगारांना विनाविलंब व कडक शिक्षा केल्या जाव्यात. मात्र त्यांना भारतीय न्यायाधीश किंवा ज्यूरी यांच्यापुढे आरोपी म्हणून उभे केले जाऊ नये, असा स्पष्ट आदेश कायदेसदस्याला दिला होता. याला दोन बाजू होत्या. युरोपियनांना लोकांपेक्षा कमी दर्जा देऊन युरोपियनांचे शत्रुत्व पत्करावयाचे नव्हते आणि युरोपियनांना जित कायद्यापासून कोणतेही खास संरक्षण मिळत नाही, ही गोष्ट भारतीयांच्या नजरेस पडून त्यांची त्याबाबत खातरजमा व्हावयास हवी होती.[२२५]

भिन्न कार्यपद्धतींच्या द्वारा का असेना, परंतु समान न्याय देण्याच्या या इच्छेची अभिव्यक्ती 'महान ज्यूरी विधेयकां'त झालेली आढळते. परंतु त्या विधेयकाला युरोपियनांकडून तीव्र विरोध झाला. पंजाबमधील अनुभवाच्या जोरावर अशा तऱ्हेच्या प्रतिक्रियेला तोंड देण्याइतकी लॉरेन्सची तयारी नव्हती. त्यामुळे नमते घेण्याकडे त्याचा कल होता. तर अशा प्रकारे माघार घेण्यातील चूक स्पष्टपणे उमगली असतानाही व्हाइसरॉयला पुरेसे पाठबळ देण्यास मेन असमर्थ ठरला.[२२६] आपली भूमिका न सोडण्याची विनंती वुडने हिंदुस्तान सरकारला केली. कारण सरकार व जनतेचे हित या दोन्ही दृष्टींनी विचार करता असल्या अर्थशून्य चळवळीपुढे शरणागती पत्करणे, ही गोष्ट पराकोटीची लांच्छनास्पद व कमालीची आत्मघातकी होती.[२२७] 'ब्रिटिश सरकार, हिंदुस्तान सरकार, कायदेसमिती, मद्रासचे प्रमुख न्यायाधीश, सुधारणावादी वकिलांचा वर्ग या सर्वांची मते जर कलकत्त्यातील जनतेच्या हाकाटीमुळे किंवा गोंगाटामुळे दडपली जाऊ शकणार असतील, तर खरोखरच परिस्थिती बिकट आहे असे म्हणावे लागेल.[२२८] यावेळी जर हिंदुस्तान सरकारने ही पुंडाई चालवून घेतली तर त्यांना कायमचेच कलकत्त्याच्या चळवळखोर लोकांच्या मर्जीनुसार वागावे लागेल.'[२२९]

१८६८ साली लॉरेन्सने हिंदुस्तानात सर्वत्र शांतता नांदत असल्याचे कळविले. हिंदुस्तानी लोकांमध्ये उपजत सालसपणा व सत्ता व अधिकार याविषयी आदरभावना असते, असा अंदाज त्याने बांधला होता. बंगालमधील सुशिक्षित मध्यमवर्गाला राजकीय आकांक्षा होत्या. त्याचबरोबर आपल्या राजकीय दौर्बल्याची जाणीवही होती. मोठा धोका संभवत होता, तो ज्याचा कारभार हाकावा लागत आहे, या देशाच्या फार

मोठ्या विस्तारामुळे, त्याचप्रमाणे मध्य व उत्तर हिंदुस्तानात विखुरलेल्या लुटारू जमातींची संख्या व बळ यांपासून.[२३०] हिंदुस्तानात लवकरच एक नवा उठाव होईल अशा अफवा लंडनपर्यंत पोहोचल्या होत्या. त्यामुळे क्रॅनबोर्न याने मुसलमान व हिंदू यांना लष्करातून वगळण्याची सूचना केली. 'आपली जात किंवा धर्मग्रंथ (कुराण) यांचे रक्षण करण्यास सज्ज झालेल्या किंवा राज्यकर्त्यांच्या पदच्युतीचा सूड उगविण्यास सिद्ध झालेल्या जमातींशिवाय दुसरे लोक तुम्हाला आढळत नाहीत काय?' ब्रिटिश तुकड्या मोठ्या प्रमाणावर हिंदुस्तानातून काढून घेतल्या जाण्याची शक्यता होती. त्यांच्या जागी ब्रह्मदेश, सिलोन किंवा बोर्निओ येथे भरती केलेले सैनिक येतील, अशीही शक्यता होती.[२३१] परंतु या अफवा निराधार आहेत असे व्हाइसरॉय मानीत होता. हिंदुस्तानात अनेक प्रक्षोभक घटक कार्य करीत होते व परिणामी जनतेत सुप्त असंतोष वसत होता हे खरे असले, तरी उपद्रवकारक गंभीर घटना घडत नव्हत्या. दोन महत्त्वाच्या प्रश्नांबाबत मात्र जनमत फार तीव्र होते. एक म्हणजे नोकऱ्यांची सार्वत्रिक वाण व दुसरा, इंग्रजांकडून भारतीयांना मिळणारी वागणूक. या दोन वर्णांच्या लोकांमधील वाढती दरी हाच ब्रिटिश राजवटीला असलेला सर्वात मोठा धोका होय, असे लॉरेन्सला वाटत होते.[२३२] हिंदुस्तानी लष्करात बिगरहिंदुस्तानी सैनिकांची भरती करावयाची तर फक्त आफ्रिकन लोकांची करता येईल असे व्हासरॉय यास वाटत होते. परंतु ही गोष्ट भारतीयांना आवडली नसती. म्हणून हिंदुस्तानातच प्रांतीय पायावर लष्कर भरती करावी व सैन्याच्या तुकड्या एकमेकींपासून अलग ठेवाव्या, हे त्याला जास्त पसंत होते.[२३३]

क्रॅनबोर्नचा वारसदार नॉर्थकोट बंडाच्या शक्यतेच्या कल्पनेने इतका धास्तावला होता की, त्याने मध्यवर्ती सरकार कमी समर्थ असावे, शासनाची विचारसरणी दरेक जिल्ह्याच्या गरजा व पूर्वग्रह यांच्या आधारे ठरविली जावी आणि आधुनिक कल्पनांचा प्रसार करताना संयम व दक्षता बाळगावी, असा सल्ला दिला.

'एखाद्या ख्रिस्तीधर्मी राष्ट्राने आपल्या हवाली केल्या गेलेल्या समाजाला सुसंस्कृत व ख्रिस्तीधर्मी करण्यासाठी प्रयत्न करावे असे म्हणणे फार स्वाभाविक आहे. कारण ख्रिस्तीधर्माच्या रूपाने सर्वोत्तम संस्कृती त्यांच्या वाट्याला आलेली असते. परंतु ह्या इच्छेला मूर्त स्वरूप द्यावयासाठी पोलादी इच्छाशक्तीची आवश्यकता आहे व 'पूर्णत्ववादी' धोरण असणाऱ्या एखाद्या स्टॅफर्डची त्यासाठी गरज भासेल. एखादे सत्कृत्य साधावयाचे असेल तर त्या सद्‌हेतूच्या उद्दिष्टाशी विसदृश अशा अनेक गोष्टी तुम्हाला कराव्या लागतील. अनेक गोष्टी पृथ्वीच्या पाठीवरून नाहीशा कराव्या लागतील. तुमच्या सध्याच्या तुलनेने तुमची साधने अतिशय अयोग्य असू शकतील.

ब्रिटिश सरकारसारखे सरकार असले धोरण कधीच उत्साहाने आरंभणार नाही. म्हणून माझे लक्ष त्याच्या विरुद्ध धोरणाकडे लागले आहे'..[२३४] परंतु यासारख्या गोष्टींनी लॉरेन्स आपले प्रजेची एकंदर परिस्थिती सुधारण्याचे प्रयत्न सोडून देण्यास मुळीच उद्युक्त झाला नाही. व्हाइसरॉय या नात्याने त्याचे हेच काय ते लक्षणीय कार्य होते. त्याची अशीच समजूत होती की, १८५७ नंतर भारतीय जनता जेवढी शांत व समाधानी होती व जेवढी असणे शक्य होते तेवढीच ती आताही शांत होती. शिवाय सार्वजनिक सुरक्षिततेच्या रक्षणासाठी सरकारकडे पुरेशी साधनसामग्रीही होती.[२३५] भारतात मोठ्या प्रमाणावर फेनवादी कारस्थाने रचली जात आहेत; युरोपातील क्रांतिकारी संघटनांशी भारताचा संपर्क आहे; संयुक्त संस्थानात मुख्य कार्यालय असलेला, काही भारतीय संस्थानिकांकडून देणग्या मिळालेला व सूडानी पेटलेला कट शिजत आहे अशा प्रकारच्या इंग्लंडमध्ये प्रसृत असलेल्या वृत्तांना तो विशेष महत्त्व देत नव्हता. फेनवाद्यांचा भारतीयांवर काहीही प्रभाव पडू शकणार नाही याची त्याला खात्री होती व ब्रिटिश पलटणींची थोडीफार सहानुभूती त्यांना मिळू शकली तरी तेथेही पूर्वीपेक्षा आयरिश लोकांचे प्रमाण आता कमीच झालेले होते.[२३६] एका निनावी पत्रामुळे १८६८ च्या जूनमध्ये[२३७] मीरत येथे नवा लष्करी उठाव होण्याची भीती निर्माण झाली. त्यामुळे लॉरेन्सने फक्त इतकेच केले की, भारतीय सैनिकांना श्नायडर बंदुका देऊ नयेत असा सावधगिरीचा इशारा दिला. तसेच, परके किंवा भाडोत्री व बव्हंशी लढाऊ व रानटी जमातींमधून भरती झालेल्या हिंदुस्तानी शिपायांना काबूत ठेवण्यापुरेसे ब्रिटिश सैन्य येथे ठेवावे असा आग्रह धरला.[२३८] एरव्ही जमिनीची मशागत करणाऱ्यांच्या परिस्थितीत सुधारणा व्हावी याकडे लक्ष पुरविणे व दोन्ही वर्णाच्या लोकांमधील परस्परसंबंध सुधारण्याचा प्रयत्न करणे पुरेसे आहे, असे त्याचे मत होते. आयर्लंडशी भारताचे जर साम्य असेलच तर ते शेतकऱ्यांच्या कमालीच्या दारिद्र्यापुरतेच होते. आयर्लंडमधील असंतोषाचे मुख्य कारण शेतकाऱ्यांची दुःस्थिती हेच होते. 'ज्या लोकांना जीवनावश्यक अशा वस्तूही पुरेशा प्रमाणात मिळत नाहीत, ते समाधानी व निष्ठावंत असू शकणार नाहीत. आयर्लंड हे लहान प्रमाणावर हिंदुस्तानचेच चित्र आहे. प्रजेचा मुख्य उद्योग शेती हाच आहे. म्हणूनच बहुसंख्य लोक दरिद्री आहेत.'[२३९]

या दोन वर्णाच्या लोकांचे परस्परसंबंध बिघडत आहेत याची जाणीव लॉरेन्सला झाली होती. तसेच हिंदुस्तानातील ब्रिटिश लोकांची वर्तणूक अतिरेकी अरेरावीची किंवा कमालीच्या काळजीची अशी दोन टोकांच्यामध्ये हेलकावत होती.[२४०] परंतु यात सुधारणा करण्यासाठी काही उपाय योजण्याचा विचार त्याने केला नाही. भारतीयांना

सनदी नोकऱ्यांमध्ये अधिक सुलभतेने प्रवेश मिळावा अशी नॉर्थकोटची इच्छा होती. या उद्देशानी भारतातच भरती करावी किंवा प्रतिवर्षी इंग्लंडमध्ये आपले शिक्षण पूर्ण करण्यासाठी काही निवडक भारतीयांना शिष्यवृत्त्या द्याव्या अशी त्याची इच्छा होती.[२४१] परंतु सनदी नोकऱ्यांतील प्रवेशाबाबत भारतीयांना लागू असलेल्या नियमात कोणताही बदल करण्याची हिंदुस्तान सरकारची तयारी नव्हती. 'आपण मुख्यतः आपल्या लष्करी सामर्थ्यावर भारतावर ताबा मिळविला आहे व त्याच पद्धतीने आपण तो ताब्यात ठेवला पाहिजे.'[२४२] लॉरेन्स व त्याचे मंडळ फक्त भारतीयांना अधिक नेमणुका द्यावयास तयार झाले.[२४३] आपला पूर्वीचा दृष्टिकोन बाजूला ठेवून नॉर्थकोटनेही यात समाधान मानले.[२४४]

VI

परराष्ट्र धोरणाच्या बाबतीत कॅनिंगला पहिला निर्णय लॉरेन्सच्या योजनेसंबंधी घ्यावा लागला. लॉरेन्सची योजना अशी होती की, पेशावर अमीर दोस्त महंमद याच्या स्वाधीन करावे. कारण अर्थव्यवस्थेच्या दृष्टीने हे एक योग्य पाऊल होते. तसेच अफगाणांनी चांगली वर्तणूक ठेवावी यासाठी ते तारणासारखे उपयोगी ठरले असते.[२४५] व्हाइसरॉय अशा तऱ्हेच्या दानाच्या सर्वस्वी विरुद्ध होता. पेशावर देण्याने ब्रिटिशांची पत कमी झाली असती व भारताची सुरक्षितताही धोक्यात आली असती. ब्रिटिशांची प्रतिष्ठा कमी होणे ही काही उपेक्षणीय बाब नव्हती. त्या तुलनेने तात्कालिक फायद्याला गैरवाजवी महत्त्व दिले जात होते. या काळात ब्रिटिशांचा त्या भागात राहणाऱ्या टोळ्यांवर जबरदस्त प्रभाव होता. त्या लोकांना अमिराचे प्रजाजन व सैनिक बनविण्याची इच्छा लॉरेन्स का करीत होता, हे समजण्यासारखे नव्हते. अशा तऱ्हेने त्यांना अमिराच्या सुपूर्द करणे समर्थनीय ठरावे, अशी कोणतीच विशेष सेवा किंवा मित्रभाव अमिराने दाखवला नव्हता. त्याने ब्रिटिशांसाठी असे काय केले होते? १८५७ च्या उठावाच्या वेळी दरमहा दहा हजार पौंडांच्या लाचेच्या मोबदल्यात तो तटस्थच राहिला होता. ह्या सर्व योजनेचे वर्णन कॅनिंगने 'वेडेपणा' व संपूर्ण सरहद्द व काही अंतर्गत भाग सतत 'खदखदत' ठेवण्याची उत्कृष्ट योजना, असे केले आहे. अशी योजना कार्यवाहीत आणण्यापेक्षा राजीनामा देणे कॅनिंगने पत्करले असते. 'मला असे वाटत नाही परंतु जर हे पाऊल उचलावयाचे असेल हे कारण व सबब त्याच्या समर्थनार्थ पुढे करावयाची व संमती दिल्याच्या कागदावर सही करावयाची ही गोष्ट माझ्याऐवजी दुसऱ्या एखाद्या गव्हर्नरजनरलच्या नशिबी यावी, अशी माझी इच्छा आहे.'[२४६]

तथापि, कॅनिंग आपल्या प्रदेशाचा ताबा सोडावयास ज्याप्रमाणे नाखूष होता, त्याचप्रमाणे प्रदेश बळकावण्यास जराही उत्सुक नव्हता. सिक्कीमच्या महाराजाने हल्लेखोर

कारवाया सुरू केल्यामुळे त्या गिरिराज्याचा काही भाग जोडून घेता येण्याची शक्यता निर्माण झाली होती. वुडने असे सुचविले की, 'अधिक प्रदेश न बळकावता अधिक प्रतिकारक्षमता सरकार मिळवू शकेल. भविष्य काळात फक्त दार्जिलिंग सुरक्षित राहील एवढेच मी पाहीन. अधिकाची हाव आपल्याला नको.'[२४७] परंतु काही अर्धरानटी लोकांनी हल्ले केल्याच्या सबबीवर त्यांच्या प्रदेशाचा अपहार करण्याच्या प्रचलित प्रथेला कॅनिंगने ठामपणे विरोध केला. दार्जिलिंगच्या आसपासच्या भूप्रदेशात भर पडणे ही फार आनंदाची गोष्ट ठरली असती, परंतु तो काही खालसाकरणाला पुरेसा आधार नव्हता. खालसाविरोधाच्या नुकत्याच केलेल्या पुरस्कारानंतर तर ही गोष्ट फारच विसंगत ठरली असती.[२४८] त्यामुळे वुडने घाईघाईने सूचना मागे घेतली.[२४९]

एल्जिनचा असा ठाम दृष्टिकोन होता की, अफगाणांच्या व्यवहारात शक्यतोवर कमी हस्तक्षेप करावा. मात्र ज्यावेळी ब्रिटिशांच्या स्वतःच्या हितसंबंधांच्या दृष्टीने जरूर पडेल, त्यावेळेस सरकारने आपली खंबीर भूमिका मांडावी व जरूर पडल्यासच त्यामागोमाग प्रहार करावा.[२५०]

काही हिंदुस्तानी अधिकाऱ्यांमध्ये अकारण लुडबूड करण्याची जी प्रवृत्ती फार लोकप्रिय झालेली दिसते त्याला माझा पूर्ण विरोध आहे. कारण त्यांच्या या हस्तक्षेपामुळे आमची प्रत्यक्ष कृती व दुसऱ्या राष्ट्रांच्या स्वातंत्र्याविषयी आम्ही व्यक्त करीत असलेली आदरभावना यात तफावत पडावी, असे प्रसंग आमच्यावर येतात. त्यामुळे आमच्या कृतींना विसंगतपणा व स्वार्थीभावना या दोन दोषांचा रंग चढतो. आपली प्रतिष्ठा व रास्त वर्चस्व यांना याहून अधिक घातक अशी दुसरी कोणतीच गोष्ट माझ्या मते असणार नाही. इंग्लंड ही पौर्वात्य विश्वात सर्वात न्यायी व समर्थ सत्ता म्हणून प्रसिद्ध पावावी, अशी माझी नम्र महत्त्वाकांक्षा आहे.

'लहानलहान कारवायांमध्ये मोठ्या प्रमाणावर ढवळाढवळ करण्याचे ब्रिटिशांनी थांबवावे. रास्त हक्क किंवा कर्तव्य असे सबळ कारण दिसत असेल, त्यावेळीच कुठल्याही प्रकरणात हस्तक्षेप करावा. एखादा निर्णय जाहीर करताना शेजारी राष्ट्रांना दैवाचा हुकूमनामा वाटावा इतका तो समर्थ असावा.'[२५१] अशा प्रकारच्या धोरणामुळे ब्रिटिशांची प्रतिष्ठा वाढेल व त्यांचा दूरदर्शीपणाही दिसून येईल. हिंदुस्तानी मुसलमानांची मने अस्वस्थ व क्षुब्ध होती व १८६३ मध्ये बाराव्या इमामाचे आगमन होणार असल्याचे भाकीत वर्तविले गेले होते, ते त्याची वाट पाहत होते आणि अफगाणिस्तानातील घटनांकडे ते नजर लावून होते.[२५२]

अफगाणिस्तानच्या अंतर्गत परिस्थितीमध्ये फार लक्ष घालू नये हे वुडला मान्य

होते. अफगाणिस्तानचा उपयोग हिंदुस्तानची तटबंदी म्हणून करता यावा अशा धोरणाचा तो प्रारंभी पुरस्कर्ता होता. 'ब्रिटिशांच्या सद्भावना व स्नेह यांची अमिराला खात्री पटवावी. हेरतवर स्वारी करू नये असा त्याला सल्ला द्यावा; मात्र हेरत व इराणच्या राज्यकर्त्यांनी त्याच्यावर आक्रमण केल्यास त्याला द्रव्य व शस्त्रास्त्रे यांची मदत करावी.'[२५३] त्याच्या पुढील वर्षी आपल्या मंडळाचा सदस्य जॉन लॉरेन्स याच्या प्रभावामुळे भारतमंत्र्याने आपली ही सूचना मागे घेतली. दोस्त महंमद इतका म्हातारा होता की, त्याच्याबरोबर ठरविलेली कोणतीही योजना कायम स्वरूपाची झाली नसती. त्याला कुठल्याही बाबतीत दिलेला सल्ला जर त्याने धुडकावून लावला असता तर ब्रिटिशांच्या प्रतिष्ठेला धोका पोहोचला असता व त्याने तो मान्य केला असता तर ब्रिटिशांशी झगडा उत्पन्न करण्याची संधी त्याला मिळाली असती.[२५४]

अफगाणिस्तानच्या सरहद्दीवरील सिताना जमातीच्या लोकांनी आरंभिलेल्या कारस्थानाचा सुरुवातीलाच बंदोबस्त करण्याच्या मोहिमेस मान्यता देणे १८६३ च्या ऑक्टोबरमध्ये व्हाइसरॉयला भाग पडले. त्यावेळी अफगाण व्यवहारात हस्तक्षेप करण्याचा ब्रिटिशांचा इरादा आहे, असा समज निर्माण होईल असे कोणतेही कृत्य न करण्याचीही वुडने त्याला ताकीद दिली.[२५५] या सुमारासच एल्जिनचा मृत्यू झाला व त्याच्या वारसदाराची निवड आपोआपच जवळजवळ निश्चित झाली. लॉरेन्सची व्हाइसरॉयपदी नियुक्ती करण्यासाठीचे एक प्रमुख कारण असे होते की, सरहद्दीवरील प्रदेशाविषयी त्याला पुरेशी माहिती होती. तसेच सिताना मोहीम तो त्वरित व यशस्वीपणे तडीला नेईल असा त्याच्याविषयी विश्वास वाटत होता. केवळ संख्येमुळे भयावह वाटणाऱ्या, शिस्तबद्ध सैनिकांच्या मोठमोठ्या तुकड्या डोंगराळ प्रदेशात घुसविणे, ही वुडच्या मते मोठीच चूक होती. कारण त्या प्रदेशात त्या चांगले कार्य करूच शकल्या नसत्या. 'ही गोष्ट टाळता येत असेल तर कृपा करून टाळा. हिंदुस्तानची चहूबाजूंनी इतकी चांगली भरभराट होत असताना, त्याची आर्थिक स्थिती समाधानकारक असताना, महसुलात सुधारणा होत असताना, सार्वजनिक कामात पूर्वीपेक्षा अधिक प्रगती दिसत असताना एकाएकीच आणि तेही सबळ व पुरेशा कारणाशिवायच, आपण अशा मोहिमेत गुंतत आहोत की ज्यामध्ये मनुष्यबळ, संपत्ती व पैसा या सर्वांची हानी होत आहे. वुडच्या मते सरहद्दीवर बचावाचे धोरण ठेवणे सर्वात उत्तम होणार होते. मैदानांवर सत्ता ठेवावी, परंतु डोंगराळ भागात आगेकूच करण्याचा मुळीसुद्धा प्रयत्न करू नये.' लिबरल सरकारसुद्धा हस्तक्षेप न करण्याच्या व अफगाणिस्तानात कायम स्वरूपाचा अधिकार मिळविण्याचा प्रयत्न न करण्याच्या याच धोरणास अनुकूल होते. 'हिंदुस्तान सरकारने अफगाणिस्तानात विनाकारण लुडबूड

करू नये कारण ज्यावेळी अफगाणिस्तानच्या मदतीची गरज भासेल, त्यावेळी मदत करण्याला अफगाण लोक सहज उद्युक्त झाले पाहिजेत.'[२५६] हे विचार लॉरेन्सच्या विचारसरणीशी सर्वस्वी जुळणारे होते. १८५७ च्या आणीबाणीमध्येसुद्धा ज्या लॉरेन्सने पेशावर सोडून देण्याची शिफारस केली होती, तो शांततेच्या काळात सरहद्दीवरील पकड बळकट करण्यात गुंतेल असे संभवत नव्हते. परंतु रोज या सेनाप्रमुखाने सर विल्यम डेनिसन[२५७] या कमकुवत मनाच्या हंगामी गव्हर्नर जनरलच्या संमतीने सुरू केलेले युद्ध लॉरेन्स भारतात पोहोचण्यापूर्वीच संपुष्टात आले होते.

इ.स. १८६३ मध्ये अमीर दोस्त महंमद याच्या निधनानंतर अफगाणिस्तानात वारसाची युद्धे सुरू झाली व लॉरेन्सच्या कारकिर्दीच्या जवळजवळ अंतापर्यंत ती सुरूच होती. त्यामुळे अफगाण-हिंदुस्तान यांच्या सरहद्दीचा वाद जवळजवळ विस्मरणात जमा झाला. स्वतः व्हाइसरॉय प्रेक्षकाच्या भूमिकेतून अफगाणिस्तानमधील घटना बघण्यात आनंदच मानीत होता. 'आपण जर अफगाणांच्या व्यवहारात ढवळाढवळ केली नाही तर त्यांच्याकडून आपणास उपद्रव पोचेल किंवा गुंतागुंत निर्माण होईल असे मला वाटत नाही. काबूलमधील विरोधी पक्षांमधील शत्रुत्व जेवढे जास्त तीव्र, तेवढी ते आपल्या कारभारात ढवळाढवळ करण्याची शक्यता कमी आहे.[२५८] संपत्ती व शस्त्रास्त्रांची मदत ब्रिटिशांकडून मिळाल्यास दोन्ही पक्षाच्या लोकांना आनंदच होईल. परंतु एकदा संकट नाहीसे झाल्यावर ब्रिटिशांचा पक्ष धरण्यामागील त्यांचे स्वतःचे हित साधल्यावर क्षणभरही त्यांच्यावर विसंबून राहता येणार नाही.'[२५९]

आपल्या लिबरल पूर्वगाम्यांप्रमाणे १८६६ च्या हुजूरपक्षीय सरकारची देखील लॉरेन्सच्या तटस्थेच्या धोरणाला मान्यता होती. कारण अद्याप हुजूरपक्ष साम्राज्यवादाकडे वळलेला नव्हता. क्रॅनबोर्नने लॉरेन्स यास असे कळविले की, अफगाणिस्तानातील भांडणाऱ्या पक्षांबाबत व्हाइसरॉयने घेतलेली निरीक्षकाची भूमिका ही त्याची एकमेव भूमिका ब्रिटिश हितसंबंधांना अनुसरून होती. 'सांप्रत भारताच्या साधनसंपत्तीची आवश्यकता, प्रदेश पादाक्रांत करण्यापेक्षा इतर कार्यासाठी अधिक आहे.'[२६०]

खरे म्हणजे क्रॅनबोर्नला अफगाणिस्तानपेक्षा उत्तर ब्रह्मदेशातील प्रश्नांमध्ये जास्त रस होता. ब्रिटिशव्याप्त ब्रह्मदेश व चीन यांच्या मध्यात कोणत्याही इतर युरोपियन सत्तेचा शिरकाव होऊ देता कामा नये. उत्तर ब्रह्मदेशामध्ये ब्रिटिशांचाच प्रभाव सर्वाधिक असला पहिजे हे धोरणीपणाने साधता आले असतेच. परंतु क्रॅनबोर्नने असेही म्हटले की, ब्रह्मदेश ब्रिटिश साम्राज्यात अंतर्भूत करण्याची वेळ आल्यास आपण खंत न बाळगता ती बातमी ऐकू.[२६१] यामुळे लॉरेन्स काळजीत पडला. ब्रह्मदेश खालसा होणार ही गोष्ट अटळ असली तरीही त्या घटनेची अपेक्षा करण्याचे कारण नव्हते. शांततेची

वीस वर्षे जर सूज्ञपणाने उपयोगात आणली तर भारताला त्याचा बराच फायदा होईल.[२६२] उत्तर ब्रह्मदेश जिंकणे ही गोष्ट अजून तरी दृष्टिपथातील नव्हती. अफगाणिस्तान व मध्य आशियातील समस्या हे तात्कालिक महत्त्वाचे प्रश्न होते. त्याबाबतीत ब्रिटनमधील दोन्ही पक्षांचा लॉरेन्सच्या धोरणाला पाठिंबाच होता.

हिंदुस्तान सरकारने ज्याला अमीर म्हणून अधिकृतपणे मान्यता दिली होती, त्या शेरअलीने पेशावरला आपला दूत पाठविला. मित्रत्वाचा नवीन तह, ६,००० बंदुका व आपल्या मुलाला वारस म्हणून मान्यता, या गोष्टींची त्याने दूताकरवी मागणी केली होती. परंतु त्याला उत्तर असे मिळाले की, दोस्त महंमदबरोबर केलेला मित्रत्वाचा तह अद्यापही लागू असल्याने नवीन कराराची जरूर नव्हती. त्याची शस्त्रांची मागणीही नाकारली गेली. फक्त त्याच्या मुलाला वारस म्हणून मंजुरी दिली गेली. शेरअली याचा भाऊ व प्रतिस्पर्धी अझीमखान याने ज्यावेळेस भारताकडे आश्रय मागितला त्यावेळेस अमिराविरुद्ध कारस्थाने न करण्याच्या अटीवरच त्याला आश्रय मिळाला. शेरअलीचा दुसरा एक भाऊ अमीरखान याने ज्यावेळी दौऱ्यासाठी भारताकडे शिष्टमंडळ पाठविले त्यावेळी त्या शिष्टमंडळाला असे सांगण्यात आले की, हिंदुस्तान सरकारचे तह व त्यायोगे प्रस्थापित झालेले संबंध अमिराबरोबरचे आहेत व अमिराच्या दुसऱ्या कोणत्याही नातलगाचे स्वातंत्र्य प्रस्थापित करू पाहणाऱ्या कुठल्याही कारवायांची दखल घेतली जाणार नाही.

प्रारंभी शेरअली विजयी होता व त्याने कंदाहार काबीज केले. परंतु त्याचा वारस जो त्याचा मुलगा होता, याच्या मृत्यूमुळे त्याचे अवसान ओसरले. त्याच्या शत्रूंनी नेट धरला व काबूल व्यापले. प्रत्यक्षात अमिराचा थोडासा जरी ताबा अफगाणिस्तानवर असेल तोवर हिंदुस्तान सरकारने त्याला दिलेल्या मान्यतेवर काहीही परिणाम होणार नाही, हे हिंदुस्तान सरकारने स्पष्ट केले व असेही सांगितले की, अफगाणिस्तानच्या कारभारात हिंदुस्तान सरकार विनाकारण ढवळाढवळ करणार नाही.[२६३] परंतु शेरअलीचा उत्तरोत्तर पराभवच होत गेला. त्यामुळे हिंदुस्तान सरकारने २२ मे १८६६ रोजी सरकारच्या काबूलमधील प्रतिनिधीला, राजधानीत ज्याने स्वतःची अमीरपदी प्रस्थापना केली होती, तो शेरअलीचा दुसरा एक भाऊ अफझलखान याचे अभिनंदन करण्याची अधिकृत परवानगी दिली. परंतु व्हाइसरॉयने त्याला असे लिहिले की, 'अमीर शेरअलीखान याच्याबरोबर अस्तित्वात असलेला मैत्रीचा करार मोडणे हे ब्रिटिश सरकारची प्रतिष्ठा व लौकिक यांचेशी विसंगत होईल. शेरअलीने ब्रिटिश सरकारचा काहीही अपराध केलेला नाही. म्हणून जोवर अफगाणिस्तानच्या बऱ्याच मोठ्या प्रदेशावर त्याचा अधिकार चालतो आहे तोवर ब्रिटिश सरकार मित्रत्व सोडू

शकत नाही. कंदाहार व हेरत येथे अद्यापही अमिराची सत्ता आहे. मित्रा, आमच्या सरकारचे संबंध अफगाणिस्तानच्या खऱ्याखुऱ्या राज्यकर्त्यांशी आहेत. महाराज, आपण जर काबूलमध्ये आपली सत्ता दृढ करू शकलात व ब्रिटिश सरकारच्या मित्रत्वाची आपल्याला मनःपूर्वक आस असली तर आपणास मी जरूर मान्यता देईन. तथापि, अमीर शेरअलीखान यांचेबरोबरचे सांप्रत अस्तित्वात असलेले संबंध मी तोडून टाकू शकत नाही. अफगाणिस्तानच्या जेवढ्या प्रदेशावर त्याचा अधिकार चालत असेल तेवढ्या प्रदेशाचा त्याला राजा मानणे मला भाग आहे'.[२६४]

अमीर हे एक बिरुद वगळता बाकी सर्व सन्मानसूचक बिरुदे अफजलखानास दिली गेली.

परंतु १८६७ मध्ये शेरअलीचा आणखी एकवेळ पाडाव झाल्यानंतर ही भूमिका हिंदुस्तान सरकारला सोडावीच लागली. लॉरेन्सने अफजलखानाला काबूल व कंदाहारचा अमीर म्हणून व शेरअलीला हेरतचा राज्यकर्ता म्हणून मान्यता दिल्याचे अफजलखानाला लेखी कळविले. ब्रिटिशांच्या या सद्भावनेच्या मोबदल्यात अफजलखानाने दोस्त महंमद याने केलेल्या तहांना अनुसरून वागावे अशी त्याच्याकडून अपेक्षा होती.[२६५] परंतु अजूनही अफगाणिस्तानच्या राज्यकर्त्यांशी अधिक जवळचे संबंध प्रस्थापित करण्याची गरज लॉरेन्सला भासली नाही किंवा त्यात विशेष फायदा आहे, असेही त्याला वाटले नाही. 'असे संबंध निर्माण करणे सूज्ञपणाचे ठरेल अशी वेळ कदाचित पुढेमागे येईलही. परंतु अजूनतरी ती वेळ आलेली नाही.'[२६६] मात्र शेरअलीने आपल्या निराशेच्या भरात रशिया किंवा इराण यांची मदत मागितली तर ब्रिटन त्याच्या विरोधकांना मदत करील, असे त्याला स्पष्टपणे सांगावे. यामुळे शेरअलीला पायबंद होईल असे मुळीच नाही. परंतु 'ही खेळी आपणास खेळलीच पाहिजे.[२६७] क्रॅनबोर्ननंतरचा भारतमंत्री नॉर्थकोट हा या मताशी पूर्णतया सहमत होता.[२६८]

७ ऑक्टोबर १८६७ रोजी अफजलखानाचे निधन झाले व त्याचा भाऊ अझीमखान गादीवर आला. जरी त्याने आपल्या राज्यारोहणाविषयी हिंदुस्तान सरकारला औपचारिकरीत्या कळविले नाही, तरीही लॉरेन्सने त्याला शुभेच्छा व्यक्त करणारे पत्र पाठविले. परंतु अझीमखानाची कारकीर्द फार काळ टिकली नाही व १८६८ च्या सप्टेंबरात शेरअलीखान परत काबूलमध्ये आला. या सर्व काळात लॉरेन्स सरकारने शेरअलीचा जो काही अधिकार व प्रभाव शिल्लक राहिलेला असेल, त्याला प्रत्यक्षात मान्यता देण्याचा जरी सतत आग्रह धरलेला होता, तरी शेरअलीचे मात्र तेवढ्याने समाधान झालेले नव्हते.

'या दोन्ही सरकारांच्या मैत्री व ऐक्यभावनेच्या अगदी प्रारंभापासून आजतागायत

काबूल सरकारला ज्या अनेक आपत्तींना व गोंधळाच्या परिस्थितीला तोंड द्यावे लागले, त्यावेळीही आमच्या पूर्वीच्या मैत्रीची एकात्मता इतक्या काळजीपूर्वक सतत मी दृष्टीसमोर ठेवली होती की, मी जाहीरपणे किंवा खाजगीरीत्या, इशाऱ्याने किंवा सूचनेने, जवळच्या किंवा दूरच्या कोणत्याही देशाच्या सरकारशी किंचितही संपर्क साधावयाचा प्रयत्न केला नाही व फक्त ब्रिटिश सरकारशीच संबंध ठेवून राहिलो. तरीदेखील अराजकाच्या धुमश्चक्रीच्या या काळात प्रत्यक्ष साहाय्य, मित्रत्व, सांत्वन किंवा सहानुभूती यापैकी कशाच्याही रूपाने माझ्याकडे लक्ष दिले गेले नाही. आता त्या परम शक्तिमान परमेश्वरानेच कुठल्याही जाहीर मदतीशिवाय, मदती पलीकडे केवळ कृपादृष्टीने माझ्या पूर्वजांच्या भूमीवर माझी पुन्हा प्रस्थापना केली आहे.' त्यामुळे हिंदुस्तानात येऊन व्हाइसरॉयशी बोलणी करून आपले स्थान बळकट करण्याची उत्सुकता शेरअलीला वाटत होती.[२६९] लॉरेन्सनेही यास संमती दिली. कारण अमिराला भेटण्यास तोही उत्सुक होता. व्हाइसरॉयची अशी अपेक्षा होती की, या प्रत्यक्ष मुलाखतीच्या वेळी शेरअली भरपूर मागण्या करील व आश्वासने देईल. 'अफगाणाची भूक मोठी असते. त्याचे समाधान करणे ही गोष्ट जवळजवळ अशक्य आहे.' कोणत्याही स्वरूपाचा आक्रमक किंवा बचावात्मक तह न करता त्याऐवजी त्याला सालाना तनखा द्यावा. हिंदुस्तान सरकारचे संपूर्ण समाधान होईल असे सद्वर्तन व करारपालन अमिराने करावे अशी त्या तनख्यामागे अट असावी. त्याने भारतीय सरहद्दीवरील आपल्या प्रजाजनांना सुस्थितीत ठेवावे व हिंदुस्तान सरकारशी सच्चाईने मैत्रीचे संबंध ठेवावे एवढीच त्याच्याकडून अपेक्षा होती.[२७०] खरे पाहता शेरअली १८६८ च्या हिवाळ्यात अफगाणिस्तान सोडू शकला नाही. तरीही ब्रिटिश सरकारच्या संमतीने[२७१] त्याला बारा लक्ष रुपये व ६,००० बंदुका भेट म्हणून दिल्या गेल्या. भारत सोडण्याच्या वेळी लॉरेन्सने शेरअलीस असे आश्वासन दिले की, 'जोपर्यंत ब्रिटिश सरकारशी मैत्री राखण्याची आपली खरी इच्छा तुम्ही आपल्या आचरणाने निदर्शनास आणीत राहाल, तोपर्यंत आमचे धोरण बदलण्याची किंवा तुमचा अंतर्गत कारभार व शासनयंत्रणा यांमध्ये आमच्याकडून हस्तक्षेप होण्याची भीती बाळगण्याचे कारण नाही.'[२७२]

अफगाणिस्तान पलीकडे रशियाबरोबर समझोता करावा, अशी लॉरेन्सची इच्छा होती. हिंदुस्तानला मध्य आशियाच्या ईशान्येकडून रशियाचा धोका मुळीच संभवत नव्हता. जर कधीही रशियाकडून हिंदुस्तानवर आक्रमण झालेच तर ते हेरतमार्गे होईल. म्हणून रशियाला यार्वांद व बोरवारा येथे गुंतवून ठेवणे ब्रिटिशांना फायद्याचे होते. तसे केल्याने रशियाचे सामर्थ्य गुंतविले जाईल, साधनसंपत्ती संपुष्टात येईल, सरहद्दीवरील टोळ्यांना रशियाकडून चिथावणी मिळण्याची भीती कमी राहील व

हिंदुस्तानी मुसलमानांच्या मनांत रशियाविरोधी भावना निर्माण होईल. वास्तविक पाहता लॉरेन्सला रशियन आक्रमणाची चिंता वाटत नव्हती. किंवा ते ब्रिटिशांना धोक्याचे ठरेल असेही वाटत नव्हते. कसेही असले तरी रशिया जितका पुढे घुसेल तितके त्याला अडचणींना तोंड द्यावे लागेल. ब्रिटिशांच्या लुडबुडीने त्यांची आगेकूच थांबणार नाहीच, ब्रिटिशांचा पैसा व श्रम मात्र वाया जातील.[२७३] वुडचा दृष्टिकोन यापेक्षा निराशावादी होता. त्याला काळजी वाटत होती की, रशिया जवळपास आहे या जाणिवेमुळे अफगाण लोक व टोळ्यांतील जमाती यांमध्ये अशांतता निर्माण होईल. फार गरज पडल्यास ब्रिटिशांपासून आपले संरक्षण करण्यास एक समर्थ शक्ती जवळच आहे, असा त्यांना विश्वास वाटू लागेल. तसे होऊ नये म्हणून मध्य आशियाच्या बाबतीत अधिक लक्ष घालण्यास रशियाला उत्तेजन न देण्याची वुड याची इच्छा होती. जर ब्रिटिशांनी अफगाणांशी सलोख्याचे संबंध ठेवले तर त्यांच्या हितसंबंधांचे पुरेसे संरक्षण होण्यासारखे होते. मध्य आशियातील रशियाच्या आगेकूचीला शह म्हणून ब्रिटिशांनी हेरत व कंदाहार काबीज करण्याची सर हेन्री रॉलिन्सनची[२७४] योजना म्हणजे त्याच्या मते, अत्यंत अदूरदर्शीपणाचे निदर्शक ठरले असते. तसे करण्याने आपल्या तळापासून ब्रिटिशांना अधिक दूर जावे लागले असतेच शिवाय जे लोक रशियन आक्रमणाला विरोध करतील यावर ब्रिटिशांचा मुख्य भर होता, त्यांचेच वैमनस्य ओढवून घ्यावे लागले असते. अफगाणिस्तानच्या बाहेर राहावे व तेथील लोकांशी सलोख्याचे संबंध ठेवावे, हेच अधिक योग्य होते. त्यायोगे ज्यावेळी त्यांच्या मैत्रीची गरज भासेल त्यावेळेस ती हमखास मिळविता येईल.[२७५] वुडचा वारसदार रिपन यालासुद्धा ब्रिटनने अफगाणिस्तान व मध्य आशियापासून लांबच राहावे हे पटले होते. कुठल्याही प्रकारच्या ढवळाढवळीपासून पूर्णपणे अलिप्त राहण्यातच खरा शहाणपणा होता.[२७६]

१८६६ च्या उन्हाळ्यात लिबरल सरकारच्या जागी हुजूरपक्षाचे सरकार आले व क्रॅनबोर्न भारतमंत्री झाला. त्यामुळे धोरणात बदल होईल अशी भीती वाटून लॉरेन्सने आपली मते पुनश्च एकवार ठासून मांडली.[२७७] रशियाची आगेकूच थोपविण्यासाठी अफगाणिस्तानमध्ये सैन्य पाठविणे हे 'कमालीचे आत्मघातकी' कृत्य होईल, असे त्याने म्हटले.

'प्रिय लॉर्ड क्रॅनबोर्न, खरा धोका व भय हिंदुस्तानातच आहे, सरहद्दीबाहेर नाही, हे लक्षात ठेवा. आपली सर्व संपत्ती, सर्व सामग्री यांची आपल्याला हिंदुस्तानातच गरज भासेल. आपण येथील लोकांना मोठ्या प्रमाणावर शिक्षण देत आहोत. अशा

सुशिक्षितांपैकी प्रमुख बुद्धिमंतांना, ज्यांना ज्ञान मिळाले आहे, ज्यांच्यामध्ये चैतन्य व आकांक्षा आहेत व आपल्या शक्तींना वाव मिळावा यासाठी जे उतावीळ व अस्वस्थ झाले आहेत, त्यांची कोठेतरी गुंतवणूक निर्माण करणे ही खरी समस्या होईल.'[२७८]

परंतु काळजीचे तसे कारण नव्हते. लॉरेन्सच्या धोरणाला क्रॅनबोर्नची अनुमती होती. 'रशियाच्या आगेकूचीच्या धोक्याची गंभीर दखल घेण्याचाही मी विचार करीत नाही. बोखाराच्या पूर्वेकडे पाय पसरण्यास रशियाला इतका प्रदेश मोकळा असताना दक्षिणेकडे मोहरा वळवून एका सामर्थ्यशाली शत्रूला चिथावणी देणे हा निव्वळ लहरीपणा ठरेल.'[२७९] रशियाने जर दक्षिणेकडे जास्त आघाडी मारली तर त्याला गरम उत्तर देण्याइतके ब्रिटन खंबीर होते. म्हणूनच घाईने कोणतेही पाऊल टाकणे अपरिपक्वतेचे ठरले असते.[२८०] 'क्वेट्टा काबीज करण्यापेक्षा मी मधमाशांचे मोहोळ उठविणे पत्करीन.'[२८१] क्रॅनबोर्नच्या मागून आलेल्या नॉर्थकोटने लॉरेन्सच्या धोरणाला अधिकच हार्दिक पाठिंबा दिला.[२८२]

अशा रीतीने दोन्ही पक्षांचे अनुमोदन मिळाल्यामुळे हिंदुस्तान सरकारने १८६७ च्या सप्टेंबर महिन्यात एक औपचारिक प्रस्ताव मांडला. रशियाशी एखादा समझोता किंवा करार करावा व त्याअन्वये दोन्ही देशांनी आपापली वर्चस्वक्षेत्रे कोठवर वाढवावी, ती हद्द निश्चित करावी. पुढेपुढे मुसंडी मारण्याच्या धोरणासाठी फार जोरात चळवळ चालू असल्यामुळे या विषयावर लॉरेन्सने एक दीर्घ अहवाल सादर केला. रशिया आपली सत्ता जितकी दूरपर्यंत वाढवील तेवढा त्याचा प्रभाव कमी होईल; रशियाचा शेजार असल्यामुळे हिंदुस्तानात राजद्रोहाची लाट येण्याचे कारण नव्हते. हिंदुस्तान सरकारच्या दृष्टीने सीमेपलीकडे आपले सैन्य पाठविणे किंवा अधिकारी मध्य आशियात पाठविणे हा सूज्ञपणा नव्हता. उलट भारतीयांना उत्तम प्रशासन देणे, त्यासाठी सर्व वर्गाच्या लोकांना मिळतेजुळते घ्यावयास लावणे व साधनसंपत्ती एकत्रित करणे हा सूज्ञपणा होता.[२८३] त्या पिढीच्या काळात हिंदुस्तानवर रशियाकडून आक्रमण होईल ही 'भ्रामक कल्पना' होती.[२८४] ब्रिटिश सरकारला हे पटले. म्हणून रशियन आक्रमणाच्या संदर्भात विशेष काही करण्याची गरज नाही, फक्त रशियाबरोबर काहीतरी तडजोड करण्याच्या संधीची वाट पाहावी, असे त्याचे मत होते.[२८५]

इ.स. १८६८ च्या उन्हाळ्यात सर हेन्री रॉलिन्सन यांनी सरहद्दीपलीकडे लष्करी व राजकीय पुढाकाराविषयीच्या युक्तिवादाचा पुनरुच्चार केल्यामुळे व भारतातील काही अधिकाऱ्यांनी त्याला दुजोरा दिल्यामुळे, हिंदुस्तान सरकारने आपली मते पुन्हा ऐकविली.

'रशियासारख्या एखाद्या परकीय सत्तेने हिंदुस्तानवर बाहेरून आक्रमण करण्याचा

खरोखरीच गंभीरपणे विचार केला किंवा हिंदुस्तानातील असंतोषाच्या व अराजकाच्या बीजांना खतपाणी करण्याचा प्रयत्न केला, तर त्याला तोंड देण्यासाठी आपले रास्त धोरण व सर्वाधिक सुरक्षितता, मला वाटते, आपल्या आजवरच्या एकूण धोरणात आढळून येईल. काबूल, कंदाहार किंवा तशाच इतर बाहेरील ठाण्यांपासून व गोंधळापासून अलिप्त राहणे; आपल्या देशात व सरहद्दीवर शिस्तबद्ध,[२८६] सुसंघटित व सुसज्ज सेनादल खडे ठेवणे; बहुजनसमाजाचे प्रेम जरी मिळविता आले नाही तरी त्यांना समाधानात ठेवणे; एतद्देशीय सरदारवर्ग व संस्थानिक यांच्या मनात आपले किताब व मालमत्ता यांच्या सुरक्षिततेची खात्री निर्माण करणे; ब्रिटिशांचे राजकीय व लष्करी सामर्थ्य वाढविणारी व लोकांच्या सुखसोयीत भर घालणारी विधायक कार्ये भारतात हाती घेणे; आपली अर्थव्यवस्था काटकसरीची ठेवणे, साधन संपत्ती एकत्रित करणे व वाढविणे; भारतीय मुत्सद्यांचाही ज्याला विरोध असावयाचे कारण नाही अशा प्रकारे कोणत्याही संकटांना तोंड देण्यासाठी शांततापूर्वक तयारी करणे; आपल्या हेतूंच्या प्रामाणिकपणाविषयी व अचूकपणाविषयी खात्री असणे व त्याच्या जोडीला, ज्यायोगे परकीय आक्रमण ओढविले जाईल किंवा अशांत प्रवृत्तींना व अंतर्गत बंडाळीला प्रोत्साहन मिळेल, अशा कुठल्याही प्रकारच्या तक्रारींना वाव देण्याचेच टाळणे या सर्व गोष्टी साधणे हेच ते धोरण होय.'[२८७]

VII

ब्रिटिश साम्राज्याच्या हिंदुस्तानातील प्रशासनावर नवीन कर वसूल करण्याची पाळी आलीच. आयात मालापैकी जास्त प्रकारच्या वस्तूंवरील जकात कॅनिंगने स्वतःच्याच जबाबदारीवर ३ $^{१}/_{२}$ टक्यांवरून ५ ते १० टक्क्यांपर्यंत वाढविली. ही उपाययोजना आवश्यक असल्यामुळे डर्बी सरकारने कॅनिंगला पाठिंबा देण्याचे ठरविले. परंतु आपल्या गरजांचा अंदाज योग्यवेळी घेता न आल्याबद्दल व जरा घिसाडघाईने व कमी विचाराने वागल्याबद्दल त्यानी सरकारला दोष दिला.[२८८] भारतात एखादा अर्थकारणतज्ज्ञ पाठवावा, असे त्यांनी ठरविले. तोच व्हाइसरॉयच्या मंडळाचा अर्थसदस्यही झाला असता. अर्थमंत्र्याच्या तोडीच्या बुद्धिमान व्यक्तीची त्या जागी नेमणूक करावी या हेतूने स्टॅन्ले याने हे पद एडवर्ड कार्डवेल व रॉबर्ट लोबे यांना देऊ केले. त्या दोघांनीही ते नाकारल्यानंतर जेम्स विल्सनची[२८९] नेमणूक करण्यात आली. कॅनिंगने ह्या नेमणुकीचे स्वागत विशेष उत्साहाने केले नाही.[२९०] कारण त्यात अपरिहार्यपणे दडलेली टीका त्याला उमजली होती. तथापि, विल्सनबरोबर काम करणे सोपे आहे असे त्याच्या लक्षात आले. हिंदुस्तान सरकारने प्रथमच भारताच्या अर्थकारणाबाबतच्या दीर्घकालीन समस्यांचा गंभीरपणे विचार केला, असे म्हणावयास

हरकत नाही. मद्रासमध्ये ट्रॅव्हेलियनचे मत असे होते की, खर्चात कपात व कार्यक्षम प्रशासन या दोन गोष्टी पुरेशा आहेत. परंतु विल्सनच्या मते केवळ काटछाट पुरेशी होणार नसून आर्थिक बाबतीत भारताने स्वयंपूर्ण व्हावयास हवे होते व तसे घडण्यासाठी कित्येक वर्षेपर्यंत सातत्याने खर्च व मिळकत यांचा निदान समतोल तरी राखला जावयास पाहिजे होता. खर्चावर नियंत्रण ठेवतानाच सूज्ञपणाने महसूल वाढविला पाहिजे. नवा भारतमंत्री वुड याला हे पटले. कारण अधिक कर वसूल केले नाहीत व खर्चात, विशेषतः लष्करावरील खर्चात कपात केली नाही तर दिवाळे निघून आपल्याला भारताला गमावून बसावे लागेल, असे त्याचे ठाम मत होते.[२११]

आपल्या पहिल्या अंदाजपत्रकात विल्सनने व्यापारी परवान्यावर कर व पाच वर्षांपुरता कमी प्रमाणात आयकर लागू केला. यामुळे महसुलाचे नवे मार्ग मोकळे झाले व पुढेमागे गरज पडल्यास त्यांचा अधिक उपयोग करून घेता येण्याची सोय झाली. त्याचप्रमाणे यामुळे करआकारणी संबंधीची काही ठाम सूत्रे निश्चित झाली होती व ती भारतीय जनतेला समजू शकतील व मान्य होतील, असे विल्सनला वाटत होते. 'चंचलपणा व अनिश्चय यामुळे या देशात कोणत्याही बाबतीत नुकसानच होईल. येथील लोकांना आपणावर अधिकार गाजविलेला आवडतो. फक्त तुम्ही न्यायाची व समानतेची वागणूक दिली पाहिजे. सध्या ते कशालाही विरोध करण्याच्या मनःस्थितीत नाहीत.'[२१२] अशा उपाययोजनांचा परिणाम जमीनदारांवर काय होईल याची कॅनिंगला नेहमीप्रमाणेच चिंता वाटत होती. जमीनदारांचे उत्पन्न त्यांच्या अंदाजी आकारणीच्या निम्म्याने मानावे असे त्याने सांगितले. 'काहीही झाले तरी अधिक बुद्धिमान व प्रभावी अशा जमीनदार वर्गाला आपल्या योजनांविरुद्ध जाण्याचा धोका आपण टाळलाच पाहिजे. ते नेहमी आपल्याच बाजूला असले पाहिजेत. म्हणजे गावांमध्ये काही उपद्रव उद्भवल्यास, एकंदरीत देशात आपली स्थिती वाईट होणार नाही.'[२१३] आयकर वसूल करण्यामुळे लष्करात असंतोष निर्माण होईल अशी भीती वुडला वाटत होती.[२१४] आपल्या ब्रिटिश कल्पना, कलकत्त्यातील ब्रिटिश समाज व हिंदुस्तानातील ब्रिटिश वृत्तसंस्थेचा पाठिंबा यांच्या विल्सन 'आहारी गेला असल्याची' शक्यता आहे, असे वुडला वाटत होते.[२१५] मुंबईमध्ये एल्फिन्सटनला असे वाटत होते की, करआकारणीची ही योजना भरमसाट आहे.[२१६]

परंतु विल्सनवर सर्वात अधिक टीका मद्रासच्या ट्रॅव्हेलियनने केली. ट्रॅव्हेलियनचे डोके पूर्णपणे फिरले असावे[२१७] असा इशारा ग्रॅनव्हिलने दिलेला असूनही कॅनिंगने ट्रॅव्हेलियनची मद्रासच्या राज्यपालपदी नेमणूक झाल्याच्या घटनेचे स्वागतच केले. ट्रॅव्हेलियनला हिंदुस्तानचा बराच अनुभव होता व हिंदुस्तानच्या समस्यांचा त्याने खोल

अभ्यास केलेला होता. तरीही प्रारंभापासूनच तो व व्हाइसरॉय यांच्यामध्ये संघर्ष निर्माण झाला.[२९८] कलकत्त्याच्या राज्यकर्त्यांपेक्षा आपल्याला हिंदुस्तानविषयी अधिक जाण आहे असे जे ट्रॅव्हेलियनला वाटत होते, त्यात बरेच तथ्य होते. सर्वत्र समानता आणावी व देखरेख ठेवावी ही सरकारची कल्पना त्याला पसंत नव्हती. विशेषतः सबंध हिंदुस्तानसाठी कायदे बनविण्याचे विधान परिषदेचे प्रयत्न त्याला फार जाचक वाटत होते.[२९९] १८६० सालच्या फेब्रुवारी महिन्यात विल्सनचे अंदाजपत्रक आल्यावर गोष्टींना तोंड फुटले. आयकर वसूल करून हिंदुस्तान सरकारने १८५७ पेक्षाही गंभीर अनर्थाची बीजे पेरली आहेत, असे ट्रॅव्हेलियनचे मत होते. 'बंड दडपून टाकणे हा बंडाशी टक्कर देण्याचा एकमेव उपाय असतो हे खरे, परंतु आता आपणास दोन अगदी विरुद्ध धोरणांपैकी एक निवडावयाचे आहे व दोन्हींच्या पोटी अत्यंत अनिष्ट परिणाम दडले आहेत.'[३००] ट्रॅव्हेलियनचा निकटचा स्नेही वुड याने त्याला सांगितले की, ही टीका समर्थनीय नाही. ज्या मद्रास सरकारला आपला खर्च आटोक्यात आणता येत नव्हता, त्या सरकारने करआकारणीबाबत अंगचोरपणा करणे निश्चित योग्य नव्हते. वुडने पुढे असेही म्हटले की, वस्तुस्थितीचे गुणदोष काहीही असले तरी कोणत्याही राज्यपालाने मध्यवर्ती सरकारविरुद्ध असे जाहीरपणे उभे ठाकणे निःसंशय अयोग्य आहे.[३०१]

'मद्रास सरकारच्या राज्यपालाच्या नेतृत्वाखालील बंड दडपण्यासाठी स्वतः कॅनिंग चालून येत आहे, हे दृश्य पाहण्याची माझी इच्छा नाही. परंतु तुम्ही तर बंडाची तीव्रता वाढविण्याच्याच मागे लागलेला दिसता. कृपाकरून जरा दूरदर्शीपणाने वागा. माझ्या अधिकारात आहे तोवर तुम्हाला सर्वथा पाठिंबा देण्याचीच माझी इच्छा आहे. या बाबतीतील तुमचे शेवटचे बंड केवळ असमर्थनीय आहे.'[३०२] परंतु विवेकीपणे वागण्याच्या दृष्टीने आता उशीर झालेलाच होता. हिंदुस्तान सरकार बंगाल सरकारच्या फारच आहारी गेलेले आहे, अशा कल्पनेने ट्रॅव्हेलियनची हिंदुस्तान सरकार विषयीची नावड अधिकच तीव्र झाली होती. त्यात विल्सनविषयीच्या वैयक्तिक अविश्वासाची भर पडली व अफगाण युद्धापेक्षाही फार भयानक अशा संभाव्य अनर्थापासून भारताला वाचवण्यासाठी त्याने आपल्या टीकेचे इतिवृत्त प्रसिद्ध केले.[३०३]

ट्रॅव्हेलियनने स्वतःच मान्य केल्याप्रमाणे कॅनिंगने आपली नापसंती 'एखाद्या सदगृहस्था'प्रमाणे[३०४] व्यक्त केली, परंतु हे करणे अर्थातच अत्यंत अपुरे होते. कॅनिंगच्या सांगण्यावरून मंत्रिमंडळाने एकमताने ट्रॅव्हेलियनला इंग्लंडला परत बोलाविण्याचे ठरविले. [३०५] याहून सौम्य अशा कोणत्याही कृतीने हिंदुस्तान सरकारच्या प्रतिष्ठेला धक्का पोहोचला असता व सरकारच्या अंदाजपत्रकावरील जनतेचा विश्वास डळमळला

असता. 'ह्या माणसाचे डोके फिरले आहे. एखाद्या पिसाळलेल्या कुत्र्यासारखा तो धोकादायक आहे – नव्हे अधिकच धोकादायक आहे. कारण त्याच्या खोडसाळपणाचा त्याच्या असमर्थनीय इतिवृत्तामुळे संपूर्ण भारतात प्रसार झाला. [३०६] वुडचे ह्या एकंदर प्रकारावरचे भाष्य असे होते की, नानासाहेब किंवा तात्या टोपे यांच्यापेक्षाही ट्रॅव्हेलियनने हिंदुस्तानच्या कारभारात जास्त अडचणी निर्माण केल्या.[३०७]

तथापि, ट्रॅव्हेलियनची स्फोटक वैरभावना वजा केली तरीही लोकांना एकंदरीत आयकर विशेष पसंत नव्हता, ह्यात शंका नाही. आयकर लोकप्रिय आहे, असे म्हणताना विल्सनची दिशाभूल झालेली होती. कॅनिंग स्वतःच असे म्हणत असे की, आपल्याला देखील हा कर लादणे अजिबात पसंत नाही. मात्र तो अपरिहार्य आहे. एकंदरीत पाहता हिंदुस्तानात त्याचे स्वागत झाले नसले तरीही लोकांनी तो मान्य केला व मुंबई खेरीज इतरत्र बळाचा वापर न करता त्याची वसुली करता आली.[३०८] वुडला दोन गोष्टींबद्दल समाधान वाटले. एकतर कायदा व सुव्यवस्था यांना धोका पोहोचला नव्हता व दुसरे या करामुळे ब्रिटिशांच्या हिंदुस्तानातील खर्चाचा भार थोडा हलका झाला. 'जर काहीही उपद्रव उद्भवला व आणखी खर्च करावाच लागला तर आर्थिक दृष्ट्या, तेवढी किंमत देऊन हिंदुस्तान आपल्या ताब्यात ठेवणे फारसे फायद्याचे होणार नाही. मी हिंदुस्तान सोडून देतो आहे असे समजू नका, परंतु आपले हिंदुस्तानचे साम्राज्य टिकावे म्हणून भारतीयांवरच कर लादले गेले तर जनता अत्यंत कटुतेने गाऱ्हाणे मांडल्याशिवाय राहणार नाही.'[३०९]

याच वेळेस विल्सनचा अकस्मात अंत झाला व हिंदुस्तानच्या आर्थिक धोरणात पुन्हा एकदा बदल झाला. ब्रिटनमधील उत्पादकांनी विल्सनच्या मृत्यूच्या ह्या संधीचा फायदा उठवून त्यांच्या मालावरील दहा टक्के कराविरुद्ध आवाज उठविला.[३१०] विल्सननंतर नॉर्थकोट येईल असे वाटत होते, परंतु अखेर सरकारी खजिन्याचा अर्थसचिव सॅम्युएल लेंग याची निवड झाली.[३११] कारण त्याला ग्लॅडस्टनचा हार्दिक पाठिंबा होता. लेंग[३१२] हा विल्सनपेक्षा जास्त चलाख परंतु कमी प्रभावशाली माणूस होता. त्याला व व्हाइसरॉयला वुडने अशी विनंती केली की, महसुलात वाढ करण्याचा विचार यापुढे न करता खर्चाची छाननी करून खर्च कमी करावा. 'उत्पन्न व खर्च यांचे संतुलन साधता आले तर तुमची व माझीही येथील कारकीर्द यशस्वी झाली, असे मी मानेन. परंतु तुम्ही किंवा मी हे साधल्याशिवायच येथून जावे हे मला आवडणार नाही. तुम्ही आजपर्यंत इतके कार्य केले आहे की, या अखेरच्या सन्मानाच्या रूपाने तुमच्या गौरवमालेत आणखी एक तुरा खोवला जावा.'[३१३] परंतु करआकारणीच्या धोरणाचा मोह लेंगला आवरता आला नाही. भारतातील परिस्थितीच्या मानाने विल्सनच्या योजना

फार सैद्धान्तिक स्वरूपाच्या व गुंतागुंतीच्या आहेत, असे त्याचे मत होते.[३१४] ‘आयकरापेक्षा अधिक भयानक आघात कल्पिताच येणार नाही. तत्त्वतः जरी तो मान्य केला तरी त्याची याहून वाईट रीतीने अंमलबजावणी या कराच्या आकारणीमुळे जर भारत संतापून उठत नसेल तर इंग्लंडपेक्षा कित्येक पटींनी तो संयमी देश आहे, असे म्हटले पहिजे.’[३१५] आयकराऐवजी निवडणूक कर लागू करावा, असे त्याला वाटत होते व त्याला या विचारापासून परावृत्त करण्यासाठी व्हाइसरॉयला त्याच्यावर बरेच दडपण आणावे लागले.[३१६] कॅनिंगला असे वाटू लागले की, उच्चवर्गीय व्यक्तीची नियुक्ती अर्थसदस्य म्हणून करणे एकंदरीत धोक्याचेच आहे. कारण लवकरात लवकर कीर्ती मिळवण्यासाठी ते फार आतुर असतात. त्यापेक्षा भारतीय नोकरवर्गांपैकी मध्यम दर्जाच्या व्यक्ती किंवा ब्रिटन मधील हिशेबनीस या जागेसाठी पाठविणे अधिक श्रेयस्कर.[३१७]

परवान्यावरील कर रद्द करावे, एवढ्यापुरते तरी लेंगने आपले म्हणणे खरे केले. या प्रकारच्या मवाळ धोरणामुळे चुकीचे निष्कर्ष काढण्यापासून लाखो भारतीयांना परावृत्त करता आल्यास त्यांचा एक मोठा त्रास टळेल, हे व्हाइसरॉयलाही वाटत होते.[३१८] लेंगच्या कार्यवाहीबद्दल तुच्छता व्यक्त करून वुडने असे म्हटले की, मुळात त्याला भारतात पाठविल्याबद्दलच आपल्याला फार लाज वाटते.[३१९] परंतु परवान्यावरील कर रद्द करण्याचा निर्णय सूज्ञपणाचा असल्याची लेंगची खात्री होती. ज्या करामुळे सहा लाख पौंड उत्पन्नासाठी जवळजवळ पन्नास लाख लोकांवर प्रत्यक्ष बोजा पडेल असा कर अत्यंत आवश्यक असेल तरच धोरणीपणाचे ठरेल. आयात करात कपात करता येईल अशी त्याला आशा होती.[३२०] हिंदुस्तानमध्ये फार मोठ्या प्रमाणावर युरोपियन सैन्यदल ठेवले नसते तर या पूर्वीच आयात करात कपात करता आली असती हे लेंगचे म्हणणे फारसे बरोबर किंवा शहाणपणाचे नाही, असा वुडचा जरी आक्षेप होता तरी लेंगने आपली भूमिका सोडली नाही. ‘प्रारंभीच्या चिनी व अफगाण युद्धांपासून हिंदुस्तानच्या अर्थकारणावर ब्रिटिशांच्या राजसैनिक धोरणाचा बोजा पडला आहे, हे ऐतिहासिक सत्य आहे. इंग्लंडमधील कोश, युद्ध कार्यालय आणि घोडदळ ही तीन महत्त्वाची खाती हीच प्रथा पुढे चालू ठेवण्याच्या मोहाला बळी पडलेली दिसतात.’[३२१] ब्रिटिश उत्पादकांच्या हितासाठी दडपण आणले गेल्यामुळे वुडने तयार मालावरील करात शक्यतोवर ५ टक्क्यांपर्यंत कपात करावी, असे सुचविले.[३२२] वास्तविक पाहता १० टक्के कर असूनसुद्धा भारताकडे होणारी निर्यात वाढतच होती. निरनिराळ्या क्षेत्रातील मालावर कर बसवावा असे वुडचे मत होते. कारण करपात्र वस्तू जितक्या वेगवेगळ्या प्रकारच्या

असतील त्या प्रमाणात कराचा बोजा कमी जाणवेल आणि जनतेवर सारख्या प्रमाणात वाटला जाईल.[३२३]

परवान्यावरील कर रद्द करण्यामुळे जनतेला आनंद झाला, त्याचप्रमाणे इतर अनेक दृष्टींनी ते एक प्रशंसनीय पाऊल ठरले, असे लेंगप्रमाणे एल्जिनलाही वाटले. आयात कराबरोबरच आयकरही रद्द करावा असे त्याचे मत होते. कारण करवसुलीचा खर्च फारच मोठा होता. महसूल देण्यामध्ये फसवणूक व जबरदस्तीचे प्रकार घडत होते आणि इतके झाल्यावर जमा होणारी रक्कम फारच कमी होती. ईशान्य सरहद्दीच्या प्रांतातील रानटी जमातींविरुद्ध आपल्याला जी कडक उपाययोजना करावी लागत आहे व करवसुलीला त्रास होत आहे तिच्या मागील मुख्य कारण हे की, कराच्या बहाण्याने खलत्व आणि खोट्या बतावण्या केल्या जातात. या निरुपद्रवी टोळयांना त्यांना लुबाडणे आणि फसवणे हा ज्यांचा उद्योग आहे, अशा लोकांच्या कारवायांना ते सहजासहजी बळी पडत असल्याने त्यांच्याकडून उपद्रव होतो,[३२४] असे व्हाइसरॉयला वाटत होते. मात्र जमीनदार व सधन लोकांवर प्रत्यक्ष कर बसविण्याचे इतर मार्ग शोधून काढावयाची त्याची इच्छा होती. आणीबाणीच्या काळात अवलंबून राहता येईल अशी महसुलाची लवचीक साधने उपलब्ध असण्याची आवश्यकता फार मोठी होती. जकातीच्या रूपाने विशेष उत्पन्न होत नव्हते. शिवाय जकातींमुळे भारत आणि ब्रिटन यांच्या संबंधांवर विपरीत परिणाम होत असल्यामुळे ती लागू करता येत नव्हती. इतर कुठल्याही देशाइतकीच भारतातही अबकारी कराबाबतीतली परिस्थिती ओंगळ होती. मिठावरील करातून किती उत्पन्न मिळवता येईल याला देखील मर्यादा होत्या. अफूवरील करापासून मिळणारा महसूल अगदीच क्षुल्लक होता. जमिनीची विक्री, आणि धान्याच्या स्वरूपात मिळणाऱ्या करामधील कपात याविषयी नुकत्याच केल्या गेलेल्या ठरावांमुळे ते उत्पन्नही अनिश्चित झाले होते.[३२५]

१८६२ च्या मे महिन्यात आता आपल्याला काहीही अडचण दिसत नाही, असे लेंगने म्हटले[३२६] आणि प्रयाण केले. यामुळे वुडच्या मनावरचे दडपण बरेच कमी झाले.[३२७] हिंदुस्तानातील उद्योगांबाबत एक नवे स्वारस्य इंग्लंडमध्ये उत्पन्न झाल्यामुळे इंग्लंडमध्ये मूळ धरू लागलेल्या व्यापारी व आर्थिक क्रांतीच्या काळात, विल्सन व लेंग 'यांच्यासारख्या मध्यमवर्गीय सट्टेबाज व्यापारी संरचनेच्या, किंबहुना त्या पंथातील 'ब्राह्मण' म्हणावे अशा व्यक्तींना काही उद्दिष्ट साध्य करण्याजोगे होते. परंतु आता नवीन पद्धती स्थिरावल्यावर व आर्थिक स्थैर्य निर्माण झाल्यावर लेंगचा वारसदार म्हणून कोणतीही सामान्य व्यक्ती येथे आली तरी चालण्यासारखे होते'[३२८] असे एल्जिनचे मत होते. परंतु वुडने ट्रॅव्हेलियन यास अर्थसदस्य म्हणून भारतात पाठविले; तसेच

परवान्यावरील कर पुन्हा लागू करण्याचा विचार एल्जिनने करावा असा आग्रह धरला. ब्रिटिश तयार सुती मालावरील ५ टक्के कराला संतुलित करण्यासाठी हिंदुस्तानातील सुती धाग्याच्या कारखान्यांवर कर बसवावा,[३२९] असे सांगितले व हिंदुस्तानातील सुती मालाचे उत्पादन वाढविण्यासाठी प्रयत्न करण्याचा आदेश ट्रॅव्हेलियनला दिला. लँकेशायरमधील औद्योगिक परिस्थिती मुळीसुद्धा उत्साहवर्धक नव्हती. इतक्या महत्त्वाच्या बाबतीत रेंगाळल्याचा किंवा दुर्लक्ष केल्याचा ठपका येण्याची वेळ हिंदुस्तान सरकारने आपणावर आणू नये असे सुचविले.[३३०]

याचा अर्थ असा होता की, रस्ते व लोहमार्ग बांधावयास हवे होते. परंतु सार्वजनिक कामांवर थोडा निर्बंध ठेवण्याची ट्रॅव्हेलियनची इच्छा होती. एल्जिनने व सुती मालाच्या उत्पादनाचे केंद्र जी मुंबई तिचा राज्यपाल फ्रिअर याने ट्रॅव्हेलियनला आपले मत बदलावे, अशी विनंती केली. एकदा का लोहमार्ग बांधण्याचे काम पूर्ण झाले व हिंदुस्तानात शांतता प्रस्थापित झाली, की लोहमार्गांसाठी गुंतविल्या गेलेल्या भांडवलाची भरपाई करण्यासाठी व अर्थव्यवस्था सुधारण्यासाठी लष्कराचे बळ एकतृतीयांशाने कमी करून, त्यात कपात करता आली असती. कारण पूर्वी मोठ्या लष्कराने जे कार्य साधले जात होते तेच आता दळणवळणाची साधने उपलब्ध होण्यामुळे लहान लष्कर करू शकेल. या प्रकारच्या सार्वजनिक कामांमुळे कामगारांचे वेतनही आपोआपच वाढेल. तसेच कुशल कारागिरांचा वर्गही वाढेल. हा वर्ग विकास पावण्याने एकप्रकारचे असे प्रशिक्षण बहुजन समाजाला आपोआप दिले जाईल की, जे एरवी सहजगत्या देणे ब्रिटिशांना जमले नसते.[३३१] व्हाइसरॉयने राणीला लिहिलेल्या पत्रात असे म्हटले आहे,'या लोहमार्गाच्या योजनांनी एतद्देशीयांच्या मनांवर जेवढा पगडा बसविला आहे व जेवढे अनुकूल लोकमत निर्माण केले आहे, तेवढे ब्रिटिशांच्या इतर कोणत्याच कार्यांनी साधलेले नाही.'[३३२] दळणवळणाच्या साधनांची वाढ करण्याचा वुडचाही आग्रह होता.

'या मार्गांची बांधणी करण्याचा वेग वाढविण्याऐवजी कमी करण्याने कॉमन्स सभेत केवढी खळबळ माजेल याची नुसती कल्पना करून पहा. कृपा करून इतके आत्मघातकी कृत्य करू नका. सार्वजनिक कार्यांमधील तुमच्या कंजुषीबाबत अत्यंत तीव्र निषेध व्यक्त करून तुमची सरळसरळ अवज्ञा करण्याखेरीज मला गत्यंतरच उरणार नाही, हे मी आपणास आधीपासूनच सांगून सावध करून ठेवतो. मला अगदीच अनाकलनीय असे काही घडले नसले तर मी खात्रीने असे म्हणतो की, कलकत्त्याला या सार्वजनिक कार्यांच्या प्रश्नाच्या बाबतीत तुमचा विवेक तुम्हाला निश्चितच सोडून गेला असावा. नेमके ज्यावेळी पैशांच्या व्यवहाराच्या प्रश्नाचे महत्त्व कमी झाले व इतर

सर्वजण या योजनांना वेग यावा या विचाराचे होऊ लागले, त्याचवेळी तुम्ही मागे सरता! मी इतके प्रखरपणे लिहिले आहे, कारण तुम्ही आता विचारात घेतलेल्या योजनांनी मी जितका स्तिमित झालो आहे, तेवढा आयुष्यात कधीच झालेलो नाही हे मी कबूल करतो.'[३३३]

कसेही असले तरीही ज्या पाच वर्षांच्या मुदतीसाठी आयकर लागू करण्यात आला होता, त्या मुदतीनंतर त्याचे नूतनीकरण करू नये या बाबतीत एल्जिन व ट्रॅव्हेलियन या दोघांचेही एकमत होते.[३३४] 'भविष्यकाळात नवीन कर लागू करण्याचे आपले सामर्थ्य किंबहुना मी तर म्हणेन की 'सर्वस्वच' आपल्यावरील विश्वासाच्या ह्या ख्यातीवर अवलंबून आहे.'[३३५] परंतु समाजाच्या ज्या वर्गाला आयकर भरावा लागणार होता, त्या वर्गाशी संपर्क साधण्याचा सोपा उपाय म्हणून त्याचा काही भाग स्थानिक करात रूपांतरित करावा, असे ट्रॅव्हेलियनने सुचविले. त्याचप्रमाणे आयातकर दहा टक्क्यांवरून सरधोपटपणे पाच टक्क्यांवर आणावा असेही सुचविले. परंतु यामुळे व्यापार आणि विक्री यामध्ये वाढ होईल असे व्हाइसरॉयला वाटत नव्हते. तर वुड याची अशी कल्पना होती की, आयात कर व मिठावरील कर हेच बहुजनसमाजाकडून महसूल मिळवण्याचे मार्ग होते. त्यामुळे आयकरात जरी कपात केली गेली तरी आयात कर कमी करण्याची योजना सोडून देण्यात आली.[३३६]

मुंबईमधील सुती मालाच्या उत्पादनात वाढ होऊ लागल्यावर, ब्रिटिश उद्योगांना संरक्षण या दृष्टीने, भारतीय सुती मालावर एखादी जकात किंवा परवाना कर बसवावा काय या विषयी वुड विचार करू लागला.[३३७] वुड व मुंबईचा फ्रियर या दोघांच्याही मते, कापसाच्या धाग्याचे भरपूर उत्पादन व पुरवठा करणे हेच हिंदुस्तानचे कार्य होते. जो माल ब्रिटन उत्तम रीतीने स्वस्तात उत्पन्न व निर्यात करू शकते तोच माल हिंदुस्तानात उत्पादन करण्यासाठी यंत्रसामग्री वापरण्याला कोणत्याही ब्रिटिश सरकारने उत्तेजन देणे वेडेपणाचे होते. परंतु अशा प्रकारचे कुठलेही उद्दिष्ट मनाशी बाळगून जरी हिंदुस्तान सरकारने पावले टाकली नसली तरीही दळणवळणाच्या साधनांची स्वस्ताई व कुशल कारागिरांचा भरपूर पुरवठा, या गोष्टींमुळे हिंदुस्तानात सुती मालाचे उत्पादन हाती घेणे फायद्याचे ठरेल असे दिसत होते.[३३८]

डिसेंबर १८६३ मध्ये २०% वरील कर दहा टक्क्यांवर व १०% वरील कर ७$^{१}/_{२}$% वर आणण्यास मंजुरी देण्यास ट्रॅव्हेलियनने आपल्या सहकाऱ्यांस भाग पाडले. करात कपात करण्याच्या ह्या धोरणाला वुड अनुकूल नव्हता.[३३९] त्याने अत्यंत नाखुषीने संमती दिली. ज्या वेळी खर्चात काटकसर करण्याचा ह्या करकपातीला समांतर असलेला प्रयत्न फसला, त्यावेळी एखादा नवा परंतु लोकांना रुचेल असा, कर शोधून काढण्याचा

अधिकार त्याने व्हाइसरॉयला दिला.[३४०] १८६३ साली लागू केली गेलेली आयकरातील कपात तर त्याला नापसंत होतीच; व आता स्थानिक उपयोगाच्या दृष्टीने एखादा स्थानिक कर त्याऐवजी लागू करावा, असे त्याचे ठाम मत बनले. तसेच परवान्यावरील कर पुन्हा लागू करावा अशीही शिफारस त्याने केली.[३४१] एकंदरीत आर्थिक परिस्थिती विषयी लॉरेन्सला फारच चिंता वाटत होती. त्यामुळे पाच वर्षांनंतर आयकर रद्द करण्याचे वचन दिलेले असूनसुद्धा आयकर रद्द करू नये, असे त्याला वाटू लागले होते आणि अखेर वुड व ट्रॅव्हेलियन या दोघांनीही ते मान्य केले.[३४२] महसुलाचे नवे मार्ग उपलब्ध होण्याची शक्यता फार कमी दिसत असताना आयकर पुढेमागे रद्द केला जाईल अशा प्रकारची कबुली देऊ नये, असे वुडचे मत होते.[३४३] परंतु कार्यकारी मंडळात मात्र आपल्या नेहमीच्या चंचल स्वभावाला अनुसरुन ट्रॅव्हेलियन आयकराच्या विरोधकांना सामील झाला. आणि आयकर रद्द करून त्याऐवजी निर्यातीवरील कर वसूल करावा असे ठरले. हा प्रश्न भारतमंत्र्याकडे नेण्याच्या लॉरेन्सच्या विचाराला देखील कार्यकारी मंडळाने बहुमताने विरोध केला, कारण त्याचा अर्थ जवळ जवळ कर्तव्यात कसूर असाच झाला असता. व्हाइसरॉयच्या मते, पुरेशा चौकशी शिवाय वसूल केले गेलेले निर्यात कर त्रासदायक ठरले असते आणि आयकर रद्द करणे म्हणजे हेतुपुरस्सर कर्ज ओढवून घेणारे महत्पाप होते. परंतु त्याला आपल्या भूमिकेला धरून राहता आले नाही. श्रीमंत युरोपियनांच्या डोक्यावरील बोजा गरीब भारतीयांच्या डोक्यावर बसविणाऱ्या मिठावरील कराला प्रतिबंध करणे फक्त त्याला शक्य झाले.[३४४] अखेर ह्या प्रकरणात वुडने हस्तक्षेप केला व निर्यातकराला मान्यता देण्याचे नाकारले. कारण वुडला असे वाटत होते की, निर्यात कर हा एक नवीन कर म्हणून समर्थनीय असला, तरी आयकराला पर्याय म्हणून समर्थनीय नव्हता. सधन भारतीयांना लागू करावयाच्या करांच्या जागी ब्रिटिश मळेवाले आणि व्यापारी यांनी भरावयाचे कर पर्यायी म्हणून योजणे चूक होते.[३४५] 'देव करो आणि असल्या स्वार्थी आणि अदूरदर्शी मुत्सद्देगिरीपासून आमचा बचाव होवो.'[३४६] परंतु आयकर पुन्हा लागू करणे हे फार कठीण होऊन बसले होते. या शृंगापत्तीतून व्हाइसरॉय ज्या निर्णयाला येऊन पोहचला, तो मोठासा चांगला नव्हता. 'आर्थिक बाबतीत काय करावे व कसे वागावे या विषयी तुमची आधीच संमती मिळविल्याखेरीज निर्णय घेणे अत्यंत निरर्थक आहे हे मला स्पष्टपणे कळून चुकले आहे.'[३४७] लॉरेन्स खर्चावर नियंत्रणही ठेवू शकत नव्हता व त्याला चुकीचे वाटणारे कर पुन्हा वाढवूही शकत नव्हता. 'कसेही वागले तरी गव्हर्नर जनरलचा प्रभाव आजकाल पूर्वीपेक्षा उणावला आहे व दिवसेंदिवस आणखी उणावेल... करवाढ

करणे किती अधोरणीपणाचे आहे याची मला पूर्णपणे खात्री पटली आहे. परंतु परिस्थिती खरोखरच माझ्या हातात नाही. काळाची पावले निराळी आहेत व त्यांना विरोध करण्याचा अधिकार माझ्या ठायी नाही. दर पावलाला मला विरोधाला तोंड द्यावे लागते.'[३४८]

यानंतर वुडने, आयकराच्या ऐवजी संपत्तीवरील कर किंवा सोन्याचांदीच्या दागिन्यांवरील कर सुचविला.[३४९] परंतु ते कर व्यवहार्य वाटले नाहीत. वुड आणि नवा अर्थसदस्य मॅसी[३५०] यांचा कल मध्यवर्ती करांपेक्षा जास्त प्रमाणात स्थानिक कर लागू करावे, असा होता.[३५१] कोणताही प्रत्यक्ष कर लागू करण्याने असंतोष निर्माण झाला असता. परंतु अप्रत्यक्ष कर लागू करणे अव्यवहार्य होते असे लॉरेन्सचे मत होते. अशा परिस्थितीत सरकारने शहाणपणाचा मार्ग म्हणून नवीन कर लागू न करणे, महसुलाचे सर्व जुने मार्ग व कार्यक्षमतेवर वाईट परिणाम होऊ न देता जमेल तेवढी काटकसर करणे, हेच करावयास हवे होते.[३५२] धनिक वर्गाकडून अधिक महसूल मिळविण्याची आवश्यकता असल्याचे मॅसीने प्रतिपादन केले. म्हणून लॉरेन्सने असे सुचविले की, सधन बिनसरकारी लोकांकडून आयकर व खालच्या वर्गाच्या लोकांकडून परवानाकर वसूल करावा.[३५३] परवान्यावरील कराला क्रॅनबोर्नने मान्यता दिली, परंतु आयकराऐवजी स्थानिक कर बसवावा असे त्याला वाटत होते. 'तुमची एकतंत्री राज्यपद्धती असल्यामुळे, वाढत्या करांपासून तुम्हाला कसले भय असेल तर ते फक्त सार्वत्रिक असंतोषाचे होय. असा असंतोष हिंदुस्तानच्या सर्व प्रांतातून एकसंधपणे एकवटून तुमच्याविरुद्ध केंद्रित झाला, तरच तुमच्या सत्तेला धोका संभवतो. त्याऐवजी जर तो लहानलहान स्थानिक गाऱ्हाण्यांच्या स्वरूपात विस्कळीत झाला व निरनिराळ्या प्रसंगी निरनिराळ्या दुय्यम स्थानिक अधिकाऱ्यांकडे वळला, तर त्याचे स्वरूप कधीच एखाद्या गंभीर राजकीय धोक्यांत होणार नाही.'[३५४] फक्त परवानाकर वसूल करणे म्हणजे सर्व बोजा गरीब जनतेवर टाकणे होते व क्रॅनबोर्नच्या जागी नॉर्थकोट आल्यानंतर व्हाइसरॉयने त्याला परवानाकराऐवजी आयकराला मान्यता देण्याची विनंती केली. नाहीतर बिनसरकारी ब्रिटिश समाजाच्या दडपणाला शरण जाऊन त्यांना करमुक्त ठेवणे व गरीब भारतीयांवर कर लादणे असा त्याचा अर्थ झाला असता.[३५५]

नॉर्थकोटला लॉरेन्सचे म्हणणे पटले व वारसाकराचा विचार शक्य नसेल तर आयकर लागू करावा आणि निर्यातकरात कपात करावी, असे त्याने म्हटले.[३५६] एवढ्या पाठिंब्यावर व्हाइसरॉय २ ते ३% इतका आयकर लागू करण्यासाठी व परवानाकर रद्द करण्यासाठी आपल्या कार्यकारी मंडळाचे मन वळविण्यास तयार झाला.[३५७] परंतु त्याच्या सहकाऱ्यांनी लवकरच पाय मागे घेतला आणि १८६८ च्या अंदाजपत्रकात, गरज

पडल्यास पुढे मागे आयकरात रूपांतरित करता येण्याजोग्या सुधारित परवाना कराचीच फक्त सोय करण्यात आली. लॉरेन्सने आपल्या प्रयाणाच्या वेळी अर्थसदस्याला याची लवकरात लवकर अंमलबजावणी करण्याचा सल्ला दिला.[३५८]

VIII

बंडाच्या काळात कॅनिंगचे सामर्थ्य सर्वात अधिक दिसून आले. ह्या काळात त्याने खंबीरपणा, धैर्य व माणुसकी हे गुण दाखविले. कुठलीही तडजोड न करता आणि तरीही कुठल्याही सूडभावनेच्या आहारी न जाता ब्रिटिशांचा अधिकार गाजवला गेला. परंतु कमालीच्या अनर्थाच्या काळात जी एकमार्गी मुत्सद्देगिरी कॅनिंगने दर्शविली, ती त्यानंतर पुन्हा कधीही दिसून आली नाही. आपला स्वाभाविक कल नसलेल्या प्रकारच्या नेतृत्वासाठी कॅनिंगने स्वतःला घडविले होते व हे करताना तो पूर्णपणे थकला होता, असे दिसते. न्यायी व द्वेषरहित मन, ध्येयावरील निष्ठा, कार्याला ठामपणे व सातत्याने वाहून घेणे हे गुण त्याच्याकडे नेहमीच होते. परंतु वैरभावनेच्या बाबतीतील उपेक्षा वृत्ती व बुद्धिमत्तेचा अचूकपणा हे गुण कमकुवत होत गेले. आपल्या व्हाइसरॉय पदाच्या कारकिर्दीमध्ये हिंदुस्तानातील ब्रिटिश समाजाचा लोभ प्राप्त करावा यासाठी कॅनिंग उत्सुक होता. त्यांच्या हितसंबंधांना पाठिंबा देऊन व त्यांच्या वतीने ब्रिटिश सरकारला विरोध करून त्याने त्या समाजाकडून वाहवा मिळविली. निळीच्या लागवडीच्या प्रकरणातील त्याचे डळमळीत धोरण, 'नीलदर्पण' प्रकरणातील त्याचा दृष्टिकोन व पडीक जमिनीच्या विक्रीला उत्तेजन देणे आणि जमिनीवरील करात कपात करणे ह्या त्याच्या कृतीचे दुसरे काहीही स्पष्टीकरण देता येत नाही. खरोखरीच त्याने आपल्या वारसदाराला असे कळविले की, १८५८ सालानंतर युरोपियन समाजाशी जास्त मैत्रीचे संबंध प्रस्थापित करण्याच्या इच्छेने आपल्यावर बराच पगडा बसविला होता.[३५९] याच इच्छेमुळे या काळात अनेक कारणांमुळे अत्यंत ताणले गेलेले ब्रिटिश व भारतीय यांचे परस्परसंबंध सुधारण्यासाठी या प्रश्नाचे महत्त्व पूर्णपणे उमजूनही काहीही निश्चित पावले टाकण्याची त्याला इच्छा झाली नाही.' "काळा आदमी' हा शब्द हरेक वर्तमानपत्राच्या बातमीदाराच्या रोजच्याच वापरातला झाला आहे. तो शब्द ज्या वेळी भारतातही अत्यंत स्वाभाविक होईल, तो दिवस आपल्या दृष्टीने दुर्दिन ठरेल."[३६०]

कॅनिंगचा असा दावा होता की, संपन्न व प्रभावशाली असा हिंदुस्तानी सरदारवर्ग निर्माण करण्याच्या त्याच्या प्रयत्नांचा एक दुय्यम परिणाम वर्णीय संबंधांतील कटुता कमी करणे हा होता. याचे कारण असे की, ज्यावेळी भारतीयांना 'सभ्य गृहस्थांच्या' स्थानाला नेऊन पोहोचविण्याचे प्रयत्न सरकार करीत आहे ही

गोष्ट ब्रिटिशांच्या ध्यानात येईल, त्यावेळी सर्व भारतीयांना 'काळा आदमी' म्हणण्याची त्यांची प्रवृत्ती कमी होऊन ते त्यांचा ज्यांच्याशी संबंध येतो त्या भारतीयांना निकृष्ट प्राण्यांप्रमाणे वागविनासे होतील.[३६१] परंतु ही अपेक्षा गैर होती. आपल्या ज्या धोरणाचे वर्णन नुसते सांत्वनात्मक नव्हे तर न्याय्य[३६२] असे कॅनिंगने केले, परंतु वस्तुतः जे हांजी हांजी करण्याचे होते; त्या धोरणामुळे युरोपियन समाजावर काही सुपरिणाम होणे तर दूरच; परंतु त्यायोगे भारतातील ब्रिटिश राजवटीला पाठिंबा देण्यासाठी भारतीय जनमत सुसंघटित करणेसुद्धा त्याला साधले नाही. ब्रिटिश राजनीतीला कॅनिंगने जो एक पीळ पाडला तो शतकभर जिवंत राहिला. वारंवार त्याने डोके वर काढले, परंतु त्या धोरणामध्ये कुठलेही सुप्त सामर्थ्य नव्हते. हिंदुस्तानचे भवितव्य जामदारांच्या हाती नव्हते. समाजाच्या इतर वर्गांच्या हाती होते. विशेषतः बंडाच्या उद्रेकाच्याच वर्षी, कॅनिंगच्या कारकिर्दीत स्थापन केल्या गेलेल्या विश्वविद्यालयांचा फायदा करून घेण्यास उत्सुक असलेल्या सुशिक्षित मध्यमवर्गाच्या ते हातात होते. कॅनिंगने इतका दूरवरचा विचार केलेला असावा अशी अपेक्षा करणे कदाचित गैर असले, तरीही विरोधी दृष्टिकोनाला उत्तेजन देण्याच्या व भूतकाळात जगत असलेल्या तसेच भूतकाळाच्या पुनरुज्जीवनासाठी १८५७ च्या बंडाला पाठिंबा दिलेल्या व्यक्तिंच्या निष्ठा ब्रिटिश वर्चस्वाला टेकू देण्यासाठी मिळविण्याच्या प्रयत्नाच्या उत्तरदायित्वातून कॅनिंगची सुटका होऊ शकत नाही.'' उठावोत्तर कालात आपण काही धडा शिकलो आहो हे दाखवून देणारी 'एखादीही गोष्ट' घडलेली मला दिसत नाही.'[३६३] असे निंदाव्यंजक उद्गार ब्राईट याने काढले त्यात तथ्यांश होता.

कॅनिंगचे धोरण तर सदोष होतेच परंतु ते धडपणे अमलातही आणले गेले नाही. त्याच्या बाजूने इतकेच म्हणता येईल की, त्याच्यापूर्वीच्या डलहौसी प्रमाणेच प्रकृती खालावत जात असताना तो श्रम करीत होता आणि अखेरीच्या काही महिन्यात हरपलेपणाच्या धक्क्यातही काम करीत होता. १८६१च्या नोव्हेंबरमध्ये कलकत्त्यास झालेल्या आपल्या पत्नीच्या मृत्यूच्या आघातामधून कॅनिंग कधीच सावरला नाही. व्हाइसरॉयपदाच्या पाच वर्षाच्या कारकिर्दीच्या अखेरीलाच तो भारतातून निघून गेला असता तर फार बरे झाले असते. त्याचा मित्र ग्रॅनव्हिल याने त्याला नाट्यपूर्ण उपरोधाच्या शब्दात हाच सल्ला दिला होता. 'तुमचे कितीतरी मित्र यापूर्वीच गेले आहेत. उरलेल्यांमध्ये आणखी एका वर्षात काय काय उत्पात घडतील हे कोणी सांगावे?'[३६४] वस्तुस्थिती अशी होती की, कोणाही नवागतापेक्षा भारताची सेवा आपण अधिक चांगल्या रीतीने करू अशी स्वतःची फसवणूक करून घेत व वुडच्या उत्तेजनाने

१८६३ च्या फेब्रुवारी पर्यंत कॅनिंग येथे राहिला. परंतु उत्तरोत्तर त्याच्या प्रयत्नात अव्यवस्थितपणा व समजेचा अभाव दिसून येऊ लागला. कित्येक महत्त्वाच्या प्रश्नांकडे त्याचे लक्षच जात नसे. काही बाबतीत ब्रिटिश सरकारला पूर्ण माहिती पुरवली जात नसे आणि भारतमंत्री व मंत्रिमंडळ यांच्या पूर्वानुमतिशिवायच निर्णय घेतले जाऊन ते जाहीरही केले जात. वुड हा उद्धट व चिडखोर होता आणि शासकीय तपशिलात ढवळाढवळ करण्याकडे त्याचा कल होता, हे खरे आहे. फ्रियरजवळ व्हाइसरॉयने अशी तक्रार केलेली आढळते की, 'वुड हा मला आतापर्यंत भेटलेल्या सार्वजनिक क्षेत्रातील व्यक्तिंपैकी अत्यंत असमंजस तसेच अत्यंत भांडखोर माणूस आहे.'[३६५] प्रत्यक्ष वुडलाच एकदा कॅनिंगने निराशेने लिहिले होते, 'प्रिय सर चार्लस्, आपल्याला खूष करणे फार फार कठीण आहे,'[३६६] तथापि अंतिम अधिकार आपल्यालाच असल्याच्या व्हाइसरॉयच्या गृहीतकाविषयी आणि त्याच्या धसमुसळ्या कृतींविषयी तक्रार करण्याला वुडलाही तेवढेच कारण होते.

अशा रीतीने कॅनिंगच्या हिंदुस्तानातील कार्याचा उत्तरार्ध हा सर्व अर्थांनी उतरणीचा काळ होता. मात्र तेवढ्यावरून त्याच्याविषयी मतप्रदर्शन करणे अन्यायाचे होईल. १८५७ च्या आणीबाणीच्या रूपाने त्याचे स्मारक उभारले गेले आणि जाहीरनाम्यांच्या परिच्छेदांमध्ये त्याचा मृत्यूलेख लिहिला गेला. या जाहीरनाम्यात सर्व ब्रिटिश प्रजाजनांना वर्णनिरपेक्षतेने कायद्यासमोर न्याय व समानता मिळेल असे आश्वासन दिले गेले होते. त्याने लिहिलेले एक प्रसिद्ध वाक्य असे, 'मी रागापोटी कारभार चालवणार नाही.'[३६७] त्याच्या कामगिरीचे महत्त्व लक्षात यावयाचे असेल तर भारतातील त्यावेळचे वातावरण[३६८] आणि ब्रिटनमधील लोकमत यांचा विचार केला पाहिजे. कॅनिंग इंग्लंडला परतल्यानंतर ग्लॅडस्टन त्याला लिहितो की, 'कॅनिंगच्या कार्याबद्दल आपल्याला संतोष होत आहे. कॅनिंग सर्व दृष्टींनी मनाने मोठा व परिपक्व झाला असून एवढे कार्य केल्यानंतरही त्याच्या ठिकाणी आढळून येणारी नम्रता अतुलनीय आहे.'[३६९] यानंतर लवकरच, कॅनिंगचा मृत्यू घडल्यानंतर, 'कॅनिंगसारखी संधी भारतात फारच थोड्या लोकांना मिळाली आहे. न्याय, दया आणि सत्य या ईश्वराला अत्यंत प्रिय असलेल्या गोष्टींसाठी झगडण्याची वा साक्षी राहण्याची ही संधी होती. कॅनिंगप्रमाणे तिचा उपयोग फारच थोड्यांनी करून घेतला.'[३७०] असे ग्लॅडस्टनने नमूद केले आहे. ३० वर्षांनंतर आपल्या कारकिर्दीतील भारतातील ब्रिटिश राजवटीच्या दीर्घ प्रवासाचे सिंहावलोकन करताना ग्लॅडस्टनने कॅनिंगचा सर्वात महान व्हाइसरॉय म्हणून उल्लेख केला आहे.[३७१] अनर्थ आणि तणावाच्या काळातील कॅनिंगची कामगिरीच अर्थात ग्लॅडस्टनच्या मनात होती; त्याच्या कारकीर्दीचा बेंगरुळपणा आणि क्षुल्लकपणा नव्हे.

कॅनिंगच्या नंतर एल्जिन व्हाइसरॉय पदावर आला. १८५७ च्या संकटात त्याच्या अधिपत्याखालील चीनमधील सैन्यदल हिंदुस्तानकडे वळविण्याचे त्याने कबूल केले होते. तो प्रतिष्ठेनिशीच आला. 'एखाद्या जादुगाराने त्याला हवे असलेले पानच आपल्याला घेणे भाग पाडावे तशा अपरिहार्यतेने आला.'[३७२] परंतु त्याला ओळखणाऱ्यांना त्याच्याविषयी विशेष आदर नव्हता. ग्रॅनव्हिलने त्याचे वर्णन अत्यंत डौली, कंटाळवाणा, आणि कर्तृत्वाची खात्री नसलेला[३७३] असे केले, तर कॅनिंगच्या मते, तो वारा वाहील तशी पाठ फिरविणारा होता.[३७४] त्याच्या एका नातलगाने हेच मत अधिक बोचरेपणाने व्यक्त केले. 'माझ्याच नावाचा हा माणूस मोठा जाणता आहे. धूर्त आहे. आपल्या पोळीला तूप कोठे लावले आहे हे नेमके जाणणारा आहे. समजा जर कधी हा एखाद्या बुडत्या जहाजात बसलेला असला तर तो त्या जहाजातील खलाशी व अधिकारी उतारू तसेच त्याची स्वतःची मुले या सर्वांना स्वतःचा जीव वाचविण्यासाठी समुद्रात खुशाल फेकून देईल.'[३७५]

व्हाइसरॉयपदाच्या भूमिकेविषयीची एल्जिनची समज फार मर्यादित होती. 'आपण एका महान व्यक्तीचा व महान युद्धाचा वारसदार म्हणून येत असून आपल्याला एक लहानसे कार्य नम्रतेने पार पाडावयाचे आहे' असे त्याने म्हटले आहे.[३७६] 'काही काळ तरी आपल्याला दुसऱ्यांनी आखून दिलेल्या मार्गांवरून चालावयाचे आहे. कोठे एखादा खड्डा बुजवावा, कोठे थोडी घाण बाजूला करावी- थोडक्यात म्हणजे झाडूवाल्याचे काम करावे - ते सगळेच कमीप्रतीचे व काहीसे तिरस्कृतही आहे'.[३७७] त्याला असेही वाटत होते की, शांततेच्या काळात व्हाइसरॉयला विशेष सत्ता नव्हती. प्रांतिक सरकारे मोठमोठ्या प्रांतांचा कारभार हाकीत असत. ब्रिटिश सरकार अंतिम निर्णय देत असे. अशा परिस्थितीत गव्हर्नर - जनरल व त्याचे मंडळ यावर विशेष अधिकार किंवा जबाबदारी नव्हती. 'मी कॅनडात असताना, काटेकोरपणे घटनात्मक तत्त्वांवर व स्वतंत्र संसदेच्या साहाय्याने कारभार करीत असताना तेथील परिस्थितीवर माझे जे नियंत्रण होते, ते व शांततेच्या काळात हिंदुस्तानचा गव्हर्नर-जनरल या नात्याने माझ्या हाती असलेली सत्ता त्यांच्याविषयी मी 'आज' मला तुलनेने काय वाटते ते सांगू लागलो, तर तुम्ही माझ्यावर वदतोव्याघाताचा आरोप कराल.'[३७८] तरीही एल्जिन प्रामाणिक होता, कळकळीचा होता. आपल्यापरीने त्याने सर्व ते करण्याचा प्रयत्न केला. आपल्याला जे अधिकार आहेत असे तो मानीत होता, त्यांची अंमलबजावणी तो स्वतः किंवा त्याच्या प्रत्यक्ष हाताखालचे अधिकारी करीत असत. एक वर्षाच्या कारभारानंतर आपली प्रकृती चांगली नसतानासुद्धा आपल्या साम्राज्याच्या टोकांपर्यंत जाऊन येण्याचे त्याने ठरविले. ह्याच प्रयत्नात असताना १८६३ च्या डिसेंबरमध्ये

त्याचा अंत ओढवला. शेवटपर्यंत कर्तव्याची जाणीव त्याला कधीही सुटली नाही. ज्यावेळेस त्याच्या डॉक्टरांनी त्याला त्याचा मृत्यू जवळ आला असल्याचे सांगितले, त्यावेळेस त्याने आपल्या कुटुंबीयांना निरोप पाठविला नाही, तर मद्रास गव्हर्नरने व्हाइसरॉयपदावर रुजू होण्याच्या तयारीत राहावे यासाठी त्याला निरोप पाठविला.

एल्जिनची व्हाइसरॉयची कारकीर्द केवळ अठरा महिन्यांची होती. त्यामुळे तिच्याविषयी भागशः अभिप्राय द्यावयास हवा. स्वभावतः एल्जिनजवळ आत्मविश्वासाचा अभाव असल्यामुळे, शेवटापर्यंत तो आपला मार्ग चाचपडतच होता. त्याच्याविषयीचे हिंदुस्तानातील सर्वसाधारण मत, त्याचा एक अधिकारी कर्नल ब्रूस याने त्याच्या मृत्यूनंतर त्याच्यासंबंधी जे उद्गार काढले त्यात व्यक्त होते. ब्रूसने म्हटले आहे की, 'अर्थातच ही एक दुःखद घटना आहे. परंतु सार्वजनिकदृष्ट्या ही एक आपत्ती आहे, असे मात्र माझ्याने म्हणवत नाही.'[३७९] कॅनिंगने आपल्या कारकिर्दीच्या अखेरच्या वर्षात भारतमंत्र्यांशी विचारविनिमय न करताच महत्त्वाचे निर्णय घेतल्यामुळे व धोरण आखल्यामुळे हिंदुस्तान सरकार व ब्रिटिश सरकार या दोघांमध्ये जे वाद निर्माण झाले होते, ते थांबविण्याचे कार्य करणे हीच एल्जिनची एकमेव कामगिरी होय. गोऱ्या व काळ्या लोकांमध्ये चांगले संबंध प्रस्थापित केल्याचा व त्याचप्रमाणे शासनयंत्रणेच्या निरनिराळ्या विभागांचा एकमेकांशी सुसंवाद निर्माण केल्याचा त्याचा दावा[३८०] मात्र पोकळ आहे. एल्जिनचा भारतातील काळ कॅनिंगच्या छायेतच गेला.

एल्जिनच्या मृत्यूमुळे निर्माण झालेली जागा अत्यंत कल्पकताशून्य रीतीने भरली गेली. भारतीय सनदी अधिकारी या नात्याने जॉन लॉरेन्स प्रख्यात होता खरा, परंतु त्याला व्हाइसरॉय म्हणून पाठविणे म्हणजे तो ज्या पातळीवर पोहोचू शकला नसता, तेथवर त्याला पोहचविले होते. अनुभव कितीही मोठा असला तरी नेतृत्वाच्या घटकांपैकी तो एक मामुली घटक असल्यामुळे उपजत गुणांच्या अभावाची भरपाई त्याने कधीही होऊ शकत नाही. लॉरेन्सची बुद्धी फार तीव्र नव्हती. जिल्ह्याच्या किंवा प्रांताच्या कारभारातील तपशिलाच्या बाबींना ती योग्य होती व दुसऱ्यांचे आदेश अमलात आणण्याच्या कमी ती लावता येत असे, तथापि त्याने धोरणे आखावी व अंतिम जबाबदारी घ्यावी येवढी अपेक्षा त्याच्याकडून करणे, हा त्याच्यावर अन्याय होता. स्वतः वुडनेच पूर्वी लॉरेन्सविषयी असे म्हटले होते की, 'तो फार चांगले काम करतो परंतु त्याच्या विचारांच्या दूरदर्शीपणाविषयी मला विश्वास वाटत नाही.'[३८१]

शिवाय लॉरेन्सच्या अंगी जे काही गुण होते ते यावेळेस उतरणीला लागले होते. १८६४ साली तो म्हातारा झालेला होता आणि आपल्या शक्ती बऱ्याच खचलेल्या

अवस्थेत तो व्हाइसरॉय म्हणून हिंदुस्तानात आला. स्वतःविषयी त्याने खरोखरीच असे म्हटले आहे की, 'जे पुन्हा कधीही अभंग होणार नाही, असे आपण एक फुटके भांडे आहोत. '[३८२] त्याच्या हाताखालच्या अधिकाऱ्यांना या नवीन व्हाइसरॉयविषयी तसा मोठा दबदबा नव्हता. मोठेपणाचे त्याच्यामध्ये केवळ अवशेष होते. तो एक 'ओबडधोबड व एखाद्या सद्गृहस्थापेक्षा एखाद्या न्हाव्यासारखा दिसणारा माणूस होता.'[३८३] हिंदुस्तानातील अधिकाऱ्यांवर कुठल्याही प्रकारे सत्ता किंवा वर्चस्व तो गाजवू शकला नाही. व्हाइसरॉयच्या मते,[३८४] मुंबईला फ्रियर आपले सरकार हिंदुस्तान सरकारपासून स्वतंत्र करण्याच्या प्रयत्नात होता व लॉरेन्स मुंबईच्या कारभारात शक्य तितका कमी हस्तक्षेप करीत होता. वुडच्या उत्तेजनाने[३८५] आपल्या स्वतःच्या कार्यकारी मंडळात लॉरेन्स हिंदुस्तानचा पूर्वअनुभव नसलेल्या सदस्यांवर अवलंबून राहात असे व त्यांना ते आवडत असे. 'लॉरेन्सने आपण पहिल्या प्रतीचा गव्हर्नर-जनरल असल्याचे दाखवून दिले आहे.'[३८६] असे ट्रेव्हेलियनने वुडला लिहिले आणि मेनने आपल्या मंडळाला पूर्णपणे माहिती पुरवण्याची जी प्रथा लॉरेन्सने नव्यानेच सुरू केली तिची तारीफ केली. 'बंगाल वगळता उरलेला सर्व भारत एकट्या लॉरेन्सच्या हाती कोणाही एका माणसाच्या हाती राहू शकेल, तितका सुरक्षित राहील असे मला खरोखरीच वाटते.'[३८७] खरे सांगायचे तर लॉरेन्स हा एक अत्यंत कमकुवत व्हाइसरॉय निघाला. कुठल्याही खात्याच्या प्रमुखाने एखादे काम करण्याचे नाकारले तर काम करवून घेणे आपल्याला जमत नाही, असे त्याने कबूल केले होते.[३८८] ज्या गोष्टी सर्वसामान्यपणे त्याच्या अखत्यारीत येत असत त्या बाबतीतदेखील तो कित्येकदा असाहाय्य ठरत असे. उदाहरणार्थ, दुष्काळग्रस्त ओरिसा प्रांतात अन्नधान्य आयात करण्याची परवानगी द्यावी अशी त्याची इच्छा होती, परंतु त्याच्या मंडळाने त्याला तसे करण्याला विरोध केला.[३८९] सामुदायिक सरकारची यंत्रणा त्याच्या अप्रभावी व्यक्तिमत्त्वामुळे निरुपयोगी ठरली. त्याच्या दृष्टीने भारताच्या शासनाला एकसंधपणा, जोम आणि सुसूत्रता यावी यासाठी एकतंत्री राज्यपद्धती काही प्रमाणात असावयास हवी होती आणि सर हेन्री ड्युरंड[३९०] यांच्या हेकेखोरपणाला तोंड द्यावे लागले, त्यावेळी त्याने आपल्या मंडळाचे सभासद निवडण्याची व्हाइसरॉयला परवानगी असावी, असेही सुचविले. प्रतिवर्षी हिंदुस्तान सरकार अधिकाधिक दुर्बल होत चालले आहे आणि व्हाइसरॉयच्या जबाबदाऱ्यांच्या मानाने त्याचे अधिकार आणि प्रभाव एखाद्या नायब राज्यपालापेक्षाही कमी आहेत, अशी त्याची तक्रार होती.[३९१] खरोखरीच ड्युरंडला 'आपल्या कर्तव्याची जाणीव' द्यावी आणि लॉरेन्सचे मार्गदर्शन मान्य करण्याचा आदेश द्यावा[३९२] यासाठी त्याला भारतमंत्र्यांना विनंती करावी लागली होती. परंतु काही काळापुरते ड्युरंडने हिंदुस्तान

सरकार सोडल्यानंतर लॉरेन्सला जरी थोडा दिलासा मिळाला असला, तरी आपले मंडळ दबाव आणण्याच्या मनःस्थितीतच असल्याची तक्रार त्याने केली.[३९३] आपल्या मंडळाचे सभासद निवडण्याचा अधिकार व्हाइसरॉयला असावा, असे सुचविणारे एक निवेदन नॉर्थकोटने मंत्रिमंडळाला दिले,[३९४] परंतु आश्चर्य म्हणजे सदस्य निवडण्याची पद्धती मात्र तीच राहिली.

लंडनमधील भारतमंत्र्यांच्या मते, हिंदुस्तानातील व्हाइसरॉय म्हणजे आदेशांची वाट पाहणारा फक्त एक वरिष्ठ मुकादम होता. ब्रिटिश सरकारचे आदेश धुडकावून लावू शकणे लॉरेन्सला, तो फार काळ सनदी नोकरीत असल्यामुळे, शक्य नव्हते. त्याच्या मते गव्हर्नर-जनरलने आदेश पाळावेत एवढेच नव्हे तर बऱ्याच अंशी भारतमंत्र्याच्या इच्छेनुसार आपली इच्छा ठेवावी. आपली वेगळी मते मांडणे म्हणजे वेळ आणि शक्ती यांचा निव्वळ अपव्यय होता.[३९५] यामुळे व्हाइसरॉय पदाला लॉरेन्स विशेष लायक नाही याची खात्री आधीपासूनच ज्याला होती,[३९६] त्या वूडने लॉरेन्सच्या स्वभावातील मऊपणाचा फायदा घेतला. 'एखाद्या वाफेच्या इंजिनाप्रमाणे तुम्ही आपल्या अर्ध्या शक्तिनिशी भारतात काम करीत राहावे, हेच मला तुमच्या जागी दुसऱ्या कोणाची नेमणूक करण्यापेक्षा अधिक पसंत आहे.' वूडनंतरच्या कोणत्याही भारतमंत्र्याने या प्रमाणात अधिकार व पुढाकार घेतला नाही, हे लॉरेन्सचे चांगले नशीबच म्हटले पाहिजे. रिपन आणि क्रॅनबोर्न इंडिया ऑफिसमध्ये फार काळ नव्हते. शिवाय हिंदुस्तानच्या कारभाराविषयी अद्याप त्यांची ठाम मते तयार झाली नव्हती. तर नॉर्थकोट स्वभावतः लॉरेन्ससारखाच होता.[३९७]

अर्थातच लॉरेन्सच्या व्हाइसरॉयपदाच्या पाच वर्षांच्या कारकिर्दीचा हिंदुस्तानच्या राजकीय पटावर फार कमी प्रभाव पडला. हा काळ दमल्या भागल्या अधिकाराचा आणि भविष्याविषयी विशेष दृष्टी नसल्याचा होता. बंडाच्या आठवणी मनात ताज्या असल्यामुळे एका अवाढव्य व दारिद्र्यग्रस्त समाजाचे शासन मूठभर परकीयांनी करण्याच्या कल्पनेने लॉरेन्स गांगरला होता आणि ब्रिटिश राजवटीचे उद्दिष्ट फक्त चांगल्या प्रशासनाला कमीत कमी आवश्यक तेवढा महसूल जमा करणे आणि साधनसंपत्तीच्या विकासावर जास्तीत जास्त खर्च करणे एवढेच असावे, असे त्याला वाटत होते.[३९८] यापलीकडे काही अधिक महत्त्वाची दूरगामी उद्दिष्टे असू शकतील, हे त्याच्या लक्षात येऊ शकत नव्हते. इतकेच नव्हे तर आपली तात्कालिक उद्दिष्टे काही विशेष विकासापर्यंत नेणे देखील लॉरेन्सला जमले नाही. त्याच्या कारकीर्दीत भारताचे आर्थिक धोरण दुसऱ्यांनी आखलेले होते व लॉरेन्स एक असमर्थ निरीक्षक होता. हिंदुस्तानातील त्याची पूर्वीची कामगिरी प्रशासकीय होती आणि अर्थातच व्हाइसरॉय

या नात्याने त्याने आपला पंजाबमधील अनुभव देशाच्या इतर भागांना लागू करण्याचा प्रयत्न केला. खरोखरीच त्याच्या दृष्टीने संपूर्ण हिंदुस्तान म्हणजे एक मोठा पंजाब असून प्रांतांच्या राज्यपालांना तो उपआयुक्तांप्रमाणे वागवीत असे. बंडाच्या धुमश्चक्रीमध्ये जिची मोठी हानी झाली होती, ती कार्यकारी शासनयंत्रणा दुरुस्त करणे व हिंदुस्तानच्या प्रशासनात पितृवत दृष्टिकोन प्रस्थापित करणे हे लॉरेन्सच्या शासनातील मुख्य प्रयत्न होते. त्याच्या काळात सार्वजनिक कामात, त्याचप्रमाणे आरोग्य खात्यात बरीच सुधारणा घडली. परंतु सरकारी यंत्रणेच्या अगदी मर्यादित क्षेत्रात देखील लॉरेन्सची कामगिरी निराशाजनक आहे. ओरिसातील दुष्काळ ह्या त्याच्या कारकीर्दीत उद्भवलेल्या मोठ्या शासकीय प्रश्नाबाबत त्याने केलेल्या उपाययोजना अत्यंत अपुऱ्या होत्या. भूधारणेच्या क्षेत्रात मात्र त्याने चांगले कार्य केले, कारण त्याबाबतीत योग्य दृष्किोनाचा त्याला फायदा मिळाला. लॉरेन्स व्हाइसरॉय होण्यापूर्वी वूडने विनाकारणच त्याच्यावर आत्यंतिक हिंदुस्तानविरोधी असल्याचा व मिशनऱ्यांच्या उत्साहाने प्रमाणाबाहेर भारावल्याचा आरोप केला होता.[३९९] खरे म्हणजे सर्वसामान्य शेतकऱ्यांची परिस्थिती सुधारावी, याची लॉरेन्सला तळमळ होती कारण निळीचे करार आणि भूधारणेचे करार यांच्यामुळे ज्यांचे मुळातच कसेबसे भागत होते, त्यांची परिस्थिती आणखीच बिकट होत होती. अवध आणि पंजाब येथील कुळांच्या हक्कांचे संरक्षण ही त्याची सर्वात उल्लेखनीय कामगिरी होय.[४००] जॉन लॉरेन्स व्हाइसरॉय होण्याच्या पूर्वी दहा वर्षे त्याच्या भावाने त्याला असे लिहिले होते की,'जहागीरदार आणि माफीदार यांच्यावर परिणाम करणाऱ्या सर्व प्रश्नांकडे इतर कोणाहीपेक्षा पूर्णपणे वेगळ्या दृष्टिकोनातून तुम्ही पाहता असे मला वाटते. वस्तुतः तुम्ही त्यांना उपद्रवी व शत्रू असेच समजता. ही जर तुमची भावना असेल तर कोणाही दोन माणसांमध्ये दिला जावा, तो समान न्याय देण्याची अपेक्षा तुम्ही कशी करता'[४०१] याचे उत्तर अर्थातच असे होते की, ग्रामीण समाजातील वरच्या स्तरातील लोक स्वतःची काळजी घेण्यास समर्थ होते व इतरांना त्यांच्यापासूनच संरक्षणाची गरज होती. हेन्री लॉरेन्सच्या भारतातील कारकिर्दीबाबत ते समर्पकही होते परंतु ती अहेतुक प्रशंसाच म्हणावयास हवी.

❑

प्रकरण दुसरे

हुजूरपक्षीय साहस

I

इसवी सन १८६९ पासून पुढे एक तपाइतका काळ हुजूरपक्षीय आपल्या कल्पना हिंदुस्तानावर लादू शकले. १८६८ मध्ये त्यावेळी त्यांना संधी मिळाली. ज्यावेळेस प्रथमच व्हाइसरॉयची निवड त्यांना करावयाची होती, त्यावेळी डिझरेलीने मेयो या तरुण आयरिश उमरावाची निवड केली. व्यक्तींची निवड करताना तिची योग्यता व कर्तृत्व यांचे कसोशीने मूल्यमापन करण्यापेक्षा आपल्या अंतःप्रेरणेवर डिझरेली अनेक वेळा अवलंबून राहत असे. यावेळीही त्याने तसेच केले. त्याच्या प्रेरणेने त्याला यावेळेस दगा दिला नाही. हिंदुस्तानला त्यावेळी समर्थ प्रशासकाचीच आवश्यकता होती. उत्साही, आनंदी व आत्मविश्वासाने परिपूर्ण असलेला मेयो ही त्यादृष्टीने अनुरूप निवड होती. मेयो विशेष उच्चशिक्षित नव्हता हे त्याच्या स्वतःच्याच पत्रव्यवहारावरून स्पष्ट दिसत असले, तरीही त्याचे खंबीर व निश्चयी मन शासकीय समस्यांशी खंबीरपणे टक्कर देऊ शकत असे. किंबर्ले याला दिसल्याप्रमाणे,[१] 'मेयो हा काहीसा जड, मंद प्रकृतीचा मनुष्य' होता. अव्वल गुणवत्ता व सामर्थ्य त्याच्यापाशी नव्हते हे निश्चितच. परंतु त्याच्याजवळ सारासार विवेक व स्वतंत्र व्यक्तित्व होते. त्यावेळी हिंदुस्तानच्या व्हाइसरॉयला नेत्रदीपक बुद्धिमत्तेपेक्षा याच गुणांची अधिक आवश्यकता होती. मेयोची नेमणूक जाहीर झाल्यानंतर थोड्याच काळात डिझरेलीचे मंत्रिमंडळ गडगडले. यशाच्या उषःकाली लिबरल सरकारने मेयोची नेमणूक रद्द करण्याचा प्रश्न गंभीरपणे विचारात घेतला. कोणत्याही सरकारने आपल्या सरत्या काळात नवीन व्हाइसरॉयची नेमणूक करू नये, असे ग्लॅडस्टनचे मत होते.[२] त्यामुळे जरी मेयोने नवीन सरकार अधिकारपदावर येण्यापूर्वीच हिंदुस्तानकडे प्रयाण केले असले, तरीही त्याला परत बोलावून त्याच्याऐवजी आरगिल यास व्हाइसरॉय म्हणून पाठविले जाईल असा अंदाज होता.[३] प्रत्यक्षात मात्र पक्षीयतेचा इतका जहाल अविष्कार दिसला नाही. भारतमंत्रीपदावरच आरगिलने समाधान मानले व मेयोला आपल्या पाठिंब्याची ग्वाही दिली.[४] इतकेच नव्हे तर ग्लॅडस्टनच्या संमतीने त्याने हुजूरपक्षातील भारतीय समस्येवरील तज्ज्ञ स्टॅफर्ड नॉर्थकोट याला अर्थसदस्यत्वही देऊ केले.[५] हिंदुस्तानला ब्रिटनमधील पक्षीय राजकारणापासून अलिप्त ठेवण्यास स्वतः मेयोने दोन प्रकारे साहाय्य केले. एक म्हणजे आपल्या हुजूरपक्षीय मित्रांना त्याने लिबरल सरकारला पाठिंबा देण्याची विनंती केली; दुसरे, आपल्या

स्वतःच्या धोरणाचा विकास हिंदुस्तानातील परिस्थितीला अनुसरून करण्याविषयी दक्षता बाळगिली. तो कोणत्याही पूर्वग्रहांनिशी हिंदुस्तानात आला नाही. वस्तुस्थितीच्या आधाराने त्याने निर्णय घेतले व आपल्या धोरणावर त्याचे संपूर्ण प्रभुत्व होते.[६]

भारतीय परिस्थितीवर ग्लॅडस्टनच्या पहिल्या मंत्रिमंडळाचा जितका अल्प परिणाम झाला, तितका दुसऱ्या कोणत्याच क्षेत्रात झाला नाही. व्हाइसरॉयपद हे सर्वार्थाने मेयोचे स्वतःचे होते. हिंदुस्तानात आल्यानंतर केवळ तीनच वर्षांनंतर ज्यावेळेस मेयोची हत्या झाली, त्यावेळेस ती घटना ही फक्त एक व्यक्तिगत शोकांतिका नव्हती. जिच्या व्यक्तिमत्त्वाचा ठसा घटनांवर व विकासावर उमटला होता, अशी एक व्यक्ती हरपली होती.

मेयोच्या वारसदाराची निवड अर्थातच लिबरल पक्षामधून झाली. परंतु नवा व्हाइसरॉय नॉर्थब्रुक याचे कॉबडेन किंवा ग्लॅडस्टन यांच्यापेक्षा पामर्स्टनशीच अधिक जुळत होते. तो साम्राज्यवादी होता. स्थानिक जनमत किंवा बहुजनसमाजाच्या भावना यांविषयी त्याला विशेष आस्था नव्हती. हिंदुस्तानाशी व्यापार वाढविणे व एतद्देशीय लोकांना स्वायतत्तेसाठी प्रशिक्षित करणे या उदारमतवादी तत्त्वांची अंमलबजावणी हे नॉर्थब्रुकचे उद्दिष्ट नव्हते. तो येथे साम्राज्य स्थिर करण्यासाठीच आला होता. त्यामुळे ग्लॅडस्टनच्या हिंदुस्तानाविषयीच्या धोरणासंबंधी ज्या अपेक्षा होत्या, त्यांची उपेक्षाच केली गेली. 'आपले हिंदुस्तानाशी असलेले संबंध अकस्मात हिंसाचारानी किंवा अपकीर्तीकारक रीतीने तुटू नयेत; आपल्या भारतीय सहप्रजाजनांच्या राजकीय शिक्षणासाठी आपण सतत झटावे; जर आपणास कधी काळी हा देश सोडून जावे लागलेच तर जाताना उज्ज्वल नाव व निष्कलंक हिशोब मागे ठेवून आपण जावे, या माझ्या विशेष इच्छा आहेत.'[७] ग्लॅडस्टनच्या या इच्छेला वालपोलचे स्थितिप्रियतेचे तत्त्व नॉर्थब्रुकला हिंदुस्तानात प्रेरक ठरले. पूर्वीच्या हुजूरपक्षीय व्हाइसरॉयच्या जागी हा लिबरल पक्षीय व्हाइसरॉय आला असला तरी त्यामुळे फक्त कारभारात निष्क्रियता आली. त्याच्या धोरणात किंवा विचारसरणीत बदल झाला नाही. म्हणूनच इ.स. १८७४ मध्ये जेव्हा पुन्हा हुजूरपक्षाच्या हाती सत्ता आली तेव्हा त्यांचे दृष्टिकोन आणि विचारप्रणाली नॉर्थब्रुकशी जुळणारी होती. खरोखरीच नॉर्थब्रुक व नवा भारतमंत्री साल्सबरी हे एकोप्याने कारभार करू लागले. नॉर्थब्रुकने लिहिल्याप्रमाणे,[८] हिंदुस्तानातील परिस्थिती व इंग्लंडमधील राजकारण या दोन भिन्न गोष्टी होत्या. साल्सबरीच्या मते, हिंदुस्तानातील प्रशासनाच्या एकसंधतेला बाधा येणे दुःखद होते.[९] तरीसुद्धा दोघांच्या प्रवृत्ती व धोरण यांमधील मतभेद लवकरच वाढीस लागले.

इंडिया ऑफिसचा पूर्वानुभव असल्यामुळे साल्सबरीचा हिंदुस्तानातील परिस्थितीविषयी निश्चित दृष्टिकोन तयार झालेला होता. तसेच तो आळशी आहे, असा सामान्य समज असला तरी ते खरे नव्हते. मेयोप्रमाणेच तो सुद्धा हिंदुस्तानात समृद्धीची वाढ करणे हे ब्रिटनचे कर्तव्य आहे, असे मानीत होता. ब्रिटिश राजवट कधीच लोकप्रिय होणार नाही हे उघडच होते. निदान 'एक गोष्ट तरी निश्चितच स्पष्ट दिसते की, आपल्या सद्हेतूंवर कोणाचाही विश्वास नाही. आम्हाला वारंवार असे सांगितले जाते की, आपल्या सुरक्षिततेसाठी एतद्देशीयांना प्रेमाने जिंका, जुलमाने जिंकू नका. कदाचित आमच्या नातवंडांना किंवा पतवंडांना ते भाग्य लाभेल. आम्हाला नाही.'[१०] तरीसुद्धा केवळ जनतेशी सुसंवाद नाही या कारणाने निराश होऊन जनतेच्या हितासाठी झटण्याचे सरकारने सोडून देण्याचे कारण नाही. आजवर केली गेली असेल त्याहीपेक्षा पुढे जाऊन लोकांच्या हितसंबंधामध्ये सुधारणा करण्याची माझी इच्छा आहे. त्या दृष्टीने उपाय योजणे आवश्यक आहे. तसे करणे हीच आपली खरी राजवट ठरेल व तसे केले तरच हिंदुस्तानातील आपले वास्तव्य समर्थनीय ठरेल.'[११]

साल्सबरीची विचारसरणी एकंदरीत पाहता ही अशी होती. त्यामुळे नॉर्थब्रुकचा चैतन्यशून्य दृष्टिकोन आणि एखाद्या बाबतीत पुढाकार घेण्याची जबाबदारी स्थानिक अधिकाऱ्यांवरच टाकण्याची त्याची प्रवृत्ती, यामुळे साल्सबरी संत्रस्त झाला होता. परंतु खरे पाहता व्हाइसरॉयचे व्यक्तित्व मात्र त्याच्या उदासीन धोरणाएवढे प्रसिद्धीपराङ्मुख नव्हते. भारतमंत्र्याच्या उतावीळ कृती त्याच्या ताठर मनाला झोंबत असत. अशा सर्व गोष्टींवरून व्हाइसरॉय व त्याचे अनुयायी यांनी अखेर असा निष्कर्ष काढला की, व्हाइसरॉयशी खाजगी पत्रव्यवहार करून हिंदुस्तानाचा कारभार चालवण्याचा व अशा रीतीने व्हाइसरॉयचा दर्जा खालावून परराष्ट्रातील राजदूताप्रमाणे करावयाचा त्याचा मानस असावा.[१२] संघर्षाचे विषय अशाप्रकारे उद्भवत राहिले. इ.स. १८७६ मध्ये म्हणजे आपल्या मुदतीपूर्वी एक वर्ष, व्हाइसरॉयने हिंदुस्तान सोडला, त्यावेळेस तो व भारतमंत्री यांच्यामधील दुरावा बराच वाढला होता. वास्तविक पाहता साल्सबरीला तक्रार करण्यास सबळ कारणही होते. कारण ब्रिटिश सरकारच्या जगजाहीर धोरणाला धाब्यावर बसवून एका महत्त्वाच्या बाबतीत व्हाइसरॉयने स्वतःच्या मर्जीनुसार वर्तन केले होते.

नॉर्थब्रुक नंतर व्हाइसरॉयपदाचा उमेदवार म्हणून डिझरेलीने आपल्या जुन्या मित्राचा मुलगा बुलवर लिटन याच्या निवडीला संमती दिली. या निवडीचे हुजूरपक्षाने स्वागत केले. कारण डर्बीने वर्णन केल्याप्रमाणे, लिटन हा हुजूरपक्षीय, कर्तबगार, लोकप्रिय व साहित्यप्रेमी होता.[१३] इ.स. १८७६ मध्ये साल्सबरीने त्याला मद्रासचे

गव्हर्नरपद देऊ केले होते, कारण लिटन हा तरुण व हुशार तर होताच, परंतु हुजूरपक्षावर त्याचा वंशपरंपरेने पुष्कळ हक्कही होता. तसेच आजवर ज्या ज्या अधिकारपदांवर त्याची नियुक्ती झाली होती, त्या त्या ठिकाणी त्याने कार्यक्षमतेने कामगिरी बजावली होती.[१४] लिटनने त्यावेळेस नकार दिला होता. १८७६ च्या डिसेंबरमध्ये सालसबरीने त्याचे नाव गव्हर्नरच्या वरच्या म्हणजे व्हाइसरॉय पदासाठी सुचविले. 'आपल्या प्रासंगिक भांडखोरपणाच्या लहरी जमेस धरुनसुद्धा लिटन हा तुमच्याजवळच्या दुसऱ्या कोणत्याही उमेदवारी पेक्षा जास्त योग्य ठरेल.'[१५]

लिटनला हिंदुस्तानात पाठवताना डिझरेलीने मेयोच्या वेळेप्रमाणेच आपल्या अंतःप्रेरणेवर भर दिला होता, असा सामान्य समज आहे. परंतु वरील सर्व गोष्टी विचारात घेतल्या की, तसे मानणे फारसे न्याय्य नाही असेच दिसून येते. कारण वस्तुतः ही निवड सालसबरीने केलेली होती. लिटन हा वृत्तीने कवी व स्वच्छंदवादी होता. डिझरेलीचा हुजूरपक्षीय धोरणाचा नवा दृष्टिकोन प्रत्यक्षात आणण्याचा त्याने व्हाइसरॉय या नात्याने मनःपूर्वक प्रयत्न केला. मेयोचे मिळविलेले जतन करण्याचे व निर्माण क्षमतेचे धोरण व नॉथ्रब्रुकचे निष्क्रियतेचे धोरण या दोन्हीहून लिटनचे धोरण वेगळे होते. विस्तारवाद व नेत्रदीपक यश यासाठी त्याचा भव्य प्रयत्न होता. त्याचा परिणाम अनर्थकारी झाला.

II

इ.स. १८६९ मध्ये मेयो हिंदुस्तानात आला. तोपर्यंत अफगाणिस्तानमधील यादवी युद्ध संपुष्टात आल्यासारखे दिसत होते. निवृत्त होणाऱ्या व्हाइसरॉयने मेयोला अमीर शेरअलीची भेट घेण्याचा सल्ला दिला.[१६] अशा प्रकारे उभयतांची भेट होऊन दूरदृष्टीने बोलणी झाली, तर त्यातून फार मोठे निष्पन्न होईल हे मेयोलाही मान्य होते. शेरअली सर्वस्वी रशिया व इराण यांच्या आधीन असल्याच्या बातम्या फार मोठ्या प्रमाणावर प्रसृत झाल्या होत्या.अशा परिस्थितीत त्यांच्या भेटीचा परिणाम संपूर्ण मध्य आशियावर फार मोठ्या प्रमाणात झाला असता. शेरअलीने देखील व्हाइसरॉयची भेट घेण्याविषयीची आपली उत्सुकता लपविली नाही.[१७] म्हणूनच मेयोने ताबडतोब हालचाल केली. मार्च महिन्याच्या अखेरीस पंजाबमध्ये अंबाला येथे भेट व्हावी, अशी इच्छा त्याने प्रदर्शित केली. दरवर्षी त्या सुमारास सरकारी कचेऱ्या दिल्लीहून सिमला येथे हलविल्या जात. त्यामुळे व्हाइसरॉय व अमीर यांच्या भेटीखातर खास व्यवस्था करावी लागत असल्याचे कोणाच्या डोळ्यावर आले नसते, हा त्यामागे एक उद्देश होता. तसेच पेशावर ऐवजी अंबाला हे भेटीचे स्थळ ठरविल्याने या भेटीमागे व्हाइसरॉयपेक्षा शेरअलीचेच प्रयत्न अधिक आहेत, असेही दिसून आले असते. मात्र गरज पडल्यास भेटीसाठी दुसरीकडे जाण्याचीही

व्हाइसरॉयची तयारी नव्हती असे नाही. 'या भेटीला व्यक्तिशः मी फार महत्त्व देतो. आता तिच्या मार्गात काहीही विघ्न येण्याची कल्पनासुद्धा मला क्लेषदायक वाटते.' शेरअलीचे सन्मानपूर्वक स्वागत करण्यात व त्याचा प्रवास सर्वतोपरी सुखावह करण्यात कोणतीही कुचराई केली जाणार नाही असे आश्वासन शेरअलीला द्यावे, असे त्याने सुचविले.[१८] ब्रिटिश सरकारकडून याबाबत कोणत्याही निर्णयाची अपेक्षा केलेली नव्हती व त्यांनी निर्णय दिलाही नाही. ब्रिटिश सरकारच्या वतीने फक्त इतकेच मत व्यक्त केले गेले की, मध्य आशियाच्या राजकारणात हस्तक्षेप न करण्याची तसेच लॉरेन्सच्या अलिप्ततेच्या धोरणाला चिकटून राहण्याची सौम्य ताकीद होती.[१९]

वास्तविक अमिराला पेशावर हे स्थळ भेटीसाठी अधिक पसंत होते. तरीही त्याने अंबाल्याला येण्यास मान्यता दिली व २७ मार्च रोजी तो तेथे पोहोचला. आपल्या या पाहुण्याबरोबर कोणत्या बाबींविषयी वाटाघाटी करावयाच्या, याचे स्पष्ट चित्र मेयोच्या मनात होते. अफगाणिस्तानमध्ये स्वतंत्र व समर्थ सरकार स्थापन करणे, तेथील अंतर्गत घडामोडींमध्ये प्रत्यक्ष हस्तक्षेप करण्याचे टाळणे, मध्य आशियाशी व्यापारी संबंध वाढविणे व त्यांचे रक्षण करणे; सरहद्द सुसज्ज राखणे; मध्य आशियातील घडामोडींविषयी अचूक माहिती मिळण्याची व्यवस्था करणे ही मेयोच्या धोरणाची प्रमुख उद्दिष्टे होती. गैरवाजवी हस्तक्षेप व उदासीनता ही दोन्ही टाळून सुवर्णमध्य साधणे हा त्यावरील उपाय होता. स्नेहपूर्वक संबंध ठेवणे व त्याचवेळी योग्य ती दक्षता बाळगणे हेच योग्य होते. ब्रिटिशांचे व्यापारी क्षेत्र उत्तरेच्या दिशेला वाढवून रशियाची आगेकूच थोपविली जाऊ शकली असती. अफगाणिस्तानच्या अंतर्गत कारभारामध्ये हस्तक्षेप न करता, तेथे ब्रिटिश प्रतिनिधी किंवा सैन्य न ठेवता अमिराला समर्थ व स्थिर सरकार निर्माण करण्यासाठी ब्रिटिशांनी मदत करण्याची एखादी निश्चित योजना असावी. त्याच्या मोबदल्यात व्यापारविषयक सवलतींत वाढ व अमिराच्या वर्चस्वाखालील हिंदुस्तानाच्या सरहद्दीवर शांतता व सुव्यवस्था राखण्यासाठी सक्रिय उपाययोजना करण्याची मुभा मिळवावी, असे मेयोचे मत होते. कायम स्वरूपाचे तह किंवा आर्थिक मदत करण्याला मेयोचा विरोध असला तरीही शेरअलीने साहाय्य केल्यास त्याचा योग्य मोबदला त्याला देण्यास मेयो राजी होता.[२०]

सगळ्या औपचारिक प्रसंगी मेयोने शेरअलीला समानत्वाची वागणूक दिली. इतकी की लाहोर येथे शेरअलीने असे म्हटले की, 'मी राजा आहे असे मला आता कोठे वाटावयास लागले आहे.'[२१] मात्र या दाक्षिण्याबरोबरच वाटाघाटींच्या महत्त्वाच्या मुद्यांबाबतचा मेयोचा खंबीरपणाही स्पष्ट होतो. शेरअलीखेरीज इतर कोणालाही,

केव्हाही, अमीर म्हणून ब्रिटिशांनी मान्यता देऊ नये असे अभिवचन, निश्चित रकमेचे द्रव्यसाहाय्य व परस्परांना मदत करण्याविषयी तह ह्या गोष्टी शेरअलीला हव्या होत्या. परंतु या सर्व मागण्यांना मेयोने विरोध केला. हे त्याने सर्वस्वी स्वतःच्या जबाबदारीवरच केले. 'सलोख्याचे संबंध व आवश्यकतेप्रमाणे योग्य तेवढा पाठिंबा' देण्याची हमी याहून अधिक काहीही मान्य करावयास मेयो तयार नव्हता.अमिराच्या तनख्यामध्ये ताबडतोब मोठी वाढ करावी असा आग्रह मेयोच्या सल्लागारांनीसुद्धा धरला. परंतु मेयोने तेही नाकारले. वेढ्याच्या प्रसंगी उपयोगी पडण्याजोगा तोफखाना, ६,००० बंदुका, मैत्री व पाठिंबा दर्शविणारे एक पत्र एवढेच शेरअलीने या भेटीमध्ये मिळविले. अमिराच्याच विनंतीवरून त्या पत्रात त्याच्या शत्रूंना नाउमेद करणारे फक्त एक वाक्य घातले होते.[२२]

'आपल्याला यापूर्वीच कळविल्याप्रमाणे, ब्रिटिश सरकारचा अफगाणिस्तानच्या अंतर्गत कारभारामध्ये हस्तक्षेप करण्याचा इरादा नसला तरी तुमचे व ब्रिटिश सरकारचे स्नेहसंबंध पूर्वीपेक्षा अधिक घनिष्ठ झाले आहेत, ही गोष्ट लक्षात घेऊन तुमच्या प्रतिस्पर्ध्यांनी काबूलच्या राज्यपदावरील तुमच्या अधिकाराला धक्का पोहोचेल असा अथवा यादवी युद्ध पेटविण्याचा पुन्हा प्रयत्न केल्यास ब्रिटिश सरकार त्याचा तीव्र अधिक्षेप करील. त्याचप्रमाणे तुमचे सरकार बळकट करावे, तुम्हाला न्यायाने व समतेने तुमच्या न्याय्य हक्काच्या राज्यपदाचा कारभार करता यावा व कायदेशीरपणे तुमच्या हक्काचे असलेले किताब व बहुमान तुमच्या वंशजांच्या सुपूर्द करता यावे यासाठी वेळोवेळी, परिस्थितीनुरूप आवश्यक त्या उपायोजना करण्याचा ब्रिटिश सरकार प्रयत्न करील.'[२३]

उभयपक्षांनी रशिया किंवा मध्य आशियाचा उल्लेख केला नाही. रशियन संकटाचे सावट अमिराला जाणवले नसावे. मेयोनेही तो प्रश्न उपस्थित केला नाही. कारण त्याला असे दाखवून द्यावयाचे होते की, ब्रिटिशांना रशियाची भीती वाटत नाही.[२४]

या भेटीतून जे निष्पन्न झाले त्यामुळे व्हाइसरॉयचे समाधान झाले. नैतिक पाठिंबा देण्याचे व तात्कालिक मदतीचे ब्रिटिशांचे जे धोरण अमिराला स्पष्टपणे सांगितले गेले होते, त्या धोरणाचा काटेकोरपणे अवलंब केला तर ब्रिटनला एक निष्ठावान मित्र मिळेल, असे त्याला खात्रीने वाटत होते. इ.स. १८४१ पासून ब्रिटनला असा मित्र मिळालेला नव्हता. तसेच अफगाणिस्तानवर आपण सुसंस्कृततेचा ठसा उमटवू अशी व्हाइसरॉयला आशा वाटत होती. तसे झाल्यास अफगाण सरकार अधिक समर्थ व सहृदय झाले असते.

मेयो आपल्या आश्रयदात्यातला लिहितो की,[२५] 'आतापर्यंत तरी तुमचा गव्हर्नर-जनरल सुदैवी ठरला आहे असे दिसते. हे सुदैव टिकावे अशी मी इच्छा करतो. मी ठरविलेल्या धोरणानुसार वागण्याची जर मला मुभा मिळाली तर मेक्रन किनाऱ्यापासून उत्तर तुर्कस्तानच्या व चीनच्या सरहद्दपर्यंतच्या आपल्या सीमेवर, स्वतंत्र परंतु आपल्याशी मित्रत्व ठेवणाऱ्या व या महान ब्रिटिश राज्याशी सलोख्याचे संबंध राखण्याची भावना बाळगणाऱ्या देशांची साखळी तयार करण्यात मी यशस्वी होईन, असा मला विश्वास वाटतो. हे धोरण खरेच महान आहे. गेली कित्येक वर्षे तिकडे दुर्लक्ष झालेले आहे. त्याचा प्रारंभ जसा मी केला आहे तसेच ते पूर्णत्वासही मीच न्यावे व तेही तुम्हाला पुन्हा भेटण्यापूर्वी, अशी माझी इच्छा आहे.'

अंबाला परिषदेमुळे एकंदरीत पाहता शेरअली देखील समाधान पावला. आपल्याला देण्यात आलेले पत्र आपणास कोट्यवधी रुपयांच्या मोलाचे वाटते,[२६] असेही त्याने म्हटले. अमिराला वार्षिक तनख्याची, तसेच कुठल्याही यादवी युद्धात आपल्या बाजूने ब्रिटिशांची लष्करी मदत मिळण्याचीही अपेक्षा असावी. तनखा नाकारल्यामुळे तो कुरकुर करील, अशी इंग्लंडमधील सरकारला काळजी वाटत होती. कारण त्यांच्या मते, त्याला दिलेल्या पत्रातील 'अमिराविरुद्ध होणाऱ्या कुठल्याही बंडाळीचा विचार ब्रिटिश सरकार तीव्र अधिक्षेपाच्या दृष्टीने करील' या विधानाचा असा अर्थ अभिप्रेत होऊ शकत होता की, अमिराच्या शत्रूंविरुद्ध त्याला ब्रिटिशांकडून लष्करी साहाय्य मिळेल. त्याचप्रमाणे 'न्याय्य राजपद' याचा अर्थ शेरअलीचे वैध सार्वभौमत्व मान्य करणे, असा लावता येण्यासारखा होता. अशा प्रकारचे गैरसमज निर्माण होऊ नयेत म्हणून अफगाणिस्तानमध्ये हस्तक्षेप करण्याचा आपला इरादा नाही असे स्पष्ट करण्यासाठी व्हाइसरॉयने शेरअलीला ज्या अटी तोंडी घातल्या होत्या, त्या शक्य तितक्या लवकर लेखी दस्तैवजामध्ये समाविष्ट केल्या जाव्यात, असे आरगिल याने सुचविले. याहीपुढे जाऊन भारतमंत्र्याने मेयोला सावधगिरीची आणखी एक सूचना केली. मेयोचे कर्तबगार सल्लागार अधिक क्रियाशील धोरणाला अनुकूल असल्याने ते मेयोला आणखी काही तडजोडी करण्यास उद्युक्त करतील व त्या भविष्यकाळात त्रासदायक ठरू शकतील, म्हणून त्यांच्यापासून सावध राहण्यास, त्याने मेयोला सांगितले. यावरून मेयोला तो किती कमी ओळखत होता एवढेच दिसून येते.[२७] आपले धोरण स्वयंभूपणे ठरविणारा मेयोसारखा दुसरा व्हाइसरॉय झाला नाही. मेयोने आरगिलच्या शंका खोडून काढल्या. अमिराशी पत्रव्यवहार करण्याच्या कल्पनेविषयी नापसंती दर्शविली. पुन्हा पत्रव्यवहार करण्याने अमिराकडून अधिक मागण्या केल्या जातील, असे त्याला वाटत होते.[२८] कार्यकारी मंडळाचा लष्करी सदस्य सर हेन्री

ड्यूरंड याने म्हटल्याप्रमाणे, कोणत्या परिस्थितीत मदत दिली जाणार नाही हे अमिराला सांगणे म्हणजे तशी परिस्थिती नसेल त्यावेळी मदत करण्याचे आश्वासन दिल्याप्रमाणे होणार होते.[२९] या युक्तिवादाने ग्लॅडस्टनचे समाधान झाले.[३०]

आपल्या अपेक्षेपेक्षा पुष्कळ अधिक प्रमाणात अंबाला परिषदेतून निष्पन्न झाले, असे मेयोला वाटले. ब्रिटिशांचे धोरण आपल्याला अनुकूल अशाप्रकारे बदलले आहे असा विश्वास वाटल्यामुळे, अमिराने मित्रत्वाची वागणूक ठेवली. इ.स. १८७१ मध्ये अमिराचा मुलगा याकूब याने बंड करून हेरतचा कब्जा घेतला. त्यामुळे अंबाला परिषदेचे साध्य धोक्यात आले. हिंदुस्तान सरकारने शेरअलीच्या मदतीसाठी सैन्य पाठवावे, असे सर हेन्री रॉलिन्सन याने सुचविले. परंतु मेयो जास्त दूरदर्शी होता. अशा कृतीचे दोन परिणाम होऊ शकतील हे त्याला दिसत होते. एकतर लष्कराचा पराभव झाला असता. दुसरे म्हणजे नावडता राजा राज्यपदावर ठेवून याकूबचे शत्रुत्व पत्करावे लागले असते. यानंतरच्या काळात अफगाणिस्तानच्या राजकारणात याकूब ठळकपणे दिसणार होता. म्हणूनच ब्रिटिश सरकारच्या संमतीने मेयोने, काही काळ अफगाणिस्तानातील घडामोडींचे नुसते निरीक्षण करावे हे योग्य, असे ठरविले. याकूबने आपल्या वडिलांना क्षमायाचना करणारे पत्र लिहिल्याचे समजल्याबरोबर तत्काळ मेयोने अमिराला समेट करण्याविषयी लिहिले.[३१] सुरुवातीला शेरअली समेट करण्यास नाखूष होता. हेरतचा पुन्हा ताबा मिळविल्यानंतर बदला घेण्याची योजना त्याने आखली होती. परंतु मेयोच्या पत्राने त्याचा राग शमला व पितापुत्रांमध्ये समझोता घडून आला. यावरून व्हाइसरॉयने रास्तपणे असा निष्कर्ष काढला की, यादवी युद्ध घडूनसुद्धा अंबाला परिषदेचा अमिरावर अजून बराच प्रभाव होता.[३२] कारण एका आणीबाणीच्या प्रसंगी दिल्या गेलेल्या व मान्य केल्या गेलेल्या या साहाय्यामुळे व्यक्तिशः मेयोचे स्थान अफगाणिस्तानच्या राजकारणामध्ये निश्चितपणे प्रभुत्वाचे ठरले.

अंबाला परिषद व तदनंतरच्या घटना यांचा परिणाम अफगाणिस्तानच्या पलीकडेही झाला. संपूर्ण आशियामध्ये ब्रिटनचा प्रभाव बऱ्याच प्रमाणावर वाढला कारण त्याच्या शत्रूंमध्ये आशियामधील सर्वश्रेष्ठ सत्ता आहे अशी समजूत प्रसृत होऊ लागली. मेयोलाही वाटले, ब्रिटिश राजनीती शांततेची व तटस्थतेची आहे हे समजून येण्यास प्रारंभ होत असून ब्रिटन ही आशियामधील एकमेव अनाक्रमणवादी सत्ता असल्याचे एकदा सर्वांच्या लक्षात आले, की आजवर न गाठलेल्या कीर्तिशिखरावर ती पोहोचेल.[३३] यासाठीच क्वेटावर चालून जाण्याच्या सूचना मेयोने धुडकावून लावल्या. त्याच्या मते, रशिया बरोबरच्या स्पर्धेत ब्रिटनचे बळ स्वतःच्या आदर्श आचरणात सामावलेले होते.[३४] 'रशियाविषयी जी बाष्कळ बडबड चालते तिचा मला उबग आला

आहे.' ऑक्ससच्या पुढे येण्याचा जर रशियन सैन्याने प्रयत्न केलाच व हिंदुस्तानावर चालून येण्याइतके ते माथेफिरू असलेच तर त्याला माघारी परतवणे हे केवळ एका उन्हाळी मोहिमेत साधले जाईल.[३५] मूठभर ब्रिटिश हस्तक व काही लाख पौंड यांच्या जोरावर अगदी थोडक्या कालावधीत संपूर्ण मध्य अशियाभर रशियाविरुद्ध जिहादची ठिणगी पेटविता येईल.' यारकंदचा राजा याकूब बेग याच्या दूताने व्हाइसरॉयला सांगितले की, त्याने नुसता इशारा करण्याचा अवकाश, की कॅस्पिअन समुद्रापासून ते चीनच्या सरहद्दीपर्यंत असे युद्ध पुकारले जाईल. हे खरे ठरेल याविषयी मेयोला संदेह नव्हता. 'मध्य आशियाचे रूपांतर मी तापलेल्या तव्यात सहज करू शकेन. मग आमच्या या अस्सल मित्राला त्यावर नाच करावा लागेल' असे त्याने १४ डिसेंबर १८७० रोजी रशियामधील ब्रिटिश वकिलाला कळविले होते. परंतु रशियाविरुद्ध गुप्त कारस्थाने करणे हितावह नव्हते. त्याऐवजी आपापली वर्चस्वक्षेत्रे निश्चित आखून घेऊन स्नेह व सन्मानपूर्वक समंजसपणाचे धोरण स्वीकारणे जास्त चांगले. दोघांच्यामध्ये तटस्थ प्रदेश ठेवण्यापेक्षाही ते चांगले झाले असते.[३६] ऑक्ससच्या उत्तरेकडील प्रदेशात ढवळाढवळ न करण्याविषयी मेयोने अमिराला ताकीद दिली होती. 'हिंदुस्तानच्या सरहद्दीवरील राज्यांवरचे ब्रिटिशांचे वर्चस्व उलथून टाकण्याविरुद्ध रशियालाही अशाच प्रकारची ताकीद द्यावयास हवी. तसे केले तर मध्य अशियाची समस्या अस्तित्वातच राहणार नाही. रशियाच्या आश्वासनांपेक्षा त्याचा राजकीय सूज्ञपणा, दूरदृष्टी व आपल्या हितसंबंधांचे ज्ञान यांवर अधिक विश्वास ठेवावयास हवा.'[३७] असे त्याचे मत होते.

मेयोच्या सरहद्दीविषयक धोरणातील स्पष्टपणा व व्यवहारज्ञान यामुळे त्या धोरणाच्या शीघ्र व संपूर्ण यशाची निश्चिती झाली. मेयोने डर्बीला असे लिहिले की, 'अनेक वर्षेपर्यंत आंग्ल-भारतीय राजकारणातील बालेकिल्ला समजला गेलेल्या प्रदेशात ब्रिटिशांनी सर्वश्रेष्ठ अधिकार प्राप्त केला.'[३८] बंदुकीची एकही गोळी न झाडता किंवा एकाही सैनिकाला आपल्या जागेवरून न हालविता हे साध्य करण्यातील मेयोचे कर्तृत्व लोकांना केव्हा ना केव्हा मान्य होईल. 'संपूर्ण निष्क्रियता' व 'प्रत्यक्ष हस्तक्षेप' हे दोन्ही टाळून शांतता व सुरक्षितता संपादन करणे मेयोला जमले होते.

'सरहद्दीवरील राष्ट्रांच्या राज्यकर्त्यांना, किंबहुना सबंध जगालाच ब्रिटिश सरकारने असे दाखवून देण्याचा प्रयत्न करावा की, यापुढे ब्रिटिश सरकारचे धोरण त्यांची राज्ये खालसा करण्याचे असणार नाही. तर त्यांना स्वतंत्र व समर्थ होण्यासाठी मदत करावयाची ब्रिटिश सरकारची इच्छा आहे. ग्रेट ब्रिटनशी तह करण्यामुळेच मुख्यतः त्या राष्ट्रांना परकीय आक्रमणापासून संरक्षण मिळण्याची शक्यता आहे. तसेच न्यायाने

व हितकर राज्यकारभार करून आपल्या प्रजेची निष्ठा व शेजारी राष्ट्रांचा आदर मिळविणे त्यांच्याच हाती आहे.[३९]'

यामागील विचारसरणी लष्कर सदस्याला समजावून सांगताना व्हाइसरॉयने म्हटलेले आहे की, 'ज्या देशांत घडामोडी अत्यंत वेगाने घडत असतात, त्या देशांबाबत राजनीतीचे निश्चित नियम आखून देणे व्यवहार्य नसते. शांतता राखावी व ढवळाढवळ करू नये अशीच आमची इच्छा आहे. परंतु त्याचबरोबर आमच्या शेजारी राष्ट्रांवर नैतिक अधिकार ठेवावा, अशीही आमची इच्छा आहे. कारण तो अधिकार आशियातील सर्वश्रेष्ठ सत्ता या नात्याने ब्रिटनच्या खऱ्या हिताशी अविभाज्यपणे निगडित आहे.' अलिप्ततेचे धोरण यापूर्वी अयशस्वी ठरले होते. निर्भय आघाडी हे आशियामध्ये यशाचे पहिले तत्त्व आहे, अशी मेयोची खात्री होती. तसेच आक्रमण, जुलूम वा अन्याय न करतासुद्धा अशी आघाडी सांभाळता येईल, अशीही त्याची खात्री होती. 'आपण योग्य मार्गाने चाललो आहोत याविषयी मला पूर्ण विश्वास आहे. पूर्वेकडे धोका नेहमीच अस्तित्वात राहील.[४०]'

मेयोने जो धोका पत्करला होता तो पूर्णपणे समर्थनीय होता, असेच पुढील घटनांवरून सिद्ध झाले. ज्यावेळेस हिंदुस्तानातील त्याची कारकीर्द अचानक संपुष्टात आली, त्यावेळेस त्याने वरचष्मा राखून शांतता प्रस्थापित केलेली होती. अफगाणिस्तानात शांतता नांदत होती. अमिराशी मित्रत्वाचे संबंध होते. रशियाचे धोरण विस्तारवादी नसल्याच्या वृत्तांमुळे प्रोत्साहन मिळून[४१] व्हाइसरॉयने आपण एखाद्या स्वतंत्र सरकारचा प्रमुख असल्याप्रमाणे आपला वकील म्हणून सर डग्लस फोरसिथ[४२] याला इ.स. १८६९ मध्ये सेंट पीटर्सबर्ग येथे पाठविले. तेथे फोरसिथने मेयोच्या धोरणाचे सांगोपांग स्पष्टीकरण केले. त्याचा परिणाम म्हणजे आपल्या सरकारचा साम्राज्यविस्ताराचा उद्देश नाही, असे विधान खुद्द झारनेच केले. बोखाराहून निघून ऑक्सस पार करून आगेकूच करणाऱ्या आपल्या लष्कराच्या तुकड्या त्याने ताबडतोब मागे फिरविल्या. त्यामुळे मध्य आशियातील एकंदर घडामोडींविषयी व्हाइसरॉयचे समाधान झाले आणि रशियनांनी आपणास तक्रारीला जागा ठेवली नाही, असे त्याने जाहीर केले.[४३] आपण अफगाणिस्तानच्या कारभारात ढवळाढवळ करणार नाही, असे रशियन सरकारनेही जाहीर केले. तसेच अफगाणिस्तानच्या सीमा निश्चित करण्याची त्यांनी हिंदुस्तान सरकारला विनंती केली.[४४] अफगाणिस्तानच्या सरहद्दीवर असलेल्या इतर देशांशी असलेले संबंधही मेयोने सुधारले. यारकंदच्या राजाने सल्ला व पाठिंबा मागण्यासाठी आपला दूत कलकत्त्यास पाठविला तसेच यारकंदला ब्रिटिश शिष्टमंडळ पाठविण्याचे ठरले. मध्य आशियाशी व्यापार वाढीस लागला. या व्यापारासाठी

काश्मीरमार्गे दळणवळणाच्या सोयी उपलब्ध व्हाव्या म्हणून काश्मीरच्या राजाबरोबर तह केला गेला. अफगाणिस्तान व इराण यांच्यामधील सरहद्दविषयक भांडणामुळे ब्रिटिश सरकारला उपसर्ग पोहोचण्याचा संभव होता, कारण दोहोंपैकी कुठल्याही एका पक्षाची बाजू घेतल्यास विरोधी पक्ष मदतीसाठी रशियाकडे वळला असता. परंतु आपला झगडा लवादाकडे सोपविण्याच्या इराणच्या तयारीमुळे तो त्रास टळला.

यानंतर अनेक वर्षांनी नॉर्थब्रुकने असे लिहिलेले आढळते की, 'सीमाप्रश्नाबाबत इतकी सखोल विचारसरणी व धोरण अन्य कोणाचेच नव्हते.'.[४५] स्वतः व्हाइसरॉयपदावर असताना तेच धोरण अमलात आणण्यासाठी नॉर्थब्रुक सतत प्रयत्नशील राहिला. हिंदुस्तान सरकार अफगाणिस्तान व मध्य आशिया यांच्या फंदात जितके कमी पडेल तितके चांगले अशी त्याची पूर्ण खात्री होती. किंबहुना अमीर सतत पेचात येत असताना व त्याला पैशांची चणचण भासत असतानाही त्याला खूष करण्यासाठी मेयो विनाकारणच निकराचा प्रयत्न करीत असल्याचे नॉर्थब्रुकचे मत होते.[४६] आरगिल हा आगेकूच धोरणाचा पुरस्कर्ता नव्हता. तरीही त्याला असे वाटत होते की, अफगाणिस्तानातील घडामोडींबाबत व्हाइसरॉय वाजवीपेक्षा जास्त अलिप्तपणा दाखविण्याचा धोका पत्करीत आहे. अशा परिस्थितीत कोणालाही संशय येऊ न देता एखादा ब्रिटिश वकील हेरतला ठेवता आला तर फार फायद्याचे ठरेल.[४७]

मेयो व नॉर्थब्रुक यांचे एका बाबतीत एकमत होते. लष्करी किंवा राजकीय दृष्ट्या रशिया व त्याचा मध्य अशियात विस्तार याविषयी काळजी करण्याचे कारण नाही असे दोघांनाही वाटत होते. रशिया आपल्या प्रदेशाचा जितका अधिक विस्तार करील तितका ब्रिटनकडून उपसर्ग पोहोचण्याच्या दृष्टीने तो अधिक उघडा पडेल, याची रशियालाही जाणीव होती. शिवाय, रशिया हिंदुस्तानाच्या जितका जास्त जवळ येऊन ठेपेल तितका ब्रिटिशांच्या दृष्टीने सर्वात धोकादायक असा 'भारतीय मुस्लीम समाज'[४८] त्याच्या हस्तक्षेपाकडे 'एक वरदान या दृष्टीने पाहण्याची' शक्यता कमी झाली असती. तरीही रशियाबरोबर समझोता घडवून आणणे फायद्याचे ठरले असते. ब्रिटन व रशिया यांच्यामधील मतभेदांविषयीच्या अफवांची गळचेपी करण्याचा असा फायदा झाला असता की, शेरअली जास्त निर्धास्त झाला असता.[४९] अफगाणिस्तानच्या सीमारेषा ब्रिटिशांनी ठरवाव्या या रशियाच्या विनंतीमुळे नॉर्थब्रुकला उत्साह आला. त्याने असे सुचविले की, स्पष्ट चिथावणी मिळाल्याखेरीज अफगाणिस्तान किंवा इराण यांच्यामध्ये रशियाने हस्तक्षेप करू नये, अशी ताकीद रशियाला देण्यात यावी.[५०] परंतु रशियाबरोबर पुन्हा वाटाघाटी करण्याच्या कल्पनेला मंत्रिमंडळाचा विरोध होता.[५१]

रशियाबरोबर समझोता करण्यास ग्लॅडस्टनच्या सरकारने नकार दिला. यामुळे वारे युद्धाच्या दिशेने वाहू लागतील, अशी नॉर्थब्रुकला भीती वाटली. अफगाणिस्तानच्या[५२] दिशेने एक विशिष्ट मर्यादेच्या पलीकडे रशियाने पुढे सरकत राहणे हे ब्रिटिश साम्राज्याची प्रतिष्ठा व हिंदुस्तानाचे हित या दोहोंशी विसंवादी ठरेल हे रशियाच्या ध्यानातच येणार नाही, असे त्याला वाटत होते. तथापि, नव्याने रशियाबरोबर वाटाघाटी करण्यात विशेष स्वारस्य नाही असे १८७४ साली अधिकारावर आलेल्या डिझरेली मंत्रिमंडळाचेही मत होते.[५३] उत्तरादाखल नॉर्थब्रुकने असे म्हटले की, 'रशियाबरोबर प्रत्यक्ष युद्ध झालेच तर त्याच्या परिणामांची आपल्याला मुळीच क्षिती वाटत नाही. परंतु या युद्धाच्या पोटी जे इतर परिणाम दडलेले असतील ते विचारात घेणाऱ्या कोणाही व्यक्तीला ह्या युद्धाचा विचारदेखील नकोसा वाटेल. कारण अशा प्रकारच्या युद्धात ब्रिटिशांना मध्य आशियाच्या सगळ्या धर्मवेड्या मुसलमान जनतेशी हातमिळवणी करावीच लागेल, या देशातील रशियाच्या 'सांस्कृतिक प्रचारकार्यांची' पीछेहाट करावी लागेल, इतकेच नव्हे तर या देशांमध्ये धार्मिक चेतना जागृत करावी लागेल आणि ही धर्मजागृती कदाचित हिंदुस्तानातील ब्रिटिश राजवटीविरुद्धच उलटण्याची शक्यता आहे.'[५४]

सेंट पीटर्सबर्ग येथे राजनैतिक हालचाली करण्याची निष्फळ विनंती नॉर्थब्रुकने ब्रिटिश सरकारला केली. उलटपक्षी व्हाइसरॉयने अफगाणिस्तानात ब्रिटिश वर्चस्व अधिक प्रभावी करावे अशी आरगिलप्रमाणेच साल्सबरीची देखील इच्छा 'स्वतंत्र व समर्थ अफगाणिस्तान निर्माण करणे हा आपला हेतू आहे या जुन्या कल्पनेत तथ्यांश आहे अशी तुमची खात्री आहे काय? व्यक्तिशः माझे मत असे आहे की, आपण कधीही स्वतंत्र अफगाणिस्तान निर्माण केले तर ते आपल्याविरुद्ध उठेल. आपल्या राजनैतिक धोरणाचा आस अमिराची मैत्री ठेवणे कितपत सूज्ञपणाचे आहे याविषयी मला शंका वाटते. जर आपल्या मदतीने अमिराने बंडखोरांना दडपले, युद्धसामग्रीचा साठा केला, खजिना भरला, प्रजा शिस्तबद्ध केली तर या सर्वांवर कळस म्हणून अमीर आपल्या मदतीशिवाय हिंदुस्तानाचीच लूट करण्याची आकांक्षा बाळगील. अशा तऱ्हेचा सल्ला देण्यास त्याला सल्लागारांची वाण पडणार नाही. या धोरणाची अंमलबजावणी करण्यासाठी मुबलक कारणे त्यांच्या पोतडीत सापडतील.'[५५]

काबूल व हेरत येथे गुप्त हस्तक ठेवावेत, गरज पडल्यास वेशांतरित इंग्रजसुद्धा ठेवावेत, असे साल्सबरीचे मत होते.[५६] परंतु इराणमध्ये मेशेद येथे ब्रिटिश सल्लागार नेमण्यापलीकडे जास्त काहीही करण्याची नॉर्थब्रुकची तयारी नव्हती. ब्रिटिशांचे अमिराविषयी गैरवाजवी चांगले मत असून त्यांनी त्याच्यावर फाजील विश्वास टाकलेला

आहे, असे साल्सबरीचे उत्तरोत्तर मत होऊ लागले होते.[५७] त्यामुळे साल्सबरीने त्याला असा सल्ला दिला की, क्वेटा किंवा हेरत यादिशेने लष्करी हालचाल करण्याची वेळ आलीच तर त्याबाबतच्या तपशिलाचा त्याने विचार केलेला असावा.[५८]

रशिया व अफगाणिस्तान यासंबंधीच्या ब्रिटिश सरकार व हिंदुस्तान सरकार यांच्या दृष्टिकोनातील मतभेद लवकरच वाढू लागले. रशियाशी समझोता व्हावा अशी नॉर्थब्रुकची इच्छा होती. तसेच ब्रिटिशांच्या हितसंबंधांना प्रतिकूल असे व्यवहार अमीर रशियाबरोबर करीत नसल्याची त्याला खात्री होती.[५९] साल्सबरीचा मात्र रशिया व अमीर या दोघांवरही विश्वास नव्हता. 'रशिया ज्यावेळी मर्व्हपर्यंत पोचेल त्यावेळी आपण काय करावयाचे या सर्वांत महत्त्वाच्या प्रश्नाचा आपणास विचार करावयास हवा. कारण रशिया तेथपर्यंत मजल मारील यात शंकाच नाही. आपण जर स्वस्थ बसलो तर हिंदुस्तानातच आपल्यापुढे समस्या उभ्या ठाकतील. घाबरुन गेलेला अमीर झारशी निष्ठापूर्वक मैत्री करील.'[६०] अमिरावर करडे नियंत्रण ठेवणे हे साल्सबरीला अत्यंत आवश्यक वाटत होते. लॉरेन्सला परिस्थितीचे नेमके आकलन नव्हते व व्यापक दृष्टिकोनही नव्हता. शिवाय तटस्थतेचे धोरण ठरविताना त्याच्यावर अफगाणिस्तानच्या युद्धाच्या आठवणींचा मोठा परिणाम झालेला होता. 'फार लहान वयात एखादे भूत पाहिलेल्या माणासासारखी त्याची अवस्था झालेली आहे. १८४२ साल त्याच्या मनातून जाऊच शकत नाही.'[६१] ब्रिटिशांचा राजदूत आपल्या दरबारी नेमण्यास अमिराने दिलेला नकार खपवून घेणे ही वस्तुतः मोठीच चूक झाली होती व पहिली संधी साधून ती दुरुस्त करावयास हवी होती. साल्सबरीला राजकीय परिस्थितीचा पट हा ब्रिटिशांना मानहानिकारक आहे असे दिसत होते. कारण ब्रिटिशांनी अमिराला शस्त्रास्त्रे व द्रव्य द्यावयाचे, रशियाविरुद्ध त्याचे स्थान टिकवून धरावयाचे, मात्र याच्या मोबदल्यात अमिराकडून काहीही मिळावयाचे नाही अशी वस्तुस्थिती होती.[६२] इंग्लंड अफगाण परस्परसंबंधांचे हे चित्रण काही अंशी यथार्थ होते, असे त्या घटना जवळून पाहणाऱ्या तज्ज्ञ निरीक्षकांचे मत होते. शेरअलीच्या हिंदुस्तान सरकारविषयीच्या वृत्तीमध्ये आजकाल फरक पडलेला दिसतो, असे पंजाबच्या नायब राज्यपालाने कळविले होते. ब्रिटिशांनाच आपली गरज आहे याविषयी अमिराची आता खात्री पटली होती.[६३]

डिझरेलीच्या पाठिंब्याने साल्सबरीने इ.स. १८७४ च्या अखेरीस व्हाइसरॉयला पुन्हा विनंती केली की, काबूलला जरी नाही तरी हेरत किंवा कंदाहार येथे, शक्यतोवर दोन्हीही ठिकाणी, ब्रिटिशांचे प्रतिनिधी ठेवण्याचे निश्चित केले जावे.[६४] डिझरेली व

साल्सबरी हे दोघेही आता केवळ हिंदुस्तानच्याच सुरक्षिततेच्या दृष्टीने विचार करीत नव्हते. नव्या हुजूरपक्षीय साम्राज्यवादाचा हा प्रारंभ होता. संपूर्ण आशियामध्ये ब्रिटन ही एक प्रबल सत्ता बनावी या उद्दिष्टाने हा साम्राज्यवाद प्रेरित झाला होता. इतके असूनही लॉरेन्स व मेयो यांच्या धोरणात बदल किंवा सुधारणा करण्याची आवश्यकता नाही, हे नॉर्थब्रुकचे मत कायम होते. कारण रशिया हिंदुस्तानावर गंभीर स्वरूपाचे आक्रमण करील ही कल्पना त्याला लष्करीदृष्ट्या अशक्य कोटीतील वाटत होती. तसेच रशियन आक्रमणापासून अफगाणांचे संरक्षण करण्याच्या हेतूने अफगाणांच्याच विरुद्ध अफगाणिस्तानात आगेकूच करण्याचा इंग्लंडमधील सरकारचा इरादा नाही, असे तो धरून चालला होता. अफगाणिस्तानात आगेकूच करावयाचा विचार त्यांनी बोलावले व सहकार्य दिले तरच शक्य होता. काबूलमधील बातम्या मिळविण्यासंबंधी बोलायचे तर नॉर्थब्रुकला अजूनही असे वाटत होते की, हे इराणमार्फतच अधिक उत्तम रीतीने साध्य होईल. मात्र योग्य वेळी हेरत येथे ब्रिटिश प्रतिनिधी ठेवण्याची सूचना पुढे रेटण्यास तो राजी होता. अमिराच्या इच्छेविरुद्ध त्याच्यावर प्रतिनिधी लादण्यात काहीच हशील नव्हते.[६५]

यात्रमाणे पत्रव्यवहार चालू राहिला. परंतु दोघांनाही एकमेकांची भूमिका समजत नव्हती हे उघड होते. इंग्लंडमध्ये नवीन विचारप्रणाली उदयाला येत होती. नवे संदर्भ निर्माण होत होते. हे ध्यानात न घेता नॉर्थब्रुक जुन्या धोरणाच्या व उद्दिष्टांच्याच भाषेत बोलत होता. रशिया हिंदुस्तानावर आक्रमण करील ही कल्पना केवळ असंभाव्य आहे, हे साल्सबरीलाही मान्य होते. मात्र अफगाणांना हिंदुस्तानावर हल्ला करावयास लावण्याचा प्रयत्न होण्याची पुष्कळ शक्यता आहे, असे त्याला वाटत होते. अफगाणिस्तान हा तटस्थ प्रदेश राहू शकेल ही कल्पना मुळातच अशक्यप्राय होती. तो एकतर ब्रिटिशांच्या नाहीतर रशियाच्या कक्षेत राहिला असता. म्हणूनच रशियाला थोपविणे व त्याचे लक्ष दुसरीकडे वळविणे हे ब्रिटिशांचे धोरण असावयास हवे होते.

'एक गोष्ट स्पष्ट दिसते की, रशियाची ही हिमशिला स्वतःच्याच भाराने पुढे सरकत आहे. त्यामागे सेंट पीटर्सबर्गहून मिळणारी कोणतीही प्रेरणा दिसत नाही. हे जर खरे असेल तर कोणी कितीही मुत्सद्देगिरी लढविली तरी ती पुढे जातच राहील असे दिसते. म्हणूनच आपले धोरण काय असावे? तर आपल्याला ती कुठे सामोरी येणार नाही, अशा वाटेला तिला वळवावे. ती जर हिंदुकुश पर्वताच्या उत्तरेकडे जात राहिली तर मुस्लीम दरोडेखोरांची घराणी ती एकामागोमाग एक अशी आपल्यात विलीन करून टाकील. आपल्या शांततेला धोका पोहोचणार नाही. अखेरीस ती चीनच्या

विस्तृत प्रदेशावर जाऊन फुटेल व कोणालाही तिचा उपद्रव पोहोचणार नाही. कुठलीही सीमा जर आपण केव्हाही सुरक्षित मानू शकत असलो तर असे म्हणता येईल की, हिमालयाच्या उत्तरेला घडणाऱ्या घटना आपण खचितच तटस्थपणे व अलिप्तपणे पाहू शकू.'[६६]

'परंतु हे साधावयाचे असेल तर अफगाणिस्तानात एक ब्रिटिश प्रतिनिधी ठेवणे आवश्यक होते. अशा एखाद्या दूताची नियुक्ती न केल्याचा परिणाम म्हणजे ज्याच्या आड शत्रुत्वाचे कट व कारस्थाने फार सहजी लपू शकतील अशा निबिड आश्रयस्थानाची हिंदुस्तानाच्या सीमेवर झालेली वाढ होय. इतर मित्रराष्ट्रांप्रमाणेच अफगाणिस्तानातही आपला प्रतिनिधी ठेवायचा ब्रिटनचा हक्क आहे हे तत्त्व लवकर प्रस्थापित केले गेले पाहिजे. नाहीपेक्षा तेथे रशियाचा अधिकार दृढ होईल व ब्रिटिशांचे तेथील स्थान धोक्यात येईल. केवळ शेरअलीच्या सद्भावना ही सुरक्षिततेची हमी होऊ शकत नाही. शस्त्रास्त्रे किंवा द्रव्य यांचा अल्पसा पुरवठासुद्धा कदाचित हिंदुस्तानाची पुन्हा लूट करण्याला अफगाणांना लालचावू शकेल. अफगाणिस्तान ही निस्संशय 'आमची' समस्या आहे. आम्ही ते जिंकून घेऊ शकत नाही व त्याची उपेक्षाही करू शकत नाही. त्याच्याबाबत आम्ही फक्त आत्यंतिक सावधगिरी बाळगू शकतो.' साल्सबरीने नॉर्थब्रुकला स्पष्टपणे सांगितले की, आगामी थोड्या महिन्यांमध्येच त्याने अफगाणिस्तानात ब्रिटिश वकिलात स्थापन करण्याचा प्रयत्न करावा. शीघ्र प्रारंभ व पुरेशी माहिती यांच्या बळावर अफगाणांवर आपले नैतिक वर्चस्व ब्रिटिशांना कायम ठेवता येईल.[६७]

हेरतमध्ये ब्रिटिश प्रतिनिधी ठेवण्याच्या कल्पनेला व्हाइसरॉयने यापूर्वी तत्त्वतः मान्यता दिली असली तरी आता तो असे म्हणाला की, ब्रिटिश प्रतिनिधीच्या कोणत्याही मागणीविषयी अमीर तीव्र नापसंतीच व्यक्त करील असा हिंदुस्तान सरकारचा एकमुखी अभिप्राय आहे.[६८] तरीही साल्सबरीने तातडीच्या कार्यवाहीची मागणी केली. कारण त्याच्या मंत्रिमंडळांतील दोन विस्तारवादी फ्रेअर व रॉलिन्सन[६९] त्याच्या सल्ल्याचे पाठबळ त्याला मिळाले. साल्सबरीचा असा दावा होता की, ब्रिटिशांनी अमिराच्या शांततापूर्ण धोरणाविषयी रशियाला जवळजवळ हमी दिली होती. मात्र प्रत्यक्षात त्याने आक्रमक कारवाई केली किंवा नाही हे समजण्याची कोणतीच व्यवस्था केलेली नव्हती. शस्त्रबळ न वापरता आपल्या वर्चस्वाच्या जोरावर अफगाणिस्तानवर स्वामित्व मिळविता आल्यास ते रशियाच्या फायद्याचे होते. दुर्दैवाची गोष्ट अशी की, त्या दिशेने रशिया कोणती पावले टाकीत आहे याची कल्पना रशियाचे कार्य तडीस जाईपर्यंत ब्रिटनला आलीच नसती. याबाबतीत रशियाचेच शब्द उद्धृत करीत साल्सबरीने म्हटले

की, 'पेशावरपेक्षा अधिक उंचीवरून कॉन्स्टॅन्टिनोपलला वेढा देणे रशियाला शक्य होईल. म्हणूनच, जर अफगाणिस्तानात ब्रिटिश प्रतिनिधी ठेवता येणे शक्य नसेल तर 'अर्धमित्रत्वाचे' आणि परिणामी अर्धसुरक्षिततेचे 'सध्याचे संबंध संपुष्टात आणावे हेच बरे. कारण चालू परिस्थिती अमिराला सर्वतोपरी फायद्याची व आपल्याला धोक्याची आहे.' ब्रिटिश प्रतिनिधी ठेवण्याच्या मागणीला अमिराने नकार देणे याचे दोन अर्थ संभवतात, एकतर निष्ठेचा अभाव किंवा मानसिक दुर्बलता. लॉरेन्सच्या धोरणाचा तर्कशुद्ध निष्कर्ष अफगाणिस्तानच्या व्यवहारातून अंग काढून घेणे हाच आहे, असे साल्सबरीला वाटत असले, तरीही इतके अतिरेकी पाऊल टाकण्याऐवजी त्याने असे सुचविले की, अफगाणिस्तानात ब्रिटिश प्रतिनिधित्वाला संमती मिळविण्याच्या खास कामगिरीवर सर लुविस पेली यांना काबूलला पाठवावे.[७०] एक कठीण समस्या सोडविण्याला आकर्षक पर्याय म्हणून निष्क्रियता स्वीकारण्यास हिंदुस्तान सरकारला उत्तेजन देऊ नये. 'ज्याच्या सचोटीविषयी जबर शंका आहे, अशा पहारेकऱ्याजवळ आपण दरवाज्याच्या किल्ल्या देऊ नयेत. हा पहारेकरी आग्रहपूर्वक काय म्हणतो तर त्याच्या सेवेची महत्त्वाची अट म्हणजे आपण त्याच्या हालचालींवर लक्ष ठेवावयाचे नाही.'[७१]

अशा तऱ्हेच्या दडपणामुळे नॉर्थब्रुक जास्त हटवादीपणाने वागू लागला. हेरतमध्ये प्रतिनिधी ठेवण्याचा प्रयत्न करण्याच्या आपल्या वचनानुसार कृती करण्याचे तो मुद्दामच लांबणीवर टाकू लागला. इ.स. १८६९ मध्ये अंबाला परिषदेत झालेल्या चर्चेची काळजीपूर्वक छाननी केल्यानंतर असे दृष्टोत्पत्तीस आले की, प्रतिनिधी ठेवण्याच्या योजनेला शेरअलीने मान्यता दिलेलीच नाही. म्हणूनच त्या योजनेला त्याने हरकत घेण्याने त्याच्या ब्रिटिश निष्ठेला बाधा येण्याचे कारणच नव्हते.

'म्हणून अफगाणिस्तानसंबंधीचे आपले धोरण बदलण्याची ब्रिटिश सरकारची इच्छा असेल व आतापर्यंत योग्य वाटलेल्या मित्रत्वाच्या नात्यात बदल करावासा त्यांना वाटत असेल तरच हेरतला ब्रिटिश प्रतिनिधी ठेवण्याची आमची इच्छा औपचारिकरीत्या अमिराला सांगण्याची शिफारस आम्ही करू, एरव्ही नाही. अमिराने एक यादवी युद्ध काबूत ठेवले असताना व अशांतीचे काही घटक अजूनही शिल्लक असतानाची ही वेळ अशी मागणी करण्यास खचितच अनुकूल नाही.'[७२]

रशियावर विसंबून राहण्याकडे शेरअलीचा जरादेखील कल आहे असे मानण्याचे काहीच कारण नाही, असे नॉर्थब्रुकला वाटत होते.अर्थातच काबूलच्या बातम्या मिळविण्याची अनौपचारिक व्यवस्था करण्यापलीकडे त्याने काहीही केले नाही.[७३] पश्चिम अफगाणिस्तानमध्ये घडणाऱ्या घटनांचे निरीक्षण करून त्यांचा वृत्तांत

कळविण्यासाठी कोणीतरी तेथे असणे 'अत्यंत आवश्यक' आहे, असे साल्सबरीचे ठाम मत होते. याला उत्तरादाखल नॉर्थब्रुकने असे म्हटले की, 'अमिरावर त्याच्या इच्छेविरुद्ध वागण्याची जबरदस्ती करण्याचा परिणाम आपल्या ईप्सिताच्या नेमका विरुद्ध घडेल, असे आपल्याला खात्रीपूर्वक वाटते. अशी जबरदस्ती करण्यामुळे थोड्याच वर्षांच्या आत ब्रिटन व भारत यांना अफगाणिस्तानमध्ये एका अनावश्यक आणि खर्चाच्या युद्धाचा धोका पत्करावा लागेल.'[७४]

अशा प्रकारे मतभेद मिटण्यापलीकडे गेले होते. भारतमंत्री किंवा व्हाइसरॉय यांच्यापैकी एकाने आपला हेका सोडून देणे हाच त्यावर एकमेव उपाय होता. १२ सप्टेंबर १८७५ रोजी नॉर्थब्रुकने ब्रिटिश सरकारला आपल्याला जबाबदारीतून मुक्त करण्याची विनंती केली. याला व्यक्तिगत कारणे आहेत असे त्याने म्हटले.[७५] नॉर्थब्रुकच्या ह्या विधानाविषयी अविश्वास न दाखवताही असे धरून चालावयास हरकत नाही की, अफगाणिस्तान व इतर अनेक धोरणविषयक मूलभूत प्रश्नांवर ब्रिटिश सरकारशी होणाऱ्या मतभेदांचा त्याने विचार केला असावा. रीतसर सौजन्य दाखवून त्याचा राजीनामा तत्काळ मंजूर करण्यात आला. तसेच आपल्या मुलांचे संगोपन नीट करता यावे यासाठी आपण राजीनामा देत असल्याची नॉर्थब्रुकची सबबसुद्धा कायम ठेवली गेली.[७६]

नॉर्थब्रुकच्या वारसदाराने आपल्या धोरणाची अंमलबजावणी करावी यासाठी पार्श्वभूमी तयार करण्यास डिझरेली व साल्सबरी यांनी सुरुवात केली. युरोपियन प्रतिनिधी अफगाणिस्तानमध्ये नेमण्यास अमिराची संमती मिळविण्याचा प्रयत्न व्हाइसरॉयने करावा, अशी त्याला विनंती करणारा एक खलिता मंत्रिमंडळाने पाठविला. शेरअलीचा लाडका मुलगा अब्दुल्लाजानला याला मर्यादित मान्यता देऊन त्याचे अभिनंदन करण्यासाठी एक मंडळ अफगाणिस्तानमध्ये पाठविले, तर ही गोष्ट फार चांगल्या तऱ्हेने साधली जाईल, अशी साल्सबरीची अटकळ होती.[७७] नाहीतर अफगाणिस्तानचे प्रभुत्व रशियाकडे जाईल. नंतर रशिया भारतावर स्वारी करील किंवा करविल किंवा हिंदुस्तानात उठावाला उत्तेजन देईल. नाहीतर उत्तर हिंदुस्तानात बरेच मोठे इंग्रजी सैन्य गुंतवून ठेवील. 'मला असे वाटते की, कोणत्या ना कोणत्या उपायाने अफगाणिस्तान आपल्या वर्चस्वाखाली जास्त प्रमाणात आणण्यास पंतप्रधान उत्सुक आहेत. आपल्याआधी रशियाने तेथे पाय रोवण्याच्या धोक्यापासून त्यांना अभय हवे आहे.'[७८] परंतु नॉर्थब्रुकने याचा निषेध करीत म्हटले की, 'अब्दुल्लाजान मान्यता देणे व त्यांचे अभिनंदन करणे यामुळे ब्रिटिश शब्दात अधिकच गुंतून पडतील व शेरअलीच्या मागण्या वाढतील. अफगाणिस्तानात जास्त प्रमाणात हस्तक्षेप करण्याचे ब्रिटिशांचे धोरण त्यांच्या पत्रव्यवहारावरून दिसून येते आहे. परंतु ते धोरण ही एक गंभीर चूक ठरेल'.[७९]

अशी सावधगिरीचा सूचना त्याने ब्रिटिश सरकारला केली. हिंदुस्तान सरकारचा परराष्ट्रसचिव सर चार्लस् एकचिसन[८०] याने या नवीन धोरणाचे वर्णन 'अज्ञानामुळे पडलेली भुरळ' असे केले. [८१]

असे असले तरीही डिझरेली सरकारची विचारसरणी बदलली नाही. ब्रिटिशांच्या सूचनांमुळे अमीर त्यांना प्रतिकूल होईल, यावर साल्सबरीचा विश्वास नव्हता. परंतु जर तसे झालेच तर आपल्या धोरणाचा फेरविचार करण्यास साल्सबरीच्या मते ते पुरेसे सबळ कारण होते. काबूलमधील ब्रिटिश प्रतिनिधीचे वास्तव्य ब्रिटिशांना अफगाणिस्तान व्यापण्याच्या नव्या प्रयत्नात ओढील, अशी भीती बाळगण्याचे कारण नव्हते. तसा मोह टाळणे ब्रिटिशांच्या आत्मसंयमावर अवलंबून होते. 'तापसी कठोरपणाने आपण आपले धोरण आखू नये. आपले नैतिक सामर्थ्य कमी पडेल त्या दिशेचा मोह निर्माणच होऊ न देण्याच्या' तथापि, साल्सबरीच्या मते, आजवर ब्रिटिशांचा कल फायदेशीर नसणाऱ्या विस्ताराकडे विशेषकरून असल्याचे दिसून आले नव्हते.[८२] नॉर्थब्रुकने पुन्हा या नव्या धोरणावर टीकात्मक लिहिल्यामुळे[८३] मंत्रिमंडळाच्या खलित्यावर कार्यवाही करण्याचे लांबणीवर टाकण्यास त्याला सांगण्यात आले.[८४] तसेच नॉर्थब्रुकचा वारसदार म्हणून निवडलेल्या लिटनला साद्यंत सूचना दिल्या गेल्या. निवृत्त होणाऱ्या व्हाइसरॉयला साल्सबरीने लिहिले,[८५] " कदाचित असे असेल की, नेमक्या शब्दांत मांडण्याची कला माझ्याजवळ नसेल. परंतु या विषयावर लॉर्ड लिटन यांच्याबरोबर माझे समक्ष पुष्कळ बोलणे झाले आहे. त्यामुळे आमच्या सांगण्याचा नेमका अर्थ व आमच्या योजना नीट आकलन करणे त्यांना सहज शक्य होईल.'

नव्या व्हाइसरॉयला ज्या गुप्त सूचना[८६] देण्यात आल्या, त्यांचा मसुदा साल्सबरीने स्वतःच तयार केला होता व डिझरेलीच्या संमतीनंतर त्याने त्यावर सही केली होती.[८७] ग्लॅडस्टनच्या प्रभावामुळे नॉर्थब्रुकने अदूरदर्शीपणाचे व काहीसे भित्रेपणाचे धोरण अवलंबिले आहे, अशा कल्पनेने हुजूरपक्षीय सरकारने हे धोरण डावलून अफगाणिस्तानात ब्रिटिशांचे राजकीय वर्चस्व प्रस्थापित करण्याचा व वेळ पडल्यास रशियाचे लक्ष दुसरीकडे वेधण्याचा निश्चय केला.[८८] व्हाइसरॉयला निरोप देतेवेळी पंतप्रधानांनी पुढीलप्रमाणे उद्गार काढले होते, 'तत्काळ कृती करावी याला अनुकूल अशी प्रतिक्रिया सध्या दिसून येत आहे. या धोरणाची निर्भयपणे अंमलबजावणी करण्यास साल्सबरी व स्वतः मी तुम्हाला सहृदय पाठिंबा देऊ असे तुम्ही खात्रीपूर्वक समजा.'[८९] नवीन राजनीतीची तत्त्वे निश्चित केल्यानंतर त्यांची प्रत्यक्ष अंमलबजावणी कशी करावयाची हे बरेचसे व्हाइसरॉयच्या अखत्यारीत ठेवले गेले.

लिटन या कठीण कार्याकडे आत्मविश्वासाने वळला. 'चक्रवाढ व्याजासारखे

वाढते गेलेले घोडचुकांचे प्रचंड भांडवल आम्हाला वारश्याच्या रूपाने मिळाले आहे. येत्या वर्षाच्या अखेरीला निश्चित स्वरूपाच्या सरहद्द धोरणाच्या रूपाने काहीतरी कार्य माझ्या हातून घडलेले असेल अशी मला आशा वाटते. परंतु सध्या सर्व परिस्थिती अतिशय गोंधळाची आहे. परिश्रमपूर्वक आणि कोणाच्या विशेष लक्षात न येता आपल्याला आपला मार्ग निश्चित करावयाचा आहे. एखाद्या कोळ्याप्रमाणे, आपल्याच अंगभूत सामर्थ्याने, कुठल्याही आधाराशिवायच आपल्याला आपला मार्ग गुंफावयास हवा'.[९०] आपल्या योजनेचे पहिले पाऊल म्हणून लिटनने अमिराला पत्र पाठविले. हे पत्र ब्रिटिश शिष्टमंडळाचे स्वागत करण्याची विनंती करण्यासाठी नव्हते तर अशा प्रकारचे मंडळ आपण पाठवीत आहोत, त्याचे स्वागत कुठच्या ठिकाणी करण्याची अमिराची इच्छा आहे, याविषयी विचारणा करणारे होते.[९१] शिष्टमंडळाचे स्वागत करण्यास अमिराने नाखुषी दर्शविली तर पुन्हा एकवार मी प्रयत्न करीन, असे व्हाइसरॉयने ब्रिटिश सरकारला सांगितले. तोही प्रयत्न फसला तर जबरदस्तीचे धोरण वापरून पाहावे लागेल. 'अमिरावर दबाव आणणे फारसे अवघड जाणार नाही, असे मला वाटते.'[९२]

अमिराने शिष्टमंडळाचे स्वागत करण्यास नकार दिला.[९३] याविषयी कोणालाच आश्चर्य वाटले नाही आणि लिटनने असे जाहीर केले की, आपली निराशा झालेली नाही. 'इतके दिवस आपण सरकत्या वाळूत धडपडत होतो. या कृतीच्या योगे आपण पक्क्या रस्त्यावरील एक मोठे पाऊल टाकलेले आहे.'[९४] यश मिळणे ही गोष्ट फक्त काही अवधीची आहे, अशी त्याची खात्रीच होती कारण ब्रिटिश बलवान तर अमीर दुर्बल होता.[९५] डिझरेलीचे मतही व्हाइसरॉयप्रमाणेच होते. आपण युरोपमध्ये अंगीकारलेली खंबीर भूमिका लिटनच्या आशियामधील राजकारणाला उपकारक ठरेल, अशी त्याला आशा होती.[९६] अमिराला सौम्य उत्तर पाठविले गेले.[९७] परंतु हिंदुस्तान सरकारने या गोष्टीची गंभीरपणे दखल घेतली असून त्याविषयी विचार करीत आहे असे अमिराला निश्चितपणे वाटून त्याला दहशत बसण्यास एवढे पुरेसे आहे, असे लिटनला वाटत होते. आपल्या तख्ताला धोका उत्पन्न केल्याशिवाय अमिराला जो मोडता येणार नाही आणि ज्याचा रशियाही आदर करील असा अफगाणिस्तानवर कायमचे वर्चस्व प्रस्थापित करणारा तह अमिराशी घडवून आणण्यात लिटनला फारशी अडचण दिसत नव्हती. 'परंतु जर त्याने आमच्या अमिषांना किंवा धमक्यांना विरोधच केला तर आम्हाला त्याची मुस्कटदाबी सहज करता येईल. आम्ही खेलतमधील आमचे स्थान बळकट करू व यासीन आणि चित्रळ काश्मीरमध्ये समाविष्ट करू.

केवळ काही महिन्यांच्या अवधीत, एकही सैनिक न हालवता हे साध्य होईल.'[९८] यापुढे इंग्रज-अफगाण परस्परसंबंधांचे स्वरूप संदिग्ध ठेवून चालण्यासारखे नव्हते.

आपल्या दोन बलवान शेजाऱ्यांपैकी कोणावर भिस्त टाकावयाची याचा निर्णय अमिराने आता करावयास हवा होता. 'आपण ब्रिटिशांचे निष्ठावंत मित्र आहोत असे त्याने लवकरच दाखवून दिले नाही, तर त्याला शत्रू समजण्यात येईल. मी त्याला रशियाच्या हातातील बाहुले बनू देणार नाही. असे खेळणे वापरले जाण्यापूर्वी मोडून टाकणे हे माझे कर्तव्यच ठरेल.'[९९] लिटनच्या दृष्टीने 'खेलतप्रश्न किंवा अफगाणप्रश्न असे वेगवेगळे प्रश्न आता अस्तित्वातच नव्हते. एकाच रशियन समस्येची ती वेगवेगळी अंगे होती. त्यांचा त्याच दृष्टीने विचार व्हावयास हवा होता.'[१००]

तथापि, शेरअलीने उत्तर देण्यास बरीच दिरंगाई केली. यामुळे अगदी प्रथमच व्हाइसरॉयचा विश्वास हादरला होता. आपल्या अंदाजापेक्षा अधिक प्रमाणात अमीर रशियाला बांधील असावा, अशी लिटनला भीती वाटली. लिबरल पक्षीयांनी चार वर्षे फुकट घालविली होती. 'ग्लॅडस्टनने इंग्लंडमध्ये रशियाची खेळी इतक्या उत्कृष्ट रीतीने खेळली आहे की, या विशेष सेवेखातर झारने त्याला निवृत्तिवेतन मंजूर करावयास हवे.'[१०१] रॉबिन्सनच्या मध्य आशियावरील ग्रंथामुळे ब्रिटिशांच्या सद्‌हेतूंवरील अमिराच्या विश्वासावर इंग्लंडच्या दृष्टीने घातक परिणाम झाला असल्याचे लिटनला पटले होते.[१०२] पूर्वी याच ग्रंथाविषयी लिटनचे मत निराळे होते. या समस्येवर आजवर झालेल्या लिखाणापैकी सर्वांत जास्त सूचक व व्यापक ग्रंथ, तसेच सर्वांत अधिक मुत्सद्देगिरीचा, ग्रंथ, असे म्हणून त्याने त्या ग्रंथाचे स्वागत केले होते.[१०३] काबूलमधील रशियन प्रतिनिधीशी अमिराच्या सतत वाटाघाटी सुरू असाव्यात असा समज होता.[१०४] अखेरीस अमिराने फक्त एवढेच सुचविले की, हिंदुस्तानातील अमिराच्या दूताशी लिटनने वाटाघाटी कराव्या. त्याच्याकडून अमिराच्या अडचणी व मते स्पष्ट करून घ्यावीत. ह्याला मान्यता देणे व्हाइसरॉयला भाग पडले.[१०५] परंतु अफगाणिस्तानच्या या हेकेखोरपणाचा दोष त्याने रशियालाच दिला. रशियाशी युद्ध करण्याच्या पोकळ गप्पा केल्या.

'रशियाबरोबर युद्धाच्या कल्पनेने मी उद्दीपित जरुर होतो. परंतु भारतापुरते बोलायचे झाल्यास, मला काळजी किंवा भय मुळीच वाटत नाही. जर ते होणे अटळच असेल तर ते केव्हातरी नंतर होण्यापेक्षा आत्ताच झालेले जास्त चांगले. जगाच्या या भागात तरी आम्ही रशियापेक्षा दुप्पट बलवान आहोत. तसेच आक्रमण किंवा बचाव या दोन्हीसाठी अधिक सोयीस्कर तळही आमच्याजवळ आहेत. जर युद्ध पुकारले गेलेच तर मी असे सुचवीन की, हिंदुस्तान सरकारने मध्य आशियामध्ये ताबडतोब

आक्रमक पवित्रा घ्यावा. त्या ठिकाणी रशिया दुर्बल आहे. मला असे वाटते की, विशेषसे सैन्यबल खर्ची न पाडता आपण तेथील खानांना रशियाविरुद्ध सहज चिथावू शकू. अशा रीतीने आपण व रशिया या दोघांमध्ये आगीचा डोंब उभा करता येईल. मला वाटते की, रशिया हल्ला करील म्हणून वाट पाहणे चूक ठरेल.'[१०६]

'रशियाला मर्व्हपर्यंत पोहोचू देऊन नंतर हल्ला करावा हे उत्तम. भारतापुरताच विचार करायचा झाल्यास असे म्हणता येईल की, पुढच्या वसंत ऋतूत रशियाबरोबर युद्ध घडणे याइतकी भाग्याची गोष्ट दुसरी नाही.'[१०७]

सुरुवातीला मोठ्या विश्वासाने डिझरेली व साल्सबरी यांनी नवीन धोरणाची अंमलबजावणी संपूर्णपणे व्हाईसरॉयवरच सोपविली होती. फार काय, आपल्या सल्लागार मंडळाच्या सल्ल्याकडे दुर्लक्ष करण्यासही त्यांनी त्याला उत्तेजन दिले होते.[१०८] लिटनला यामुळे अर्थातच थोडाफार अभिमान उत्पन्न झाला. त्याने साल्सबरीला लिहिले, [१०९] 'हिंदुस्तानचे परराष्ट्रधोरण सर्वस्वी माझ्या एकट्याच्या हाती असावे व त्याला आपला पाठिंबा मिळावा ही माझ्या मनात खोल रुजलेली भावनाच आपण व्यक्त केल्यामुळे मला फार आनंद होत आहे.' परराष्ट्रधोरणाच्या बाबतीत 'करीन ती पूर्व'[११०] असे व्हाइसरॉय सार्थपणे म्हणू शकतो, याचा त्याला फार आनंद झाला होता. परंतु या सर्वशक्तिमान व्हाइसरॉयने अधिकारारूढ झाल्यापासून थोड्याच महिन्यांच्या कालावधीत ब्रिटिश सरकारलासुद्धा काळजीत टाकले. रशियाशी युद्ध करण्याच्या लिटनच्या उत्साहाशी साल्सबरी सहमत नव्हता. रशिया हिंदुस्तानवर आक्रमण करील अशी त्याची अटकळ नव्हती. फक्त रशियाच्या राजनैतिक कारवायांकडे जास्त लक्ष द्यावयास हवे एवढेच त्याला वाटत होते.[१११] लिटनने साल्सबरीला असे आश्वासन दिले की,'माझी नव्हेत, तर तुमची मते, माझ्या कुवतीप्रमाणे शक्य तेवढ्या कार्यक्षमतेने अंमलात आणण्यास मी बांधलेला आहे, असे मी मानतो.'[११२] ह्याबरोबरच त्याने रशियाच्या मध्य आशियातील विस्ताराविषयी मंत्रिमंडळाच्या अनास्थेबद्दल नाराजी प्रकट केली. मंत्रिमंडळाच्या ह्या कृतीचे वर्णन त्याने 'कोंबडीच्या काळजाने टाचणीच्या डोक्याला आज्ञापिलेले धोरण' अशा शब्दांत केले. सध्या तुमचे हिंदुस्तानविषयीचे राजनैतिक धोरण नेमके काय आहे, हे जाणण्याच्या माझ्या कुवतीवरचा माझा विश्वास उडाला आहे. कदाचित समान आचारसंहितेच्या अभावी आपण नेमके परस्परविरुद्ध वर्तन करीत असू, या भीतीने मला ग्रासले आहे.'[११३]

तुर्कस्तानविषयीच्या धोरणाच्या बाबतीत देखील व्हाइसरॉय व इंडिया ऑफिस यांच्यात सामंजस्याचा अभावच होता. रशियाकडून तुर्कस्तानची लूट होत असताना

ब्रिटन त्याकडे कानाडोळा करीत आहे, असा संशय जर हिंदुस्तानातील मुसलमानांना आला तर त्यांची ब्रिटिशनिष्ठा लवकरच नष्ट होईल, असे लिटनने कळवले होते. 'संपूर्ण सरहद्दीवर तर आपल्याला जिहादला तोंड द्यावे लागेलच, परंतु हिंदुस्तानातील प्रत्येक इंग्रज घरांमध्ये एखादा राजद्रोही, शत्रू किंवा प्रसंगी मारेकरी देखील आढळून येईल. बंडाचा मोड करण्याला आपल्याला पुष्कळच प्रयास पडले. परंतु अशा प्रकारच्या धोक्याला तोंड देणे त्याहीपेक्षा कठीण जाईल.'[११४] कॉन्स्टँटिनोपल येथील राजदूत[११५] सर हेन्री लेअर्ड यांनी व्हाइसरॉयला पाठिंबा दिला. परंतु कॉन्स्टँटिनोपलच्या परिषदेहून परतलेल्या साल्सबरीच्या मनात तुर्की राज्यकारभाराविषयी तुच्छता उत्पन्न झाल्यामुळे युरोपमधील ब्रिटिश राजनीती पूर्वेकडील जित लोकांनी ठरवावी, याविषयी त्याने आश्चर्य प्रकट केले.[११६] सर लुई मॅलेट[११७] ह्या इंडिया ऑफिसच्या स्थायी उपसचिवाचेही तसेच मत होते. 'हे सगळे धोरण मला उफराटे वाटते. भारतावरील आपली पकड आपल्या मुस्लीम प्रजेच्या आपल्याविषयीच्या प्रेमावर अवलंबून आहे असे कसे मानता येईल? यापुढे कित्येक वर्षेपर्यंत त्यांच्या मनात आपल्याविषयी न शमणारा तिरस्कारच राहील. असे असताना या कधीही समेट करू न इच्छिणाऱ्या शत्रूंशी सलोख्याने वागावे, यासाठी ज्या महान राष्ट्राला आपली मैत्री व मार्गदर्शन यांची निकड आहे, त्याला दुखविण्यास तुम्ही तयार आहात.'[११८]

या मतभेदांचे प्रतिबिंब लवकरच प्रत्यक्ष घटनांमध्ये दिसू लागले. अमिराच्या दूताबरोबर केलेल्या वाटाघाटी निष्फळ ठरल्या.[११९] लिटनने याआधी अमिराचे महत्त्व कमी लेखले होते. 'शेरअलीचा शत्रुभाव तीव्र वादातीत व आता कदाचित अपरिवर्तनीय देखील असेल. तरीही त्याने आक्रमण करण्याचे धाडस केलेच तर त्याला एखाद्या कीडामुंगीप्रमाणे चिरडून टाकता येईल. म्हणूनच आपली स्वतःची सरहद्द बळकट करणे व सर्वप्रकारच्या अप्रत्यक्ष उपायांनी अमिराला पेचात टाकणे व दुर्बल करणे याहून जास्त काही करण्याची हिंदुस्तान सरकारला गरज नाही.'[१२०] परंतु आता, हे मत बदल्यामुळे, इ.स. १८७७ च्या उन्हाळयात लिटनने आपल्याच मनाने लष्कराला पश्चिम अफगाणिस्तान तात्पुरते व्यापण्याच्या दृष्टीने त्वरित हालचाल करण्याची आज्ञा केली. तसेच, ब्रिटनमध्ये भारतमंत्र्याविरुद्ध पाठिंबा मिळविण्यासाठी प्रचार केला. याचवेळी जर्मनीविरुद्ध इंग्लंड – रशिया करार करावा काय? याचा साल्सबरी विचार करीत होता. त्याने रशियाशी सहकार्य करण्याचा अधिकृत आदेश दिला, तर ताबडतोब राजीनामा देण्याचे लिटनने ठरविले. जर रशियाने मर्व्ह व्यापणे टाळता येत नसेल तर निदान कंदाहारपासून हेरतपर्यंतच्या अफगाणिस्तानच्या पश्चिम सीमेवर ब्रिटिशांची राजकीय सत्ता दृढपणे प्रस्थापित झालेली रशियाला

दिसून यावी. नाहीतर पेशावर सोडून देणे इंग्रजांना भाग पडेल. वास्तविक एकही सैनिक न हालविता किंवा बंदुकीची एकही गोळी न झाडता शेरअलीला पंधरवड्याच्या आत पदच्युत करणे व्हाइसरॉयला सहज शक्य होते. परंतु तसे करण्याऐवजी त्याला अपमान सहन करण्यास सांगण्यात येत होते. ब्रिटनचे रशियाशी असलेले संबंध बिघडू नयेत हा यामागचा उद्देश होता. हे धोरण जर स्वीकारले गेले 'तर आपले हिंदुस्तानातील वास्तव्य एक वर्षभरही टिकणार नाही.' केवळ मुसलमानांचाच नव्हे, तर हिंदूंचा प्रक्षोभही झपाट्याने वाढू लागला होता. खरोखर ही समस्या केवळ भारताची होती. केवळ भारतीय राजनीती, सैन्य, पैसा, शक्ती व कौशल्य यांच्याच बळावर ती सुटू शकत होती. धोक्याचे खरे स्वरूप काय याचे नेमके आकलन होणे व त्याची व्याप्ती नीट उमगणे, हिंदुस्तान सरकारलाच शक्य होते. दैनंदिन व्यवहारात, फार काय, घटकेघटकेला जाणवणाऱ्या या धोक्याच्या पुराव्यांपासून शेकडो मैल दूर असलेल्या व इतर अनेक गोष्टींमध्ये व्यग्र असलेल्या मंत्रिमंडळाला त्याचे आकलन होणे कठीण होते. अडचण अशी होती की, प्रत्यक्षात मंत्रिमंडळाच्या संमतीशिवाय हिंदुस्तान सरकार कोणतीही गोष्ट करू शकत नव्हते. याचा परिणाम असा झालेला दिसतो की,'आपला अटळ प्रतिस्पर्धी व प्रच्छन्न शत्रू रशिया याच्याखेरीज कोणीच वस्तुस्थितीशी खरोखर सामना देत नाही. रशिया मात्र अविरोध, अनिर्बंधपणे व उत्साहाने झगडत आहे.' मध्य आशियामध्ये हिंदुस्तानच्या व्हाइसरॉयपेक्षा तुर्कस्तानचा रशियन गव्हर्नर ही कितीतरी अधिक समर्थ असामी समजली जात होती. याला काही कारणेही होती. कारण रशियन गव्हर्नर एकप्रकारे स्वयंपूर्ण होता. तो स्वतःच्या अखत्यारीत सर्वतोपरी प्रयत्न करू शकत होता. निर्णय घेऊ शकत होता. त्याला स्वतःच्या सरकारचा पाठिंबा मिळण्याची खात्री होती. विचारपूर्वक आखलेले विवेकनिष्ठ राजनैतिक धोरण ते सरकार पाळत होते. याउलट 'भारताचा व्हाइसरॉय' परराष्ट्रधोरण विषयक क्षुल्लक गोष्टींबाबतसुद्धा मंत्रिमंडळावरच अवलंबून होता. सामान्यतः दुर्बल व बहुधा मतभेदांनी भरलेल्या या मंत्रिमंडळाच्या संमतीविषयी कधीच खात्री देता येत नसे. हे मंत्रिमंडळदेखील लोकसभेच्या पाठिंब्यावर अवलंबून होते व तो पाठिंबा मिळण्याचीसुद्धा शाश्वती नसे; कारण लोकसभा अशिक्षित परंतु प्रभावी अशा बहुजनसमाजावर अवलंबून असे. परावलंबित्वाची ही परंपरा सर्वश्रुत होती. ते काहीही असले तरी कंदाहार व हेरत ही दोन्ही ठिकाणे लवकरात लवकर ब्रिटिश वर्चस्वाखाली आणणे आवश्यक होते. मग ती गोष्ट ब्रिटिश लोकसभा किंवा लोकमत यांना पसंत असो वा नसो. 'हे जर वाटाघाटींनी साध्य करणे शक्य झाले नाही तर आपणास ते जबरदस्तीने करावेच लागेल. रशियाला हेरतचा कब्जा घेऊ देणे हा

आपल्या दुर्बलत्वाचा जाहीरनामाच ठरेल. अशा परिस्थितीत हिंदुस्तान सरकारपुढे दोनच पर्याय उरतील. एकतर ताबडतोब अफगाणिस्तानवर स्वारी करून हेरत परत जिंकून घ्यावयाचे व अफगाणिस्तान कायमचे व्यापावयाचे किंवा माघार घेऊन सिंधू नदीच्या अलीकडे यावयाचे. सगळेच साम्राज्य गमवावयाचे.'[१२१]

परंतु ब्रिटिश सरकारला हे मत पटले नाही. त्यांनी अफगाणिस्तानात आपले राजकीय वर्चस्व प्रस्थापित करण्यासाठी लिटनला भारतात पाठविले होते. याचा अर्थ अफगाणिस्तानमध्ये लष्करी मोहीम करणे किंवा रशियाशी युद्ध पुकारणे हा नव्हता. झपाट्यासरशी कार्य करण्याची जी सूचना डिझरेलीने केली होती, तिचा अर्थ व्हाइसरॉयने अविवेकी धाडस असा केलेला दिसत होता. साल्सबरीच्या मते, निष्क्रियतेच्या धोरणापेक्षा पुढील वर्षी कंदाहार गाठण्याचे धोरण कित्येक पटींनी जास्त खोडसाळपणाचे होते. कारण त्यामुळे ब्रिटनला अकारण युद्धात उडी घ्यावी लागली असती. अशा युद्धाला ब्रिटनची मुळीच तयारी नव्हती. आपणास युद्ध हवे की शांतता याविषयी ब्रिटनमध्ये प्रचलित असलेल्या मतप्रणालीशी व्हाइसरॉयचा संपर्क राहिलेला नाही, हे साल्सबरीच्या लक्षात आले. एक लष्करी सत्ता या दृष्टीने रशियाचा झालेला संपूर्ण पाडाव पाहून भारताला त्या दिशेने काहीही धोका नाही, असे ब्रिटिश लोकमत बनले होते. व ते बरोबर असो की चूक असो, अखेर त्यालाच मोल होते. 'बंदुका आपोआप चालवल्या जाऊ नयेत' यासाठी विशेष सावधगिरी बाळगण्याची सूचना साल्सबरीने लिटनला केली. तसेच 'लष्करी कारवाईची चिथावणी देणारे सल्लागार तुमच्या विवेकावर हल्ला चढवीत असतील' तर त्यांचा प्रतिकार करण्यास सांगितले. युद्ध किंवा निष्क्रियता ह्या दोन्हीतील 'मध्यममार्ग' त्यांना हवा होता. मुत्सद्देगिरीच्या कृत्यांनी अफगाणिस्तानमधील ब्रिटिश वर्चस्व वाढवावे, हे उद्दिष्ट होते.[१२२] मर्व्हजवळच्या टोळ्यांमधील रशियाविरोधी भावनेला उत्तेजन द्यावे, ही लिटनची सूचना फेटाळली गेली.[१२३] 'रशियाचे भय बाळगावे अशी परिस्थिती कित्येक शतकांनी जुनीपुराणी झाली आहे.'[१२४] मुळातच एखाद्या भासाहून जास्त नसलेली ही भीती गेल्या दोन महिन्यांत 'सावलीच्या सावलीइतकीही'[१२५] उरली नाही, असे साल्सबरीला वाटत होते. ज्यावेळी भारतीय सरहद्द म्हणजे आक्रमण व हिंसा यांचे चित्र बनली होती व या कृत्यांना शेरअलीचे प्रोत्साहन असावे, अशी लिटनची खात्री होती.'[१२६] अशा वेळी धोरणातील हा बदल म्हणजे लिटनच्या मते फसवणूक होती आणि त्याचा त्याला रागही आला होता. तरीही ब्रिटिश सरकारच्या निर्णयांशी निष्ठा राखून वागण्याचे त्याने वचन दिले.[१२७] एवढेच नव्हे तर पंजाबातील अधिकाऱ्यांना हिंदुस्तान सरकारला एका मोठ्या सरहद्द मोहिमेत ओढण्यापासून परावृत्त करण्याचे

श्रेयही त्याने मिळविले.[१२८]

इ.स. १८७८ च्या वसंत ऋतूमध्ये साल्सबरीच्या जागी इंडिया ऑफिसमध्ये क्रॅनब्रुक[१२९] आला. त्यावेळी लिटनने आपल्या मताला पाठिंबा मिळविण्याचा पुन्हा एकवार प्रयत्न केला. त्याचा युक्तिवाद पुढीलप्रमाणे होता. क्वेटा आता ब्रिटिशांनी व्यापले असल्यामुळे हिंदुस्तान सरकार पूर्वीइतके शेरअलीच्या सद्भावनांवर अवलंबून नव्हते. तरीही त्याची उपेक्षा करणे शहाणपणाचे ठरले नसते. 'शेरअलीला रशिया आवडत नसेल किंवा त्याचा रशियावर विश्वासही नसेल, परंतु ब्रिटिशांविषयी त्याच्या मनात प्रखर वैयक्तिक वैरभावना आहे. त्याच्या मनातील सर्वात प्रबल आकांक्षा भूप्रदेशाची हाव ही आहे आणि ज्या भूप्रदेशाची त्याला सर्वात जास्त लालसा आहे, तो ब्रिटिशांचा आहे. आपल्या स्वतःच्या लष्करी सामर्थ्याविषयी त्याने अवास्तव कल्पना करून घेतल्या होत्या, त्यामानाने तो बिटिशांचे सामर्थ्य कमी लेखतो आहे व परराष्ट्रांत लष्कर गुंतवून ठेवून आपल्या प्रजेवर जो आर्थिक भार त्याने टाकला आहे, त्याचे समर्थन त्याने लवकरच प्रजेला दिले नाही, तर बंडाळी आणि खुनाच्या धमक्यांना त्याला तोंड द्यावे लागेल.' म्हणूनच, कोणत्याही आक्रमक अफगाणिस्तानी कृत्याला ताबडतोब सजा देण्याच्या तसेच रशियनांनी मर्व्हमध्ये प्रवेश केल्यास हेरत कब्जात घेण्याच्या दृष्टीने लगेच पावले टाकणे आवश्यक होते. कुर्रमच्या खोऱ्यात एखादे आघाडीचे ठाणे घेतले की पुरेसे होते. क्वेट्टाच्या जोडीला असे ठाणे ताब्यात असल्यावर अफगाणिस्तानला पकडीत धरणे सोपे होते. अनेक वर्षांपासून मुत्सद्दी म्हणून ख्याती मिळविलेल्या लिटनने भारतात येताना सूक्ष्म दृष्टीने मुत्सद्देगिरीचे जाळे विणण्याचे आश्वासन दिले होते. परंतु एव्हांपर्यंत त्याचा त्या कलेवरील विश्वास उडाला होता. 'मुत्सद्देगिरीच्या शस्त्राने आपण रशियाशी बरोबरीने लढू शकणार नाही आणि हे रशिया जाणून आहे. त्यामुळे मला असे वाटते की,जे शस्त्र हाताळण्यात आपण स्वतः कुशल व समर्थ आहोत व रशिया सर्वात दुर्बल आहे, त्याच्याच साहाय्याने आपले रशियाबरोबरचे हिशोब चुकते करण्याची कोणतीही संधी गमावणे वेडेपणाचे ठरेल. हे शस्त्र अर्थातच तलवार हे होय.'[१३०] भारतात अवधचा माजी राजा आणि त्याचे अनुयायी जागरूक आहेत, तसेच इतर सर्व असंतुष्ट आणि धोकेबाज सामाजिक घटकही कार्यरत आहेत.[१३१] त्यामुळे अफगाणिस्तात योग्य कारवाई करण्यात कुचराई केल्यास त्याचे दुष्परिणाम भारतातही दिसून येतील.'

साल्सबरीप्रमाणेच क्रॅनब्रुकचा कल देखील रशियन आक्रमणाचे भय नगण्य समजण्याकडे होता. त्यामुळे जागरूकतेपलीकडे काही करण्याची आवश्यकता नाही,

असे त्याने व्हाइसरॉयला कळविले.[१३२] भरीला त्याने काबूलमध्ये अमिराने राजकीय शिष्टमंडळाचे स्वागत करावे या मागणीचा पुनरुच्चार करण्याचा अधिकारही दिला.[१३३] यामागे क्रॅनब्रुकचा असा उद्देश होता की, ब्रिटिशांच्या मैत्रीचे फायदे अमिराच्या मनावर ठसावे आणि फारतर त्याच्यावर जरा दडपण यावे.

'सामान्या हितसंबंधांची बंधने निर्माण करून अफगाणिस्तान ताब्यात ठेवावे हे आपले उद्दिष्ट आहे. त्याचा राज्यकर्ता कोणीही का असेना. मात्र त्याचवेळी ही गोष्ट स्पष्ट करा की, अफगाणिस्तान खालसा करण्याची आम्हाला मुळीच इच्छा नाही. आमच्या शक्ती अफगाणिस्तानच्या व आमच्या हितासाठीच राबवल्या जातील. हे उद्दिष्ट' साध्य करण्यासाठी काही जबाबदाऱ्या घ्याव्याच लागतील. मात्र ज्या शेवटापर्यंत तडीस नेता येणार नाहीत अशा जबाबदाऱ्या आपण घेऊ नयेत. हिंदुस्तानातील कोणत्याही भावी सरकारला जे करणे बंधनकारक आहे असे वाटणार नाही, ते करण्यास सांगू नका. जे करण्यास सांगाल ते अशा प्रकारे सांगा, की भविष्यकालीन घटनांवर ते बंधनकारक होईल.'[१३४]

व्हाइसरॉयच्या कल्पना मात्र फार निराळ्या होत्या. अमिराच्या आशाआकांक्षा वाढविण्यापेक्षा त्याला दहशत घालून अफगाणिस्तानात ब्रिटिश वर्चस्व प्रस्थापित करावे, असे त्याने सुचविले. अमीर तडजोडीला नकार देईल अशीच लिटनची कल्पना होती. तसे झाल्यास ब्रिटिश सैन्याने कुर्रम खोरे ताब्यात घ्यावे व तात्पुरता उपाय म्हणून कंदाहारही घ्यावे, असे त्याने योजले होते. 'आपले उघडपणे शत्रुत्व करून, आपले पाश त्याच्या गळ्याभोवती आवळलेले असताना एक आठवडाभरदेखील अमीर काबूलमध्ये राहू शकणार नाही, असे मला वाटते.' बर्लिनचा तह व युरोपातील शांतता या घटनांनंतर अमीर रशियाकडून सक्रिय मदतीची अपेक्षा करू शकत नव्हता. तसेच,रशियाचा आश्रित अब्दुल रहमान याने उत्तर अफगाणिस्तानचा कारभार चालविला आणि दक्षिण व पश्चिम अफगाणिस्तान ब्रिटिश अमलाखाली आले तर अमिराच्या राज्याची शकलेच होतील. जरी अमिराने तडजोडीला नकार दिला नाही व ब्रिटिशांच्या मागण्यांना मान्यता दिली, तरीसुद्धा हेरतमध्ये ब्रिटिश राजदूताचे कायमचे वास्तव्य ठेवण्यामुळे आपोआपच काबूल व हेरत यांमधील सर्व प्रदेश ब्रिटिश वर्चस्वाखाली आणला जाईल याविषयी लिटनला संदेह नव्हता.[१३५]

यापूर्वी ज्या ज्या प्रसंगी व्हाइसरॉय व भारतमंत्री यांच्यामध्ये मतभेद निर्माण झाला होता, त्यावेळी लिटनला आपले म्हणणे सोडावे लागले होते. परंतु भारतमंत्री म्हणून क्रॅनब्रुक व सात्सबरी यांच्यात महदंतर होते. क्रॅनब्रुक फारच आळशी होता. भारतीय कारभाराविषयी त्याला विशेष माहितीही नव्हती व आस्थाही नव्हती. एकंदरीत,

सर जॉन स्ट्रॅची यांनी त्याला भेटल्यानंतर त्याच्याविषयी म्हटल्याप्रमाणे,'तो एक बिचारा माणूस होता'[१३६]

दरम्यान काबूलला रशियन शिष्टमंडळ पाठविल्याबद्दल ब्रिटिश सरकारने सेंट पीटर्सबर्गकडे निषेध व्यक्त केलेला होता.[१३७] परंतु ही गोष्ट लिटनला ठाऊकच नव्हती. त्यामुळे शेरअलीने त्या मंडळाचे भव्य व भपकेबाजपणे केलेले स्वागत हा ब्रिटनचा जाहीर अपमान आहे, अशी त्याने कल्पना करून घेतली. काबूलकडे निघालेल्या ब्रिटिश शिष्टमंडळाला त्याने अशी सूचना देऊन पाठविले की, त्याने रशियन शिष्टमंडळाची काबूलमधून उचलबांगडी करण्याची मागणी करून नंतरच वाटघाटींना प्रारंभ करावा.[१३८] याचा अभिप्राय नीटसा समजलेला नसूनसुद्धा क्रॅनब्रुकने याला संमती दिली. 'तुमच्या शिष्टमंडळाचे स्वागत करण्यास अफगाणिस्तानने नकार दिल्यास काय करावयाचे, हे आताच ठरविणे कठीण आहे. तो नकार येण्याची कारणे अनेक असू शकतील. एवढे मात्र खरे की, 'निष्क्रियतेपोटी' माघार घेणे अयोग्य ठरेल. तुम्ही आता पावले इतकी पुढे टाकली आहेत की कोणत्या तरी निश्चित मार्गाचा अवलंब करणे आवश्यकच आहे.'[१३९] परंतु साल्सबरी जास्त सावध होता. क्रॅनब्रुकला अफगाणिस्तानबाबत काही स्वतंत्र मत नसून त्याची भूमिका निव्वळ भांडखोरपणाची आहे,[१४०] अशी साल्सबरीने तक्रार केली. म्हणून पंतप्रधान व साल्सबरी यांनी क्रॅनब्रुकला व्हाइसरॉयला आवर घालण्याची सूचना केली.[१४१] सेंट पीटर्सबर्गकडून उत्तर मिळेपर्यंत धीर धर असे लिटनला सांगितले गेले. कारण रशियन शिष्टमंडळ काढून घेण्याची मागणी करणे हा उघड उपमर्द असून कोणत्याही प्रबळ सत्तेने तो कधीही सहन केला नसता. तसेच ही घटना युरोपियन शांततेच्या दृष्टीने फार महत्त्वाची होती. म्हणून तशा प्रकारची मागणी मंत्रिमंडळाच्या पूर्ण संमतीशिवाय, निदानपक्षी पंतप्रधान व परराष्ट्रसचिव यांच्या संमतीशिवाय मुळीच करू नये[१४२] असेही त्याला सांगण्यात आले.

लिटनने आपल्याला ही जबाबदारी स्वीकारण्याचे भय वाटत असल्याचा आव आणला.

'एकवार दुधाने तोंड भाजल्यावर माणूस ताकसुद्धा फुंकून पितो. काही गोष्टी मला स्पष्टपणे आठवत आहेत. साल्सबरीने एका वर्षापेक्षाही अधिक काळापर्यंत, खाजगी पत्रे व तारा यांच्याद्वारे माझ्या सरहद्दविषयक धोरणाची प्रत्येक कृती व तपशील निःशंकपणे मान्य केली व मला उत्तेजन दिले. मात्र जेव्हा माझ्या धोरणाला अधिकृतपणे विरोध झाला किंवा जाहीर आव्हान दिले गेले, त्यावेळी शत्रूच्या रणशिंगाच्या पहिल्या आवाजानेच भिऊन त्याने माझी पाठराखण सोडून दिली. हे करताना क्षणभरही त्याने पुढेमागे पाहिले नाही. त्याने जाहीरपणे वापरलेली भाषा व खाजगीरीत्या त्यापूर्वी

माझ्याजवळ वापरलेली भाषा यांचा ताळमेळ बसत नाही.'[१४३]

प्रत्यक्षात हे शिष्टमंडळ पाठविण्याची तयारी इतकी पुढे गेलेली होती व लंडनमधील वातावरण इतके गोंधळाचे व अनिश्चिततेचे झाले होते की, परिणामतः आपल्याला मिळालेले आदेश धाब्यावर बसवून लिटनने दि. २० सप्टेंबर रोजी मंडळाला कूच करण्यास सांगितले. दुसऱ्याच दिवशी त्याने त्यांस अफगाणिस्तानमध्ये प्रवेश करण्यास सांगितले.[१४४]

सरहद्दीवरील अफगाण सैन्याने ब्रिटिश शिष्टमंडळाला अफगाणिस्तानमध्ये प्रवेश करण्याला परवानगी नाकारली. अशा परिस्थितीत शेरअलीला नेस्तनाबूत करणे याविषयीचा ब्रिटिशांचा निर्धार व सामर्थ्य आणि अफगाणिस्तानमध्ये रशियाचे निर्णायक वर्चस्व प्रस्थापित होण्याला कुठल्याही परिस्थितीत प्रतिबंध करणे[१४५] या दोन गोष्टींवर हिंदुस्तानातील ब्रिटिश राजवटीची सुरक्षितता अवलंबून होती, असे शिष्टमंडळाचा नेता चेंबरलेन[१४६] याने आवर्जून सांगितले. 'ज्या देशात केवळ फत्तर व गुंड यांचेच अस्तित्व आहे, तो खालसा करणे ही राजकीयदृष्ट्या फार मोठी चूक ठरेल; मात्र सद्यपरिस्थितीत तेथे लष्करी कारवाई करणे अत्यंत आवश्यक आहे,'[१४७] असे लिटनचे मत होते. त्यामुळेच तत्कालीन घडामोडींविषयी त्याला आनंद वाटत होता. 'आपल्या गुप्त कारवायांना जाहीर व अधिकृत पाठिंबा मिळण्यासाठी ब्रिटिश शिष्टमंडळाचा उपमर्द लोकांच्या नजरेत भरणे आवश्यक आहे. मनुष्यहानी न होता ही गोष्ट आता साध्य झाली आहे. यामुळे जी मदत झाली आहे व जो परिणाम साधला गेला आहे तो मला केवळ अमोल वाटतो.'[१४८] व्यक्तिशः डिझरेली व साल्सबरी यांना त्याचप्रमाणे मंत्रिमंडळालाच व्हाइसरॉयने अशा रीतीने केलेली आपल्या स्पष्ट सूचनांची पायमल्ली पसंत नसली तरी लष्करी कारवाई अपरिहार्य झाल्याचे त्यांनी जाणले होते.[१४९] क्रॅनब्रुक याने लिटनने सुचविलेल्या सर्व उपायोजनांना मान्यता दिली. हे उपाय म्हणजे सरहद्दीवर सैन्याची जमवाजमव करणे; अमिराविरुद्ध उठाव करण्याचे आवाहन अफगाण लोकांना करणारा जाहीरनामा काढणे; तसेच खैबरी लोकांवर हल्ला झाल्यास त्यांना मदत म्हणून सैन्याच्या एका तुकडीची ताबडतोब रवानगी करणे हे होते.[१५०] यानंतर थोड्या दिवसांनंतर ब्रिटिश सरकारने या सर्व घटनांबद्दल लिटनवर ठपका ठेवला व अजूनही मवाळपणाचे धोरण अंगीकारण्याची विनंती केली. परंतु व्हाइसरॉयने त्याच्या मते, ज्या सूचना डिझरेली व क्रॅनब्रुक यांच्या होत्या त्यानुसार आपण वागत राहू, मंत्रिमंडळाच्या सूचनांप्रमाणे नाही, हे स्पष्ट केले.

ह्यानंतरच्या तारेमध्ये, 'मला मदत किंवा मार्गदर्शन करणारे किंवा पाठबळ देणारे असे काहीही नाही. उलट ज्या कार्यातून माझी सुटका केलेली नाही ते पार पाडताना

माझा गोंधळ उडेल, मला त्रास होईल व मी नाउमेद होईन, असेच बुद्धिपुरस्सर केलेले आहे. कारण त्यात माझ्यावरील जबाबदारी समजून घेतलेली किंवा सौम्य केलेली दिसत नाही. त्यातील प्रत्येक शब्दात अविश्वास, भीती, संशय व अत्यंत क्षुल्लक निमित्तावरून दोष काढण्याची भांडखोर इच्छा दिसते. त्यातील एकाही शब्दात मला एखाद्या मार्गदर्शक कल्पनेची सूचना किंवा एखादे मार्गदर्शक तत्त्व आढळले नाही. तसेच ज्याला अनुसरून काही कृती मी करावी किंवा ज्याच्या आधारे हिंदुस्तान सरकारच्या प्रयत्नांना मी काही एक दिशा द्यावी, असा राणीच्या सरकारचा कोणताही सुबुद्ध हेतू किंवा उद्दिष्ट मला आढळले नाही.'[१५१] अमिरावर विसंबून राहण्याचा ब्रिटिश सरकारच्या काही सदस्यांचा कल, हाच व्हाइसरॉयच्या मते सर्वात मोठा व गंभीर धोका होता. त्याच्या मते, 'शेरअलीचा लवकरात लवकर संपूर्ण पाडाव होण्यावरच अफगाणिस्तानचे मित्रत्व मिळवणे सर्वस्वी अवलंबून होते.' आपण ताबडतोब कारवाई केली नाही तर अमीर आपले स्थान बळकट करील. धैर्य, सत्ता व धोरण या तिन्ही बाबींत ब्रिटनकडे उघडउघड वाण असल्यामुळे ब्रिटनची बाह्य जगातील प्रतिष्ठा व अंतर्गत सुरक्षितता ह्या दोहोंनाही फार जबरदस्त सुरुंग लागेल. अमिराची क्षमायाचना मान्य करणे म्हणजे हिंदुस्तान आपल्या हातून गमावण्याचा धोका पत्करणे होय.[१५२]

पंतप्रधानांचा दृष्टिकोन आता थोडा निवळला होता. परंतु मंत्रिमंडळाचा सर्वात महत्त्वाचा सभासद साल्सबरी याला अशी भीती वाटत होती की, क्रॅनब्रुकचा कल व्हाइसरॉयवर गैरवाजवी विश्वास टाकण्याकडे असून, व्हाइसरॉय ब्रिटिश सरकारची दिशाभूल करीत आहे. प्रत्यक्ष कृती व परिणाम यांची अतिशयोक्ती करण्यापासून लिटनला परावृत्त करण्यासाठी त्याच्यावर दक्षतेने नजर ठेवणे आवश्यक होते. नाहीतर त्याने सरकारला फार मोठ्या खर्चात, कदाचित मोठ्या संकटात टाकले असते.[१५३] परंतु मंत्रिमंडळाला आव्हान देताना भारतमंत्र्याच्या सद्भावना आपल्या पाठीशी आहेत असा लिटनला विश्वास वाटत होता, व तो चुकीचा नव्हता.[१५४] मंत्रिमंडळाच्या निर्णयाबद्दल क्रॅनब्रुकच्या मनात अनादर होता व ही गोष्ट लिटनच्या मनातील अनादरापेक्षाही अक्षम्य होती. ह्या अनादरापोटीच त्याने व्हाइसरॉयला सांगितले की, लष्करी उपाय योजण्यावाचून दुसरा सन्माननीय मार्ग आपल्यापुढे नाही. आपल्या सहकाऱ्यांनी लिटनविरुद्ध केलेल्या हाकाटीबद्दल त्याने दिलगिरी प्रदर्शित केली. मंत्रिमंडळाच्या सूचना आक्षेपार्ह असल्याचे त्याने मान्य केले आणि त्यांच्यामध्ये सुधारणा करण्याची आशा व्यक्त केली. 'ही निरगाठ सुटणार नाही. ती कापावीच लागेल. मला याबद्दल खेद वाटतो. परंतु त्याला दुसरा इलाज नाही असेही मला वाटते. युरोपच्या

किंवा संसदेच्या अडथळ्यांना न जुमानता ते करणे आपल्याला भाग पडणार आहे, हे जर उघड आहे तर ते जेवढ्या लवकर होईल तेवढे अधिक चांगले.'[१५५] व्हाइसरॉयचे धोरण नव्हे तर त्याच्या अंमलबजावणी बाबतची त्याची घाई अधिक टीकार्ह आहे, असे क्रॅनब्रुकचे मत होते.[१५६]

लिटनने आपल्या अखत्यारीत निर्णय घेण्याचे अधिकार विरोधाची फारशी भीती न बाळगता स्वतःकडे घेतले. लिटनने सरकारला असे कळविले की, ब्रिटिश सैन्याच्या तुकड्या सरहद्द ओलांडून जात आहेत. यावर मंत्रिमंडळाने क्रॅनब्रुकच्या विनंतीवरून युद्धाला संमती दिली.[१५७] अमिराकडून ब्रिटिशांच्या निर्वाणीच्या खलित्याला काहीच उत्तर न आल्यामुळे अफगाणिस्तानवरील ब्रिटिश आक्रमणाला प्रारंभ झाला. लिटनने सखेद आत्मगौरवाचा आविर्भाव आणला. 'गेल्या अडीच वर्षात शेरअलीची मनधरणी करण्यासाठी, त्याच्या विश्वासाचे समर्थन करण्यासाठी आणि त्याच्या मैत्रीच्या प्राप्तीसाठी[१५८] हिंदुस्तान सरकारने जेवढे काही केले तेवढे एरवी कधीच केले नाही, असे मी ठासून सांगू शकतो. माझ्या या विधानास रास्त विरोध होण्याची विशेष भीती नाही.' 'तुमच्या महान कार्यास प्रारंभ झाला आहे. परमेश्वराने यातून तुम्हाला सुखरूप पार पाडावे,'[१५९] अशा शब्दात क्रॅनब्रुकने त्याला निःसंदिग्ध संमती व आशीर्वाद दिला. साल्सबरीदेखील लिटनच्या धोरणाचा संपूर्ण पाठीराखा झाला, असे म्हटले गेले.[१६०]

आघाडीच्या तुकड्यांना अफगाणिस्तानात जरी प्रतिकार झाला नाही[१६१] तरी मंत्रिमंडळाचे सदस्य अस्वस्थ झाले व तडजोडीला उत्सुक झाले. व्हाइसरॉय अजूनही अफगाणिस्तानची शकले करावी, या मताचा होता. परंतु आपल्या अमलाखालील प्रदेशाचा विस्तार करण्याला ब्रिटिश सरकारने तीव्र नापसंती दर्शविली.[१६२] त्यामुळे, शेरअलीचा मुलगा याकूब याला तख्तावर बसवून त्याच्याशी समझोता करावा, असे लिटनने ठरविले.[१६३] ही गोष्ट ताबडतोब साधेल हे अर्थातच शक्य नव्हते.दरम्यानच्या काळात ही एकंदर मोहीम, सगळे निर्णय गुप्तपणे घेतले जाण्याचा प्रकार व युद्ध ओढवून घेणे या सगळ्या गोष्टींविषयी ब्रिटनमधील विरोध तीव्रतर झाला होता. आरगिल याने म्हटल्याप्रमाणे,[१६४] लिटनच्या हालचालींचा मागोवा घेणे म्हणजे गुप्त पोलिसांचे काम होते. वास्तविक या कारणावरून ब्रिटिश सरकारवर टीका करणे योग्य नव्हते. कारण त्यांना स्वतःलाच लिटनच्या कृतीविषयी काहीही कल्पना आधी आलेली नसे. तरीही त्याच्यावर टीकेची झोड उठविण्यास हे चांगले शस्त्र सापडले होते.[१६५] ह्या चळवळीमुळे डिझरेली सरकारला, कुठलाही प्रदेश खालसा न करण्याचा आपला इरादा जाहीर करावा की काय, याचा विचार करावा

लागला. सरतेशेवटी अशा प्रकारची कोणतीही घोषणा न करण्याचे ठरले. खालसाचे तत्त्व क्रॅनब्रुकने जरी उघड नव्हे, तरी गर्भितार्थाने मान्य केले. 'अफगाणिस्तान किंवा त्याच्या वर्चस्वाखालील जो काही प्रदेश आपल्या ताब्यात येईल तेथे घाईने भारताचे प्रशासन सुरू न करता आपण प्रचलित कायदे व रुढी यांचेच राज्य तेथे ठेवावे, अशी माझी इच्छा आहे.'[१६६] कालांतराने क्रॅनब्रुकने लिटनला असा सल्ला दिला की, भूप्रदेशावर जर ताबा मिळण्याजोगा असेल तर मिळवावा, फक्त खालसा हा शब्द वगळून टाकावा.[१६७] हेरत किंवा निदान सीस्टनचा काही भाग इराणला द्यावा, असे साल्सबरीला वाटत होते. परंतु मंत्रिमंडळात या विषयावर चर्चा झाली नाही आणि लिटनने आपला तीव्र विरोध स्पष्टपणे व्यक्त केला.[१६८] याकूबला अमीर बनवण्याचे त्याचे धोरण मान्य केले गेले.[१६९] यानंतर लवकरच घडलेल्या शेरअलीच्या मृत्यूमुळे याकूबला अमिरपद देणे सुलभ झाले. शांततेचा याचक म्हणून याकूब गंडमकला आला.

गंडमकच्या तहावर २६ मे १८७९ रोजी सह्या झाल्या. त्या अन्वये याकूबने आपले परराष्ट्रसंबंध ब्रिटिशांच्या इच्छा आणि सल्ला यांना अनुसरून आखण्याचे मान्य केले. याच्या मोबदल्यात ब्रिटनने याकूबला परकीय आक्रमणापासून संरक्षण द्यावे, असे ठरले. हे संरक्षण द्रव्य,शस्त्रास्त्रे व सैन्य यांच्या स्वरूपात द्यावे व त्याचा वापर ब्रिटिश सरकारला योग्य वाटेल अशा रीतीने केला जावा असेही ठरले. काबूल येथे ब्रिटिश राजदूत राहावा, तसेच आवश्यकतेप्रमाणे अफगाणिस्तानच्या सरहद्दीवर ब्रिटिश हस्तक नेमले जावे. उभयदेशातील व्यापार आणि दळणवळण यांची वाढ व्हावी यासाठी कुर्रमपासून काबूलपर्यंत तार यंत्राची यंत्रणा चालू करण्याचा अधिकार ब्रिटिशांना मिळाला. कुर्रम, पिशिन आणि सिबी हे जिल्हे ब्रिटिश सरकारच्या 'शासकीय नियंत्रणाखाली व संरक्षणाखाली' राहतील असेही ठरले. खैबर व मिझ्मी या दोन्ही खिंडीवरही ब्रिटिशांचा ताबा राहावा. तसेच त्या खिंडींच्या परिसरातील स्वतंत्र टोळ्यांशी असलेल्या अफगाण संबंधांवर ब्रिटिशांचे नियंत्रण राहावे व अमिराला सहा लक्ष रुपये वार्षिक तनखा द्यावा असेही ठरले.

या कामगिरीबद्दल लिटनचे त्याच्या धन्यांनी मनःपूर्वक अभिनंदन केले. वार्षिक 'मत्प्रिय लिटन, आपल्या 'शास्त्रीय सीमारेषे'[१७०] वरील कामगिरी तुम्ही फार उत्तम रीतीने बजावली आहे.' असे त्याला पंतप्रधानांनी लिहिले. या तहामुळे सरकारचे समाधान झालेले असून जनतेने निषेध दर्शविलेला नाही व लॉरेन्स व त्याचे पाठीराखेदेखील शांत राहिले आहेत,[१७१] असे मत क्रॅनब्रुकने प्रकट केले. त्याने लिटनला असेही सुचविले की, अमिराच्या संमतीने ब्रिटिश सैन्याने हेरतला वेढा बसवावा.[१७२]

साल्सबरीनेही एकंदरीत समाधान व्यक्त केले. 'आशियाप्रमाणेच आफ्रिकेत जर राणीच्या सेवकांनी कामगिरी बजावली तर! 'अशा शब्दात हे समाधान व्यक्त झाले. साल्सबरीला एकच सूचना करावयाची होती. ती म्हणजे व्हाइसरॉयने इराणकडेही थोडे लक्ष द्यावे.[१७३] आपली सर्व उद्दिष्ट्ये सफल झाली असून याकूबच्या सद्भावनाही आपल्याला लाभल्या आहेत अशी स्वतः लिटनची खात्री होती. 'अमिराची वर्तणूक वाखाणण्याजोगी आहे. आपण त्याला दिलेल्या वागणुकीबद्दल त्याला वाटणारी कृतज्ञता, तसेच आपल्यासंबंधीच्या कर्तव्याचे पालन करण्याचा त्याचा इरादा तो हरप्रकारे दाखवून देत आहे.'[१७४] त्यासंबंधी लिटनने उपहासपूर्वक म्हटले, 'आरगिलने स्वतःच आपल्याभोवती रान उठवले आहे. लॉरेन्सच्या पोकळ गर्जना मनोरंजक आहेत.'[१७५] विरोधी पक्षाकडील लिटनच्या मित्रांनी त्याच्या ह्या तुच्छतेच्या दृष्टीला खतपाणी दिले. जॉन मोर्लेने असे म्हटले की, लोकमत पाहिल्यास असे दिसते की, दक्षिण आफ्रिकेमधील सावळा गोंधळ व अफगाणिस्तानमधील तडजोड यातील विरोध फार ठळक आहे. विल्फ्रिड ब्लंटने तर व्हाइसरॉयला खात्रीपूर्वक सांगितले की, आता 'तुम्ही फक्त स्वस्थ राहून जिंकावयाचेच बाकी आहे. तुम्ही स्वदेशी परत याल त्यावेळेस गिटार व इतर सर्व प्रकारच्या वाद्यांच्या स्वरांनी तुमचे स्वागत होईल.'[१७६]

हा आनंद अल्पजीवी ठरला. जुलै महिन्यात सर लुई कॅव्हॅग्नरी[१७७] ब्रिटिश राजदूत म्हणून काबूल येथे पोहोचला. याकूबने त्याचे स्नेहाने स्वागत केले. कॅव्हॅग्नरीला मात्र आपण मृत्यूच्या जबड्यात शिरत असल्याची भावना निर्माण झाली होती, असे म्हटले जाते. ज्यांना अफगाणिस्तानविषयी माहिती होती, त्या बहुसंख्य निरीक्षकांनाही हीच भीती जाणवली होती.[१७८] लंडनमध्ये क्रॅनब्रुक यालादेखील अंधुक पूर्वसूचना व आशंका वाटल्या होत्या.

'युरोपियन राजदूताला तेथे नेमका काय धोका आहे याची मला पूर्ण कल्पना आहे. कॅव्हॅग्नरीने आपल्या मायभूमीसाठी स्वतःची योग्य ती काळजी घेतली पाहिजे. तिळभरही निष्काळजीपणा झाला तर परिस्थिती जीवावर उदार झालेल्या माथेफिरूंच्या पूर्णपणे कब्जात जाते. खुनी माणसाच्या कल्पनेपेक्षा अनेक पटींनी व्यापक परिणाम एकाच प्राणघातक प्रहाराने घडून येतात. तुमच्या तारांवरून सगळे काही सुरळीत चालले आहे असे वाटून माणूस आशावादी बनतो. मात्र अफगाणांचा स्वभावधर्म तसेच रशियन कारवाई यांचा त्याने विसर पडू देऊ नये.'[१७९] काळजीचे काहीच कारण नाही असे आश्वासन व्हाइसरॉयने त्याला दिले.[१८०] म्हणूनच कॅव्हॅग्नरी व त्याचे छोटे संरक्षक दल यांची काही दंगेखोर अफगाण सैनिकांनी हत्या केली, त्यावेळी व्हाइसरॉयला आश्चर्याचा धक्काच बसला.

हे कृत्य आकस्मिक होते. पूर्वनियोजित नव्हते. त्याचे उत्तरदायित्व याकूबवर नव्हते. या शोचनीय अपघाती घटनेचा अर्थ कराराचे उल्लंघन किंवा करारभंग असा होऊ शकला नसता. तरीसुद्धा, ब्रिटिशांच्या प्रतिष्ठेवर झालेल्या या आघाताचा बदला घेतला पाहिजे, अशी लंडन व सिमला या दोन्ही ठिकाणी या घटनेची प्रतिक्रिया झाली. उदारमतवादी पक्षाचेसुद्धा असेच मत होते. या घटनेमुळे अफगाणिस्तान खालसा करणे आवश्यक झाले आहे असे, रिपनचे मत होते. कदाचित तोच मार्ग सर्वात उत्तम आणि सुलभ असेल, असे हॅलिफॅक्सलाही वाटत होते.[१८१] आपल्याला एकंदर परिस्थितीविषयी काळजी वाटत असली तरीही आपण नाउमेद झालो नाही, असे लिटनने म्हटले. 'आपल्याला नव्या संकटांना तोंड द्यावयाचे आहे. परंतु ही फक्त संकटेच आहेत, अशक्य गोष्टी नव्हेत. अधिक शक्तीने व उत्साहाने त्यांच्याशी सामना देणे आपल्याला एरवी शक्य झाले नसते. ते या मध्यंतरामुळे जो अवधी मिळाला त्यामुळे शक्य होईल.'[१८२] पुन्हा एकवार ब्रिटिश सैन्याला आगेकूच करण्याचा आदेश दिला गेला. बदललेल्या परिस्थितीच्या संदर्भात आपले धोरण काय असावे याची ब्रिटिश सरकारला नीटशी कल्पना नव्हती. बराच काळ ब्रिटिशांच्या ताब्यात राहिल्यानंतर त्या देशाचे विघटन होणे जवळजवळ अपरिहार्यच आहे, असे क्रॅनब्रुकला वाटत होते. ब्रिटिश सैन्याने काबूलमध्ये प्रवेश केला, त्यादिवशीच याकूबने राज्यपदाचा त्याग केला.[१८३] हे वृत्त समजल्यावर ताबडतोब कंदाहार आणि त्याच्या आसपासचे जिल्हे ब्रिटिश साम्राज्याला जोडून घेण्याची सूचना लिटनने केली.[१८४] परंतु ती मान्य करण्यास मंत्रिमंडळ तयार नव्हते. हेरत इराणकडे द्यावे आणि कंदाहार ब्रिटिशांशी निष्ठावान असणाऱ्या राजाच्या ताब्यात द्यावे, ही योजना त्यांना अधिक पसंत होती. राज्य खालसा करण्याचा प्रत्यक्ष वर्चस्वापलीकडे काहीच फायदा नव्हता. अशा तऱ्हेचे वर्चस्व राखणे सोपे जावे म्हणून कंदाहारपर्यंत लोहमार्ग बांधण्यास मंत्रिमंडळाने मंजुरी दिली.[१८५]

हेच धोरण रास्त आहे असे व्हाइसरॉयने आता मान्य केले. गंडमकच्या तहान्वये निश्चित झालेली शास्त्रीय सरहद्द सर्वोत्तम आहे असा सर्व संबंधित लष्करी अधिकारी व सल्लागार यांनी एकमुखाने काढलेला निष्कर्ष अतिशय समाधानकारक आहे, असेही त्याने नमूद केले. 'या निर्णयापासून रेसभरही माघार घेण्याची किंवा त्याचे तिळमात्र उल्लंघन करण्याची त्यांच्यापैकी कोणाचीही इच्छा नाही.'[१८६] इराणबरोबर हेरतसंबंधी वाटाघाटी करावयास सुरुवात झाली. तसेच अवशिष्ट अफगाणिस्तानसाठी जबाबदार राज्यकर्ते शोधण्यास प्रारंभ झाला. परंतु ब्रिटिशांच्या अटी मान्य करून हेरत आपल्याकडे घेतले तर इंग्लंडचा दास इतकेच स्थान शहाचे

राहील.[१८७] असा सल्ला रशियन सरकारने इराणच्या शहाला दिल्यामुळे, त्याने या सूचनेस नकार दिला. कंदाहार प्रांत ब्रिटिशांच्या संरक्षणाखालील स्वतंत्र राज्य म्हणून जाहीर करण्यात आला व एक स्थानिक पुढारी त्याचा कारभार पाहू लागला.[१८८] काबूलमध्ये याकूबची सत्ता पुन्हा प्रस्थापित करण्याला डिझरेली व लिटन या दोघांचाही ठाम विरोध होता.[१८९] दिवंगत अमीर अफजल याचा मुलगा अब्दुल रहमान हा बराच काळ रशियात हद्दपारी भोगून अफगाणिस्तानात परत आला होता. उमेदवार म्हणून त्याचा विचार करावा, अशी क्रॅनब्रुकने सूचना केली.[१९०] हा विचार त्याने निराशेपोटी केलेला होता. अफगाणिस्तानमध्ये नव्याने उपद्रव निर्माण करावा यासाठी रशियन सरकारने अब्दुल रहमानला अफगाणिस्तानात पाठवले आहे, ही गोष्ट जगजाहीर होती. तरीही व्हाइसरॉयने क्रॅनब्रुकचा सल्ला मानला. कंदाहार वगळून काबूलसह उरलेला सर्व अफगाण प्रदेश बिनशर्त अब्दुल रहमानच्या सुपूर्द करण्याचे त्याने ठरविले. इतकेच नव्हे तर आपले स्थान स्थिर करण्यासाठी आणि तातडीच्या गरजा भागविण्यासाठी त्याला मदतही देऊ केली.[१९१] अब्दुल रहमानकडून या योजनेला उत्तर मिळण्यापूर्वीच ज्या निवडणुका इंग्लंडमध्ये झाल्या त्यात डिझरेली सरकारचा जबरदस्त पराभव झाला. या पराभवामागे अफगाण प्रश्न हा महत्त्वाचा मुद्दा होता. आपल्या पाठीमागे एका राजनैतिक धोरणाच्या मोडतोडीचा ढिगारा ठेवून लिटन अधिकारावरून गेला.

III

आपल्या कारकिर्दीच्या प्रारंभीच मेयोच्या समोर अत्यंत अस्वाभाविक अंतर्गत परिस्थिती उभी ठाकली होती. वायव्य सरहद्द प्रांत आणि इतर काही प्रदेशात अन्नधान्याचा तुटवडा पडू लागला होता. दुष्काळी परिस्थिती निर्माण होण्यापूर्वीच मेयोने विहिरी खोदण्यासाठी आगाऊ रकमा देणे, बेकारी निवारण करण्यासाठी सार्वजनिक कामे सुरू करणे, या कार्यक्रमाला मंजुरी दिली. कोणत्याही परिस्थितीत प्राणहानी टाळण्याचा त्याने निश्चय केलेला असल्यामुळे परदेशातून धान्य आयात करण्याच्या शक्यतेचा देखील त्याने विचार केला.[१९२] सुदैवाने व्यापक दुष्काळाचा धोका लवकरच टळला. खरेच जर दुष्काळ पडला असता तर ते आतापर्यंत भारतावर कोसळलेल्या संकटांपैकी सर्वात भयानक संकट ठरले असते, आधीच असलेला तणाव आणखी वाढला असता.

परंतु इतर समस्या मानवनिर्मित होत्या. त्यातून सहजासहजी सुटका होण्यासारखी नव्हती. हिंदुस्तानच्या अर्थव्यवस्थेची पुनर्रचना करणे आवश्यक होते. यापूर्वी काही वर्षे उत्पन्नापेक्षा खर्च अधिक होत होता. उत्पन्न वाढवावे, खर्च कमी करावा व अशा

प्रकारे आर्थिक समतोल स्थापन करावा, असा व्हाइसरॉयचा निर्धार होता. हा निर्णय 'एक शासकीय उपाय' यादृष्टीने फार योग्य असला तरी त्यामागील अर्थशास्त्रीय विचारसरणी मात्र सदोष होती. 'भारताला आपण केवळ एका धाग्याने बांधून ठेवले आहे. कोणत्याही क्षणी एक गंभीर स्वरूपाचा धोका निर्माण होऊ शकेल. आपल्याला १८० दशलक्षांचे कर्ज आहे. त्यापैकी ८५% एकट्या इंग्लंडचे आहे. त्यात आणखी १०० दशलक्ष मिळवले की हिंदुस्तानातील अशी भयाण आर्थिक दुर्घटना घडेल की, जिचे परिणाम इंग्लंडमधील निम्मे राष्ट्रीय कर्ज बुडाल्यासारखे होतील व इंग्लंडमध्ये जो हाहाकार उडेल त्यापुढे हिंदुस्तान किंवा त्याचा काही भाग आपण गमावणे कःपदार्थ ठरेल. आपल्या सध्याच्या उत्पन्नाइतकेच उत्पन्न असताना आपल्यासमोर उभ्या असलेल्या भयावह राजकीय धोक्याला जोपासणे हा एकप्रकारे गुन्हा आहे हे मी स्पष्टपणे सांगतो.'[१९३] सरकारी उत्पन्नापेक्षा अधिक खर्च कोणीही करू नये, असे सर्व खात्यांना कळविण्यात आले. मेयो असे म्हणत असे की, 'हिंदुस्तानातील प्रत्येक सार्वजनिक काम थांबवावे लागले किंवा प्रत्येक सुधारणा थोपवावी लागली, तरी मला त्याची पर्वा नाही. परंतु सार्वजनिक उत्पन्नाच्या मर्यादेतच सार्वजनिक खर्च आणल्याशिवाय मी राहणार नाही.'[१९४]

वास्तविक पाहता मेयोच्या धोरणाचा परिणाम म्हणून जनसेवेच्या आवश्यक कामांमध्ये कपात करावी लागेल, हे अपरिहार्य नव्हते. आपण जेथे जेथे जातो त्या प्रत्येक ठिकाणी आरोग्यसेवा, शिक्षण, इस्पितळे, रस्ते, पूल, जलपर्यटन इत्यादींसाठी सार्वजनिक निधीची आत्यंतिक आवश्यकता असल्याचे आपल्याला आढळले, असे मेयोने आरगिल यास कळविले. 'ज्या कार्यासाठी इतर देशांमध्ये त्या राष्ट्रांचे संपूर्ण आयुष्य खर्ची पडले ते कार्य भारतामध्ये केवळ अर्ध्या शतकामध्ये करण्याचा आम्ही प्रयत्न करीत आहोत.'[१९५] या गरजा भागविण्यासाठी लागेल तेवढा पैसा व्हाइसरॉयने उदार हस्ते दिला. खरोखरच आधुनिक हिंदुस्तानच्या उभारणीसाठी त्याने शासकीय कार्याचे क्षेत्र व कक्षा पुष्कळच व्यापक केल्या. हा देश शक्य तेवढा स्वयंपूर्ण व्हावा, अशी त्याची इच्छा होती. कोळसा आणि लोखंड यांचा शोध त्याने सुरू केला. चांगल्या दर्जाच्या लोखंडाने युक्त असलेल्या खडकांचा शोध लावण्याच्या कामी खाजगी संस्था अयशस्वी झालेल्या असल्यामुळे याबाबतीत सरकारने पुढाकार घ्यावा; अशुद्ध लोखंडाच्या मोठमोठ्या साठ्यांचा उपयोग व्हावा यासाठी देशातील संभाव्य लोहमार्गाचा वापर शासनाने करावा, असे मेयोला वाटत होते. तसेच पेट्रोलियमचा शोध करण्यासाठी अमेरिकेतून एका तेलविषयक तज्ज्ञाला पाचारण करण्यात आले.[१९६] मेयोचा विरोध सार्वजनिक निधीचा अपव्यय करण्याला होता. 'मी काही कोणी दुष्टबुद्धी नाही. परंतु

मला उधळपट्टी मात्र खपत नाही आणि ब्रिटिश साम्राज्यात प्रत्येक क्षेत्रामध्ये फार भयावह प्रमाणावर हेच चाललेले दिसते.'[१९७] इ.स. १८७२ पर्यंत मेयोने खर्चाचा आकडा ५२ दशलक्ष पौंडावरून ४७.३ दशलक्ष पौंडांवर आणला होता.

अशा प्रकारच्या काटकसरीला पूरक म्हणून उत्पन्नाच्या साधनात वाढ व्हावयास हवी होती. मिठावरील कराचा फेरविचार करावयाचा झाल्यास तो सांगोपांग करावा, असा मेयोचा आग्रह होता. बारीकसारीक फरकामुळे उत्पन्न धोक्यात मात्र आले असते. मिठावरील कर वाढवूनही भारतीय जनतेवर सुसंस्कृत जगातील इतर कोणत्याही समाजापेक्षा कराचा बोजा कमीच पडला असता. देशांतर्गत जकात रद्द करता आली असती. दळणवळणाचा खर्च कमी करून मिठावरील कर संपूर्ण भारतात समान करता आला असता. तसेच उत्पन्नाचे एक मोठे साधन मिळकतीवरील कर, हे होऊ शकले असते आणि मेयो सरकारने त्यावर विसंबून राहण्याचे ठरविले. परंतु कायदासदस्य सर हेन्री मेन याचा या गोष्टीला विरोध होता. कारण त्यासाठी कर आकारणीची संपूर्णतया नवीन पद्धत अमलात आणावी लागली असती. म्हणून शेवटी परवान्यावर करवसुली करण्याची पद्धत स्वीकारण्याचे ठरले.[१९८] इ.स. १८६९ च्या अंदाजपत्रकात प्रथम मिळकतीवरील कर मांडला गेला. याबाबत मेयोने आरगिल यास लिहिले,[१९९] 'ज्याला ग्लॅडस्टन भिंतीवर टांगलेले महान आर्थिक शास्त्र म्हणत' असे ते आता मिळाले आहे. अर्थात ते फक्त आणीबाणीतच वापरावे लागते. मेयोची इच्छा अशी होती की, शांततेच्या काळात मिळकतकर फक्त एक टक्का ठेवावा. भारतात हा कर विनानिषेध स्वीकारला गेला. बंगालच्या जमीनदारांचाच या कराविरुद्ध तक्रार करण्याचा इरादा होता. कारण त्यांना करमुक्त ठेवण्याला मेयोचा तीव्र विरोध असल्याचे त्यांना माहीत होते. परंतु जमीनदारांना सवलत द्यावयाची नाही, असे व्हाइसरॉय व भारतमंत्री यांनी एकमताने ठरविले. कारण देशाच्या वाढत्या भरभराटीमुळे ज्याचा सर्वाधिक फायदा होत होता, असा हाच जमीनदारवर्ग होता. [२००] समाजाच्या दुसऱ्या कोणत्याही वर्गाची अशी स्थिती नव्हती. करामध्ये अशी वाढ करूनसुद्धा सरकारच्या उत्पन्नामध्ये फारशी भर पडली नव्हती, पडण्यासारखी नव्हती. व्हाइसरॉयने लिहिल्याप्रमाणे, सर्वसामान्य समजुतीपेक्षा हिंदुस्तान हा फारच दरिद्री देश होता. सधन वर्गाला कर लागू करून फारच थोडे उत्पन्न येत होते. निर्धन जनतेला कमी कर लागू होते, परंतु त्याहून अधिक देण्याची त्यांची ऐपत नव्हती.[२०१] तरीसुद्धा परिस्थिती आणखी हलाखीची होत होती.[२०२] म्हणून मेयोने आपला अर्थसदस्य सर रिचर्ड टेंपल[२०३] याच्याबरोबर विचारविनिमय करून एकमताने दुसरा उपाय शोधून काढला. खर्चाच्या स्थानिक बाबींवर होणाऱ्या खर्चाचा अधिक मोठा वाटा स्थानिक उत्पन्नातून उचलला जावा, अशी ही योजना

होती. कारण वस्तुस्थिती अशी होती की, जरूर पडल्यावर केंद्र सरकारकडून पैसे मिळतीलच हे माहीत असल्यामुळे, प्रांतिक सरकारे अविचारीपणे खर्च करीत असत. 'आपल्या भारतीय अधिकाऱ्यांनी आपली प्रांतिकता, तसेच साम्राज्याच्या खजिन्यातून शक्य तेवढा पैसा उकळत राहाणे हेच माणसाचे इतिकर्तव्य आहे ही कल्पना, ह्या गोष्टी काही काळ बाजूला ठेवाव्यात अशी माझी मनापासून इच्छा आहे.'[२०४]

स्थानिक खर्चाची जबाबदारी स्थानिक अधिकाऱ्यांवर टाकण्यामागे मेयोचा एक राजकीय हेतूसुद्धा होता. एका शतकाहून अधिक काळपर्यंत राज्य केल्यानंतरही भारतीयांना सार्वजनिक शासनाचे शिक्षण देण्याचा कोणताही प्रामाणिक प्रयत्न ब्रिटिशांकडून होण्याची चिन्हे दिसत नव्हती.या गोष्टीची मेयोला खंत वाटत होती.

'हळूहळू एतद्देशीय स्थानिक स्वराज्य संस्था स्थापन कराव्या अशी माझी इच्छा आहे. ह्या देशाच्या शासनामध्ये आपल्याबरोबर एतद्देशीयांना हळूहळू मोठ्या प्रमाणावर सहभागी करून घेतले पाहिजे, या गोष्टीकडे आपण फार काळ दुर्लक्ष केले आहे. उद्या जर आपण हिंदुस्तान सोडून निघालो तर एखाद्या लहानशा जिल्ह्याचा कारभार हाकण्याला देखील लायक किंवा समर्थ अशी एकसुद्धा व्यक्ती नसलेले प्रांतचे प्रांत आपल्यामागे राहतील. शासन शिक्षणाचे हे कार्य घाईने होणारे नाही. ज्याप्रमाणे इतर देशांमध्ये स्वायतत्तेच्या अधिकारांच्या विकासाचा उगम साधारणपणे स्थानिक स्वराज्य संस्थांच्या वाढीमध्ये असलेला आढळतो, त्याचप्रमाणे भारतात देखील आपल्या शासनाला एतद्देशीयांचे उत्कृष्ट साहाय्य जास्तीत जास्त लोकांवर हळूहळू स्थानिक जबाबदारी सोपवण्याने व त्यांच्या जिल्ह्यांचा कारभार हाकण्यास त्यांना प्रशिक्षित करण्यानेच मिळेल. स्पर्धात्मक परीक्षा घेऊन किंवा अशिक्षित आणि असमर्थ व्यक्तींना एकदम वरच्या जागा देऊन ते साधणार नाही.[२०५] याचा अर्थ अर्थातच असा नव्हे की, राजकीय अधिकार त्यांच्या सुपूर्द केले जातील.' एका बाबतीत मेयोची खात्री पटलेली होती, मध्यवर्ती सरकार कमजोर किंवा सौम्य झाले किंवा त्याचे अधिकार प्रांतिक प्रतिनिधींकडे गेले तर त्यावेळेपासूनच ब्रिटिशांच्या सत्तेचा ऱ्हास सुरू होईल आणि अखेर या देशाचा कायमचा निरोप घेण्याच्या दृष्टीने त्यांना तयारीला लागावे लागेल.[२०६]

प्रारंभी ब्रिटिश सरकारचे मत असे होते की, एवढ्यात अर्थव्यवस्थेचे विकेंद्रीकरण करणे योग्य नव्हे. मात्र कालांतराने स्थानिक खर्चाची तोंडमिळवणी स्थानिक निधीमधून व्हावी हे त्यांनी मान्य केले.[२०७] भारत सरकारची निरनिराळी खाती, त्याचप्रमाणे प्रांतिक सरकारे यांच्याकडून थोडासा विरोध झाला. परंतु अशा प्रकारचे हेवेदावे व 'अरेरावी' यांनी मेयो नाउमेद झाला नाही. 'निरनिराळ्या खात्यांच्या

कचेऱ्यांच्या आपसातील झगड्यामध्ये, बहुतेक लोकांना, ब्रिटिश साम्राज्य व भारतीय जनता यांचा विचार करणे आवश्यक आहे, या गोष्टीचा संपूर्णपणे विसर पडलेला दिसतो. राष्ट्राची दिवाळखोरी म्हणजे राष्ट्राचा नाश असतो. तिजोरीच्या किल्लया आम्ही स्वतःच्या ताब्यात ठेवतो. त्या कधी मद्रास पलटणीच्या हितासाठी तर कधी बंगाली बाबूंच्या शिक्षणासाठी तर कधी मुंबईत प्रासादतुल्य इमारती बांधण्यासाठी नव्हे, तर सर्वांच्याच हितासाठी काही कार्य करावे, हे आमच्यासमोरचे एकमेव उद्दिष्ट आहे.'[२०८]

आर्थिक जबाबदारी हळूहळू प्रांतांवर सोपविण्याच्या या योजनेची अंमलबजावणी यशस्विरीतीने करण्यात आली. मात्र सावधगिरीचा इशारा म्हणून मेयोने खर्चामध्ये काटकसर करण्याची सूचना प्रांतिक सरकारांना दिली.[२०९] तसेच जिल्ह्यातील लोकांवर गरजेपेक्षा अधिक कर बसवू नयेत, असेही सांगितले.[२१०] कारण भारतीय जनतेची मनःस्थिती अद्यापि एकंदरीत क्षुब्धच होती. सुरक्षिततेचा उपाय म्हणून भारतीय सैनिकांना नव्या प्रकारच्या बंदुकींचा पुरवठा केला गेला नाही. परंतु अशा तऱ्हेने उत्कृष्ट दर्जाच्या शस्त्रांचा पुरवठा सैनिकांना हेतुपुरस्सर नाकारणे म्हणजे त्यांच्या मनात आपल्याविषयी अप्रीती वाढविण्यासारखे होते. ती अप्रीती समर्थनीयही म्हणावी लागली असती.[२११] आरगिलचा दृष्टिकोन असा होता की, अद्ययावत शस्त्रास्त्रांचा पुरवठा करण्यामुळे निर्माण होणारा धोका टाळता येण्यासारखा होता. स्वयंपूर्ण व बंधुभावनेने बांधलेल्या प्रांतिक लष्कराची पद्धत चालू ठेवून तो टाळता आला असता.[२१२] मात्र व्हाइसरॉयला हिंदुस्तानातील ब्रिटिश सैन्याच्या सामर्थ्यावर अवलंबून राहणेच जास्त पसंत होते. 'भारतातून एकाही ब्रिटिश बंदुकीची किंवा तलवारीची उचलबांगडी करण्यास आपण संमती देऊ नये, अशी माझी आपणास विनंती आहे.'[२१३] मेयोने ज्याला 'जवळजवळ आर्थिक क्रांतीच'[२१४] असे म्हटले होते, ती परिस्थिती त्या आर्थिक वर्षाच्या मध्यावर निर्माण झाल्यानंतर त्या परिस्थितीमुळे व सतत जाणवणाऱ्या तुटीमुळे मिळकतीवरील कर १ टक्क्यावरून २$^{१}/_{२}$ टक्क्यावर नेणे आणि मद्रास व मुंबई येथील मिठावरील करात वाढ करणे मेयोला भाग पडले. प्रमुख वृत्तपत्रांनी या गोष्टीला विशेष विरोध दाखविला नाही. शिवाय इ.स. १८६९ च्या हिवाळ्यात इंग्लडंच्या राणीचा मुलगा ड्यूक ऑफ एडिंबरो याने भारताला दिलेल्या भेटीचा परिणाम भारतीयांची निष्ठा बळकट करण्याकडे आणि ब्रिटिश सत्तेची प्रतिष्ठा आणि सामर्थ्य यांची त्यांनी जाणीव होण्याकडेच झाला. मद्रास लष्करामध्ये मात्र कुरबूर सुरू झाली होती.[२१५] इ.स. १८७० च्या अंदाजपत्रकानुसार मिळकतीवरील कर आणखी वाढून ३ $^{१}/_{८}$ टक्क्यांपर्यंत गेला. त्यामुळे भारतीय तसेच ब्रिटिशांच्या मालकीच्या वृतपत्रांनी त्या अंदाजपत्रकावर टीकेची झोड उठविली. मिळकतकर

लोकांना नापसंत आहे याविषयी आता शंकाच उरली नाही. मेयोला याची कल्पना होतीच. 'आरडाओरड करणाऱ्या मूठभर लोकांवर कर लादण्यापेक्षा सरकारने जर मिठावरील कर दुप्पट करून किंवा दुसऱ्या एखाद्या मार्गाने कराचा बोजा बहुसंख्य गरीब जनतेवर टाकला असता, तर सरकारवर टीका झाली नसती,'[२१६] असे मेयोने म्हटले. ह्या बोलक्या विरोधामुळे मेयोचे काम दुष्कर झाले. त्यात भर म्हणून चीनला होणारी अफूची निर्यात एकाएकी बंद होण्यामुळे भारताचे उत्पन्न आणखी कमी होण्याचा संभव असल्याचे ऐकून तो धास्तावला. 'एका ध्येयाखातर आपण पुष्कळ चुका केल्या खरे. परंतु यासारखे मूर्खपणाचे कृत्य आपण पुन्हापुन्हा करणार नाही अशी मला आशा वाटते.'[२१७]

आता धोका होता तो असा – १८५७ च्या उठावाच्या वेळचे नेतृत्व संपूर्णपणे प्रतिगामी होते. आता मात्र नव्याने निर्माण झालेला धनिक वर्ग हिंसक विरोधाचे नेतृत्व करण्यास जमीनदारांशी हातमिळविणी करील अशी शक्यता होती. कारण त्या वर्गाचा करवाढीला विरोध होता. पुनश्च उठाव होईल ही शक्यता नाकारण्यासारखी नाही, ही गोष्ट स्पष्ट दिसत होती. शांतता आणि मित्रत्वाच्या आपल्या धोरणाचा भारतातसुद्धा चांगला परिणाम होईल,[२१८] हा मेयोचा विश्वास भ्रामकच ठरला. १ जुलै १८७० रोजी व्हाइसरॉयने सेनाप्रमुखाला धोक्याची सूचना दिली. 'येथील मुसलमानांमध्ये किंचित कुरबूर आहे, असे मला वाटते. परंतु स्पष्टपणे माझ्या कानावर काही आलेले नाही.'[२१९] व्हाइसरॉयच्या मते, मुसलमानांचा अशा प्रकारचा असंतोष वरचेवर उद्भवणारा होता व पुढेही तो वेळोवेळी दिसून आला असता. विशेषतः या मुसलमानांना मक्केहून सतत मोठ्या प्रमाणावर चिथावणी मिळत असल्याने, या असंतोषाची पुनरावृत्ती होणारच. यापुढे जास्त दक्षतेची गरज होती.[२२०] वायव्य सरहद्दप्रांतातील मुसलमानां मध्ये विशेष गंभीर किंवा लक्षणीय हालचाल दिसत नसल्याचे सर विल्यम मूर[२२१] याने जरी कळविले होते, तरीसुद्धा त्याला पुढीलप्रमाणे सूचना देण्यात आल्या. मिळकतकर व तत्सम इतर विषयांवरील चर्चेसाठी सभा घेण्यापासून लोकांना गुपचूपपणे परावृत्त करावे असे आदेश जिल्ह्यातील अधिकाऱ्यांना देण्याची सूचना त्याला केली.[२२२]

मिळकतकराला होणारा विरोध केवळ स्वार्थी भूमिकेतूनच होत असेल असे मात्र म्हणता येणार नाही. आयकराचा दर वाजवीपेक्षा जास्त होता. तसेच करवसुली कित्येकदा जुलूमजबरदस्तीच्या मार्गांनी केली जात असे. मोठ्या प्रमाणावर सक्तीने आयकर वसुली करण्यातील व्यावहारिक अडचणींचा मेयोने विचारच केलेला नव्हता. त्यामुळे भ्रष्टाचाराची तसेच करदात्यांनी आपल्यावरील कराचा बोजा दुसऱ्यांवर

ढकलण्याचा प्रयत्न केल्याची उदाहरणे पाहून, मेयोला धक्काच बसला व 'भ्रष्टाचाराची सवय प्रत्येक एतद्देशीयाच्या हाडीमाशी खिळलेली आहे,'[२२३] असे सर्वसामान्य विधान करून तो मोकळा झाला. बंगाल व वायव्य सरहद्दप्रांत येथील सरकारांनी आयकराचा दर कमी करण्याचा सल्ला व्हाइसरॉयला दिला. परंतु आपल्याकडून मोठी चूक झाली आहे हे मान्य करूनही, स्ट्रॅचीने व्हाइसरॉयला आपल्या भूमिकेला चिकटून राहण्याचा सल्ला दिला.[२२४] अशा विविध प्रकारच्या सल्ल्यांमुळे, तसेच तीव्र दडपणामुळे मेयोने देखील कच खाल्ली. त्याने आरगिल यास लिहिले की, [२२५] 'भारतीय साम्राज्याचा कारभार यशस्वीपणे करण्याचे कार्य दिवसेंदिवस अधिक दुष्कर होत चालले आहे.'

दरम्यानच्या काळात मूरच्या आश्वासनाच्या उलट घडले. मुसलमानांमधील अशांतता स्पष्टपणे दिसून येऊ लागली. ही अशांतता म्हणजे करआकारणीचा परिणाम नव्हता तर दूरवर पसरलेल्या वहाबी कटाचा तो परिणाम होता. फार पूर्वी, म्हणजे इ. स. १८२० मध्ये वायव्य सरहद्द प्रांतातील (सध्याचा उत्तर प्रदेश) रायबरेली येथील मुसलमान धर्मोपदेशक सय्यद अहमद हा सबंध उत्तर भारतात आपल्या शिकवणुकीच्या प्रचारासाठी फिरला होता. इस्लाम धर्मात शिरलेल्या मूर्तिपूजक व अंधश्रद्ध नव्या शिकवणी नाहीशा कराव्यात अशी त्याची मागणी होती. अरबस्तानामधील अठराव्या शतकातील वहाबी शिकवणुकीशी या विचारांचे फार साम्य असल्यामुळे त्याला 'भारतीय वहाबी चळवळ' असे नाव पडले. इ. स. १८२६ मध्ये वहाबींनी शिखांविरुद्ध युद्ध पुकारले. त्यात वहाबींचा जोरदार पराभव झाला आणि सय्यद अहमद मारला गेला. मात्र सय्यद अहमद पुन्हा येईल आणि आपल्या अनुयायांचे सर्व काफीर (यात ब्रिटिश सुद्धा आले) लोकांविरुद्ध जिहादचे नेतृत्व करील, अशा अफवा पसरल्या. त्यानंतर ही चळवळ राजकीय व धार्मिक दृष्ट्या वाढतच गेली. या लोकांनी ज्या शिकवणींचा प्रसार चालविला होता, त्याविषयी ब्रिटिश अधिकाऱ्यांना कसलेही सोयरसुतक नव्हते. परंतु त्याचे राजकीय परिणाम आणि बंडखोर कृत्ये यांच्याकडे कानाडोळा करणे त्यांना शक्य नव्हते. पाटणा हे वहाबी चळवळीचे एक केंद्र बनले. इ. स. १८५२ मध्ये डलहौसीच्या असे लक्षात आले की, पाटणा आणि वायव्य सरहद्दप्रांत यांचा परस्परांशी राजद्रोही पत्रव्यवहार चालू आहे. कुराणाच्या आदेशानुसार काफीर सरकारविरुद्ध जिहाद पुकारणे, त्याच सरकारच्या मुस्लीम प्रजाजनांना उचित नाही, असे मौलवी लोक शिकवीत असल्यामुळे हिंदुस्तानच्या सरहद्दीच्या दुसऱ्या बाजूला एकत्र होण्याचा प्रयत्न वहाबींनी सुरू केला. इ.स. १८५७ च्या उठावाच्या वेळी ते बंडखोरांना जाऊन मिळाले नव्हते कारण आपल्या हिंदुस्तानातील कुटुंबीयांवर त्याचे उट्टे काढले जाईल अशी त्यांना भीती वाटत

होती. तरीही त्यांची संघटना पुरेशी बळकट व म्हणूनच धोकादायक आहे असे वाटल्याने, इ.स. १८६२ मध्ये त्यांच्या विरुद्ध लष्करी मोहीम काढण्याचे हिंदुस्तान सरकारने ठरविले. वहाबी संकटाचा हा शेवट मात्र नव्हता. १८६३ साली वायव्य सरहद्दीवर मलटा सित्ताना येथे लढाई झाली. त्यावेळी मनुष्यबळ आणि पैसे या दोन्हीची कुमक पाटण्याहून नियमितपणे येत होती. हिंदुस्तानच्या सर्व प्रांतात, विशेषतः बंगालमध्ये,त्यांचे दूत फिरत होते. जिहादमध्ये, किंवा त्यावेळच्या अधिकृत कागदपत्रांमध्ये ज्याला 'मुस्लीम चंद्रकोरीचा उदय' असे म्हटले होते, त्या युद्धात सामील होण्याकरिता ते मुसलमानांना विनवीत होते. हजारो लोक स्वेच्छेने तयार झाले. त्यांना पाटण्याला नेऊन त्यांचा सन्मान करून , त्यांची लहानलहान पथके अंबालामार्गे सरहद्दीपलीकडे पाठविली जात होती. या कार्यासाठी मुसलमानांना मोठमोठे निधी उभारणे आवश्यक होते. दररोजच्या मिळकतीचा काही ठराविक हिस्सा या कार्यासाठी बाजूला ठेवणे, हे पवित्र कर्तव्य मानले जात होते. जे लोक फारच गरीब असून पैसे देऊ शकत नव्हते, ते थोडेफार धान्य देत. या चळवळीचा समूळ नायनाट करण्यासाठी तिची हिंदुस्तानातील कारस्थानी केंद्रे नष्ट करणे, हे सरहद्दीवर जमलेल्या शत्रूच्या तुकड्यांविरुद्ध मोहीम काढण्यापेक्षा अधिक आवश्यक होते.[२२६]

इ. स. १८६४ मध्ये अंबाला आणि पाटणा येथील वहाबी केंद्रांच्या पुढाऱ्यांना अटक करून दीर्घ मुदतीच्या कारावासाच्या सजा ठोठावण्यात आल्या. परंतु त्याने ही चळवळ दडपली गेली नाही. संपूर्ण उत्तर भारतात तर या चळवळीची पाळेमुळे रूजली होतीच, परंतु दक्षिणेतील राजांनाही मुघल सम्राटाच्या नावाने खलिते पाठविले जात होते. त्यात १८५७ च्या उठावाच्या वेळेला त्यांनी दिलेल्या तथाकथित अभिवचनांचे स्मरण त्यांना दिले जात होते. बादशहा फेरोजशहा याच्याकडे पैसे पाठवावे व ऑक्झसवर त्याला जाऊन मिळावे, अशी विनंतीही होती. मद्रास किंवा मुंबईमध्ये या राजकीय वहाबी चळवळीने पाय रोवल्याचा पुरावा आढळत नाही. परंतु बंगाल आणि बिहारमधून भरपूर सैन्यभरती होत राहिली. इ. स. १८६८ मध्ये पुन्हा सरहद्दीवरील वहाबी लुटारूंशी टक्कर देण्यासाठी लष्कर पाठवावे लागले. अजूनही मोठमोठे निधी पाटण्याहून सरहद्दीवर पाठविले जात असल्याची मेयोची खात्री पटली होती. पैसा कसा पाठविला जातो याविषयी निश्चित माहिती काढून वहाबी केंद्रे नष्ट करावीत असे आदेश त्याने पंजाब सरकारला दिले. पुन्हा एकदा अनेक वहाबी हस्तकांना अटक झाली आणि कलकत्ता हायकोर्टाने त्यांचे हेबियस कॉर्पसचे अर्जदेखील नामंजूर केले.[२२७]

अशा रीतीने वहाबी पुढाऱ्यांना दोषी ठरविणाऱ्या निवाड्यांमुळे कारस्थानी कारवाया करणाऱ्यांना बराच आळा बसेल, असे मेयोला वाटत होते.[२२८] परंतु अलाहाबादमध्ये निर्माण झालेल्या अशांततेमुळे त्याला एका आठवड्याच्या आतच आपले मत बदलावे लागले. भारतीयांच्या मनात 'काहीतरी विशेष क्षोभ खदखदत' असल्याचा त्याने निष्कर्ष काढला. एका बाजूस संस्थानिकांची अशी सर्वसाधारण समजूत होती की, ब्रिटन पुरेसे सामर्थ्यशाली नसल्यामुळे त्याने फ्रान्स – प्रशिया युद्धाच्या वेळी कोणताच पक्ष उचलून धरला नाही. तर वहाबी चळवळ आणि करआकारणीमुळे निर्माण झालेला असंतोष हे एकमेकांना खतपाणी घालत होते. मुंबईच्या गव्हर्नरने मुंबई इलाख्यातसुद्धा मोठ्या प्रमाणावर असंतोष असल्याचे नमूद केले. अखेर व्हाइसरॉयने असे जाहीर केले की, जनतेवरील कराचा बोजा प्रतिवर्षी वाढविण्याचा सरकारचा निश्चय असल्याची प्रचलित समजूत[२२९] आणि त्यामुळे वारंवार निर्माण होणारी अप्रीती पत्करण्यापेक्षा लष्कर आहे त्याच्या निमपटच ठेवणे अधिक योग्य होईल.

ही पावले टाकणारा मेयो खचलेला होता. परंतु लवकरच त्याने आपला तोल सावरला. शक्य तितक्या प्रमाणात आयकर कमी करण्याचा निर्णय त्याने घेतला होता. तरीदेखील कुठल्याही एखाद्या जिल्ह्यात या कराला विरोध होईल, असे म्हणणे हास्यास्पद आहे असे त्याला वाटत होते. वस्तुस्थिती अशी होती की, असंतोषाविषयी जरी पुष्कळ बोलले जात होते तरीही जनतेच्या एखाद्या विशिष्ट वर्गात असंतोष बळावत असल्याचे दाखविणारी एकही घटना नमूद केली गेली नव्हती.[२३०] वृत्तसंस्थेचा प्रभाव सर्वसाधारणपणे लोकांची समजूत होती त्यापेक्षा फार कमी होता. आयकरावरील टीकेमागील प्रेरकशक्ती म्हणजे कलकत्त्यामधील मूठभर अनधिकारी युरोपियन लोक होते.

'ज्यांना आपल्या मातृभूमीची तिळमात्र पर्वा नाही अशा लोकांचा एक वर्ग येथे आहे. येथे येऊन या देशातील काळ्या लोकांकडून मिळेल तितका पैसा मिळविण्याची व शक्य तेवढ्या लवकर आपल्या देशात परत जाण्याची त्यांची इच्छा असते. जो देश म्हणजे त्यांना संपत्ती मिळविण्याचे एक साधन झाला आहे, त्या देशाच्या हितासाठी व त्याचा कारभार चांगल्या रीतीने करण्यासाठी एक छदामही देण्याला त्यांचा विरोध असतो. जे कोणतेही सरकार आपले कर्तव्य चांगल्या प्रकारे करीत असते, त्याला नावे ठेवणे व विरोध करणे, याकडे त्यांची एकंदर प्रवृत्ती दिसते .अशा लोकांविषयी मला यत्किंचितही सहानुभूती नाही आणि ही गोष्ट त्यांनाही ठाऊक आहे.'[२३१]

हिंदुस्तानातील ब्रिटिशांचे लष्करी सामर्थ्य हळूहळू आणि कोणाच्या लक्षात न

येता वाढत होते. १८५७ पेक्षा ते दुप्पट झाले होते. अर्थातच उठावाला भिण्याचे कारण नव्हते.[२३२]

आता भारत सरकारचे धोरण फक्त वहाबी लोकांमधील उपद्रवी लोकांना अटक करणे आणि शिक्षा देणे, एवढेच झाले होते. कट, कारस्थाने किंवा द्रोह यांना येथे संरक्षण मिळणार नाही हे प्रस्थापित करणे हा त्यामागील हेतू होता. हे धोरण बहुसंख्य मुसलमानांना पसंत आहे, असे सरकारला वाटत होते.[२३३] अनेक लोक पुरेशा पुराव्याअभावी – केवळ ते वहाबी असल्यामुळे किंवा एका प्रसंगी तर वहाबीसारखे दिसत असल्यामुळे पकडले गेले होते. ही गोष्ट लक्षात आल्यानंतर, ज्यांच्यापासून काही धोका आहे किंवा ज्यांच्याविरुद्ध खटला भरण्याला काही पुरावा आहे असे लोक वगळता इतर लोकांना सोडून देण्याचा आदेश, पंजाब सरकारला दिला गेला.[२३४] हिंदू लोकांबद्दल बोलायचे तर त्यांना परकीय सत्तेखाली वावरण्याची सवयच आहे, असे मेयोला वाटत होते. 'हिंदुस्तानात राष्ट्रीयत्वाची खरी भावना नाहीच. परंतु मुस्लीम काय किंवा हिंदू काय, संशयी लहान मुलांप्रमाणे आहेत. त्यांचा विश्वास हिंदुस्तान सरकारला अद्यापि संपादन करता आलेला नव्हता. म्हणूनच खर्च आणि कर या दोन्हींमध्ये वाढ करण्याचे, 'काळ्या लोकांकडून, पिळवणुकीने जास्तीत जास्त फायदा उकळण्याचे टाळावे. कारण तसे करण्यातच खरा धोका आहे.'[२३५] खर्चाचे प्रमाण जास्तच राहिले. मेयोच्या शब्दात सांगायचे तर 'सार्वजनिक संपत्तीचा प्रचंड अपव्यय'[२३६] चालूच राहीला. तरीसुद्धा १८७१ च्या अंदाजपत्रकामध्ये आयकर दोन तृतीयांशाने कमी करण्यात आला. परिणामी, आयकरविरोधी चळवळ थंडावली.[२३७]

गैरवाजवी करआकरणी हे हिंदुस्तानातील असंतोषाचे फक्त एक कारण होते, पूर्ण कारणमीमांसा नव्हती व याची व्हाइसरॉयला पूर्ण कल्पना होती. मुस्लीम प्रजेतील काही घटकांची एकंदर वृत्ती व विचारसरणी हे काही सरकारला चिंतेत टाकणारे एकच कारण नव्हते. शिखांमधील 'कुकापंथ' हा इस्लाममधील वहाबी चळवळीचा प्रतियोगी होता. १८४७ मध्ये रावळपिंडी येथे एका शिखाने सुरू केलेल्या या पंथाचे आवाहन असे होते की, सर्व सच्चा उपासकांनी मंदिरे व मशिदी यांचा त्याग करावा, जातीजातींचे भेद गौण समजावे आणि ब्रह्मचर्याचे जीवन कंठावे. सर्व धर्माच्या लोकांना कुका – पंथाचे दार मोकळे होते. निदान दोन मुसलमानांनी हा पंथ स्वीकारल्याचे माहीत आहे. या पंथात शिखांचाच भरणा जास्त होता. इ. स. १८६३ नंतर गुरु रामसिंग कुकापंथाचा नेता झाला त्यावेळेपासून ही गोष्ट विशेषत्वाने लक्षात येते. गुरु गोविंदसिंग हाच एकमेव 'गुरु' अशा मताचा त्याने प्रचार केला. त्याचे अनुयायी नेहमी कबरी व मूर्ती यांचा विध्वंस करीत

असत. हळूहळू कुकापंथाच्या संघटनेचे सुव्यवस्थित जाळे विणले गेले व संपूर्ण शीख समाज निरनिराळ्या दुय्यम अधिकाऱ्यांच्या हाताखालील गटांमध्ये विभागला गेला. हे दुय्यम अधिकारी स्वतः गुरु रामसिंग याच्या हाताखाली काम करीत असत. सर्वात महत्त्वाची गोष्ट म्हणजे मूर्तिभंजनाच्या आपल्या उद्दिष्टापासून ही चळवळ हळूहळू दूर गेली व शीख धर्माचे पुनरुत्थान करण्याचा उत्साह व शिखांच्या राजकीय वर्चस्वाचे पुनरुत्थान करण्याची आकांक्षा – ही या चळवळीची उद्दिष्टे बनली.[२३८] नेपाळ आणि काश्मीर येथे दूत पाठविले गेले. लष्करात कुका पलटण तयार करण्यास काश्मीरच्या महाराजाने मान्यता दिली.[२३९]

दि. १४ जून १८७१ रोजी एका कुकापथकाने अमृतसरमधील एका कसाईखान्यावर धाड घालून चार जणांना ठार मारले व त्याच्या दुसऱ्याच दिवशी रायकोट येथे अशाच प्रकारचा हल्ला झाला. गुन्हेगार पकडले गेले आणि त्यांनी गुन्ह्याची कबुली दिल्यानंतर त्यांना फाशी देण्यात आले. हे गुन्हे योजनाबद्ध रीतीने केले गेले असल्याचे आढळून आले. ज्या बहुसंख्य हिंदू समाजाला शिखांच्या महत्त्वाकांक्षा किंवा धार्मिक कट्टरपणा यांच्याबद्दल जराही आस्था नव्हती, त्याचा ह्या गोहत्याविरोधी मोहिमेला मात्र सहानुभूतीपूर्ण पाठिंबा मिळेल हे माहीत असल्यामुळे, अधिकारी चिंतेत पडले. मात्र फाशीच्या या दाखल्यांमुळे कुका चळवळीतील बंडखोर घटक दबतील अशीही अशा होती.[२४०] काश्मीरच्या महाराजाने कुका पलटण मोडून टाकली. रामसिंगाविरूद्ध कायदेशीर कारवाई न करण्याची ताकीद मेयोने पंजाब सरकारला दिली.[२४१] भारतात एकंदरीत पाहता शांतता नांदत आहे असे मेयोने इ. स. १८७१ च्या ऑगस्टमध्ये राणीला मोठ्या विश्वासाने कळविले.[२४२] कुका चळवळ जायबंदी झालीच होती आणि वहाबी चळवळ कोलमडून पडलेली दिसत होती. जातीयवादी कारणांखातर स्निग्ध व अस्निग्ध दारूगोळ्यात फरक करणाऱ्या मद्रास सरकारच्या एका आदेशामुळे चरबीयुक्त काडतुसांचा बागुलबुवा पुन्हा एकदा उभा केला गेला होता. परंतु तो आदेश बिनभोबाट रद्द करण्यात आला.[२४३] इ. स. १८७१ मध्ये पावसाळा लवकर सुरू होण्याची चिन्हे दिसल्यामुळे भारतीय समाजात ज्योतिषविषयक अस्वस्थता निर्माण झाल्याची नोंद आहे. अरिष्ट ओढवणार असल्याची भाकिते वर्तविली गेली. परंतु मेयोने ह्या गोष्टी अर्थातच हसण्यावारी नेल्या. यावर भाष्य करताना त्याने आरगिलला म्हटले की,[२४४] 'दुष्टतेच्या देवीचे समाधान यावर्षी पॅरिसमधील भयंकर घटनांनी होईल, अशी मी आशा करतो.'

परंतु या शांततेला लवकरच धक्का पोहोचला व मेयोचा अपेक्षाभंग झाला. २० सप्टेंबर १८७१ रोजी कलकत्ता वरिष्ठ न्यायालयाच्या हंगामी मुख्य न्यायाधीशाचा एका

पठाणाने भोसकून खून केला. बंगाल सरकार आणि हिंदुस्तान सरकार यांनी सर्वतोपरी प्रयत्न केले. परंतु हा गुन्हा एखाद्या व्यक्तीकडून उन्मत्त अवस्थेमुळे घडलेला नसून तो एखाद्या कटाचा परिपाक असल्याचे सुचविणारा, काहीही पुरावा सापडला नाही. [२४५] मात्र तो मुख्य न्यायाधीश वहाबींचा कट्टर विरोधक असल्याची ख्याती होती. पाटण्याहून आलेली अपिले तो चालवित असे, हेसुद्धा सर्वांना ठाऊक होते. यावरून हा खून वहाबींनी घडवून आणला असल्याचा निष्कर्ष सहज काढला गेला.[२४६] लोकांच्या मते, १८५७ नंतरची ही पहिली राजकीय हत्या होती. त्यामुळे अर्थातच पुन्हा भीतीचे वातावरण निर्माण झाले. भारतीय परिस्थितीवरील तज्ज्ञ मानला गेलेला विल्यम हंटर याने असे जाहीर केले की, 'हिंदुस्तानातील मुसलमान हा ब्रिटिश सत्तेला वारंवार निर्माण होणारा धोकाच आहे. आपल्या राज्यातील हे बंडखोर व उपद्रवी घटक आहेत.' त्याने पुढे असेही म्हटले की, 'आपल्यावर अन्याय घडला असल्याच्या त्यांच्या मनात रूजलेल्या भावनेला भरपूर आधार आहे.'[२४७] या लिखाणावर बंदी घालण्याचा हिंदुस्तान सरकारने विचार केला परंतु लवकरच ती कल्पना सोडून दिली.[२४८]

आता अनेक प्रांतांमध्ये तणावाचे वातावरण निर्माण झाले. बरेलीच्या तुरुंगात दंगल झाली. रोहिलखंडाच्या आयुक्ताने तेथे बऱ्याच प्रमाणात जातीय प्रक्षोभ असल्याचे कळविले. त्याप्रमाणे वर्णन न करता येण्याजोगी एक अस्वस्थता सर्वत्र जाणवत असल्याचे, मध्यप्रदेशच्या मुख्य आयुक्ताने देखील लिहिले.[२४९] परंतु मेयोचा आशावाद दुर्दम्य होता. त्यामुळे त्याने भीतीचे काहीएक कारण नाही असे जाहीर केले. त्याच्या मते, शांत परंतु सक्रिय सावधगिरी बाळगण्याचीच काय ती आवश्यकता होती. मुख्य न्यायाधीशाचा झालेला खूनसुद्धा हळूहळू विस्मृतीत जमा होऊ लागला होता. कुकापंथाला पडता काळ आला होता. रामसिंग आणि त्याच्या अनुयायांना भयंकर भीतीने घेरले होते. वहाबी किंवा कुका चळवळींकडून यापुढे उपद्रव होईल अशी कल्पना करण्याचे काहीच कारण नव्हते.[२५०]

परंतु पुन्हा एकदा मेयोची अटकळ चुकीची ठरली. १५ जानेवारी १८७२ रोजी कुका पंथीयांच्या दोनशे जणांच्या तुकडीने मालोधच्या किल्ल्यावर हल्ला करून दोघा जणांना ठार मारले. त्याच्या दुसऱ्याच दिवशी ५०० कुका पंथीयांनी मालरकोटला या एका मुस्लीम राजाच्या ताब्यातल्या संस्थानावर हल्ला करून ७ जणांना ठार मारले. पतियाळा, नाभा व जिंद येथील शीख राजांच्या सैन्यांनी तत्काळ रणांगणावर उतरून कुका लोकांना पिटाळून लावले.[२५१] परंतु पंजाबच्या अधिकाऱ्यांचा धीर खचला होता. दोनच महिन्यांपूर्वी ज्या लोकांनी कुकापंथ नेस्तनाबूत झाल्याचे व्हाइसरॉयला कळविले

होते, त्यांनीच आता तार करून एक 'अप्रतिशोधनीय कट' [२५२] शिजत असल्याचे कळविले. रामसिंग व त्याचे प्रमुख अधिकारी यांना अटक करून पंजाब प्रांतातून हद्दपार करण्यात आले. कुका पंथीयांना दडपून टाकल्यानंतर तेथे आलेल्या उपआयुक्ताने ४९ कुका पंथीयांना विनाचौकशी तोफेच्या तोंडी दिले. ते पाहून, आपल्या मनातील रुखरुख बाजूला सारून आयुक्तानेदेखील आपल्या हाताखालील अधिकाऱ्याचा कित्ता गिरविला व त्याच पद्धतीने आणखी १६ कुका पंथीयांना तोफेच्या तोंडी दिले.[२५३] हे वृत्त समजताच, १८५७ च्या उठावातसुद्धा ज्या प्रकारच्या घटना घडल्या नव्हत्या, त्या प्रकारच्या या विनाचौकशी शिक्षा ताबडतोब थांबवल्या गेल्या पाहिजेत, अशी व्हाइसरॉयने नायब राज्यपालाला आज्ञा दिली. अशा प्रकारे ज्या कृत्यांमुळे सत्ता दुर्बळ होते व सरकारची प्रतिष्ठा कमी होते, त्यांच्याकडे दुर्लक्ष करता येणार नाही, या बाबतीत व्हाइसरॉयच्या कार्यकारी मंडळाचे एकमत होते. अर्थातच पूर्ण चौकशी होईपर्यंत उपायुक्ताला नोकरीवरून निलंबित केले गेले.[२५४] लोकांना तोफेच्या तोंडी दिल्याबद्दल कुठल्याही प्रकारे क्षमायाचना न करता नायब राज्यपालाने एकंदर परिस्थिती थोडी सौम्य केली जावी, अशी विनंती केली.[२५५] मेयो सरकारने यावर फक्त इतकेच म्हटले की, 'तशीच निकड असल्याशिवाय अशा प्रकारची कृत्ये समर्थनीय ठरू शकत नाहीत. संभाव्य सार्वत्रिक उठावाला प्रतिबंध करण्याच्या दृष्टीने हे कृत्य करावे अशी कदाचित उपआयुक्तांची भूमिका असेलही, परंतु उठावाची मोघम भीती हे पुरेसे समर्थनीय कारण होऊ शकत नाही' शिवाय व्यापक प्रमाणावर उठाव होण्याची भीती बाळगण्याला विशेष सबळ कारण आहे, असे हिंदुस्तान सरकारला वाटत नव्हते.[२५६]

अशा संकटग्रस्त वातावरणात आणि दुसऱ्या कुका उद्रेकाच्या दडपणाखाली असतानाच [२५७] स्वतः व्हाइसरॉयचा एका मुसलमानाने अंदमान बेटावर ८ फेब्रुवारी १८७२ रोजी खून केल्याचे वृत्त आले. वहाबी आणि मुसलमान यांच्या संयुक्त कारस्थानाचे हे फळ असावे, असा निष्कर्ष ताबडतोब काढला गेला. त्यावेळी असलेल्या वरिष्ठ अधिकाऱ्यांनी तत्काळ चौकशी केली. कलकत्ता मुख्य न्यायाधीशाच्या खुन्याशी या मुख्य खुन्याचा काही संबंध नव्हता. या हत्येला राजकीय अभिप्राय चिकटविण्याची काही आवश्यकता नाही, असे त्यांनी कळविले.[२५८] 'स्पेक्टेटर' ने नुकतेच असे लिहिले होते की, 'आपल्याशी लढणाऱ्या सर्व शत्रूंपेक्षा जास्त धोकेबाज शत्रू आता आपल्यासमोर आहे. अगदी आजही आपले साम्राज्य केवळ एका धाग्यावर लटकले आहे. कोणत्याही वर्षी, कोणत्याही क्षणी एखादा मुसलमान क्रॉमवेल रणांगणाचा कब्जा घेईल आणि काही काळ तरी आपल्या साम्राज्यात सर्वव्यापी हत्याकांड होईल.'[२५९]

मेयोच्या मृत्यूविषयीची हिंदुस्तान सरकारची पहिली प्रतिक्रिया वेड्या संतापाची होती. कायदेसदस्य फित्झजेम्स स्टीफन[२६०] याने तर आपल्या पत्नीला कळविले की, जर हायकोर्टाने मेयोच्या मारेकऱ्याला निर्दोष सोडून दिले तर आपण स्वतः व स्ट्रॅची असे दोघे मिळून आपल्या जबाबदारीवर त्याला फासावर लटकवू [२६१] परंतु हळूहळू हा पहिला धक्का ओसरला व मेयोने स्वतःच आखून दिलेल्या शहाणपणाच्या मार्गावर हिंदुस्तान सरकार परत आले. मालरकोटलाच्या उपआयुक्ताला नोकरीवरून काढून टाकले गेले आणि आयुक्ताची दुसऱ्या प्रांतात बदली केली गेली. [२६२]

'दयाळूपणे न्यायदान करावयाचे हे हिंदुस्तान सरकारचे निश्चित व प्रस्थापित धोरण आहे. हे महान उद्दिष्ट साध्य करावयासाठी नियमानुसार न्यायदान करणे अत्यंत आवश्यक आहे. पूर्ण विचारांती न्याय द्यावा, अपराधाच्या प्रमाणात तारतम्याने निवाडा केला जावा... मूठभर माथेफिरू लोकांच्या अपराधाखातर ब्रिटिश सत्तेच्या एकंदर विचारसरणीला लांच्छनास्पद असे कायदे जबरदस्तीने मंजूर करण्याला राजेसाहेब व त्यांचे विधिमंडळ संमती देऊ शकत नाहीत.'[२६३]

अशा रीतीने, नॉर्थब्रुक भारतात आला त्या वेळेपर्यंत वातावरण बरेच निवळलेले होते. मेयोच्या हत्येमुळे आपल्या सहकाऱ्यांप्रमाणे नॉर्थब्रुकच्या भावना चेतावल्या गेलेल्या नव्हत्या. त्यामुळे एकंदर परिस्थितीचा तो तटस्थपणे विचार करू शकत होता. विचारांती नॉर्थब्रुकने असा निष्कर्ष काढला की, या हत्येमागे एखादा गंभीर मुस्लीम कट असल्याचा पुरावा दिसत नाही. मुंबई, मद्रास व पंजाब येथे शांतता नांदत होती. बंगालमधील अशांतता बहुतांशी तेथील नायब राज्यपाल सर जॉर्ज कॅम्पबेल याच्या बोचक वागणुकीमुळे निर्माण झालेली होती.[२६४] तथापि, स्थानिक करवाढीमुळे लोकांची मने अशांत झाली होती. तसे अलीकडच्या काळात एकूण बरेच फेरबदल घडवून आणले गेले होते. ते हितकर असले तरी लोकांना त्यामागील भूमिका कळण्यासारखी नव्हती. म्हणून 'काही काळ जैसे थेच धोरण' तसेच शक्य झाल्यास करात कपात करणे हेच सद्यपरिस्थितीत रास्त धोरण आहे, असे मला वाटते. 'गव्हर्नर जनरल' – पदावरील व्यक्ती बदलली असल्यामुळे धोरणविषयक असा बदल खपूनही जाईल व पूर्वीच्या धोरणात विशेष बदल केल्यासारखे कोणाला वाटणार नाही.'[२६५] नव्या गव्हर्नर– जनरलने शांतता राखण्याचा मनःपूर्वक प्रयत्न करावा आणि अगदी आवश्यक तेवढेच बदल करावेत.'

म्हणून नॉर्थब्रुकने भारताचा कारभार जरा सौम्यपणेच हाताळला. मात्र जे वर्ग चटकन विरोधी भूमिका स्वीकारण्याची शक्यता आहे, त्यांच्यावर सक्त नजर ठेवण्यात

आली. तसेच लष्करातील मुसलमान सैनिकांची एकजूट होण्याची शक्यता लक्षात घेऊन, सावधगिरी बाळगली गेली.[२६६] चिथावणी देण्याच्या प्रयत्नाच्या आरोपावरून वृत्तपत्रांवर खटले भरू नयेत, असा सल्ला कॅम्पबेलला देण्यात आला. त्यापेक्षा त्यांच्यावर अधिकृतपणे वजन वापरून पाहावे. सुशिक्षित समाजाचे लक्ष व्यवसाय क्षेत्रे व व्यापार यांजकडे वेधून घ्यावयाचा सल्लाही दिला गेला.[२६७] परंतु या आदेशाच्या अगदी विरुद्ध 'फाजील कायदेबाजपणे' कॅम्पबेल बंगालमध्ये वागत होता. त्यामुळे व्हाइसरॉय त्रस्त झाला होता. कॅम्पबेलने शिरगणती करण्याची आज्ञा दिली, वाहतूक कर लादला व स्थानिक स्वराज्य संस्था निर्माण करण्याचा प्रयत्न केला. व्हाइसरॉयने मद्रासच्या गव्हर्नरला असे सुचविले की, 'थोड्याफार मुसलमान लोकांना सरकारी नोकरीत घ्यावे व आपल्या मुलांना इंग्रजी शाळात पाठवण्यास त्यांना प्रवृत्त करावे, हे सूज्ञपणाचे ठरेल.[२६८] केवळ स्थानिकच नव्हे तर सर्वसामान्यपणे सर्वच कर वाजवीपेक्षा जास्त आहेत, असे नॉर्थब्रुकला वाटत होते. भारतीय जनता सर्वात जास्त शांत जर कशाने होईल तर ती आयकर रद्द करण्याने; कारण आयकर हा भारतात अयोग्य होता व त्यामुळेच तो अप्रियही झाला होता. आपल्या दोघांतच बोलायचे तर,[२६९] 'मी असे म्हणेन की, कोणत्याही कारणासाठी का असेना, परंतु टेंपल आणि स्ट्रॅची या दोघांनाच काय तो आयकर खरोखर मनापासून पसंत आहे याविषयी माझी खात्री आहे.' आयकराच्या मार्गाने मिळणाऱ्या क्षुल्लक रकमेखातर लोकांचा विश्वास गमावणे निश्चितच परवडण्याजोगे नाही. आयकर लागू करण्यामागची भूमिका अशी होती की, जमीनदार आणि व्यापारी वर्ग यांना सार्वजनिक खर्चाचा आपला रास्त वाटा उचलावयास लावावा. परंतु हा युक्तिवाद फक्त सैद्धान्तिक स्वरूपाचा होता. प्रत्यक्षात मोठ्या प्रमाणावर कर चुकविला जात असे.[२७०] कर रद्द करण्याच्या प्रश्नावर मंत्रिमंडळात मतभेद झाला. किंबर्ले व ग्लॅडस्टन यांचे मत नॉर्थब्रुकप्रमाणेच होते. परंतु भारतमंत्री आरगिल याचा कल कमी प्रमाणावर कर ठेवण्याकडे होता.[२७१] या मतभेदाचा फायदा घेऊन नॉर्थब्रुकने सार्वत्रिक शांतवनाचा एक उपाय म्हणून १८७३ च्या मार्च महिन्यात आयकर रद्द केला.[२७२]

जमीनधाऱ्याच्या क्षेत्रातदेखील शासकीय हस्तक्षेप आणि वर्चस्व ढिले करण्याचा प्रयत्न करण्यात आला. कॅम्पबेलची इच्छा जास्त धारा बसविण्याची होती. परंतु हिंदुस्तानातील ब्रिटिश सत्तेचा मुख्य आधार शेतकरीवर्ग हा होता. त्यामुळे त्यांना संतुष्ट ठेवणे आवश्यक आहे, असे सेरारचे मत असल्याने कॅम्पबेलची ही इच्छा हिंदुस्तान सरकारला मान्य नाही असे नॉर्थब्रुकने कायदेमंडळात सांगितले.[२७३] आरगिलने तर याच्याही पुढे जाऊन असे मत व्यक्त केले की, सर्वसामान्य

त्याचप्रमाणे काही विशिष्ट करांच्या जोडीने कमी दराने धारा ठरवावा व त्याशिवाय संपूर्ण भारतभर कायमधारा पद्धती अमलात आणावी.[२७४] ह्या उद्दिष्टाच्या सिद्धीसाठी त्याने एक खलिता पाठविला. त्याचे वरकरणी स्वरूप कालवे व पाणीपुरवठ्या - संबंधीचे असले तरी खरोखर तो जमिनीचा खाजगी हक्क मान्य करावयास सांगणारा होता.[२७५] तत्त्वतः नॉर्थब्रुक याच्याशी सहमत होता परंतु आपल्या सल्लागार मंडळात याला तीव्र विरोध होईल हे माहीत असल्यामुळे कोणताही निर्णय घेण्यापूर्वी सर विल्यम म्यूर याच्या आगमनासाठी तो थांबला. वायव्य सरहद्द प्रांतातील म्यूर हे जमिनीच्या प्रश्नाविषयीचे तज्ज्ञ होते.[२७६]

इ. स. १८७३ च्या हिवाळ्यात बिहार आणि बंगालचा काही भाग येथे कडक दुष्काळ पडल्यामुळे वर उल्लेखिलेल्या दीर्घकालीन समस्यांचा विचार मागे पडला. नॉर्थब्रुकने या संकटाला मोठ्या खंबीरपणाने तोंड दिले. प्राणहानी टाळणे हे एकच उद्दिष्ट नजरेसमोर ठेवून व त्यासाठी होणाऱ्या खर्चाची पर्वा न करता त्याने हे केले. दुष्काळाशी सामना देण्यासाठी सढळ हाताने मदत करणे हे राजकीयदृष्ट्यासुद्धा सूज्ञपणाचे आहे , असे नॉर्थब्रुकला वाटत होते. 'कारण संकटकाळात उत्साही अधिकाऱ्यांच्या परिश्रमामुळे आपण वाचू अशी श्रद्धा ह्या अती विस्तृत देशातील लोकांच्या मनात निर्माण केली, तरच आपल्यासारखे परकीय लोक या देशावर पकड ठेवू शकतील. इतर कशानेही तशी ठेवता येणार नाही.'[२७७] दुष्काळ निवारण हे नॉर्थब्रुकच्या अंतर्गत कारभाराचे एकच अंग असे होते की, ज्याने त्याला कीर्ती मिळवून दिली.

इ. स. १८७४ च्या फेब्रुवारी महिन्यात साल्सबरी हुजूरपक्षीय सरकारचा भारतमंत्री झाला. त्याला मुख्यतः भारताशी संबंधित अशा पराराष्ट्रीय घटनांमध्ये स्वारस्य होते. भारतीय समस्यांबाबतच्या माहितीचा तपशील त्याला हवा होता हे खरे, परंतु गैरवाजवी हस्तक्षेपाविषयी तक्रार करण्यास सुरुवातीला तरी व्हाइसरॉयला विशेष जागा नव्हती. वायव्य सरहद्द प्रांतातील जमीनधारा कायदा साल्सबरीला पसंत नव्हता कारण त्यात कुळांच्या मालकी हक्काविषयीची आरगिलची नाराजी आणि जमीनदारांना असलेला पाठिंबा समाविष्ट झाला होता. असे असले तरीही त्याने त्या कायद्याला संमती दिली.[२७८] व्हाइसरॉयचा कचखाऊपणा व साल्सबरीचा उपजत सनातनपणा यांमुळे अनेकवेळा ते दोघेही अखेर एकाच निर्णयाला येऊन पोचत असत. उदाहरणार्थ, हैद्राबादच्या निजामाला वऱ्हाडप्रांत परत देण्यासाठी काहीही हालचाल करू नये याबाबत त्यांचे एकमत झाले. नॉर्थब्रुकने त्या संस्थानाचे वर्णन, 'हिंदुस्तानातील सर्वात बलवान मुस्लीम सत्ता' अशा शब्दात केले आणि साल्सबरीने उत्तरादाखल असे म्हटले की,

'आम्ही मुस्लीम संस्थान व दुसरे एखादे एतद्देशीय संस्थान यांना एकाच मापाने मोजू, अशी कल्पनादेखील हैद्राबादचा मंत्री सालारजंग करू शकणार नाही. आपल्याला खरा धोका निजामाकडून आहे आणि मी राजीखुशीने त्याला कधीच बलवान होऊ देणार नाही.'[२७९] साल्सबरीचा मुसलमानांवर मुळीच विश्वास नव्हता. त्याला असे वाटत होते की, संपूर्ण आशियामध्ये पसरलेल्या मुस्लीम धर्मवेडाचा – ते उत्स्फूर्त असो किंवा सुनियंत्रित असो – परिणाम म्हणजे वऱ्हाड प्रांताची मागणी होय. [२८०]

त्याचप्रमाणे विधानसभेमध्ये अंदाजपत्रकावर चर्चा करण्याची परवानगी देण्याची प्रथा व्हाइसरॉयने बंद केली. याला साल्सबरीने मान्यता दिली. कारण त्याच्या मते, अशा चर्चा म्हणजे वास्तवतेचा पूर्ण अभाव असलेल्या सार्वजनिक लोकाभिमुख संस्थांची निरर्थक नक्कल होती. 'भारतात ज्याला लोकमत म्हटले जाते ते खरोखर पाहता बहुतेक वेळा एखाद्या गटाचे मत असते. समाजाच्या निरनिराळ्या वर्गातील व निरनिराळ्या हितसंबंधीयांच्या मोठ्या प्रमाणावरील प्रातिनिधिक लोकमतामध्ये विवेकी न्यायबुद्धीची जी हमी असते, ती भारतात आढळत नाही. थोड्याफार सल्ला मसलतीखेरीज इतर कार्य ज्यांना नसते, त्या 'मंडळांच्या' उपयुक्ततेवर माझा आजिबात विश्वास नाही.'[२८१]

साल्सबरीच्या मनात व्हाइसरॉयच्या कार्यकारी मंडळाविषयीसुद्धा संशय होता. एखाद्या दिवशी ते भारतीयांच्या ब्रिटिश विरोधी जनमतालाच आवाहन करील आणि त्यानंतर थोड्याच कालावधीत 'गोऱ्या पुढाऱ्यांनी निर्माण केलेली भारतीय स्वातंत्र्याची मागणी आपल्यासमोर येईल.'[२८२] अशी त्याला भीती वाटत होती. भारतीय शासनाच्या सर्वोच्च अधिकारपदी गव्हर्नर – जनरल व त्याचे सल्लागार मंडळ असण्यापेक्षा व्यक्तिशः गव्हर्नर – जनरल असणे साल्सबरीला अधिक पसंत होते व याच गोष्टीचा परिणाम लिटनच्या कारकिर्दीत अनर्थकारी झाला.

तथापि, साल्सबरीने नॉर्थब्रुकच्या कारभारात तपशिलात खोलवर जाऊन व सक्रिय सहभाग घेतला असता तर कदाचित बडोद्याच्या गायकवाडांचे प्रकरण ज्या भोंगळपणे हाताळले गेले, तो टाळता आला असता. इ. स. १८७० मध्ये बडोद्याचा नरेश झालेला मल्हारराव गायकवाड हा त्याच्या दरबारी असलेल्या रेसिडेंटाच्या मते अल्पबुद्धी असून रानवट सवयी असलेला होता. आपल्या हक्कांची मात्र त्याला जाणीव होती. एवढेच नव्हे तर त्या पिढीतील सर्वात ख्यातनाम भारतीय म्हणजे दादाभाई नौरोजी यांना आपले वकीलपत्र देण्याची धूर्ततादेखील त्याच्याजवळ होती. १८७२ च्या नोव्हेंबरमध्ये नॉर्थब्रुकने मुंबई येथे भरविलेल्या दरबाराला उपस्थित राहण्याचे त्याने टाळले, कारण तेथे आपला अपमान होईल अशी त्याला

भीती वाटत होती. मुंबई सरकार व हिंदुस्तान सरकार या दोघांच्याही इच्छांविरुद्ध आपल्या वारसाहक्काचा निर्वाळा त्याने ब्रिटिश सरकारकडून मिळविला.[२८३] परंतु मल्हाररावाच्या कारकिर्दीत राज्यकारभाराची झपाट्याने खालावणारी स्थिती पाहून बड्योद्यातील रेसिडेंट कर्नल फेयर[२८४] आणि मुंबई सरकार यांनी पुन्हा नेट धरला. जुलूम व भ्रष्टाचार यांविषयी सविस्तर अहवाल फेयरने पाठविला व हस्तक्षेप करण्याविषयीची परवानगी मुंबईच्या गव्हर्नरने नॉर्थब्रुककडे मागितली. ही हकीकत ऐकल्यावर मल्हारराव गायकवाडने फेयरची पायधरणी करून क्षमा मागितली. तेव्हा मंत्रिमंडळाला बडतर्फ करावे, तसेच ब्रिटिश कमिशनकडून चौकशी करून घेण्यास मान्यता द्यावी या गोष्टींची मल्हाररावाकडे मागणी करावयास ही चांगली संधी आहे, असे मुंबई सरकारला वाटले.[२८५] नॉर्थब्रुकने मान्यता दिली. मात्र या समितीचा अहवाल येईपर्यंत मंत्र्यांना बडतर्फ न करणे अधिक योग्य होईल, असे त्याचे मत होते.[२८६] त्याच्या असेही लक्षात आले की, फेयरच्या आरोपात जरी बव्हंशी तथ्य होते तरी त्याचे वर्तन सामोपचाराचे नव्हते.[२८७] मुंबई सरकारने त्याला आवर घालण्याऐवजी उत्तेजनच दिले होते.[२८८] चौकशी समितीतून फेयरला वगळण्यात आले होते. १८७४ च्या प्रारंभी या समितीने अहवाल सादर केला. त्यात फेयरचे आरोप बऱ्याच अंशी उचलून धरले होते. गायकवाडचा सन्माननीय दर्जा औपचारिकरीत्या कायम ठेवावा, प्रत्यक्षात मात्र त्याला कह्यात आणण्याच्या दृष्टीने पावले टाकावी, अशी साल्सबरीची इच्छा होती. ‘एकंदरीत घटनांच्या ओघात अटळपणे एतद्देशीय संस्थानिकांची सत्ता आपण कमी करीत राहणार, म्हणूनच मला असे वाटते की, ज्या दरबारी रीतीरिवाजांचा त्यांना सराव आहे ते रीतीरिवाज आपण विशेष कसोशीने जपले पाहिजेत. कारण या संस्थानिकांना अशा वरवरच्या देखाव्याविषयीच जास्त काळजी असते. याउलट आपल्याला खऱ्या सत्तेची काळजी जास्त असते. या धोरणाने आपण वागलो तर काही काळ तरी त्यांच्याबरोबर शांततेने वाटचाल करावयास हरकत नाही.’[२८९] अशा रीतीने भारतमंत्र्याने सामान्यपणे दिलेली संमती व भरीला मुंबई सरकारचा सतत असणारा दबाव[२९०] यामुळे नॉर्थब्रुकने गायकवाडविरुद्ध कारवाई करण्यास मान्यता दिली. वऱ्हाड विषयीच्या निर्णयामुळे पेचात आलेले हैद्राबादचे सरकार गायकवाडशी संपर्क साधीत आहे, अशा बातम्या कानी आल्यामुळे खरोखरीच नॉर्थब्रुक घाबरला होता. ‘मी काही सहजासहजी गडबडणारा माणूस नाही, तरीही मला असे वाटते की खरोखर धोका जर कोठून असला तर तो ह्या मोठ्या मुस्लीम संस्थानाकडून आहे. दरवर्षी यात्रेकरूंची जी रीघ लागते असे मला सांगण्यात आले आहे, तिच्या

रूपाने भारतभर अफवा परसविण्याची सोयच केल्यासारखी आहे. कदाचित याहूनही विपरीत निष्पन्न त्यातून होऊ शकेल.[२११] वास्तविक पाहता इतर काही संस्थानांच्या कारभाराची चौकशी केली असती तर बडोद्यापेक्षाही अधिक गैरकारभार दृष्टोत्पत्तीस आला असता.[२१२] अशी माहिती नॉर्थब्रुकला मिळालेली असूनही त्याने गायकवाडला गंभीर इशारा दिला. फार काय तेवढ्याने कार्यभाग न झाल्यास त्याला पदच्युत करण्याची धमकी दिली.[२१३] मात्र प्रत्यक्षात गायकवाडला पदच्युत करणे कितपत व्यवहार्य होईल, याविषयी त्याला शंका होती. बडोदा प्रकरणावरील आपला ताबा सुटत आहे याची जाणीव झाल्यामुळे त्याने इंडिया कौन्सिलकडे मदत मागितली. 'बडोदा हिंदुस्तान सरकारच्या ताब्यात ठेवणे किती फायद्याचे आहे ते सुचवावेसे वाटूनही तसे करण्याची मला खरोखर भीती वाटते, कारण याबाबतीत मुंबई सरकार फार संवेदनक्षम आहे. तुम्ही इंग्लंडमध्ये असा निर्णय घेतल्यास त्याची जबाबदारी स्वीकारावयास मी तयार आहे.'[२१४] मध्यवर्ती सरकार आणि मुंबई सरकार यांच्यामधील संघर्षाची परंपरा भारतात फार पूर्वीपासून चालत आलेली होती. परंतु या स्पर्धेत नॉर्थब्रुकइतका दुसरा कुठलाही व्हाइसरॉय अयशस्वी ठरला नव्हता किंवा दुसऱ्या कुठल्याही व्हाइसरॉयने इंडिया कौन्सिलकडे मदतीची याचना केली नव्हती.

एकंदर परिस्थितीवर प्रभुत्व आपले नसून फेयरचे आहे, ही गोष्ट मुंबईच्या गव्हर्नरच्या लक्षात आली. तसेच गायकवाड आणि सध्या त्याच्या मंत्रिपदी असलेले नौरोजी यांच्यावरील रागामुळे फेयरचे मत विकृत बनले असल्याचेही त्याला जाणवले. म्हणून रेसिडेंटला बोलावून घेऊन, त्याने नौरोजींना सहकार्य देण्याची तयारी न दाखविल्यास त्याच्या जागी दुसरा रेसिडेंट नेमला जाईल अशी ताकीद देण्यात आली. 'आपल्यासारख्या सच्चा ख्रिश्चन' आणि नौरोजीसारखा 'एक देशद्रोही' यांना एकाच मापाने मोजल्याबद्दल फेयरने निषेध व्यक्त केला. परंतु तरीही आपल्याला दिलेल्या सूचनांबरहुकूम वर्तन करण्याचे त्याने मान्य केले.[२१५] प्रत्यक्षात नौरोजींच्या कार्यात विघ्न आणण्याचे व त्यांच्या सुधारणांना स्थानिक विरोध निर्माण करण्याचे काम त्याने चालूच ठेवले. हा उद्धटपणा मुंबई सरकारने खपवून घेतला.[२१६] फेयरने शांतपणे निवृत्त व्हावे ही नॉर्थब्रुकची सूचना त्यांनी फेटाळून लावली. आपल्याला मुंबई सरकारने फारच कमी माहिती दिली आहे हे व्हाइसरॉयच्या आता कोठे ध्यानात आले आणि नौरोजींच्या विनंतीवरून त्याने फेयरला परत बोलावले.[२१७]

गायकवाड गर्वाने फुगून गेला. आता नौरोजींच्या मदतीची आवश्यकता संपली असे वाटून त्याने त्यांचा राजीनामा मिळविला. परंतु लवकरच एक नवीन संकट उभे राहिले. आपल्या निवृत्तीच्या जरा पूर्वी आपल्यावर विषप्रयोग करण्यात आल्याचा

फेयरचा आरोप होता. प्रारंभी या प्रकरणात गायकवाडचा कोणत्याही प्रकाराने हात असेल, असे दाखविणारा पुरावा आढळला नाही.[२९८] फेयरचा वासरदार सर लुईस पेली याचे गायकवाडविषयी अनुकूल मत झाले[२९९] नंतर मात्र या प्रकरणात गायकवाडचा हात असल्याचे दाखविणारे कबुलीजबाब मिळाले. त्यामुळे व्हाइसरॉयने बडोदे संस्थानाचा कारभार तात्पुरता हिंदुस्तान सरकारच्या हाती सोपविण्याची योजना मांडली आणि चौकशी समिती नेमण्याची सूचना केली. 'मल्हारराव गुन्हेगार ठरला तर त्याला पदच्युत करून त्याच्या जागी दुसऱ्या राज्यकर्त्याची नेमणूक केली जावी.[३००] संस्थाने खालसा करण्याच्या मी सर्वस्वी विरुद्ध आहे हे सांगण्याची, मला वाटते, गरज नाही. माझी प्रथम नेमणूक झाली त्यावेळेस राणीचा जाहीरनामा मी जवळजवळ वीट येईपर्यंत उद्धृत केला होता, तो केवळ वरकरणी नव्हे. धोरण बदलण्याची कल्पना अतिशय चुकीची ठरेल.'[३०१] जरी इंडिया कौन्सिलचा एकमुखी कल संस्थान खालसा करण्याकडे होता, तरीही साल्सबरी व्हाइसरॉयशी सहमत झाला. 'इतर संस्थानिकांना जरब बसून आपल्या रेसिडेंटांवर विषप्रयोग करण्यापासून ते परावृत्त व्हावेत इतपत कडक शिक्षा होणे आवश्यक असले तरीही ह्या विशिष्ट बाबतीत आपल्या न्यायप्रियतेला भूप्रदेशाच्या लालसेची धार चढली असल्याचा आरोप आपणावर करण्याची संधी, आपण देता कामा नये.'[३०२] उघडउघड बंडाळी होईल त्याच ठिकाणी खालसाकरणाचे धोरण अमलात आणावे. भारतमंत्री मात्र बडोद्याच्या सरंजामदारांना स्वतंत्र राजे म्हणून मान्यता देऊन, बडोदा संस्थानची शकले करण्याचा विचार करण्यास राजी होता.[३०३]

एवढेही करण्यास नॉर्थब्रुक तयार नव्हता. बडोदा संस्थान अविच्छिन्न स्वरूपात गायकवाडच्या एखाद्या नातेवाइकाकडे सुपूर्द करावे व अंतर्गत कारभाराविषयी विशिष्ट अटी घालू नयेत,[३०४] अशी नॉर्थब्रुकची इच्छा होती. प्रत्यक्ष अंमलबजावणीच्या वेळी मात्र ह्या उदार निर्णयाला इतके विकृत स्वरूप मिळाले, की त्यातील सर्व औदार्य लोप पावले. चौकशी समितीवर तिघा भारतीयांची नियुक्ती झाली होती. त्यापैकी दोघे संस्थानिक होते. या समितीच्या बैठका जाहीरपणे होत असत. देशभर या प्रकरणाविषयी एक दबलेले औत्सुक्य दिसत होते. 'जुजबी इंग्रजी शिक्षण घेतलेला एक मोठा वर्ग समाजात वाढू लागला आहे. या शिक्षणामुळे त्यांची अहंमन्यता फक्त वाढली आहे आणि सरकारच्या कोणत्याही कृत्यावर टीका करणे व तक्रारी मांडणे ह्या इंग्रजांच्या सवयीचेच ते अनुकरण करतात. कुठल्याही हुद्द्याच्या जागा मिळविण्याची आपली पात्रता आहे अशी त्यांची कल्पना करून देऊन त्यांना चढवून ठेवल्यास, मोठे दुष्परिणाम होतील. गायकवाड प्रकरणात ज्या तऱ्हेने या लोकांचे जाहीर मत व्यक्त झाले आहे, ते

निःसंशय असमाधानकारक आहे.'[३०५] परंतु गायकवाडला असलेल्या सार्वत्रिक सहानुभूतीची मुळे फार खोलवर रूजलेली होती. गायकवाड म्हणजे देशभक्तीचे एक अपात्र का असेना प्रतीक समजला जाऊ लागला होता. ज्या बडोदेकर नागरिकांना त्याच्या अमलाखाली पुष्कळ त्रास सोसावा लागला, तेसुद्धा त्याच्या बाजूने उभे राहिले व आपल्या संस्थानाबाहेर केवळ मराठीचा नव्हे तर गुजराती लोकमताचाही त्यांना पाठिंबा होता.[३०६]

चौकशी समितीच्या आपल्या देशातील जनतेच्या भावना लक्षात घेऊन भारतीय सदस्यांनी आपल्या ब्रिटिश सहकाऱ्यांशी मतभेद व्यक्त केला आणि गायकवाडला दोषी ठरविण्याचे नाकारले. इंडिया कौन्सिलचे एक सदस्य सर अर्स्किन पेरी यांनी अतिशय उद्वेगाने याबाबत असे भाष्य केले की, 'असल्या प्रकरणात एखाद्या मराठी ब्राह्मणावर विश्वास टाकणे आणि पोपशी संबंधित असलेल्या प्रकरणात एखाद्या जेसुइटावर विसंबणे सारखेच'[३०७] दररोज न्यायालयात आणल्या जाणाऱ्या गायकवाडांची अप्रतिष्ठा व मानहानी पाहून भारतीय कमिशनरांची मने द्रवली होती, हे खरेच आहे.[३०८] तरीही त्यांचा निवाडा काही केवळ भावनेवर आधारलेला नव्हता. सर हेन्री मेन सारख्या प्रख्यात वकिलानेसुद्धा असे म्हटले की, उपलब्ध पुराव्यावरून गायकवाडला अपराधी ठरविणे कठीण होते.[३०९]

चौकशी समितीत मतभेद झाल्यामुळे अंतिम निर्णयाची जबाबदारी सरकारवर येऊन पडली व हा मतभेद वर्णीय भूमिकेवरून झालेला असल्यामुळे, निर्णय घेणे मोठे अवघड झाले. लंडनमधील वृत्तसंस्थांनी जवळजवळ एकमुखाने हिंदुस्तान सरकारला असा इशारा दिला की, भारतीय सदस्यांच्या विरोधी अहवालाला आव्हान म्हणून गायकवाडला शिक्षा करू नये. साल्सबरी व मंत्रिमंडळ यांचा कल तडजोड करण्याकडे होता. चौकशी समितीवर प्रतिष्ठित भारतीयांना नेमण्यामुळे साधलेला परिणाम गायकवाडला पदच्युत करण्यामुळे नाहीसा होईल, असे मत साल्सबरीने व्यक्त केले. तसेच धोरण म्हणून जरी ते बरोबर असले तरीही त्याचे समर्थन करणे फार कठीण जाईल. लिबरल पक्षाचा दृष्टिकोनही असाच होता. अपेक्षेप्रमाणेच राणीचा पदच्युतीला कसून विरोध होता. परंतु या एका वेळी मात्र इंडिया कौन्सिलने आपले म्हणणे खरे केले. हिंदुस्तान सरकारने कोणताही निर्णय घेण्याचे ठरविले तरी त्याला पाठिंबा देण्यासाठी ब्रिटिश सरकारवर दडपण आणले.[३१०] नॉर्थब्रुकने गायकवाडला पदच्युत करण्याचा निर्णय जाहीर केला. गायकवाड अपराधी आहे असे मानून हिंदुस्तान सरकारने हे केले नसून 'बडोद्याच्या गादीवर मल्हारराव आल्यापासून त्या संस्थानातील एकंदर परिस्थितीचा विचार करून, तसेच मल्हाररावाची कुप्रसिद्ध गैरवर्तणूक, त्याच्या

संस्थानचा उघडउघड गैरकारभार आणि आवश्यक सुधारणा अमलात आणण्याच्या कुवतीचा स्पष्टपणे दिसणारा अभाव' ही या निर्णयामागची कारणे होती.

अशा रीतीने नॉर्थब्रुकने कदाचित एक योग्य पाऊल, परंतु ते सर्वस्वी चुकीच्या दिशेने टाकले. मल्हारराव गायकवाड राज्य करण्यास सर्वस्वी अपात्र होता. त्याच्या जागी दुसरा राज्यकर्ता नेमणे समर्थनीय ठरावे, एवढा पुरावाही त्याच्याविरुद्ध होता. नौरोजींसारख्या इतक्या मोठ्या मनाच्या देशभक्तालादेखील त्याच्या पदरी राहाणे अशक्य झाले होते. शिवाय मल्हाररावला पदच्युत करताना नॉर्थब्रुकने त्याचे संस्थान खालसा करण्याचे, संस्थानची फाळणी करण्याचे किंवा त्याच्या कारभारावरील ब्रिटिश नियंत्रण वाढविले नव्हते. मात्र मुंबई सरकारच्या पाठिंब्यावर फेयरचे वर्चस्व त्याने बडोदा संस्थानात वाढू दिले. काही तटस्थ निरीक्षकांच्या मते, संस्थानच्या कारभाराचा दर्जा खालावत जाण्याला, फेयरचे वर्चस्व हे एक कारण होते. यानंतर व्हाइसरॉयने एका विशिष्ट आरोपाची चौकशी करण्यासाठी एक समिती नेमली. तिचे सदस्य म्हणून काम करणाऱ्या भारतीयांची त्याने अतिशय काळजीपूर्वक निवड केली. परंतु ती समिती वस्तुस्थितीविषयी एकमताने निर्णय देऊ शकली नाही. त्यामुळे तिचा अहवाल बाजूला सारून नॉर्थब्रुकने ढोबळ कारणांवरून कार्यवाही केली. परिणामी या समितीमुळे फक्त एवढाच कार्यभाग साधला की, लोकांच्या मनात मल्हाररावाच्या निर्दोषत्वाविषयी कदाचित चुकीची असलेली खात्री दृढ झाली; त्याचप्रमाणे ह्या सरकारने, समाधानकारक राजकीय निर्णयानुसार कार्यवाही केली अशी भारतात व ब्रिटनमध्ये लोकांची खात्री झाली. यावर नॉर्थब्रुकने असा दावा केला की, ही चौकशी समिती म्हणजे काही एखादे न्यायालयीन निवाडामंडळ नव्हते.[३११] अगदी सुरूवातीपासूनच हिंदुस्तान सरकारने निक्षून सांगितलेलेच होते, की ही चौकशी कायदेविषयक नसून राजकीय आहे. आरोप ठेवतानाही त्यांनी काळजीपूर्वक कायदेशीर भाषा टाळून रूढ वाक्प्रयोगांचाच वापर केला होता.[३१२] परंतु चौकशीला खटल्याचे वळण लागले होते आणि पुराव्याच्या आधारानेच निवाडा केला गेला आहे, अशी सार्वत्रिक समजूत झाली होती. त्यामुळे हिंदुस्तान सरकारच्या युक्तिवादावर कोणाचाच विश्वास बसला नाही. हताश प्रामाणिकपणाने साल्सबरीने असा निष्कर्ष काढला की, पुन्हा केव्हाही जर एखाद्या भारतीय संस्थानिकाचा निवाडा करावयाचा असेल तर चौकशी समिती फक्त इंग्रज वकिलांची असावी. आरोपीला वकिलाच्या सल्ल्याचा फायदा मिळू नये इतकेच[३१३] ह्या चौकशीवरून दृष्टोत्पत्तीस आले.

नॉर्थब्रुकला असे आढळून आले की, देशात आयात होणाऱ्या मालावरील कराच्या प्रश्नाबाबत मात्र साल्सबरीचा आपल्या पाठिंबा मिळेल, असे गृहीत धरून

चालणे शक्य नाही. ही बाब अशी होती की, जित ब्रिटिशांचे हितसंबंध फार मोठ्या प्रमाणावर गुंतलेले होते. याची जाणीव असल्यामुळे ही समस्या संपूर्णपणे भारतीय मानून ती सोडविण्याचा प्रयत्न व्हाइसरॉयला करू देणे, साल्सबरीला उचित वाटले नाही. व्हाइसरॉय खुल्या व्यापाराच्या तत्त्वाचा जरी नाममात्र अनुयायी असला तरीही भारतात औद्योगिक उत्पादनाची वाढ करण्याची त्याला तळमळ होती. 'भारतीय उत्पादनाची प्रगती पाहून मला खरोखरच फार समाधान वाटते. मात्र मँचेस्टरपर्यंत याबद्दलची कुणकुणही जाऊ देऊ नका.'[३१४] नॉर्थब्रुकचा असा दृष्टिकोन असल्यामुळे, १८७४ च्या ऑक्टोबर महिन्यात ज्यावेळी इंडिया ऑफिसमधील कायम उपसचिव मॅलेट याने ब्रिटिश सुती मालावरील करात क्रमाक्रमाने कपात करण्याविषयी विचार करण्याची विनंती केली आणि त्या ऐवजी महसुलाच्या इतर मार्गांची वाढ करण्याचा विचार करण्याची सूचना केली, यावेळी नॉर्थब्रुक थोडा धास्तावला. [३१५] भारतात कापूस उद्योगाचा नुकता कोठे उदय होत होता. त्यामुळे ब्रिटिश कापूस उत्पादनावरील ५ टक्के कर संरक्षक कर असल्याचे नॉर्थब्रुकला पटत नव्हते. तरीही तुटीची भरपाई करण्यासाठी भारतात सुती उत्पादनावर सक्तीची जकात वसूल करण्याची त्याने तयारी दर्शविली. [३१६] तथापि, मँचेस्टरमधील हितसंबंधीयांच्या दडपणामुळे साल्सबरीने व्हाइसरॉयला असा आदेश दिला की, सुतावरील कर कमी करण्याच्या किंबहुना संपूर्णपणे उठवण्याच्या शक्यतेचा त्याने विचार करावा.[३१७] यावर तडजोड म्हणून नॉर्थब्रुकने असे ठरविले की, सुती मालाखेरीज इतर वस्तूंवरील आयातकर कमी करून कापसावर ५ टक्के सरसकट कर बसवावा. यामुळे अंदाजे ८०,००० पौडांची वार्षिक तूट येईल असा अंदाज होता.[३१८] उत्तरादाखल साल्सबरीने म्हटले, की 'या कायद्यामुळे आपल्याला आश्चर्याचा धक्का बसला. आपल्या जाहीर भाषणात तसेच १५ जुलै १८७५ च्या खलित्यात [३१९] व्यक्त झालेल्या आपल्या धोरणाशी हा कायदा विसंगत आहे आणि कदाचित तो नामंजूर करावा लागेल.'[३२०]

हे पाऊल फार मोठे किंवा धोक्याचे नाही व म्हणून भारतमंत्र्याला न विचारताच ताबडतोब कायदा पास करावा, अशी साल्सबरीची खात्री पटविण्याचा व्हाइसरॉयने प्रयत्न केला. खलिता वेळेवर न मिळाल्याकारणाने ब्रिटिश सरकारच्या जाहीर धोरणाचे आपण कदाचित उल्लंघन करीत असू, याची हिंदुस्तान सरकारला जाणीव झालेली नव्हती.[३२१] सुती मालावर बसविलेला कर 'संरक्षक कर' या सदराखाली आला नसता कारण भारतात आयात होणारा सुती माल मुख्यत्वेकरून उत्कृष्ट प्रतीचा असे व त्याचे उत्पादन भारतीय कापसापासून करता येण्यासारखे नव्हते.[३२२]

'म्हणून लँकेशायरमधील हितसंबंधीयांची सुतावरील कर संपूर्णपणे उठविण्याची मागणी गैरवाजवी असून, तिला विरोध करावयास हवा. भारतीय जनतेच्या हिताच्या दृष्टीने भारताचा कारभार चालवणे हेच हिंदुस्तान सरकारचे कर्तव्य आहे; मँचेस्टरच्या उद्योगपतींच्या हितासाठी नव्हे.'[३२३]

व्हाइसरॉय आपल्याला नेहमी अपुरी माहिती देतो[३२४] अशी भावना साल्सबरीच्या मनात नेहमीच असे. त्यामुळे या प्रसंगी कोणतीही कार्यवाही करण्यापूर्वी त्याने आपला सल्ला न घेतल्याबद्दल साल्सबरीला राग आला.[३२५] त्याने नॉर्थब्रुकला कळविले की, कच्च्या कापसावर नवा कर बसविण्याला आणि तयार कापूस मालावरील ५ टक्के हा पूर्वीपासून असलेला कर चालू ठेवण्याला, आपण मान्यता देऊ शकत नाही. कारण ब्रिटिश जनतेला शब्द दिला गेला होता हे खरेच. शिवाय कालांतराने भारतीय लोकमतात राजकीय जागृती निर्माण झाल्यानंतर हे कर रद्द करण्यामध्ये हिंदुस्तान व इंग्लंड यांच्यात संघर्ष निर्माण होण्याचा धोका होता.[३२६] नॉर्थब्रुकने त्याच्या जुन्या मित्रांपैकी एक, मॅलेट, याने भारतात जाऊन परिस्थिती सुरळीत करण्यासाठी व्यक्तिशः वाटाघाटी कराव्या असे सुचविले.[३२७] स्वच्छ मनाने व संपूर्ण अधिकारानिशी मॅलेट भारतात येत आहे, अशा विश्वासाने नॉर्थब्रुकने या योजनेला मान्यता दिली.[३२८]

परंतु मॅलेट साल्सबरीशी पूर्णपणे सहमत होता. कॉबडेन क्लबचा तो कट्टर सभासद होता. व खुल्या व्यापाराच्या तत्त्वाला ठामपणे चिकटून राहण्यावर त्याचा विश्वास होता. ग्लॅडस्टनप्रमाणेच मॅलेटच्या मतेसुद्धा कापसावरील कर उठविणे ही मँचेस्टरकरांना दिलेली लज्जास्पद सवलत नसून एका निर्दोष तत्त्वाची अंमलबजावणी, भारतात ब्रिटिश भांडवल गुंतविण्याला उत्तेजन आणि तयार मालाच्या किमती उतरवण्यामुळे भारतीय जनतेची खरेदी करण्याची क्षमता वाढविणे होते.[३२९] साल्सबरीच्या निर्णयाची अंमलबजावणी प्रक्षोभ टाळून कशी करता येईल, हे ठरविण्यापुरतेच मॅलेटचे विचार मर्यादित होते.[३३०] उलटपक्षी आपली मते योग्य असल्याविषयी व्हाइसरॉयच्या मनात काहीही शंका नव्हती. 'प्रत्यक्ष करांचे परिणाम काय होतील याविषयी शक्य तेवढी माहिती मिळवून, त्याचप्रमाणे मी भारतात आल्यापासून भारतीय जनतेची आर्थिक परिस्थिती व भावना यासंबंधीच्या माझ्या सामान्यज्ञानाचा आधार घेऊन, माझी मते मी काळजीपूर्वक बनविली आहेत आणि मला वाटते की, इतक्या महत्त्वाच्या विषयावरील मते इतक्या सहजपणे बाजूला सारणे योग्य नाही, असेच तुम्हालाही वाटेल.'[३३१]

अर्थातच मॅलेटच्या मध्यस्थीला यश येण्याची शक्यता नव्हती. त्याच्या दीर्घ प्रवासाचा फायदा फक्त वेळ काढण्यापुरता झाला. नॉर्थब्रुकची हकालपट्टी

करून एखाद्या हुजूरपक्षीय [३३२] व्यक्तिची व्हाइसरॉयपदी नेमणूक करण्याचा डिझरेलीचा निश्चय असल्याचा नॉर्थब्रुकच्या मनातील संशय मॅलेट नाहीसा करील, ही आशादेखील निराधार ठरली. यापूर्वीच नॉर्थब्रुकचा राजीनामा साल्सबरीच्या हाती पडलेला असल्यामुळे सहिष्णुतेने वागण्याची साल्सबरीला गरज भासली नाही. त्यामुळे त्याचा सूर अधिकाधिक हुकमतीचा होऊ लागला. 'शेवटपर्यंत आपण कोणत्या धोरणाची कास धरावयाची हे ठरलेले आहे, ते आमच्या निर्णयामुळे नव्हे तर येथील जनमताने ठरविले आहे आणि हे जनमत कित्येक मंत्रिमंडळांना पुरून मागे उरणारे आहे. तथापि, कोणत्याही धोरणाची अंमलबजावणी सरकारी खजिन्याच्या हिताला अनुलक्षून करण्यासाठी कोणत्या परिस्थितीत किती कालावधीत कोणते उपाय योजावेत, ही गोष्ट मात्र निश्चितच वाटाघाटींनी ठरविली पाहिजे.'[३३३] याच आशयाचा अधिकृत खलिताही पाठविला गेला. हिंदुस्तान सरकारने पूर्वीच्या कायद्याची दुरुस्ती करणारा नवा कायदा ताबडतोब करावा, असे हिंदुस्तान सरकारला आवाहन करण्यात आले.[३३४] आपल्या जुन्या मित्राला हा आघात सुसह्य व्हावा यासाठी तडजोड म्हणून मॅलेटने अशी शिफारस केली की, हा खलिता मागे घेतला जावा, कच्च्या कापसावरील कर रद्द केला जावा आणि सुती मालावरील कर ३$^{१}/_{२}$ टक्क्यांपर्यंत उतरविला जावा[३३५] - याला व्हाइसरॉयने संमती दिली.[३३६] परंतु कर कमी करून भागणार नाही, ते रद्दच केले पाहिजेत असा साल्सबरीने आग्रह धरला. तसेच हिंदुस्तान सरकारच्या कृतीबद्दल नापसंती व्यक्त करणारा खलिता मागे घेण्याने मंत्रिमंडळाची भूमिका असमर्थनीय ठरेल, असेही त्याने आग्रहपूर्वक सांगितले.[३३७]

अशा रीतीने अपमान व नालस्ती ओढवून घेऊन नॉर्थब्रुकने हिंदुस्तान सोडला. जाताना त्याने भारतात असंतोष निर्माण होईल, असे भाकीत वर्तविले. त्याच्या सल्लागार मंडळाने जेवढ्या निष्ठेने त्याला या प्रकरणात पाठिंबा दिला, तेवढ्याच निष्ठेने त्यानेही त्याची पाठराखण केली. अधिकृत पत्रव्यवहारामधील साल्सबरीच्या कटुतेच्या स्वराविषयी नाराजी प्रकट केली.[३३८] 'व्हाइसरॉय ही एक महान व्यक्ती असते अशी एतद्देशीयांची समजूत आहे. ती कायम राहावी हेच इष्ट आहे आणि या प्रकारची भाषा हे त्यांच्या दृष्टीने एक कोडेच आहे.'[३३९] ब्रिटिशांच्या हिताचा विचार करून ब्रिटिश सरकारने हिंदुस्तान सरकारच्या धोरणाची उपेक्षा केली, हे इंग्लंड व हिंदुस्तान या दोन्ही देशात माहीत झाले.[३४०] शक्य तितक्या लवकर कर रद्द करण्याबाबत नॉर्थब्रुकच्या वारसदाराला सूचना देण्यात आल्या.[३४१] आपल्याला मिळालेल्या आदेशांनुसार वागण्याची आपली आतुरता लपविण्याचा लिटनने जराही प्रयत्न

केला नाही.[३४२] या प्रश्नाचा सर्वांगाने विचार करण्याची संधी येईपर्यंत थांबण्याचा आणि भागशः त्याचा निर्णय करण्याचा सल्ला मॅलेटने लिटनला दिला होता. तरीही लांब धाग्याच्या कापसावरील कर ताबडतोब रद्द करण्याचे त्याने योजले.[३४३] हिंदुस्तानातील विधिमंडळाचे सदस्य चिडलेल्या व शत्रुत्वाच्या मनःस्थितीत होते. 'पोरसच्या समस्त हत्तींप्रमाणे' ते लिटनविरुद्ध फळी धरून उभे होते. परंतु लिटनला किंवा भारतमंत्र्याला त्याविषयी विशेष चिंता वाटत नव्हती.[३४४] अर्थसदस्य म्हणून म्यूरच्या जागी जॉन स्ट्रॅची आला. या सुमारास फेरविचार करून साल्सबरीने लिटनला सांगितले की, उतावीळपणे कृती करण्यामुळे निष्काळजीपणा केल्यासारखे दिसेल.[३४५] यावेळी व्हाइसरॉयच्या मनात अफगाण समस्येचे विचार जास्त प्रबळ असल्यामुळे त्याने मोठ्या खुषीने करआकारणीच्या प्रश्नाचा विचार वर्षअखेर पर्यंत पुढे ढकलण्यास मान्यता दिली.[३४६] परंतु त्यानंतर मोसमी पाऊस समाधानकारक न पडल्यामुळे सुतावरील करापासून मिळणाऱ्या महसुलावाचून भागणे अशक्य झाले आणि सुतावरील कर रद्द करणे आणखी काही काळ लांबणीवर टाकणे सरकारला भाग पडले. यासंबंधी लिटन दिलगिरीने लिहितो की, 'मी फक्त इतकेच म्हणू शकतो की, ज्या अडचणी आमच्यामुळे निर्माण झालेल्या नाहीत त्यांच्याखातर आम्हाला वाजवी सवलत मिळावी आणि त्यांच्यावर मात करण्यासाठी आम्हाला योग्य अवधी द्यावा. म्हणजे आमचा वरचा मजला रिकामा नाही, की आम्ही कणाहीन गोळे नाही हे मी दाखवून देईन.[३४७]

११ जुलै १८७७ रोजी कॉमन्स सभेने एकमताने असा ठराव पास केला की, कापूस उत्पादनावरील भारतीय कर संरक्षक असल्यामुळे खंबीर व्यापारी धोरणाला विरोधी आहेत. त्यामुळे हिंदुस्तानच्या आर्थिक परिस्थितीला अनुसरून ते शक्य तितक्या लवकर रद्द केले जावेत. तथापि, सार्वत्रिक दुष्काळाचे संकट समोर उभे असताना करात कपात करणे चुकीचे ठरेल, हे साल्सबरीला मान्य होते. विशेषतः त्यायोगे महसुलात येणाऱ्या तुटीची जागा भरून काढण्यासाठी जर प्रत्यक्ष कर वाढवावे लागणार असतील, तर अशी कपात चुकीची ठरेल.[३४८] वस्तुस्थिती अशी होती की, दुष्काळ निवारणाच्या खर्चामुळे सरकारला महसुलाची नवी साधने शोधणे भाग पडले होते. नॉर्थब्रुकने आयकर रद्द केला होता, याचा लिटनला खेद होत होता. तो परत लागू करणे त्याला आवडले असते. परंतु ब्रिटिश सरकारचा असे पाऊल टाकण्यास विरोध होता, हे तो जाणून होता.[३४९] शिवाय त्याविरुद्ध भारतात इतकी हाकाटी झाली असती की तिने आपली संपूर्ण शासनयंत्रणा विस्कळीत होऊन जाईल,[३५०] असे त्याला वाटले. तथापि, इ. स. १८७८ मध्ये दुष्काळकर वसूल करणे त्याला भाग

पडले. यापाठोपाठ ब्रिटिश सरकारच्या सूचनेनुसार निकृष्ट प्रतीच्या सुती मालावरील कर रद्द करण्यात आला.[३५१] परंतु यानेही लँकेशायर हितसंबंधांचे समाधान न झाल्याने आणखी व्यापक स्वरूपाची कार्यवाही करावी, अशी क्रॅनब्रुकने सूचना केली.[३५२] या कामी कदाचित आपल्याला सल्लागार मंडळाच्या विरुद्ध जाण्याची गरज पडेल, म्हणून ब्रिटिश सरकारचा पाठिंबा मिळण्याची खात्री असल्यासच हे कार्य हाती घेण्यास लिटनची तयारी होती.[३५३] इ.स. १८७९ च्या मार्च महिन्यात अशी हमी मिळाल्यानंतर सुती मालावरील आयात करात आणखी कपात करण्यास त्याने मंजुरी दिली. मात्र कर संपूर्णपणे रद्द करणे त्याला साधले नाही. 'भारत हे खुल्या व्यापाराचे मोठे बंदर व्हावे हे माझे फार पूर्वीपासूनचे स्वप्न आहे. कधी ना कधी ते साकार होईल हे निश्चित. परंतु माझ्या कारकिर्दीत कदाचित ते होणार नाही.'[३५४]

व्यापार कर आकारणीसारख्या रुक्ष विषयात साल्सबरीला मोठे गम्य होते. तर राणीच्या नव्या किताबामुळे पंतप्रधानांच्या कल्पनाशक्तीला खाद्य मिळाले होते. नॉर्थब्रुकच्या कारकिर्दीच्या अखेरच्या काही महिन्यात इंग्लंडचे युवराज प्रिन्स ऑफ वेल्स यांनी भारताला भेट दिली होती व त्यानंतर लगेच राणीला 'भारताची सम्राज्ञी' म्हणून जाहीर करणारा कायदा झाला होता. १८५८ सालापासून डिझरेलीच्या मनात असलेली ही योजना होती.[३५५] साम्राज्यवादाच्या त्याच्या संकल्पनेला राणीच्या सोत्साह संमतीने शब्दांकित केलेल्या या योजनेच्या रूपाने एक प्रतीक मिळवून दिले. साल्सबरीला देखील या योजनेविषयी पूर्वकल्पना नव्हती. 'हिंदुस्तानच्या सम्राज्ञी' विषयी मला काही माहिती नाही. खरोखर राणीला नेमके काय म्हणावयाचे आहे?'[३५६] हिंदुस्तानातील काही औपचारिक दस्तऐवजांमध्ये 'राणीचा' उल्लेख 'सम्राज्ञी' असा केलेला होता. तेवढ्यावर तिचे समाधान होईल अशी साल्सबरीची कल्पना होती. [३५७] ज्यावेळी शाही किताब विधेयकावर कॉमन्स सभेत लिबरल पक्षीयांकडून टीकेची झोड उठली, त्यावेळी तर ह्या कृतीबद्दल साल्सबरीला जास्तच खेद वाटला. [३५८] मॅलेटच्या मते, 'हलगर्जीपणापायी घडलेली ही एक घोडचूक असून सरकारच्या कल्पनेपेक्षा किंवा त्यांनी कबूल केल्यापेक्षा त्यांची जबर हानी झाली होती.,[३५९] परंतु इंडिया ऑफिसमधील आपल्या वरिष्ठ अधिकाऱ्यांपेक्षा नाट्याची जास्त उमज असलेल्या व्हाइसरॉयने पंतप्रधानांना कोणत्याही पुराव्याच्या आधाराशिवायच असे कळविले की, राणीचा हा नवा किताब भारतीय जनतेमध्ये कमालीचा लोकप्रिय झालेला दिसतो. त्याने अशी सूचना मांडली की, 'एक मोठा दरबार भरवून ही गोष्ट जाहीर करावी व या प्रसंगी संस्थानिकांपैकी प्रमुखाची विधिमंडळात नियुक्ती करून[३६०]

त्याचा उपयोग हिंदुस्तानातील सरकारने आजपर्यंत एतद्देशीय भारतीय सरदारवर्गाच्या परंपरा व आशियायित्व भावना यांना पुरेसे आवहन केलेले नाही. या सरदारवर्गाचा बाकीच्या एतद्देशीय जनतेवर जबरदस्त प्रभाव आहे. आपल्या सिंहासनाभोवती या सरदारवर्गाला एकत्र केले आणि त्यांच्या सहानुभूती व आस्था ब्रिटिश राजवटीशी एकरूप केल्या तर आपल्या भारतीय साम्राज्याचे सामर्थ्य खरोखरच फार मोठ्या प्रमाणात वाढेल आणि आपल्या भारतीय साम्राज्याची प्रतिष्ठाही वाढेल. जनतेची कृतज्ञता मिळविण्यासाठी आपण कालवे, पाटबंधारे इ. महागाईच्या योजनांनी रयतेच्या स्थितीत जी फार मोठी सुधारणा घडवून आणली, तिच्यावर आजपर्यंत फाजील भिस्त ठेवली. आपल्या अर्थव्यवस्थेत त्यामुळे अडचणी निर्माण झाल्या. इतके असूनसुद्धा भारतीय ग्रामीण जनतेला त्याविषयी इतके कमी कौतुक आहे की, ह्या कार्यासाठी झालेला खर्चसुद्धा ती देत नाही. याउलट आपण जर फक्त संस्थानिकांना आपल्या बाजूला वळवून घेतले तर सर्व जनता आपल्या बाजूची होईल.'[३६१]

भारतीय सरदारवर्गाचा पाठिंबा असलेल्या नृपासनाच्या संकल्पनेचा तपशील व्हाइसरॉयने काळजीपूर्वक तयार केला. भावनाशील निष्ठेने भारताला ब्रिटनशी बांधून घेण्याच्या डिझरेलीच्या योजनेला लिटनने सरंजामी पद्धतीचे स्वरूप दिले. बारा प्रमुख भारतीय संस्थानिकांना प्रिव्ही कौन्सिलचे सदस्यत्व देण्याची त्याची इच्छा होती.[३६२] सर्व संस्थानिकांच्या किताबांची नोंद ठेवावी आणि अशा रीतीने एक भारतीय उमरावसभाच निर्माण करावी अशी त्याची योजना होती. या उमरावांचा औपचारिक दर्जा वाढवावा; त्यांना लष्करी अधिकार देऊन विशिष्ट कामे त्यांजकडे सोपवावी, असे त्याचे मत होते. उदाहरणार्थ, 'काश्मीरला आघाडीचा रखवालदार का करू नये? काश्मीर आणि त्याचे सैन्य यांना कायम संरक्षणाकरिता सरहद्दीवर नेमण्याचा नैतिक परिणाम फार मोठा होईल.' सध्या अस्तित्वात असलेली पद्धती ही 'अर्धवट निष्ठा जागृत करणारी' आहे, असे लिटनचे मत होते. संस्थानिकांना मोठी सैन्ये पदरी बाळगण्याची परवानगी होती, परंतु त्यांचा उपयोग करण्याची नव्हती. मोठ्या प्रमाणावर महसूल गोळा करण्याची त्यांना परवानगी होती. इतरही मोठे अधिकार होते, परंतु हिंदुस्तान सरकारला त्यापासून काहीच प्रत्यक्ष फायदा होत नव्हता. 'ह्या साम्राज्याची सर्व समाजरचना मुख्यत्वे सरंजामी पद्धतीची आहे. सरजामशाहीची दुसऱ्याला नमवून घेण्याची लष्करी तत्त्वे लागू करण्याला ही रचना अत्यंत योग्य आहे.'[३६३]

भारतीय समाजाच्या सर्व वर्गांपैकी सरदार वर्गच एक असा आहे की, ज्याच्यावर उपयुक्त वर्चस्व गाजवणे अधिक सोपे आहे, हे साल्सबरीला मान्य होते. सर्वसामान्य जनता बव्हंशी निद्रित अवस्थेतच होती. त्यामुळे चांगल्या प्रशासनाचा परिणाम

म्हणून व त्याची बूज राखण्यासाठी म्हणून भारतीय जनतेकडून राजकीय पाठिंब्याची अपेक्षा करणे हे एक केवळ आशावादी स्वप्न होते. 'चांगल्या प्रशासनामुळे तिरस्काराचे एक कारण टळले जाते खरे, परंतु त्यायोगे प्रेम मिळविता येत नाही. मेटकाफ आणि मेकॉले यांच्या घातक वारशाच्या रूपाने दिसणारा सुशिक्षित वर्ग राजकीय दृष्ट्या पुरेसा जागरूक आहे. परंतु दुर्दैवाने अत्यंत अनुकूल परिस्थितीतसुद्धा हा वर्ग देशाला कधीच राजकीय सामर्थ्य देत नाही. इतर कोणतेही फायदे त्याच्यामुळे होत असोत, अस्तित्वात असलेली व्यवस्था खपवून घेणे यापलीकडे अधिक भरीव अशी काहीही कामगिरी हा वर्ग करीत नाही. भारतात अदूरदर्शीपणे सुशिक्षितवर्ग योग्य वेळेच्या पूर्वीच जागृत केला गेला होता व स्वभावतःच तो बंडखोर वृत्तीचा होता. त्यामुळे त्याच्याकडून शांततेच्या काळात विरोध आणि प्रक्षोभाच्या काळात बंडाळी एवढेच मिळण्यासारखे आहे. परंतु सरदारवर्ग अजून शिल्लक आहे आणि त्याच्या निष्ठा मिळविण्याचा प्रयत्न करणे नक्कीच फायद्याचे ठरेल याविषयी मी तुमच्याशी सहमत आहे. जर त्यांचा आपल्याला पाठिंबा मिळाला तर बहुधा आपला पाडाव होणार नाही. दुसऱ्या कुठल्याही शासनाखाली त्यांची स्थिती अधिक बिकट होईल असे दिसते. त्यामुळे स्वतःच्याच हिताच्या दृष्टिने विचार करता ते दृढपणे आपल्या पाठीशी उभे राहतील. महत्त्वाचा मुद्दा आहे तो त्यांच्या भावनासुद्धा आपल्या बाजूला वळविण्याचा, आणि इंग्रजांच्या मग्रुरीमुळे ही गोष्ट मात्र सोपी नाही. तरीही प्रयत्न करून पाहावयास हवा.'[३६४]

भारतीय सरदारवर्गाचा पाठिंबा मिळविण्याच्या साल्सबरीच्या योजनेमागे भारतीय मध्यमवर्ग किंवा बहुजनसमाज यांच्या संभाव्य विरोधापासून बचाव करण्याचा विचार मात्र नव्हता. ज्या इतर देशांमध्ये ब्रिटिश वसाहतवाले बहुसंख्य होते अशा ब्रिटिश साम्राज्याच्या इतर भागांमध्ये जे पायंडे पडले होते, त्यांचाच त्याने अतिशय अनाकलनीय अदूरदर्शीपणाने कित्ता गिरविला. साल्सबरीला असे वाटत होते की, भारतातसुद्धा अनधिकारी ब्रिटिश वर्गाकडूनच ब्रिटिश राजवटीला मोठा धोका आहे.

'जर इंग्लंडला सर्वश्रेष्ठ स्थान मिळवायचे असेल तर गोऱ्या लोकांविरुद्ध काळ्या लोकांना आणि काळ्या लोकांविरुद्ध गोऱ्या लोकांना आवाहन करावयास हवे. म्हणून केवळ भावनाशीलतेने किंवा न्यायबुद्धीनेच नव्हे तर सुरक्षिततेच्या दृष्टीने आपण काळ्या लोकांमध्ये ब्रिटिशांच्या तख्ताविषयी थोडीफार निष्ठा जागृत करण्याचा प्रयत्न केला पाहिजे. आपल्या पराभवाचे स्मरण आणि आपण जित असल्याची भावना यापेक्षा अन्य भावना आपण त्यांच्यामध्ये निर्माण केल्या पाहिजेत.'[३६५]

'हिंदुस्तानातील ब्रिटिश साम्राज्य जर टिकून राहावयाचे असेल तर त्याने दोन्ही

पायांवर भक्कम उभे राहणे आवश्यक आहे. पौर्वात्य व युरोपियन असे दोन भक्कम आधार त्याला मिळाले पाहिजेत.'[३६६] ब्रिटिश हिंदुस्तानच्या अंतर्गत कारभाराचे अधिकार भारतीय प्रिव्ही कौन्सिलकडे सोपविण्याविरुद्ध इशारा साल्सबरीने व्हाइसरॉयला दिला. कारण त्यामुळे अशाच प्रकारचे अधिकार मागण्यास 'गोऱ्या' जमातीच्या निवडून आलेल्या प्रतिनिधींना उत्तेजन मिळाले असते. 'हिंदुस्तानातील ब्रिटिश सत्तेला खरोखरीच गंभीर धोका ज्या शत्रूंपासून आहे ते तिचेच पुत्र आहेत.'[३६७]

म्हणून ब्रिटिश सरकारच्या संमतीने १ जानेवारी १८७७ रोजी लिटनने शाही दरबाराची सभा बोलावली. [३६८] भारतीय संस्थानिकांमध्ये इंग्लंडच्या राणीचा अग्रक्रम आहे यावर त्या सभेत भर दिला गेला. यामागे दोन हेतू होते. एक म्हणजे राणीला पौर्वात्य सम्राज्ञी म्हणून सिंहासनाधिष्ठित करणे आणि दुसरे, हिंदुस्तानातील सरदारांचा दर्जा उंचावणे. एका शानदार कार्यक्रमाच्या प्रसंगी, आपापली खास निशाणे असलेल्या संस्थानिकांनी सम्राज्ञीच्या प्रतिनिधीला मुजरा केला. हा भव्य देखावा संपूर्ण यशाचा द्योतक आहे.'[३६९] असे ब्रिटिश सरकार व हिंदुस्तान सरकार या दोघांनाही वाटले. परंतु वस्तुतः या घटनेला राजकीय दृष्ट्या विशेष अर्थ नव्हता. कारण व्हाइसरॉय काही प्रिव्ही कौन्सिल निर्माण करू शकत नव्हता. इंडिया कौन्सिलच्या मते, ते अनधिकृत असल्यामुळे संस्थानिकांना सम्राज्ञीचे सल्लागार हा किताब बहाल करण्यालाच फक्त त्यांची मान्यता होती.[३७०] त्यावेळेस साल्सबरी लंडनहून कॉन्स्टॅन्टिनोपलला जावयाचा होता. परदेशातून इंडिया कौन्सिलला विरोध करण्याचे अधिकार त्याच्या ठायी नव्हते. कॉमन्स सभेमध्ये एक नवा वादग्रस्त प्रश्न तातडीने उपस्थित करण्याची मंत्रिमंडळाची इच्छा नव्हती.[३७१] लिटनची निराशा झाली खरी, परंतु त्याने ही तडजोड मान्य केली.[३७२] सम्राज्ञीच्या या सल्लागारांचा हिंदुस्तानातील घडामोडींवर यत्किंचितही प्रभाव नव्हता. लिटनचा हा दरबार हा भारतीय इतिहासातील महत्त्वाचा टप्पा आहे. कारण 'तो दिवस आणि ती सभा यांचा भारतीय जनता ब्रिटिशधार्जिणी बनावी यादृष्टीने जेवढा परिणाम झाला तेवढा त्यापूर्वीच्या किंवा नंतरच्या कोणत्याही घटनेचा झाला नाही.'[३७३] ह्या फार वर्षांनंतर लॉर्ड रॉबर्ट्स याने केलेल्या विधानावरून त्या शिपाईगड्याचा राजकीय समजेचा अभावच दिसून येतो.

लिटनचे याहून कमी भपकेबाज असे इतर प्रयत्न शासन बलशाली करण्यास व त्याला भारतीय जनतेचा पाठिंबा मिळवण्यास उपयोगी ठरले. दुष्काळी परिस्थितीविषयीचे त्याचे धोरण फार परिणामकारक ठरले. १८७७ साली मद्रास इलाख्यातील दुष्काळग्रस्त जिल्ह्यांना त्याने भेट दिली व मद्रासच्या प्रांतिक सरकारने दुष्काळ निवारणासाठी योजलेल्या अतिरेकी उपायांमध्ये त्याने थोडी शिस्त व व्यवस्था

निर्माण केली. 'चिडलेल्या वेड्यांबरोबरचा हा झगडा आहे. वस्तूंची हानी होऊ न देता तो तडीला न्यावयास हवा.'[३७४] त्याच्या या कृत्यापेक्षाही भारतीय जनतेला जर काही अधिक आवडले असेल तर ते म्हणजे, ब्रिटिश आणि भारतीय यांच्या परस्परसंबंधाच्या मूलभूत प्रश्नावर कोणतीही तडजोड न करण्याचा त्याचा दृढ निश्चय. १८७६ मध्ये आग्र्याचा एक इंग्रज वकील फुलर याने आपल्या मोतद्दाराला इतके मारले की, त्या जखमांनी तो मरण पावला. सहन्यायाधीशांनी त्याला ३० रुपये दंड केला. अलाहाबाद वरिष्ठ न्यायालयाने जरी कदाचित इतकी सौम्य शिक्षा ठोठावली नसती तरी त्याच्या मते ही शिक्षा विशेष आक्षेपार्ह नव्हती. लिटनने या खटल्याची अधिकृतपणे दखल घेण्याचे ठरविले. 'माझ्या हातात जर काही असेल तर मी हा खटला येथेच बारगळू देणार नाही. तो फुलरच्याच अंगावर शेकेल अशा रीतीने संपवीन. माझ्या मनाला असे पक्के वाटते की, जर हा खटला अन्य कोणत्याही प्रकारे निकालात निघाला तर त्याबरोबरच आपल्या शासनाचा काही चांगला भागही निकालात निघाल्याशिवाय राहणार नाही.'[३७५] आपल्या सल्लागार मंडळाच्या संपूर्ण अनुमतीने[३७६] त्याने आपण वायव्य सरहद्दप्रांताच्या सरकारला लिहिलेले पत्र प्रसिद्ध केले. त्या पत्राद्वारा त्याने फुलरच्या वर्तनाविषयक खेद व्यक्त केला होता, मॅजिस्ट्रेटला निलंबित केले होते आणि प्रांतिक सरकार व वरिष्ठ न्यायालय या दोघांवर टीका केली होती.[३७७] लिटनच्या स्वतःच्या दृष्टीने या सर्व प्रकरणाला फार मोठे महत्त्व नव्हते. 'टाइम्स' चा डलेन याला त्याने लिहिले की, 'ही अगदी कवडी किंमतीची बाब' [३७८] आहे. परंतु त्याच्या मते, शासकीय औचित्याच्या अशा क्षुल्लक बाबीनेच आंग्ल- भारतीय समाज व वृत्तपत्रे यांचा राग ओढवला गेला. परिणामी लिटनला भारतीयांची सहानुभूती मिळाली.

अधिकाराच्या जागांवर भारतीयांची नेमणूक करण्याचे मार्ग वाढविण्याच्या लिटनने केलेल्या प्रयत्नांमुळे त्याच्या निःपक्षपाती दृष्टिकोनाचे आणखी एक प्रमाण मिळाले. वास्तविक पाहता १८७० च्या कायद्याने मुलकी नोकऱ्यांमध्ये कोणत्याही हुद्यावर भारतीयांची नेमणूक करण्याचे अधिकार हिंदुस्तान सरकारला दिले गेले होते. हे भरती स्पर्धात यशस्वी झाले नसले तरी मुलकी खात्यातील कोणतीही जागा त्यांना देण्याची तरतूद या कायद्यान्वये झाली होती. तरीही त्या दृष्टीने पावले टाकली गेलेली नाहीत, असे लिटनला दिसून आले. 'पार्लमेंटमध्ये पास झालेल्या ज्या एका कायद्यामध्ये एतद्देशीयांना सरकारी नोकरीत प्रवेश देण्याचे गंभीर वचन होते, तो गेली सहा वर्षे तसाच पडून राहावा, हे मला लांच्छनास्पद वाटते.'[३७९] ब्रिटिश अधिकाऱ्यांना जर कशाविषयी सर्वात जास्त असूया वाटत असेल तर ती भारतीय आपल्या हिश्शात वाटेकरी होण्याची. या गोष्टीची जाणीव देऊन लिटनला साल्सबरीने दिलेल्या

सावधगिरीच्या इशाऱ्यामुळे देखील हा प्रश्न हाताळण्यापासून लिटन परावृत्त झाला नाही.[३८०] अधिकाराच्या सर्व जागांचे वर्गीकरण करून त्यांचे दोन प्रकार करावयाचे अशी त्याची कल्पना होती. त्यापैकी पहिल्या प्रकारच्या जागांची आकांक्षा भारतीय कदापीही करू शकले नसते. दुसऱ्या प्रकारच्या जागा मात्र भारतीयांमधील सर्वात लायक उमेदवारांना खुल्या ठेवण्यासाठी सरकार आपल्याला शक्य त्या सर्व मार्गांनी प्रयत्न करील.[३८१] अशा प्रकारे बंधनकारक निर्णय घेण्यापेक्षा पायरीपायरीने व तात्पुरते उपाय योजावे, हे साल्सबरीला जास्त योग्य वाटत होते. अधिकाराच्या जागांचे वर्गीकरण करण्याऐवजी त्याने भारतीयांची भरती मोठ्या प्रमाणावर करण्यावर भर दिला.[३८२] यामुळे सुशिक्षित भारतीयांबद्दलाचा लिटनचा गैरसमज, त्याचप्रमाणे समाजातील वरच्या वर्गातील लोकांच्या सद्भावना मिळविण्याची त्याची इच्छा, या दोन्ही गोष्टी एकदमच स्पष्ट झाल्या. 'बाबू लोकांविषयी बोलायचे तर एतद्देशीयांना उत्तेजन देणे याचा अर्थ बाबूलोकांचा वरचष्मा निर्माण करणे नव्हे हे त्यांना स्पष्टपणे सांगणे आवश्यक आहे, असे मला वाटते.[३८३] या दृष्टिकोनाशी साल्सबरी मनापासून सहमत झाला. 'स्पर्धा करणाऱ्या बाबू लोकांकडून ज्याचा कारभार चालवला जात आहे, अशा भारतापेक्षा अधिक भयंकर चित्र मला कल्पनेतही डोळ्यासमोर आणता येत नाही.' सरकारी नोकऱ्यात भारतीयांची भरती करण्याची नवी रीत शोधण्यामुळे स्पर्धाद्वारा वरच्या हुद्यांवर त्यांना प्रवेश नाकारण्याला अधिक समर्पक सबब सापडेल.'[३८४]

साल्सबरीच्या ह्या गैरसमजाशी सहमत असल्यामुळे व्हाइसरॉयने एका नवीन प्रकारच्या नोकरीचा प्रस्ताव मांडला. त्यामध्ये समाजातील वरच्या दर्जाच्या भारतीय कुटुंबातील व्यक्तींनाच प्रवेश होता. यामुळे सरकारी नोकरांबरोबरच त्यांच्या कुटुंबीयांच्या निष्ठासुद्धा निश्चितपणे सरकारला मिळून त्यांच्या वर्चस्वाखाली असलेल्या समाजाचा पाठिंबादेखील सरकारला मिळण्याची सोय झाली असती.[३८५] स्थानिक सरकारांशी विचारविनियम करून [३८६] लिटनने औपचारिकरीत्या असा प्रस्ताव मांडला की, ज्यात परीक्षांद्वारा भरती होत असे, त्या सनदी नोकऱ्यांमध्ये भारतीयांना प्रवेश बंद करावा. त्याऐवजी मुलकी खात्याची एक एतद्देशीय शाखा निर्माण करून त्यातील निवड अनुवंशिक गुणवत्तेवर, अधिकाराच्या पूर्वापार सवयीवर आणि आपल्या देशबांधवांवरील मोठ्या वर्चस्वावर अवलंबून ठेवावी.[३८७] या वेळेपर्यंत साल्सबरीच्या जागी क्रॅनब्रुक आला होता. त्याने यावर असे म्हटले की, 'गोरे व काळे असे दोन स्पष्ट गट' पाडणे शक्यप्राय नाही. त्याला पक्षपाताचा वास येईल.'[३८८] यावर लिटनने असे जाहीर केले की, मुलकी खात्यात प्रवेश मिळविण्यासाठी असलेल्या स्पर्धेतून भारतीयांना वगळणारा कायदा आपल्याला पसंत नाही. एतद्देशीय मुलकी खाते निर्माण करण्यासाठी

नियम करण्यास त्याने अनुमती दिली. त्यामुळे पार्लमेंटकडे धाव घेण्याची गरज उरली नाही.[३८९] १८७९ च्या मे महिन्यात असा निर्णय घेण्यात आला की, कोणत्याही वर्षी मुलकी खात्यात निवडून घेतल्या जाणाऱ्या एकंदर उमेदावारांच्या संख्येच्या एक षष्ठांश पेक्षा, स्थानिक सरकारांनी निवडलेल्या 'एतद्देशीयांचे' प्रमाण जास्त असू नये.[३९०] परंतु ह्या कायदेनिर्मित नोकऱ्या सनदी अधिकाऱ्यांच्या मते कमी दर्जाच्या होत्या व लायक भारतीयांना त्याचे आकर्षण नव्हते. त्यामुळे अपेक्षेप्रमाणे ते अर्थातच अयशस्वी ठरले.[३९१]

अशाप्रकारे भारतीय व युरोपियन यांच्याबद्दलचे लिटनचे निःपक्षपाती धोरण भारतीय समाजाच्या सरंजामी घटकांच्या त्याच्या मनावर असलेल्या पगड्यामुळे डागळलेले होते.[३९२] परिणामी फुलर प्रकरणासारख्या बाबतीतील त्याच्या एकंदरीत प्रशंसनीय वर्तणुकीला उणेपणा येत असे. कधीकधी भारतीयांना जास्त प्रमाणात नेमणुका देण्याच्या निष्फळ धोरणांसारख्या उदारतेच्या लहरी त्याला येत असत. याहीपुढे जाऊन लिटनने सुशिक्षित वर्गाच्या चळवळींना आळा घालण्याचे आत्मघातकी प्रयत्नही केले. यापूर्वी काही वर्षे भारतीय भाषांमधील वृत्तपत्रांमधून प्रसिद्ध होत असलेला मजकूर म्हणजे अतिशयोक्त टीका, अविचारी आरोप आहेत असे वाटल्यामुळे, भारत सरकार त्यासंबंधी काळजीत होते. संबंधित संपादकांना वेळोवेळी ताकीद देण्यापलीकडे काही करण्याची आवश्यकता आहे, असे सरकारला वाटले नाही. लिटनच्या मते हा दुबळा सहनशीलपणा होता. त्यामुळे साल्सबरी आणि व्हाइसरॉयच्या मते, सर्वात लायक प्रशासक [३९३] बंगालचा नायबराज्यपाल सर ॲशले ईडन[३९४] यांच्या पाठबळावर प्रांतिक भाषातील वृत्तसंस्थांवर कायदेशीर नियंत्रण ठेवण्याचा निर्णय लिटनने घेतला. यावर कायदेसदस्याने आक्षेप घेतला. त्याचे म्हणणे असे होते की, या नियंत्रणातून इंग्रजी वृत्तपत्रे वगळण्यात आली आहेत. त्याचा अर्थ 'डोळ्यावर येण्याजोगे आणि द्वेष पसरविणारे' आणि आपल्या एकंदर धोरणाशी पूर्णपणे विसंगत[३९५] असे वर्गीय कायदे आपण करीत आहोत, असा होतो. परंतु इंग्रजी वृत्तपत्रांचा प्रसार मोठ्या प्रमाणावर नसल्यामुळे, तसेच सरकार उलथून पाडण्याची त्यांची इच्छा नसल्यामुळे ती मोकळी ठेवण्यास प्रत्यवाय नाही.'[३९६] असे म्हणून हा आक्षेप खोडून काढला गेला. मार्च १८७८ मध्ये देशी भाषेतील वृत्तपत्रांचा कायदा पास झाला. या कायद्यान्वये आपल्याला 'हैड्राचा एका घावात शिरच्छेद करता येईल.'[३९७] कामकाजाचे स्थायी नियम बाजूला सारून भारतमंत्र्याच्या संमतीने विधानसभेच्या एकाच बैठकीत हा कायदा पास केला गेला. मुस्कटदाबी करणारा एक कडक कायदा पास करण्यासाठी एक प्रकारची लष्करी क्रांतीच अशा शब्दांत खुद्द लिटनने या प्रकाराचे वर्णन केले.[३९८]

प्रांतिक सरकारांच्या आगाऊ परवानगीने जिल्ह्यातील न्यायधीशांना आणि पोलीस कमिशनरांना, प्रकाशक किंवा मुद्रक योजनांकडून हमीपत्रके किंवा प्रांतिक सरकारांना योग्य वाटेल ती अनामत रक्कम मागणे किंवा तपासणीसाठी मुद्रिते याविषयीचे अधिकार दिले गेले. सरकारला आक्षेपार्ह असा काहीही मजकूर आढळल्यास गॅझेटमध्ये त्या अर्थाची उल्लंघन केल्याची सूचना सरकार प्रसिद्ध करील. या ताकिदीकडे दुर्लक्ष केल्यास त्या वृत्तपत्राची अनामत रक्कम यंत्रसामग्री आणि संबंधित वृत्तपत्राचे अंक जप्त केले जातील. या कायद्याखालील सगळी कार्यवाही अंतिम व निर्णायक स्वरूपाची होती. फक्त गव्हर्नर – जनरल व त्याचे सल्लागार मंडळ यांजकडे तीन महिन्यांच्या आत त्यासंबंधी अपील करता येत असे. या कायद्यातील मुद्रितांच्या तपासणीविषयीचे कलम [३९९] भारतमंत्र्यांना पसंत नसल्यामुळे सप्टेंबर १८७८ मध्ये ते रद्द करण्यासाठी एका वृत्तसंस्थेमध्ये आयुक्ताची नेमणूक करण्यात आली. परंतु ती अयशस्वी ठरली असे लिटनने मान्य केले.[४००]

देशी भाषातील वृत्तपत्रविषयक कायद्यात सुधारणा केल्यानंतरसुद्धा तो कायदा लोकशाही तत्त्वाचे उघडउघड उल्लंघन करणारा आणि घटनात्मक प्रथा डावलणारा होता. त्यावरून लिटनची हुकुमशाही मनोवृत्ती आणि हिंदुस्तानातील ब्रिटिश राजवटीच्या तत्त्वांविषयीची अर्धवट आस्था या गोष्टी दिसून आल्या. फक्त एकाच वृत्तपत्राचे प्रकाशन बंद झाले होते.[४०१] आणि फक्त एकाच वृत्तपत्राच्या संपादकाला या कायद्याच्या तरतुदीनुसार ताकीद द्यावी लागली होती.[४०२] यावरून हा कायदा यशस्वी प्रतिबंधक ठरला असल्याच्या मताला पुष्टी मिळते, असे व्हाइसरॉयला वाटले. 'हे बंगाली लोक किती भ्याड आहेत! आपल्या भेकडपणाची द्वाही फिरविण्यात त्यांना भूषण वाटते.'[४०३] परंतु हे म्हणणे म्हणजे काल्पनिक शत्रूला भिवविण्याने चढून जाण्यासारखे होते. कारण बंगालमधील प्रांतिक नियतकालिके वाचणाऱ्या वर्गापासून मुळी चिथावणीच्या कृत्यांचा धोका नव्हताच.

दक्षिण हिंदुस्तानाच्या रयतेची परिस्थिती बिकट झाली होती. चौकशीसाठी नेमलेल्या एका समितीने ही गोष्ट स्पष्टपणे निदर्शनास आणली होती.[४०४] या अहवालाला अनुसरून योग्य ती कारवाई व्हाइसरॉयने तत्काळ करावी अशी इंडिया ऑफिसने त्याला विनंती केली. 'कमिशनरांनी दृष्टोत्पत्तीस आणून दिलेल्या परिस्थितीमध्ये सुधारणा करण्याचा प्रयत्न केला नाही तर हिंदुस्तानातील ब्रिटिश शासनाला ते कायमचे लांछन ठरेल.'[४०५] कसणाऱ्या शेतकऱ्यांना कर्ज मिळवून देणाऱ्या सोयी करणारे कायदे व तरतुदी हिंदुस्तान सरकारने सुचवल्या व आणखी न्यायालयीन सुधारणांचीही तरतूद केली.[४०६] १८७९ च्या कायद्याने कर्जविषयक करारांची काळजीपूर्वक तपासणी

करण्यास आणि फक्त योग्य दराने व्याज आकारण्याची परवानगी देण्यास न्यायालयांना परवानगी मिळाली.[४०७] परंतु खेड्यातील जनतेच्या कष्टांवर शेतकीविषयक कायदे एवढा एकमेव उपाय फारच अपुरा होता. मुंबईचा गव्हर्नर सर रिचर्ड टेंपल याने आपल्या अहवालात 'जवळजवळ योजनाबद्ध चिथावणीकडे' नेणारा राजकीय असंतोष अस्तित्वात असून पुणे हे त्याचे केंद्र असल्याचे लिहिले होते.[४०८] चळवळ अस्तित्वात असल्याचे लिटनने मान्य केले. 'मुंबई इलाख्यात नेहमीच कोणत्यातरी प्रकारचे कट कोणत्या ना कोणत्या स्वरूपात धुमसत असतात. त्यामुळे या इलाख्याचा कारभार करणे फार कठीण पडते. चालू घटकेला बरेच धोकादायक कट तेथे शिजत आहेत, अशी मला भीती वाटते. आजकाल ज्या दरोडेखोरांची संख्या आणि धाष्टर्य वाढत चालले आहे ते दरोडेखोर शेतकऱ्यांपैकी नाहीत. पुणे आणि मुंबई येथील सुशिक्षित ब्राह्मणवर्गाचा त्यांच्याशी प्रत्यक्ष संबंध असल्याचा पुरावा आमच्यापाशी आहे.'[४०९] हा पुरावा जर न्यायालयात शाबीत झाला तर योग्य ती उपाय योजना करण्याची सूचना टेंपलला करण्यात आली.[४१०] मुंबई सरकार हे करू शकले नसते व जरी त्यांनी हे केले असते तरी एका महत्त्वाच्या प्रश्नाशी पोरखेळ करण्यासारखे झाले असते.[४११]

IV

या अकरा वर्षात भारतावर हुजूरपक्षाचा जो प्रभाव पडला तो म्हणजे मेयो, नॉर्थब्रुक, साल्सबरी आणि लिटन यांच्या प्रयत्नांचा संकलित परिणाम होय. मेयोने जरी लिबरलपक्षीय सरकारच्या हाताखाली काम केले तरी नवीन हुजूरपक्षीय धोरणाचे नीट आकलन करून घेऊन, त्याने ते अमलात आणले. ब्रिटिशांना भारतात वास्तव्य करण्याचा हक्क असला तरी भारताला कार्यक्षम शासन देणे हे त्यांचे कर्तव्य आहे, अशी त्याची धारणा होती. याउलट नॉर्थब्रुक जरी नावापुरता उदारमतवादी असला तरी भारताला आहे त्याच स्थितीत ठेवणे योग्य आहे, असे त्याचे मत होते. ही गोष्ट ग्लॅडस्टनच्या विचारसणीच्या उदारमतवादी मंडळींना संतापजनक वाटावयास हवी होती. नॉर्थब्रुकच्या व्हाइसरॉय म्हणून कारकिर्दीच्या मध्यावर पुन्हा अधिकारपदावर आलेल्या हुजूरपक्षीयांना ती आनंददायक वाटावयास हवी होती. परंतु नॉर्थब्रुकच्या मनाच्या व विचारसणीच्या आडमुठेपणामुळे साल्सबरीलासुद्धा उद्वेग आला. परिणामी, १९ व्या शतकात प्रथमच व्हाइसरॉयच्या निषेधाला न जुमानता भारतमंत्र्याने भारतीय राजनीतीची व शासनाची रूपरेषा आखून दिली. नॉर्थब्रुकनंतर साल्सबरीने लिटनला भारतात पाठवले. आता तरी हुजूरपक्षीय सरकारच्या दृष्टिकोनांशी पूर्णपणे सहमत असलेला व्हाइसरॉय आपल्याला मिळेल अशी त्याला आशा वाटत होती. परंतु लिटन फाजील उत्साही व बेपर्वा निघाला. लिटन म्हणजे नव्या हुजूरपक्षीय विचारसरणीचे

जवळजवळ विंडबनच होते. डिझरेलीच्या अफाट कल्पना अमलात आणण्याचा लिटनने फार गंभीरपणे प्रयत्न केल्यामुळे कदाचित असे झाले असेल. एकंदरीत लिटनने ज्यावेळेस राजीनामा दिला त्यावेळेपर्यंत ब्रिटिश हुजूरपक्षाच्या साम्राज्यवादी धोरणाचा संपूर्ण पट भारताला पाहावयास मिळाला होता.

अनेक वेळा हुद्यामुळे माणसाचे व्यक्तिमत्त्व घडते. सत्ता व जबाबदारी या गोष्टींमुळे व्यक्तिमधील अव्वल गुण व्यक्त होण्यास मदत होते. हिंदुस्तान ही आपली कर्मभूमी आणि यशोभूमी आहे, असे मेयोला नेहमी वाटत असे. 'अखेर मला हवे होते ते मिळाले' असे त्याने त्याला हिंदुस्तानातील नेमणूक दिल्यानंतर म्हटल्याचे नमूद केले आहे.[४१२] या तरूण आणि अप्रसिद्ध आयरिश शिलेदाराने सतत तीन वर्षे 'कोणाही माणसावर पडणे शक्य असेल तेवढी कठीण जबाबदारी'[४१३] अशा ताकदीने व धैर्याने पेलून दाखविली की, काही थोडे द्रष्टे लोक वगळता इतरांना अतिशय आश्चर्य वाटले.

साम्राज्यवाद हा हुजूरपक्षाचा एक भाग होऊ लागला होता, अशा वेळेस मेयो भारतात आला. साम्राज्यवादाविषयीच्या ह्या उत्साहात मेयो सहभागी होता. त्याने असे लिहिले की, 'यावच्चंद्रदिवाकरौ हिंदुस्तान आपल्या ताब्यात ठेवण्याचा आमचा निश्चय आहे. आमचा राष्ट्रीय प्रकृतिधर्म, आमचा व्यापार यांना त्याची आवश्यकता आहे. एवढेच नव्हे तर निरनिराळ्या मार्गांनी मिळून २५० दशलक्षांचे आमचे भांडवल या देशात गुंतलेले आहे.'[४१४] वर्णीय भिन्नत्वाची जाणीव हा आपल्या साम्राज्याचा पाया आहे, असेही त्याचे मत होते. आपल्या पंजाबच्या नायब राज्यपालाला त्याने आदेश दिलेला दिसतो की,[४१५] 'एका खालच्या दर्जाच्या वंशाचे शासन चालवण्याचे लोकोत्तर कार्य करणारे आपण ब्रिटिश सद्‌गृहस्थ आहोत, हे तुमच्या हाताखालील माणसांना नीट शिकवा.' मात्र याबरोबरच भारतात नव्या शक्ती निर्माण होत असल्याची जाणीव असण्याइतका धोरणीपणाही त्याच्याजवळ होता. 'आपली इच्छा असूनही कदाचित आपण रोधू शकणार नाही असे बदल आपणाभोवती घडत आहेत.'[४१६] त्याचे धोरण लवचीक होते. शिक्षणात प्रगती करावी आणि राज्यकारभाराच्या कामात भारतीयांना जास्त प्रमाणात सहभागी करून घ्यावे, ही गरज त्याने समजून घेतली होती. ज्या मध्यमवर्गाला शिक्षण घेणे परवडण्यासारखे होते, त्याच्यापेक्षा बहुजनसमाजाला शिक्षणाची संधी उपलब्ध करून देण्याचे सरकारचे धोरण असावे, अशी मेयोची इच्छा होती. गरिबांना शिक्षित करणे हे सरकारचे आद्य कर्तव्य होते. 'शिक्षण आपोआप खालपर्यंत झिरपत जाईल' हा सिद्धांत त्याला मान्य नव्हता. त्याचप्रमाणे सुशिक्षित भारतीयांमध्ये असंतोष वाढत होता, या घटनेने त्याचा पाय मागे ओढला गेला नाही.[४१७] हा असंतोष हा शिक्षणाचा परिणाम नसून बेकारीचा

परिणाम आहे अशा कल्पनेमुळे बेकारी दूर करण्याच्या दृष्टीने मेयोने एक पाऊल टाकले. सरकारच्या कायदा व न्यायखाते यांमधील सर्व जागांकरीता व पोलीसखात्यातील बव्हंशी सर्व जागांकरीता भारतीयांना पात्र ठरविण्याची त्याने तयारी दाखविली.[४१८] तरीही मेयोच्या दृष्टीने स्वयंशासित हिंदुस्तान ही दूरची भविष्यकालीन शक्यतादेखील नव्हती. राजकीय सूज्ञपणाच्या ह्या अभावामुळेच मेयो वेळोवेळी असे गृहीत धरून चालला असावा, की भारतात सर्व काही सुरळीत चाललेले आहे.

भारताला कार्यक्षम शासन मिळवून द्यावे, हे मेयोचे उद्दिष्ट होते. 'विजयाचे दिवस आता इतिहासजमा झाले आहेत आणि सुधारणेच्या युगाचा प्रारंभ झाला आहे.'[४१९] मेयोच्या सर्व व दुर्दमनीय शक्ती भारतीयांच्या सेवेच्या कार्यात रुजू झाल्या होत्या. 'आपल्या कर्तव्याची दिशा फार उघड आणि सरळ आहे. आपण तिच्यापासून कधीच ढळता कामा नये असे माझ्याप्रमाणेच आपलेही मत असेल, अशी मला खात्री आहे. काळ्या लोकांच्या हितासाठी आपण आपले सर्व सामर्थ्य जर वापरणार नसलो तर या देशात राहण्याचा आपल्याला काडीमात्र हक्क उरत नाही'[४२०] इंग्लंडच्या साम्राज्याचे भारताशी असलेले हे नाते बळकट करण्याचे उत्तम मार्ग म्हणजे शांतता राखणे, जनतेच्या मनातील अप्रीतीची भावना नाहीशी करणे आणि एकंदर भरभराट वाढवणे हे होते. हा उद्देश एकंदरीत फार मर्यादित असला तरीही हे कार्य निःसंशय उदात्त होते. शिवाय त्याचा हिंदुस्तानच्या तत्कालीन गरजेशी उत्तम रीतीने मेळ बसला. राजकीय जागृतीसुद्धा सामावली जाण्याइतकी क्षितिजे विस्तृत होण्यापूर्वीच शासनयंत्रणेचा भरभक्कम पाया घालणे आवश्यक होते आणि हेच करण्याचा मेयोने प्रयत्न केला. अखेरपर्यंत स्थानिक प्रतिकारामुळे त्याच्या मार्गात विघ्ने आली. आपल्या अखेरच्या पत्रात तो म्हणतो,[४२१] 'मी पुष्कळ राक्षसांना शरण आणले खरे, परंतु अडथळे आणि विलंब हे अनेक तोबांचे राक्षस सध्या त्रस्त करीत आहेत.' असे असले तरीही मेयोची कामगिरी लक्षणीय मानावयास हवी. वॉरन हेस्टिंग्ज, डलहौसी, कर्झन या महान राज्यकर्त्यांच्याच मालिकेत मेयोची गणना होते. आणि त्याला जर हिंदुस्तानातील आपली कारकीर्द संपूर्णपणे जगता आली असती, तर कदाचित त्याला या राज्यकर्त्यांमध्ये अग्रक्रम मिळाला असता.

माणसांना अंकित करण्याच्या मेयोच्या हातोटीविना मेयोने हाती घेतलेले कार्य कदाचित दुस्तर ठरले असते. भारतात येऊन गेलेल्या इंग्रजांपैकी काही असामान्य सामर्थ्याच्या व्यक्ती मेयोच्या सल्लागार मंडळात होत्या. तरीदेखील मेयोच्या बाजूला अल्पमत कधीच नव्हते. त्याला त्यांचा पाठिंबा मिळाला होता. मेयोच्या कारकिर्दीत सभेचे इतिवृत्त लिहिणे बव्हंशी बंदच झाले. इतिवृत्त म्हणजे केवळ 'आपल्या

सहकाऱ्यांवर केलेले कागदी वार' असे त्याला वाटत असे. 'कार्यकारी मंडळात आम्ही सर्वजण फार चांगले मित्र आहोत.' असे स्वतः व्हाइसरॉयने नमूद केले आहे.[४२२] जॉन स्ट्रॅची आणि फित्झजेम्स स्टीफन्स यांच्यासारख्या दोन स्वयंपूर्ण व्यक्तिवाद्यांचे प्रेम व कौतुक मेयोच्या वाट्याला आले होते. त्याचे व्यक्तिमत्त्व व सामर्थ्य यांच्या असामान्यत्वाचा याहून अधिक निर्णायक पुरावा दुसरा असू शकला नसता. मेयोविषयी आपल्याला व्यक्तिशः जगातील इतर कोणत्याही माणसापेक्षा नितांत आदर वाटतो, असे स्ट्रॅचीने लिहिले आहे. 'परमेश्वराने एक महान भारतीय अधिकारी होण्यासाठीच त्याला घडविले असावे. त्याची खानदानी वर्तणूक, असामान्य उदारमतवाद, त्याची अभिजात व दाक्षिण्ययुक्त चाल, त्याच्या मनमोकळ्या आणि सौम्य स्वभावात नेहमीच असणारा दयाळूपणा आणि निःस्वार्थीपणा या सर्व गुणांमुळे प्रत्येकाला त्याच्याविषयी अभिमान वाटेल व प्रत्येकजण त्याच्यावर प्रेम करील.'[४२३] स्टीफनने त्याचे मूल्यमापन पुढील शब्दात केलेले दिसते. 'माझ्या सुदैवाने, भारतात आणि ब्रिटनमध्ये, ज्या अनेक सार्वजनिक महत्त्वाच्या अनेक व्यक्तींना निरनिराळ्या नात्यांनी भेटण्याचा मला योग आला, त्यांपैकी इतक्या अंतःकरणपूर्वक प्रेमाने व आदराने ज्याच्याशी वागावे असा माझ्या मनाचा कल झाला, असा मेयोखेरीज कोणीही नाही.'[४२४]

स्ट्रॅची व स्टीफन हे नावापुरते जरी लिबरलपक्षीय होते तरी मेयोने समोर ठेवलेल्या उद्दिष्टांना त्यांनी संपूर्ण पाठिंबा दिला. समर्थ सरकार निर्माण करणे, पालकत्वाने राज्यकारभार चालवणे, कायद्याचे राज्य करणे, त्याचबरोबर स्वायत्त कारभाराच्या दिशेने पावले टाकण्याचा देखावासुद्धा न करणे, ही ती उद्दिष्टे होत. आपल्या हुजूरपक्षीय मतप्रणालीच्या विचारी परिशीलनातून व्हाइसरॉयची मते तयार झाली होती. तर स्ट्रॅची आणि स्टीफन यांच्यावर भारतीय परिस्थितीचा प्रभाव पडला होता. हिंदुस्तानातील ब्रिटिश सत्ता ही सामर्थ्य व न्याय या दोन गोष्टींवर आधारलेली होती. एका विजयामुळे ब्रिटिशांना भारतात सध्याचे स्थान प्राप्त झाले होते व युरोपियन संस्कृतीची मूलतत्त्वे भारतात रूजविणे, हे त्यांचे प्रमुख कार्य होते. आर्थिक परिस्थिती व सरकारची सोय या दोन दृष्टींनी सुशिक्षित भारतीयांना सरकारी नोकऱ्या देणे जरी आवश्यक असले तरी त्यातून पुढेमागे कोणत्याही प्रकारच्या प्रातिनिधिक सरकारची स्थापना होण्याची शक्यता मुळीच नव्हती. लांबच्या भविष्यकाळात भारतीय लोक सत्ता आपल्या हातात घेण्याचा प्रयत्न करतील ही शक्यता होती, परंतु जर ब्रिटिशांनी आपल्या हातातील 'सत्तेचा बारीक धागा सोडला नाही' आणि ते खंबीर व निश्चयी राहिले तर चालू परिस्थितीच अनिश्चित काळपर्यंत चालू न राहण्याला कोणतेच कारण नव्हते. ही गोष्ट

निश्चितपणे साध्य करण्याच्या दृष्टीने मेयोने योजलेले उपाय त्यांना सर्वोत्तम वाटत होते.[४२५] इंग्लंडला परत गेल्यानंतर स्टीफनने असे लिहिलेले आहे की, 'भारतात आपल्याला खरे शासन पाहावयास मिळते. आपल्या देशात विस्कळीत अराजक दिसून येते. आणि तेसुद्धा वेगाने आपला मुखवटा टाकून देत आहे.'[४२६] याहून अधिक हुजूर कार्यकर्ते किंवा परिणामकारक प्रचारक मिळवण्याची आकांक्षा कोणत्याच व्हाइसरॉयला बाळगता आली नसती. असे पाठीराखे मिळाले हे मेयोचे सुदैव तर खरेच; परंतु त्यांचे गुण योजकतेने योग्य कार्यात त्याने वापरले हेच, मेयोच्या गुणवत्तेचे मूल्यमापन होय.

तारुण्यसुलभ उत्साहाने मेयो आपल्या कार्यात रस घेत असे. अधिकारपदावर आल्यानंतर काही महिन्यांनी त्यानी डिझरेलीला असे लिहिले की,[४२७] 'येथे कामाचा बोजा फार मोठा आहे. प्रत्येक बाब व्हाइसरॉयपर्यंत आणली जाते. हे प्रश्न किती मोठे असतात. ते पाहून तर तुम्ही निश्चित आश्चर्यचकित व्हाल. मला असे वाटते की, अजूनपर्यंत तरी मी चूक केलेली नाही आणि केली असेल तर निदान ती उघडकीस आलेली नाही.' त्या वर्षाच्या उत्तरार्धात त्याने असे उद्गार काढले की, 'येथील आयुष्य, विविध प्रश्न आणि महान सत्ता या सगळ्या गोष्टी मला आवडतात. परंतु काही वेळा कामाचा बोजा फार असतो. तसेच प्रसंगी त्यामुळे निर्माण होणारी चिंताही फार मोठी असते.'[४२८] या उत्साहामुळे मेयो अतिशय कसून काम करीत असे. दिवसाचे १२ तास व तेही दररोज, तो काम करीत असे. त्याच्या मते, भारतात प्रत्येक गोष्टीची धुरा व्हाइसरॉयच्या खांद्यावर असते.[४२९] हिंदुस्तान सरकारच्या सर्वच महत्त्वाच्या निर्णयांमध्ये मेयोचे मत प्रभावी असल्याचे दिसून येते. ब्रिटिश सरकारला किंवा हिंदुस्तानातील प्रांतिक सरकारांना पाठविण्याचा प्रत्येक खलिता किंवा पत्र यांचा तो फेरविचार करीत असे, कधीकधी पुन्हा लिहूनही काढीत असे. परराष्ट्रखाते तर त्याने आपल्या ताब्यात घेतलेच परंतु सार्वजनिक कामाचे खातेसुद्धा तो सांभाळू लागला. कारण त्याकाळी त्या खात्याला फार महत्त्व होते. स्वतंत्र शेतकी खात्याची स्थापना करण्यात आली. भारतीय अर्थकारणाच्या ह्या प्रमुख आणि महत्त्वाच्या विभागाचा कारभार नीटपणे सांभाळला जावा, हा त्यामागील उद्देश होता. फक्त सार्वजनिक खात्याचा कारभार सांभाळण्यासाठी एखाद्या विधि सदस्याची नेमणूक केल्यास आपण या शेतकी खात्याचा कारभार सांभाळू, असे मेयोने सुचविले.[४३०] इतकेच नव्हे तर हिंदुस्तानच्या सर्व भागातील कारभाराच्या तपशिलात मेयो जातीने लक्ष घालीत असे. निम्नश्रेणीय प्रांतिक अधिकाऱ्यांना सुद्धा स्वतःचे पाहुणे म्हणून बोलावून त्यांच्या कामाची ओळख करून घेत असे. तसेच आपल्या शासनाखालील प्रदेशातील जनता व परिस्थिती या दोन्हीचे प्रत्यक्ष अवलोकन करावे यासाठी लांबलांबचे दौरे काढीत असे. या सर्व गोष्टींचा

परिणाम असा झाला की, बहुसंख्य ब्रिटिश मुलकी अधिकाऱ्यांनी आपल्या संबंध आयुष्यात जेवढा हिंदुस्तान पाहिला नसेल, त्याहून जास्त मेयोने आपल्या तीन वर्षांच्या कारकिर्दीत पाहिला होता व त्या शतकातील दुसऱ्या कोणत्याही व्हाइसरॉयपेक्षा हिंदुस्तानच्या विविध समस्यांविषयी मेयोला जास्त ज्ञान होते. मध्यवर्ती सरकारकडे अन्याय्य दाव्याची चौकशी झाली पाहिजे, अशी सूचना त्याने गृहखात्याला दिली. तसेच हिंदुस्तानातील कोठल्याही अधिकाऱ्यापाशी परस्पर संपर्क साधण्याचा हक्क स्वतःकडे राखून ठेवला.[४३१] 'भारत आपल्या हातून गमावण्याचीच जर इंग्लंडची इच्छा असेल, तर ते करण्याचा सर्वात उत्तम मार्ग म्हणजे संघराज्याची घटना येथे निर्माण करणे हा होय,' असे मेयोने लिहिलेले आढळते.[४३२] शासनाच्या सर्व समस्यांमध्ये तत्परतेने लक्ष पुरविण्याच्या त्याच्या या स्वभावामुळेच त्याचा मृत्यू ओढवला.

मेयोच्या ठिकाणी असणारा उत्साह आणि अभिनिवेश नॉर्थब्रुकमध्ये नव्हता. तो थोडा अलिप्त होता. त्याच्या व्यक्तिमत्त्वाचा अंदाज लागत नसे.[४३३] सुशिक्षित भारतीयांमध्ये [४३४] तो अप्रिय नव्हता याचे कारण नॉर्थब्रुकने त्यांचे स्वातंत्र्य अबाधित ठेवले याविषयीची कृतज्ञता हे असेल. हिंदुस्तानातील तत्कालीन परिस्थितीविषयी त्याचे मत असे होते की, भारताला थोड्या विश्रामाची आवश्यकता आहे. भारतीय लोकमताचा सर्वात जास्त अंदाज असलेला मुलकी अधिकारी आणि गुप्तहेर खात्याचा प्रमुख या दोन व्यक्तिंकडून या मताला दुजोरा मिळाला, ही आश्चर्याची गोष्ट आहे. त्या काळीही हिंदुस्तान सरकारचा एक उच्च अधिकारी असलेला ॲलन ह्यूम याने इ. स. १८७२ मध्ये अशी तक्रार मांडली की, सर्व दिशांनी प्रगती होत असल्याचा देखावा निर्माण करण्याचा आग्रह ब्रिटिशांनी धरलेला होता. प्रत्यक्षात लोकांच्या परिस्थितीत होणाऱ्या सुधारणांच्या मानाने फार जास्त प्रगती दाखविली होती. आपल्या संगिनींच्या आणि तोफखान्याच्या बळावर इंग्रज या देशावर राज्य करीत होते; येथे कायदे करीत होते; लोकमताकडे जाणूनबुजून दुर्लक्ष करीत होते. याचा परिणाम सार्वत्रिक असंतोष निर्माण होण्यात झाला. हिंदुस्तानातील ब्रिटिश साम्राज्याचे भवितव्य दोलायमान होते. त्यांच्या राज्याचा गाडा एका चाकाखाली एखादाच लहान दगड येऊनसुद्धा उलटला असता. 'आपण अतिशय झपाट्याने एकामागून एक स्थित्यंतरे घडवून आणीत आहोत. जो विकास पचनी पडण्यास युगांचा कालावधी लागतो, तो विकास फक्त एका पिढीमध्ये घडवून आणण्याचा आमचा प्रयत्न आहे. थोडेसेच परंतु उत्तम कार्य करून आमचे समाधान होत नाही. आपण टाकीत असलेल्या प्रत्येक पावलाला लोकमताच्या पाठिंब्याचा आधार आम्ही शोधतो. परंतु आपण हे वाळूत किल्ले बांधीत आहोत. ते फार जोरात कोसळतील' ॲलन ह्यूमचे असे मत असल्यामुळे त्याने नॉर्थब्रुकला

नव्या सुधारणा शक्यतोवर टाळण्याचा सल्ला दिला. 'युरोपातील सिद्धांतांच्या आधारावर येथील करविषयक धोरण आखण्याऐवजी कर देणाऱ्यांच्या इच्छा व पूर्वग्रह या गोष्टी विचारात घेऊन कराबाबतचे धोरण ठरवावे.'[४३५]

एकंदरीत लोकमत अजमावण्यासाठी माहिती गोळा करण्याच्या कामावर असलेल्या अधिकाऱ्यानेसुद्धा, जरा संयमपूर्ण भाषेत हेच मत व्यक्त केले. ज्या हिंदूंचे स्वातंत्र्य अबाधित ठेवल्याने ते पूर्वी समाधानात होते, त्यांच्या मनात आता ब्रिटिशांविषयी नाराजी आणि अविश्वास निर्माण झाला असावा, याविषयी त्याची खात्री झाली होती. ते स्वाभाविकही होते. कारण नाना प्रकारचे इतके फेरफार घडताना दिसत होते की, प्रत्यक्ष काय घडत आहे व काय घडण्याची शक्यता आहे याविषयी जनतेला अंदाज येत नव्हता. मात्र जे काही घडेल त्यापायी आपल्याला आर्थिक तोशीस पडणार आहे, हे त्यांना माहीत होते. 'थोडक्यात सांगायचे तर एतद्देशीयांना असे वाटत आहे की, संस्कृतीच्या पुढच्या पायरीवर आपल्याला घाईघाईने ढकलले जात आहे. त्यापेक्षा केवळ स्थिरस्थावर व्हावे एवढीच त्यांची इच्छा आहे.' भारतीयांना बदल रूचत नाही. १८५७ पासून नवीन कायदे, नवीन कर, नवीन संस्था निर्माण झाल्यामुळे संबंध देशाची स्थिती उलटीपालटी झाली आहे, अशी त्यांची तक्रार होती.[४३६]

नॉर्थब्रुकच्या शांततेच्या धोरणामुळे जनते मधील तणाव कमी झाला यात शंकाच नाही. 'चपाती'च्या प्रसाराविषयीच्या अफवा निराधार असल्याचे चौकशीअंती आढळून आले.[४३७] एवढेच नव्हे तर मुसलमान जनतेमध्ये अशांतता दिसून येत नव्हती; किंवा लक्ष वेधण्याजोगी नवी वहाबी चळवळही आढळून येत नव्हती. १८७४ मध्ये मुंबईत झालेला दंगा ही एक एकाकी घटना होती. कुका चळवळ घसरणीला लागली. १८७५ साली झालेल्या कुका सभा व चिथावणी देणारी भाषणे[४३८] हा म्हणजे दिवा विझण्यापूर्वी मोठा होतो त्यातला प्रकार होता. १८७३ व १८७५ मध्ये पूर्व बंगालच्या काही जिल्ह्यात दिसून आलेली शेतकऱ्यांमधील अशांती वाढली नाही. कोठेही उद्रेक झाला नाही.[४३९] तरीही या काळात साशंक दक्षता बाळगण्याच्या ताणाचा परिणाम म्हणून नेहमीचा नियमित कारभार दुर्बल झाला होता. नवीन बदल करण्याचा विचारही न करणे समर्थनीय असले तरीही त्यामुळे सर्वसामान्य शासनयंत्रणा कोलमडू देण्याचे कारण नव्हते. नॉर्थब्रुक भयापोटी जवळजवळ निष्क्रिय झाला. 'पालमाल गॅझेट' मध्ये काही काळाने टोपण नावाखाली प्रसिद्ध झालेल्या त्याच्या एका पत्रात, आपल्या कार्याचे त्याचे आकलन नमूद केले गेले आहे.

'खरोखर हिंदुस्तान सरकार म्हणजे काय आहे? संबंध जगातील सर्वात कठीण

शासनात गुंतलेले मूठभर इंग्रज जे योग्य तेच करावयाचे एवढ्या एकाच उद्देशाने प्रेरित होऊ शकतात. ब्रिटिशांच्या संपत्तीचे रक्षण करणे आणि तिची प्रतिष्ठा राखणे हे ज्यांचे कार्य आहे; ज्यांच्या प्रत्येक कृतीकडे कर्तृत्ववान व एतद्देशीय लोक असूयेने पाहतात; ज्यांच्या मनातील भावना व आकांक्षा ब्रिटिश साम्राज्याला प्रतिकूल आहेत ते, एकतर ब्रिटिश साम्राज्य उलथून टाकण्याची खरोखरची इच्छा किंवा आपले स्वतंत्रपण लोकांच्या मनावर ठसवण्याची इच्छा या दोन कारणांमुळे आपल्या इंग्रजी शिक्षणाचा उपयोग सतत आपल्या राज्यकर्त्यांच्या कृतीविरुद्ध स्वच्छंदपणे मतप्रदर्शन करण्याकडे करतात.'[४४०]

'आत्मविश्वासाचा अभाव व वेढून टाकले गेल्याची भावना यांमुळे कसलाही बाऊ करण्याची वृत्ती वाढून अनेक वेळा अगदी साध्या दैनंदिन बाबींची गुंतागुंत वाढत असे किंवा सगळाच मामला बिघडून जात असे. याउलट बडोदा प्रकरणासारख्या महत्त्वाच्या बाबी व्हाइसरॉयच्या आवाक्या बाहेरच्या होत्या. 'सर्वोत्तम, लायक, दयाळू, कामकाजाच्या बाबतीत नावडण्यासारखा, कष्टाळू, सद्‌विवेकबुद्धीला जागणारा, कोत्या मनाचा, कमकुवत असा कुठल्याही उच्च अधिकारपदावर मला भेटलेला एकमेव मनुष्य' अशा शब्दांत ह्यूमने नॉर्थब्रुकचे जे वर्णन केले आहे. ते बऱ्याच अंशी यथातथ्य आहे. [४४१]

नॉर्थब्रुक आणि त्याचा वारसदार यांच्यातील विरोध लक्षात येण्याजोगा होता. लिटन हा संतापी, उत्साही, तसेच चतुर व स्वभावात एक खोडकर झाक असलेला असा होता. तो थोडा विकारवश, अविवेकी आणि धोपटमार्गी असला तरीही जॉन मोर्ले किंवा विलफ्रिड ब्लंट यांच्यासारखा सर्वस्वी निराळ्या राजकीय विचारसरणी असलेल्या व्यक्तींमध्ये आत्यंतिक भक्ती निर्माण करण्याची त्याच्या अंगी शक्ती होती. अगदी टाइम्सचा संपादक डलेन हा सुद्धा लिटनच्या बाजूचा झाला. लिटन भारताकडे निघाला, त्यावेळेस त्याने लिटनला असे आश्वासन दिले की, 'तुमच्या गव्हर्नर - जनरल पदाच्या कारकिर्दीत जेव्हा तुमच्या धोरणाचे समर्थन करण्याचा प्रसंग येईल, तेव्हा जे महत्त्वाचे निर्णायक मत असते तेच मिळविण्यात मला विशेष आनंद होईल.'[४४२]

लिटनची सर्वांना प्रसन्न करण्याची शक्ती ही त्याच्या पाऱ्यासारख्या चपल मनोवृत्तीची परिणती होती. भारतात झालेल्या सगळ्या व्हाइसरॉयांमध्ये लिटन हा एकच बुद्धिवादी व्हाइसरॉय होता. ग्रँट डफ याच्या मते, वॉरन हेस्टिंग्जच्या नंतर झालेल्या सर्व गव्हर्नर जनरलांमध्ये लिटनच सर्वात जास्त कर्तृत्ववान होता.[४४३] लिटनविषयी आधीपासूनच अनुकूल ग्रह नसतानासुद्धा नॉर्थब्रुकला भारतात लिटनची भेट झाल्यानंतर लवकरच असे वाटले की, लिटन हुशार आणि कर्तबगार आहे.[४४४] तसेच लिटन मुळीच

आळशी नव्हता. 'लिटन हा गांभीर्याचा अभाव असलेला एक ऐदी तरूण आहे' असे त्याच्याविषयीचे सर्वसामान्य मत आढळून येते. कारण स्त्रियांशी मैत्री, अतिरिक्त मद्यपानाविषयीची ख्याती, तसेच विधानसभेत धूम्रपान करणे हा त्या काळी गंभीर मानला गेलेला गुन्हा करणे, या गोष्टींमुळे त्याच्याविषयी असे मत झालेले दिसते. परंतु वस्तुतः लिटनच्या हिंदुस्तानातील जीवनक्रमात करमणुकीला फार गौण स्थान होते. 'सकाळ, दुपार, रात्र असे तिन्हीत्रिकाळ, अव्याहत मी लिखाण करतो. तरीही मी माझ्या कामाला जेमतेमच पुरा पडू शकतो.'[४४५]

लिटनप्रमाणे आपले धोरण सर्वस्वी स्वतःच ठरविणारा अन्य व्हाइसरॉय एखादाच झाला असेल. त्यामुळे त्याच्या कार्यकारी मंडळातील सर्वात कर्तृत्ववान सदस्य सर जॉन स्ट्रॅची लिटनला नेहमी जोरदार आणि संपूर्ण पाठिंबा देत असे. इतर काही सदस्यांच्यात प्रसंगी मतभेद होत असे. आणि ते आपल्या मतभेदांची नोंदही करीत. तथापि, लिटन त्यांची उपेक्षा करू शकत असे. त्याच्या कारभारावर लंडनहूनसुद्धा फार मर्यादा घातल्या जात नसत. अंतर्गत कारभार आणि परराष्ट्रधोरण या दोन्ही बाबतीत साल्सबरीचा त्याला पाठिंबा असे. अनेक बाबतीतील लिटनचा उतावळेपणा लक्षात आल्याने कालांतराने साल्सबरीला जेव्हा काळजी वाटू लागली, तेव्हापर्यंत भारतमंत्रीपदावर साल्सबरीच्या जागी क्रॅनब्रुक आलेला होता. हिंदुस्तानाच्या कारभारावर क्रॅनब्रुकचा जवळजवळ काहीच प्रभाव पडला नाही. फक्त ज्या ज्या वेळेस इंडिया कौन्सिल आपल्या कृतींवर टीका करील, त्या त्या वेळेस कौन्सिलचा निर्णय धाब्यावर बसविणे, एवढ्या एकाच बाबतीत क्रॅनब्रुकचा खंबीरपणा दिसून येतो. एकंदरीत लिटनला त्याच्या कार्यकारी मंडळातील 'सहा मध्यम कुवतीच्या माणसांची '[४४६] किंवा भारतमंत्र्याच्या सल्लागारांच्या 'संयुक्त मूर्खपणाची'[४४७] कधीच पर्वा करावी लागली नाही. आपले म्हणणे खरे करणे त्याच्या इतके अंगवळणी पडले होते की, स्वतःला पार्लमेंटचा काहीही अनुभव नसतानाही, पार्लमेंटचे सदस्य हिंदुस्तानातील घडामोडींमध्ये जो काही थोडा रस घेत होते, तेही त्याला आवडले नाही.

'भारतमंत्री हा बफर, म्हणजे आघात पचविणारा तटस्थ आहे, असे मला नेहमी वाटत आलेले आहे. तो नसता तर हिंदुस्तानातील एकतंत्री राज्यपद्धती आणि इंग्लंडमधील लोकशाही यांच्यात सतत संघर्ष झाले असते. तुमच्याकडून मिळणाऱ्या धोक्याच्या इशाऱ्याकडे माझे सदोदित लक्ष राहील. त्याचवेळी थोड्याशा धाष्टर्याने मला असे म्हणावेसे वाटते की, भारतावर आपला ताबा असल्याचे आपल्याला जे अनेक फायदे अजाणता झालेले आहेत, त्यापैकी एक फायदा असा की, इथल्या राज्यकारभारामुळे उदारमतवाद्यांच्या शासनाच्या क्षेत्रातील कित्येक चुकीच्या

समजुतींचे प्रत्यक्ष खंडन करण्याची आपल्याला संधी मिळत आहे. मला असे खात्रीपूर्वक वाटते की, इंग्लंडमधील आपला पक्ष किंवा संसदीय सरकार यांच्या गरजांची गैरवाजवी प्रमाणात दखल घेऊन या देशाचा कारभार करण्याचा प्रयत्न आपण केला तर आपल्या हिंदुस्तानच्या कायमच्या मालकीला ते घातक ठरेल.'[४४८]

एकंदरीत पाहता लिटनसारख्या कर्तबगार आणि महत्त्वाकांक्षी व्यक्तीला व्हाइसरॉयपद म्हणजे एक संधी होती. परंतु सामंजस्य आणि द्रष्टेपणा या दोहोंच्या अभावामुळे तो अयशस्वी ठरला. त्याची हुशारी पृष्ठभागापलीकडे पोहोचू शकली नाही. हिंदुस्तानच्या समस्यांचा जसा त्याने कधी गंभीरपणे विचारच केलेला नव्हता, तसेच ब्रिटनच्या हिंदुस्तानातील भूमिकेविषयीही त्याने विशेष विचारपूर्वक मत बनविलेले नव्हते. ब्रिटन ही एक साम्राज्यवादी सत्ता होती. आणि लिटनपुरता तरी त्याला अधिक काही अर्थ नव्हता. त्याच्या मते हिंदुस्तान सरकार एकतंत्री राज्यपद्धतीने, ब्रिटिश जनतेचे आणि विशेषे करून हुजूरपक्षाचे हितसंबंध जपून, चालवावयास हवे होते. हिंदुस्तानातील एका ब्रिटिश मुलकी अधिकाऱ्याने असे लिहून ठेवलेले आढळते की आपल्या कार्यकारी मंडळाची मुळीच दखल न घेता, ब्रिटनमधील आपल्या पक्षाचा एक सेवक एवढ्याच नात्याने संपूर्ण कारकीर्दभर वागणारा 'लिटन हा पहिलाच असा व्हाइसरॉय आहे व त्यामुळे व्हाइसरॉयपद त्याने अस्थिर व ब्रिटनमधील मंत्रिमंडळाच्या यशापयशावर अवलंबून ठेवले.'[४४९] १८८० च्या निवडणुकांमध्ये हुजूरपक्षाचा पराभव झाल्यानंतर आपोआपच लिटनने राजीनामा दिला. त्यावेळी त्याच्या अगदी मोजक्या निकटवर्ती मित्रांखेरीज हिंदुस्तानातील इतर ब्रिटिश लोकांनासुद्धा फारसे वाईट वाटले नाही.

लिटनची खरोखरीच उल्लेखनीय कामगिरी फार थोडी आहे. जित लोकांकडे पाहण्याचा अधिकृत दृष्टिकोन किंवा मुलकी नोकऱ्यांमध्ये भारतीयांची नेमणूक इत्यादी बाबतीत त्याला चांगली उपजत जाणीव होती. त्याचा दुष्काळी परिस्थितीचा कारभार फार कार्यक्षम होता. व्हाइसरॉयपदाच्या त्याच्या कारकिर्दीतील शेवटच्या वर्षाच्या अंदाजपत्रकातील एकंदर चूक सुद्धा फार मोठी नव्हती. तरीही एकंदरीत लिटनचे अंतर्गत धोरण असंबद्ध होते. भव्य समारंभ आणि प्रतीके यांवर त्याचा फार विश्वास होता. ज्यावेळी वस्तुतः मुंबई व पश्चिम महाराष्ट्र हे प्रांत राजकीयदृष्ट्या अधिक संवेदनाक्षम होते, त्यावेळी त्याने बंगालमधील मध्यमवर्गाला दहशत घालण्याचा प्रयत्न केला व संरजामी राजांचा दर्जा उंचावला.

इतक्यावरच भागले असते तरी लिटनच्या हिंदुस्तानातील कारकिर्दीवर ठपका आला नसता. परंतु त्याच्या परराष्ट्र धोरणातील साहसीपणामुळे व्हाइसरॉयपदाची

राखरांगोळी झाली. 'उत्तर ब्रह्मदेशाचा बराचसा भाग खालसा करण्यासाठी योग्य संधी व खरोखरीची समपर्क सबब मिळाली तर मला इतर अनेक गोष्टीपेक्षा जास्त आनंद होईल. परंतु या खाजगी कबुलीने तुम्हाला धक्का बसेल की काय याचा मला अंदाज येत नाही.'[४५०] तथापि, आपल्या उत्साहाला त्याने आवर घातला कारण ब्रिटिश सरकारकडून त्याला या बाबतीत प्रोत्साहन मिळाले नाही. शिवाय त्यावेळी त्याच्यावर अफगाणिस्तानातील आगेकूच धोरणाबद्दल टीका होत होती.[४५१] त्याचे वर्तन त्याबाबतीत बेलगाम झालेले होते.

अफगाणिस्तानबाबत डिझरेली सरकारचे धोरण फक्त माहिती मिळविणे व थोडेसे वर्चस्व ठेवणे एवढेच होते. 'ऑकलंड याच्या धोरणाशी जराही साधर्म्य असलेल्या धोरणाविषयी मी इतर कोणाही माणसाइतकीच तीव्र नापसंती व्यक्त करीन. परंतु मला अशी आशा आहे की, त्या देशाच्या स्वातंत्र्याला धक्का पोहोचेल असे कोणतेही उपाय हाती घेऊन, तुमच्यावर परराष्ट्रधोरण न लादता तुम्हाला परराष्ट्रधोरणाच्या बाबतीत तुमचा आपुलकीचा सल्ला मिळविणे, हे साधण्याइतपत लवचिक धोरण लिटन अंगीकारील,'[४५२] असे साल्सबरीने लिटनच्या प्रयाणाच्या वेळी प्रधानमंत्र्यांना लिहिलेले आढळते. अफगाण जनतेला शत्रू बनविण्यापेक्षाही अहितकारक काही असेल तर ते म्हणजे तिला आपले प्रजाजन करणे, या ग्लॅडस्टनच्या निष्कर्षाशी साल्सबरी सहमत झाला असता.[४५३] परंतु लिटनला हे धोरण फारच मवाळपणाचे वाटत होते. भारतात आपल्याबरोबर त्याच्या 'दिखाऊ व नाटकी महत्त्वाकांक्षेने'[४५४] त्याचा ताबा घेतला व परिणामी हिंदुस्तान सरकारने अरेरावीचे धोरण स्वीकारले. गंडमकच्या तहामुळे ते समर्थनीय आहे असे काही काळ वाटले. परंतु लवकरच ब्रिटिश सैन्याने अफगाणिस्तानात प्रवेश केला, तो केवळ सूडभावनेनेच. त्यामागे कोणताही राजकीय हेतू नव्हता. यश मिळते तर लिटनचे धोरण निर्दोष ठरविता आले असते. परंतु तसे घडले नाही. त्यात विशेष नवलही नाही. स्वसंरक्षणार्थ ढाल न घेताच तो तलवारीने युद्ध करावयास निघाला होता. या चुकीची किंमत त्याला मोजावी लागली.

❑

प्रकरण तिसरे

उदारमतवादी प्रयोग
रिपन न डफरिन

I

इ. स. १८८० च्या निवडणुकांनंतर ज्यावेळी ग्लॅडस्टन पुन्हा अधिकारारूढ झाला, त्यावेळी हिंदुस्तानच्या व्हाइसरॉयच्या नेमणुकीच्या प्रश्नाकडे त्याने विशेष लक्ष पुरविले. ग्लॅडस्टनला ज्या जागांसाठी उमेदवारांची शिफारस करावयाची होती, अशा ब्रिटनमधील दोन अधिकाराच्या जागा वगळता इतर कोणत्याही पदापेक्षा अधिक महत्त्वाच्या अशा हिंदुस्तानच्या व्हाइसरॉयपदाचा स्वीकार करण्याची त्याने किंबर्ले यास विनंती केली. 'केवळ तुमच्या महत्त्वाकांक्षेला आवाहन करावे असा माझा उद्देश नाही. परंतु मला खरोखर असे वाटते की, व्हाइसरॉयपदाच्या कोणत्याही जमान्यात ते पद जे यश देऊ शकते ते देण्याची अशी अपूर्व संधी कधीही आली नव्हती.[१] लिबरल पक्ष व व्यक्तिशः ग्लॅडस्टन हे ज्या तत्त्वांसाठी कार्यान्वित झाले होते, त्यांची अंमलबजावणी करण्याची व लिटनच्या कारकिर्दीमुळे लागलेले कलंक धुवून काढण्याची ही एक अपूर्व संधी आहे, अशी पंतप्रधानांची धारणा होती. परंतु किंबर्लेने व्हाइसरॉयपदाचा स्वीकार केला नाही. त्यामुळे गोशेन याचे मन वळविण्याचा ग्लॅडस्टनने प्रयत्न केला. त्यानेही जेव्हा नकार दिला तेव्हा ते पद रिपनला देण्यात आले.२ आपल्याला अधिक योग्य वाटणारा उमेदवार मिळू न शकल्याने रिपनची निवड ग्लॅडस्टनला करावी लागली. परंतु ही निवड करताना रिपनचे कर्तृत्व व कल यांचा विचार त्याच्या मनात नव्हता; तर मंत्रिमंडळावरील रिपनचा हक्क आपोआपच डावलला जावा तसेच लिबरल पक्षांतर्गत आश्वासनांची आपली बांधिलकी पार पाडावी या विचाराने मुख्यत्वेकरून ही निवड केली गेली होती. मात्र ग्लॅडस्टनला या निर्णयाबद्दल पुढे केव्हाही पश्चात्ताप करण्याची वेळ आली नाही. आपल्या नेत्याच्या ठायी असलेले स्फूर्तिशाली, प्रभावी व्यक्तित्व रिपनजवळ नव्हते, परंतु त्याच्या आशा आकांक्षा व ध्येयवाद यास तो सहमत होता. हिंदुस्थानात त्यांची अंमलबजावणी करण्याचे त्याने मनापासून प्रयत्न केले. त्याच्या जमेला तात्कालिक कामगिरी व यश थोडेच दिसते. परंतु भारतीय मनावरील त्याच्या कारकिर्दीचा ठसा खोल व दूरगामी होता. रिपनमुळेच ब्रिटिश अमलाखालील हिंदुस्तानच्या राजकीय पटावर ग्लॅडस्टनप्रणीत उदारमतवादाला कायमचे स्थान प्राप्त झाले.

रिपनच्या धोरणाची वास्तविक मूल्ये काहीही असोत, परंतु त्यांच्या अंमलबजावणीच्या त्याच्या पद्धतीमुळे हिंदुस्तानात तणाव निर्माण झाला हे ब्रिटनमधील हुजूरपक्षीयांना, तसेच उदारमतवाद्यांना एकमताने मान्य होते. १८५७ च्या बंडाच्या आठवणी लोकांच्या मनात अजून जाग्या होत्या. ब्रिटिश राजवटीचे स्थैर्य किती वरवरचे आहे ह्याची त्या जाणीव देत होत्या. अशा परिस्थितीत संपुष्टतेच्या ग्लानीतच जनतेला सतत ठेवावे हे धोरण हेच ब्रिटिश राजनीतीचे गृहीततत्त्व होते. परंतु रिपनच्या कारकिर्दीत ज्वालामुखी पुन्हा जागृत होऊ लागला होता. त्यामुळे त्यानंतर भारतीय जनतेच्या सार्वजनिक जीवनाला स्थैर्य प्राप्त करून देणाऱ्या शांततेच्या काळाची आवश्यकता होती. हे कार्य करण्यास स्पेन्सरला विशेष गम्य नसल्यामुळे[३] त्याच्यानंतरच्या उमेदवाराची निवड जवळजवळ एकमुखी झाली. हिंदुस्तानच्या व्हाइसरॉयपदाइतके उच्च व अधिकारपूर्ण पद उपशामक म्हणून वापरण्यास डफरिन हाच सर्वात अधिक लायक होता. त्याच्या व्यक्तिमत्त्वामध्ये ऐदीपणा हा सद्‌गुण व परिस्थिती हाताळण्याची हातोटी ही राजनीती बनली होती.

भारताचा व्हाइसरॉय व्हावे ही डफरिनची फार पुरातन महत्त्वाकांक्षा होती. १८५३ साली आरगिलने त्याला लिहिले होते की, 'हिंदुस्तानातील नेमणुकीच्या बाबतीत फक्त लॉरेन्सच तुमचा स्पर्धक आहे.'[४] १८७२ साली आपल्या नेमणुकीचा विचार व्हावा अशी डफरिनची इच्छा होती.[५] १८८० मध्ये त्याच्या हक्काकडे दुर्लक्ष झाल्यामुळे त्याची निराशा झाली होती. 'माझ्या महत्त्वाकांक्षेने नेहमीच पूर्वेच्या दिशेला बोट दाखवले आहे,' असे त्याने ग्लॅडस्टनला लिहिले होते.[६] असे असले तरी डफरिनला कर्तव्य किंवा मूलभूत कार्यप्रेरणा यांची विशेषशी जाणीव नव्हती. समाजसेवेला अतुलनीय वाव देणारी अधिकाराची जागा म्हणून नव्हे तर आपल्या बरोबर चांगली राहणी व भव्यता घेऊन येणारे पद, म्हणून व्हाइसरॉयपदाचे त्याला आकर्षण होते. हिंदुस्तानच्या समस्यांचा त्याने कधीच गंभीरपणे विचार केलेला नव्हता किंवा स्वतः त्यासंबंधी काही धोरण ठरवून तदनुषंगाने कार्यक्रम आखला नव्हता. भारताचा व्हाइसरॉय म्हणजे इंग्लंडच्या साम्राज्यातील सर्वात मोठे अधिकारपद होते. ते मिळविण्यामुळे डफरिन आपल्या शानदार व्यावसायिक कारकिर्दीचे शिखर गाठणार होता. त्याच्या कारकिर्दीत उदारमतवाद शिल्लक उरला असेल तर तो व्यक्तिशः डफरिनला फायद्याचा असल्यामुळेच!

II

इंग्लंडमधील १८८० सालच्या निवडणुकांच्या वेळी अफगाणयुद्ध हा एक महत्त्वाचा वादग्रस्त मुद्दा होता. ग्लॅडस्टन व आरगिल यांच्या बरोबरीने रिपननेसुद्धा

लिटनवर जबरदस्त टीका केली. 'एका अत्यंत हीन व दुष्ट राजनीतीबरोबर आता आपला सामना आहे आणि त्यातून आपण मानाने पार पडावयास हवे,[७] हे प्रायश्चित घ्यावे लागेल! खरोखर सर्वशक्तिमान परमेश्वराची सत्ता सर्वंकष आहे... आता खरा मुत्सद्दी कोण दिसतो? लॉरेन्स की लिटन?'[८] परंतु १८८० पर्यंत लिटन पराभूत झालेला होता. अफगाण प्रकरणातून स्वतःची शक्य तितक्या लवकर सुटका करून घेण्यास तो उत्सुक होता.[९] काही बाबतीत त्याने पत्करलेली बांधिलकी त्रासदायक असली तरीही ठोबळमानाने त्याचे प्रयत्न पुढे चालू ठेवण्याचे लिबरल सरकारने ठरविले. वर्षअखेर पर्यंत अफगाणिस्तान मधून सर्व ब्रिटिश सैन्य मागे घ्यावे, अशी रिपनची तीव्र इच्छा होती. त्याचप्रमाणे ब्रिटिशांना सर्वात अधिक धार्जिण्या व लायक अशा उमेदवाराची अमिरपदी नियुक्ती करण्यासाठी कसून प्रयत्न करावे, असेही त्याला वाटत होते. त्यादृष्टीने अब्दुल रहमान हा सर्वात योग्य उमेदवार होता. 'एकदा अमिराची नियुक्ती झाल्यावर त्याला द्रव्य व शस्त्रास्त्रे यांचा पुरवठा करावा. मात्र सैन्याची मदत देऊ नये. त्याच्या दरबारी ब्रिटिश प्रतिनिधी बळजबरीने ठेवू नये. मात्र काबूलमध्ये एखादा युरोपियनेतर वकील ठेवण्यास हरकत नसावी. पहीली योग्य संधी पाहून ब्रिटिश सैन्याने कंदाहारमधून बाहेर पडावे. मात्र त्यायोगे नव्या अमिराला दिलेल्या वचनांना बाधा येणार नाही याची खातरजमा करावी. कारण त्याला दिलेली सर्व अभिवचने पाळलीच पाहिजेत. हेरतचा ताबा इराणकडे जाऊ देऊ नये व कुर्रम प्रांतातून ब्रिटिशांनी बाहेर पडावे. जुनी सरहद्द, वाटल्यास, एकदोन ठिकाणी जरा सुधारून घ्यावी. सिबी व पिशिन प्रांत मात्र ब्रिटिशांकडेच ठेवावे व पिशिनपर्यंत लोहमार्ग टाकावा,'[१०] असे रिपनचे मत होते.

इराणबरोबरच्या वाटाघाटी अगदी सहज थांबविल्या गेल्या. परराष्ट्र सचिव ग्रॅनव्हिल याने लंडनमधील इराणी मंत्र्याला असे कळविले की, ज्या तहान्वये अफगाणिस्तानात इराणने आक्रमण करण्याला प्रतिबंध केलेला आहे, तो १८५७ चा तह अजूनही अस्तित्वात आहे. साल्सबरीने सुरू केलेल्या वाटाघाटी पुढे चालू ठेवण्याची आपली इच्छा नाही.[११] एरवी एकंदर परिस्थितीतील गुंता सोडविणे फार कठीण होते. छोटे छोटे अनेक पुढारी निर्माण करण्याचे अराजकच होते.[१२] परंतु ते कसेही असले तरी 'आपल्या पूर्वीच्या सरकारने जो मार्ग आखून दिला आहे, त्यावरूनच आपल्याला चालले पाहिजे.'[१३] एक बेपर्वा सुधारक म्हणून वरचेवर रिपनचे चित्रण केलेले आढळते. वस्तुतः भारतीय धोरण व कारभार यात एकसंधपणा राखण्याविषयीची त्याची भावना आवर्जून समजून घेतली पाहिजे. हिंदुस्तानात आल्यावर सुरुवातीलाच त्याला ज्या एका अत्यंत नाजुक व बिकट समस्येला तोंड द्यावे लागले, ती अफगाण समस्या

हाताळताना त्याने ही भूमिका स्वतःशी निश्चित करूनच पावले टाकलेली आढळतात. अब्दुल रहमानबरोबर चालू असलेल्या वाटाघाटी बंद करून याकूब बरोबर वाटाघाटींना प्रारंभ करावा,[१४] अशी सूचना रिपनचे अफगाणिस्तानातील राजकीय सल्लागार सर लेपेल ग्रिफिन व लष्करी सल्लागार सर डोनाल्ड स्टुअर्ट यांनी केलेली होती, परंतु तिकडे त्याने दुर्लक्ष केले. तसेच ब्रिटिश मंत्रिमंडळाने अफगाणिस्तानला सम्राट मिळवून देण्याच्या [१५] जबाबदारीतून त्याला मुक्त केले होते; त्याचाही रिपनने फायदा घेतला नाही. त्याने लिटनच्या उमेदवाराशीच संबंध ठेवला. कंदाहार, सिबी व पिशिनखेरीज, संपूर्ण अफगाणिस्तान आपल्या अमलाखाली आणण्याची मुभा अब्दुल रहमानला दिली गेली. तसेच त्याच्या अंतर्गत कारभारात कोणताही हस्तक्षेप केला जाणार नाही, असेही त्याला सांगण्यात आले. परराष्ट्रसंबंधात मात्र त्याने ब्रिटिशांचा सल्ला ऐकावा व ब्रिटिशांखेरीज कोणत्याही परकीय सत्तेशी राजनैतिक संबंध ठेवू नयेत. याच्या मोबदल्यात, त्याच्यावर आक्रमण झाल्यास ब्रिटिशांनी त्याला मदत करावी असे ठरले.[१६]

ग्रिफिन लिहितो, 'सगळ्याच बाजूंनी आता आणीबाणीची वेळ आली आहे असे दिसते.'[१७] अफगाणिस्तानच्या निरनिराळ्या भागातून अब्दुल रहमानने सारा वसूल केलेला होता, स्टुअर्टचे सैन्य कारवाई करण्यास सिद्ध होते. परंतु हिंदुस्तान सरकारने ग्रिफिन यास कळविले की, 'अब्दुल रहमान बरोबरचे संबंध तोडणे मुळीच हितावह नाही. त्यामुळे त्याच्याबरोबरच्या वाटाघाटी जरी फिसकटल्या तरी अब्दुल रहमानला प्रतिकूल असा पत्रव्यवहार दुसऱ्या कोणाशीही केला जाऊ नये.'[१८] यानंतर लवकरच अब्दुल रहमानकडून हिंदुस्तान सरकारची योजना मान्य असल्याचे उत्तर आले. त्याचा सूर जरी थोडा संदिग्ध असला तरीही वाटाघाटी पुढे चालू ठेवण्याच्या धोरणास तेवढे समर्थन पुरेसे होते, असे व्हाइसरॉयचे मत होते. काबूलमधून लवकरात लवकर ब्रिटिश सैन्य काढून घेण्याच्या ब्रिटिश सरकारच्या इच्छेची बूज राखण्याच्या दृष्टीने, लष्करी दृष्ट्या आवश्यक अशी पावले टाकण्याचा अधिकार स्टुअर्टला देण्यात आला. त्यासाठी अब्दुल रहमानबरोबरच्या वाटाघाटी बंद करून त्याच्या विरोधकांना प्रत्यक्ष सरकारची स्थापना करण्यास सांगावे लागले व काबूल त्याच्या सुपूर्द करावे लागल्यास करावे असे ठरले.[१९]

स्टुअर्टची इच्छादेखील शक्यतो लवकर हिंदुस्तानात परत यावे अशीच होती. 'येथील लोक आम्हाला व आम्ही त्यांना विटलो आहोत. शिवाय या वर्षीच्या शरद ऋतूत येथून बाहेर पडण्याचे आम्ही जाहीर केलेले आहे. अशा परिस्थितीत स्वतःसाठी आवश्यक त्याहून एक दिवसही अधिक काळ काबूलमध्ये राहावे असे कोणीही कसे सांगू शकते, हे मला समजू शकत नाही.'[२०] स्टुअर्टने बांधकामाच्या योजना बंद केल्या.

आपल्याकडील सेवकवर्ग कमी केला. थोडे सैन्य परत पाठविले. एकंदरीत पूर्णपणे बाहेर पडण्याची तयारी ठेवली.[२१] रिपन मात्र अब्दुल रहमानबरोबर तडजोडीचे प्रयत्न करीतच होता. अब्दुल रहमानला जाहीर मान्यता हवी असल्याचे त्याने प्रकटपणे सांगितल्याचे समजल्यावर[२२] रिपनने असा आदेश दिला[२३] की, अब्दुल रहमानला अमीर म्हणून जाहीर मान्यता दिली जावी; परंतु त्याची अमिरपदी नेमणूक करू नये किंवा तशी द्वाही फिरवू नये. हा भेद करण्यामागील उद्देश असा होता की, अमिराच्या भविष्यकालाविषयीची जबाबदारी हिंदुस्तान सरकारवर नाही, हे स्पष्ट व्हावे. अशा तऱ्हेने २२ जून रोजी अब्दुल रहमानला काबूलचा अमीर म्हणून मान्यता मिळाली व ब्रिटिश लोक अफगाणिस्तान सोडण्याच्या तयारीला लागले.

व्हाइसरॉय स्वतःवर खूष झालेला होता. परंतु लवकरच त्याचा तो आनंद संपला. याकूबचा भाऊ आयूब याने हेरतच्या नजीक ब्रिटिश सैन्याचे डावपेच हाणून पाडून त्याचा संपूर्ण पाडाव केला. जे सैनिक निसटले त्यांनी कंदाहारमध्ये आश्रय घेतला. 'ज्यांच्यापैकी १,२४३ इंग्रज आहेत, अशा एकूण ४,६०० सैनिकांना घेरून त्यांचा पाडाव करणे १०,००० अफगाणांना सहज शक्य झाले. त्यांपैकी ३,००० अफगाण निव्वळ बाजारबुणगे होते. या घटनेचे समर्थन किंवा स्पष्टीकरण देता येण्याजोगेच नाही.'[२४] परिस्थिती पुन्हा काबूत आणावी व कंदाहार मुक्त करावे म्हणून काबूलहून जनरल रॉबर्ट्स[२५] याला भरपूर कुमक देऊन पाठवण्यात आले व अब्दुल रहमान याच्याबरोबर तातडीने वाटाघाटी सुरू केल्या गेल्या. ग्रिफिनने ज्या अमिराचे चित्रण 'विशेष बुद्धिमान, हास्यमुख व सौजन्यपूर्ण व्यक्ती'[२६] अशा शब्दात केलेले आहे त्या अमिराच्या मनात ब्रिटिशांच्या उद्दिष्टांविषयी मुळीसुद्धा भ्रामक कल्पना नव्हत्या. 'मी केवळ एक ओझ्याचा बैल आहे व स्वतःला डोईजड व नकोसे झालेले ओझे माझ्या माथ्यावर ठेवून निघून जाण्याची तुम्हाला घाई आहे.'[२७] वास्तविक पाहता तह करणे व अधिक द्रव्यसाहाय्य मिळविणे याबाबतीत अयशस्वी झालेला असूनसुद्धा अब्दुल रहमानने ब्रिटिश मोहिमेला मदत केली. रॉबर्टसने कंदाहारकडे प्रयाण केले व त्याचवेळी ब्रिटिशांनी काबूलमधून तळ हलविला. असे केले नसते तर टोळीवाल्यांनी उठाव केला असता व अफगाणयुध्दाला पुन्हा तोंड लागले असते, असे रिपनला वाटले व त्यावेळच्या भारतीय लष्कराच्या स्थितीचा विचार करता हा प्रसंग येणे इष्ट नव्हते.[२८] 'साधनसामग्रीची कमतरता आहे, सैन्याचे मनुष्यबळ कमी आहे, आजाराचा फैलाव झालेला आहे व रसद पोचविणारी यंत्रणा झपाट्याने विस्कळीत होत आहे.'[२९] असे स्टुअर्टने नमूद केलेले आहे.

रॉबर्टसने आयूबच्या सैन्याचा पराभव केला. लिटनने कंदाहारच्या राज्यकर्त्याला

दिलेले सैन्य आयूबला जाऊन मिळाले व खुद्द राज्यकर्ता वली, पदच्युत झाला; त्यामुळे कंदाहार खालसा करावे, असा एक प्रभावी विचारप्रणालीच्या लोकांचा आग्रह होता. परंतु ब्रिटिश सरकार व व्हाइसरॉय यांचा कंदाहार खालसा करण्याला विरोध होता.[३०] ब्रिटिश सैन्य कंदाहारमधून ताबडतोब मागे घ्यावे, अशीच खरोखर ग्लॅडस्टनची इच्छा होती. गरजच पडल्यास कंदाहार शहर पराजित आयूबच्याच ताब्यात देण्याची देखील त्याची तयारी होती.[३१] हिंदुस्तान सरकारला ही गोष्ट व्यवहार्य वाटत नव्हती. कार्यकारी मंडळात बहुमताचा विरोध असताना व कंदाहारचे जनमत काबूलच्या नव्या अमिराच्या विरुद्ध होते, ही गोष्टही स्टुअर्टने निदर्शनास आणली असताना एवढेच नव्हे तर अब्दुल रहमानच्या अमलाखाली कंदाहारच्या जनतेला राहावे लागणार नाही, असे अनौपचारिक अभिवचनही त्याने तेथील लोकांना दिलेले असताना,[३२] १८८१ च्या एप्रिल महिन्यात कंदाहार अब्दुल रहमानकडे सोपविले गेले. खैबर व कुर्रम प्रांतातूनही ब्रिटिशांनी तळ हलविले. परंतु सिबी व पिशिन मात्र आपल्या ताब्यात ठेवण्याची व्हाइसरॉयची इच्छा होती. वास्तविक पाहता 'शास्त्रीय सरहद्दीच्या' धोरणाला इतके नाममात्र चिकटून राहण्याची ही तडजोड ब्रिटिश सरकारला मुळीच पसंत नव्हती. तरीही त्यांनी रिपनला आपल्या मनाप्रमाणे वागण्याची मुभा दिली. अफगाणिस्तान बरोबरच्या तडजोडीला आणखी बळकटी येण्यासाठी रशियाबरोबर समझोता व्हावा, अशी व्हाइसरॉयची इच्छा होती. हुजूरपक्ष अधिकारावर असतानाच सेंट पीटर्सबर्ग येथील ब्रिटिश राजदूत लॉर्ड डफरिन याने असे सांगितले होते की, ब्रिटिश सरकारची इच्छा असल्यास हिंदुस्तानच्या संरक्षणाला जास्त बळकटी आणण्याच्या दृष्टीने रशियाबरोबर कोणत्यातरी प्रकारची 'संयुक्त संरक्षणाची योजना' आखणे शक्य आहे.[३३] या माहितीनुसार कार्यवाही करणे नवीन सरकारकडे सोपवावे असा साल्सबरीने आदेश दिला होता.[३४] उदारमतवाद्यांचा याला प्रतिसाद उत्साहपूर्ण होता. इराण बरोबर करार किंवा अफगाणिस्तानची मैत्री या दोन्हो पेक्षाही रशियाबरोबरचा समझोता फार महत्त्वाचा व मोलाचा होता. मध्य आशियातील रशियन वर्चस्वाला हादरा देण्याचे लिटनचे स्वप्न सोडून दिल्यानंतर मग या दोन शक्तिशाली देशांनी शक्य तेवढ्या गुण्यागोविंदाने न राहण्याला काहीच कारण नव्हते.

प्रत्यक्षात मात्र रशियन सेनानी रशियन सरकारच्या प्रकट सदिच्छांच्या विरोधी कृत्ये करीत होते. रिपनच्या व्हाइसरॉयच्या कारकिर्दीच्या पहिल्या वर्षात रशियन सैन्याने दक्षिणेकडे अष्काबादपर्यंत, म्हणजे मर्व्हपासून जेमतेम २०० मैलांपर्यंत मुसंडी मारली. कायदा व सुव्यवस्था राखण्याच्या दृष्टीने ही मोहीम अपरिहार्य होती. परंतु यानंतर मध्य

आशियात लष्करी कारवायांमध्ये गुंतण्याची रशियन सरकारची इच्छा नसून ब्रिटन व रशिया या दोन देशांच्या दरम्यान सध्या अस्तित्वात असलेला विरोध संपविण्यासाठीच रशिया उत्सुक आहे,[३५] असे रशियन राजदूताने ग्रॅनव्हिल यास स्पष्टीकरण दिले. झारपासून तहत खालपर्यंतच्या सर्व रशियन अधिकाऱ्यांची हीच प्रामाणिक इच्छा असल्याचा निर्वाळा डफरिननेही दिला.[३६] प्रत्यक्षात मात्र परिस्थितीवर स्थानिक पुढाऱ्यांचेच नियंत्रण होते व रशियन वृत्तसंस्थेच्या प्रचारामुळे त्यांच्या आकांक्षेला खतपाणी मिळत होते. 'पूर्वेकडील प्रदेश आपल्याच मालकीचा आहे, अशी रशियाची अंतःप्रेरणा व श्रद्धा आहे. आपल्या ह्या हक्काच्या रक्षणार्थ वेळी प्राणाचेही मोल देण्याची रशियाच्या सुपुत्रांची तयारी आहे.'[३७]

याच कारणामुळे रशियाने अधिकृत आश्वासने दिलेली असूनही ब्रिटिश सरकारला असे वाटले की, अफगाणिस्तानमध्ये कुठल्याही प्रकारचा परकीय हस्तक्षेप ब्रिटन सहन करणार नाही, असे १ ऑगस्ट १८८१ रोजी जाहीर करावे. या भूमिकेवरूनच रशियाशी तह करावा असे रिपन व हॅरिंग्टन यांचे मत होते. ब्रिटिशांच्या सल्यानुसार अब्दुल रहमान वागल्यास त्याला ब्रिटिशांनी मदत करावयाची; मात्र तसा सल्ला त्याने विचारावा व त्यानुसार वागणे असे त्याच्यावर बंधन नाही, या त्याच्याबरोबरच्या एकतर्फी करारापेक्षा हे अधिक सयुक्तिक होते. ग्रॅनव्हिलला मात्र अशा प्रकारचा तह विशेष महत्त्वाचा वाटत नव्हता. त्याची विचारसरणी वेगळी होती. ज्यावेळी इंग्रज व रशियन यांचा बेबनाव होईल त्यावेळी तह झालेला असो वा नसो, रशियन लोक अफगाणांबरोबर कारस्थाने करतीलच. इंग्रजांना जर त्यांच्याशी युद्ध करावयाचेच असते तर हव्या तितक्या सबबी सापडल्या असत्या. तहाशिवाय काही अडले नसते.[३८] असा दृष्टिकोन असल्यामुळे, ज्यावेळी मंत्रिमंडळाने रशियाबरोबर अनौपचारिकरीत्या तहाची बोलणी करण्याचा अधिकार दिला, त्यावेळी ग्रॅनव्हिल व परराष्ट्र कार्यालय यांनी मनःपूर्वक प्रयत्न केले नाहीत. दरम्यानच्या काळात, कदाचित बर्न[३९] व रॉलिन्सन या सल्लागारांच्या प्रभावामुळे असेल, हॅरिंग्टनचेही मतपरिवर्तन झाले होते. त्याला आता असे वाटू लागले की, झारचा साम्राज्यवाद हा भारतावरील ब्रिटिश प्रभुत्वाला आव्हान देण्याचा योजनाबद्ध प्रयत्न आहे व त्याला निकराने तोड देण्यास तो सिद्ध झाला. इराणला अधिक सामर्थ्यशाली करावे असे त्याने सुचविले व ती योजना फसल्यावर अब्दुल रहमानशी घनिष्ट मैत्रीचा तह करावा, असे सुचविले. रिपनला मात्र असे करणे म्हणजे सर्वनाशाला आमंत्रण देणे वाटत होते. अफगाणिस्तानच्या कारभारात हस्तक्षेप न करणे, आपल्या सरहद्दीपलीकडे ब्रिटिश अधिकारी न नेमणे व मुख्य म्हणजे अफगाणिस्तानात रशियाचे प्राबल्य वाढू लागल्यास त्याबाबतच्या वाटाघाटी

अमिराबरोबर न करता रशियन सरकारबरोबरच करणे, अशी ब्रिटिश लिबरल राजनीतीची मुख्य सूत्रे होती व त्यानुसार न वागण्याचे रिपनला कोणतेच सबळ कारण दिसत नव्हते.

अशा प्रकारच्या मतभेदांचा परिणाम असा झाला की, कोणत्याच ठाम दिशेने धोरण निश्चित केले गेले नाही. सगळेजण दैववादाच्या व प्रवाहपतितत्वाच्याच आहारी गेले. 'ही समस्या अत्यंत पेचात टाकणारी व अत्यंत निराशाजनक आहे, असे मला वाटते. अफगाणिस्तानात आपल्याला रशियाकडून उपद्रव होईल याविषयी मला शंकाच नाही, तसेच त्यावेळी तो फार त्रासदायक ठरेल हेही तितकेच निःसंशय! परंतु हा प्रश्न आज ना उद्या निर्माण होणारच आहे व कोणतेही धोरण, अगदी रशियाशी तहसुद्धा जमेस धरून, त्याला खरोखर रोधू शकेल किंवा नाही याविषयी माझ्या मनात संदेह आहे.'[४०]

इ. स. १८८२ च्या डिसेंबरमध्ये जो खांदेपालट झाला त्यामुळे इंडिया ऑफिसमध्ये हॅरिंग्टनच्या जागी किंबर्ले आला. इ.स. १८५६ मध्ये सेंट पीटर्सबर्ग येथील ब्रिटिश वकिलातीत नोकरी करीत असतापासूनच किंबर्लेला भारतापुढील रशियन धोक्याच्या समस्येत रस वाटू लागला होता. भारताशी निगडित अशा या एकाच प्रश्नावरील तपशीलवार माहिती आपणास आहे, असे त्याने मान्यही केलेले आढळते.[४१] ग्रॅनव्हिल व हॅरिंग्टन यांच्याप्रमाणेच रशियाशी प्रत्यक्ष वाटाघाटी करण्यावर त्याचा विश्वास नव्हता. ब्रिटिश सरकारने रिपनला त्याच्या इच्छेविरुद्ध अमिराशी अधिक सलोख्याचे संबंध निर्माण करावयाचा व त्याच्या तनख्यामध्ये वाढ करण्याचा आदेश दिला. या कृतीमुळे रशियाची आगेकूच थोपविली जाऊ शकणार नाही, हे १८४४ च्या फेब्रुवारी महिन्यात ज्यावेळी रशियाने मर्व्ह व्यापले त्यावेळी स्पष्ट झाले. मध्य आशियाविषयी एक विशिष्ट धोरण आखून त्याप्रमाणे ब्रिटिशांनी पावले टाकली नाहीत. त्याचे फळ त्यांना आता मिळत होते. रशिया व अफगाणिस्तान यांच्या दरम्यान एक नीटशी स्पष्ट न केलेली सरहद्द फक्त होती. ब्रिटिश मंत्रिमंडळाने संयुक्तरीत्या सरहद्द निश्चित करण्यासाठी रशियाशी वाटाघाटी सुरू केल्या; तहासाठी नव्हे, कारण आता रशियाला तहाची गरजच उरली नव्हती. रशियन सरकारने याला मान्यता दिली. कारण आपल्या भूप्रदेशाची सरहद्द निश्चित करण्यात त्यांनाही स्वारस्य होतेच.

इ.स. १८८४ च्या डिसेंबरमध्ये रिपनच्या जागी व्हाइसरॉय म्हणून आलेल्या डफरिनच्या जमेस सेंट पीटर्सबर्ग येथील अनुभव होता, त्यामुळे त्याला मध्य आशियाच्या समस्येची पूर्ण जाण चटकन आली. रशियाला आपल्याशी मित्रत्वाचे संबंध ठेवण्याची इच्छा आहे, असे भारतमंत्र्याला वाटत होते. व निर्णायक स्वरूपाची

तडजोड शक्य नसली तरी तात्पुरता समझोता त्याला संभाव्य वाटत होता. हेरतच्या बाबतीत रशियाच्या काही योजना असणार व सोयीस्कर संधी साधून तो त्या अमलात आणणार हेही स्पष्टच होते. या सगळ्या गोष्टींमुळे अमिराबरोबर मुलाखत ठरविण्याची तशी निकड नव्हती.[४२] रशियाबरोबर मुळीच फायद्याची नसलेली कोणतीही तडजोड करण्यास डफरिन तयार होता. मुळीच तह न करण्यापेक्षा थोडीफार तडजोडसुद्धा स्वीकारार्ह होती. कारण त्यायोगे जो थोडाफार अवधी मिळाला असता त्यात हेरतचे संरक्षण अधिक बळकट करता आले असते, इजिप्तमधील गुंता सोडविता आला असता व वायव्य सरहद्दही अधिक सुसज्ज करता आली असती. वास्तविक पाहता रशियाला हेरत बळकावण्यास पायबंद घालण्याच्या दृष्टीने हिंदुस्तान काहीच करू शकत नव्हता. केवळ भावी परिणामांच्या भीतीनेच ती गोष्ट टळली असती. रशियाने हेरतचा कब्जा खरोखरच घेतलाच असता तर ब्रिटिश सैन्यापुढे दोनच पर्याय उरले असते. एक म्हणजे अफगाणिस्तानातील सर्व खिंडी बळकावणे किंवा सिंधू नदीच्या अलीकडेपर्यंत माघार घेणे. ते कसेही असले तरी रशियाबरोबर वाटाघाटी करण्याच्या भरीला अमिराची भेटही घ्यावे हे डफरिनला हिताचे वाटत होते. रिपननेसुद्धा असे करण्याचा सल्ला दिला असल्याचे नमूद केलेले आहे.[४३]

पुढाकार रशियाने घेतला. सरहद्द समितीच्या सदस्यांनी ज्या प्रदेशाची पाहणी करावयाची तो प्रदेश दोन्ही देशांच्या सरकारांनी निश्चित करावा, असे रशियाने सुचविले. याला मान्यता देऊन ब्रिटनने अशी सूचना केली की, या समितीचे कार्य सुकर व्हावे यासाठी रशियनांनी पुल - इ - खातून येथून व अफगाणांनी सारीयाझी येथून माघार घ्यावी. ही सूचना रशियाने फेटाळून लावली. उलट १८८४ च्या जूनमध्ये अमिराने त्याने ताब्यात घेतलेल्या पंजदेहमधून माघार घ्यावी असे सुचविले. रशियाच्या मते, पंजदेह व पुल - इ - खातून, दोन्हीही अफगाणिस्तानच्या सीमेबाहेर होती.[४४] सरहद्दीवर हक्क सांगण्याचा हा प्रकार ही भावी आक्रमणाची नांदीच आहे, याविषयी भारत सरकार व ब्रिटिश सरकार या दोघांचीही खात्री झाली. सेंट पीटर्सबर्ग येथील ब्रिटिशांच्या लष्करी अधिकाऱ्याने कळविले की, हेरतवर हल्ला करण्याचा रशियाचा बेत असून तो येत्या वसंतऋतूत किंवा ब्रिटिश सैन्य सुदानमध्ये गुंतल्याबरोबर लगेच अमलात आणला जाईल.[४५] रशियाच्या या धोरणामुळे युद्ध पेटेल असा किंबर्ले याने रशियन राजदूताला इशारा दिला. ब्रिटिश सैन्य हेरतला पाठविण्याच्या शक्यतेचा विचार करण्याची त्याने डफरिनला सूचना केली. वरवर गोड आश्वासने देत गुपचूप आगेकूच करीत राहण्याचे रशियाचे धोरण यापुढे सहन न करण्याचा मंत्रिमंडळाचा निर्णय झाला आहे, असे त्याने म्हटले. ब्रिटिश लोकमतही खंबीर भूमिका घ्यावी असे होते, शिवाय अशा

आणीबाणीच्या प्रसंगी अमिराला जरा एकाकी टाकले तर त्याचाही ब्रिटनच्या हिंदुस्तानातील प्रतिमेवर फार अनर्थकारी परिणाम झाला असता.[४६] अमिराच्या ज्या राज्याचे हेरत हे एक महत्त्वाचे ठिकाण होते, त्या अमिराच्या ताब्यातील भूप्रदेशावरील कुठलेही आक्रमण हे ब्रिटनविरोधी कृत्य समजणे ब्रिटनला भाग पडेल अशी ब्रिटनची भूमिका रशियन सरकारला निवेदन करण्याचा आदेश, ग्रॅनव्हिलने ब्रिटिश राजदूताला दिला.[४७] ही खंबीर भूमिका मान्य करून डफरिनने आणखी सैन्याची मागणी केली.[४८]

हिंदुस्तान सरकार ह्याप्रमाणे आव्हानात्मक भूमिका स्वीकारणार, त्यापूर्वीच ३० मार्च १८८५ रोजी पंजदेह मधून अफगाणांना हुसकून लावून रशियन सेनेने त्याचा जबरदस्तीने कब्जा घेतला. ही बातमी रावळपिंडीला पोहोचली व त्यावेळी व्हाइसरॉयच्या निमंत्रणावरून त्याच्या भेटीसाठी रावळपिंडीला आलेल्या अमिराला समजली. हा कलंक धुवून काढला पाहिजे व खुद्द आपली तशी इच्छा नसली तरीही आपली प्रजा तसे करण्यास आपल्याला भाग पाडील, असे अब्दुल रहमान म्हणाला. प्रत्याघात करण्याची संधी मिळेपर्यंत वेळ काढण्याचे धोरण म्हणून भारत सरकारने रशियाशी वाटाघाटी चालू ठेवाव्यात, अशी त्याने विनंती केली. अमिरने प्रतिहल्ला केल्यास रशिया हेरतवर चालून येण्याची शक्यता डफरिनने वर्तविली. परंतु हेरतचे संरक्षण नीट रीतीने होईल, असे अमीर म्हणाला. मात्र या कामासाठी ब्रिटिशांची लष्करी मदत तो घेणार नव्हता. कारण त्याचे प्रजाजन अज्ञानी व शंकेखोर असल्याने ब्रिटिश फौजा अफगाणिस्तानात नेल्यामुळे गैरसमज मात्र झाला असता. ब्रिटिशांच्या हाताखाली थोड्या मुसलमान इंजिनियरांना देखील हेरतची तटबंदी भक्कम करण्यासाठी अफगाणिस्तानात येण्याची परवानगी त्याने नाकारली. फक्त हेरतचा पाडाव झाला तरच कंदाहारपर्यंत येण्याची त्याने ब्रिटिश सैन्याला मुभा दिली.

डफरिनला एवढे पुरेसे वाटले. हेरतवर आक्रमण हे युद्धाला निमित्त समजले जाईल असा रशियाला इशारा द्यावा, असे किंबर्लेने मंत्रिमंडळात सांगितले. 'निर्विवादपणे अफगाणिस्तानच्या ताब्यात असलेल्या प्रदेशावर रशियाने आक्रमण केलेच तर ब्रिटनने अमिराच्या पाठीशी ससैन्य उभे राहावे.'[४९] व्हाइसरॉयच्या मते ब्रिटिशांच्या प्रतिकार रेषेचे शेवटचे ठाणे हेरत हे नसून कंदाहार होते. त्यामुळे रशिया व अफगाणिस्तान यांच्या सरहद्दीच्या जबाबदारीची बांधिलकी ब्रिटिशांनी पत्करू नये. हेरत काबीज करण्याचा रशियाचा निश्चय आहे. याविषयी डफरिनच्या मनात संदेह नव्हता. लष्करी मदतीसाठी ब्रिटिशांवर विसंबण्याची अमिराची इच्छा नसल्यामुळे डफरिनने अमिराला रशियाबरोबर तडजोड करण्यास सांगितले. 'आपल्या मर्मस्थानी प्राणघातक आघात होऊ नये म्हणून आपले एखादे बोट कापून देणे पत्करले. ते दुखरे

असल्यामुळे तर असे करण्याला काहीच हरकत नाही.' अमिराने नकाशाचा अभ्यास करून झुल्फिकरच्या उत्तरेकडील राहील व गुल्हन व मरुचक अफगाणिस्तानच राहील अशी कोणतीही सरहद्द मान्य करण्याची तयारी दाखविली. पंजदेह गेल्याबद्दल त्याने कितीही कांगावा केला असला तरी तो त्याविषयी एकंदरीत उदासीनच होता, त्यामुळे डफरिनला दिलासा मिळाला. गाजावाजा न करता पंजदेह सोडून द्यावे असे त्याने ब्रिटिश सरकारला सुचविले. 'पंजदेहच्या पलीकडच्या वाळूच्या टेकड्यांवरून आपली तलवार चालविण्याची खुमखुमी एखाद्या दळभद्र्या कोसॅक सैनिकाला आली की प्रत्येकवेळी संपूर्ण इंग्लंड व हिंदुस्तान ह्या ठिकाणी प्रक्षोभ निर्माण व्हावा व वारेमाप खर्च व्हावा हे चालणार नाही.'[५०] ह्यानंतर ब्रिटिश सरकारने हा प्रश्न डेन्मार्कच्या राजाच्या मध्यस्थीवर सोपविण्याचे ठरविले. झुल्फिकरच्या मोबदल्यात पंजदेह सोडून द्यावयाचे ठरले.

१८८५ च्या जून महिन्यात पहिल्या साल्सबरी सरकारमध्ये किंबर्लेच्या जागी लॉर्ड रँडॉल्फ चर्चिल भारतमंत्री पदावर आला. मध्यस्थीचा हा प्रकार ही 'एक अत्यंत हास्यापद घटना' असल्याचे त्याचे मत होते व बिस्मार्कच्या मदतीने रशियाला पंजदेहमधून हुसकावून लावण्याचा त्याचा मनसुबा होता.[५१] परंतु साल्सबरीने आपल्या धोरणात यत्किंचितही बदल केला नाही. हुजूरपक्षीय सरकारने डफरिनवर पूर्ण विश्वास टाकला होता. व अमिराच्या दूरदृष्टीचा व मवाळपणाचा प्रभाव पडलेला डफरिन अमिरावर विसंबून होता.[५२] अमिराने मागणी केल्याप्रमाणे त्याला १ दशलक्ष रुपये दिले गेले. त्याचप्रमाणे २५,००० बंदुका, भारी तोफखाना हेरतच्या संरक्षणासाठी दिला गेला. अमिराला अशा रीतीने पाठिंबा देण्याचे परिणाम महत्त्वपूर्ण झाले, कारण ब्रिटन युद्धात जवळजवळ गोवले गेले. झुल्फिकरच्या व्याप्तीबाबतच्या तंट्याचे पर्यवसान जवळजवळ रशियाशी युद्धाला तोंड लागण्यात झाले होते.'[५३] या प्रश्नावर तडजोड निघाली होती तरी देखील. तरीही अफगाणिस्तानच्या स्वातंत्र्याचा प्रश्न ब्रिटिशांच्या हिंदुस्तानातील स्थानाच्या दृष्टीने अत्यंत महत्त्वाचा आहे, अशी साल्सबरीने जाहीर घोषणा केली.

यानंतर डफरिनने अमिराशी सलोख्याचे संबंध ठेवले व त्याच बरोबर सरहद्दीवरील संरक्षण यंत्रणा अधिक बळकट केली. या त्याच्या धोरणाला हुजूरपक्षीय व लिबरल अशा दोन्ही सरकारांचा पाठिंबा होता.[५४] अब्दुल रहमान बरोबरचे मित्रत्वाचे संबंध सुधारण्याच्या ह्या प्रयत्नांना फळ येत असल्याचे डफरिनला दिसून आले. १८८६ साली अधिकारावर असलेल्या हुजूरपक्षीय सरकारचा भारतमंत्री क्रॉस याला तो लिहितो[५५] की, 'आपले अफगाणांशी असलेले संबंध प्रतिवर्षी सुधारत आहेत. जर आर्मागेडॉनची

लढाई पुरेसा काळ लांबणीवर पडली तर मला वाटते आपण त्यांना त्यांचे सर्व पुरातन पूर्वग्रह व विरोध यातून चुचकारून बाहेर काढू.' व्हाइसरॉयला काळजी होती, ती अमिराच्या क्रूरतेमुळे त्याला प्रजेचा जो थोडाफार पाठिंबा होता तो नष्ट होत असल्याची.[५६] अंतर्गत कारभारात उघडपणे अमिराची बाजू न घेण्याची डफरिनची इच्छा नव्हती.[५७] अमीर व त्याचे विरोधक यांच्यात मध्यस्थी करण्याची आपली तयारी दाखविणारे पत्र त्याने अमिराला लिहिले. परंतु ही गोष्ट ब्रिटिश सरकारला पसंत पडली नाही. अमिराची सत्ता उलथून टाकण्याला टोळ्यांना जराही उत्तेजन देऊ नये, अशी ताकीद ब्रिटिश अधिकाऱ्यांना दिली गेली.[५८] कारण अब्दुल रहमान जरी रक्तपिपासू असला तरी दुसरा अमीर कदाचित त्याच्याहून भयंकर निघण्याची शक्यता होती.

रशियाबरोबरच्या सरहद्दविषयक वाटाघाटीत फार सावकाश प्रगती होत होती. अखेर २२ जुलै १८८७ रोजी समझोता झाला.[५९] नेहमीप्रमाणे ब्रिटनला अत्यंत नुकसानकारक अटी मान्य कराव्या लागल्या.'[६०] असे कराराबाबतचे डफरिनचे मत होते. आता निश्चित केल्या गेलेल्या सरहद्दीवरचे कोणतेही आक्रमण म्हणजे युद्ध पेटवणे होय हे रशियाला पटले असते तर या प्रश्नाची कशीही का असेना निर्णायक तड लागली असती व ते सुद्धा मोलाचे होते. 'रशिया सध्या जेथे आहे तेथेच त्याला थोपविणे आवश्यक आहे. त्यासाठी कोणतीही किंमत द्यावी लागली तरी हरकत नाही. कारण एवढ्या अंतरावरूनही ज्या रशियाचा आपल्याला उपद्रव होतो, तो आपल्याला येऊन अगदी भिडला तर आपल्याला असह्य त्रास होईल.' जर रशियाने आघाडी मारून हेरतचा कब्जा घेतला तर ब्रिटनला कंदाहारपर्यंत आगेकूच करणे भागच पडेल. या गोष्टींचा विचार करून हिंदुस्तान सरकारने तीन आठवड्यांच्या आत कंदाहार ताब्यात येईल यादृष्टीने लोहमार्गाची तरतूद वगैरे तयारीही केली होती. तरीही हे पाऊल अटळ आहे असे मानण्यास व त्या हेतूने लोहमार्ग टाकण्यास डफरिनची तयारी नव्हती. थेट हिंदुकुश पर्वतापर्यंतचा भूभाग आपल्या नियंत्रणाखाली ठेवण्यामुळे फार मोठ्या प्रमाणात खर्च आणि त्यामुळे करांमध्ये जबरदस्त वाढ ह्या दोन्ही गोष्टी अपरिहार्य झाल्या असत्या.[६१] डफरिनच्या धोरणाला साल्सबरीचा पाठिंबा होता. 'रशियाशी समझोता केला तरीही सरहद्दीवरील संरक्षणव्यवस्थेत हिंदुस्तान सरकारने ढिलाई येऊ देऊ नये हे खरे. परंतु थेट कंदाहारच्या दिशेने लोहमार्ग निर्माण करण्यामुळे मात्र रशियन वृत्तसंस्थेच्या ज्वालाग्राही राष्ट्रवादीने पेट घेतला असता,[६२] इतर क्षेत्रातील वागणुकीत अभावानेच दिसून येणारा सूज्ञपणा अफगाणिस्तानात आणि मध्य आशिया येथील परिस्थिती हाताळताना मात्र डफरिनने दाखविला तो त्याचा व्यक्तिगत चिटणीस मॅकेंझी वॉलेस[६३]

सतत त्याच्या हाताशी असल्याचा परिणाम असू शकेल. अमिराशी विचारपूर्वक वाटाघाटी केल्या गेल्या. पंजदेहची समस्या फार नाजूक होती. ती सोडविताना त्यावरून युद्ध करण्याचे टाळले गेले, ही मोठीच कामगिरी मानली पाहिजे. कारण जर पंजदेह परत मिळविण्याचा आग्रह अब्दुल रहमानने धरला असता तर त्याच्या पाठीशी उभे राहण्यास ब्रिटन वचनबद्ध होते. काही भूप्रदेशावरचा हक्क अमिराला सोडावा लागला तरीही रशियाने मागितलेली सरहद्द मान्य करण्यास अमिराचे मन वळविले गेले. अमिराच्या ब्रिटिशनिष्ठेविषयी डफरिनच्या मनात मुळीच संदेह नसला तरीही त्याच्या प्रजाजनांना जी वर्तणूक मिळत होती, तिच्याविषयी मात्र डफरिन नाराज होता. त्यामुळे त्याने अमिराला आर्थिक मदतीखेरीज इतर कोणतेही साहाय्य केले नाही. अफगाण टोळीवाल्यांना ब्रिटिश सैनिकांनी गोळ्या घालून ठार मारावे अशी व्हाइसरॉयची इच्छा नव्हती. तसेच क्वेटामध्ये येणाऱ्या निर्वासितांच्या लोंढ्याला कनवाळूपणे वागविले जात होते. अब्दुल रहमानची राजवट उलथून टाकण्याचा प्रयत्न झाला किंवा त्याचा मृत्यू घडला तर त्या आणीबाणीच्या प्रसंगी राज्यावर हक्क सांगण्यास पुढे सरसावतील असे सर्व संभाव्य वारसदार हिंदुस्तान सरकारने आपल्या ताब्यात घेतले होते.

रशियाने मात्र इ. स. १८८७ चा करार निर्णायक मानला होता, ब्रिटिशांनी अफगाणिस्तानात लष्करी वर्चस्व वाढवून रशियाला चिथावणी दिली नसली तरी. परंतु हिंदुस्तानच्या सरहद्दीवरील लोहमार्गीय दळणवळण व्यवस्था पूर्ण करण्यात आली आणि संरक्षणव्यवस्था एकंदरीत अधिक मजबूत करण्यात आली. वायव्य सरहद्दीवरील काळ्या पर्वताच्या जिल्ह्यातील ज्या टोळ्यांनी दोन ब्रिटिश अधिकाऱ्यांची हत्या केली होती, त्यांना वठणीवर आणण्यासाठी डफरिनने आपल्या हिंदुस्तानातील कारकिर्दीच्या शेवटच्या वर्षात एक लष्करी शिष्टमंडळ पाठविले, हे या वाढत्या सामर्थ्याचे द्योतकच होते. यामागील उद्देश वायव्य सरहद्दीवर शांतता निर्माण करण्याइतकाच रशिया व अमीर या दोघांवर वजन पाडण्याचाही होता.

III

हे सामंजस्य डफरिनच्या पूर्व सरहद्दीबाबतच्या धोरणात मात्र आढळून आले नाही. ब्रह्मदेशाच्या उत्तरभागातील स्वतंत्र राज्याचे अस्तित्व ही भारतीय साम्राज्यातील एक अट आहे, असे ब्रिटिश विस्तारवाद्यांना व व्यापाऱ्यांना नेहमीच वाटत आले होते. ब्रिटिश ब्रह्मदेशातील आपल्या अधिकाऱ्यांना मेयोने अशी सक्त ताकीद दिलेली होती की, उत्तर ब्रह्मदेशाच्या कारभारामध्ये त्यांनी कुठल्याही प्रकारे हस्तक्षेप करू नये, कारण ते किंवा जवळचे दुसरे कोणतेही राज्य खालसा करणे व्हाइसरॉयला अपेक्षित नव्हते व संमतही नव्हते.[६४] उत्तर ब्रह्मदेशाचे राज्य ब्रिटिश सैन्याच्या दयेमुळे अस्तित्वात

होते, याची नॉर्थब्रुकला पूर्ण जाणीव होती. हिंदुस्तानातील अधिकारी वर्गाचे मत ते खालसा करावे असे होते आणि ब्रिटिश सरकारचा या गोष्टीला पाठिंबाही मिळाला असता. तरीही तेथे हस्तक्षेप करण्याच्या उथळ मोहापासून दूर राहण्याची दक्षता त्याने घेतली. लिटनने ब्रह्मदेशाविषयी अभिलाषाबुद्धी बाळगली होती. रिपनने मात्र युद्ध करण्यास नकार दिला होता. 'व्यापार वाढविण्यासाठी युद्ध करावे या धोरणावर माझा बिलकूल विश्वास नाही.'[६५] ब्रिटिश व्यापारावर घालण्यात आलेल्या निर्बंधाविरुद्धचा निषेध मंडाले येथे व्यक्त करण्यात आला. या प्रकरणी वाटाघाटी करण्यासाठी ब्रह्मदेशाच्या शासनाने एक दूत पाठवावा असे सुचवले गेले. राजे थिबो यांनी या सूचनेला अनुमोदन दिले आणि एक शिष्टमंडळ सिमल्याला पाठविले. या शिष्टमंडळाने घातलेल्या अटी बऱ्याच कडक असल्या तरी वाटाघाटी फलदायी ठरतील, अशी रिपनला आशा वाटत होती. कारण लिबरल सरकारकडून ब्रह्मदेश खूप अपेक्षा करीत असला तरी एकदा भ्रमनिरास झाल्यानंतर बहुधा हव्या त्या अटी ते मान्य करतील अशी रिपनची कल्पना होती.[६६] व्हाइसरॉयचे प्रयत्न निष्फळ ठरले खरे; परंतु युद्ध आणि राज्य खालसा करणे या दोन गोष्टी टाळण्यात तो यशस्वी झाला होता.

हिंदुस्तानात आल्यानंतर डफरिनच्या असे लक्षात आले की, ब्रह्मदेशाचा मुख्य आयुक्त सर चार्ल्स बर्नार्ड[६७] याचे मतपरिवर्तन झाले असून उत्तर ब्रह्मदेशात ब्रिटिशांनी हस्तक्षेप करावा अशी त्याची इच्छा आहे. हे करण्याला वेळही फारच योग्य होती. कारण फ्रान्स आणि चीन त्यावेळी दुसरीकडे गुंतलेले होते. थिबो खंबीर प्रतिकार करण्यास असमर्थ होते व त्याची प्रजा तटस्थ होती. नुकताच अधिकारावर आलेला असल्यामुळे व्हाइसरॉयला लष्करी मोहीम हाती घेण्याची इच्छा नव्हती. त्यामुळे त्याने बर्नार्ड यास असा आदेश दिला की, उत्तर ब्रह्मदेशाचे राज्य खालसा करण्याचा हिंदुस्तान सरकारचा उद्देश नसल्याचे त्याने रंगूनमधील व्यापाऱ्यांना स्पष्ट सांगावे.[६८] ब्रिटिश सरकारच्या दृष्टिकोन याहून मर्यादित होता. लष्करी मोहीम हाती घेण्याची बर्नार्डची सूचना तातडीने अमलात आणू नये हे जरी किंबर्लेस मान्य होते तरी, फ्रेंचांना दूर ठेवता यावे यासाठी जर ब्रह्मदेश खालसा करणेच आवश्यक असेल, तर ते करावे असे त्याचे मत होते. कारण फ्रेंचांचे धोरण अशान्त आणि आक्रमक भावनेने प्रेरित होत असते, असे त्यांचे मत होते. मंत्रिमंडळाच्या परराष्ट्र व्यवहार समितीचे सदस्य तर अशा मताचे होते की, केवळ फ्रेंचांना वगळण्यासाठीच नव्हे, तर ब्रह्मदेशात क्रांती झाली तरीही तेथे हस्तक्षेप करावा. मात्र ब्रह्मदेश खालसा करण्याऐवजी ते राज्य संरक्षित करावे हे त्यांना अधिक पसंत होते, कारण खालसाकरणामुळे भारतीय संरक्षक राज्य निर्माण करणेसुद्धा

शक्य तेवढे लांबणीवर टाकावे, असे व्हाइसरॉयच्या कार्यकारी मंडळाचे स्पष्ट मत होते;[६९] कारण केवळ गैरकारभार किंवा व्यापारातील ढिलाई ही कारणे अशा तऱ्हेची कारवाई करण्यास पुरेशी नव्हती. 'उत्तर ब्रह्मदेशातील लोकांचा असंतोष खदखदत राहू द्या.परंतु त्याचा उद्रेक होऊ देऊ नका.' ब्रह्मदेशला मन्रोचे तत्त्व लागू करावयास हवे आणि तेथे दुसऱ्या कोणत्याही युरोपियन सत्तेला आर्थिक किंवा व्यापारी वर्चस्व मिळू देता कामा नये; परंतु हे साध्य होण्यासाठी मंडालेपेक्षा पॅरिसवर दडपण आणले पाहिजे.[७०] ब्रह्मदेशात जुलूम जबरदस्तीचे उपाय योजण्यास ही वेळ अत्यंत योग्य आहे, तसेच राज्ये खालसा करण्याच्या धोरणाला हिंदुस्तान सरकारचा तत्त्वतः विरोध आहे असे ब्रिटिश सरकारला सांगितले गेले.[७१] पूर्वीच्या लिबरल मंत्र्यापेक्षा चर्चिल कमी भांडखोर असल्यामुळे त्यानेही साल्सबरीला असे सांगितले की, ब्रह्मदेशकडून नव्हे तर फ्रान्सकडून स्पष्टीकरण मागणेच योग्य आहे.[७२] परंतु शेवटी हुजूरपक्षीय मंत्रिमंडळानेया संबंधीचा अखेरचा निर्णय व्हाइसरॉयवर सोपविला. लवकरच येऊ घातलेल्या निवडणुकांच्या वेळी सर्व जबाबदारी डफरिनवर टाकून मोकळे होता यावे, हा त्यांचा हेतू होता.[७३]

ब्रिटिश सरकार काकूं करीत असताना, आपल्या मंत्रिमंडळाचा विशेष पाठिंबा नसताना, तसेच ब्रह्मदेशातील अनुभव जमेस असणाऱ्या हिंदुस्तानातील दोन व्यक्ती, क्रॉस्थ्वेट व एचिसन,[७४] विरुद्ध सल्ला देत असताना सुद्धा, आता ब्रह्मदेशाचा प्रश्न धसालाच लावावयाचा असे डफरिनने ठरविले. हा निर्णय त्याच्या यापूर्वीच्या भूमिकेशी विरोधी होता. 'स्वभावतःच मी युद्धे, राज्ये खालसा करणे, किंबहुना ज्यायोगे जीवितहानी होईल अशी कुठलीही गोष्ट करण्याच्या विरुद्ध आहे. परंतु मंडाले येथील अधिकारी वर्गाच्या हिंसाचारामुळे आम्हाला निषेध करणे भाग पडले आहे. आमच्या मित्रत्वाच्या सौम्य खलित्याला त्यांनी अत्यंत असमाधानकारक उत्तर पाठविले आहे. त्यामुळे आपण त्यांना वठणीवर आणले पाहिजे. कृती करणे आवश्यक आहे असे एकदा ठरले म्हणजे अर्धवट उपाय योजल्याने बहुधा दुष्परिणामच होतात असे दिसते. म्हणून, भारतमंत्र्याच्या संमतीने मी या समस्येला तोंड फोडले आहे व त्यानुसार निर्वाणीचा खलिता ब्रह्मदेशाला पाठविला आहे. त्याला योग्य प्रकारचे उत्तर न आल्यास इरावतीच्या काठाने उत्तरेकडे दहा हजारांचे सैन्यही रवाना होईल.'[७५] नोव्हेंबर महिन्याच्या प्रारंभी जनरल प्रेंडरगस्ट[७६] यास उत्तर ब्रह्मदेशात शिरकाव करून जोरदार, ठाम व निर्णायक मोहीम हाती घेण्याचा आदेश देण्यात आला. या मोहिमेचे प्राथमिक उद्देश, मंडालेच्या रोखाने आगेकूच करण्यात यश संपादन करणे, ब्रह्मदेशाची शरणागती मिळविणे व तेथील ब्रिटिश सैन्याचे संरक्षण करणे हे होते. मात्र थिबो व त्यांचे कुटुंबीय

यांच्याशी सौजन्यपूर्ण वर्तणूक ठेवावी, असे सैन्याला बजावण्यात आले होते. प्रेडरगस्टने सर्व सूचना अमलात आणल्या आणि ब्रिटनपेक्षा जास्त विस्तृत असे राज्य फक्त वीसपंचवीस जणांच्या हानीनंतर ब्रिटिशांच्या ताब्यात आले.

एकदा स्वतःच्या जबाबदारीवर व्हाइसरॉयने उत्तर ब्रह्मदेशात ब्रिटिशांचे वर्चस्व स्थापन केल्यानंतर मग साल्सबरी सरकारला फार उत्साह आला.[७७] डफरिनच्या पूर्वीच्या हिंदुस्तानातील व्हाइसरॉयांपैकी लिटनने, जे आपणच करावयास हवे होते ते डफरिनने केले याबद्दल त्याचे अभिनंदन केले व ब्रह्मदेश खालसा करण्याचा त्याला आग्रह केला. आपल्या कार्याविषयीच्या त्याच्या या पक्षपातामुळे खरे म्हणजे डफरिनला काळजी वाटावयास हवी होती. परंतु नॉर्थब्रुक व रिपन या दोघांनी मात्र त्याला खालसाकरणाविरुद्ध सल्ला दिला.[७८] डफरिनने आपल्या उदारमतवादी मित्रांना सांगितले की, या विषयाबाबत आपले मन अद्यापही एक 'कोरी पाटी' च आहे.[७९] हा सत्याचा अपलाप होता. कारण त्याच्या दुसऱ्याच दिवशी त्याने चर्चिलला लिहिले की, खालसाकरण हेच बहुधा सर्वात योग्य धोरण ठरेल.[८०] खरे म्हणजे त्यापूर्वी कित्येक आठवडे, म्हणजे ब्रह्मदेशच्या मोहिमेनंतर लगेच डफरिनने मान्य केले होते की, ब्रह्मदेश खालसा करावा व त्याचा 'पूर्ण नायनाट करावा' अशीच आपली अंतःप्रेरणा आहे. ब्रिटिश भूप्रदेशान्तर्गत असतील तरच दुय्यम राज्ये ठेवणे शक्य आहे.[८१] परंतु पाऊल पुन्हा मागे घेतले जाण्यापूर्वीच लिबरल सरकार पुनश्च अधिकारपदावर आले. आता डफरिनला मनधरणी करणे भाग होते. पुनश्च भारतमंत्री झालेल्या किंबर्लेला त्याने लिहिले की, संरक्षित राज्य स्थापन करण्याच्या दृष्टीने ब्रह्मदेशाची सरहद्द मुळीच योग्य नाही. तसेच ब्रिटिशांना ज्याच्यावर विसंबता येईल व ब्रह्मी लोकही ज्याला पाठिंबा देतील असा कोणी उमेदवार आढळून येत नाही. म्हणूनच, 'आत्यंतिक राष्ट्रवादी भावनेने पूर्वग्रहदूषित झालेला नसूनही' त्याने खालसाकरणाची मागणी केली. 'हा देश ताब्यात घ्यावा लागणे ही एक मोठी कटकटच आहे, असे मला वाटते. ब्रह्मदेशचा ताबा आपल्याला सरतेशेवटी फायदेशीर ठरणार असला, तरीही तूर्त तरी काही काळापर्यंत त्यापासून उपद्रव आणि नुकसानच होईल, याचीही मला जाणीव आहे.'[८२]

इ.स. १८८५ मध्येही ज्या किंबर्लेने खालसाकरणाची सूचना मांडली होती, त्याची विचारसरणी नॉर्थब्रुक किंवा रिपन यांच्यापेक्षाही डफरिनच्या या नव्या धोरणासारखी असणार हे उघड होते. ब्रह्मदेशाचे इतर देशांशी असलेले तह रद्द करणे अपरिहार्य होते व ती गोष्ट ब्रह्मदेश खालसा करण्यानेच साधली असती असे त्याचे मत होते. याबाबतीत वकिलांनी असा सल्ला दिलेला आढळतो की, हे तह रद्द केल्यानंतर पुन्हा ब्रह्मदेशाची संस्थान म्हणून उभारणी करता येईल. याने कोणीही फसणार नाही

असे किंबर्ले यास वाटत होते. शिवाय संस्थानिक म्हणून नेमला गेला तर ते पद टिकवून धरू शकेल असा कोणी वारसदार आढळत नव्हता. म्हणून, सर्व गोष्टींचा विचार केला असता, डफरिनची सूचना मान्य करण्याखेरीज गत्यंतरच नाही असे किंबर्लेचे मत होते.[८३] 'उत्तर ब्रह्मदेश खालसा करणे अत्यंत आवश्यक आहे एवढे म्हटले म्हणजे त्यात सगळे आले'.[८४] नॉर्थब्रुकच्या मते, ही एक चूक होती.[८५] रिपनने हे स्वतःच्या इच्छेविरुद्ध मान्य केले[८६], तर ग्लॅडस्टन अस्वस्थ झाला.[८७] परंतु पार्लमेंट व सरकारातील बहुतेकांनी डफरिनला मनापासून पाठिंबा दिला; अखेर 'मोठ्या नाइलाजानेच' ब्रह्मदेशचे राज्य खालसा करण्यात आले[८८]

ब्रह्मदेशच्या समस्येचा हा काही शेवट नव्हता. ब्रह्मदेश काबीज करण्यापेक्षा तेथील कारभार चालवणे अवघड असल्याचे, डफरिनच्या लवकरच लक्षात आले. ज्या कारणांमुळे ब्रह्मदेश बळकावतेवेळी विरोधाला तोंड देण्याची वेळ आली नव्हती, त्याच कारणांमुळे आता तेथील कारभार चालवताना समस्या निर्माण होत होत्या, अशी डफरिनची तक्रार होती. कारण ब्रह्मी लोक वृत्तीने लहान मुलांसारखे होते. त्यांच्यात एकसंधपणा मुळीच नव्हता. जबरदस्तीने त्यांचा एकसंध समाज तयार करणे मूठभर वाळूचा लाडू वळण्याइतकेच दुष्कर होते.[८९] अशा प्रकारच्या समस्येला तोंड देण्याची शासकीय कुवत बर्नार्ड यांच्याजवळ नव्हती. 'टाइम्स' च्या वार्ताहराने डफरिनविषयीच्या आपल्या व्यक्तिगत नापसंतीमुळे आपल्या अहवालामध्ये सगळ्या उणिवा अतिरंजित करून कळवल्या. व्हाइसरॉयच्या ऐदी आशावादाला हा जोरदार धक्का बसला.

'भारताच्या व्हाइसरॉयला अनेक प्रश्नांना व समस्यांना तोंड द्यावे लागते. मी आजपर्यंत घालवला तेवढा वेळ केवळ आरोपांचे निराकरण करणे व सत्यासत्यता पडताळण्यासाठी घालवावा लागणे यातील विसंगतीचे मला हसू येते. ह्या कंड्यासुद्धा कोणी उठवल्या तर ज्याचा खोटेपणा अगोदरच पूर्णपणे उघडकीला आलेला आहे, अशा एका बदनाम, दंगेखोर वकिलाने.[९०] परंतु मला वाटते की, मी संयम सोडता कामा नये. कारण ही घटना म्हणजे आधुनिक संसदीय सरकारच्या एका नव्या अंगाचे एक वैशिष्ट्यपूर्ण लक्षण आहे.'[९१]

ब्रह्मदेशाच्या कारभारासंबंधीच्या आपल्या कामगिरीचे समर्थन करण्यासाठी डफरिनने एक विस्तृत अहवाल लिहिला व त्याच्या प्रती ब्रिटनमधील प्रमुख व्यक्तींना पाठवल्या. यांमध्ये पंतप्रधान व विरोधी पक्षाचे नेते यांचाही समावेश होता.[९२] सालसबरीचे तरी या अहवालाने समाधान झाले. 'मला वाटते, हिंदुस्तान सरकारने आपली कामगिरी चोख बजावली असल्याचे तुमचे म्हणणे तुम्ही पूर्णतया सिद्ध केले आहे. संपूर्ण शांतता प्रस्थापित करण्यात झालेल्या दिरंगाईबद्दल तुमच्यावर ठपका येऊ

शकत नाही... या सर्व मोहिमेकडे जरा दुरून, भविष्यकाळातून, पाहिले तर ही एक उल्लेखनीय अशी यशस्वी कामगिरी ठरेल.'[९३] परंतु असे अहवाल व अशी प्रशस्ती यांमुळे ब्रह्मदेशात बोकाळलेला गैरकारभार व अशांतता यांच्यावर पांघरूण घालता येण्यासारखे नव्हते. ज्याने सुशिक्षित भारतीयांचा विश्वास संपादन केलेला होता व त्यांना राजकीय उद्दिष्टांसाठी संघटित होण्यास मदत केली होती, त्या ॲलन ह्यूमने संत्रस्त व्हाइसरॉयला असे सुचविले की, ब्रिटिशांनी ब्रह्मदेशातून माघार घ्यावी.[९४] यावर व्हाइसरॉयने असा युक्तिवाद मांडला की, 'सर्व गडबडीला देशभक्त व गनिमी काव्याने लढणारे सैनिक जबाबदार नसून चोर व लुटारू पुंडच जबाबदार आहेत. खुद्द त्यांचा स्वतःचा तरी यावर विश्वास होता की नाही, याविषयी शंकाच आहे. आपला देश आपल्या ताब्यातून जावा ही गोष्ट ब्रह्मी जनतेला खचितच आवडणारी नव्हे. तरीसुद्धा आपण जर तेथील जनतेला तिला गांजणाऱ्यांपासून संरक्षण, न्याय व चांगले शासन एवढ्या गोष्टी देऊ शकलो तर बहुसंख्य लोक आपल्या कारकिर्दीशी आनंदाने जुळते घेतील, असे मला निश्चितपणे वाटते'[९५] शक्य तितक्या लवकर आपण या प्रकरणातून बाहेर पडावे व जगानेही ते लवकरच विसरून जावे अशी डफरिनची तीव्र इच्छा होती. त्यासाठी त्याने लष्कराला सहृदयतेने वागण्याचा, मात्र त्याचवेळी गैरवाजवी मवाळपणा व अवास्तव खर्च टाळण्याचा आदेश दिला.[९६]

कोणतीही गोष्ट जुनी झाल्यावर विस्मृतीत जमा होते हा जगाचा नियमच आहे. त्यानुसार डफरिनच्या ब्रह्मदेशविषयक धोरणाची कठोर बाजू लवकरच लोकांच्या मनावेगळी झाली. १८८८ साली तर डफरिनच्या एका स्नेह्याने असे लिहिलेले आढळते की, खालसाकरण ही नुसती एक अपरिहार्य गरजच नव्हती, तर ती घटना समाधानकारक व भविष्यकाळी फलदायी होईल अशी आहे, याबद्दल ब्रिटनमध्ये सर्वांचे एकमत आहे.[९७] आपल्या उमरावपदासाठी ब्रह्मदेशाशी निगडित असा किताब व्हाइसरॉयने निवडावा, असे स्वतः साल्सबरीने सुचविले. 'कदाचित वेलस्लीच्या काळापासूनही असेल,' डलहौसीच्या वेळेपासून तर निश्चितच, असा गौरवशाली साम्राज्य विस्तार झालेला नाही.[९८] अशा तऱ्हेने, जो ब्रह्मी दरबार शेवटी आवा या ठिकाणी भरला होता त्याला आता डेब्रेट येथे स्थान मिळाले. त्याच्या बदल्यात डफरिनने आपला अखेरचा आदेश म्हणून मुख्य आयुक्त क्रॉस्थ्वेट यास आपले नाव उत्तर ब्रह्मदेशातील एखाद्या ठिकाणाला द्यावे अशी सूचना केली.[९९] त्यानुसार एका थंड हवेच्या ठिकाणाला डफरिनचे नाव देण्यात आले. उत्तर ब्रह्मदेशाची प्राप्ती हा व्हाइसरॉयच्या मते त्याच्या हिंदुस्तानातील कारकिर्दीचा त्याला अजरामर करणारा कळसच होता. खरे पाहता

रंगहीन असलेल्या कारकिर्दीवर दाट सावट टाकणारी ती घटना होती.

IV

लिबरल पक्षाला खरोखरची भरीव स्वरूपाची कामगिरी करण्यास पूर्ण वाव भारताच्या परराष्ट्र धोरणामध्ये मिळण्यापेक्षा अंतर्गत कारभारात मिळाला.ब्रिटिशांचे हित हे साध्य दृष्टिसमोर ठेवूनच केवळ नव्हे तर भारतीयांच्या हिताचे विश्वस्त म्हणून भारताचा कारभार केला आहे, हेही दाखवून देण्याचा प्रयत्न करण्यास त्यांना वाव मिळाला. हुजूरपक्षाने हिंदुस्तान हा एक सुव्यवस्थित तळ म्हणून वापरून, मुख्यत्वे परराष्ट्र धोरणासंबंधीचे प्रयोग तेथे केले. याउलट उदारमतवाद्यांच्या प्रयोगांचे केंद्र हिंदुस्तानातच होते.

हिंदुस्तानच्या अंतर्गत कारभारावरील रिपनचा पहिला ठसा फार जोरदार व प्रभावी ठरला. लंडन व सिमला यांचा अर्धवटच पाठिंबा असताना व बंगाल सरकारचा प्रखर विरोध असताना त्याने फॅक्टरी संबंधीचा कायदा हिंदुस्तानात लागू केला. प्रत्यक्ष कायदा हे सुधारणेच्या दिशेने पुरेसे मोठे पाऊल नव्हते व व्हाइसरॉयचे त्याने समाधान झालेले नव्हते. 'सर अँथनी ईडन यांच्या इच्छेला मान तुकवून मी लहान मुलांची नोकरीची किमान वयोमर्यादा ८ वर्षांवरून ७ वर्षांवर आणली, या गोष्टीचा मला नेहमीच पश्चात्ताप होईल. माझ्या हातून ही मोठीच चूक झाली. या बाबतीतील हे माझे मत नमूद करून ठेवण्याची माझी इच्छा आहे.'[१००] असे असले तरी या कायद्यामुळे हिंदुस्तानच्या औद्योगिक इतिहासातील एका नवीन पर्वाचा प्रारंभ झाला.

यानंतर, जवळपास ग्लॅडस्टनच्या एका विशिष्ट आदेशानुसार असे म्हणावयास हरकत नाही, व्हाइसरॉयने लिटनचा 'देशी वृत्तपत्रांचा कायदा' रद्द केला. याबद्दल त्याच्या आभारप्रदर्शनासाठी जमलेल्या संपादकांना [१०१] उद्देशून रिपनने म्हटले की, 'स्वतंत्र वृत्तसंस्था सूज्ञपणाने व विवेकाने चालविल्यास तिची सरकारला बहुमोल मदत होते. हिंदुस्तानात प्रातिनिधिक स्वरूपाच्या संस्था इतक्या अल्प प्रमाणात अस्तित्त्वात आहेत की, अनिर्बंध मुद्रणस्वातंत्र्याला त्यामुळे विशेषच महत्त्व प्राप्त होते,' मुद्राणस्वातंत्र्यावरील बंदी उठविण्याचे हे जे पाऊल रिपनने टाकले त्याबद्दल पश्चाताप करण्याची पाळी सरकारवर १९व्या शतकात पुढेही कधी अगदी तणावाच्या परिस्थितीतसुद्धा आली नाही.[१०२] याहीपुढे जाऊन १८७८ च्या शस्त्रविषयक कडक कायद्यात दुरुस्ती करण्याची रिपनची इच्छा होती. कारण त्या कायद्यान्वये भारतीयांना स्फोटक शस्त्रे जवळ बाळगणे कठीण झाले होते. परंतु ग्लॅडस्टनचा पाठिंबा असूनसुद्धा त्या बिलाला इंडिया ऑफिसची अनुमती मिळाली नाही.

एक फॅक्टरीचा कायदा वगळल्यास रिपनच्या कारकिर्दीच्या प्रारंभीच्या देशांतर्गत

सुधारणा हा 'त्याच्या पूर्वीच्या सरकारने त्याला ज्याचा वारसा दिला होता ते नष्ट करण्याच्या प्रक्रियेचाच'[१०३] एक भाग होता. त्याच्या कारकिर्दीच्या उत्तरकाळातील विधायक प्रयत्नात रिपनच्या उदारमतवादी धोरणाचा गाभा होता. त्यामुळेच त्याच्या कारकिर्दीला महत्त्व प्राप्त झाले. स्थानिक स्वराज्य संस्थांना अधिक बळकटी आणण्यास उत्सुक असलेल्या रिपनने अर्थसदस्य एव्हेलिन बॅरिंग[१०४] याच्या स्थानिक स्वराज्य संस्था बळकट करण्याच्या उत्साही हेतूने बिगरसरकारी व्यक्तिचे सरकारी कारभाराशी संबंध वाढवावे व स्थानिक संस्थांना जादा अधिकार प्रदान करावे यासाठी प्रांतिक सरकारांना आवाहन करणारे ठराव तयार केले. प्रांतांतील सत्तेच्या विकेंद्रीकरणाच्या प्रक्रियेतील घटक म्हणून हिंदुस्तान सरकार नगरपालिका, जिल्हा समित्या व दुय्यम उपविभागीय समित्या स्थापन करण्याला अनुकूल होते. आरोग्य, शिक्षण व सार्वजनिक कामे ह्या खात्यांचा खर्च प्रांतिक पातळीवरून स्थानिक पातळीवर आणणे फायद्याचे होते. शिवाय इतर खात्यांबाबतही विचार करणे शक्य होते. याउलट पोलीस खात्याच्या खर्चातून नगरपालिका मुक्त केल्या जाव्यात. कारण खात्यावर त्यांचे नियंत्रण नसते व नगरपालिकेला त्याविषयी विशेष आस्थाही नसते. खात्यांची बदलाबदल करण्यामुळे स्थानिक अधिकाऱ्यांवर पडत असलेला खर्चाचा बोजा वाढू न देता, पुरेशा मिळकतीची साधनेही उपलब्ध करून देणे आवश्यक होते. काळजीपूर्वक हाताळल्यास स्थानिक पाठिंबा व ज्ञानाचा योग्य फायदा घेतल्यास त्यात वाढ होऊ शकेल, असे तिचे स्वरूप होते.

रिपन सरकारने तपशिलाकडे इतक्या बारकाईने लक्ष दिल्यामुळे त्याच्या मूळ धोरणाची गळचेपी झाली. बहुतेक सर्व प्रांतिक सरकारांचा त्याने केलेल्या स्थानिक स्वराज्य संस्थांमधील सुधारणांविषयी असा समज झाला होता की, त्या फक्त शासकीय पुनर्रचनेच्या दृष्टीने केल्या गेल्या आहेत; अधिकृत वर्ग अधिक जबाबदार व्हावा या उद्देशाने नव्हेत. उदारणार्थ, मुंबईमध्ये स्थानिक सरकारचा पूर्ण उच्छेद झाला होता. मुंबई शहराबाहेरच्या नगरपालिका ह्या केवळ 'बाहुली' होत्या. तर जिल्हा व तालुका समित्या 'मृतप्राय व नष्टप्राय' होत्या.[१०५] अशी परिस्थिती असूनसुद्धा मुंबई सरकारला याहून अधिक प्रमाणात सत्तांतर करता येणार नाही, याचे समाधान वाटत होते. दहा शहरी नगरपालिकांपर्यंत निवडणूक पद्धत पोहोचविण्यापलीकडे काहीही करण्याची त्याची तयारी नव्हती.[१०६] म्हणून १८८२ च्या मे महिन्यात रिपन व बॅरिंग यांनी आपल्याला प्रेरित करणारी तत्त्वे स्पष्ट करणारा आणखी एक ठराव मांडला. स्थानिक स्वराज्य संस्थांची वाढ करण्यामागील उद्देश मूलतः हिंदुस्तानातील सुशिक्षित वर्गाचा आत्मविश्वास वाढीला लागावा व त्यांना सरकारी कारभारात सहभागी होण्याचे शिक्षण

मिळावे हा होता. 'यासाठी सर्व स्थानिक संस्थांमध्ये कमीत कमी दोन तृतीयांश व्यक्ती बिगरसरकारी असाव्यात व शक्यतोवर त्या निवडून आलेल्या असाव्यात. या संस्थांनी नंतर सरकारी देखरेखीखाली, त्यांच्याकडे सोपविलेल्या बाबींमध्ये, पुढाकार घेऊन कार्य करावे. त्यातूनही एखादी संस्था आपल्या कर्तव्यात सातत्याने कुचराई करीत आहे असे आढळ्यास, केंद्र सरकारच्या परवानगीने तिच्या जागी दुसरी संस्था स्थापन करता येईल.'

हे आदर्श बहुतेक ब्रिटिश अधिकाऱ्यांना गैरवाजवी नसले तरी स्वीकारार्हही वाटले नाही. प्रत्यक्षात रिपनचे धोरण अयशस्वी ठरविण्याच्या मार्गाला ते जारीने लागले व या कामी त्यांना इंडिया कौन्सिलच्या निवृत्त जेष्ठ अधिकाऱ्यांचा पूर्ण पाठिंबा होता. मध्य प्रदेशातील ग्रामीण विभागात अतिशय मर्यादित प्रमाणावर स्थानिक संस्था निर्माण करण्याचा प्रयत्न ज्यावेळी व्हाइसरॉयने केला, त्यावेळी त्याला लंडनहून एक खलिता आला. स्थानिक संस्थांवर अधिकृत नियंत्रण असावे यावर त्या खलित्यात भर देण्यात आला होता. निवडणुकीचे तत्त्व सरसहा लागू करण्याच्या त्याच्या धोरणावर टीकाही होती. वायव्य सरहद्द प्रांताचा हुशार पण कडवट वृत्तीचा गव्हर्नर सर आल्फ्रेड लायाल [१०७] हाही विशेषसा उत्साही नव्हता. तो म्हणतो, 'हळूहळू विकास करीत गेल्यास ही कल्पना बरी असली तरी हे सगळे प्रायोगिकच आहे असे मला वाटते'[१०८] लायालने नगरपालिकांपुरते तरी निष्ठेने रिपनचे धोरण अमलात आणले. पंजाबमधील एचिसन याने सरकारने मांडलेली विधेयके मात्र, दुरुस्तीनंतरदेखील, अपेक्षेपेक्षा फार उणी पडली. परिणामी, मुळातच स्थानिक स्वराज्य संस्थांचा पुरस्कर्ता नसलेल्या किंबर्लेने जिल्ह्यांविषयीच्या कायद्याचा मसुदा नामंजूर केला. रिपनच्या धोरणाच्या योग्यतेबद्दल आता मुंबई सरकारने हिंदुस्तान सरकारबरोबर जाहीर वाद सुरू केला व त्याची अंमलबजावणी अत्यंत दुबळेपणाने केली. मद्रासचा गव्हर्नर उदारमतवादी असल्यामुळे व्हाइसरॉयला तेथे थोड्याफार अपेक्षा होत्या. 'जर मुंबईने टोरी पक्षाची पिपाणी वाजवली तर मद्रासने लिबरल पक्षाचे शिंग का फुंकू नये?'[१०९] हे म्हणजे स्वतःच्या कार्यकारिणीवर ग्रँट डफचा असलेला अधिकार अतिरंजित करून सांगणे होते. रिपनला व्यक्तिशः काहीही वाटत असो, परंतु प्रत्यक्ष निर्णय घेणे त्याच्या अधिकाऱ्यांच्याच हाती होते. स्थानिक स्वराज्य संस्थांविषयीचे कायदे संमत करून घेण्यासाठी स्वतः रिपनला हस्तक्षेप करावा लागला. या कायद्यान्वये निर्वाचित बिगरसरकारी सदस्य स्थानिक संस्थेचा अध्यक्ष असणे, आवश्यक नसले तरी शक्य झाले.

तसे पाहता स्थानिक स्वराज्य संस्थांच्या बाबतीत रिपनने इतकी कमी प्रगती केली, यात काहीच नवल नाही. उलट, अधिकारीवर्गाची इतकी विलक्षण स्थितिप्रियता

असूनही जेवढे यश त्याने मिळविले तेच आश्चर्यकारक आहे. या क्षेत्रातील आपल्या स्वतःच्या प्रयत्नांना त्याच्या लेखी सर्वाधिक महत्त्व होते. राज्यकारभार आणि राजकीय जबाबदारी या दोन बाबतीत भारतीयांना प्रशिक्षित करणे हे हिताचे तर होतेच; शिवाय ब्रिटिश साम्राज्याचे विश्वस्त या नात्याने ब्रिटिश परंपरेला साजेसेही होते. 'हिंदुस्तानात साधावयाच्या राजकीय उद्दिष्टांमध्ये तूर्त तरी मला याहून मोठे कोणतेच उद्दिष्ट आढळत नाही.[११०] भारतीयांना शिक्षण देणे व त्यांच्या स्वतःच्या स्थानिक व्यवहारांमध्ये त्यांना भाग घेऊ देणे हे जर येत नसेल तर ब्रिटिश साम्राज्याचा अस्तकाल जवळ आला आहे व त्याच्या अस्तित्वाचे समर्थनच संपले आहे.[१११] असे म्हणावे लागेल.'

आपल्या स्थानिक स्वराज्य संस्थांच्या धोरणासंबंधी रिपन लिहितो, 'मला असे वाटते की, कित्येक भावी पिढ्यांना अन्न व निवारा देऊ शकेल असा वृक्ष मी लावीत आहे.'[११२] परंतु या वृक्षाची पाळेमुळे कधीही खोलवर गेली नाहीत. आधुनिक हिंदुस्तानच्या राजकीय इतिहासामध्ये स्थानिक स्वराज्य संस्थांना कधीच विशेष महत्त्वाचे स्थान प्राप्त झाले नाही. रिपनच्या व्हाइसरॉयपदाच्या कारकिर्दीतील सर्वात फलप्रद घटना म्हणजे स्थानिक स्वराज्य संस्थांचा उदय नसून दुसरीच एक घडामोड होती व ती अजिबात योजनापूर्वक केलेली नव्हती.

रिपनच्या शब्दात सांगावयाचे तर हिंदुस्तानातील प्रायः सर्व ब्रिटिश अधिकारी व अनधिकारी वर्गाची अशी धारणा होती की, 'भारत व भारतीय जनता ही त्यांच्या उपयोगासाठी व केवळ त्याचसाठी आहे. हे लोक स्वतःचा विचार फक्त विजेता या नात्यानेच करतात. एतद्देशीयांकडे 'जित समाज' ह्याच दृष्टीने पाहतात.'[११३] सुशिक्षित भारतीय समाजाची निर्मिती व भारतीयांमध्ये राजकीय जागृती निर्माण करणे त्यांना नामंजूर होते. हा वर्ग भविष्यकाळी आपला वासरदार होईल ही कल्पना त्यांना शापासारखी वाटत होती. याउलट ग्लॅडस्टनच्या राजनीतीचा नेमका हाच गाभा होता. 'आपण एक अत्यंत खडतर परंतु उदात्त कर्तव्य अंगीकारलेले आहे, त्याच्या पूर्तीसाठी आपण भारताला, किंबहुना, अखिल मानवसमाजाला वचनबद्ध आहोत. आपल्या सर्व शक्तींनिशी या कार्याच्या पूर्तीसाठी व आपल्या प्रतिज्ञेच्या पूर्तीसाठी वाहून घेणे याखेरीज आपणापुढे दुसरा पर्यायच नाही.'[११४] याच विचाराने रिपनने आपली कर्तव्ये पार पाडली. 'दिवसेंदिवस मी अधिक जहाल सुधारणावादी बनतो आहे. मला लाभलेल्या अनिर्बंध सत्तेचा परिणाम आत्तापर्यंत माझ्या उदारमतवादी तत्त्वांना बळकटी आणण्यास व त्यावरील माझी श्रद्धा अधिक प्रगाढ करण्यास झाला आहे, हे सांगताना मला अत्यंत आनंद वाटतो.'[११५] ग्लॅडस्टनने समाधान व्यक्त केले. परंतु हिंदुस्तानातील

ब्रिटिश समाजाची अस्वस्थता वाढून तो भयग्रस्त झाला.

व्हाइसरॉयची कार्यकारिणी व आंग्ल – भारतीय समाजाचे विविध घटक यामध्ये रिपनच्या कारकिर्दीच्या प्रारंभीच्या काळात अनेक वादग्रस्त मुद्दे होते. हिंदुस्तानातील ब्रिटिश सत्तेच्या अंतिम उद्दिष्टांबद्दल आंग्ल – भारतीयांच्या विलक्षण वेगळ्या कल्पना असून रिपनची कृत्ये सतत त्याची अवहेलना करण्याच्या उद्देशाने केलेली असतात अशी त्यांची भावना होतीच. त्यात भर म्हणजे व्हाइसरॉयच्या व्यक्तित्त्वाचाच त्याच्या देशबांधवांना राग येत असे. बॅरिंगच्या मते, 'रिपनच्या कृत्यांपेक्षा त्याच्या वक्तव्यांमुळे त्याच्यावर टीकेची झोड उठविली जाते'.[११६] याउलट भारतीय जनता रिपनकडे नेतृत्त्वाच्या अपेक्षेने पाहू लागली.

हिंदुस्तानातील एक नवी घडामोड म्हणजे लॉर्ड रिपनची लोकप्रियता होय. विशेषतः ज्या व्यक्तीला वर्षानुवर्षे प्रांतोप्रांती हिंडताना सामान्य जनतेचे आपल्या जिल्ह्यातील अधिकाऱ्यापलीकडील अधिकाऱ्यांविषयीचे अज्ञान पाहणे अंगवळणी पडले असेल, त्याला ही घटना विशेष आश्चर्यकारक वाटते. 'समितीने ज्या मोठ्या शहरांना भेट दिली तेथील नगरपालिकांच्या वक्त्याला भाषण कसे करावे हे जर सुचेनासे झाले तर तो कुठल्याही असंबद्ध वाक्याची सुरुवात 'लॉर्ड रिपन' या शब्दांनी करतो. लोक इतके आनंदित होतात आणि इतक्यात मोठ्याने व इतका वेळ जल्लोष करतात की त्या वक्त्याला स्वतःला सावरण्यास भरपूर अवधी मिळतो, असे मी पाहिले आहे.'[११७]

इ.स. १८८३ मध्ये ज्यावेळी एक नवी व जास्त गंभीर स्वरूपाची समस्या निर्माण झाली त्यावेळेपर्यंत व्हाइसरॉयचे व्यक्तिमत्त्व विवाद्य ठरले होते. इ. स. १८८२ मध्ये एका भारतीय मुलकी अधिकाऱ्याने तत्त्वतः शासनातील कोणत्याही अधिकाराच्या जागांवरील नेमणुकीस भारतीय जर पात्र आहेत तर प्रत्यक्षात त्यांना युरोपियनांचा न्यायनिवाडा करण्याची परवानगी नाकारणे असयुक्तिक व अयोग्य होते, या मुद्द्यावर आपला निषेध नोंदविला होता. तरीही मेयोच्या मृत्यूनंतर पास झालेल्या १८७२ च्या कायद्यान्वये जिल्ह्यांच्या ठिकाणी लहान लहान गुन्ह्यांचा निवाडा करण्याची संधीसुद्धा भारतीयांना नाकारली जात होती. हा नकार योग्यच आहे असे भाष्य विधिसदस्याने केले.[११८] व्हाइसरॉयची भूमिका या विषयी सहानुभूतीची होती. [११९] या प्रकरणाचा अधिक काळजीपूर्वक विचार केला जावा असे विधिमंडळाने एकमताने ठरविले.[१२०] यानंतर या प्रकरणाविषयी प्रांतिक सरकारांचे मत विचारण्यात आले. ही विसंगती कोणत्या मार्गांनी दूर करावी याविषयी निरनिराळ्या सरकारांची मते वेगवेगळी असली तरी ती दूर व्हावयास हवी, हे त्यांना एकमताने मान्य होते. याला अपवाद फक्त मद्रास सरकारचा होता. प्रचलित पद्धतीत कोणताही बदल केल्यास ब्रिटिश समाजाचा त्याला

विरोध होईल अशी सावधगिरीची सूचना मद्रास सरकारकडून आली. वास्तविक ज्या उत्तर हिंदुस्तानात सर्वात जास्त निषेध व्यक्त झाला तेथील एकाही अधिकाऱ्याला यासंबंधीची किंचितदेखील पूर्वकल्पना नव्हती. यानंतर बऱ्याच वर्षांनी बॅरिंग याने या घटनेसंबंधी असे लिहून ठेवलेले आढळते की, '१८८३ च्या सर्व घटनांपासून महत्त्वाचा धडा घ्यावयाचा तर असा की, साधरणतः भारतीय जनतेचे मत मार्गदर्शक म्हणून स्वीकारून राज्याचे धोरण ठरविणे कित्येकदा चुकीचे ठरू शकते.'[१२१]

अशा तऱ्हेच्या अहवालांमुळे दिशाभूल झाल्याने हिंदुस्तान सरकारचा असा समज झाला की, ही नेहमीसारखीच एक सामान्य बाब आहे. बॅरिंगने कबूल केले की, या प्रकरणाच्या कागदापत्रावर नुसती नजर टाकून आपण तिकडे विशेष लक्ष न देता सह्या केल्या होत्या.[१२२] इतकेच नव्हे तर कार्यकारिणीच्या मुलकी सदस्यांनीसुद्धा कोणत्याही प्रकारे काळजी व्यक्त केली नाही.[१२३] १८७२ च्या कायद्याचे दुरुस्तीविधेयक मांडण्याविषयीच्या सूचना ब्रिटिश सरकारकडे गेल्या होत्या. न्यायाधीशांमधील वर्णभेद दूर करण्याची वेळ आली असल्याचे ब्रिटिश सरकारने मान्य केले. त्यावेळी इंडिया कौन्सिलचा सदस्य असलेला सर हेन्री मेन यालाच फक्त या विधेयकाला हिंदुस्तानात विरोध होईल अशी शंका आली. परंतु अनवधानापोटी त्याची ही आशंका व्हाइसरॉयपर्यंत कधीच पोहोचली नाही. त्यामुळे १८८३ च्या फेब्रुवारी महिन्यात नवा विधिसदस्य सर कोर्टने इलबर्ट याने वर्णभेदाच्या आधारावर न्यायदानपद्धतीचे तत्त्व नाहीसे करणारे विधेयक मांडले.

त्या विधेयकाविषयीची प्रतिक्रिया फार ताबडतोब व उत्स्फूर्त झाली. सरकारला आश्चर्य याचे वाटले. हे विधेयक प्रसिद्ध झाल्यानंतर दोन दिवसांनी, म्हणजेच चार तारखेला टाइम्स ह्या वृत्तपत्राच्या कलकत्याच्या वार्ताहराने असे लिहिले की, 'युरोपियन जनतेवर सरकारने हा एक अचानक बाँबहल्लाच केला आहे व हा कायदा युरोपियनां मुळीच आवडणार नाही यात काही शंका नाही.'[१२४] व्यक्तिशः रिपन व ज्या ब्रिटिश सरकारचे प्रतिनिधित्व तो करीत होता, ते सरकार यांविषयीची अप्रीती इलबर्ट बिलाभोवती केंद्रित झाली आणि विरोधी संघटना ताबडतोब उभारण्यात आली.

आपली चूक व्हाइसरॉयच्या ध्यानात आली व त्याला त्याबद्दल खेदही वाटला. भारताचा बराच अनुभव असलेल्या व्यक्तींचा सल्ला घेऊनच त्याने हे केले होते. परंतु क्षोभाची पाळेमुळे ह्या विशिष्ट गोष्टीत नसून त्याहून बरीच दूर व खोल गेलेली होती हे स्पष्ट होते. 'इलबर्ट बिल' ह्या नावाने लवकरच ओळखले जाऊ लागलेले ते बिल म्हणजे जिच्यामुळे माझी फळी शत्रूपुढे उघडी पडली आहे अशी 'डावपेचातील चूक आहे आणि आपल्याला मिळालेल्या या संधीचा जास्तीत जास्त फायदा त्याने उठविला

आहे.'[१२५] तथापि, माघार घेणे शक्य नव्हते. म्हणून रिपनने असे जाहीर केले की, हे बिल हे एक रास्त व योग्य पाऊल असून त्यापासून कसलाही धोका नाही. [१२६] शिवाय इतर बऱ्याच गोष्टींचा विचारही करायला हवा होता. न्यायालयीन कामकाजाची आपली पात्रता भारतीयांनी दाखवून दिली होती. प्रत्यक्षात ब्रिटिशांच्या युरोपियन प्रजाजनांचा फौजदारी निवाडा भारतीयांनी करण्याचा प्रसंग फारच कमी वेळा आला असता व अशा वेळीही सरकार मेकॉलेच्या आधाराने भेदभावाचे उघड समर्थन करू शकणार नाही असे झाले नसते. कारण १८३६ साली मेकॉलेने भारतीयांना सांगितल्याप्रमाणे, [१२७] न्यायदानाचे दोन प्रकार होते. एक म्हणजे भारतीयांना योग्य असा कमी दर्जाचा व दुसरा ब्रिटिशांनी स्वतःकरिता राखून ठेवलेला उत्कृष्ट दर्जाचा होता. परंतु ब्रिटिश बिगरसरकारी समाजाला हा युक्तिवाद पटविणे केवळ दुरापास्त होते. ब्रिटिश अधिकारीवर्गाने त्याच्या आंधळ्या संतापाला उत्तेजनच दिले होते. ईडननंतर बंगालटचा लेफ्टनंट - गव्हर्नर म्हणून आलेल्या रिव्हर्स थॉम्पसनने हे बिल अयोग्य व अनावश्यक आहे, असे म्हणून त्याला विधानसभेत विरोध केला.[१२८] बंगालमधील सर्व ब्रिटिश मुलकी अधिकारी व कलकत्ता वरिष्ठ न्यायालयाचे दहा ब्रिटिश न्यायाधीश व खुद्द मुख्य न्यायाधीश यांचा त्याला पाठिंबा होता. आसामच्या मुख्य आयुक्तानेदेखील हे विधेयक मागे घ्यावे असे मत मांडले. कारण त्याच्या मते, ब्रिटिश समाजाचा कायमचा दुरावा ओढवून घेणे समर्थनीय ठरावे, इतके हे विधेयक महत्त्वाचे किंवा निकडीचे नव्हते. मद्रासचा गव्हर्नर व त्याचे कौन्सिल यांना असे वाटत होते की विरोधाच्या दडपणामुळे विधेयक मागे घेणे ही एक फार मोठी राजकीय चूक ठरेल. त्याने असे सुचविले की, अशा प्रकारच्या न्यायदानाचा अधिकार स्पर्धांद्वारा सनदी नोकरीत शिरलेल्या भारतीयांनाच दिला जावा. इतर प्रांतांच्या गव्हर्नरांनी देखील या विधेयकात दुरुस्त्या सुचविल्या, आणि इंग्रजांचा न्यायनिवाडा करण्याचा अधिकार फक्त काही अत्यंत वरिष्ठ भारतीय न्यायाधीशांनाच दिला जावा, असे सुचविले. मद्रासच्या मुख्य न्यायाधिशाने तत्त्व म्हणून याला मान्यता दिली, परंतु मुंबई व अलाहाबादच्या मुख्य न्यायाधीशांनी त्याला संपूर्ण विरोध केला.[१२९]

समाजाच्या दडपणापुढे ज्या अधिकाऱ्यांनी मान तुकविली[१३०] त्यांच्या नेभळेपणाविषयी व्हाइसरॉय व ब्रिटिश सरकारला जरी खंत वाटली तरी त्यामुळे या प्रश्नाला निराळा रंग चढला, असे त्यांच्या लक्षात आले. ब्रिटिश समाज अगदी उघडपणे जवळजवळ बंडखोर विरोधाला सज्ज झाला होता. सुशिक्षित भारतीयांनी जरी ब्रिटिशांइतकी हाकाटी केली नाही तरी त्यांच्यामध्येही असंतोषाची चिन्हे दिसून येऊ

लागली, व कलकत्त्याचे ब्रिटिशांच्या मालकीचे प्रमुख वृत्तपत्र 'द इंग्लिशमन' याच्या संपादकाला तर असे वाटू लागले की, '१८५७ च्या उठावाच्या वेळी ब्रिटिश सरकारची ताकद जशी पणाला लागली तशी पणाला लागण्याची वेळ त्यानंतर आली नव्हती. पण आज तशाच प्रकारच्या अनर्थाच्या दाराशी आम्ही उभे आहोत.'[१३१] ते विधेयक ज्या स्वरूपात होते त्याच स्वरूपात कायम ठेवणे योग्य ठरले असते. परंतु हिंदुस्तानात काय किंवा इंग्लंडमध्ये काय, त्यावेळी अधिकारपदावर असलेल्यांपैकी एकट्या ग्लॅडस्टनखेरीज कोणामध्येही तेवढे धैर्य व निर्धार असेल किंवा नाही याविषयी शंका होती. रिपन हा नक्कीच अशा कसोटीच्या प्रसंगाला तोंड देऊ शकणार नव्हता. आपल्या गुरूच्या तत्त्वांवर त्याची निष्ठा होती, परंतु गुरूचे नैतिक सामर्थ्य व बौद्धिक कुवत त्याच्याजवळ नव्हती. त्यामुळे आपल्या प्रतिष्ठेचा विचार बाजूला सारून हिंदुस्तान सरकारने या विधेयकावर मर्यादा घालणारे काही फेरफार सुचविले. त्यायोगे ब्रिटिशांचे युरोपियन प्रजेबाबतचे फक्त फौजदारी खटले चालविण्याचे अधिकार जिल्हा दंडाधिकारी व सत्र न्यायाधीशांनाच द्यावे, असे सुचविले. शिवाय ज्याच्यामुळे एखादा खटला चालवावयाचा तो न्यायाधीश ते करायला लायक नाही, असे वाटल्यास त्याच्याकडून खटला दुसऱ्याकडे सोपविण्याचा हक्क वरिष्ठ न्यायालयांकडे ठेवण्यात आला.[१३२] या विधेयकात याहून अधिक दुरुस्त्या केल्यास ते हास्यास्पद होईल, असे व्हाइसरॉयने लिहिले आहे.[१३३]

तडजोड करण्याची रिपनची उतावीळ ग्लॅडस्टनला रुचली नाही. त्याने व्हाइसरॉयला लिहिले, [१३४] 'तत्त्वतः मी तुमच्या बाजूला ठामपणे होतो व आहे, डावपेचांपुरतेच म्हणावयाचे तर हा प्रश्न खुला ठेवण्यापेक्षा जास्त काही करण्याची गरज मला स्वतःला वाटत नाही. तुमचे स्पष्ट मत वाचल्यानंतर मला असे वाटू लागले आहे की, कदाचित चूक झालीही असेल, परंतु ती झाली आहेच असे मी खात्रीपूर्वक म्हणू शकणार नाही. एका प्रश्नाचे उत्तर शोधले पाहिजे. भारतासारख्या देशात अंतिम सत्ता कोठे असते? आणि जरी ती आज एका बाजूला तर भविष्यात दुसऱ्या बाजूला असणार असली तर भविष्यकाळावर नजर ठेवूनच कुठलीही समस्या सोडविली पाहिजे. त्या दृष्टीने विचार करता परकीयांबद्दल आणि विशेषतः आपल्यापेक्षा दुय्यम दर्जाच्या परकीयांबद्दल इंग्रजांच्या मनात स्वाभाविकपणे निर्माण होणाऱ्या तीव्र अभिमानाच्या भावनेला योग्य वळण लावणे हेच आवश्यक व योग्य ठरेल, असे मला वाटते.'

जेव्हा संसदेच्या एका हुजूरपक्षीय सभासदाने रिपनचे 'लहरी भावप्रधान आणि माणुसकीचा आव आणणारा' असे वर्णन केले, तेव्हा लिबरल पक्षाचे व सरकारचे सर्व सभासद तसेच आहेत असा प्रतिटोला ग्लॅडस्टनने हाणला. रिपन हा सूज्ञ आणि

न्यायी माणूस असून त्याच्या दीर्घ सार्वजनिक जीवनातील कोणताच भाग त्याच्या भारतातील कारकिर्दीइतका अभिमानास्पद आणि उपयुक्त ठरला नव्हता' अशी लिबरल पक्षीय सरकारची खात्री होती.[१३५] असे असले तरीही ग्लॅडस्टन आणि त्याचे मंत्रिमंडळ विश्वासाच्या ढोबळ आश्वासनांच्या पलीकडे जाण्यास आणि इल्बर्ट बिलाच्या प्रश्नावर कोणताही निश्चित निर्णय घेण्यास तयार नव्हते. भारतीय परिस्थितीच्या आपल्या ज्ञानाच्या बळावर रिपनलाच काय ते निर्णय घेणे भाग होते. व्हाइसरॉयने सुचविलेल्या कोणत्याही सुधारणा जरी त्या ब्रिटिश सरकारने स्वीकारलेल्या तत्त्वांना कितीही हानिकारक असल्या तरी इंग्लंडमधील सरकार मान्य करणार होते, पण व्हाइसरॉयला निर्णयाच्या जबाबदारीतून मुक्त करण्यास ते तयार नव्हते. कॉमन्ससभेमध्ये चर्चा होणे फार फायद्याचे ठरेल असे जेव्हा रिपनने सरकारला कळविले, तेव्हा संसदीय कार्याच्या तत्कालीन परिस्थितीमुळे ते शक्य नसून, विधेयक पास करण्यास विलंब करण्याचे रिपनने टाळावे, असे त्याला कळविण्यात आले.[१३६]

व्हाइसरॉयला आता निर्णय घेण्याचे टाळणे किंवा पुढे ढकलणे शक्यच नव्हते. विधेयकातील संकल्पित सुधारणांनी बंगालमधील युरोपियनांचे समाधान झालेले नव्हते आणि त्यांचा विरोध पूर्वीइतकाच जाज्वल्य होता. जेव्हा व्हाइसरॉय हिवाळ्यासाठी कलकत्त्याला परतला तेव्हा 'हुगळीच्या काठी मंदिर असलेल्या पापाचाराच्या त्या दैवता'[१३७] चा क्षुल्लक बाबतीत अपमान करण्यात आला. एक इलबर्ट वगळता व्हाइसरॉयच्या कार्यकारी मंडळातील इतर सर्व सभासद[१३८] या परिस्थितीने दडपून गेले आणि हे विधेयक आणखी सौम्य करावे असा सल्ला त्यांनी रिपनला दिला. त्यांच्या मते, 'युरोपियनांच्या बाबतीतील न्यायाधिकाऱ्यांच्या सवलतींचा प्रश्न हा धर्मवेडासारखा झालेला असून, कोणत्याही सूज्ञ सरकारने ही न्यायाधिकाराची स्पर्धा शक्यतो लवकर बंद करावयास हवी. नाहीतर विरोध दिवसेंदिवस जास्त हिंसात्मक होईल, कलकत्त्यातील कोणतीही ज्यूरी कोणाही युरोपियनां, दोषी ठरविणार नाही आणि 'लवकरच कलकत्ता हे असे शहर होईल की जेथे व्हाइसरॉय सुरक्षितपणे राहू शकणार नाही.' जिल्ह्यांमध्ये युरोपियन पोलीस ठेवलेले नव्हते आणि त्या भागात भारतीय पोलिसांनी इंग्रजांना अपमानित करण्याचा प्रयत्न केला असता तर त्याचा परिणाम 'श्वेत' बंड, यादवी आणि अराजक यात झाला असता. या धोक्यापेक्षा सरकारचा कितीही गंभीर स्वरूपाचा पराभव पत्करला असता.[१३९] युरोपियन विरोधकांच्या पुढाऱ्यांशी बोलणी करण्यास मान्यता देण्यासाठी रिपनचे मन कळविण्यात आले. रिपनने बॅरिंगनंतर आलेल्या सर ऑक्लंड कोलव्हिन[१४०] या आपल्या अर्थमंत्र्याला अशी बोलणी करण्याचे अधिकार दिले. अनेक योजना विचारात घेऊन फेटाळल्या

गेल्या. सरतेशेवटी कोलव्हिनने एक नवी योजना पुढे मांडली. या योजनेनुसार, जेव्हा जिल्हादंडाधिकारी किंवा सत्र न्यायाधीशांपुढे युरोपियन प्रजाजनांचा खटला चालू असेल तेव्हा किमान निम्मे सभासद तरी युरोपियन असलेली संयुक्त ज्यूरी त्या खटल्यात असावी, असे ठरविण्यात आले. अखेरीस इल्बर्ट बिलाचे कायद्यात रूपांतर झाले. तोपर्यंत ते मुळात कसे होते याचा मागमूसही राहिला नाही. हिंदुस्तानातील इंग्रज रहिवाशांचा दणदणीत विजय झाला होता आणि ग्लॅडस्टन ज्याचे प्रतीक होता, त्या उदारमतवादाने चांगलाच मार खाल्ला होता. हे मूलतः व्हाइसरॉयचे अपयश होते. कारण चुकीची दुरुस्ती करण्याचे प्रयत्नसुद्धा तेवढ्याच चुकीच्या मार्गांनी केले गेले होते.

इ. स. १८८४ च्या डिसेंबरमध्ये, हिंदुस्तानात आल्याबरोबर लगेच डफरिनपुढे असलेले पहिले कार्य म्हणजे रिपनने जबरदस्त हादरा दिलेल्या भारतीय समाजाचा समतोल पुन्हा प्रस्थापित करणे, हे होते. कलकत्त्यातील मुलकी अधिकाऱ्यांचा रिपनवर विश्वास नव्हता, बिगर सरकारी इंग्रज त्याला शिव्याशाप देत होते. उलटपक्षी भारतीय जनता आपला त्राता म्हणून त्याची वाहवा करीत होती. मुंबई आणि मद्रास येथील राज्यपालांनी कळविले होते, [१४१] स्वतः डफरिनचा कल सर्व गोष्टी सुरळीत करून लोकांमध्ये प्रिय व्हावे असा होता. ग्रँट डफ याने त्याला पाठिंबा देऊन 'आश्वासक आणि सावध, किंबहुना निष्प्रभ धोरण'[१४२] अंगीकारण्याची विनंती केली. भारतमंत्र्यानेही त्याला पाठिंबा दिला. किंबर्ले याने असे लिहिले[१४३] की, 'गोरे लोक आणि काळे लोक असे दोन परस्परविरोधी गट निर्माण झाले आहेत. ही विभागणी नाहीशी करणे अतिशय महत्त्वाचे आहे. याबाबत मी तुमच्याशी पूर्णपणे सहमत आहे, हे आवर्जून सांगण्याची आवश्यकता नाही. अशा वैमनस्यामुळे त्रास तर होतोच; त्याशिवाय अशा चर्चा लांबण्याचे गंभीर राजकीय परिणामही होऊ शकतील.' किंबर्लेचे हे म्हणणे योग्यच होते. बहुसंख्य भारतीय जनतेला जरी या घटनांमध्ये स्वारस्य नसले तरीही संतप्त ब्रिटिश जनता व धुमसणारे भारतीय लोकमत यांच्याशी बेमुदत सामना देणे हिंदुस्तान सरकारला परवडले नसते. म्हणून नवीन व्हायसरॉयने हिंदुस्तानातील आपल्या देशबांधवांना तो जिला 'शांतता' म्हणत ती देऊ केली. आपल्या मंत्रिमंडळाला त्याने कळविले की, आतापर्यंत अनिर्णित राहिलेला जमीन – धाऱ्याचा कायदा एकदा हातावेगळा झाल्यानंतर[१४४] काही काळ आपण विशेष हालचाल करणार नाही. आपल्या पूर्वीच्या व्हायसरॉयची त्याने आवर्जून प्रशंसा केली. तसेच हिंदुस्तानातील ब्रिटिश राजवटीचा प्रमुख लक्षणीय विशेष म्हणजे सातत्य असेही त्याने सांगितले.[१४५]

हे सर्व अर्थातच भारतीय लोकमत जिंकून घेण्याच्या उद्देशाने केले होते. डफरिनने

कोणते एखादे धोरण अवलंबिले असलेच, तर ते अगदी व्यक्तिगत पातळीवर होते. ब्रिटिशांचा लोभ न गमावता आपण भारतीय जनतेमध्ये लोकप्रिय व्हावे, शक्य तर रिपनपेक्षाही अधिक लोकप्रिय व्हावे यासाठी तो उत्सुक होता. त्याच्या आसपास असणाऱ्या सुशिक्षित भारतीयांबद्दल त्याच्या मनात लवकरच नावड निर्माण झाली. अशी नावड रिनपच्या मनात नव्हती.

'बंगाली बाबू ही सर्वात अधिक त्रासदायक आणि चीड आणणारी असामी आहे हे माझ्या केव्हाच लक्षात आले आहे. त्याला आपण घाबरलो आहोत असे आपण अजिबात दाखवता कामा नये, हे आपले म्हणणे मला पूर्णपणे पटले आहे. या माणसात केल्टिक विकृतपणा, उत्साह आणि धूर्तपणा आढळून येतो. सांप्रत कायदे रद्द करण्याच्या चळवळीची यंत्रणा उभारण्यात तो मग्न आहे. ही यंत्रणा ओकोनेल यांच्या 'देशभक्त – संघटनेच्या' धर्तीवर आहे.[१४६]

परंतु त्या सर्वांना आपण पुरून उरू, असा त्याला विश्वास होता. भारतीय लोकमत अधिक शांत करण्याच्या दृष्टीने, डफरिनने, भारतीय अधिकारी असलेल्या दोन भारतीय पलटणी तयार करण्याची योजना मांडली. त्याला नॉर्थब्रुकने जरी पाठिंबा दिला तरी किंबर्लेचा कल निराळा होता. संपूर्ण पलटणीच भारतीयांच्या उभारण्यापेक्षा फक्त उच्च अधिकाराच्या जागांवर भारतीयांच्या नेमणुका कराव्यात, असे त्याचे मत होते. ब्रिटिश अधिकारी आणि सैनिक भारतीयांच्या हाताखाली काम करण्याला मान्यता देतील हे दुरापास्त होते.[१४७] भारतीयांची मागणी भारतीय स्वयंसेवक पथकाच्या निर्मितीची होती. त्यावेळी निवृत्त होणार असलेला गृहसदस्य गिब्ज याला असे वाटले की, अशा तऱ्हेच्या पथकापासून काही उपद्रव होणार नाही. उलट फक्त उच्चकुलीनांचीच भरती केल्यास झाला तर फायदाच होईल.[१४८] वायव्य सरहद्द प्रांतातील लायल याचे मत याउलट होते. त्याच्या मते, अशा तऱ्हेने स्वेच्छेने मदत करणे हे खास ब्रिटिश वैशिष्ट्य होते. ऑस्ट्रिया किंवा रशियातील वातावरणाप्रमाणेच हिंदुस्तानातील राजकीय परिस्थितीशीसुद्धा ते जुळणारे नव्हते. भारतीय स्वयंसेवकांची भरती मोठ्या प्रमाणावर करण्यामुळे ब्रिटिश जनता काळजीत पडेल. त्याचप्रमाणे हिंदु –मुसलमान वैमनस्याचा कुठलाही भविष्यकालीन प्रसंग अधिक गुंतागुंतीचा होईल. म्हणूनच हिंदुस्तान सरकारने याबाबतचा निर्णय शक्यतोवर लांबणीवर टाकावा, असा सल्ला त्याने दिला.[१४९]

ही सूचना एकदम डावलून टाकण्याला व्हाइसरॉय थोडा नाखूष होता. कारण पंजदेह समस्येच्या वेळी काही एका निष्ठेच्या भावनेतून ही योजना जन्माला आली होती. असे असले तरी मोठ्या प्रमाणावर भारतीय नागरिक सेनेची उभारणी ज्यातून होऊ शकेल अशी कुठलीही गोष्ट करण्याला देखील तो नाखूषच होता.[१५०] विचाराला

जास्त अवधी मिळावा यासाठी त्याने ह्यूम ह्याच्याशी सल्लामसलतीस सुरुवात केली. ह्यूमशी मैत्रीचे संबंध वाढविण्याचा सल्ला व्हायसरॉयला रिपनने दिला होता.[१५१] स्वयंसेवक पथकांची निर्मिती करण्यासाठी भारतमंत्र्याची संमती आवश्यकच होती. शिवाय कदाचित संसदेला एखादा कायदाही करावा लागला असता. त्यामुळे ताबडतोब निर्णय घेण्याच्या आपत्तीतून त्याची सुटका झाली. ह्यूमने व्हाइसरॉयची गाठ घेतली व त्यानंतर एक पत्रक काढले. त्याद्वारा त्याने आपल्या भारतीय मित्रांना असे आश्वासन दिले की, सरकारच्या मनात कुठल्याही प्रकारची विरोधी भावना नाही. त्यामुळे व्हाइसरॉयवर विश्वास टाकून शांत राहणे हेच या देशाचे सध्याचे कर्तव्य आहे. 'प्रश्न कुठचाही असो, मला असे वाटते की, लॉर्ड डफरिन यांनी भारतीय जनतेने ज्या निष्ठेच्या भावनेने स्वयंसेवक या नात्याने सेवा देऊ केली तिची दखल घेतलेली आहे, असे म्हटले पाहिजे. लॉर्ड डफरिन यांच्या रूपाने आपल्याला स्थिर, कळकळीचा तसेच सूज्ञ व दूरदर्शी मित्र लाभला आहे.'[१५२] त्या वर्षीच्या हिवाळ्यात अखिल भारतीय काँग्रसची जी पहिली बैठक होणार होती, तिचे अध्यक्षपद मुंबईच्या राज्यपालांनी भूषवावे ही ह्यूमची सूचना फेटाळूनसुद्धा डफरिनने उपरनिर्दिष्ट प्रशस्तिपत्रक मिळविले.[१५३]

हिंदुस्तानी स्वयंसेवकांची मागणी लवकरच विस्मृतीत जमा झाली. डफरिनने त्यामुळे सुटकेचा निःश्वास टाकला. कारण म्हैसूरमधील ब्रिटिश रेसिडेंट व पंजाब, मुंबई, ब्रह्मदेश येथील स्थानिक सरकारे याखेरीज एकजात सर्वांचा याबाबतीत कोणतीही सवलत देण्याला विरोधच होता. [१५४] कार्यकारी मंडळात फक्त इलबर्ट व कोलव्हिन हे ठामपणे त्या बाजूचे होते.[१५५] यामुळे व्हाइसरॉयला ह्यूमची मैत्री लाभली एवढे खरे. ह्यूमने डफरिनला सांगितले की, सरकारने स्वयंसेवकांच्या मागणीबाबत साधी सहानुभूतीसुद्धा व्यक्त न केल्याने भारतीय जनतेच्या भावना दुखावल्या आहेत. त्याबाबतीत ती असंतुष्ट आहे. हे असमंजसपणाचे असेलही, परंतु मुले ती अखेर मुलेच असतात. 'मोठी' माणसे फार क्वचितच आढळतात.'[१५६] ह्यूमच्या कोणत्याही योजनांकडे व्हाइसरॉय विशेष गंभीरपणे लक्ष देत नसला तरी ह्यूमला तो ज्या आदराने वागवित असे, त्यामुळे त्याला 'रिपनचा खराखुरा वारसदार' असल्याचा लौकिक, तशी योग्यता नसतानासुद्धा मिळाला होता. भारत – पक्षपाती कल्पनांचा पुरस्कर्ता म्हणून[१५७] 'तुम्ही केव्हाच 'संशयित' ठरला आहात.'

रिपनच्या पावलावर पाऊल टाकण्याची डफरिनची जराही इच्छा नव्हती. किंवा त्याच्याच भाषेत बोलायचे झाल्यास, मिडलोथिअन उदारमतवाद अमलात आणण्याची ही वेळ नव्हती.[१५८] 'काळाच्या खुणा काळजीपूर्वक पाहाव्या तसेच सावधपणे आणि

सद्सद्विवेक जागृत ठेवून भारताचे शासन अधिक उदार करावे, हे आपले कर्तव्य आहे. परंतु सुधारणावादी किंवा प्रतिगामी चळवळींमध्ये स्वतः आपण सामावले जावे हे चुकीचे ठरेल याची मला खात्री आहे.'[१५९] सुशिक्षित बंगाली माणसाविषयी रिपनचे मत अवास्तव चांगले होते असे त्याला वाटत होते. स्वतः डफरिनचा कल जमीनदारवर्ग आणि समाजातील इतर सनातनी घटक यांच्याकडे अधिक लक्ष पुरविण्याकडे होता. जमीनधारकांची परिस्थिती सुधारावी या हेतूने रिपन सरकारने ज्याचा मसुदा तयार केला होता, त्या बंगाल जमीनधारा कायद्याविषयी डफरिनच्या मनात साशंकता होती. कारण त्याच्या स्वतःच्या अंतःप्रेरणा एखाद्या जमीनदारासारख्या होत्या. डफरिनच्या मते, वस्तुस्थितीविषयीच्या फार मोठ्या अज्ञानातून तो कायदा निर्माण झाला होता. तसेच मॅकडोनेल व ओकिनेली[१६०] या ज्या दोन आयरिश व्यक्तींनी त्याचा मसुदा तयार केला, त्यांनी त्याला विनाकारणच तीव्र आणि एकांगी स्वरूप दिले होते. बंगाल व बिहार या दोन भागातील परिस्थिती पूर्णपणे निराळी असल्यामुळे त्यांच्यासाठी दोन स्वतंत्र कायद्यांची आवश्यकता होती. हे खुद्द मॅकडानेलनेदेखील मान्य केले होते. बिहारमध्ये जनतेला जमीनदारांपासून संरक्षणाची आवश्यकता होती. तर बंगालमध्ये जमीनदारांना रयतेपासून संरक्षणाची आवश्यकता होती.[१६१] 'त्या पाजी खोडसाळ रॅन्डॉल्फ चर्चिल'ने[१६२] हुजूरपक्षाच्या पाठिंब्याचे अभिवचन दिल्यामुळे प्रतिकाराला सज्ज झालेल्या जमीनदारांना व्हाइसरॉयने सांगितले की, हे विधेयक राबविले जाईलच. त्यामुळे ते तडजोडीला तयार झाले. ते विधेयक अधिक सौम्य व्हावे यासाठी त्याच्या काही तरतुदींमध्ये सुधारणा करून डफरिनने जमीनदारांना सर्व गोष्टी सुलभ करून दिल्या. शेवटी ते ज्या स्वरूपात पास झाले ते डफरिनच्या मते, 'रयतेला हवे तेवढेच आवश्यक व न्याय्य होते. त्याहून जास्त नव्हे.'[१६३] रिपनला वाटले की, आपण स्वतः दिल्या असत्या त्याहून अधिक सवलती डफरिनने जमीनदारांना दिल्या आहेत.[१६४] या विधेयकाने रयतेचे समाधान झाले नाही आणि थोड्याच वर्षात चळवळीला प्रारंभ झाला. या घटनेचे सरकारने स्वागतच केले. कारण शेतकऱ्यांच्या असंतोषामुळे जमीनदार व अधिकारीवर्ग एकमेकांच्या अधिक जवळ आले असते.[१६५]

अवधमधेही जमीनधारणेची अशीच समस्या होती. कुळांना वरचेवर हुसकावून लावले जात असे. त्यापासून त्यांचे रक्षण करण्याची आवश्यकता तालुकदारांना पटली होती. त्यांनी नियंत्रणाचे काही उपाय योजलेही असते. परंतु बंगालच्या विधेयकाने घाबरल्यामुळे किंबर्ले व इंडिया कौन्सिल यांनी वायव्य सरहद्द प्रांत सरकारच्या सौम्य सूचनांवरही नकाराधिकार वापरला व त्याऐवजी दुसरी योजना मांडली. ती अधिक अतार्किक व जमीनधारकाला अधिकच घाबरवून सोडणारी होती.[१६६] इ. स. १८८५

मध्ये आपल्या भारतभेटीच्या वेळी चर्चिल याने लखनौमधील प्रमुख तालुकदारांची गाठ घेतली होती. तालुकदारांना स्वीकार्य वाटत नसलेल्या कुठल्याही विधेयकाला त्याचा पाठिंबा नव्हता. त्याच्या मते, 'अशी एखादी वेळ येईल की जेव्हा भारतावर फार मोठा ताण येईल. त्यावेळी हे संतापलेले तालुकदार १८५७ मध्ये त्यांनी घेतलेल्या भूमिकेसारखीच भूमिका घेतील.'[१६७] तरीही इतर सर्व बाबींप्रमाणेच ह्याही बाबतीत व्हाइसरॉयला निर्णय घेऊ देण्यास तो राजी होता. अवधमधीलशेतकरीवर्गाची परिस्थिती असह्य असल्याची डफरिनची खात्री पटली होती. लायलने म्हटल्याप्रमाणे अत्यंत विचारपूर्वक कायदा करण्याची आवश्यकता होती.[१६८] जमीनदारांना उपकारक अशा रीतीने व राजकीय कारणांसाठी अवध जमीनधारणा विधेयकाचा फेरविचार करावा असे, लायलने स्वतःच सुचविले होते. तालुकदारांची भावना अजूनही अशीच होती की, सरकारची आज्ञा पाळणे हे त्यांच्या दृष्टीने हिताचे असून त्यांचे ते कर्तव्यच होते. परंतु विरोध हाच सरकारशी वागण्याचा एकमेव मार्ग आहे असे तालुकदारांना पटवून देण्यास उत्सुक असलेली बरीच मंडळी लखनौमध्ये होती. त्यामुळे त्यांची सरकारबाबतच्या कर्तव्याची भावना सोडण्यास त्यांना कोणताही सयुक्तिक आधार मिळू न देणे अगत्याचे होते.[१६९] एखाद्या कुळाला हुसकावून लावण्याबद्दल जमीनदाराने द्यावयाची नुकसानभरपाई पूर्वी एक वर्षाच्या शेतसाऱ्याइतकी ठरविली गेली होती. ती बदलून तालुकदारांच्या सूचनेवरून [१७०] हुसकावणीच्या नोटिशीच्या स्टँप फी इतकी ठरविण्यात आली. डफरिनच्या मते, हा उपाय अत्यंत अतार्किक व हास्यास्पद होता[१७१] कारण ही नुकसानभरपाई संबंधित कुळाला द्यावयाची नसून सरकारकडे जमा करावयाची असे. परंतु अयोध्येचा जमीनधारणा कायदा आता तालुकदारांना मान्य होण्याजोगा झाला होता. तसेच उपरी कुळांची कालमर्यादा सात वर्षांसाठी पक्की करण्यात आली व त्यांना हुसकावल्यास त्यापूर्वीच्या तीस वर्षांतील त्यांनी केलेल्या सुधारणांचा खर्च नुकसानभरपाईच्या रूपाने मिळावा असेही ठरले. डफरिनच्या इतर निर्णयांच्या मागेसुद्धा भारतीय समाजातील सनातनी घटकांचा पाठिंबा मिळवण्याची हीच अधिरता आढळून येते. वायव्य सरहद्द प्रांतामध्ये एक विधिमंडळ असावे या लायलच्या मागणीला त्याने प्रोत्साहन दिले. जरी अशा मंडळाला प्रत्यक्ष काम कमी असले तरी त्यायोगे जमीनदार खूष होणार असल्याने त्याने हे केले.[१७२] त्याने आपल्या सार्वजनिक व व्यक्तिगत आयुष्यात संस्थानिकांना विशेष सहानुभूतीने वागविण्यात यावे आणि त्यांच्या राज्यकारभारात अनावश्यक ढवळाढवळ होऊ दिली जाऊ नये याविषयी खबरदारी घेण्यासाठी प्रयत्नांची पराकाष्ठा केली. ग्वाल्हेरचा किल्ला शिंद्यांकडे परत सुपूर्द करण्यात आला. व्हाइसरॉयला अशी आशा होती की, ह्या घटनेमुळे त्यांच्या सर्वसामान्य

धोरणाविषयी स्पष्ट कल्पना संपूर्ण भारताला येईल.[१७३] त्याने होळकर खेरीज करून सर्व प्रमुख संस्थानिकांशी व्यक्तिशः मैत्रीचे संबंध निर्माण केले. कालांतराने संस्थानिक ब्रिटिशांवर अधिकाधिक अवलंबून राहतील. कारण वाढत्या लोकशाही प्रवृत्तीच्या आक्रमणापासून ब्रिटिश हेच एकमेव संरक्षण त्यांना उरेल, अशी डफरिन याची रास्त कल्पना होती. त्याचप्रमाणे त्याला असेही वाटत होते की त्यांना प्रोत्साहन देण्यात कसलाही धोका नाही. कारण ब्रिटिश दडपण असल्याखेरीज केव्हाही ते एकमताने वागण्याची शक्यता नव्हती.[१७४]

डफरिनचे आर्थिक धोरणही याच धर्तीचे होते. व्हाइसरॉय व ब्रिटिश सरकार ह्या दोघांनाही गैरवाजवी करांपासून असणाऱ्या धोक्यांची कल्पना होती. अधिकारपदावर आल्यापासून दोन महिन्यांच्या आत डफरिनने लिहिले की, हिंदुस्तान हा अत्यंत दरिद्री देश असल्यामुळे, तसेच तेथील अर्थव्यवस्था अस्थिर असल्यामुळे[१७५] करांच्या अवास्तव ओझ्यापासून भारतीय करपात्र व्यक्तीचे रक्षण करणे, हे आपले कर्तव्यच आहे. नॉर्थब्रुदक असे लिहितो की, [१७६] 'आपली हिंदुस्तानातील ब्रिटिश राजवट शक्य तितकी लोकप्रिय करावी. तुम्हाला हे साधायाचे आहे. ही गोष्ट तुम्हीच सर्वात अधिक चांगल्या रीतीने करू शकाल. मला असे वाटते की, कमीत कमी फेरबदल करण्याने हे साध्य होईल. विशेषेकरून नवीन कर बसविणे टाळावे. त्यातही नवीन करांमध्ये प्रत्यक्ष कर बसविणे टाळावे. प्रत्यक्ष करांमध्ये आयकर बसविणे टाळावे.' किंबर्लेसही वाढत्या करांची, विशेषतः आयकराची कल्पना पसंत नव्हती.[१७७]

अशा तऱ्हेने याबाबतीत सर्वांचे पूर्ण एकमत असतानासुद्धा हिंदुस्तान सरकारला कर लादणे भाग पडले. कारण लष्करी खर्चात फार मोठ्या प्रमाणात वाढ झाली व कर वाढणे अटळच झाले. दहा वर्षानंतर कोलव्हिन या अर्थसदस्याने असे निदर्शनास आणले की, १८८५ पासून पुढे म्हणजेच मध्य आशियात रशियाची सत्ता स्थापन झाल्यापासून, व्हाइसरॉयच्या मंत्रिमंडळातील, अर्थसदस्य व इतर सदस्य यांच्यातील समतोल व विशेषतः लष्करी सदस्यांमधील तोल फार मोठ्या प्रमाणात बिघडला होता; कारण लष्करी बाबींना अवास्तव महत्त्व दिले जात होते.[१७८] कर वाढविण्यापेक्षा कमी करणे डफरिनला आवडले असते.[१७९] परंतु तशी शक्यता नव्हती. आपले सगळे पूर्वग्रह बाजूला ठेवून व्हाइसरॉयला वाढता खर्च आणि चांदीचा घसरता भाव या दोहोंच्या दडपणामुळे, उत्पन्नाचे नवे मार्ग शोधणे भाग पडले. एचिसन या सावध व सनातनी माणसाने असे सुचविले की परवान्यावरील कर जनतेने मान्य केलेला असल्यामुळे तोच आयकराच्या स्वरूपात वाढवावा. 'कलकत्त्याचे व्यापारी आणि सरकारी नोकर यांच्या स्वार्थी मागण्यांना मान देऊन आयकर रद्द करण्यामध्ये आमची

सर्वात मोठी शासकीय चूक झाली आहे, असे मला नेहमीच वाटत आलेले आहे.'[१८०] डफरिन त्याच्याशी सहमत होता. १८८२ साली बॅरिंगने जकातकर रद्द केला ही चूक झाली असे त्याला वाटत होते. कारण जो सधन वर्ग सार्वजनिक बोजा व त्यातील आपला वाटा सहज उचलू शकत होता, त्याला अकारण सोडवणूक मिळाली होती. याला उत्तर आयकर हेच होते. मिठावरील कर वाढवण्याने प्रश्न सुटला नसता व त्याला चर्चिल या नवीन भारतमंत्र्याचा विरोध होता. याउलट आयकराचा परिणाम भारतीय व युरोपियन या दोन्ही लोकांवर सरसकट झाला असता व तत्कालीन राजकीय वातावरणात ह्याचा फायदाच झाला असता. कारण कर केवळ भारतीयांनाच नव्हेत तर हिंदुस्तानातील ब्रिटिशांनाही भरावे लागत आहेत हे एकदा भारतीयांना जाणवले, की ते आपल्या नियतीशी जडजोड करून घेतील.[१८१] विधिमंडळात यावर चर्चा झाली आणि असा निर्णय घेण्यात आला की, जमिनीवरील उत्पादनाखेरीज इतर सर्व प्रकारच्या प्राप्तीवर परवान्याचा कर वाढवून बसविला जावा. मात्र डफरिन फार ठामपणे भूधारकांच्या बाजूने उभा असल्याने जमिनीवरील उत्पन्न यातून वगळले गेले. मोठ्या प्रमाणावर कर बसविण्यापासून आपल्या सहकाऱ्यांना परावृत्त करण्यास व्हाइसरॉयला बराच त्रास पडला.[१८२]

व्हाइसरॉयच्या दृष्टीने आश्चर्याची, तसेच दिलासा देणारी गोष्ट अशी की,[१८३] परवान्यावरील कराचे क्षेत्र वाढविण्याच्या सूचनेचे चांगल्या तऱ्हेने स्वागत झाले. मुंबई आणि कलकत्ता या दोन्ही ठिकाणी असलेल्या चेंबर्स ऑफ कॉमर्स यांनी सरकारला पाठिंबा दिला. त्याचप्रमाणे भारतीय वृत्तपत्रेदेखील विरोधी नव्हती. परंतु ह्या जादा करआकारणीनंतरही इ.स. १८८५ मध्ये सरकारवर तुटीला तोंड देण्याचा प्रसंग गुदरला. साल्सबरीचे मंत्रिमंडळ तरीही आयात मालावरील कर पुन्हा बसविण्याच्या किंवा मिठावरील कर वाढविण्याच्या विरुद्ध होते.[१८४] परंतु त्याच्या पुढील वर्षी आर्थिक परिस्थिती अधिक बिकट झाली. रेल्वेच्या नवीन बांधणीचा खर्च सुमारे १कोटी पौंड झाला. अफूवरील उत्पन्न कमी झाले. चांदीचा भाव घसरत राहिला. त्याचप्रमाणे ब्रह्मदेश आणि सरहद्दीवरील संरक्षण व्यवस्था यांच्यामुळे खर्च व शोषण फार होत राहिले. निव्वळ तूट सुमारे ४० लाख पौंडांची होती. म्हणून कोलव्हिन व त्याचा सहायक जेम्स वेस्टलँड[१८५] यांनी पुन्हा एकवार मिठावरील कर वाढविण्याची विनंती केली. वेस्टलँडने पेट्रोलियमवर आयातकर बसविण्याचीही सूचना केली.[१८६] ऑगस्ट १८८६ मध्ये किंबर्लेच्या जागी क्रॉस हा नवा भारतमंत्री आला. मिठावरील कर वाढविण्याला साल्सबरीचा विरोध नाही हे लक्षात आल्यावर आपल्या इच्छेविरुद्ध त्याने कर वाढविण्याला संमती दिली.[१८७] वेस्टलँडच्या हिशोबाप्रमाणे मिठाची वाढलेली

किंमत जमेस धरून देखील, नवरा, बायको व तीन मुले एवढ्या कुटुंबाला वर्षाला मिठाचा खर्च आठ आण्यांपेक्षा [१८८] अधिक आला नसता. पेट्रोलियमवर देखील एक अल्पसा कर बसविण्यात आला. समाजातील बोलक्या वर्गाने देखील काहीच विरोध केला नाही. प्राप्तीकर वाढेल अशी कल्पना असताना त्यापेक्षा कमी प्रमाणावर भागले याचा त्यांना दिलासा वाटत होता. याविषयी डफरिन असे लिहितो की, 'एखाद्या देशात प्राप्तीकर बसवून दोन वर्षांच्या आतच पुन्हा सुमारे १५ लाखांनी उत्पन्न वाढेल अशा प्रमाणात कर वाढविणे व त्याविषयी फारसा गवगवाही न होणे हे एखाद्याच व्हाइसरॉयला साधण्यासारखे आहे व याबद्दल मीच माझी पाठ थोपटून घेतो आहे.'[१८९]

डफरिनने समाजातील केवळ उच्च वर्गीयांचेच सहकार्य मिळविण्याचा प्रयत्न केला असे नव्हे, तर प्रारंभापासूनच त्याने मुसलमानांना आपण हिंदुस्तानातील एक स्वतंत्र राजकीय घटक आहोत असे मानण्याला प्रोत्साहन दिले. मुंबईत आल्यावर त्याने असे म्हटले की, आपण आपल्या आयुष्याचा बराच काळ मुसलमानांमध्ये घालविला आहे. त्यामुळे हिंदुस्तानातील मुसलमानांच्या हितसंबंधांचे रक्षण करण्यात आपल्याला आनंद वाटेल. ह्या वचनाच्या पूर्तीसाठी त्याने जी पावले टाकली ती अशी – हज यात्रेतील अडचणी कमी करण्याचा त्याने प्रयत्न केला. तसेच मुसलमानांशी संभाषण शक्य व्हावे यासाठी पर्शियन भाषा अवगत करून घेतली. हिंदुस्तानात तो जेथे जेथे गेला तेथे तेथे त्याने मुसलमानांच्या शिक्षणात प्रगती व्हावी याची आपल्याला काळजी आहे, ही गोष्ट स्पष्ट केली. तसेच सार्वजनिक खात्यांमध्ये अधिकाधिक मुसलमानांना नेमणुका द्याव्यात अशी आपली इच्छा प्रकट केली.[१९०] हिंदुस्तान सरकारने मोठ्या प्रमाणावर मुसलमानांना नोकऱ्या देण्याची शिफारस करणारा ठराव प्रसिद्ध केला.

'ज्यांना नेमणुका करण्याची संधी उपलब्ध आहे त्यांनी डोळसपणे हे ध्यानात घेतले पाहिजे की, तत्कालीन सोयीपेक्षा इतर गोष्टींचा विचार करणे आवश्यक आहे. जरी लोकसेवा (Public Service) ची कार्यक्षमता पहिल्याप्रथम विचारात घ्यावयाची असली तरीही लाभदायक हुद्यांची वाटणी योग्य प्रमाणात होत आहे की नाही, याकडे लक्ष पुरविणे आवश्यक आहे. त्यामुळे एका प्रभावी वर्गाची निराशा होण्याचे टळेल व शासनाला त्याचे सहकार्य निश्चित मिळेल.[१९१]

सर्व प्रांतिक सरकारांपैकी बंगाल सरकार हा ठराव अमलात आणण्याच्या बाबतीत आघाडीवर होते.[१९२]

हिंदुस्तानातील मुसलमानांमधील वेगळेपणाची भावना वाढीला लावण्याचा व त्यांचा सरकारला पाठिंबा मिळवून देण्याच्या ह्या प्रयत्नाचे फळ लवकरच दिसून आले.

यामुळे जातीय दंगलींचा पुन्हा प्रादुर्भाव झाला व ही गोष्ट त्याने स्वतःच आत्मसंतुष्ट भावनेने नमूद केलेली आढळते.[१९३] मुसलमानांमधील शिक्षणाचा प्रसार व सार्वजनिक नोकऱ्यांमधील वाढत्या संधी यांमुळे हिंदू व मुसलमान या दोन जमातींमधील वैमनस्य कमी होण्याऐवजी त्यांच्यातील धार्मिक वैरभावाला सुशिक्षित वर्गाच्या राजकीय स्पर्धेचे स्वरूप प्राप्त झाले.[१९४] सुशिक्षित मुस्लीम मताचे प्रतिनिधित्व करणाऱ्या मोहमेडन नॅशनल असोसिएशन व त्याहून सनातनी मोहमेडन लिटररी सोसायटी या दोन्ही संस्थांना जरी परस्परांविषयी अप्रीती होती तरी या दोघांनीही इ. स. १८८६ च्या अखिल भारतीय काँग्रेसच्या अधिवेशनात भाग घेण्यास नकार दिला. इ. स. १८८८ मध्ये डफरिन हिंदुस्तानातून परतला. त्यावेळेस सुशिक्षित मुसलमानांचा नेता सर सय्यद अहमद याने काँग्रेसमधील मुस्लीम सदस्य बद्रुद्दिन तय्यबजी यांना असे लिहिले की, मद्रासच्या काँग्रेस अधिवेशनात तैय्यबजी यांनी प्रामुख्याने भाग घेतला, याबद्दल आपल्याला फार दुःख होते.

'भारतीय काँग्रेस या शब्दांचा अर्थ काय हेच मला समजत नाही. हिंदुस्तानात राहणाऱ्या निरनिराळ्या जाती, जमाती व पंथ यांचे लोक म्हणजे एकच राष्ट्र आहे, किंवा होऊ शकेल, त्यांची ध्येये व आकांक्षा एकसारख्याच असतील अशी कल्पना यामागे आहे काय? मला ही गोष्ट अशक्य वाटते... ह्या बदनाम भारतीय काँग्रेसची कृत्ये आपल्या जमातीच्या दृष्टीनेच नव्हे तर संपूर्ण हिंदुस्तानच्या दृष्टिनेसुद्धा घातक आहेत.'

याला तैय्यबजी यांनी असे उत्तर दिले की, 'काँग्रेस म्हणजे स्वरूपतः हिंदुस्तानातील निरनिराळ्या प्रांतातील सुशिक्षित लोकांची व सर्व जाती आणि पंथांचे प्रतिनिधित्व करणारी सभा आहे व असावी. हे सर्व लोक, त्यांच्या मते संपूर्ण भारतासमोर उभ्या असलेल्या समस्यांच्या चर्चेसाठी एकत्र आलेले आहेत, तैय्यबजी यांनी असेही म्हटले की, कोणीच संपूर्ण भारताला एकसंघ राष्ट्र समजत नाही. तरीही काही समस्या अशा आहेत की ज्या हिंदुस्तानातील सर्व जमाती व घटकांना स्पर्श करतात.' सर्व प्रांतातील हिंदूंनी व मुंबई व मद्रास येथील मुसलमानांनी काँग्रेसला पाठिंबा दिला.

'ज्याप्रमाणे शिक्षणाची प्रगती आपण थोपवू शकत नाही, त्याचप्रमाणे काँग्रेसची प्रगती आपण थांबवू शकणार नाही. मात्र काँग्रेसने कोणते वळण घ्यावे हे ठाम व निश्चयी कृतींच्या द्वारा ठरविणे आपल्या हातात आहे.... मी सर्व मुसलमानांना असे सांगेन की, ज्या विषयात तुमचे एकमत आहे त्या सर्व बाबतीत तुमच्या हिंदू देशबांधवांच्या बरोबरीने काम करा. मात्र तुम्हाला स्वतःला अहितकारक वाटतील अशा योजना ज्यावेळी ते पुढे आणतील त्यावेळी त्यांना शक्य तितक्या कसून विरोध

करा.'[१९५]

परंतु सय्यद अहमद हिंदूंबरोबर कोणत्याही प्रकारचे सहकार्य करण्यास राजी नव्हते. त्यांनी नंतर जाहीरपणे असे सांगितले की, 'सद्यपरिस्थितीत हिंदू व मुसलमान ही दोन राष्ट्रे एकाच सिंहासनावर बसून समान सत्ता उपभोगतील हे शक्य तरी आहे का? त्यांच्यापैकी एकाने दुसऱ्याला जिंकावे व पदच्युत करावे हे आवश्यक आहे. दोघेही समान पातळीवर राहतील अशी आशा करणे म्हणजे अशक्य व असंभव गोष्टीची इच्छा करणे होय.[१९६]

एकीकडे ही राजकीय दरी वाढण्यास प्रोत्साहन देऊन डफरिन सरकारने आपण निरपराध असल्याची बतावणी केली.

'हिंदुस्तानातील जमातींची विविधता व प्रबळ मुस्लीम समाजाचे अस्तित्व या गोष्टी आपल्या राजवटीस स्थिरता देण्यास निःसंशय उपकारक आहेत. त्याचबरोबर हे खरे आहे, की ही परिस्थिती आम्ही निर्माण केलेली नाही; तर आम्हाला ती तशीच आढळली. अस्तित्वातच नसती तर ही स्थिती कृत्रिम उपायांनी आम्ही ती निर्माण करणे समर्थनीयही ठरले नसते. आपल्या राजकीय उद्दिष्टांसाठी राणीच्या भारतीय प्रजाजनांमधील जातीय द्वेष वाढीला लावणे वा त्यावर भर देण्याचा प्रयत्न करणे हे कोणत्याही सरकारच्या दृष्टीने सैतानी धोरण ठरेल.'[१९७]

मुसलमान समाजाने काँग्रेसपासून अलिप्त राहावे यासाठी त्यांच्यावर कुठलेही अधिकृत दडपण आणले गेले नव्हते, हे खरेच. परंतु त्याचवेळी भारतीय राजकीय दृष्टिकोनाहून भिन्न असा एक स्वतंत्र मुस्लीम राजकीय दृष्टिकोन दृढ करण्यातील आपला हात हिंदुस्तान सरकार नाकारू शकले नसते. मॅकेंझी वॉलेस याने एका वाक्यात या परिस्थितीचे सार सांगितले. 'मुसलमानांचा हितेच्छु रक्षणकर्ता अशी ख्याती लॉर्ड डफरिन फार वेगाने व हिंदूंशी वैर न करता किंवा त्यांच्यावर अन्याय न करता मिळवीत आहे.'[१९८]

तथापि, एकवार निर्माण झालेल्या राजकीय जागृतीचे निर्मूलन अधिकृत उपेक्षेने होण्यासारखे नव्हते. १८८५ च्या डिसेंबरमध्ये मुंबईत अखिल भारतीय काँग्रेसचे अधिवेशन भरविण्यात आले. त्याच वर्षी मुंबई इलाखा असोसिएशनचे उद्घाटनही झाले. भारतीय राजकीय संघटना व ब्रिटनमधील पुरोगामी विचारवंत यांमधील संबंध वाढू लागले, कॉमन्ससभेची एक स्थायी समिती स्थापन करण्याची शिफारस काँग्रेसने केली. भारतीय विधानसभांचे निर्णय हिंदुस्तानातील शासकीय अधिकारी धुडकावून लावीत असत. त्याबद्दलचे निषेध विचारात घेण्यासाठी या समितीची गरज होती. १८८५ सालच्या सार्वत्रिक निवडणुकांच्या वेळी काही उमेदवारांच्या वतीने प्रचार

करण्यासाठी व काही उमेदवारांना विरोध करण्यासाठी मुंबई इलाखा असोसिएशनने एक शिष्टमंडळ पाठवले. ह्यूमने इंग्लंडला भेट दिली, काँग्रेसच्या विचारांना पाठिंबा मिळविला, त्याचप्रमाणे हिंदुस्तानातील बातम्या ब्रिटिश वृत्तपत्रांना पुरविण्यासाठी भारतीय टेलिग्राफ युनियनची स्थापना केली.[१९९] परंतु ती अल्पजीवी ठरली. आयर्लंडमधील चळवळींचाही परिणाम हिंदुस्तानातील घटनांवर होऊ लागला. ओडोनेल याने कॉमन्ससभेत असे सांगितले की, आयर्लंडमधील इंग्लंडची गुलामशाही म्हणजे इंग्लंडच्या सर्वसामान्य पिळवणुकीच्या पद्धतीचा एक भाग होता. या पद्धतीमुळेच ब्रिटिश साम्राज्य हे गुलामांचे साम्राज्य झाले होते. आपल्या ह्या समान वैऱ्याविरुद्ध त्याच्या जुलुमाखालील सर्व लोक, आयरिश लोक व भारतीय यांनी संयुक्त आघाडी उभारली पाहिजे.[२००] आयरिश चळवळीच्या सर्व कळा हिंदुस्तानात दिसून येत असल्याची तक्रार डफरिनने केली. सभा, उपसभा आणि चौकड्यांचे देशभर पेव फुटले होते. तमाशाच्या नावाखाली जनतेच्या मोठ्या प्रमाणावरील सभा भरविल्या जात होत्या. 'दिवसेंदिवस शेकडो तीव्र बुद्धीचे बाबू इंग्लिश जुलूमशाही विरुद्धचा आपला क्षोभ अत्यंत तीव्र व परिणामकारक कटु टीकेद्वारा ओकत आहेत.' ह्या सभांना नंतर वर्तमानपत्रांमधून फार मोठी प्रसिद्धी मिळत होती. अशा तऱ्हेने सरकारविरुद्ध शत्रुत्वाची भावना चेतवली जात होती. काही काळापर्यंत तटस्थ राहणे अधिकाऱ्यांना परवडण्याजोगे होते खरे; परंतु एखादे हुकूमशाही सरकार किती काळ हा ताण घेऊ शकेल याविषयी डफरिन साशंक होता. आणखी बरीच वर्षेपर्यंत तरी या सरकारला आपला सध्याचाच तोंडवळा ठेवावा लागेल हे स्पष्ट होते. टीकेच्या भडिमाराला तोंड देण्याच्या दृष्टीने कसलीही प्रतिक्रिया न देण्याचे परंपरागत धोरणही निष्फळ असल्याचे दिसत होते. काँग्रेसच्या मागण्यांपैकी कायदे मंडळात चर्चेसाठी प्रश्न उपस्थित करणे ही एक प्रमुख मागणी मान्य करण्याचा विचार व्हाइसरॉय करीत होता. हा हक्क मान्य करण्याने चुकीची विधाने दुरुस्त करणे व ब्रिटिश राजवटीविरुद्ध पसरत चाललेली शत्रुत्वाची भावना बळकट करण्याच्या मुद्रणसंस्थेच्या प्रयत्नांना थोपवणे, सरकारला शक्य झाले असते.[२०१]

खरा सूत्रधार मॅकेंझी वॉलेस याने लिहिल्याप्रमाणे,[२०२] 'भारतीय इतिहासातील एक नवीन प्रकरणाची, नव्हे एका खंडाची, ही सुरुवात आहे.' इ. स. १८८६ मध्ये ज्यावेळेस किंबर्ले हा काही महिन्यांसाठी भारतमंत्री म्हणून पुन्हा आला तेव्हा त्याने असे जाहीरपणे सांगितले की, निव्वळ दडपशाहीच्या धोरणावर आपला बिलकूल विश्वास नाही. इतर सर्व गोष्टी वजा जाता देखील, लोकशाहीवादी ब्रिटन दडपशाहीच्या धोरणाला सातत्याने व ठामपणे विरोध करील. 'आपण नेहमी पुढे ठामपणे पाळले

जाऊ देणार नाही. 'आपण नेहमी पुढे जात राहिले पाहिजे. स्वस्थ राहून केवळ प्रतिकार करणे हाच सर्वात सुरक्षित मार्ग आहे अशी जरी आपली खात्री असली तरीही तसे करणे आपल्या हातात नाही. अर्थातच काही सवलती देणे अपरिहार्य आहे. परंतु त्या देताना फार काळजी घ्यावयास हवी. सरकारने आवश्यकतेपेक्षा रेसभरही पुढे जाता कामा नये व आगीत तेल पडेल अशा प्रकारचे काहीही करण्याचे टाळण्याची शिकस्त केली पाहिजे. विधिमंडळात सभासद निर्वाचित केले जावे या दिशेने एखादे सावधगिरीचे पाऊल टाकणे हिताचे ठरेल. परंतु कायदेमंडळात चर्चेसाठी प्रश्न उपस्थित करण्याची पद्धत सुरू करणे हा फार गंभीर बदल ठरेल. सभा व भाषणे निश्चितपणे द्रोहस्वरूपाची असल्याशिवाय त्यांमध्ये कोणत्याही प्रकारे ढवळाढवळ करू नये. त्याचवेळी ती द्रोहस्वरूप असल्यास कठोर निर्णायकपणाने हाताळावी.'[२०३] डफरिनचा स्वतःचा कलसुद्धा असा होता की, निरनिराळ्या राजकीय संघटनांच्या मागण्यांची काळजीपूर्वक छाननी करून लवकर व चांगुलपणाने देता येईल तेवढे द्यावे. पुढच्या दहापंधरा वर्षांपर्यंत या सवलती टिकाऊ स्वरूपाची तडजोड म्हणून स्वीकारण्याची सूचना करावी व सार्वजनिक सभा आणि चळवळींना बंदी घालावी.

डफरिन हिंदुस्तानात आल्यानंतर थोड्याच काळात त्याच्या असे लक्षात आले होते की, विधिमंडळात सुधारणा करणे शक्य आहे. जनमताचा पाठिंबा असलेले निष्ठावंत भारतीय जर या मंडळावर घेता आले व शासनाच्या कार्याशी त्यांचा संबंध आणता आला, तर ते हिंदुस्तान सरकारच्या हिताचे होईल. हिंदुस्तान सरकारची सध्याची स्थिती 'एखाद्या एकाकी खडकासारखी आहे. वादळी समुद्राने घेरलेला, एकाचवेळी सर्व दिशांनी तुफानी लाटा आदळत आहेत असा एकाकी खडक म्हणजेच हिंदुस्तान सरकार.' हिंदुस्तानातील मवाळ पक्षाच्या लोकांचा प्रभाव कमी झाला असून जहालांचे वर्चस्व दिसून येत होते. वृत्तसंस्थेकरवी मवाळांना भेडसावता येणे शक्य होते. तरीही डफरिनचा कल असा होता की, घटनादुरुस्ती करून मध्यवर्ती नव्हे तरी प्रांतिक विधिमंडळांच्या अधिकारांचा फेरविचार करून पाहावा. 'आपण या लोकांना सुशिक्षित केल्यानंतर आपल्या स्वतःच्या कारभारामध्ये मोठ्या प्रमाणावर भाग घेण्याची त्यांची इच्छा ही माझ्या दृष्टीने एक रास्त व वैध आकांक्षा आहे. मला वाटते की, आपल्या साम्राज्यशाहीला गैरवाजवी तडजोड करावयास न लावता त्यांना असा भाग घेण्याची संधी देऊ करण्याची मुत्सद्देगिरी आमच्यात असावयास हवी.'[२०४]

याचा अर्थ असा की, या सर्व प्रश्नांचा विचार व्हाइसरॉय एखाद्या जमीनदाराच्या दृष्टिकोनातून करीत होता. जमीन महसुलाच्या समस्या आणि राजकीय समस्या तो

एकाच मापाने मोजीत होता. ज्याप्रमाणे चालू धाऱ्याची मुदत संपेपर्यंत धारा वाढविण्याची मागणी करता येत नाही. त्याप्रमाणेच कायम स्वरूपाच्या तडजोडी न करता तात्पुरत्या योजना आखावयाच्या व तेवढ्या कालावधीत कोणतेही प्रश्न उपस्थित होऊ द्यावयाचे नाहीत, असे त्याचे धोरण होते. या दृष्टिकोनामध्ये हिंदुस्तानात झपाट्याने घडून येणाऱ्या बदलांशी संवादी अशा लवचिकपणाचा पूर्ण अभाव दिसून येतो. जिला डफरिन होमरूल चळवळ म्हणत असे, त्या चळवळीच्या पुढाऱ्यांचा डफरिनबाबत केव्हाच भ्रमनिरास झाला होता. भारतीय स्वयंसेवकांची भरती करण्याचा निर्णय घेण्याच्या बाबतीतील विलंब व अखेरीला त्याने दिलेला प्रतिकूल निर्णय, हे याला कारणीभूत होते.[२०५] स्वभावतःच भोळसट असलेल्या ह्यूमचाही व्हाउासरॉयवरील विश्वास उडाला होता. याउलट ह्यूमविषयी आता व्हाइसरॉयने असे लिहिले की, 'तो रिपनने थोडासा लाडावून ठेवलेला, खोडसाळ, लटपट्या, थोडा हुशार, किंचित विक्षिप्त, गर्विष्ठ, नीतीअनीतीची तमा न बाळगणारा, व मी असेही ऐकतो की खऱ्याखोट्याची चाड न बाळगणारा आहे.'[२०६] ह्यूमने व्हाइसरॉयवर आणि त्याच्या शासनावर टीकेचा भडिमार करणारी स्फुटे लिहविली, 'द रायझिंग टाइड' या नावाची पुस्तिका प्रसिद्ध करून तीत डफरिनचा उल्लेख तुच्छतापूर्ण शब्दात केला. इतकेच नव्हे तर डफरिनचे धोरण पसंत नसल्यामुळेच रिपनने भारतमंत्रीपदाचा स्वीकार करण्याचे नाकारले, अशीही एक अफवा पसरविली. डफरिनने ह्यूमला पाठविण्यासाठी दोन पत्रांचा मसुदा तयार केला होता. त्यात त्याने इंडिया ऑफिसला आपण पाठविलेल्या सर्व शिफारशींमध्ये सुधारणांचा पुरस्कार केल्याचे ठामपणे म्हटले होते. व व्हाइसरॉयचे कार्य आहे त्याहून अवघड करू नये अशी विनंती करून 'एका इंग्रजाच्या व राणीच्या निष्ठावंत प्रजाजनाच्या देशभक्तीला आवाहन केले होते.[२०७] एचिसन याच्या सल्ल्यानुसार ही पत्रे न पाठविण्याचा विवेक त्याला सुचला.[२०८] मॅकेंझी वॉलेस याने ह्यूमला त्याच्या आरोपांचे खंडन करणारे पत्र लिहिले.[२०९] व व्हाइसरॉयने त्याला मुलाखत देऊ केली.[२१०] परिणामी ह्यूमला अधिक महत्त्व प्राप्त होऊन व्हाइसरॉयची प्रतिष्ठा कमी झाली.

हा क्षुल्लक वाद लांबतच गेला. जी वृत्तपत्रे डफरिनच्या विश्वसनीयतेविषयी ग्वाही देत होती, त्यात लिहिण्याची इच्छा ह्यूमने प्रदर्शित केली. डफरिनने किंबर्ले यास पत्र लिहून त्याची दिशाभूल केली असल्याचे कळल्यामुळे, ह्यूमने उर्मटपणे ती पत्रे पाहण्याची मागणी केली. ती पत्रे दाखविता येणार नाहीत असे व्हाइसरॉयने उत्तरादाखल सांगितले. मात्र ह्यूमने आपली पुन्हा भेट घेतल्यास आपली समजूत चुकीची असल्याचे त्याच्या लक्षात येईल, असेही म्हटले. दुसऱ्या एका पत्रात भारतीय

वृत्तपत्रांचा जो सूर होता त्याविषयी डफरिनने तक्रार केलेली आढळते व ह्यूम आणि त्याचे मित्र यांना स्तुतीने जिंकून घेण्याचा प्रयत्न केलेला दिसतो.

'पत्राचा शेवट करण्यापूर्वी मला एक गोष्ट नमूद करावीशी वाटते. तुम्ही व तुमचे भारतीय मित्र यांच्या मनात माझ्या भावना व मते यांच्याविषयी गैरसमज होते. परंतु माझ्या भावना व मतांचा खरा अंदाज आल्यानंतर तुम्ही ज्या मित्रत्वाच्या व सन्मानाच्या भावनेने ते गैरसमज दूर करण्याचा प्रयत्न केलात त्यांची दखल घेण्यात मला आनंद होत आहे. सुधारणावादी पक्षातील निष्ठावान व समंजस लोकांविषयी मी असे म्हणेन की, भारतीय जनता, त्यांचा देश व ब्रिटिश साम्राज्य यांची सेवा करीत असताना व्हाइसरॉयला उपद्रव देण्यापेक्षा, त्याला मदत करण्याने आणि त्याच्यावर विश्वास टाकण्याने त्यांचा अधिक फायदा होईल.'

यामुळे ह्यूमला शासनावर ताशेरे झाडण्याची संधी मिळाली. तो असे म्हणाला की, 'शासनातील रोगट प्रवृत्तींमध्ये स्वतंत्र एतद्देशीय प्रतिनिधित्वाचे स्वच्छ मूलतत्त्व मिसळून ते निर्जंतुक करणे' आवश्यक आहे. ह्यूम आणखी एक पुस्तिका लिहित होता. त्याची प्रुफे त्याने डफरिनकडे पाठविली परंतु त्याने सुचविलेले सर्वच बदल करण्यास आपण बांधील नाही, हेही त्याने स्पष्ट केले. यानंतर उभयतांच्या अनेक मुलाखती झाल्या व पस्पर संबंध पुन्हा जरा सुधारले. ह्यूम ज्यांना डफरिनने किंबर्ले यास लिहिलेल्या पत्राच्या प्रती म्हणत होता त्या त्याने कोठून मिळविल्या असे विचारले असता त्याने सांगितले की, 'दिव्य दृष्टीच्या साहाय्याने त्यांचे अवक्षेपण केले गेले आहे.' ह्यूमच्या पुस्तिकेमुळे एकदाचे आपल्या विषयीचे गैरसमज दूर होतील असे डफरिनला वाटून त्याने त्यात काही किरकोळ सुधारणा सुचविल्या. ह्यूमने प्रत्युत्तर म्हणून सांगितले की, आपले मित्र अद्यापही व्हाइसरॉयविषयी अपसमज कायम ठेवून आहेत व त्याचे आपल्याला फार वाईट वाटते. 'माझ्या मित्रांपेक्षा मी आपल्याला अधिक समतोलपणे ओळखले आहे हे मला खात्रीपूर्वक ठाऊक आहे. आपल्या कालच्या संभाषणानंतर मी हे शपथपूर्वक सांगण्यास तयार आहे.... भारताला आपणाकडून पुष्कळ मिळण्यासारखे आहे याचा मला विश्वास आहे. आपल्या कार्यालयातील परिस्थितीमुळे जरी आपणास सावकाश काम करणे भाग पडत असले तरी आपण निश्चितपणे काम करीत राहाल... माझा आपणावर विश्वास आहे. मला खात्री आहे की, आपल्या योजनांबरहुकूम काम करणे आपणास ईश्वराने शक्य केले तर भविष्यकाळात माझ्या या विश्वासावर शिक्कामोर्तब होईल.' यानंतर त्याने व्हाइसरॉयला दिव्यदृष्टीच्या मार्गे मिळालेला संदेश पाठविला - 'जसा तो संदेश आला तसाच्या तसा मी उतरवून घेतला.' मात्र त्या संदेशाविषयी काहीही माहिती दुर्दैवाने नमूद झालेली

नाही.[२११]

आपण व्हाइसरॉयच्या कार्यात सहभागी आहोत असे आता ह्यूम मानू लागला व त्याने व्हाइसरॉयला मुक्तपणे सल्ला देण्यास सुरूवात केली. प्राच्यपरिषदेला भारतीय प्रतिनिधी पाठविण्याचे राहून गेले, याकडे त्याने व्हाइसरॉयचे लक्ष वेधले. 'हे प्रतिनिधी सरकार निवडत नसून परिषदेकडूनच आमंत्रण धाडले जाते असे डफरिनने खुलाशादाखल सांगितल्यावर डफरिनच्या या खुलाशाला त्याने प्रसिद्धी दिली. त्याची नवी पुस्तिका 'द स्टार इन द ईस्ट' प्रसिद्ध झाली. आपले दृष्टिकोन जनतेपर्यंत पोहोचविण्यासाठी सोयीस्कर अशा मार्गांची सरकारला वाण असल्याबद्दल व्हाइसरॉयला खेद होत होता. आपल्याविषयीचे गैरसमज दूर करण्याच्या ह्यूमच्या ह्या मित्रत्वाच्या प्रयत्नांबद्दल त्याने आभार प्रदर्शित केले.[२१२] त्यामुळे प्रोत्साहित होऊन ह्यूमने आपण स्वतः व भारतीयांशी मित्रत्वाचे संबंध असलेले इतर काही इंग्रज यांना सनदी नोकऱ्यांतील भरतीच्या पद्धतींचा विचार करण्यासाठी नेमल्या जाणाऱ्या समितीचे सदस्यत्व मिळावे, म्हणून प्रयत्न केला. ह्यूमने आपल्या भारतीय मित्रांना 'भांडखोर व मूर्ख शाळकरी मुलींप्रमाणे' बोलणे व लिहिणे जरा कमी करण्याची विनंती करावी असे आवाहन करून डफरिनने 'तुमची निस्पृहता व तुमच्या उद्दिष्टांमागील कळकळ याविषयी तुम्ही माझी खात्री पटविली आहे.'[२१३] असे म्हणून या सूचनेचा विचार करण्याची तयारी दाखविली. परंतु गृहखाते व इलबर्टने असे लिहिले आहे की, 'या समितीमध्ये ह्यूमला शिरकाव देण्यास मी कधीही तयार होणार नाही. याला कारण त्याची सुधारक मते हे नाही. माझ्या मते त्यामुळे तोटा होण्याऐवजी फायदाच होईल. परंतु त्याच्या प्रामाणिकपणावर माझा विश्वास नाही. व तो सुधारणेपलीकडे खोडसाळ आहे. कॉटन याला घेणे मला त्याहून कितीतरी पटींनी अधिक आवडेल. तो जरी स्वतःची मते असणारा व माझ्या माहितीप्रमाणे जोडीने काम करावयास त्रासदायक असला, तरीही कर्तृत्ववान व प्रामाणिक आहे.'[२१४] हे मत विचारपूर्वक बनवलेले होते. त्याला काही वजन होते. असे मत बनविण्याची किंवा त्याची उपेक्षा करण्याची कुवत डफरिनमध्ये संबंध संपले. ह्यूमने व्हाइसरॉयवर आपला विश्वासघात केल्याचा आरोप केला व पत्रव्यवहार संपला.[२१५]

विधिमंडळाच्या परिस्थितीचा अंदाज बांधताना व विधिमंडळातील सुधारणांविषयी योजना आखताना व्हाइसरॉयने अधिक धूर्तता दाखविली. ह्यूमची खुशामत करीत असतानादेखील, ज्या जहालमतवादी भारतीय राजकारणी लोकांचा तो नेता होता, त्यांना एकटे टाकून त्याने मवाळांचा पाठिंबा मिळविला. ह्यूम स्वतःला 'भारतीय पारनेल' समजत होता.[२१६] परंतु बहुसंख्य सुशिक्षित भारतीयांना होमरूल

यावा अशी इच्छा नाही, असे डफरिनला वाटत होते. सुशिक्षित भारतीय ब्रिटिश सरकारशी निष्ठा राखून होते. कारण हिंदुस्तानातील ब्रिटिश शासनातील सगळ्या उणिवा जमेस धरून देखील ते शासन न्यायी, निःपक्षपाती व हितकारक होते. त्याला पर्याय मुसलमानी जुलमी राजवटीचे पुनरुज्जीवन, अराजक किंवा रशियाचे आक्रमण हे होते.[२१७] कौन्सिलांमध्ये प्रतिनिधित्व मिळाले तर मवाळपक्षीयांचे समाधान होईल, असे मानण्यास वाव होता.[२१८] निवडणुका घ्याव्यात एवढेदेखील त्यांनी सुचविले नाही. 'सध्या निवडणुका घेणे अर्थातच शक्य नाही. परंतु निवड करताना याहून विचारपूर्वक करता येईल, असे म्हणण्याचे धाडस मी करतो.'[२१९] सर्वात लायक व्यक्तींची सेवा मिळविणे फार कठीण जाईल असे डफरिनला वाटत होते. तसेच ते लोकही बहुजन समाजाची स्थिती सुधारण्याच्या हिंदुस्तान सरकारच्या प्रयत्नांना विरोध करतील अशी शक्यता होती. तरीही धैर्यशील, निष्ठावंत मवाळपक्षीय भारतीयांना कौन्सिलांमध्ये प्रवेश देण्यामुळे, सरकार , हिंदुस्तान व ब्रिटन या सर्वांना होणारे फायदे शब्दात मांडता येण्यासारखे नाहीत, असे व्हाइसरॉयने लिहिले आहे. 'कुठल्याही परिस्थितीत आम्ही सूज्ञपणे, सावधगिरीने व हितेच्छु वृत्तीने हा प्रयोग करून पाहावा अशी वेळ आता आली आहे असे मला वाटते. मात्र आपण जे जे काही करू त्याची आखणी अशा रीतीने केली पाहिजे की, यापुढे कधीही आपल्या प्रारंभिक प्रयत्नांच्या कक्षेबाहेरच्या यशाकडे आपण ओढले जाऊ नये.'[२२०] मुंबईतील सुशिक्षित वर्गाने व्हाइसरॉयला विशेषेकरून प्रभावित केले होते व राजधानी कलकत्त्याहून हलवावी असे त्याचे मत होते.[२२१] लंडनमध्ये मेन याची अशी धारणा होती की सुशिक्षित भारतीयांची संख्या ४,५०० पेक्षा कमी असल्यामुळे त्यांना भारतीय जनतेवर कोणत्याही प्रकारचे अधिकार देणे म्हणजे महाजन सत्ता (digarchy) निर्माण करणे होय. त्यापेक्षा प्रांतिक कौन्सिले जास्त प्रमाणावर निर्माण व्हावीत आणि त्यांमध्ये काही बिगरसरकारी सभासद निवडले जावेत. समस्या होती निवडणुकांची योग्य पद्धत शोधून काढण्याचे सुशिक्षित एतद्देशीयांच्या समोर जे ध्येय आहे ते केवळ असाध्य आहे. हा दुःखद विचार याच्यामागे आहे. १८० दशलक्ष जीव स्वतःचे प्रशासन कसे चालवू शकतील? एवढ्या मोठ्या लोकसंख्येच्या संदर्भात जबाबदार किंवा प्रतिनिधिक सरकार या शब्दांना काहीच अर्थ उरत नाही. एकाच राजकीय यंत्रणेच्या आधिपत्याखाली एवढा मोठा समाज सहसा एकत्र राहिलेला नाही व ज्यावेळेस राहिला त्यावेळेस ती यंत्रणा संपूर्णपणे अनियंत्रित होती.[२२२] कौन्सिलांची रचना व कार्य यांचा फेरविचार करण्याकडे नॉर्थब्रुकचा देखील कल होता. त्याने असे सुचविले की नगरपालिकांनी प्रतिनिधी नेमावे व त्या प्रतिनिधींनी कौन्सिलांवर सदस्य निवडून द्यावेत.[२२३] किंबर्ले विशेष उत्साही नव्हता. त्याच्या मते

जलद गाड्या, कमी जकात, व्यापक मतदान व गुप्त मतदानावर आधारित संसद या गोष्टी आल्यावर युगप्रवर्तनच झाले अशी इंग्रजांची सहज धारणा होती. हिंदुस्तानात घटनात्मक बदल करण्याऐवजी प्रशासनाकडे जास्त लक्ष पुरविणे आवश्यक होते. 'आपल्या सरकारविषयी जास्तीत जास्त संतोष जनतेच्या मनात निर्माण करणे, हे आपल्या हिंदुस्तानातील राजवटीचे एक प्रमुख उद्दिष्ट असले पाहिजे. आपण परकीय असल्यामुळे भारतीय जनता आपल्याविषयी खरोखरीचे प्रेम बाळगील हे दुरापास्त आहे. परंतु सद्यपरिस्थितीत सर्वोत्कृष्ट शासनयंत्रणा म्हणून आपले वर्चस्व त्यांनी मान्य करावे, यासाठी आपण शक्य ते प्रयत्न केले पाहिजेत.'[२२४]

किंबर्लेच्या जागी क्रॉस आला व दुसऱ्या साल्सबरी मंत्रिमंडळावर डफरिनने आपली मते लादली. विधिमंडळाची सुधारणा करण्याने बऱ्याच चळवळी थंडावतील असे त्याने ठासून सांगितले. अर्थात या चळवळींकडे विशेष लक्ष देण्याची आवश्यकता होती असे नव्हे. भारतीय काँग्रेसच्या कलकत्ता येथील वार्षिक अधिवेशनाचे स्वरूप ऑक्सफर्ड किंवा केंब्रिज येथील विद्यार्थी परिषदेपेक्षा ईटन किंवा हॅरो येथील वादविवाद सभेसारखे सर्व सरकारी कारभार त्यांच्या सुपूर्त करावा असे ठराव त्या काँग्रेसने मंजूर केले. सुशिक्षितवर्ग अद्याप जरी लहान व अप्रभावी असला तरीही ती एक प्रबल वाढती शक्ती होती. या वर्गाच्या जवळजवळ सर्व प्रमुख पुढाऱ्यांच्या सद्भावना व विश्वास आपण मिळविला आहे, अशी डफरिनची खात्री होती. काँग्रेसच्या बैठकीच्या वेळी जरी तिचे पुढारी 'माथेफिरूंच्या मेळ्याव्याप्रमाणे'[२२५] वागत असले तरी व्यक्तिशः ते सौम्य व नेमस्त होते. त्यांच्यापैकी बहुतेकांना व्हाइसरॉय भेटलेला होता. सरकारी धोरणाच्या न्याय्यतेविषयी त्यांचे समाधान आपण केले आहे, असे त्याला वाटत होते. काँग्रेसने केलेल्या अवास्तव मागण्यांचा परिणाम म्हणून मुस्लीम समाज काँग्रेसच्या विरोधी झाला होता. 'सुशिक्षित हिंदुस्तानच्या ताज्या इतिहासात प्रथमच सनातनी पक्ष उघडपणे अस्तित्वात आला होता.' त्यामुळे डफरिनला असे वाटले की, 'सर्व कौन्सिलांवर थोड्या प्रमाणात नियुक्त सभासद नेमण्यास ही योग्य संधी आहे. प्रत्यक्षात अशा तऱ्हेचे सदस्य नेमणे यापूर्वीच सुरू झालेले होते. मध्यवर्ती त्याचप्रमाणे प्रांतिक सरकारे सदस्यांची नावे सुचविण्यापूर्वी स्थानिक समाजातील प्रमुख व्यक्तींचा सल्ला घेतच असत. डफरिनच्या मते, भारतीय वृत्तपत्रे आता सौम्यपणाने व समंजसपणे लिहू लागली असली तरीही अप्रत्यक्ष निवडणुकांच्या या अधिकृत प्रारंभाचा फायदा घेऊन, त्याने भारतीय मुद्रणसंस्थेवर बंधने लादण्याची योजना आखली.[२२६]

डफरिनने केलेले हे सर्व विश्लेषण अचूक असल्याचे काँग्रेसने देखील कबूल केले. इ.स. १८८६ च्या अधिवेशनास हिंदुस्तानच्या सर्व विभागातून मिळून सुमारे

५०० प्रतिनिधी आले होते. मात्र पिढीजात सरदारवर्ग व मुसलमान अलिप्त राहिले होते.[२२७] काँग्रेसने जरी काहीही ठराव संमत केले असले तरी प्रांतिक कौन्सिलांवर अप्रत्यक्ष निवडणुकांची सवलत मिळाल्याने ते थोडेफार शांत झाले असते, हे खरेच. क्रॉसने डफरिनला एखादी योजना आखण्याचा आदेश दिला खरा, परंतु त्याचवेळी हेही स्पष्ट केले की, त्याचा स्वतःचा या गोष्टीला संपूर्णपणे विरोध आहे. प्रातिनिधिक सभा किंवा त्या स्वरूपाचे दुसरे काहीही त्याला हास्यास्पद वाटत होते. मूठभर सुशिक्षितांच्या हाकाटीकडे लक्ष देण्याविरूद्ध त्याने व्हाइसरॉयला इशारा दिला. कोणाही एका जमातीच्या वर्चस्वाची इच्छा भारतीयांना नव्हती. 'बहुजनसमाजाला बाबू लोकांचे राज्य नको आहे. हिंदुस्तानात ब्रिटिश राज्य, ब्रिटिश न्यायपद्धती असावी, तसेच सर्व वर्गातील लोकांच्या गरजा, समज - अपसमज धार्मिक व सामाजिक सवयी यांचा विचार इंग्रजांच्या दृष्टिकोनातून व्हावा ही गोष्ट जनतेच्या व आपल्याही हिताची असून ती साध्य करणे हे आपले कर्तव्य आहे.' म्हणूनच क्रॉसच्या मते, कोणत्याही स्वरूपाच्या निवडणुका घातक ठरल्या असत्या. कुठल्याही सुधारणांचा परिणाम कौन्सिलातील अधिकृत बहुमतावर होणे टाळले पाहिजे होते.[२२८]

व्हाइसरॉयच्या योजनांना नॉर्थब्रुक अनुकूल होता. आपल्या मताचा प्रभाव क्रॉसवर पाडण्याच्या त्याच्या प्रयत्नांची डफरिनला पूर्ण कल्पना होती. त्याने आपण कोणत्याही उतावळ्या किंवा अविचारी फेरफारांचा विचार करणार नाही असे आश्वासन भारतमंत्र्याला दिले. हिंदुस्तानातील परिस्थितीचा अहवाल तयार करण्यासाठी एखाद्या संसदीय समितीची नियुक्ती करण्याची कल्पना सोडून दिली गेल्यानंतर, त्याने आपल्या सूचना पुढे मांडल्या होत्या. ब्रिटिश सरकारची इच्छा असल्यास आपली योजना सोडून देण्यासही तो तयार होता. अंतर्गत कारभारामध्ये आपला अधिक मोकळेपणाने सल्ला घेतला जावा अशी इच्छा केवळ बंगाल्यांचीच नव्हती, तर मुसलमानांसह सर्व सुशिक्षित भारतीयांची होती. ज्या नावांमधून काहींची निवड नियुक्तीसाठी करता येईल अशी नावे सरकारकडे पाठविण्याचा अधिकार प्रमुख नगरपालिका, विद्यापीठे, मुस्लीम संघटना व तत्सम इतर संघटना यांना देण्यामुळे नुकसान टळले असते. ब्रिटिश न्यायसंस्थेच्या वर्चस्वाला किंवा शासनाच्या कार्यक्षमतेला त्यामुळे धोका पोहोचणार नव्हता. उलटपक्षी जहाल गटाने निर्माण केलेल्या संस्था त्यामुळे निष्प्रभ ठरल्या असत्या. याला पुष्टी म्हणून भारतीय वृत्तपत्रे पुन्हा खोडसाळपणा करू लागली आहेत, असे व्हाइसरॉयने केवळ दोनच महिन्यांपूर्वीच्या या बाबतीतील आपल्या निष्कर्षाच्या अगदी विरुद्ध असेही विधान केले. या वृत्तसंस्थेवर विरोधी हाकाटी न होता नियंत्रण मात्र घालावयाचे असल्यास कौन्सिलांमध्ये जबाबदार मत व्यक्त करण्यास वाव देण्याची आवश्यकता

होती.[२२९]

कौन्सिलांमध्ये काही अंशी प्रतिनिधित्व देण्यासाठी आपण योजना आखीत असून याबाबतच्या सूचनांचे स्वागत करण्यात येईल, ही गोष्ट व्हाइसरॉयने हिंदुस्तानात जाहीर केली. बंगालमधील एक प्रमुख जमीनदार राजा पिअरीमोहन मुखर्जी याने असे सुचविले की दहा वर्षांपेक्षा जुन्या लोकलबोर्ड व स्थानिक संस्थांनी उमेदवार निवडावे व त्यांनी नंतर नावांच्या याद्या सरकारला द्याव्या. कलकत्त्यातील दुसरे एक प्रमुख नागरिक महाराजा ज्योतींद्रमोहन टागोर यांना ही योजना फार बोजड वाटत होती, परंतु जनता व सरकार या दोघांनाही ग्राह्य ठरेल अशी दुसरी कोणतीही योजना त्यांना सुचत नव्हती. सरकारी अधिकाऱ्यांपैकी कॉटन याची सूचना सर्व संस्थानिक व नबाब यांना आजीव सदस्य करावे व लोकलबोर्ड व विद्यापीठांनी चाळीस सदस्य निवडून द्यावे, अशी होती. सध्याच्या स्वरूपातील स्थानिक संस्था योग्य उमेदवार सुचवितील अशी शक्यता मॅकडोनेल यास दिसत नव्हती. निवडणुकीचा अधिकार संस्थानिक, जमीनदार, उद्योगपती यांच्या प्रतिनिधीपुरता मर्यादित ठेवावा व त्यायोगे राजकारणी लोकांचे महत्त्व कमी करावे अशी निवृत्त होणारा गृहसदस्य पेले याने व्हाइसरॉयला विनंती केली.

'सर्वात महत्त्वाची गोष्ट अशी की लोकशाही तत्त्वे आपण फार प्रमाणात अंगीकारू नयेत. निवडणूक मंडळात किंवा निवडून आलेल्या संस्थात संख्येच्या प्रमाणाचा विचार करू नये. या देशाच्या एकंदर विचारसरणीचाच आपण पाठपुरावा करूया. काही निवडक प्रतिष्ठित लोकांसाठी आणि व्यक्तिगत वजन असलेल्यांसाठी वरच्या जागा व सत्ता राखून ठेवाव्या. आपण दिलेली सल्लामसलत ऐकली जाते एवढ्याच सवलतीवर त्यांनी समाधान मानावे व आनुषंगिक कृती ज्या सरकारविषयी अविश्वास बाळगण्याचे काहीच कारण नाही, अशा सरकारवर आनंदाने सोपवून द्यावी.'[२३०]

अशा तऱ्हेचा सल्ला डफरिनच्या हिंदुस्तानातील कारकिर्दीच्या प्रारंभीच्या काळातील त्याच्या मतांशी मिळताजुळता असला तरी त्याला आता पूर्णपणे मान्य होण्यासारखा नव्हता, कारण एव्हापावेतो सुशिक्षित वर्गाविषयीची डफरिनची एकंदर जाण वाढली होती. लायल मनातून भित्रा, 'भारताला सुसंस्कृत करण्याच्या महान कार्याच्या' बाबतीत निराशावादी, तसेच जास्त प्रभावी भारतीय लोक आणि आडदांड राजकीय प्रवाह[२३१] यांच्या हातीचे हिंदुस्तान हे खेळणे होऊ शकेल, असे मानणारा होता. याउलट सुशिक्षित समाज हा हिंदुस्तानच्या पटावरील एक लक्षणीय घटक असल्याचे इ.स. १८८७ च्या सुमारास व्हाइसरॉयच्या लक्षात आले होते.

ट्रिनिटी कॉलेजच्या प्रमुखाला तो लिहितो की,[२३२] 'दिवसेंदिवस भारताचे शासन अवघड होत चालले आहे. हिंदुस्तान आता एकाकी भूभाग राहिलेला नाही. जिच्या दाराशी आक्रमक शेजारी येऊन ठेपला आहे, अशी ती एक खंडप्राय शक्ती बनली आहे. याउलट एक उच्चशिक्षित आणि काही बाबतीत अत्यंत कर्तृत्ववान व बुद्धिमान असा एतद्देशीय वर्ग गेल्या तीस वर्षात निर्माण झाला आहे. आपल्या देशाच्या कारभारामध्ये आपल्याला मोठा वाटा मिळावा अशी त्याची स्वाभाविकच इच्छा आहे.'

भारतीय समाजाच्या या वर्गाविषयीचे डफरिनचे मत आता अधिक परिपक्व बनले होते. त्यांच्या आकांक्षा त्याला स्वाभाविक वाटत होत्या व 'ज्या स्वाभाविक प्रेरणेने हलक्या डोक्याच्या बंगाली बाबूंनी आयर्लंड मधील होमरूल चळवळ्यांशी संगनमत केले होते'[२३३] त्यामुळे भीती वाटण्याऐवजी त्याला गंमत वाटत होती. कारण १८८७ च्या सुमारास त्याची हिंदुस्तानच्या निष्ठेविषयी अधिकच खात्री पटली होती.

'जसजसा काळ जाईल आणि भारतीयांमध्ये शिक्षणाचा प्रसार होईल तसतसा अर्थातच वृत्तपत्रांद्वारा सरकारवर टीका करण्याचा तसेच हिंदुस्तानच्या घटनेमध्ये बदल करण्याची मागणी करण्याचा त्यांचा कल वाढतच जाईल. ह्या मागण्या वाढतच जातील. त्या मान्य करणे नेहमीच सोयीस्कर किंवा शक्य असेल असे नाही. परंतु त्या कितीही असमंजसपणाच्या असल्या व ज्या भाषेत त्या मांडल्या जातील, ती भाषा कितीही तीव्र, उद्रेकी, चीड आणणारी व त्रासदायक असली तरीही त्या निष्ठाशून्यतेच्या द्योतक आहेत असे मानणे अतिशय गैर आहे. अत्यंत भडकपणे 'शाईफेक' करणाऱ्या अशा बंगालीबाबूंच्या हृदयात खोलवर व्यक्तिशः राणीसरकारांविषयी निष्ठा आहे, असा लॉर्ड डफरिनला विश्वास आहे. तसेच हिंदुस्तानातील ब्रिटिश राजवटीची जागा इतर कोणत्याही सत्तेने घेतल्यास ते त्याच्या नाशास कारण होईल अशी निखालस खात्री त्याच्या मनात आहे.[२३४] अतिशय दूरच्या देशातील २५० दशलक्षांवर असलेल्या लोकसंख्येवर त्या मानाने अल्पसंख्य अधिकाऱ्यांच्या मार्फत संपूर्ण अधिपत्य गाजविणाऱ्या कोणत्याही परकी शासनाविरुद्ध प्रत्यक्ष असंतोष मोठ्या प्रमाणात अस्तित्वात असेल, असे गृहीत धरून चालावयास हवे. तसेच त्या शासनाबाबत असंतुष्ट असलेल्या एखाद्या पक्षाचे नियंत्रण करणे किंवा त्याला दडपून टाकणे हेही त्याला जमले पाहिजे,' असे डफरिनचे मत होते.[२३५] परंतु तो पक्ष काँग्रेस हा असेल अशी मात्र त्याला शंकादेखील आली नव्हती. काँग्रेसच्या स्थापनेचा अर्थ इतकाच होता की, ब्रिटिश अमलाखाली तयार झालेला सुशिक्षित वर्ग सार्वजनिक कारभारामध्ये अधिक रस घेऊ लागला होता. त्यासंबंधी जास्त माहिती आपणास उपलब्ध व्हावी व

सरकारच्या शासकीय कारवायांवरील आपली मते व्यक्त करण्याच्या जास्त संधी आपल्याला उपलब्ध व्हाव्यात अशी त्या वर्गाची इच्छा होती.[२३६] १८८७ मधील मद्रास येथील काँग्रेसच्या बैठकीनंतर मद्रासच्या राज्यपालांनी असे नमूद केलेले आढळते की, काँग्रेसचा पुढारीवर्ग आपल्याला 'अतिशय निष्ठावंत व निरूपद्रवी लोकांचा समुदाय' भासला, या मताशी व्हाईसरॉय सहमत झाला.[२३७] म्हैसूरच्या महाराजाने ज्यावेळी काँग्रेसच्या निधीला देणगी दिली त्यावेळी त्याला असे सांगण्यात आले की, संस्थानिकांनी आपल्या संस्थानाबाहेरील चळवळीमध्ये लक्ष घालणे इष्ट नाही. परंतु व्हाइसरॉयने असेही म्हटले की, ब्रिटिशांच्या अमलाखालील हिंदुस्तानात राहणाऱ्या कोणाही व्यक्तीने कोणालाही वर्गणी देण्यास सरकारची काहीच हरकत नाही. ह्या ताकिदीमागील प्रेरणा म्हणजे काँग्रेसविषयक द्वेषबुद्धी नसल्याचे पुढे त्याने निजामावर काँग्रेसविरोधी निधींना केलेल्या मदतीवर टीका केल्याने प्रत्यंतरास आले.[२३८] अनेक वेळा डफरिनला काँग्रेस निर्माण केल्याचे श्रेय दिले जाते. ते अकारण आहे. मात्र आपल्या कारकिर्दीच्या अखेरीला त्याने निःसंशय काँग्रेसचा योग्य तो अंदाज घेतला होता व ती तशीच राहू दिली होती. आणि त्यावेळच्या आंग्लभारतीय विचारांच्या वातावरणात ही गोष्ट देखील निश्चितपणे दखल घेण्यालायक होती.

डफरिनची भारतीय वातावरणाची ही वाढती जाण भारतीयांची सनदी नोकरीत भरती करण्याच्या प्रश्नापर्यंत मात्र पोहोचली नाही. प्रारंभीच किंबर्लेने ही गोष्ट स्पष्ट केली होती की, भरतीच्या वयोमर्यादेबाबत साल्सबरीने घेतलेल्या निर्णयाचा आपण फेरविचार करण्याची शक्यता नाही. इंग्लंडमध्ये घेतल्या जाणाऱ्या परीक्षांमागील प्राथमिक उद्दिष्ट सर्वात लायक उमेदवार मिळवणे हे होते व त्यापैकी बहुसंख्य इंग्रज असणे आवश्यक होते. अर्थातच भारतीयांना त्यात प्रवेश सुलभ व्हावा या उद्देशाने नियम तयार करणे समर्थनीय नव्हते. वैधानिक मुलकी खाते भारतीयांसाठीच तयार केले होते. हिंदुस्तानातील सुशिक्षित वर्गात मागण्या पुऱ्या करण्याच्या दृष्टीने त्याच्यातच सुधारणा करावी. सुशिक्षितांचे असमाधान पूर्णपणे नाहीसे करणे ही गोष्ट आटोक्याबाहेरील होती. 'कसेही करून आपण या सुशिक्षित बाबूला तोंड दिले पाहिजे. आपल्या नोकरीत शिरण्याच्या रास्त संधी त्याला देताना ज्या युरोपियन नोकरशाहीवर आपली सारी मदार आहे, तिच्या कार्यक्षमतेवर वाईट परिणाम होऊ देणे टाळावयास हवे.'[२३९] याच अर्थाचा अधिकृत खलिताही पाठविला गेला.

वयोमर्यादा वाढविण्याकडे डफरिनचा स्वतःचा कल असला तरीही या विषयावर त्याला विशेष ठाम मते नव्हती. किंबर्लेचा या बाबतीतील एकूण दृष्टिकोन लक्षात घेऊन आपले लक्ष वैधानिक मुलकी नोकऱ्यांच्या सुधारणेकडे वळविण्यास तो

राजी होता.[२४०] मुख्यतः मुंबईत व इतरत्रही निश्चितपणेच लोकांची मोठ्या प्रमाणावर निराशा झालेली असली तरी भारतामध्ये देखील या खलित्यामुळे विशेषसे मतप्रदर्शन झालेले आढळत नाही.[२४१] सर्वात प्रखर विरोध रिपन कडून झाला. त्याच्या मते, वयोमर्यादा वाढवण्यास नकार देणे ही केवळ एक मोठी चूकच नव्हती तर राजकीयदृष्ट्या एक अद्वितीय मूर्खपणाचे कृत्य होते. लिबरल पक्षाचा[२४२] बहुमताने पाठिंबा मिळवून संसदेत त्याला विरोध करण्याची धमकी रिपनने दिली. या सर्व विषयावर विचारविनिमय चालू आहे.[२४३] असे उत्तरादाखल कळवावे अशी किंबर्ले याने सूचना केली. किंबर्लेच्या जागी आल्यावर चर्चिल याने याबाबत अधिकच उदार दृष्टिकोन स्वीकारला. वैधानिक मुलकी नोकऱ्यांमधील प्रवेश मिळविण्याबाबतचे नियम शिथिल करण्याचा त्याचप्रमाणे सनदी नोकरीतील प्रवेशासाठी वयोमर्यादा वाढवण्याचा विचार करण्याचा आदेश त्याने व्हाइसरॉयला दिला.[२४४]

काही महिन्यांनंतर परत अधिकार पदावर आल्यावर किंबर्लेने या समस्येवर बराच विचार केला. कारण शासनातील भारतीय घटक दुय्यम दर्जाचाच ठेवण्याच्या गरजेविषयी इतर कोठल्याही प्रश्नापेक्षा, त्याची फार जहाल मते होती. शासनामध्ये प्रत्यक्ष भाग घेण्याची भारतीयांची वाढती इच्छा व क्षमता ही जोपर्यंत हिंदुस्तानातील ब्रिटिश वर्चस्वाचा पाया स्थिर राखण्याच्या कामी येतील, तोपर्यंतच त्यांची दखल घेण्याची त्याची तयारी होती. 'आपल्या स्वतःच्या सनदी नोकरवर्गाला दोष देणे म्हणजे आपल्याच राजवटीचा धिक्कार करणे होय'[२४५] भारतीयांची अधिकाराच्या जागांवर भरती करण्याची प्रचलित पद्धत बोजड, असुविहित व अर्थातच प्रत्यक्षात असमाधानकारक होती.

वैधानिक नोकरीतील कोठलीही सुधारणा भारतीय जनमताला शांत करू शकली नसती. परंतु जर 'राज्य करण्यास संपूर्णपणे अपात्र'[२४६] असलेल्या बंगाल्यांचा त्यामुळे सर्वात जास्त फायदा होणार असेल तर मात्र लंडन आणि हिंदुस्तान या ठिकाणी एकाच वेळी परीक्षा घेण्याच्या मागणीचा अधिक काळजीपूर्वक विचार करून, किंबर्ले याने या प्रश्नाची चौकशी करण्यासाठी एक समिती नेमण्याची सूचना केली. त्यामुळे संपूर्ण फेरविचार शक्य झाला असता. शिवाय भारतीय कारभाराबाबत चौकशी करण्यासाठी संसदीय समिती नेमण्याची कल्पना सोडून द्यावी लागली असल्याने, वरील तऱ्हेच्या समितीच्या नियुक्तीमुळे भारतीयांच्या मनात विश्वास निर्माण झाला असता. रिपन, नॉर्थब्रुक व ग्लॅडस्टन हे तिघे सनदी नोकऱ्यांबाबतचा अहवाल तयार करण्यासाठी, भारतीय सदस्य असलेली समिती नेमण्याला अनुकूल होते.[२४७] भारतीयांनी सहभागी होण्याची कल्पना आपल्या मंत्रिमंडळाला नापसंत असूनही डफरिनने त्याला

मान्यता दिली.[२४८]

चार्ल्स एचिसन याच्या अध्यक्षतेखाली इंग्रज व भारतीय सदस्य असलेली एक समिती नेमली गेली. सनदी नोकऱ्यांना समांतर म्हणून वैधानिक मुलकी नोकऱ्यांची संपूर्णपणे पुनर्रचना केली जावी व त्यासाठी हिंदुस्तानातून भरती केली जावी, असे एचिसन याचे मत होते.[२४९] परंतु तो दुबळा अध्यक्ष होता. व त्याचा सहकारी सर चार्ल्स क्रॉस्थवेट याचा दृष्टिकोन त्याकाळच्या इंग्रज सनदी नोकराच्या मानानेसुद्धा अधिक प्रतिगामी होता. त्याच्या मते चौकशी करणेच मुळी धोक्याचे होते. इंग्रजी शिक्षण ही काही निष्ठेची हमी नव्हती. जी कालांतराने सर्व इंग्रजांना येथून हुसकून लावील अशी एक वैचारिक उमरावशाही स्पर्धात्मक परीक्षांद्वारा हिंदुस्तानात निर्माण करावी, हे सुशिक्षित भारतीयांना साधावयाचे होते. 'मला वाटते जे ब्रिटिश साम्राज्य ब्रिटिश जनतेने निर्माण केले आहे त्याच्या शासनाचा मोठा वाटा एतद्देशीयांना मिळावा हा त्यांचा जन्मसिद्ध हक्क आणि रास्त अधिकार आहे. या प्रकारची सर्व बडबड सहज बंद करता येईल.' हिंदुस्तानातील निरनिराळ्या जाती व जमातींचा प्रचंड समुदाय आणि ज्या इंग्रजांचा पैसा लोहमार्ग बांधणे, युद्धे पुकारणे व बंडे दडपणे यासाठी वापरला गेला आहे ते इंग्रज या दोघांच्या हिताच्या दृष्टीने हिंदुस्तान सरकारने खंबीर राहून त्याच्या कारभाराचे इंग्लिश वळण कायम राखावे.[२५०]

जानेवारी १८८८ मध्ये या समितीने जो अहवाल सरकारला सादर केला त्याच्यावर बहुतेक सर्व बाबतीत एचिसनपेक्षाही क्रॉस्थवेट व त्याच्यासारख्याच मनोवृत्तीचे इतर काही सभासद यांची छाप पडलेली दिसते. या अहवालात फारच थोडे फेरफार सुचविले गेले व जबाबदारीच्या जागांपैकी अतिशय थोड्या जागा भारतीयांना उपलब्ध कराव्या, असे सुचविले गेले. पण एका व कदाचित सर्वात अधिक महत्त्वाच्या बाबतीत एचिसनचे मत प्रभावी ठरले. वयोमर्यादेविषयी कोणतीही प्रत्यक्ष शिफारस करण्यात आली नसली तरीही भारतीयांसाठी वयोमर्यादा वाढवावी, तसेच सर्व उमेदवारांना समान वागणूक दिली जावी असे सुचवून समितीने आपला दृष्टिकोन स्पष्ट केला.[२५१] 'आमच्या अहवालाचा अत्यंत महत्त्वाचा मुद्दा वयोमर्यादा वाढविणे हा होय. जर त्याला मान्यता मिळणार नसेल तर हा अहवाल पूर्णपणे बाजूला ठेवावा. कारण यातून चांगले नव्हे, उलट वाईटच निष्पन्न होईल.' याला पर्याय म्हणजे एकतर पक्षपाती वागणूक; परंतु त्यायोगे सार्वत्रिक असंतोष निर्माण झाला असता. किंवा दुसरे, हिंदुस्तानात परीक्षा घेणे; 'ईश्वर यापासून आमचे रक्षण करो!' शिवाय वयोमर्यादा वाढविण्यामागील उद्देश भारतीयांचा फायदा व्हावा एवढाच केवळ नव्हता, तर इंग्रज अधिकारी अधिक परिपक्व वयात अधिकारावर यावे हादेखील होता. कारण इंग्रज

अधिकारी हिंदुस्तानात फार तरूण वयात येतात, अशा तऱ्हेच्या तक्रारी समितीने सगळीकडून ऐकल्या होत्या. हे म्हणण्यात एचिसनने जराही अतिशयोक्ती केलेली नव्हती. कारण सर्व प्रांतिक सरकारांच्या प्रमुखांनी व्हाइसरॉयकडे अशाच प्रकारचे अहवाल पाठवले होते. अजिबात भारतप्रेमी नसलेला रॉबर्टस्ही वयोमर्यादा वाढवावी अशा मताचा होता.[२५२]

ज्यावेळी हा अहवाल प्रसिद्ध झाला त्यावेळी हिंदुस्तानात त्याचे स्वागत विशेषसे उत्साहाने झाले नाही. अनेक तरूण इंग्रज अधिकाऱ्यांना तो मनापासून नापसंत होता कारण त्यायोगे उच्च अधिकाऱ्यांच्या जागांवरील त्यांच्या एकाधिकाराला, हक्काला बाध येत होता. वैधानिक नोकर सेवा रद्द करावी आणि काही जागा शाही सेवेतून स्थानिक सेवेकडे सोपवाव्या असे व्हाइसरॉयच्या मंडळाचे एकमुखी मत होते.[२५३] परंतु डफरिनच्या प्रयाणाच्या वेळेपर्यंत त्याबाबत काहीही केले गेले नव्हते.

डफरिनने १८८८ च्या डिसेंबरमध्ये हिंदुस्तानातून प्रयाण केले. परंतु त्यासंबंधीची घोषणा मात्र वर्षाच्या प्रारंभी करण्यात आली. या बातमीमुळे हिंदुस्तानात दुःखाऐवजी रागाची लाट उसळली. कारण एका निर्णयापासून ही पळवाट होती.[२५४] सनातनी भारतीय सभा व कलकत्त्याच्या ब्रिटिश व मुस्लीम संघटना यांनी व्हाइसरॉयच्या प्रोत्साहनाने[२५५] एक सार्वजनिक सभा आयोजित केली. त्याप्रसंगी व्हाइसरॉय व त्याची पत्नी या दोघांची अवास्तव प्रशंसा करण्यात आली. डफरिनने मोठ्या दिमाखाने असे म्हटले की, ब्रिटिश व भारतीय अशा आपल्या सर्व प्रजाजनांचा विश्वास आपण संपादन केला असल्याचा हा पुरावा आहे.[२५६] जणू काही हे म्हणणे खोडून काढण्यासाठीच की काय व्हाइसरॉयवर टीका करणाऱ्या सभा ग्रामीण भागात भरविल्या जात होत्या. आणि बंगालमधील वृत्तपत्रांनी जो पवित्रा घेतला त्यामुळे लायलसारखा अनुभवी निरीक्षकसुद्धा 'परिस्थिती आता कायमची तडजोडी पलीकडे जात आहे,'[२५७] अशा निष्कर्षाला पोहोचला. परराष्ट्र धोरणाकडेच डफरिनचे सर्व व्यवधान गुंतले आहे असा सामान्य समज असल्यामुळे डफरिन हा खरोखर फारसा लोकप्रिय झाला नाही.[२५८] परंतु ह्या विरोधी वातावरणातसुद्धा डफरिनला फायदा दिसत होता. त्यामुळे त्याच्या चाहत्यांची खरी कसोटी होत होती, असे तो ठामपणे म्हणत होता. बंगाल सोडताना त्याचा मोठा जयजयकार होत होता. 'कलकलत्त्यात एक अभूतपूर्व असे प्रचंड व उत्साही निदर्शन केले गेले.'[२५९]

हे म्हणणे हा सत्याचा अपलाप होता. परंतु डफरिनच्या मनातील सुप्त आकांक्षेवर त्याने प्रकाश पडतो. तो स्वतःला सतत रिपनचा प्रतिस्पर्धी समजत होता. आपल्या पूर्वगाम्यापेक्षा मोठा नेता म्हणून आपल्याला भारताकडून जिरेटोप मिळावा अशी त्याची

फार मोठी आकांक्षा होती. त्यामुळेच हिंदुस्तानातील आपल्या कारकिर्दीच्या शेवटच्या वर्षी, सुशिक्षित भारतीय व काँग्रेस यांच्याशी डफरिन जास्त मिळते घेत होता. एका बाजूला ब्रिटिश सरकार व ब्रिटिश जनता आणि दुसऱ्या बाजूला हिंदुस्तान सरकार यांमध्ये भेद दाखविणाऱ्या प्रश्नोत्तर मालिका काँग्रेसने काढल्या होत्या. त्यांची दखल घ्यावी हा कोलव्हिनचा सल्ला त्याने मानला नाही. एकीकडे सनातनी व अहिंदू घटकांमध्ये काँग्रेसला स्वतःलाच विरोध निर्माण करावा व त्याचवेळी दुसरीकडे सरकारने स्थानिक मंत्रिमंडळात इतक्या सुधारणा कराव्या की सर्व सुजाण भारतीयांना आपल्या आकांक्षा व गाऱ्हाणी व्यक्त करण्याचा घटनात्मक मार्ग उपलब्ध झाल्याची जाणीव व्हावी हे सर्वात उत्तम, असे डफरिनचे म्हणणे होते.[२६०] याला उत्तर म्हणून कोलव्हिनने असे म्हटले की, 'काँग्रेसच्या वार्षिक अधिवेशनाविषयी आपल्याला मुळीच काळजी वाटत नाही व त्यामध्ये हस्तक्षेप करावा असे आपण सुचविणार नाही.' परंतु या अधिवेशनांचा पूर्वरंग म्हणून अज्ञात स्वभावाचे व लाग्याबांध्यांचे अनेक निरनिराळे हस्तक जिल्ह्यांमध्ये दौरे काढीत असत व स्थानिक अधिकाऱ्यांना विरोध करण्याचा प्रचार करीत असत. तसेच काँग्रेसचे पुढारी सरकारी अधिकाऱ्यांनी त्यांना दाखविलेल्या सौजन्याचा गैरफायदा घेऊन आपल्या विचारांना त्यांचा अधिकृत पाठिंबा असल्याचा दावा करीत. प्रत्येक राजकीय सुधारणा ही आपल्या मागण्याखातर मिळालेली सवलत आहे, असा आभास ते निर्माण करीत. 'चळवळीपुढे नमून पायरीपायरीने मागण्या मान्य करण्यामुळे अखेरीस आपण याच पद्धतीने आपले वर्चस्वही पूर्णपणे सोडू अशी अपेक्षा निर्माण होऊ न देण्याची काळजी आपण घ्यावी. कोणत्याही चळवळीचा पाया विशाल नसेल व ती प्रामाणिक नसेल तर त्याच कारणावरून सवलती मान्य करण्याऐवजी त्या देण्याचे पुढे ढकलल्यास ते अधिक चांगले कारण होईल.'[२६१]

कोलव्हिन हा समर्थ भारतीय नागरिकांपैकी एक होता. त्याचे विचार सैद्धान्तिक विधानांवर आधारलेले नसून स्थानिक अनुभवांवर आधारलेले असल्याने, त्यांची गंभीर दखल घेणे आवश्यक होते. खरोखरच सुशिक्षित वर्गाच्या अप्रातिनिधिक स्वरूपाविषयीच्या त्याच्या अंदाजाशी आपण स्थूलमानाने सहमत असल्याचा डफरिनचा दावा होता. 'पाश्चिमात्य संस्कृती, शिक्षण व नवीन कल्पनांची प्रगती यांचा अजूनपर्यंत बहुजन समाजावर फारच थोडा परिणाम झाला होता आणि हिंदुस्तानच्या काही भागात तर अजून अश्मयुगच चालू होते.'[२६२] परंतु असे असूनही कोलव्हिनच्या सल्ल्याकडे दुर्लक्ष करणे त्याने चालूच ठेवले. आपल्या प्रयाणापूर्वी मंडळाच्या सुधारणांचे उपाय योजण्यास आपल्यालाच अधिकार देण्याची विनंती त्याने ब्रिटिश सरकारला वारंवार केली होती.[२६३] अखेर क्रॉसने याला मान्यता दिली.[२६४] व्हाइसरॉयच्या

मंत्रिमंडळाने हा प्रश्न विचारात घेतला. मंत्रिमंडळांचा विस्तार करून ती अधिक उदार धोरणावर उभारण्याची वेळ आली आहे, याबाबत त्याच्या मंत्रिमंडळाचे एकमत होते. त्यामुळे त्यासंबंधीचा तपशील तयार करण्यासाठी एक उपसमिती नेमली गेली.[२६५] आपण हिंदुस्तान सोडण्यापूर्वी या विषयीची एक औपचारिक घोषणा प्रसिद्ध करावी, असे डफरिनने सुचविले.[२६६]

अशा तऱ्हेने फेरफार घडवून आणण्यावर देखरेख करणे हे आपल्या अननुभवी वारसदारापेक्षा आपणास सोपे जाईल यासाठी आपली ही उतावीळी आहे असे जरी डफरिन उघडपणे सांगत असला[२६७] तरी खरोखर त्याची घाई हे फेरफार करून लोकांकडून वाहवा मिळविणे सोपे जावे यासाठीच होती. 'द स्टेट्समन' या वृत्तपत्राचा संपादक याबाबतीतील व्हाइसरॉयचा हस्तक होता. 'या शहरात बिगर तडजोडवादी एतद्देशीय असूनदेखील लॉर्ड डफरिन अखेर जयजयकाराच्या गर्जनांमध्ये हिंदुस्तान सोडील' असे या संपादकाने मॅकेंझी वॉलेस यास खात्रीपूर्वक सांगितले होते.[२६८] असाही एक प्रवाद आढळतो की, काँग्रेसचे दोन पुढारी डब्ल्यू. सी. बानर्जी व मनमोहन घोष यांच्याशी गुप्तपणे संपर्क साधून कलकत्त्यामध्ये चार वर्षांपूर्वी रिपनला दिल्या गेलेल्या निरोप समारंभापेक्षाही मोठा निरोप समारंभ आयोजित करण्याची डफरिनने विनंती केली होती.[२६९] डफरिनखेरीज त्या शतकातील दुसऱ्या कोणत्याही व्हाइसरॉयविषयीच्या असल्या प्रवादावर विश्वास ठेवणे शक्य नव्हते. या काही महिन्यात डफरिनची वृत्ती काँग्रेसची आराधना करण्याची होती यात कसलीच शंका नाही. मध्यप्रदेशच्या मुख्य आयुक्ताने ज्यावेळेस आपल्या प्रांतातील राजकीय अधिकारी संघटना तयार करण्यास व निधी जमविण्यास मदत करीत असल्याची तक्रार केली. त्यावेळेस अशा तऱ्हेच्या कारवायांना पायबंद घालण्याचे अधिकार जरी त्याला देण्यात आले होते, तरीही या विषयावर कुठलाही सरकारी ठराव प्रसिद्ध करण्यास व्हाइसरॉने परवानगी नाकारली.[२७०] या संदर्भात दिले गेलेले समर्थन असे होते की, काँग्रेस दडपण्याच्या कुठल्याही प्रयत्नामुळे इंग्लंडमध्ये इतका कल्लोळ होईल की भारतमंत्री त्याविषयी नक्कीच नकाराधिकार वापरील. पण एकदा का प्रांतिक मंडळांची पुनर्रचना झाली की, मग काँग्रेसची गच्छन्ती करण्यासाठी कोणता सुखकर मार्ग अवलंबावा[२७१] याचा विचार करता येईल.

ऑक्टोबर मध्याच्या सुमारास एक गोष्ट डफरिनच्यादेखील स्पष्टपणे लक्षात आली. ती म्हणजे भारतीय स्तुतिपाठक निर्माण करणे कठीण आहे आणि त्यामुळे त्याच्या उत्साही चांगुलपणाला कडवटपणाचे वळण लागले. एका भारतीय बातमीदाराला लिहिलेल्या परंतु न पाठवलेल्या[२७२] एका पत्रात त्याने लिहिले आहे की, 'तुम्ही भारतीय म्हणजे अत्यंत असमंजस, अननुभवी व विशेष विवेक नसलेले लोक

आहात ही वस्तुस्थिती आहे. आपल्या स्वतःचे मार्ग अनुसरण्यास तुम्ही मोकळे राहाल तर तुमच्या सध्याच्या परिस्थितीपेक्षा फार वाईट परिस्थितीस तुम्ही जाऊन पोहोचाल.' उशिरा का होईना, परंतु कोलव्हिनने ह्यूमला लिहिलेल्या पत्राच्या प्रती संसदेच्या सर्व सभासदांना पाठविल्या जाव्या, असे व्हाइसरॉयने सुचविले. 'मला फक्त एवढेच म्हणावेसे वाटते की, त्या मूर्ख तोतयाला तुम्ही फार मोठ्या दाक्षिण्याने व आदराने वागविले आहे.'[२७३] डफरिनने स्वतः या पत्राची एक प्रत भारतमंत्र्याला पाठविली. मुसलमानांचा पाठिंबा मिळविण्याच्या बाबतीतील आपल्या अपयशाचा राग कॉंग्रेस आपल्यावर काढीत आहे, असा त्याचा दावा होता. हिंदू व मुसलमान या दोन जमातींमध्ये वैमनस्य निर्माण करण्याचा आपण प्रयत्न केला असल्याच्या वृत्ताचा त्याने इन्कार केला.[२७४] कौन्सिलात सुधारणा करण्याची वेळ येऊन ठेपली आहे. 'एक लहानसा शब्द' जाहीरपणे बोलण्याचा अवकाश की अजूनही त्याच्या मते परिस्थितीत बदल घडला असता. परंतु अशा तऱ्हेचे विधान करण्याची परवानगी ब्रिटिश सरकारकडून मिळाली नव्हती.[२७५]

खरी गोष्ट अशी होती की, मुंबई नगरपालिकेनेदेखील निरोपसमारंभ आयोजित करण्याचे नाकारले होते. डफरिनने जाहीरपणे जे म्हटले ते कौन्सिलात फेरफार करण्याच्या निर्णयाच्या घोषणेबाबत नसून कॉंग्रेस व ह्यूम ह्यांच्यावर प्रखर टीका करण्यासाठी होते. त्याने असे जाहीर केले की, २० कोटीच्या या लोकसंख्येत विद्यापीठीय शिक्षण घेतलेले लोक ८००० पेक्षाही कमी होते व शालेय शिक्षण घेतलेले व त्यातही इंग्रजीचे चांगले ज्ञान असणारे ५ लाखदेखील नव्हते. 'तर मग माझा असा सवाल आहे की, ज्या राजेशाही आणि विविधरुपी साम्राज्याच्या सुरक्षिततेला आणि कल्याणाला ब्रिटिश सरकार ईश्वर व संस्कृती यांच्या दृष्टीने जबाबदार आहे, त्याचा विचार करता ब्रिटिश सरकार या अतिसूक्ष्म अल्पसंख्याक गटाला या साम्राज्याच्या शासनाचे नियंत्रण करू देईल अशी कल्पना कोणताही समंजस मनुष्य कशी बरे करू शकेल ?' जनता व ब्रिटिश राजवटीचा भव्य निःपक्षपातीपणा यांच्यामध्ये अशा तऱ्हेच्या स्वरचित संघटना घुसत आहेत या विचाराने आधीच बरेच लोक घाबरे होऊ लागले होते. कॉंग्रेसने आपले लक्ष वाढती लोकसंख्या, सार्वजनिक आरोग्याच्या योजना, यांवर केंद्रित करावे आणि राजकीय मागण्या पुढे आणू नयेत किंवा सार्वजनिक सेवकांविरुद्ध द्वेषभावना चेतविणारा प्रचार करू नये. कॉंग्रेसच्या हातात जनतेच्या उठावाचीच नव्हेत तर लष्कराच्या बंडाचीदेखील सूत्रे आहेत ह्या ह्यूमच्या 'बाष्कळ धमकीमुळे' सुद्धा त्या संघटनेवरील विश्वास वाढण्यास मदत झाली नाही. एकंदर कारभारामध्ये आपल्याला मोठा वाटा मिळावा ही सुशिक्षित वर्गाची आकांक्षा अत्यंत स्वाभाविकच होती.

व्हाइसरॉयने अधिकृतरीत्या ब्रिटिश सरकारला याबाबत काही व्यक्तिगत सूचना सादर केल्या होत्या, परंतु आपले निर्णायक वर्चस्व ब्रिटन कदापि सोडणे शक्य नव्हते. कुठल्याही सुधारणा करताना देशाच्या एकंदर परिस्थितीचा आणि ज्या परिस्थितीत भारताचे शासन केले जात होते, तिचा योग्य तो विचार करणे आवश्यक होते.[२७६]

V

इ.स. १८८० पासून पुढे आठ वर्षे हिंदुस्तानात लिबरल पक्षाचा प्रयोग चालला. रिपनने त्याचा प्रारंभ केला व डफरिनच्या कारकिर्दीत तो लयाला गेला. रिपन काही फार मोठ्या बौद्धिक कुवतीचा किंवा प्रशासकीय कर्तृत्व असलेला मनुष्य नव्हता. हिंदुस्तानातील त्याच्या कारकिर्दीत त्याला असामान्य लेखावे असे काहीही आढळत नाही. तरीही विरोधाभास असा की, त्याची कारकीर्द म्हणजे हिंदुस्तानातील ब्रिटिश राजवटीच्या इतिहासाचा कळस होता. त्याच्या कारकिर्दीच्या चार वर्षातील अनेक घटनांमुळे विचारवंत भारतीयांना असे वाटू लागले होते की ब्रिटनमध्ये उच्च अधिकाराच्या जागांवर वसाहतीला आपली ठेव समजणाऱ्या व्यक्तिसुद्धा आहेत व विश्वस्त या नात्याने कार्य करण्यास त्या राजी आहेत. १९व्या शतकातील व्हाइसरॉयांपैकी फक्त कॅनिंगच्या प्रारंभीच्या काळाची या बाबतीत रिपनशी तुलना होऊ शकते. जरी रिपनचा हातभार केवळ योगायोग म्हणून लागला असला, तो योजनाबद्ध नसला तरी त्यामुळे तो कमी टिकाऊ ठरला नाही.

इल्बर्ट बिल वादाच्या नाट्यपूर्ण घटनेने व्हाइसरॉयच्या विचासरणीला महत्त्व प्राप्त करून दिले. घटना अशा घडत गेल्या की, ब्रिटिश राजवटीची उद्दिष्टे आणि ती साध्य करण्याचे आपले मार्ग यांविषयीच्या आपल्या कल्पना स्पष्टपणे मांडणे रिपनला भाग पडले. हिंदुस्तानातील ब्रिटिशांच्या वास्तव्याचा उद्देश ब्रिटिशांच्या गमनासाठी भारताला तयार करणे हा होय, ही बंडपूर्व काळातील परंपरागत कल्पना वीस वर्षांपेक्षा अधिक काळाच्या प्रदीर्घ अवधीनंतर पुनरुज्जीवित झाली. वाढत्या सुशिक्षित भारतीयांच्या वर्गाकडेच अखेर क्रमाक्रमाने जबाबदारी सोपविली पाहिजे याविषयी रिपनला खात्री होती. 'या माणसांकडे दुर्लक्ष करणे, त्यांना तुच्छ लेखणे किंवा त्यांना 'दडपून ठेवण्यालायक' लोक समजणे हा माझ्या मते राजकीय दृष्ट्या मूर्खपणाचा कळस आहे.'[२७७] स्थानिक स्वराज्य संस्थांचा डोळ्यावर न येईल असा विस्तार व सनदी नोकरीत भरती करण्याच्या वयोमर्यादेत वाढ, हे रिपनच्या मते सुशिक्षित भारतीयांना सरकारी कारभारामध्ये अधिक वाटा देण्याचे मार्ग होते व ते दोन्हीही निष्फळ ठरले. जिल्ह्यांमध्ये युरोपियन व ब्रिटिश नागरिकांवरील फौजदारी खटल्यांमध्ये

न्यायदान करण्याचे अधिकार भारतीय न्यायाधीशांना देण्याच्या निष्काळजीपणाच्या निर्णयामुळे जो तणाव निर्माण झाला होता, त्यामुळे व्हाइसरॉयच्या राजकीय विचारप्रणाली व निष्ठांवर जणू काही प्रकाशझोत टाकला गेला. १८५७ नंतर घडलेल्या कोणत्याही घटनेपेक्षा या घटनेमुळे, राजकीय जाणकारी असलेल्या भारतीयांना ब्रिटिश राजवट स्वीकारार्ह वाटण्यास मदत झाली. तसेच त्याच्या हेही ध्यानात आले की फक्त ब्रिटिश मुत्सद्दी विशेष काहीही साध्य करू शकणार नाहीत. कारण हिंदुस्तानातील ब्रिटिशांच्या आंधळ्या परंतु विलक्षण प्रभावी विरोधाला, त्यांना तोंड द्यावे लागेल. जर कधीकाळी भारतीय जनता स्वतंत्र होणार असेल तर त्यासाठी तिला स्वतःलाच प्रहार करावा लागेल. १८८३ मध्ये भारतीय राजकीय संघटना आणि राष्ट्रीय भावनेचे प्रयत्न यांचा प्रारंभ झालेला दिसतो. ब्रिटिश राज्यकर्ते व भारतीय जनता यांच्यातील अत्यंत तीव्र संघर्षाच्या काळातदेखील हिंदुस्तानास स्वातंत्र्य मिळणे हे हिंदुस्तान आणि ब्रिटन यांचे संयुक्त कार्य आहे, ही श्रद्धा कधीच पूर्णपणे नाहीशी झाली नाही. भारतात ही श्रद्धा जागृत राहण्यास इतर कुठल्याही घटकापेक्षा रिपनच्या कारकिर्दीचे स्मरण हेच मुख्य कारण होते. ब्रिटिशांच्या हिंदुस्तानातील कार्यामागील मूलभूत विचारप्रणालीची जी साक्ष रिपनने स्वतःला नकळत दिली होती, तीच त्याच्या कारकिर्दीची सर्वात भरीव कामगिरी म्हणावयास हवी.

रिपन आणि त्याचा वारसदार यांच्यातील एकमेव साधर्म्य म्हणजे ते दोघेही लिबरल पक्षाचे सभासद होते. दरबारी रीतिरिवाज व भाषा वापरण्यात वाकबगार असलेला डफरिन स्वतः डौली आणि प्रशंसेला भुलणारा होता. त्याच्या पूर्वीच्या किंवा नंतरच्या कोणत्याही व्हाइसरॉयपेक्षा त्याने राणीला लिहिलेली पत्रे अलंकारिक आहेत.[२७८] तो आकर्षक असून तब्येत राखलेला दिसत असे.[२७९] त्याचबरोबर शेरिडन जातीच्या उणिवादेखील त्याच्यामध्ये होत्या. आत्मसंतुष्ट, उथळ [२८०] किंबहुना थोडाफार असभ्यच, बेफिकीर, निष्काळजीपणाचे आयुष्य घालविणारा डफरिन धोरणविषयक त्याचप्रमाणे शासकीय तपशील इतरांवर सोपवीत असे. त्याच्या कारकिर्दीच्या चार वर्षातील सरकारी अहवालात विशेष काही आढळत नाही. भारतमंत्र्याला लिहिलेली पत्रे साधारणपणे अतिशयोक्त असत.[२८१] स्वतः व्हाइसरॉय व त्याची पत्नी [२८२] यांच्या मते तो फार मेहनत करीत होता. कदाचित पूर्वी कधीही केले नव्हते एवढे श्रम तो आता करीतही असेल. त्याने चर्चिलला लिहिले आहे की, 'याहून मोठ्या घाण्याला मी जुंपला गेलो नव्हतो.'[२८३] परंतु खरे म्हणजे दुसऱ्या कुठल्याही व्हाइसरॉयपेक्षा त्याने कमी कष्ट केले होते. पद्धतशीरपणे व सर्वस्वाने एखाद्या कार्यास वाहून घेण्यास तो असमर्थ होता. १८७२ मध्ये ज्यावेळेस व्हाइसरॉयपदासाठी डफरिनचा प्रथम विचार

करण्यात आला, त्याचवेळी ग्रॅनव्हिलने तारतम्य बुद्धीने असे भाकीत वर्तविले की, 'डफरिनच्या शारीरिक किंवा मानसिक कुवतीविषयी मला शंका वाटते.'[२८४] डफरिनने स्वतः व्हाइसरॉयची व्याख्या, 'ज्याला आपल्या कार्यापलीकडे अस्तित्वच असू शकत नाही असा'[२८५] या शब्दात केली होती. परंतु ज्याला ही व्याख्या लागू पडत नाही, असा तो एकच व्हाइसरॉय निघाला. आपली कारकीर्द संपण्याच्या पुष्कळ आधीपासूनच डफरिनला सामाजिक आयुष्याच्या भोवऱ्याचा कंटाळा आला होता. तीन वर्षांनंतर त्याने असे लिहिलेले आढळते की, 'थोडेसे विचित्र दिसेल तरीही मला असे म्हणावेसे वाटते की, कंटाळवाणेपणा हा भारतीय व्हाइसरॉयच्या अस्तित्वाचा लक्षणीय विशेष आहे. त्याच्या अवतीभोवतीचे सारे त्याचेहून फार तरूण असतात. त्याला मित्र वा सवंगडी नसतातच. ज्या सौंदर्यवती त्याचे मनोरंजन करावयास उत्सुक असतात, त्यांनासुद्धा चार हातांवर ठेवणेच त्याच्या दृष्टीने हितकारक असते. तो हाताळीत असलेले कार्य फारच क्वचित रंजक असते. बहुधा ते सामान्य प्रतीचे असते.'.२८६

परंतु त्याकाळी हिंदुस्तानात अपरिपक्व व्हाइसरॉयला वावच नव्हता. ह्या चार वर्षांत मध्यवर्ती सरकारला खंबीर नेतृत्वाची उणीव फार जाणवली व मंत्रिमंडळाचे, त्याचप्रमाणे प्रांतिक सरकारचे सदस्य याचा फायदा उठविण्यास तयारच होते. भारतावर आपल्या व्यक्तिमत्त्वाचा ठसा उमटविण्याची याहून मोठी संधी त्या जागेवरील दुसऱ्या कोणत्याही व्यक्तिला लाभली नव्हती. कारण डफरिनच्या हिंदुस्तानातील कारकिर्दीच्या काळात ब्रिटिश सरकारमध्ये वारंवार घडणाऱ्या फेरबदलांमुळे सर्व जबाबदारी व्हाइसरॉयवरच पडली होती. १८८५ मध्ये भारतमंत्री झाल्यावर रॅन्डॉल्फ चर्चिलसारख्या अत्यंत आक्रमक व्यक्तिमत्त्वाच्या माणसाने स्वतःला भारताविषयी व्यक्तिशः पुष्कळ माहिती असताना, तसेच स्वतःची निश्चित विचारसणी असतानासुद्धा आपल्या एकंदर धोरणाविषयी डफरिनला असे कळविले की, 'एका वाक्यात मी तुम्हाला असे सांगेन की, जोवर तुम्ही व्हाइसरॉयपदावर राहाल तोवर तुम्ही ज्या गोष्टींची शिफारस कराल त्यांना शक्य तितका पाठिंबा द्यावा, हाच माझा हेतू व इच्छा राहील.'[२८७] इतके असूनदेखील रशियाबरोबरचे युद्ध टाळणे आणि ब्रह्मदेश खालसा करणे ही दोनच यशचिन्हे व्हाइसरॉयला मिळाली, व त्यातीलही एक लांच्छितच होते. अंतर्गत कारभारामध्ये डफरिनकडे विशेषसे श्रेय जात नाही. लोकप्रियतेबद्दल त्याची युरोपमध्ये जेवढी ख्याती होती तेवढीच लोकप्रियता हिंदुस्तानातही मिळवावी एवढ्याचसाठी तो फार अधीर होता.[२८८] परंतु एवढे मामुली उद्दिष्ट साध्य करण्यात देखील आपल्याला यश आले नाही असे डफरिनने स्वतःच, नाखुषीने का होईना, मान्य केले. शासनाचा

गाडा कमी वेगाने व धीम्या चालीने हाकून घोडचुका करण्याचे टाळले एवढीच फक्त आपली कामगिरी आहे, एवढाच त्याचा स्वतःचा दावा होता.[२८९] 'जे अनेक धोके आम्हाला पत्करावे लागले आणि आमचा दोष नसतानाही ज्या असंख्य दुर्घटनांना आम्ही बळी पडू शकलो असतो, त्यांचा जेव्हा मी विचार करतो तेव्हा इतपत सुसह्य परिस्थितीत हिंदुस्तानातून निघाल्याबद्दल आणि माझ्या ख्यातीला व प्रतिष्ठेला तीव्र धक्के न बसल्याबद्दल मला खरोखरच कृतज्ञता वाटते.'[२९०] विशेषशी इजा न होता[२९१] ह्या अखेरच्या जबाबदारीतून आपण सुखरूप पार पडलो या समाधानात त्याने हिंदुस्तान सोडला.

वस्तुस्थिती अशी होती की, भारताचा कारभार करण्याच्या कार्याला डफरिन फार उणा होता. भारताविषयी तो अशी तक्रार करतो की,[२९२] 'मी तरी असा देश अद्यापपर्यंत पाहिलेला नाही. गळ्याभर बुडविणाऱ्या एका संकटातून आपण बाहेर पडतो की नाही तोच दुसऱ्या संकटात आपण गळ्यपर्यंत बुडलेलो असतो.' यानंतर पुष्कळ वर्षांनी डफरिनसंबंधी लिहिताना त्याचा जुना मित्र लॉर्ड जॉर्ज हॅमिल्टन याने मित्रप्रेमाने सारासार विचार कलुषित होऊ न देता असे म्हटले आहे 'कुठल्याही हुद्यावर दीर्घकाळपर्यंत राहावे व पितळ उघडे पडू नये असे त्याचे कधीच झाले नाही.'[२९३] हिंदुस्तानातील आपल्या कारकिर्दीचा प्रारंभ डफरिनने संस्थानिक, जमीनदार आणि भारतीय समाजातील वरचा वर्ग यांची खुशामत करण्याने केला. त्यानंतर सुशिक्षित वर्गाला खूष करावे या कल्पनेने तो मोहित झाला आणि अखेरीस कोणत्याही महत्त्वाच्या प्रश्नावर कसलेही निर्णय न घेता त्याने हिंदुस्तान सोडला. डफरिनचा अप्रामाणिकपणा हा 'कमकुवत मनाचा स्वाभाविक अप्रामाणिकपणा' होता[२९४] व त्याच्या कारकिर्दीत उदारमतवादी प्रयोगाचे तारू वाळूत रुतले.

❑

प्रकरण : चवथे

पुन्हा दक्षता
(१८८८ - १८९८)

I

पुनश्च एकवार भारतीय राजनीतीचा दक्षतेवर विशेष भर दिसू लागला आणि डफरिनच्या प्रयाणानंतर दहा वर्षांचा काळ केवळ 'कदमताला'चा काळ ठरला. लॅन्सडाउन व एल्जिन हे दोघे व्हाइसरॉय दोन विरुद्ध पक्षांचे असूनही त्यांना ही प्रवृत्ती मान्य होती. कारण दोघांजवळ असामान्य कर्तृत्व किंवा व्यक्तिमत्त्वाचा अभाव होता. परंपरेने लॅन्सडाउन हा व्हिग होता. ग्लॅडस्टनच्या आयर्लंडमधील जमीनविषयक कायद्याच्या निषेधार्थ त्याने लिबरला पक्षाचा त्याग केलेला होता व त्याला साल्सबरीने प्रथम कॅनडाच्या व नंतर हिंदुस्तानच्या गव्हर्नर - जनरलपदासाठी निवडले होते. वास्तविक हिंदुस्तानातील हुद्यावर आपली नेमणूक व्हावी अशी लॉर्ड रॅन्डॉल्फ चर्चिल यांची इच्छा होती.[१] परंतु साल्सबरीला जास्त धीरगंभीर व्यक्तीची गरज वाटली व ते पद त्याने, मिलनरने ज्याचे वर्णन 'भला सर्वसामान्य माणूस'[२] असे केले त्या लॅन्सडाउनला देऊ केले. परंतु भारताचा अनुभव असलेला एक सैनिक सर हेन्री नॉर्मन याने हे पद नाकारल्यानंतर[३] ग्लॅडस्टन सरकारने, त्याचे वडील एकेकाळी व्हाइसरॉय होते व तो स्वतः लॉर्ड रोजबरी यांचा मित्र होता, याचमुळे निवडलेल्या आपल्या वारसदारापेक्षा लॅन्सडाउनसुद्धा अधिक कर्तबगार होता, असे म्हटले पाहिजे. प्रथमतः एल्जिनने देखील हे पद नाकारले होते. रोजबरीने मोठ्या मिनतवारीने ते स्वीकारण्यासाठी त्याचे मन वळविले होते.[४] एल्जिनच्या कर्तृत्वाविषयी रोजबरीचे काही मोठेसे चांगले मत नव्हते.[५] दुसरी कोणीही अधिक लायक व्यक्ती न आढळल्यामुळे त्याने एल्जिनला हिंदुस्तानात जाण्याची विनंती केली,[६] असे मानावयास हरकत नाही. ही नियुक्ती समर्थनीय ठरविण्याजोग्या कर्तृत्वाचा आपल्यापाशी अभावच आहे, अशी एल्जिनची पूर्ण खात्री होती. त्याच्या स्वतःविषयीच्या या अंदाजाशी मतभेद व्यक्त करण्याचे कारण इतिहासाने दिलेले नाही.

या दोघा गरीब व कल्पकताशून्य व्हाइसरॉयांच्या कारकिर्दीत १९व्या शतकात व्हाइसरॉयपदाला कमालीची अप्रतिष्ठा प्राप्त झाली. व्हाइसरॉयच्या प्रभावाची एखादी झलक लॅन्सडाउनच्या कारकिर्दीच्या प्रारंभीच्या काही वर्षात दिसली खरी; परंतु लवकरच ती विझून गेली व सर्व महत्त्वाचे निर्णय लंडनमध्ये घेतले जाऊ लागले.

हिंदुस्तानातसुद्धा हे व्हाइसरॉय त्यांचे अधिकार पूर्णतया वापरीत नसत. आपल्या दुय्यम अधिकाऱ्यांच्या मतांचेच पडसाद ते उमटवीत व त्यांच्या कृत्यांचे उत्तरदायित्व स्वीकारीत. हे दशक म्हणजे नोकरशाहीच्या कारकिर्दीचा सर्वोत्तम कालखंड होता.

ही प्रवृत्ती एल्जिनच्या कारकिर्दीत विशेष प्रकर्षाने दिसून येत होती. त्याचा वारसदार कर्झन याच्या शब्दांत सांगायचे तर एल्जिनच्या कारकिर्दीची पाच वर्षे म्हणजे 'नोकरशाहीचा सुवर्णकाळ'[७] होता. खुद्द एल्जिनला ही गोष्ट प्रशंसनीय वाटत होती. 'मंडळाच्या एखाद्या सदस्याचे मत झुगारून देणाऱ्या समर्थ व्हाइसरॉयविषयी आदर राखून बोलणे मोठे छान वाटते, परंतु कार्य करावयाचे नसते. किमानपक्षी माझ्या कारकिर्दीत तरी ते तसे केले जात नाही, हे सांगण्यास मला धन्यता वाटत आहे. तसे ते केले गेले असते तर आपण अत्यंत करूणास्पद रीतीने अयशस्वी झालो आहोत, असेच मला वाटले असते. भारताला कसली गरज असेल तर ती खंबीर व एकमुखी 'शासनयंत्रणेची'[८] परिणामी कार्यकारी मंडळात जवळजवळ सावळा गोंधळ निर्माण झाला. मंडळाचे सदस्य आपापल्या मर्जीनुरुप वागत असत. एका प्रसंगी तर कायदे सदस्याने त्याबाबतीत जे धोरण अमलात आणावयास हवे होते, त्यापासून उघडउघडच स्वतःला बाजूला ठेवले व त्यावर नियंत्रण ठेवणे ब्रिटिश सरकारच्या पाठिंब्याने देखील एल्जिनला अशक्य झाले. शेवटी, कार्यकारी मंडळाच्या एखाद्या सदस्याने सरकारला विरोध केला व राजीनामा देण्याचे नाकारले तर त्याला ताबडतोब बडतर्फ केले जाईल, असे मंत्रिमंडळाला सांगावेच लागेल.[९]

बहुतेक वेळा ब्रिटिश सरकारला आपली मते हिंदुस्तान सरकारवर लादणे जरी शक्य होत असले तरी खुद्द ब्रिटिश सरकारला कॉमन्स सभेचे मत विचारात घ्यावे लागे. ब्रिटिश राजकीय पटावर अखिल भारतीय काँग्रेसपक्ष एक दबाव – घटक म्हणून दिसू लागला होता.[१०] कॉमन्स सभेतील लिबरल व आयरिश सभासद हिंदुस्तानातील घडामोडींमध्ये रस घेऊ लागले होते व हिंदुस्तानच्या मागण्यांचा योग्य विचार व्हावयास हवा असा त्यांचा आग्रह होता. यामुळे लॅन्सडाउन हिंदुस्तानात आल्यानंतर लवकरच उपभारतमंत्री सर जॉन गोर्स्ट याने त्याला असा इशारा दिला होता की 'हिंदुस्तान सरकार' आपली ख्याती एक प्रगमनशील व सुधारणावादी सरकार म्हणून राखू शकले तरच, त्याला कॉमन्स सभेचा विश्वास कायम राखता येईल. 'युद्ध, दुष्काळ, साथीचे रोग, चांदीचे अवमूल्यन किंवा तत्सम ज्या इतर संकटांना आपल्याला तोंड द्यावेच लागते.' तशा संकटांइतकेच संसदेच्या बीजरुप अधिकाराचेही हिन्दुस्थान सरकारवर नियंत्रण होते. म्हणूनच हिंदुस्तानच्या शासनातील उणिवा दूर करण्याची, किंवा त्याविषयी चौकशी करण्याची आत्यंतिक तत्परता त्यांनी दाखववावी आणि 'पायरीपायरीने

परंतु सूज्ञपणे विकासाला उत्तेजन द्यावे.' असे केले म्हणजे वेळोवेळी घडविलेल्या सुधारणांना चळवळीपोटी निरूपायाने दिलेल्या सवलतींचे स्वरूप आले नसते. 'इंग्रजांची लोकशाही तत्त्वे धसमुसळेपणाने भारताला लागू करणे याइतकी मोठी चूक नाही. आपल्या पूर्वगाम्यांपैकी एकाने दुर्दैवाने हे धोरण अवलंबले होते. पण दोन भयावह खडकांच्यामधूनदेखील मार्ग काढता येतो. एका बाजूला कोणत्याही बदलाला मूर्ख विरोध करणे व दुसऱ्या बाजूला अवास्तव कल्पनांना शरण जाणे टाळता येईल.'[११]

II

या सल्ल्याला अनुसरून लॅन्सडाउनने मध्यवर्ती कायदेमंडळात चर्चेसाठी प्रश्न उपस्थित करण्याच्या व अंदाजपत्रकावर चर्चा करण्याच्या त्याचप्रमाणे प्रांतिक मंत्रिमंडळात काही प्रमाणात निवडलेल्या उमेदवारांना वाव देण्याच्या डफरिनच्या सूचनांना पाठिंबा दिला. डफरिनने सगळ्याच योजना डावलून टाकल्या तर जनतेत फार निराशा निर्माण झाली असती. अशा प्रकारचे बदल घडावेत असेच सर्वसामान्य लोकमत होते. कारण त्यायोगे सार्वत्रिक जिव्हाळ्याच्या विषयांवरील माहिती मिळविण्याचे कायदेशीर मार्ग उपलब्ध झाले असते व सरकारला आपली उद्दिष्टे जाहीरपणे सांगण्याची आणि अपसमज दूर करण्याची संधी मिळाली असती. परिस्थिती अशी होती की, भारतीय जनमत प्रेरक न राहता क्षोभक बनू लागले असल्यामुळे शासन वाजवीपेक्षा जास्त अलिप्त व अहंमन्य होण्याचा धोका होता. याविषयी मॅकेंझी वॉलेस[१२] याने असे लिहिले आहे की, 'व्हाइसरॉयने कायदेमंडळ चांगल्या प्रकारे चालवले असले तरी ते मरणोन्मुख जेलीमाशासारखे आहे. त्याला कणा व विकसित मज्जासंस्था मिळायला हवी. तसे झाले तर ते आपल्या आलंकारिक उपांगांच्या लिबलिबीतपणाचा संसर्ग होण्याच्या धोक्यात सापडलेल्या कार्यकारी मंडळात सुधारणा घडवून आणू शकेल. अशा प्रकारच्या सुधारणांमुळे आणखी एक गोष्ट प्रस्थापित झाली असती व ती म्हणजे अधिक प्रातिनिधिक स्वरूपाच्या संस्थांच्या दिशेने थोडेसे पाऊल पुढे टाकण्याच्या मागणीकडे सरकार हेकट विरोधाच्या भूमिकेतून पाहात नाही हे दिसून आले असते. अशा तऱ्हेने अत्यंत योग्य वेळी सवलत देण्यामुळे मला वाटते काँग्रेसमधील हवाच एकदम निघून जाईल. याउलट सुधारणांना फार दिरंगाई केल्यास आपणाकडून जबरदस्तीने त्या सवलती मिळवल्या गेल्या आहेत असे, त्यांना खात्रीपूर्वक वाटेल.'[१३]

रोमच्या दूतावासामधून, आपल्या सूचना मान्य करण्याची विनंती करणे डफरिनने चालूच ठेवले. 'प्रांतिक मंत्रिमंडळातील काही सदस्य तरी निवडून आलेले असावेत. नाहीतर त्यांचे स्वरूप थोडेफार कृत्रिमच राहील. 'माझ्यापुरते म्हणावयाचे तर, आपले

हिंदुस्तानातील सध्याचे स्थान इतके बळकट आणि अनतिक्रम्य आहे – आणि ते तसेच राहील याविषयी माझी खात्री आहे की, निवडणुकीच्या तत्त्वांची अंशतः अंमलबजावणी करण्यात काहीही धोका नाही. शिवाय निवडणुकीचे तत्त्व हे प्रतिनिधित्वाच्या तत्त्वापेक्षा पूर्णपणे भिन्नच आहे.' 'आजपर्यंत ज्या विविध राजकीय संस्थांनी सुचविलेले उमेदवार मान्य करण्याची प्रथा चालत आली आहे' त्या संस्थांना अधिकृत मान्यता देण्याचा आभास निर्माण करण्यापेक्षा वर सुचविलेला उपाय अधिक सुरक्षित आहे.'[१४]

या सूचनांची चर्चा संसदेत व्हावी किंवा त्या मंत्रिमंडळापुढे मांडल्या जाव्यात अशी साल्सबरी आणि क्रॉस या दोघांचीही इच्छा नव्हती. डफरिनची योजना प्रांतिक सरकारांना कळवू नये अशी व्हाइसरॉयला विनंती करण्यात आली. कायदेमंडळात प्रश्न चर्चेसाठी घेणे किंवा अंदाजपत्रकावर चर्चा करणे ह्यावर कोणाचा आक्षेप नसून निवडणुकीच्या तत्त्वाला विरोध होता. सर्व प्रांतिक मंडळात त्या त्या सरकारच्या पुढाकाराने सदस्यांची संख्या वाढविण्यास हरकत नसली, तरी निवडणुका अव्यवहार्य आहेत यावर भर देण्यात आला. 'मतदारसंघ कोठे निर्माण होतील हे माझ्या लक्षात येत नाही. रयतेला प्रतिनिधित्व देता येत नाही. इतर वर्ग रयतेच्या विरूद्ध आहेत. रयतेचा एकमेव वाली ब्रिटिश सरकार आहे. हिंदूला आपल्याहून अधिक मते मिळावी या गोष्टीला एखादा मुसलमान कदापि संमती देणार नाही. मुसलमानांना ब्रिटिश राजवटीच्या न्याय्यतेतच समाधान वाटते.'[१५] तसेच प्रांतिक मंत्रिमंडळात निवडणुकीचे तत्त्व लागू करून मध्यवर्ती मंत्रिमंडळात मात्र बदल करावयाचा नाही, ही गोष्ट ब्रिटिश सरकारलाही शक्य वाटली नाही.

यात आणखी एक अडचण निर्माण झाली. ती अशी – संसदेत मंत्रिमंडळावर इतका दबाव आणला गेला की, अंदाजपत्रकावर चर्चा व प्रश्न चर्चेसाठी उपस्थित करणे या दोन गोष्टींना परवानगी देणारे जे विधेयक मंत्रिमंडळाने मान्य केले होते. त्याच्या देखील विचार शक्य राहिला नाही. रिपनच्या मार्गदर्शनाखाली उदारमतवाद्यांनी कौन्सिल सुधारणांना पाठिंबा दिला. तर भारतीय व आयरिश राजकरणाची गल्लत होऊ नये व हिंदुस्तानात धोकादायक ठरेल अशी भाषा ग्लॅडस्टनने वापरू नये म्हणून[१६] नॉर्थब्रुकने सुधारणांसंबंधीचे विधेयक आणण्याविरुद्ध सल्ला दिला. कायदा करण्याचे टाळण्यामुळे फायदाच होईल असे लॅन्सडाउन यासही वाटत होते. कारण एकदा कायद्याने मान्य केलेले हक्क नंतर मागे घेता येत नाहीत.[१७] म्हणून ब्रिटिश सरकारच्या सूचनेनुसार वागण्याची व प्रश्न चर्चेसाठी आणणे आणि अंदाजपत्रकावर चर्चा या गोष्टींना परवानगी देणारा सरकारी आदेश काढण्याची त्याने तयारी दर्शविली.[१८]

परंतु लॅन्सडाउनने मात्र प्रांतिक मंत्रिमंडळात निवडणुकीचे तत्त्व लागू करण्याची विनंती करणे चालूच ठेवले. भारतीय वृत्तसंस्था याला फारच अनुकूल होती. सुधारणेच्या कुठल्याही योजनेतून ही बाब वगळणे म्हणजे आंदोलनात्मक चळवळीला उत्तेजन देणे होते. निवडणुकीच्या तत्त्वाचा अल्पांश तरी योजनेत अंतर्भूत असल्याशिवाय ती विचारातच न घेणे अधिक योग्य झाले असते. मध्यवर्ती मंत्रिमंडळाची रचना न बदलता प्रांतिक मंत्रिमंडळात निवडणुका चालू का करू नयेत, याला काहीच कारण नव्हते. माहितीपूर्वक आणि अधिकारवाणीने जनमत व्यक्त करू शकणारे थोडेफार सदस्य प्रांतिक मंडळांमध्ये मिळविण्याचा व्हाइसरॉयच्या मते हा एकमेव मार्ग होता. महापालिकेचा कर भरणाऱ्या लोकांनी निवडून दिलेल्या सदस्यांच्या बनलेल्या नगरपालिका हेच प्रांतिक मंत्रिमंडळाचे मतदारसंघ होऊ शकले असते. हे मतदारसंघ जरी पूर्णपणे प्रातिनिधिक स्वरूपाचे नसले तरी समाजाच्या निरनिराळ्या विभागांची मते ते व्यक्त करतील. जरी निवडून आलेल्या सर्व उमेदवारांनी विरोधाची एक फळी उभारली तरीही आपल्या निंदकांना त्यांची मते व्यक्त करण्याची संधी देण्यामुळे, सरकारला तोट्यापेक्षा फायदाच अधिक झाला असता. तसेच , 'एकदोन 'कळलावे' निवडून आलेले असले तर ती देखील काही दुर्दैवाची गोष्ट मानावयास नको. कारण त्यांची ढोंगे ताबडतोब उघडकीला आणता येतील. हाही एक फायदाच म्हटला पाहिजे. ही सुधारित मंत्रिमंडळे जनतेची किंवा मुसलमानांची दडपशाही करतील असा विशेषसा धोका नव्हता. सरकार नेहमीच बहुमतात राहील व सुशिक्षित वर्गाच्या विरोधात सनातनी जमीनदार घराण्यांना पुरेसे प्रतिनिधित्व दिले जाईल.[१९]

व्हाइसरॉयच्या आग्रहाखातर साल्सबरी व क्रॉस यांनी हा प्रश्न मंत्रिमंडळापुढे उपस्थित केला त्यावेळी मंत्रिमंडळाने निवडणुकीच्या तत्त्वाला आधार देणारे वरीलप्रमाणे अनेक युक्तिवाद असूनही त्या सूचना फेटाळून लावल्या. यानंतर लॅन्सडाउनने अशी सूचना मांडली की, मंत्रिमंडळांवर अतिरिक्त सभासद नेमण्यासाठी वेळोवेळी नियम तयार करण्याचा अधिकार, हिंदुस्तान सरकारला देण्यात यावा. असे केल्याने ज्या एखाद्या जिल्ह्यामध्ये परिस्थिती अनुकूल असेल तेथे कुठल्यातरी स्वरूपात निवडणुका घेण्याचा प्रयोग करून पाहता येईल.[२०] मंत्रिमंडळातील लॅन्सडाउनचे सहकारीसुद्धा मध्यवर्ती कायदेमंडळातील सदस्यांची संख्या वाढविण्यास अनुकूल नव्हते. तरीही प्रांतिक मंडळांमध्ये नियुक्ती किंवा इतर मार्गांनी अतिरिक्त सभासदांची नेमणूक करण्याची सोय असावी, अशी शिफारस एकमुखाने केली गेली.[२१]

निवडणुकीच्या तत्त्वाला मंत्रिमंडळाचा असलेला विरोध एकमुखी होता. क्रॉस याला असे वाटत होते की, लॅन्सडाउनच्या योजनेखाली नाही तरी दुसऱ्या कुठल्याही

वेळी या तत्त्वाच्या कक्षा मध्यवर्ती मंत्रिमंडळापर्यंत वाढविणे हे हिंदुस्तानातील ब्रिटिश राजवटीला विघातक ठरेल.[२२] मर्यादित स्वरूपात दिली जाणारी ही निवडणुकांची सवलत प्रांतिक मंत्रिमंडळापुरतीसुद्धा नाकारली जाईल, अशी लॅन्सडाउनला भीती वाटत होती. आणि असा हक्क फक्त सरकारी अधिकारी किंवा नियुक्त सभासद हेच वापरू शकत असतील तर प्रश्न चर्चेला उपस्थित करण्याच्या हक्काचा खरा अभिप्राय नाहीसा होईल, हे त्याने निदर्शनास आणले. [२३] इतके असूनदेखील याबाबत आता कायदा करण्यास तयार असलेल्या ब्रिटिश सरकारने फक्त अंदाजपत्रकावर चर्चा व मंडळात प्रश्न चर्चेसाठी उपस्थित करणे एवढ्याच गोष्टींना मान्यता दिली. मात्र जेव्हा ते विधेयक मांडण्यात आले त्यावेळी नॉर्थब्रुकने एक सर्वसामान्य स्वरूपाची दुरुस्ती सुचवून निवडणुका शक्य केल्या. आश्चर्याची गोष्ट म्हणजे साल्सबरी सरकारचे एकाएकी मतपरिवर्तन घडून ती दुरुस्ती मान्य केली. हिंदुस्तान सरकारनेच निवडणुकांची सूचना मांडली होती हे उघड केले नाही. आपल्याला श्रेय मिळाले नाही म्हणून लॅन्सडाउनची निराशा झाली. [२४] तरीही दुरुस्त विधेयक ताबडतोब अमलात आणावे असा त्याने आग्रह धरला. क्रॉस याने सुचविल्याप्रमाणे [२५] त्याने प्रधानमंत्र्यांना असे लिहिले की, हे विधेयक या वर्षी जर संमत झाले नाही तर हिंदुस्तानातील चळवळ निश्चितपणे चालू राहील.[२६] परंतु हिंदुस्तानातील अंतर्गत सुधारणांमध्ये साल्सबरीला विशेष स्वारस्य नव्हते. त्यामुळे कॉमन्स सभेत खरमरीत चर्चा व या विषयावर ग्लॅडस्टनचे एक भाषण ओढवून घेण्याचे त्याने टाळले.[२७] कलकत्ता विद्यापीठात निवडणुकांना प्रारंभ झाला एवढ्यावरच लॅन्सडाउनला समाधान मानावे लागले. विद्यापीठाच्या पदवीधरांनी एक नामावली तयार करून व्हाइसरॉयला द्यावी व त्याने कुलपती या नात्याने त्यांमधून दोन फेलोजची अंतिम निवड करावी[२८] असे ठरले.

इ. स. १८९१ च्या मार्च महिन्यापर्यंतही जेव्हा या विधेयकाबाबत काहीच प्रगती झाली नाही, तेव्हा लॅन्सडाउनने याबाबत पाऊल टाकण्याची विनंती प्रधानमंत्र्यांना पुन्हा एकवार केली. ब्रिटिश सरकारला याबाबत विशेष कळकळ नाही व हे विधेयक मांडणे हा केवळ एक उपचार होता असा समज झाल्यास हिंदुस्तानातील जनमत दूषित झाले असते, तसेच साल्सबरी सरकार गडगडले तर ग्लॅडस्टनचे सरकार कोणते धोरण अवलंबील, हे सांगणे अशक्य होते. एखादे जुजबी पाऊल टाकण्यास हिंदुस्तानातील परिस्थिती अनुकूल होती व आपण भारत सोडण्यापूर्वी नवी यंत्रणा चालू करून द्यावी अशी लॅन्सडाउनची इच्छा होती.[२९] अखेर १८९२ मध्ये हे विधेयक कॉमन्ससभेपुढे मांडण्यात आले. आणि साल्सबरीच्या सर्व चिंता निराधार असल्याचे दाखवून देणारे एक भाषण[३०] ग्लॅडस्टनने केले. भारतीय कौन्सिल कायद्याने

कायदेमंडळांची व्याप्ती आणि कार्यक्षेत्र दोन्हीही विशाल केली. शिफारशींच्या आधारावर बिनसरकारी सभासदांच्या नियुक्तीची त्यात सोय होती. आणि वार्षिक अंदाजपत्रकावरील अधिकृत चर्चा तसेच प्रश्नोत्तरे यासंबंधी नियम करण्यास सरकारला त्यायोगे अधिकार मिळाले. मात्र कोणताही सभासद कुठलाही ठराव मांडू शकणार नव्हता किंवा मतदानाची मागणी करू शकणार नव्हता. तसेच अशा कुठल्याही चर्चेबाबत किंवा प्रश्नाच्या उत्तराबाबत कौन्सिलात मतदान मागू शकत नव्हता.[३१]

आता मध्यवर्ती व प्रांतिक मंडळांवर बिनसरकारी सभासद नेमण्यासाठी शिफारशी मिळविण्याबाबत नियम तयार करणे आवश्यक होते. कारण प्रारंभीची ब्रिटिश सरकारची नाखुषी ध्यानात न घेता कायद्याने व्हाइसरॉयचे मंडळ आणि प्रांतिक कायदेमंडळे यांमध्ये फरक करणे टाळले. बऱ्याच गोष्टी अर्थातच शिफारशींच्या नियमांवर अवलंबून होत्या. बिगरसरकारी संघटनांच्या शिफारशी सरकारने जर मान्य केल्या तर निवडणुकीचे नाव न देताही प्रत्यक्षात त्या निवडणुकाच ठरल्या असत्या. याबाबतचे नियम मोघम शब्दांत करावे व प्रत्येक प्रांतातील परिस्थितीनुसार प्रयोगात्मक पद्धतीने ते लागू करावे, असे लॅन्सडाउनने ठरविले.[३२] परंतु प्रांतिक अधिकाऱ्यांनी सहकार्य देण्याचे विशेषसे औत्सुक्य दाखविले नाही. निवडणुका घेतल्या तरीही सर्व वर्गांच्या वेगवेगळ्या हितसंबंधांचे आणि लोकांचे न्याय्य प्रतिनिधित्व होणार नाही, असे मुंबईच्या राज्यपालाचे मत होते. बहुसंख्य असल्याने हिंदू किंवा बुद्धिमत्ता व संघटना पाठीशी असल्याने फारशी या दोन जमातींचे लोक सर्व जागा जिंकतील व परिणामी ज्या जागा शिफारशींशिवाय निवड करून भरावयाच्या होत्या त्या इंग्रज व मुसलमान यांच्यासाठी राखून ठेवणे सरकारला भाग पडेल.[३३] मंत्रिमंडळात प्रातिनिधिक अंश अंतर्भूत करण्यास असलेला विरोध मुख्यतः शासनाला टीकेपासून अलिप्त ठेवण्याच्या इच्छेतून जन्माला आलेला होता. मुंबई, मद्रास, बंगाल व वायव्य सरहद्द प्रांत या ठिकाणच्या सरकारांनी चर्चेसाठी प्रश्न उपस्थित करण्याचा हक्कसुद्धा मर्यादित करावा व काही विषयांवरील प्रश्नांना बंदी घालावी,[३४] अशी व्हाइसरॉयला आग्रहाची विनंती केली. हा सल्ला अर्थातच मानला गेला नाही.

निवडणुकांबाबत उद्‌भवणाऱ्या व्यावहारिक अडचणींवर प्रांतिक सरकारांनी दिलेला भर लक्षात घेऊनही, लॅन्सडाउन निरुत्साही झाला नाही. स्थानिक तपशील वेगळा ठेवून, पण समान उद्दिष्ट पुढे ठेवून निवडणुकीची एखादी पद्धत 'शोधून काढावी' असे त्याने ठरविले.[३५] लिबरलपक्ष पुन्हा अधिकारपदावर आल्यामुळे तसेच किंबर्लेचा उत्साही पाठिंबा असल्यामुळे, त्याचे हात अधिक बळकट झाले.[३६] काँग्रेसपक्षीयांना निवडून देण्यामुळे काहीही वाईट होणार नाही, अशी मद्रास व मुंबई येथील राज्यपालांची

खात्री होती. 'पुनर्रचित कौन्सिलात सुरेन्द्रनाथ बानर्जी यांच्यासारख्या राजकारणी पुरुषांना शिरकाव देणे हे निश्चितपणे फायद्याचे आहे असे मी मानतो. कौन्सिलात राहून जितका उपद्रव ते देतील तितकाच उपद्रव ते कौन्सिलाबाहेरही देतील. त्यांच्या कौन्सिलात असण्यामुळे बाहेरील चळवळ बऱ्याच प्रमाणात कमी होईल.'[३७] सर्व बाबतीत अपक्व व अपात्र असलेल्या या देशात निवडणुका व प्रतिनिधित्व यांचा प्रारंभ करण्याने 'अखेर अनर्थ होईल व थोड्याच कालावधीत रक्तपातही घडेल.'[३८] असे ज्यावेळी मध्य प्रांताच्या मुख्य आयुक्तांनी लिहिले, त्यावेळी हा बदल अपरिहार्य असून याचे दुष्परिणामांपेक्षा सुपरिणामच अधिक होतील अशी आपली पूर्ण खात्री असल्याचे लॅन्सडाउनने ठामपणे सांगितले.[३९] प्रत्येक प्रांतातील विशिष्ट परिस्थिती ध्यानात घेऊन नियम तयार केले गेले. व काही निवडक संस्थांच्या सल्ल्याने उमेदवावर निवडण्याची सोयही केली गेली.[४०] याचे परिणाम एकंदरीत पाहता लॅन्सडाउनच्या मताला पुष्टी देणारे ठरले. पुनर्रचित प्रांतिक कौन्सिलातील नवागतांमुळे सुशिक्षित वर्गाबरोबर, अत्यंत अल्प प्रमाणात का होईना, परंतु संपर्क ठेवणे सरकारला शक्य झाले. त्याचबरोबर प्रश्नांवर चर्चा करण्याच्या हक्कांमुळे सरकारी अधिकाऱ्यांना भारतीय वृत्तपत्रांनी केलेल्या निरनिराळ्या आरोपांना उत्तर देण्याचे एकमेव साधन उपलब्ध झाले.

कौन्सिल सुधारणाविषयक दृष्टिकोनाचा लॅन्सडाउनला आणखी एक फायदा असा झाला की, डफरिनने जाते वेळी केलेल्या हल्ल्यामुळे कडवट बनलेल्या काँग्रेसबरोबर चांगले संबंध प्रस्थापित करणे त्याला शक्य झाले. काँग्रेसच्या शिष्टमंडळाचे स्वागत करण्यास लॅन्सडाउनने नकार दिला. कारण त्याचा अर्थ व्हाइसरॉयला डफरिनची मते अमान्य आहेत.[४१] व ज्या कोल्व्हिनने आपल्या प्रांतात काँग्रेसचे वार्षिक अधिवेशन भरले असता त्याला तीव्र विरोध केला होता, त्या कोल्व्हिनवर सुप्त टीका केल्यासारखा झाला असता. काँग्रेसच्या पुढाऱ्यांनी हा निर्णय 'आत्यंतिक निष्ठेने व जराही असंतुष्टता न दाखविता' मान्य करून घाईघाईने आपल्या सद्हेतूसंबंधी त्याला दिलासा दिला.

'आमच्या सार्वजनिक सभांमध्ये आपली सम्राज्ञी किंवा आपले सर्वश्रेष्ठ शासन याच्याविषयीचा प्रत्येक उल्लेख इतक्या उत्साहाने उचलून धरला जातो की त्याला राणीच्या दुसऱ्या कुठल्याही वसाहतीत तुलना नाही. यातील प्रत्येक जयघोष अत्यंत प्रामाणिक असतो. हिंदुस्तानातील ब्रिटिशांचे वर्चस्व अधिक बळकट व्हावे, सध्याप्रमाणे सामर्थ्यावर अवलंबून न राहता आपले आधिपत्य प्रजाजनांच्या संमती व सहकार्यावर अवलंबून असावे, यासाठीच आम्ही सर्वजण झटत आहोत. ईश्वराच्या आशीर्वादाने प्रत्येक इलाख्यात व प्रांतात आम्ही अशी भावना निर्माण करीत आहोत की, जी बहुजन समाजापर्यंत पोहोचल्यावर हे महान साम्राज्य, प्रेम व सदिच्छा यांच्या

आधाराने सद्भावनांच्या व्यापक पायावर उभे राहील. मात्र त्यासाठी आमच्या राज्यकर्त्यांनी जरा जास्त सहानुभूतीपूर्वक विचार करावा व केल्या गेलेल्या माफक मागण्यांपैकी थोड्याफार तरी पूर्ण कराव्या.'[४२]

वस्तुतः काँग्रेसची मुख्य मागणी जी कौन्सिलविषयक सुधारणा, त्या लॅन्सडाउनच्या योजनेपेक्षा अधिक काहीही मिळविण्याची काँग्रेसची आकांक्षा नव्हती. ब्रिटनमध्ये अस्तित्वात असलेल्या प्रातिनिधिक सरकारला भारत अजून पात्र ठरला नाही याविषयी आपली सर्वांची जरी पूर्ण खात्री असली, तरीही कौन्सिलातील सभासदांपैकी निम्मे निवडून आलेले असावयास हवेत, असे निरनिराळ्या प्रांतिक काँग्रेस समित्यांना ह्यूमने सांगितले. व्यक्तिशः ह्यूमला प्रादेशिक मतदारसंघांमधून ज्यांचे तीन चतुर्थांश सभासद निवडून आलेले आहेत, असे मतदारसंघ पसंत होते. तसेच कौन्सिलात अल्पसंख्याकासाठी जागा राखून ठेवून त्या जागांवर विशिष्टवर्गीय मतदारसंघातून उमेदवार निवडून दिले जावेत असे वाटत होते.[४३] परंतु चार्लस ब्रॅडलॉ याने काँग्रेसच्या वतीने कॉमन्ससभेत मांडलेल्या विधेयकातील[४४] ही योजना मध्यवर्ती कौन्सिलांच्या निवडणुकातील फरक हुबेहुब लॅन्सडाउनच्या योजनेबरहुकूम होती. स्थानिक संस्था, चेंबर्स ऑफ कॉमर्स, व्यापार व मळेवाले संघटना आणि तत्सम संघटना यातून प्रांतिक मंत्रिमंडळात उमेदवार निवडावेत व प्रांतिक कौन्सिलाच्या सभासदांतून मध्यवर्ती कौन्सिलांवर निवडणुका व्हाव्यात ही ती योजना.[४५]

या सुधारणांमुळे काँग्रेसच्या बहुसंख्य पुढाऱ्यांना 'ह्युम व त्याच्या कारवायांपासून फोडून काढणे'[४६] शक्य होईल, असे नव्या व्हाइसरॉयला वाटत होते. आणि काँग्रेस व्हाइसरॉयकडे सहृदयतापूर्वक पाहात होती. असे केल्याने काँग्रेसच्या तात्त्विक चर्चांकडे सद्भावनापूर्वक दुर्लक्ष करणे सरकारला शक्य झाले असते. व त्याचवेळी देशभर पसरलेल्या काँग्रेसच्या अनुयायांना योग्य त्या मर्यादेत ठेवता आले असते.[४७] कारण सरकारला खरा धोका प्रांतोप्रांतीच्या लहान गावांमधून होणाऱ्या काँग्रेसच्या ज्या अर्धगुप्त उपसभांमध्ये सरकारवर अनिर्बंध टीका होत असे त्यातून होता.[४८] एकंदरीत काँग्रेस संघटनेबाबत सहिष्णुता बाळगण्याकडे लॅन्सडाउनचा कल होता. इतका की काँग्रेसला संस्थानिक [४९] देत असलेल्या आर्थिक मदतीकडे दुर्लक्ष करण्याचीसुद्धा त्याची तयारी होती. काँग्रेसपक्ष कायमधाऱ्याच्या प्रश्नाचा राजकीय प्रश्न करील, या शक्यतेमुळे तो अस्वस्थ होता. कारण आयरिश शेतकऱ्यांचा प्रश्न त्याच्या मनातून कधीच गेला नव्हता. तरीही निवडणुका सुरू न करण्याला हे आणखी एक कारण आहे असे क्रॉसप्रमाणे मानण्यास तो तयार नव्हता.[५०] त्याचप्रमाणे आपण आपल्या निर्णयांना गूढ दैवी मार्गांनी येऊन पोहोचलो असा ह्यूमचा दावा असल्यामुळे, सार्वत्रिक असंतोषाविषयी व संभाव्य

राष्ट्रीय उठावाविषयीच्या त्याच्या निराशाजनक भाकितांचाही गंभीरपणे विचार करण्यास तो राजी नव्हता. काँग्रेसमधील सौम्य व मवाळ नेतृत्त्वच बळकट करून त्याच्याशी समझोता करण्याची आवश्यकता आहे, असा लॅन्सडाउनचा विश्वास होता.

ज्या सभा किंवा निदर्शनांमध्ये सरकारच्या अधिकृत धोरणाविषयी किंवा सरकारी उपायांबाबत चर्चा होण्याची शक्यता असेल, अशा सभांमध्ये सहभागी होण्याला मद्रास सरकारने आपल्या अधिकाऱ्यांना बंदी केली होती. मद्रास सरकारच्या या आदेशाचे अनुकरण करण्याची हिंदुस्तान सरकारच्या गृहखात्याने सर्व प्रांतिक शासनांकडे शिफारस केली;[५१] परंतु लॅन्सडाउनने हा आदेश रद्द करण्याचा हुकूम दिला. त्याऐवजी असा आदेश दिला की, ज्या राजकीय सभेतील त्याच्या उपस्थितीचा चुकीचा अर्थ लावला जाऊ शकेल किंवा अधिकारी या नात्याने त्याच्या उपयुक्ततेला धोका पोहोचू शकेल अशा सभांना कोणत्याही अधिकाऱ्याने जाऊ नये. कोणाही अधिकाऱ्याने एखाद्या राजकीय सभेच्या कामकाजात किंवा एखादी राजकीय सभा वा आंदोलन आयोजित करण्यात भाग घेऊ नये.[५२] ह्या आदेशाची व्याप्ती वाढवून १८९० च्या डिसेंबर महिन्यात काँग्रेसच्या वार्षिक अधिवेशनाला अधिकाऱ्यांनी उपस्थित राहण्यासही बंगाल सरकारने बंदी घातली.[५३] काँग्रेसचे अध्यक्ष फिरोजशहा मेहता[५४] यांनी लॅन्सडाउनकडे अशी विचारणा केली की, हिंदुस्तान सरकारच्या आदेशाचा असा अर्थ लावणे योग्य आहे काय?[५५] संबंधित सरकारी आदेशामागील कारण वैरभावना हे नसून राजकीय चळवळीपासून सरकारी अधिकाऱ्यांनी अलिप्त राहावे हेच होते. परंतु मूळ पत्र निष्काळजीपणे लिहिले गेले असून त्यामुळे ही गोष्ट स्पष्ट झाली नसल्याची कबुली बंगाल प्रांताच्या नायब राज्यपालाने दिली.[५६] त्यामुळे ज्यावेळेस 'भारतीयांच्या प्रिय सम्राज्ञीचा निकटतम प्रतिनिधी, तसेच ज्याच्याकडे संपूर्ण भारत न्याय आणि आपल्या गाऱ्हाण्यांचे निराकरण यांच्या अपेक्षेने पाहत आहे'[५७] त्या व्हाइसरॉयकडे मेहता यांनी याचे उत्तर मागितले. त्यावेळेस लॅन्सडाउनने बंगाल सरकार, हिंदुस्तान सरकारच्या आदेशाच्या 'जरासे बाहेर' गेले असल्याचे मान्य केले.[५८]

अशा तऱ्हेने माघार घेण्यामध्ये लॅन्सडाउनने जे धैर्य दाखविले त्यामुळे काँग्रेसलासुद्धा आश्चर्य वाटले. हिंदुस्तान सरकार बंगाल सरकारचा[५९] इन्कार करूच शकत नाही हे माजी अधिकारी या नात्याने आपल्याला निश्चितपणे ठाऊक आहे असे ज्या ह्यूमने लिहिले होते, त्यानेही लॅन्सडाउनच्या ह्या कबुलीने 'आपल्याला आश्चर्याचा धक्काच बसल्याचे'[६०] जाहीर केले. त्यासंबंधी अधिक माहिती देण्यासाठी लॅन्सडाउनने ह्यूमला असे कळविले की, १८ मार्च १८९० चा मूळ आदेश काँग्रेसची चळवळ ही सनदशीर चळवळ असून ज्याला युरोपमध्ये प्रगत उदारमतवादी पक्ष असे म्हटले जाईल

त्याचीच हिंदुस्तानातील प्रतिनिधी होती.[६१] ह्यूमने हा सर्व पत्रव्यवहार प्रसिद्ध केला; त्यानंतर त्याने सरकारच्या काँग्रेसविषयक तटस्थतेच्या धोरणाचा दिलासा देणाऱ्या लॅन्सडाउनच्या पत्रास फार मोठ्या प्रमाणावर प्रसिद्धी देण्यास काँग्रेस समित्यांना कळविले. 'सरकारी अधिकाऱ्यांकडून ह्या आदेशांचे निष्ठेने पालन होत आहे की नाही यावर या समित्यांनी बारीक नजर ठेवावी व आदेशाचा भंग झाल्यास प्रांतिक सरकारांच्या ती गोष्ट नजरेस आणून द्यावी.'[६२]

रिपनचाच वारसा पुढे चालविण्याचा लॅन्सडाउनचा निश्चय असल्यासारखे दिसत होते व त्याच आशेने, – ज्याला अनेक वेळा व्हाइसरॉयबरोबर मुलाखतींची संधी मिळाली होती त्या ह्यूमने – व्हाइसरॉयला काँग्रेसला अर्ध्या वाटेवर समझोता करा व तिच्याशी सहकार्य करून भारताचा 'कारभार हाका' असे आवाहन केले (अॅटलसच्या चेटकिणीप्रमाणे ही असंभवनीय गोष्ट शक्य नव्हे, तर स्वीकारणीयही करा).[६३] याला उत्तर म्हणून लॅन्सडाउनने असे सांगितले की, 'राजकीय दृष्ट्या एक महत्त्वाचा घटक म्हणून भावनांची शक्ती आपण केव्हाही कमी लेखलेली नसली, तरी ह्यूमचे स्तुत्य उद्दिष्ट साध्य करतानाही सर्वांना सारख्याच निःपक्षपातीपणाची वागणूक काटेकोरपणे देण्यात कसूर होता कामा नये.'[६४]

आपण काँग्रेसला निःसंदिग्ध मान्यता देत आहोत व वाजवीपेक्षा जास्त मवाळपणे वागत आहोत अशी आपल्यावर टीका होईल, हे लॅन्सडाउनला स्पष्टपणे जाणवले होत. परंतु आपली विचारसरणी हीच एकमेव समंजस विचारसरणी आहे अशी त्याची खात्री होती. मुद्रणस्वातंत्र्य व सभा भरविण्याचा हक्क दिलेला असताना काँग्रेससारखी एखादी संघटना अस्तित्त्वात असणे अटळ होते.

'एकंदरीत पाहता आहे त्याहून अधिक निरुपद्रवी स्वरूपात ती राहू शकेल की नाही याविषयी मला शंका वाटते. जोपर्यंत काँग्रेसच्या सभा हिंदुस्तान सरकारच्या डोळ्यांदेखत होत आहेत व त्या सभांना व्हाइसरॉयच्या कायदेमंडळात सभासद किंवा वरिष्ठ न्यायालयाचे न्यायाधीश व यांसारख्याच इतर मोठ्या हुद्यावरील व्यक्ती हजर राहात आहेत तोपर्यंत काँग्रेसच्या अस्तित्वाची उपेक्षा करणे किंवा अप्रत्यक्ष मार्गांनी तिच्यावर दडपण आणण्याचा प्रयत्न करणे, या दोन्ही गोष्टी निष्फळ आहेत. इतर कशाहीपेक्षा वैरभावना किंवा पडखाऊपणा यांपैकी कशाचेही प्रदर्शन हिंदुस्तान सरकारने करण्यामुळेच ही चळवळ ज्वलंत ठेवण्यास मदत होणार आहे.'[६५]

लॅन्सडाउनचे हे म्हणणे रास्त होते, याविषयी शंका नाही. आपल्या प्रारंभीच्या काळात काँग्रेसला फक्त सौजन्य व सौहार्दपूर्ण वागणुकीचीच अपेक्षा होती. काँग्रेसच्या मागण्यांपैकी फक्त कौन्सिलसुधारणाच मान्य करण्याची लॅन्सडाउनची तयारी होती.

ह्यूमच्या अमरत्वाच्या आवाहनाचे[६६] त्याला आकर्षण वाटले नाही. किंवा काँग्रेसच्या आशा नष्ट झाल्या तर एखाद्या अनपेक्षित आपत्काली 'हतभाग्यांचे धाडस किती असू शकते,[६७] हे दिसून येईल' ह्या ह्यूमच्या धमकीने तो घाबरलाही नाही. शासकीय व न्यायालयीन अधिकारांची विभागणी करावी किंवा भारतीय स्वयंसेवकांची भरती करावी यांसारख्या ज्या विविध सूचना काँग्रेस प्रतिवर्षी करीत असे, त्याकडे लॅन्सडाउनने डोळेझाक केली. त्यामुळे ह्यूमची निराशा झाली. ह्याचा परिणाम म्हणजे, त्याला लॅन्सडाउनने 'अत्यंत गर्हणीय दुष्ट ढोंग'[६८] म्हटले ते होय. कोट्यवधी भारतीयांच्या दुःखाचा प्याला आता काठोकाठ भरला असून दिवसागणिक 'अराजकाची जननी जी दरिद्रता' ती सतत वाढणाऱ्या लोकसंख्येला अधिकाधिक दडपत आहे असे जाहीर करणारे एक परिपत्रक ह्यूमने प्रत्येक काँग्रेसवाद्याकडे पाठविले. 'याचा परिपाक एका सार्वत्रिक शेतकरी बंडात होईल व सरकार कोणालाच, स्वतःलाही वाचवू शकणार नाही. असे घडण्यास प्रतिबंध करण्याचा एकमेव उपाय म्हणजे हिंदुस्तानच्या शासनात आमूलाग्र सुधारणा घडवून आणण्याची गरज ब्रिटिश जनतेला जाणवून देणे हाच होय. काँग्रेसपक्षीय लोक ही ब्रिटनची निर्मिती होती. इंग्रजी शिक्षण, ज्ञान, इतिहास, वाङ्मय यांनी ते घडविले गेले होते. ब्रिटिश राजवटीबरोबरच ते उभे राहणार किंवा पडणार अशी वस्तुस्थिती असल्यामुळे सर्व काँग्रेसवाद्यांनी इंग्लंडला शिष्टमंडळे पाठविण्यासाठी व तेथे अविरतपणे सार्वजनिक सभा भरविण्यासाठी भरपूर निधी पाठवावे.'[६९]

येथेच काँग्रेसबरोबरचे लॅन्सडाउनचे प्रेमालाप संपले. ह्यूमविरूद्ध कायदेशीर कारवाई करण्यापासून त्याला क्रॉसच परावृत्त करू शकला.[७०] त्यानंतर लंडनमधील काँग्रेसच्या समितीचा भारतमंत्र्यांकडून आलेल्या खलित्यामध्ये उल्लेख करून तिला मान्यता देण्यास आक्षेप घेतल्याबद्दल किंबर्लेने त्याच्यावर ठपका ठेवला.[७१] त्याच्या अधिकाऱ्यांपैकी ज्या बहुतेकांना स्वाभाविकपणेच प्रारंभीच्या काळातला लॅन्सडाउनचा काँग्रेस विषयीचा समंजसपणा रुचला नव्हता, त्यांनी हा पक्ष आता कोलमडला असल्याची ग्वाही दिल्याने[७२] त्याच्या विचारसरणीने पलटी खाल्ली. सुशिक्षित मध्यमवर्गाला विरोधी म्हणून जमीनदार वर्गाला बळकटी आणावी या परंपरागत चाकोरीतील विचारसरणीकडे तो वळला व वंशपरंपरेने किताब बहाल करण्याची परवानगी देणाऱ्या विधेयकाचा मसुदा बनविला गेला. याबाबत तो किंबर्ले यास कळवितो की,[७३] 'एकेकाळी बडी धेंडे नामशेष करण्याचे आपले धोरण होते. सांप्रत माझा कल बड्या जमीनदार मंडळीतून आपल्याला पाठीराखे मिळवावे असे मानण्याकडे झाला आहे व एखाद्या घराण्याची आपण स्थापना करावी ही त्यांची इच्छा पूर्ण करणे यापरता त्यांची कृतज्ञता निश्चितपणे मिळविण्याचा दुसरा मार्ग नाही.'

इ.स.१८९३ च्या जूनमध्ये एक ठराव पास करून भारतीय सनदी नोकरीत भरती करण्यासाठी घेतल्या जाणाऱ्या परीक्षा हिंदुस्तानात व इंग्लंडमध्ये एकाच वेळी घ्याव्यात अशी कॉमन्ससभेने शिफारस केली. लॅन्सडाउन व काँग्रेस यांचे संबंध किती दुरावले होते, हे त्यावेळी उघड झाले. काँग्रेसच्या काही रीतसर मागण्यांपैकी ही एक मागणी होती. प्रतिवर्षी वार्षिक अधिवेशनात तिचा पुरस्कार करणारा ठराव मंजूर होत असे. परंतु १८८८ च्या लोकसेवा आयोगाच्या अहवालाचा पाठिंबा मिळाल्यामुळे, सरकारने तिचा विचार करण्यास नकार दिला होता. इंग्लंडमधील परीक्षांची वयोमर्यादा वाढवावी एवढेच फक्त भारतीय उमेदवारांच्या फायद्यासाठी करण्याची त्यांची तयारी होती.[७४] व ब्रिटिश सरकारने याला मान्यता दिली होती. एकाच वेळी दोन्ही ठिकाणी परीक्षा घेण्याच्या बाबतीत कॉमन्ससभेचा ठराव समोर असतानादेखील, लॅन्सडाउनने पडते घेण्याचे नाकारले. हा पवित्रा घेण्यात त्याला किंबर्लेचा पाठिंबा होता. कारण राज्यकारभारावर प्रभावी नियंत्रण ठेवण्यासाठी सनदी नोकऱ्यात पुरेसे इंग्रज अधिकारी नसल्यास हिंदुस्तानातील ब्रिटिश वर्चस्वाचा पायाच धोक्यात येईल, असे किंबर्ले यास वाटत होते.[७५] उघडउघड 'आम्ही काहीच करणार नाही'[७६] असे उत्तर देऊ नये असे ग्लॅडस्टनने सुचविले. याबाबतच्या लिबरल पक्षाच्या भावना बऱ्याच तीव्र असल्याने ठराव हिंदुस्तान सरकारकडे विचारासाठी पाठविण्यात आला.[७७] योग्य तेवढा अवधी घेऊन नंतर हा ठराव नामंजूर करण्याचा सल्ला किंबर्लेने लॅन्सडाउनला दिला. मात्र 'एतद्देशीयांच्या इच्छेविषयी'[७८] सहानुभूतीदर्शक भाषा वापरून आपले आक्षेप मांडावे असे त्याने सुचविले.

'एक अप्रामाणिक व्यवहार' अशाच शब्दांत ज्याचे वर्णन करता येईल त्या कृत्यातील आपला वाटा उचलण्यास व्हाइसरॉय राजी होता. ज्या लॅन्सडाउनला काँग्रेस मित्रपक्षातील वाटत होती व जो तिच्याशी न्यायबुद्धीने वागत होता, तो लॅन्सडाउन आता बदलला होता. कॉमन्ससभेच्या ठरावाचा कोणताही परिणाम होणार नाही असे कायदेसदस्य सर आर्थर मिलर याने एका भारतीय वृत्तपत्रात व तेही सहज लक्षात येऊ शकणाऱ्या टोपणनावाखाली जे लिहिले, त्याबाबत लॅन्सडाउनने त्याच्यावर टीका केली.[७९] योजनेला ठामपणे नकार देणारा खलिता भारतमंत्र्याकडे पाठविण्यात आला व त्याला मंत्रिमंडळाने मान्यता दिली. या निर्णयात कोणताही बदल करण्याचे कारण लॅन्सडाउनचा वारसदार एल्जिन याला आढळले नाही. एका विशिष्ट मर्यादेपलीकडे मुलकी शासनावरील आपले नियंत्रण, हिंदुस्तानात रहावयाचे असेल तर, ब्रिटिशांनी ते स्वतःकडे राखून ठेवले पाहिजे याविषयी त्याचीही खात्री पटली होती. शासनातील उच्च अधिकाराच्या जागांना भारतीय लोक अजूनही पात्र झाले नाहीत असे ठासून

सांगून त्यामुळेच व्यावहारिक कारणांसाठीसुद्धा आपली ही विचारसरणी समर्थनीय आहे, असे त्याने म्हटले.[८०] १८९५ मध्ये संसदेने हिंदुस्तानच्या शासनात सुधारणा सुचविण्यासाठी नेमलेल्या वेलबी कमिशनकडे हिंदुस्तानातील लोकमत आशेने पाहू लागले. त्या कमिशनचे एक सदस्य दादाभाई नौरोजी यांनी मंडळाच्या अध्यक्षांना असे लिहिले की, 'ब्रिटिश चारित्र्याला लागलेला हा काळिमा तुमच्यामुळे पुसला जाईल अशी मला आशा वाटते. आमच्या सर्व दुःख व दैन्याच्या मुळाशी वास्तविक पाहता ही विषमताच आहे. या अत्यंत जिव्हाळ्याच्या बाबतीत जर इंग्लंडने आपला प्रामाणिकपणा व प्रतिष्ठा ही पुन्हा प्रस्थापित केली तर सर्व गोष्टी पुन्हा स्वाभाविक स्वरूपात आढळतील. ज्यावर ब्रिटिश राजवट अवलंबून आहे ती अर्थव्यवस्था व जनतेचे निष्ठायुक्त समाधान हीदेखील पुन्हा पूर्वस्थितीस येतील.'[८१] परंतु पुन्हा एकदा आकांक्षांची पायमल्लीच झाली.

लॅन्सडाउन जरी काँग्रेसच्या धोरणांच्या अनुरोधाने वागत नसला तरीही एका बाबतीत मात्र काँग्रेसमधल्यासुद्धा बहुतेकांना रुचणार नाही, इतकी मजल त्याने मारली. मलबारी या मुंबईतील एका समाजसुधारकाने अशी विनंती केली होती की, दिवाणी कायद्याखाली बालविवाह शिक्षापात्र ठरतील, पुनर्विवाह केलेल्या विधवांचा सामाजिक छळवाद बंद होईल आणि विवाहाचे संमतीवय मुलींच्या बाबतीत ८ वर्षांवरून १२ वर्षांवर नेले जाईल अशा दृष्टीने कायद्यात सुधारणा व्हावी,[८२] हिंदू धर्माला काळिमा फासणाऱ्या ह्या रुढी ह्या खरोखर धर्माचा भाग नव्हत्या. तरीही त्यांच्या बाबतीत काही कारवाई करण्यास कोणतेही परकी सरकार अर्थातच नाखूष असणे स्वाभाविक होते. तथापि, १८९० च्या जुलैमध्ये बंगालमध्ये एक अत्यंत क्षोभजनक घटना घडली. अकाली विवाहाचा परिणाम म्हणून एक अल्पवयीन पत्नी मरण पावली. त्यामुळे संमतीवयाच्या कायद्यातील दुरुस्तीसारखी एक जुजबी सुधारणा करण्यास ही चांगली संधी आली आहे, असे कायदेसदस्याला वाटले.[८३] जर ह्या खटल्यात काही कारवाई करण्यास न्यायालय असमर्थ ठरले तर कायद्यात सुधारणा करावी, हे लॅन्सडाउनने देखील मान्य केले.[८४] खरोखरच न्यायालयाने आपण असमर्थ असल्याचे जाहीर केले, तसेच भारतीय वृत्तपत्रे संमतीवय वाढविण्यास अनुकूलच होती. लॅन्सडाउनच्या मते, विवाहवयात हस्तक्षेप न करता अथवा संमतीवयात आल्यावर लग्नाला मंजुरी देण्याची सक्ती न करता, हे करणे सर्वथा योग्य होईल असे होते.[८५]

जरी ही समस्या मुख्यत्वेकरून बंगालची होती तरी तिच्यामुळे काँग्रेसपक्षात दुही माजली. ब्रिटिश संसदेच्या हिंदुस्तानात भेटीसाठी आलेल्या, डब्ल्यू. एस. केन या सदस्याने वार्षिक अधिवेशनाच्या वेळी व्हाइसरॉयच्या प्रयत्नांना पाठिंबा देणारा

ठराव मंजूर करण्याची काँग्रेसला विनंती केली. आपल्या इंग्लंडमधील हितचिंतकांच्या या प्रश्नावर विशेष तीव्र भावना असू शकतील ही गोष्ट काँग्रेसच्या पुढाऱ्यांच्या ध्यानात आली. उलटपक्षी अशा तऱ्हेच्या विधेयकास पाठिंबा देण्याने सनातनी हिंदू, तसेच विवाहविषयक रुढींचे कुठल्याही प्रकारे उल्लंघन होऊ न देण्याविषयी जागरूक असलेले मुसलमान, ह्या दोघांवरील त्यांचे वर्चस्व कमी झाले असते. याचा परिणाम म्हणजे विधेयकाच्या वास्तविक मूल्यावरून नव्हे, तर अन्य गोष्टीवरून त्यावर टीका करण्याचा अर्धवट प्रयत्न केला गेला. त्या गोष्टी म्हणजे एकतर सरकारने सामाजिक वा धार्मिक बाबतीत ढवळाढवळ करू नये हे सर्वसामान्य तत्त्व वा प्रत्यक्षात कायदा निरुपयोगी तरी ठरेल किंवा त्याचा दुरुपयोग होईल ही भूमिका.[८६] ठरावाच्या मसुद्याच्या शिथिल शब्दरचनेमुळे जरी याप्रकारची टीका थोडीफार समर्थनीय ठरली असली[८७] तरी लवकरच, व विशेषतः आपला संपूर्ण पाठिंबा ह्यूमने व्यक्त केल्यानंतर ती टीका बारगळली.[८८] इतकेच नव्हे तर काँग्रेस पक्षाबाहेरील सनातनी हिंदूंच्या विरोधाला बंगालचे माजी मुख्य न्यायाधीश रोमेशचंद्र मित्र यांचे नेतृत्त्व लाभले असूनही, त्याला मोठ्या प्रमाणावर पाठिंबा मिळाला नाही. विधेयकाचे कायद्यात सुरळीतपणे रुपांतर झाले.

हिंदूधर्मातील एखादी घोषणा तयार करून आपल्याला पाठिंबा मिळविण्याचा प्रयत्न काँग्रेसने केला नाही, हे नमूद केले पाहिजे. निरनिराळ्या धर्मांच्या पलीकडेच असे एक राजकीय अस्तित्व तयार करण्याचा काँग्रेसचा प्रयत्न कौतुकास्पद होता. काँग्रेसमध्ये ज्या सुशिक्षित वर्गाचे प्रतिनिधित्व होते त्याच्याशी सुसंवादी अशीच ही सुसंस्कृत चळवळ होती. परंतु दुर्दैवाने राजकीय क्षेत्र तिच्या ताब्यात नव्हते. अलीगढ चळवळीद्वारा मुस्लीम धर्माला वाचा फुटली होती, तर हिंदू धर्माचे पुनरुज्जीवन राजकारणात मुख्यत्वे आर्यसमाजाद्वारा बोलके झाले होते. ह्या संघटनेला थिऑसॉफी चळवळीने अधिक बळकटी आणली होती. हिंदुधर्मापेक्षा अधिक व्यापक अशा एका ढोबळ समन्वयवादाचा प्रचार थिऑसॉफी करीत असली, तरीही १८७८ मध्ये थिऑसॉफी चळवळीचे संस्थापक मादाम ब्लाव्हाटस्की व कर्नल ओकॉल्ट हे दोघे व आर्यसमाजाचे नेते दयानंद सरस्वती यांच्यात सामंजस्य निर्माण झाले.१८९१ मध्ये भोंदू नसलेली थिऑसॉफिस्टांची बहुधा एकमेव नेती ॲनी बेझंट हिंदुस्तानात आल्यानंतर या चळवळीला मोठी चालना मिळाली. इंग्लंडमध्ये देखील विविध क्षेत्रात विशेष कामगिरी केल्याची नोंद असलेल्या[८९] हिंदुस्तानातील मूक व ज्यांच्याबद्दल गैरसमज आहेत अशा लोकांविषयीचे विचार ज्याच्या मनात अंतकाळी होते त्या बॅडलॉची सहकारी[९०] असलेल्या, व भावनाप्रधान व प्रभावी वक्तृत्त्वाची देणगी असलेल्या श्रीमती

बेझंटने हिंदुस्तानात फार मोठ्या प्रमाणावर लोकप्रियता मिळविली खरी; परंतु हे नेतृत्व आध्यात्मिक असण्यापेक्षाही राजकीय होते. पुढे काही वर्षे त्यांचा मार्ग काँग्रेसशी जुळता होता. पण १९ व्या शतकात राष्ट्रीयत्वाची हिंदु पायावर उभारणी करण्याचा प्रयत्न करणारांशी त्यांनी स्वतःला बांधून घेतलेले दिसते. 'प्राचीन धर्मांचे पुनरुज्जीवन, दृढीकरण व उत्थापन हे भारताचे सर्वप्रथम कार्य आहे. ते करण्याबरोबर एक नवा आत्मगौरव, भूतकाळाविषयी अभिमान, भविष्यकाळाविषयी विश्वास व या सर्वांचा अपरिहार्य परिणाम म्हणून देशप्रेमाची एक मोठी लाट येऊन एका नव्या राष्ट्राची पुन्हा उभारणी करण्याचा प्रारंभ झाला आहे.'[९१]

राजकारणामध्ये धार्मिक दृष्टिकोनावर भर दिला गेल्याने झालेला वाईट परिणाम म्हणजे उत्तर हिंदुस्तानात ज्या दोन पंथांचे अनुयायी शतकानुशतके वेगवेगळे परंतु मित्रत्वाने राहात होते, त्यांच्या वैरभाव वाढू लागला. लॅन्सडाउन हिंदुस्तानात आला त्यावेळेपर्यंत बराच तणाव निर्माण झाला होता व या तणावाचे राजकीय महत्त्व सरकारी अधिकाऱ्यांच्या लक्षात आल्याशिवाय राहिले नाही. कोल्व्हिन लिहितो,[९२] 'हिंदुस्तानात राष्ट्रवादाची चळवळ ही कल्पनाच अत्यंत विसंगत आहे. मुस्लीम समाज हिंदूंनी पुढाकार घेतलेली चळवळ मान्य करणार नाही. काही शतकांपूर्वी ज्या हिंदूंचा सत्तेवरील हक्क त्यांनी हिरावून घेतला, त्यांना परत कुठल्याही स्वरूपात सत्तारुढ झालेले बघणे मुस्लीमांना सहन होणार नाही.' वायव्य सरहद्दप्रांत व पंजाबमधील शहरात कोणत्याही क्षणी स्फोट होऊ शकेल असे गृहखात्याचे मत होते.[९३] मुसलमानांनी गोहत्या करणे हे भावना चेतवल्या जाण्याचे प्रमुख कारण होते व त्याच्या निषेधार्थ हिंदूंची चळवळ जेवढी तीव्र तेवढे गोहत्येचे प्रमाण वाढत होते.[९४] हिंदूंच्या दृष्टिकोनास ब्रिटिश अधिकाऱ्यांची सहानुभूती नव्हती.[९५] जरी गोहत्या हा कुठल्याही मुस्लीम धर्मविधीचा आवश्यक भाग नसल्यामुळे त्याच्यावर सहजच बंदी घालता आली असती तरी परिस्थितीचा विचार केल्यानंतर हिंदुस्तान सरकारने अशी बंदी घालण्यास नकार दिला.[९६] दोन्ही समाजांना सार्वजनिक शांतता धोक्यात आणण्याबद्दल दोषी ठरविले व तेवढ्यावरच समाधान मानले.[९७] पुढच्याच वर्षी अशा तऱ्हेच्या पोकळ उपदेशाची निष्फळता प्रत्यंतरास आली. कारण खुद्द कलकत्त्यातच जातीय दंगली झाली. सरकारने स्वीकारलेल्या अलिप्ततेच्या वृत्तीबद्दल सरकारला निर्दोष ठरविणे सोपे नाही, कारण हिंदू व मुसलमान या दोन जमातींमध्ये मूलतः अशी दरी नाही हे त्यांस माहित होते. 'भारतीय मुसलमान म्हणजे वेषांतरीत हिंदूच आहे.'[९८] असे व्हाइसरॉयच्या खाजगी कारभाऱ्याने लिहिले आहे व मुसलमानांमधील हिंदूविरोधी राजकीय गटांनीच गोहत्येस उत्तेजन दिलेले होते.[९९]

गोहत्येस उत्तर म्हणून हिंदूंनी गोसंरक्षण संघटना स्थापन केल्या. १८९३ च्या

सुमारास या चळवळीने चांगला जोर धरला होता. तिचे केंद्र वायव्य सरहद्दप्रांत व बिहार येथे असले तरी[१००] तिचा प्रसार ब्रह्मदेशापर्यंत झाला होता.[१०१] १८९३ च्या जुलै महिन्यात वायव्य सरहद्द प्रांताच्या पूर्व भागातील आझमगढ, बालिया व गाझीपूर या जिल्ह्यात व्यापक हिंदू उठाव घडून आला. कायदा व सुव्यवस्था यात स्वारस्य असूनही बहुतेक सर्व जमीनदारांनी चळवळीत भाग घेतला. काही काळ तेथे बिगरअंमल[१०२] परिस्थिती निर्माण झाली असल्याचे आयुक्ताने कळविले व तेथील दंगा शांत करण्यासाठी ब्रिटिश सैन्य त्या भागात पाठविण्यात आले. पण लवकरच अशा प्रकारच्या दंगली मुंबईत झाल्या. खरोखर या समस्येवर जास्त खोलवर विचार करून तोडगा शोधावयास हवा होता. वरिष्ठ मुलकी अधिकाऱ्यांपैकी फक्त मॅकडोनेल यास हे जाणवले होते. हिंदू प्रचारकांनी चालविलेला प्रचार या तात्कालिक प्रक्षोभाला जरी काही अंशी जबाबदार असला तरी मुसलमानांनी देखील गुन्ह्यास कारण दिले, असे त्याने नोंदवले आहे. 'माझ्या अधिकाऱ्यांमध्ये मुसलमानांना अनुकूल पूर्वग्रह आढळतो. तो दिसून येता कामा नये. जरी तो वस्तुतः तितका वाईट नसला तरी हिंदू इतक्या मोठ्या प्रमाणावर बहुसंख्येत आहेत की, त्यांच्याविरूद्ध कुठलाही पूर्वग्रह ठेवण्याचे परिणाम घातक होतील. आपण निःपक्षपाती असण्यात आपले सामर्थ्य आहे.'[१०३] या अहवालाचा गंभीर अभिप्राय लॅन्सडाउनच्या ध्यानात आल्याशिवाय राहिला नाही. 'खरोखरच हिंदूंना तक्रार करण्यास पुरेसे कारण असू शकेल अशी अस्वस्थ करणारी भावना माझ्या मनात नेहमीच होती. तुम्ही म्हटल्याप्रमाणे तुमच्या काही अधिकाऱ्यांचा मुसलमान - धार्जिणेपणा पाहून माझा खेद वाढतो. कोणीही पक्षपात दर्शविल्यास त्यास दहशत बसेल अशा प्रकारे आपण वागावयास हवे.[१०४] तरीही आपले मूलभूत धोरण बदलले नाही. अजूनही तो व त्याचे बहुसंख्य अधिकारी यांचा ही चळवळ केवळ ब्रिटिशविरोधी हेतूंनी प्रेरित झालेल्या निष्ठाहीन व्यक्तींनी चालविलेली आहे असे मानण्याचा आग्रह होता.[१०५]

काँग्रेसच या चळवळीपाठीमागे असल्याचा आरोप लॅन्सडाउनने केला.[१०६] याला काहीच पुरावा नव्हता. यावरून खरी परिस्थिती समजून घेण्यास व्हाइसरॉयचा असलेला विरोधच दिसून येतो.[१०७] अर्थात काळजी वाटण्याइतक्या प्रमाणावर गोसंरक्षण चळवळीची वाढ झाली, यात आश्चर्य नाही. ही चळवळ काँग्रेसच्या अपेक्षेपेक्षा फारच जास्त लोकप्रिय झाली होती. त्यावेळची ब्रिटिश मुलकी व लष्करी अधिकाऱ्यांची टंचाई लक्षात घेता या चळवळीत उद्रेकाचे सुप्त सामर्थ्य होते हे, दिसून येते. वायव्य सरहद्द प्रांतातील क्रॉस्थ्वेट याने असे नमूद केले आहे की, 'गोसंरक्षण संघटना ब्रिटिश न्यायालयांच्या धर्तीवर खटले चालवीत असून 'सम्राज्ञी' ऐवजी

'गोमहाराणी' च्या नावे खटले चालवीत असत. 'जर ही चळवळ वाढू दिली तर ब्रिटिश सरकारच्या खालोखाल किंवा त्याची जागा बळकावून एक हिंदू सरकार तयार होईल.'[१०८]

लॅन्सडाउन जरी विशेष सावध झाला असला[१०९] तरी क्रॉस्थ्वेटच्या सल्ल्याप्रमाणे त्याने दडपशाहीचे कायदे करण्याचा मार्ग अवलंबिला नाही.[११०] चिथावणी देणारे लिखाण आणि कारस्थाने यांच्याविरुद्ध आधीच इतके व्यापक प्रमाणावर कायदे होते, की त्यांच्यामध्ये वाढ करणे हे नुसते अनावश्यकच नव्हते तर ब्रिटनमधून तीव्र टीकेला आमंत्रण देण्यासारखेही होते.[१११] ही चळवळ वैध व निर्दोष असल्याचे लॅन्सडाउनने स्वतःच कबूल केले होते.[११२] जरी गोसंरक्षण संघटनांना कायद्याने बंदी घातली असती, 'दुष्ट प्रचारकांना'[११३] अटक केली असती, तरी या चळवळीला प्रेरणा देणारी भावना जिवंत राहिलीच असती.

इ.स. १८९४ मध्ये वरवर जरी शांतता नांदत असली तरी आतून, विशेषेकरून मुंबईत, अस्वस्थता होती. १८५७च्या उठावाच्या आधी ज्याप्रमाणे 'चपात्या' फिरविल्या जात होत्या, त्याप्रमाणेच आताही फिरविल्या जात होत्या. भारतीय लष्कराला चिथावणी देण्याचा किमान एकतरी प्रयत्न झाला होता.[११४] मार्चअखेरीच्या सुमारास झाडांना चिखल व केस फासून ती चिताडल्याचे अहवाल बिहारच्या उत्तरेकडील जिल्ह्यांमधून येऊ लागले, नंतर ती साथ दक्षिणेकडील जिल्हे व वायव्य सरहद्द प्रांत, अवध व पंजाबमध्ये फैलावू लागली. बहुतेक वेळा प्राण्यांनी झाडांना अंग घासण्यामुळे अशा प्रकारच्या खुणा उठत असल्या तरी त्यातील काही खुणांमागे मानवी हात होता. नेपाळच्या सरहद्दीपासून सुरू होऊन रस्त्यांच्याच अनुरोधाने या खुणा आढळल्या. त्यामुळे नेपाळमधील जनकपूर मंदिरात त्याचा उगम झाला असून यात्रेकरूंना आकर्षित करण्याचे उद्दिष्ट त्यामागे असावे या सिद्धान्तास दुजोरा मिळतो. तसेच केसांचे बारकाईने निरीक्षण केल्यानंतर असे आढळून आले की ते डुकरासकट निरनिराळ्या प्राण्यांचे होते. त्या अर्थी गोहत्या चळवळीशी याचा कुठल्याही प्रकारचा निकटचा संबंध असावा, असे दिसले नाही. म्हणून या चिताडण्यास विशेष महत्त्व देण्याचे किंवा त्याचा एक गंभीर राजकीय धोका यादृष्टीने विचार करण्याचे, हिंदुस्तान सरकारला कारण दिसले नाही.[११५] परंतु प्रांतिक सरकारांनी मात्र याबाबत जास्त गंभीर भूमिका घेतली होती. बंगालच्या राज्यपालाच्या मते, कारस्थानाच्या सामर्थ्याचा व सरकारचे जनतेशी संबंध नसल्याचा हा पुरावा होता. वायव्य सरहद्द प्रांतातून क्रॉस्थ्वेट याने आपल्याला मिळालेले यासंबंधीचे स्पष्टीकरण म्हणून असे सांगितले की, झाडाला चिखल फासणे हे गोमातेचे रक्षण करण्यातील अपयशामुळे हिंदुधर्म दूषित होत

असल्याच्या गाऱ्हाण्याचे द्योतक आहे. मुंबईच्या राज्यपालानेदेखील आपल्या इलाख्यातील हिंदू दिवसेंदिवस अधिक उपद्रव देत असून गोसंरक्षण संघटनांना वर्गणी देण्यास युरोपियन व्यापाऱ्यांनादेखील भाग पाडीत असल्याचे नमूद केले आहे.[११६] परंतु ईद निमित्त गोवधाचा प्रसंग बकरी ईद शांतपणे पार पडली. त्यामुळे होणाऱ्या दंगली झाल्या नाहीत. एल्जिन या नव्या आलेल्या व्हाइसरॉयने असे नमूद केले आहे की, जरी वातावरण आतून धुमसत असले तरी हिंदू व मुसलमान यांचे परस्परसंबंध पूर्वीपेक्षा अधिक धोक्याचे झाले आहेत असे, मानण्याचे कारण नाही.[११७] मात्र या परिस्थितीत भारतीय संस्थानिकांशी वागण्याच्या धोरणात कडकपणा येऊ देऊ नये,[११८] असा सल्ला त्याने भारतमंत्र्यास दिला. तसेच मॅकडोनेलच्या सल्ल्याने हिंदूंच्या धार्मिक अनुदानांच्या व्यवस्थेत हस्तक्षेप करण्याचे व सनातनी हिंदूंना चिथावणी देण्याचेही त्याने टाळले.[११९] झाडांना चिखल लिंपण्याची ही प्रथा ऑगस्टपर्यंत नष्ट झाली. पंजाबच्या एका लहान अधिकाऱ्याने म्हटल्याप्रमाणे या सर्व प्रकाराचे महत्त्व एवढेच की ब्रिटिशांना बंडाची शक्यता वाटली याचाच अर्थ बंडाला काही कारण आहे, हे त्यांनी मान्य केले.[१२०]

प्रांतिक सरकारेदेखील, ज्याला ते चिथावणी देणारे लिखाण म्हणत होते, त्यात वाढ झाल्याने चिंता करू लागली. एका पुस्तिका लेखकाने असे सूचित केले होते की, सरकार हिंदूंना मुसलमानांशी भांडण्यास प्रवृत्त करते व नंतर त्यांना अन्यायाने शिक्षा करण्यास न्यायाधीशांवर दडपण आणते. यामुळे त्या लेखकावर खटला भरण्याची क्रॉस्थ्वेटची इच्छा होती. सामान्यतः ज्या जनतेचा ब्रिटिशांच्या न्याय व निःपक्षपातीपणावर विश्वास होता अशा भारतीय जनतेला 'सरकार आपण व आपला धर्म या दोन्हीच्या विरुद्ध असून दोन्ही नष्ट करण्याचा बेत आखीत आहे असे सांगण्याचा एकच परिणाम होऊ शकेल.' आणि म्हणून असल्या लिखाणाशी कायदा जर सामना देऊ शकत नसेल, तर तो बदलला पाहिजे असे क्रॉस्थ्वेट याने सुचविले.[१२१] व्हाइसरॉयच्या मंत्रिमंडळापैकी बहुतेकजण याला कबूल झाले. परंतु खटला भरण्यामुळे मूळ उद्दिष्टावरच घाला येईल, म्हणून खटला भरू नये असा सल्ला एल्जिनने दिला. शिवाय९६% जनता अशिक्षित असताना, तसेच गुप्त संघटनांचा तपास लागत नसताना ब्रिटिश घटनेच्या व रिवाजाच्या विरुद्ध अशा दडपशाही मार्गांचा अवलंब करून लोकमताची अभिव्यक्ती बंद करणे किंवा ते भूमिगत करणे श्रेयस्कर नव्हते.[१२२] यावर क्रॉस्थ्वेटने शिक्षणाच्या संधीच मर्यादित कराव्या असे सुचविले. सुशिक्षित वर्ग व ज्यांना बेकारीला तोंड द्यावे लागत आहे असे अर्धशिक्षित तरुण यांना 'कुरकुरणाऱ्या चिथावणीचे'[१२३] बाळकडू मिळण्याला प्रतिबंध करण्याचा, त्याच्या मते हा एकमेव मार्ग होता.

मुंबई सरकारदेखील वरचेवर देशी भाषांमध्ये प्रसिद्ध होणाऱ्या वृत्तपत्रातील जहरीपणाबद्दल तक्रार करीत असे. परंतु रोजबरी मंत्रिमंडळातील भारतमंत्री सर हेन्री फाउलर याला लिटनच्या देशी वृत्तपत्रांच्या कायद्यासारखा एखादा कायदा पुन्हा लागू करणे शक्य वाटले नाही. चिथावणी देणाऱ्या मजकुराची एखादी स्पष्ट घटना नजरेस आल्यास सध्या अस्तित्वात असलेल्या कायद्याप्रमाणे ती हाताळण्याचा आदेश त्याने हिंदुस्तान सरकारला दिला. जरी मर्यादित वर्तुळात प्रसृत असलेल्या वृत्तपत्राला जाहिरातीचे खाद्य पुरविले जाण्याचा धोका असला[१२४] तरीही हे करणे योग्य होते.

धीमेपणाची भूमिका स्वीकारण्याबाबत एल्जिन व फाउलर यांचे एकमत झाले. पुढील दोन वर्षातील सुस्त वातावरणाने ते धोरण योग्यच असल्याचे सिद्ध झाले. बकरी ईद उत्सव विशेष दंगेधोपे न होता पार पडत राहिले आणि १८९६ साली जरी झाडे चिताडण्याचे प्रकार पुष्कळ प्रमाणात झाले तरी कायदा व सुव्यवस्था अबाधित राहिली. भारतीय वृत्तपत्रांनीदेखील चिंतेचे काही कारण निर्माण केले नाही. सरकार आणि त्याचे अधिकारी यांवर अनेकवेळा दुष्ट हेतूंचा आरोप केला गेला असला तरीही ब्रिटिश सरकारच्या जागी भारतीय सरकारची स्थापना करण्याची इच्छा फारशी व्यक्त केली गेली नाही. काही जणांच्या मते त्या शतकातील सर्वात भीषण असा देशव्यापी दुष्काळ[१२५] १८९६ मध्ये पडला, परंतु त्याने असंतोषात भर पडली नाही. उलट ब्रिटिश अधिकाऱ्यांनी केलेल्या दुष्काळ निवारणाच्या प्रयत्नांमुळे त्यांच्या 'वास्तविक हितकर्त्या स्वभावावर भर दिला गेला. यामागील राजकीय चांगुलपणा सहजासहजी पुसला गेला नसता.[१२६] १८९४ च्या सप्टेंबरमध्ये पुण्यात व नंतर एक वर्षाने धुळ्यास झालेल्या जातीय दंगलीवरून मुंबई इलाख्यात लोकांच्या भावना अद्यापही प्रक्षुब्धच आहेत हे दिसून आले. शिवजयंती उत्सव, गणपती उत्सव, गोसंरक्षण चळवळ आणि दुष्काळ निवारण अधिनियमविरोधी चळवळ यांच्या आधाराने लोकमत युद्धोन्मुख करण्याचे कार्य दुर्दम्यपणे चालू होते. 'हिंदू अतिरेकी हल्लेखोरपणे वागत आहेत आणि काही धर्मवेड्या ब्राह्मणांच्या कारस्थानांमुळे संपूर्ण महाराष्ट्रात खळबळ माजावी हे भयानक आहे,'[१२७] असे आपल्याला वाटत असल्याची तक्रार मुंबईच्या राज्यपालाने १८९४ मध्ये देखील केली होती. परंतु या परिस्थितीला जबाबदार मानल्या गेलेल्या लोकांविरुद्ध किंवा जहाल मताला प्रसिद्धी देणाऱ्या वृत्तपत्रांविरुद्ध काहीही कारवाई करणे कठीण आहे, असे दिसून आले. ही अस्वस्थता राष्ट्रव्यापी नसून प्रांतिक स्वरूपाची होती. नवे भारतमंत्री जॉर्ज हॅमिल्टन यांनी 'भारत कमालीचा शांत'[१२८] असल्याचे नमूद केलेले आहे.

तरीही मुंबईमधीलअस्वस्थता वाढून तिचे मोठ्या अनर्थात आणि जातीय दुहीत

रुपांतर झाले व सरकारच्या अधिकारावर आक्रमण केले गेले. १८९७ च्या प्रारंभी ज्यावेळी निमित्त सापडले, प्लेगमुळे जीवित हानी झाली ती झालीच; शिवाय या साथीचा परिणाम ब्रिटिशांच्या व्यापारावर झाला. कारण हिंदुस्तानच्या निर्यातीवर बहिष्कार घालण्याची ही संधी इतर देशांनी साधली. लागण झालेल्या व्यक्तीला जबरदस्तीने दूर ठेवण्यासारखे कडक उपाय योजण्यास मुंबई सरकार नाखूष होते. कारण त्यामुळे कदाचित स्थानिक लोकमत विरोधी झाले असते, आणि आरोग्यखात्याची व इस्पितळाच्या सेवकवर्गाची सेवा सरकारला मिळाली नसती. मुंबईचा नवीन राज्यपाल लॉर्ड सँढर्स्ट याला तर अशी भीती वाटली की, पुण्यात दंगलीचा उद्रेक होईल व गोळीबार करावा लागेल. 'एखाद्या रोगापासून लोकांना बरे करण्याचा हा एक विचित्रच उपाय म्हटला पाहिजे.'[१२९]

मुंबईमध्ये प्लेगचा फैलाव झाल्याने सबंध भारतभर धास्तीचे वातावरण निर्माण झाले. साथीचा फैलाव होऊ नये म्हणून विशिष्ट मुदतीपर्यंत संसर्गितांना अलिप्त ठेवण्याबाबत योग्य ती बंधने सक्तीने न लादण्याबद्दल हिंदुस्तान सरकारवर फार कडक टीका झाली. कलकत्त्यातील युरोपियन नागरिक जवळजवळ वेडे झाले. इलबर्ट बिलाविरूद्ध झाली त्याप्रकारची चळवळ करण्याच्या धमक्या दिल्या गेल्या.[१३०] युरोपातील दडपणाची प्रतिक्रीया म्हणून साल्सबरी सरकारने भारतीय मुसलमानांची मक्केची हाज यात्रा तहकूब करावी अशी विनंती केली. या तहकुबीमुळे होणाऱ्या गैरसोयीला आणि असंतोषाला तोंड द्यावे, असे पंतप्रधानांचे ठाम मत होते. कारण काही बंधनांखाली यात्रेला जाण्याची परवानगी मंजूर करण्याचा जो दुसरा पर्याय त्यामुळे याहून गंभीर स्वरूपाचे धोके आणि अडचणी संभवल्या असत्या.[१३१] बंगालच्या नायब राज्यपालाचे मतसुद्धा हाज यात्रा रद्द करावी असेच होते. कलकत्त्याच्या बंदरात प्लेगचा एक देखील रोगी येणे याचा अर्थ व्यापारात मोठी खोट असा झाला असता.[१३२] याउलट अशा प्रकारे हाज यात्रेवर निर्बंध घालण्यामुळे, मुस्लीम समाजावर व विशेषतः मुस्लीम संस्थानिकांवर होणाऱ्या परिणामाला मॅकडोनेल भीत होता. 'धार्मिक रिवाजांमध्ये हस्तक्षेप केल्यास काय घडेल यासंबंधी हिंदुस्तानात तरी आपण कोणताही अंदाज वर्तवू शकत नाही.'[१३३] परिणाम कदाचित गंभीर स्वरूपाचे होतील हे एल्जिननेदेखील मान्य केले. परंतु याबाबतीत ब्रिटिश सरकारला विरोध करणे आपल्याला शक्य नाही असे त्याला वाटले[१३४] १८९७ सालची हाज यात्रा रद्द करण्यात आली. मुस्लीम जनमत शांत करण्याकरिता दिल्लीच्या जुम्मा मशिदीचा जो दरवाजा ६० वर्षांपासून बंद होता तो खुला करावा असे सुचविण्यात आले. [१३५]

प्रत्यक्षात उत्तर प्रदेशच्या गढवाल या पर्वतमय जिल्ह्यातील काही उदाहरणे

वजा जाता प्लेगची व्याप्ती मुंबई व पुणे यांपुरतीच मर्यादित राहिली होती. साथ आटोक्यात आणण्यासाठी मुंबई सरकारने या दोन शहरांपुरते लष्कराचे साहाय्य मागितले. पुण्यात घरोघर तपासणी झाली व प्लेगची लागण झालेल्या वा संसर्गित लोकांना अलिप्त विभागामध्ये हलविण्यात आले. मॅकडोनेल याने लखनौमध्ये अशाच प्रकारची प्रतिबंधक उपाययोजना अमलात आणली ; परंतु संसर्गासाठी वस्तीपासून दूर ठेवले जाण्यापेक्षा प्लेग हे फारच लहान संकट आहे असे आपले मत असल्याचे मुस्लीम सरदारांनी स्पष्ट केले. तरीही मॅकडोनेलने दोन्ही जमातींच्या नेत्यांची सभा घेऊन दोघांनाही मान्य ठरतील असे अलिप्त वसाहतींचे नियम तयार करण्यासाठी त्यांचे मन वळविले.[१३६] त्यामुळे शांतता अबाधित राहिली. इ. स. १८५७ पासून आतापर्यंत प्लेगविषयक नियमांनी मुस्लीम समाजात ब्रिटिशांविषयी जितकी दुष्ट भावना निर्माण झाली तितकी दुसऱ्या कशानेही झाली नाही,[१३७] हा सर सय्यद अहमद यांनी दिलेला इशारा निराधार ठरला. मुंबई सरकारनेदेखील परिस्थिती हाताळताना अशा प्रकारचे कौशल्य दाखविले असते तर पुण्यामधील तणाव थोडा सौम्य झाला असता; कारण पुण्यातील वस्ती बहुतांशी हिंदूंची असून तिचा अलिप्त वसाहतीला मुसलमानांपेक्षा कमी विरोध होता. लखनौमध्ये अद्याप प्लेगचा उद्‌भव झालेला नसल्याने लखनौपेक्षा पुण्याला आणीबाणीचा प्रसंग बेतला असल्याची भावना अर्थातच जास्त तीव्र होती. असे असले तरीही मॅकडोनेल याच्या मते, पुण्यातील लष्करी व मुलकी अधिकारी लोकांना हतबल करण्याच्या हिशोबानेच वागत होते.[१३८]

हा तणाव जूनमध्ये कळसाला पोहोचला. गव्हर्नमेंट हाऊसवर महोत्सवी कार्यक्रमानंतर घरी परतत असताना रँड हा प्लेग कार्यवाहीचा प्रमुख मुलकी अधिकारी व आयर्स्ट हा लष्करी अधिकारी यांचे आपापल्या बग्ग्यांमध्ये खून झाले. आयर्स्ट ताबडतोब मरण पावला व रँड हा मरण पावला. आयर्स्टचा खून एकतर चुकीने झाला असावा किंवा रँडला कुठल्याही प्रकारे साहाय्य करण्यापासून प्रतिबंध करावा म्हणून झाला असावा व रँडचा खून कदाचित व्यक्तिगत सूडभावनेतून झाला असेलही, परंतु बहुधा सरकारच्या प्लेगविषयक उपाययोजनांच्या निषेधार्थ झाला असावा. मराठी वृत्तपत्रे कित्येक महिन्यांपूर्वीपासून अशी मागणी करीत होती (अधिकाऱ्यांच्या ढवळाढवळीविरुद्ध जनतेने बंड करावे.) 'पुणे वैभव' ने असे लिहिले होते की, कोणत्याही राज्यकर्त्यांने जनतेवर इतका जुलूम, इतके हिंसाचार केल्याचे व सामंजस्याचा इतका अभाव दाखविल्याचे इतिहासात दुसरे उदाहरण नमूद नाही.[१३९] मराठी लोकमताचे नेते व 'केसरी' चे संपादक बाळ गंगाधर टिळक यांनी ही हत्या जर निःस्पृहपणे केली गेली असेल तर तो दोष नाही असे म्हटल्याचे केसरीने नोंदविले आहे. व आपल्या श्रोत्यांना

पीनलकोडमधून बाहेर येण्याचे आवाहन केल्याचे केसरीने नोंदविले आहे.[१४०]

या खुनांमुळे मुंबई सरकारला धक्काच बसला. संतापयुक्त धास्तीचे वातावरण त्यांच्यात निर्माण झाले. शिक्षेखातर पोलिसांची तुकडी पुण्याला पाठविली गेली. तिचा खर्च वसूल करण्यासाठी एक मोठा सामुदायिक दंड आकारण्यात आला. संपूर्ण शहराचे निःशस्त्रीकरण करण्याबाबत विचारविनिमय केला गेला. चिथावणीविरोधी कायद्यात दुरुस्ती करण्याची शिफारस मध्यवर्ती सरकारकडे करण्यात आली.[१४१] आपल्या पूर्वगुन्ह्याच्या लॉर्ड जॉर्ज उलट मत असलेला हॅमिल्टन हा देशी भाषातील वृत्तपत्रांच्या कायद्याचे [१४२] नूतनीकरण करण्यास अनुकूल होता. १८२७ च्या कायद्याने शासनाला शीघ्र न्यायदानाचे पुरेसे अधिकार दिलेले आहेत असे एल्जिनने उत्तरादाखल सांगितले. देशी भाषातील वृत्तपत्रांच्या कायद्याची काहीही गरज एकमताने वाटत होती.[१४३] 'चिथावणी देणाऱ्या मजकुराच्या कायद्याविषयी बोलायचे तर, सध्या असलेल्या स्वरूपातच त्या कायद्याखाली टिळकांवर खटला भरावा व निर्णय मिळण्यात अपयश आले तरच कायद्याचा फेरविचार करावा.'[१४४] चिथावणी देणारा मजकूर लिहिणारांवर खटले भरण्याची कार्यप्रणाली अधिक कडक करावयाचीच फक्त चालू परिस्थितीत आवश्यकता आहे असे सरकारला वाटत होते, व तशा आशयाचा कायदा १८९८ च्या मार्चमध्ये केला गेला. दरम्यानच्या काळात खुनांबाबत 'सामुदायिक संशय' यापेक्षा अधिक निश्चित स्वरूपाचा पुरावा मिळू न शकल्याने मुंबई सरकारने पुण्याच्या प्रसिद्ध सरदार नातू घराण्यातील बळवंत व हरी या दोघांना अटकेत ठेवले. त्यांपैकी निदान एका जणावर १८९४ च्या दंगलींना चिथावणी देणाऱ्यात अग्रगण्य असल्याचा आरोप होता.[१४५] शिवाय टिळकांवरही खटला भरला.[१४६]

'जो पक्ष प्रक्षोभक व क्रांतिकारक मते असण्याबद्दल व त्यांच्या प्रसारार्थ जोरदार कार्यक्रम हाती घेण्याबद्दल सर्वांना माहीत आहे, त्या पक्षाचा हे बंधू व टिळक म्हणजे कणा आहेत. ज्यांचा खुनाच्या कारस्थानाशी संबंध नव्हता वा ज्यांना त्याविषयीची माहिती नव्हती अशा पुण्यातील सुशिक्षित व निष्ठावान भारतीयांचे मत जेवढे अजमावले आहे तेवढ्यावरून असे दिसून येते की, एकमुखीपणे नातू घराण्याकडे बोट दाखविले जाते. नातू मंडळींचा प्रत्यक्ष किंवा अप्रत्यक्षपणे खरोखर गुन्ह्यांमध्ये हात असल्याचे दिसते व उपरनिर्दिष्ट तिघा व्यक्तींना पुण्याबाहेर हलविण्याने कदाचित अधिक माहिती मिळू शकेल असे स्थानिक अधिकाऱ्यांना वाटते'[१४७] व्यक्तिस्वातंत्र्य हिरावून घेण्यासाठी ही कारणे फार पोकळ होती. खुद्द टिळकांची भाषणे कितीही जहाल असली तरी खुनाच्या ह्या गुन्ह्यात त्यांचा अजिबात हात नव्हता. सर्वकाळ ते अतिशय शांत राहिले व जोवर सरकार न्यायबुद्धीने वागत आहे तोवर आपल्याला भिण्याचे काहीच कारण

नाही, असे ठासून सांगत राहिले.[१४८] या खटल्याची चौकशी करणाऱ्या पोलीस अधिकाऱ्याने टिळकांचा गुन्ह्याशी काहीही संबंध नसल्याचे सांगितले.[१४९] सँढर्स्ट याच्या मते[१५०] केसरीमध्ये छापून आलेले टिळकांचे भाषणदेखील चिथावणी देणारे नव्हते. कोर्टाने मात्र चिथावणी देणे याची व्याख्या वैरभावना अशी न करता मित्रत्वाचा अभाव अशी करून टिळकांना १८ महिन्यांची कारावासाची शिक्षा दिली.[१५१]

नातू बंधूना अटक करण्यात व टिळकांवर खटला भरण्यात मुंबई सरकारची केवढी मोठी चूक झाली होती, हे यानंतर लवकरच, दामोदर चाफेकर या तरूणाने गुन्हा कबूल केला व त्याच्यावर खटला होऊन त्याला फाशीची शिक्षा झाली. यामागे कारस्थानाचा मागमूसही नसल्याचे व चाफेकर याने 'आपल्या स्वतःच्याच अदम्य उत्साहाच्या भरात नावडीला द्वेषात रुपांतरित केले असल्याचे,[१५२] नंतर सरकारने कबूल केले. आतापर्यंत उपलब्ध झालेल्या सर्व पुराव्यांवरून टिळकांविरुद्ध फार तर इतकेच म्हणता आले असते की, त्यांना खुनी व्यक्ती माहीत होती व तिला मदत व संरक्षण देण्याचा त्यांनी प्रयत्न केला.[१५३] शिक्षेच्या मुदतीपूर्वीच टिळकांची सुटका करण्यात आली. परंतु एल्जिनने वरचेवर सुचवून देखील[१५४] मुंबई सरकारने नातू बंधूंची सुटका केली नाही. मुंबई इलाख्यातील अस्वस्थ वातावरणामुळे पुन्हा एकदा हिंदुस्तानातील ब्रिटिश राजवटीच्या स्थैर्याच्या समस्येचा आणि हिंदु व मुसलमान या जमातींच्या राजकीय विचारसरणीचा विचार अधिकाऱ्यांना करावा लागला. राणीच्या वाढदिवसाच्या प्रसंगी १८५७ चा जाहीरनामा पुन्हा प्रकाशित करावा असे मद्रासच्या बिशपने सुचविले; परंतु त्यामुळे गैरसमज होतील अशी व्हाइसरॉयला भीती वाटली व इंडिया ऑफिसमधील कायम उपसचिव आर्थर गॉडले यांनी राणीने वर्णभेद न करण्याचे अभिवचन दिले असल्याची जगाला आठवण देण्याची ही वेळ नव्हे, असे म्हटले. 'याविषयी जेवढे कमी बोलावे तेवढे अधिक चांगले.'[१५५] या वाढदिवसाच्या निमित्ताने विशेषेकरून मुस्लीमांना कोणत्याही प्रकारे विशेष सवलत देण्याच्या प्रश्नाबद्दल पंजाबचे नायब राज्यपाल यांनी सावधगिरीचा इशारा दिला. दोन्ही जमातींमधील परस्परसंबंध इतके असमाधानकारक होते की, एका जमातीविषयी पक्षपात दाखविल्यास दुसरी जमात तिचा चुकीचा अर्थ लावल्याशिवाय राहिली नसती.[१५६] हॅमिल्टनला याविषयी फाजील काळजी वाटत नव्हती. 'नेमके काय साधावे हेच कळेनासे होते. विचार व कृती यांची एकता राजकीय दृष्ट्या धोक्याची ठरेल तर विचारातील तफावत व संघर्ष शासकीय दृष्ट्या त्रासाचे ठरतील. दोहोंपैकी दुसरा पर्याय कमी धोक्याचा आहे. मात्र ज्या ठिकाणी संघर्ष असतो त्या ठिकाणी असणाऱ्या लोकांवर जबाबदारी टाकून तो त्यांच्यामध्ये अस्वस्थता निर्माण करतो.'[१५७] खरोखर ज्यावेळेस दोन्ही जमातींमधील संबंध सुधारू

लागले आणि जातीय वैमनस्याला प्रारंभ झाल्यानंतर प्रथमच मोहरमच्या उत्सवात[१५८] मुंबईत देखील हिंदू मोकळेपणाने मुसलमानांमध्ये मिसळले त्यावेळी हिंदू मुस्लीम संबंधातील सुधारणा सरकारविरुद्ध संगनमताने कारस्थान करण्यासाठी असेल असा संशय हिंदुस्तान सरकारला आला.[१५९]

तथापि, पुण्यातील खुनाचा संबंध कुठल्याही व्यापक चळवळीशी जोडणारा पुरावा उपलब्ध नाही. १८९४ च्या मानाने एकंदरीत पुष्कळच शांतता देशात नांदत आहे व भारतीय सैन्याच्या निष्ठेविषयी शंका घेण्याचे काहीही कारण नाही, अशी ब्रिटिश सरकारची खात्री पटविण्यात एल्जिन यशस्वी झाला.[१६०] तुर्कस्तानच्या ग्रीसवरील विजयामुळे कलकत्त्याच्या मुसलमानांमध्ये क्षोभ उत्पन्न होऊन तेथे स्थानिक दंगली उद्भवल्या. परंतु परिस्थिती कधीही आटोक्याबाहेर गेली नाही. [१६१] आसाम, ब्रह्मदेश, मध्यप्रदेश व मद्रास या ठिकाणी कुठल्याही प्रकारची चळवळ झाली नव्हती व वायव्य सरहद्द प्रांतातील तणावही दबला होता. बहुसंख्य हिंदु, जमीनदारांच्या नेतृत्वाखाली समाधानात आहेत, अशी मॅकडोनेलची खात्री होती. खरोखरच १८९७ च्या ऑक्टोबरच्या सुमारास मुसलमानांना इस्लामच्या पुनरुत्थानाची जी भावना त्रासवीत होती तशाच भावनेची प्रतिक्रिया म्हणून हिंदू सरकारच्या अधिक जवळ आले व मुसलमानांमधील या अस्वस्थेतेने जरी कुठल्याही प्रकारे कपटकारस्थानाची व्याप्ती घेतली नाही, तरीही घटना अनपेक्षित वळण घेण्याची शक्यता असल्याने, मॅकडोनेलने रेल्वेचे संरक्षण करण्यासारखे सावधगिरीचे उपाय योजण्याची सूचना दिली. पंजाबमध्ये देखील हिंदू मुस्लीम वैरभाव कमी झाला असला तरी कोणत्याही वेळी वृत्तपत्रे जनतेला चिथावणी देतील, अशी भीती तेथील नायब राज्यपालास वाटत होती. कारण या वृत्तपत्रांचे संपादक असंतुष्ट सुशिक्षित वर्गामधून भरती होत होते.[१६२]

या निरनिराळ्या अहवालांच्या आधारे व्हाइसरॉयने ब्रिटिश सरकारला असे कळविले की, 'आपण सतत दक्ष राहावयास हवे हे खरे असले, तरी नजीकच्या काळात धोका नाही. शासनात उद्भवणाऱ्या अडचणी ह्या शिक्षणातील प्रगती व ज्ञानाची प्राप्ती ह्या दिशेने चाललेल्या अनिरुद्ध वाटचालीमुळे निर्माण होत आहेत. कॅन्यूट लाटा थोपवून धरण्यास जितका असमर्थ होता तितकेच ही वाटचाल रोखण्यास ब्रिटिश सरकार असमर्थ आहे.'[१६३]

भविष्यात काळजीचे काहीच कारण नाही ही गोष्ट हॅमिल्टनने मान्य केली. परंतु 'दूरच्या भविष्यकाळाची' आपल्याला फार काळजी वाटते असे त्याने म्हटले. कारण वायव्य सरहद्द प्रांत व पंजाब हे दोन्ही प्रांत जर आपल्याला दुरावले तर भारत आपल्या ताब्यात ठेवणे हे लष्करी व आर्थिकदृष्ट्या अशक्यप्राय ठरेल. तसेच

हिंदुस्तानात किंवा भारताबाहेर एखादा मोठा पराजय ब्रिटनला सहन करावा लागल्यास कित्येक मोठ्या शहरात उपद्रव सुरू होईल व ब्रिटिश सत्ता थोडी कमजोर होईल.[१६४] यावर उपाय म्हणून हिंदू – मुसलमान सुसंवादाला धोका पोहोचवणाऱ्या हेतुपुरस्सर प्रयत्नांचा विचार करावयाची हॅमिल्टनची तयारी होती. 'एतद्देशीय लोकमत, जाती व धर्म यांची वाढती एकजूट आणि आपल्याविषयीची तीव्र विरोधाची भावना यामुळे मला भविष्यकाळाविषयी चिंता वाटते. ही वाईट भावना वृत्तपत्रे व शिक्षण यांमुळे जोपासली जाईल व ह्या धोकादायक प्रवृत्तीला सामना देण्याचा हरेक प्रत्येक प्रयत्न केल्याशिवाय आपण राहता कामा नये.'[१६५] मात्र अशा प्रकारे पुन्हा हातमिळवणी झाल्याचे एल्जिनच्या नजरेस आले नाही. बंगाली बाबूचे इतर भारतीयांशी काहीच साधर्म्य नव्हते. बुद्धिमान हिंदुविषयी मुसलमानांना वाटणारा तीव्र मत्सर कुप्रसिद्ध होता व ब्रिटिश राजवटीला शह देण्याइतकी दोन्ही जमातीतील सलोख्याची भावना पुरेशी नव्हती. १८९४ पासून हिंदुस्तानात केलेल्या सर्व प्रवासात फक्त पेशावर या एकाच ठिकाणी आपण शत्रूच्या गोटात वावरत असल्यासारखे एल्जिनला वाटले होते.[१६६] परंतु सावधगिरीचा उपाय म्हणून हॅमिल्टनच्या सुचनेनुसार एल्जिनने अलिगढ कॉलेजला निधी व प्रमाणपत्र पाठविले. मुसलमानांमधील वेगळेपणाची भावना जोपासणे हे या कॉलेजचे उद्दिष्ट होते. व्हाइसरॉयच्या ह्या कृतीमुळे अलिगढ चळवळीस पाठिंबा देण्यास मुसलमान समाजास उत्तेजन मिळाले. व तेथील प्राचार्यांनी एल्जिनचे वर्णन 'आमच्या कॉलेजचा त्राता'[१६७] असे केले.

या अस्वस्थ शांतीचा भंग वायव्य सरहद्द प्रांत वा पंजाब येथे झाला नाही. १८९८ च्या मार्च महिन्यात मुंबई शहरात पुन्हा प्लेगचा उद्भव झाला आणि एका रोग्याला इस्पितळात हलविण्याच्या प्रयत्नामुळे गंभीर स्वरूपाच्या दंगलींचा प्रारंभ झाला. एव्हापर्यंत सँढर्स्ट सरकारची कारभारावरील पकड सैल झाली होती, प्लेगविषयक कार्यवाही शिथिल व विस्कळीत झालेली होती व जनमताविषयी गाढ अज्ञानच होते.[१६८] वायव्य सरहद्द प्रांतामधून मॅकडोनेलने असे कळविले की, मुंबईतील घटना येथे माहीत झाल्या असून त्यांनी अशांततेचे वातावरण निर्माण केले आहे. 'आरोग्यविषयक उद्दिष्टांमुळे आपण राजकीय बाबींच्या महत्त्वाकडे डोळेझाक करू नये' अशीही त्याने विनंती केली. 'जनतेला कुठवर आपल्या पाठीमागे आणता येते त्यावरून सरकारने प्लेग नियंत्रणाच्या आपल्या कार्यक्रमाचे मोजमाप ठरवावे. रोग्यांना जबरदस्तीने इस्पितळात दाखल करण्याऐवजी खाजगी घरांना इस्पितळांप्रमाणे कार्य करण्याची परवानगी अधिक मोकळेपणाने द्यावी. यामुळे प्लेगच्या फैलावाचा धोका वाढेल, परंतु मॅकडोनेलच्या मते, लोकक्षोभाच्या धोक्यापेक्षा हा धोका कमी गंभीर

होता.[१६९]

मॅकडोनेलच्या या विस्मयकारक पराजयवादी मताशी पंजाबचा मॅकवर्थ यंगही सहभागी होता.[१७०] सुरुवातीला या सल्ल्याकडे दुर्लक्ष करण्याकडे कल असलेल्या एल्जिनने [१७१] लवकरच नेहमीप्रमाणे पड खाल्ली व प्लेगविषयक अधिनियम बाजूला ठेवण्याबाबत प्रांतिक सरकारांनी आपआपल्या विवेकबुद्धीनुसार निर्णय घ्यावे अशी परवानगी दिली.[१७२] याबाबत त्याचे समर्थन असे होते की, 'प्लेग आता कलकत्त्यापर्यंत पोहोचला असून तेथील भारतीय व युरोपियन रहिवासी ज्वालाग्राही आहेत. ते भिन्न असले तरीही, किंबहुना काही अंशी त्यामुळेच, बेपर्वा आहेत. भिन्नपणाची ही दुसरी बाजू धोकादायक असते.'[१७३]

झाडे चिताडणे व प्लेगचे उद्रेक या गोष्टींमुळे सरकार व काँग्रेस यांचे परस्परसंबंधांकडे दुर्लक्ष झाले. १८९४ साली एल्जिनने असे जाहीर केले होते की, या संघटनेशी मित्रत्त्वाचे संबंध जोपासण्याची आपल्याला भीती वाटत नाही. तसेच मुंबई, सरकार व त्याचे पुण्यातील टीकाकार यांचे आपण शक्य तितक्या समतोलपणे मूल्यमापन करणार असल्याचे तो बोलला होता.[१७४] तरीही मॅकडोनेलशी सल्लामसलत केल्यानंतर त्याने काँग्रेसच्या शिष्टमंडळास भेटण्यास नकार दिला. कारण त्यामुळे आपल्या पूर्वगाम्यांपेक्षा वेगळे ठरण्याची त्याची इच्छा आहे या मतास पुष्टी मिळाली असती. रूढ प्रथेनुसार कुठल्याही भाषणांना त्याला प्रत्युत्तरही देता आले नसते.[१७५] प्रचलित शिक्षणपद्धतीमुळे वाजवीपेक्षा जास्त पदवीधर निर्माण होत असून बेकारीमुळे ते असंतुष्टांना जाऊन मिळत आहेत, असा इशारा काही अधिकाऱ्यांनी दिला. यावर उपाययोजना म्हणून शाळा व कॉलेजांमध्ये फीवाढ करणे व भारतीयांचे धंदेशिक्षणाकडे लक्ष वेधणे ह्या गोष्टी सुचविण्यात आल्या.[१७६] पण आपण काँग्रेसला भीत नाही असा एल्जिनचा दावा असल्यामुळे[१७७] त्याने तिकडे पूर्णपणे दुर्लक्ष केले. कदाचित ज्याला त्याने 'व्यापक निःशब्द, अस्पष्ट आणि अदृश्य' विरोध म्हटले होते व ज्यामुळे तो गोंधळून गेला होता त्या विरोधापेक्षा काँग्रेसचा विरोध स्पष्ट व निःसंदिग्ध असल्यामुळे, व्हाइसरॉय काँग्रेसला प्रोत्साहन देण्यास उत्सुक असावा असे दिसते. या निःशब्द विरोधाला कसे तोंड द्यावे ही समस्या अजूनही सोडवावयाचीच होती. पण एवढे स्पष्ट होते की, हा प्रश्न भारतीय संस्थानिकांना उमरावपदे बहाल करण्याच्या साल्सबरीच्या आवडत्या योजनेमुळे[१७८] किंवा क्रॉस्थ्वेट याने सुचविल्याप्रमाणे [१७९] जमीनदारवर्गाचा पाठिंबा मिळवून किंवा टीका दडपून टाकण्याने सुटणारा नव्हता.

हिंदुस्तानातील जमीनदार वर्ग सामर्थ्यशाली करण्याच्या दृष्टीने एल्जिनने काही पावले टाकली हे खरेच. अवधच्या तालुकदारांना आपल्या इस्टेटी पूर्णपणे वा अंशतः

अहस्तांतरणीय करता याव्या व मद्रासच्या जुन्या जमीनदारांना अविभाज्य आणि अहस्तांतरणीय म्हणून जाहीर करता यावे[१८०] यासाठी कायद्याची संमती मिळावी, म्हणून भारतमंत्र्याकडे विचारणा केली गेली. परंतु मोकळेपणाने चर्चा करण्यास आवाहन करणे व सरकारची व अधिकाऱ्यांची कृत्ये जनतेच्या निदर्शनास आणून त्यांचे व सरकारचे समर्थन करण्याच्या मार्गाने सरकारला अधिक मजबूत करणे, हे एल्जिनला अधिक पसंत होते. हे उद्दिष्ट साध्य करण्यासाठी पंजाब व ब्रह्मदेशात विधिमंडळे स्थापन करावी अशी त्याने शिफारस केली. इतर प्रांतातील विधिमंडळांच्या भारतीय सदस्यांनी आपली कर्तबगारी दाखविली होती आणि कायदे करण्याच्या प्रत्यक्ष कार्यात मेहनतीने व निष्ठेने भाग घेतला होता. शिवाय आपल्या पाठीराख्यांजवळ स्वतःचे समर्थन व्हावे म्हणून त्यांना बोलणे भाग पडत असल्यामुळे एरव्ही जी माहिती मिळणे अतिशय कठीण होते, ती माहिती सरकारला उपलब्ध होत होती.[१८१]

हिंदुस्तानात काँग्रेस ही एक राजकीय शक्ती म्हणून उतरणीला लागली असल्याची भारतमंत्र्याला खात्री होती, तर तिची लंडनमधील समिती त्याला केवळ संतापजनक वाटत होती. 'ते सगळे नमकहराम, कृतघ्न व विखारी आहेत. अशा टोळीचे नायकत्व करण्यापेक्षा वेडरबर्नने दुसरे काही करावे.' तरीही आपल्या कौन्सिलांसाठी काँग्रेसमधील लोकांची निवड करावी हे शहाणपणाचे आहे, हे एल्जिनचे मत त्याला ग्राह्य वाटत होते. ते जर प्रामाणिक असतील तर वस्तुस्थितीच्या संपर्काने शहाणे होतील. जर अप्रामाणिक असतील तर त्यांचे पितळ उघडे करणे सोपे जाईल. त्यांच्यात बराच अप्रामाणिकपणा असून त्याकडे दुर्लक्ष करू नये, असे हॅमिल्टनला वाटत होते. 'राष्ट्रीय काँग्रेस पक्षाविषयी जितके अधिक मी पाहतो व ऐकतो तितकी मला या संघटनेच्या मुख्य सूत्रधारांच्या प्रक्षोभक व दुटप्पी स्वभावाची जाणीव होते.'[१८२] परंतु एल्जिनने मवाळपणे इतकेच निदर्शनास आणले की, जरी काँग्रेस अनेकवेळा आपल्याला सवलत नसलेल्या बाबींकडे अतिक्रमण करीत असली आणि कदाचित पुढे जाऊ पाहणाऱ्या माणसांना सामावून घेत असली तरी त्या संघटनेवर बंदी घालावी, असा विचार कोणतीही जबाबदार व्यक्ती कधीही करणार नाही.[१८३] खरोखरच काँग्रेसच्या प्रमुख पुढाऱ्यांनी वेलबी कमिशनसमोर दिलेल्या साक्षींवरून त्यांच्या मूलभूत निष्ठेविषयी कोणताही संशय उरला नाही.[१८४] काँग्रेसची भूमिका दादाभाई नौरोजी यांनी थोडक्यात सांगितली आहे.

'ब्रिटिश राजवटीमुळे झालेले फायदे मला मान्य आहेत. विशेषतः कायदा व सुव्यवस्था, शिक्षण, मुद्रणस्वातंत्र्य आणि सार्वजनिक सभांचे स्वातंत्र्य या बाबतीत झालेला फायदा मान्य करण्यास मला आनंद होतो. परंतु ब्रिटिशांची सत्ता व वर्चस्व काही गोष्टींमुळे बरेच उणावले आहे असे मला वाटते. ज्यायोगे जनतेला आपल्या

कारभारात काही अधिकार मिळतील व न्याय मिळेल अशा पद्धतीने खर्चाची व्यवस्था ठेवण्यास देण्यात येणारा नकार, परिणामी बहुजन समाजात दिसून येणारे 'आत्यंतिक दारिद्र्य' व राणीच्या सर्व प्रजाजनांना सनदी नोकऱ्यांमध्ये समान संधी दिली जाईल अशी संसद व राणी यांनी दिलेली गंभीर वचने न पाळणे, इत्यादी गोष्टींमुळे ते उणावले आहे. भारत व इंग्लंड या दोन्ही देशातील जनतेस सर्वात हितकारक होईल अशा प्रकारे ब्रिटिश राजवट समर्थ व्हावी, अशी माझी प्रामाणिक इच्छा आहे.'[१८५]

हॅमिल्नची भीती खोटी ठरविणाऱ्या पद्धतीने काँग्रेसचे कार्य चालू होते. १८९७ च्या अमरावती येथील वार्षिक अधिवेशनाला बहुतेककरून शालेय विद्यार्थी हजर होते असे अधिकृत अहवालांवरून दिसते.[१८६] चिथावणी विरोधी कायद्याचा फेरविचार करण्यावरून थोडीफार चळवळ झाली, परंतु स्वतः एल्जिनलाच तो कायदा पसंत नसल्याने त्याने चळवळीवर आक्षेप घेतला नाही.[१८७]

III

या दहा वर्षांच्या काळात अंतिम जबाबदारीच्या पदावरून ज्या विवेकाने पुढाकार व निर्णय घेतले जावयास हवेत, त्याचा अभाव वाढत्या प्रमाणात नजरेस येऊ लागला. आपल्या कारकिर्दीच्या प्रारंभी लॅन्सडाउन व्हायसरॉय म्हणून शोभत होता ती परिस्थिती शेवटी राहिली नाही. सत्तेमुळे तो भ्रष्ट झाला नव्हता तर कमकुवत झाला होता. हिंदुस्तानात निवडणुकीच्या तत्त्वाची अंमलबजावणी प्रथमतः करण्यास मुख्यत्वेकरून जबाबदार असलेल्या या व्यक्तिला देखील अतिसावध अधिकाऱ्यांनी गोसंरक्षण चळवळीच्या बाबतीत घाबरवून सोडले. १८९१ साली मणिपूर या लहान गिरिसंस्थानात संकटास तोंड देताना जरी त्याने धैर्य व न्यायबुद्धी दाखविली असली, तरी त्यानंतर थोड्याच महिन्यांनी अंतर्गत प्रश्न हाताळताना त्याचा यापैकी एकही गुण दिसून आला नाही. मणिपूर राजवाड्यात क्रांती होऊन तेथील महाराजाला पदच्युत करून हद्दपार करण्यात आले होते व त्याची जागा महाराजाच्या एका नातलक्षाने घेतली होती.[१८८] ब्रिटिशांमध्ये सल्लागारांचा गोंधळच माजला होता. लॅन्सडाउनची इच्छा महाराजाला पुन्हा गादीवर बसवावे अशी होती. आसामचा मुख्य आयुक्त क्विंटन याला हा बदल मान्य होता; मात्र राज्यकर्त्या घराण्यांतील एकजण जो लष्करप्रमुख होता तो या क्रांतीला जबाबदार असल्याने त्याला हद्दपार करावे, असे त्याचे मत होते. ग्रिमवुड हा राजकीय प्रतिनिधी लष्करप्रमुखाचा निकटचा स्नेही होता;[१८९] तर बंगालचा नायब राज्यपाल, ही संधी साधून मणिपूर संस्थान खालसा करावे या मोठ्या प्रमाणावर प्रसृत असलेल्या मताचा पुरस्कर्ता होता.[१९०] तथापि क्विंटन व ग्रिमवुड बेफिकीरपणे लष्करप्रमुखाला अटक करावयास निघाल्यानंतर मारले गेले असूनसुद्धा[१९१] लॅन्सडाउनने

मणिपूर खालसा करण्यास नकार दिला. या गुन्ह्याला जबाबदार असलेल्या माणसांना राणीच्या निषेधाला न जुमानताच,[१९२] फाशी देणे व त्या वंशातील एका लहान वंशजाला गादीवर बसविणे इतकेच त्याने केले.

लॅन्सडाउनला नेहमीच वस्तुस्थिती स्पष्टपणे आकळत नसे, तो अनेकवेळा खोल विचार करू शकत नसे याची त्याला स्वतःला जाणीव होती.. 'जितके जास्त पाहावे तितक्या मला आपल्या भोवतीच्या शांत वातावरणाखाली असलेल्या अंतःप्रवाहांचे सामर्थ्य आजमावणे किती कठीण आहे, हे लक्षात येते.'[१९३] भारतीय वृत्तसंस्था लोकमत निष्ठाशून्य करण्याचा पद्धतशीर प्रयत्न करीत आहे, असे त्याला खात्रीपूर्वक वाटत होते. त्यावरील दडपशाही कारवाई करण्यापासून त्याला क्रॉसदेखील परावृत्त करू शकला नाही.[१९४] लॅन्सडाउन हिंदुस्तानात येण्यापूर्वी व्हाइसरॉयच्या मंत्रिमंडळाच्या एका उपसमितीने अशी शिफारस केली होती की, कौन्सिल सुधारणांच्या जोडीला प्रक्षोभक व चिथावणी देणाऱ्या लिखाणाविरुद्ध अधिक परिणामकारक फौजदारी कायदा करावा. कारण समितीच्या मते, अशा प्रकारचे लिखाण आजकाल वाढू लागले होते.[१९५] कायद्याने आणखी अधिकार मिळविण्यापूर्वी सध्या अस्तित्वात असलेला कायदा अपुरा आहे, याविषयी खातरजमा करण्याचे लॅन्सडाउनने ठरविले.[१९६] एक सनातनी बंगाली वृत्तपत्र 'बंगवासी' याने ब्रिटिश सरकारच्या पक्षपातीपणाला विरोध केला होता. त्यामुळे त्याच्यावर बंगाल सरकारने खटला भरावा असा लॅन्सडाउनने आदेश दिला. मात्र निर्णय अनुकूल होईल अशी वकिलांना खात्री नव्हती व नायब राज्यपालही[१९७] कांकू करीत होता. परंतु लॅन्सडाउनला दैवाने हात दिला. भारतीय संपादकांचे धैर्य गळाले. [१९८] मुख्य न्यायाधीशांनी बंगवासीला दोषी ठरविले, पण खाजगी रीतीने मात्र त्यातील लेखांना न्याय्य टीकेच्या मर्यादा ओलांडल्या आहेत असे आपल्याला वाटत नाही,[१९९] असे त्यांनी नायब राज्यपालाला सांगितले. या सर्व गोष्टींमुळे व कायदेसदस्याने या खटल्याची जबाबदारी जाहीरपणे नाकारल्याने[२००] ज्यूरीला शिक्षा देण्यास भाग पाडावयाचे नाही, असे लॅन्सडाउनने ठरविले. आरोपी पक्षाने जर क्षमा मागितली व चांगल्या वर्तणुकीची ग्वाही दिली तर जरा मवाळ धोरण स्वीकारले जाईल असे त्यांना सांगण्यात आले.[२०१] अशा तऱ्हेची माफी मिळाली,[२०२] ती प्रसिद्ध झाली व खटला मागे घेतला गेला. आपल्या कामगिरीबद्दल लॅन्सडाउनला समाधान वाटले. खटला भरण्यास सरकार घाबरत नाही, हे भारतीय वृत्तपत्रांना जाणवले व परिणामी स्वतःच्या लिखाणावर नियंत्रण ठेवण्यासाठी त्यांनी एक संस्था निर्माण केली. त्यानंतर सरकारवरील टीका कमी तीव्र झाली व अनौपचारिक इशाऱ्यांमुळे वृत्तसंस्थेवर ताबा राहण्यास मदत झाली.[२०३]

वृत्तपत्रांच्या भारतीय संपादकांवर बंधने घालणे सोपे होते. परंतु ज्यूरींमार्फत खटला चालविण्याच्या पद्धतीत सुधारणा करणे कठीण होते. कारण तसे करण्याने ब्रिटनमध्ये लोकमत जागृत झाले असते. तरीदेखील अशा प्रकारच्या सुधारणेचा प्रयत्न लॅन्सडाउन सरकारने १८९३ मध्ये केला. हिंदुस्तानात ज्यूरी पद्धतीमुळे गुन्हेगारांची सुटका होण्यास मदत होते असा, आरोप बऱ्याच वेळा केला गेला होता. कारण हिंदुस्तानच्या काही भागातील ज्यूरी विश्वसनीय नसत. फाशीची शिक्षा असलेल्या गुन्ह्याबाबत, कितीही वजनदार पुरावा असला तरीही, ज्यूरींवर विसंबता येण्यासारखे नव्हते. अशा परिस्थितीत न्यायाधीश तो खटला वरिष्ठ न्यायालयाकडे नेऊ शकत असे हे खरे; परंतु अनेक वेळा न्यायाधीश तसे करण्यास कचरत असत. शिवाय ज्यूरींनी दिलेल्या निर्णयामध्ये हस्तक्षेप करण्याच्या त्याच्या अधिकाराबाबत वरिष्ठ न्यायालयांमध्ये मतभेद होते. इ. स. १८९० च्या मे महिन्यात सरकारने प्रांतिक सरकारे व कलकत्ता वरिष्ठ न्यायालय यांना या पद्धतीच्या कार्यवाहीबद्दलचा अहवाल देण्याची व सुधारणा सुचविण्याची विनंती केली.[२०४]

ज्यूरीमार्फत न्यायदानाच्या बाबतीत हिंदुस्तानातील प्रचलित पद्धत किंवा रुढी या सारख्या नव्हत्या. सर्व वरिष्ठ न्यायालयांमध्ये ही पद्धत आढळत होती. पंजाब, ब्रह्मदेश व मध्यप्रदेश येथील ग्रामीण भागात ती आढळत नव्हती. तर मद्रासचे सर्व जिल्हे, मुंबईचे पाच जिल्हे, बंगालचे आठ जिल्हे, आसामचे सहा जिल्हे, वायव्य सरहद्द प्रांताचे तीन जिल्हे येथे ती अस्तित्वात होती. परंतु ज्या ठिकाणी ती आढळत होती तेथेही तिच्यात बरेच वैविध्य दिसत होते. मद्रास व वायव्य सरहद्द प्रांतात, ज्यांना देहांत प्रायश्चित नाही अशांपैकी काही निवडक गुन्ह्यांचे खटलेच फक्त ज्यूरींना चालविता येत असत. याउलट मुंबई, आसाम व बंगालमध्ये खुनाचे, त्याचप्रमाणे खुनाच्या प्रयत्नाचे खटलेसुद्धा ज्यूरी चालवू शकत असे. मद्रास सरकारच्या मते, ही पद्धत भारतीय परिस्थितीत योग्य नव्हती. मुंबई सरकारच्या मते ती लोकप्रिय व उपयुक्त होती, तथापि तिचा इतर जिल्ह्यात प्रसार करण्याची त्यांची इच्छा नव्हती. बंगाल सरकारने ती यशस्वी नाही असा ठपका ठेवून ज्यूरींनी चालविण्याच्या खटल्यांचे क्षेत्र मर्यादित करावे असे सुचविले होते. सर ऑक्लंड कोल्व्हिन यांना ही पद्धत चांगले कार्य करीत आहे असे वाटत होते, व तिचा प्रसार वायव्य सरहद्द प्रांताच्या इतर जिल्ह्यांमध्येसुद्धा करावा अशी त्यांची इच्छा होती. आसामच्या मुख्य आयुक्तानेसुद्धा ही पद्धत चांगल्या प्रकारे चालली असल्याचे नमूद केले.[२०५] एकंदरीत ज्यूरींनी खटले चालविण्याच्या प्रचलित पद्धतीमुळे कोणतेही फेरबदल केल्यास त्यातून राजकीय समस्या निर्माण होतील, याची हिंदुस्तान सरकारला जाणीव होती. कारण दरवर्षी काँग्रेस ही पद्धत सबंध देशात प्रसृत

करावी असे सुचवीत होती. व इलबर्ट बिल चळवळीच्या स्मृतींशी ही समस्या निगडित होती. [२०६] म्हणून यासंबंधी कायदा करण्याचे टाळावे; परंतु ज्यूरींनी चालविण्याच्या खटल्यांच्या गुन्ह्यांच्या याद्यांत पुनर्विचार करण्याचे आवाहन प्रांतिक सरकारांना करावे असे ठरले. [२०७]

येथपर्यंत लॅन्सडाउनचे धोरण बरोबर होते. परंतु पुढे मात्र ही बाब प्रामुख्याने धोरणविषयक नसून दैनंदिन कामकाजाबाबतची आहे असे मानून, त्याने बंगालात ज्यूरींच्या अधिकारक्षेत्रातून खून व सदोष मनुष्यवधाचे खटले काढून घेण्यास मंजुरी दिली. [२०८] बंगाल सरकारने यासंबंधीचा आदेश काढला. [२०९] हिंदुस्तान सरकार व बंगाल सरकार या दोघांनाही आश्चर्याचा धक्का देणारी चळवळ कलकत्त्यात ताबडतोब सुरू झाली. एतद्देशीय लोकमताशी जवळचा संपर्क असणारे बंगाल सरकारचे प्रमुख सचिव हेन्री कॉटन[२१०] यांनाही आश्चर्याचा धक्का बसला. ब्रिटिश इंडिया असोसिएशन व जमीनदारांच्या संघटनेने पुढाकार घेतला व हिंदुस्तानातील बिनसरकारी ब्रिटिश समाजाने देखील सहानुभूती व्यक्त केली. यावर तडजोड म्हणून असे सुचविण्यात आले की ज्यूरींकडे सोपविलेल्या खटल्यांची संख्या कमी केली, तरी त्याचवेळी ज्यूरींचे क्षेत्र इतर जिल्ह्यांपर्यंत पसरवावे. [२११] ज्यूरींमार्फत न्यायदानाचा प्रश्न हा एक नाजूक राजकीय प्रश्न आहे याची पूर्ण जाणीव असूनदेखील या चळवळीची उपेक्षा करण्याकडेच लॅन्सडाउनचा कल होता. त्याने जरा अविचारानेच सरकार आपले पाऊल मागे घेणार नाही, असे ठामपणे सांगूनही टाकले. [२१२] त्याने बंगालच्या पावलावर पाऊल टाकून हिंदुस्तान सरकारचे हात बळकट करण्यास मुंबई सरकारला सांगितले. परंतु मुंबई सरकार एवढे उपकार करण्यास राजी नव्हते, व अखेरीस ज्यावेळी त्यांनी तसे केले त्यावेळेस फार उशीर झालेला होता. [२१३]

शिवाय दरम्यानच्या काळात ब्रिटनमध्ये मंत्रिमंडळांचा झालेला खांदेपालट लॅन्सडाउनने ध्यानात घेतला नव्हता. आता लिबरलपक्ष सत्तारुढ झालेला होता व या प्रश्नावर त्याची जहाल मते होती. प्रारंभापासूनच हा प्रश्न लॅन्सडाउन सरकारने चुकीच्या पद्धतीने हाताळला आहे, [२१४] असे रिपनने किंबर्ले यास कळविले. परिणामी भारतमंत्र्याने व्हाइसरॉयला एखाद्या जोरदार हल्ल्याच्या शक्यतेचा इशारा व आपल्या संमतीशिवाय पुढे कुठलेही पाऊल न टाकण्याची ताकीद दिली. [२१५] उत्तरादाखल लॅन्सडाउनने राजीनामा देण्याची धमकी दिली व अशा घटनेचे परिणाम काय होतील, ते निदर्शनास आणले.

'बंगालसारख्या प्रांतिक चळवळीचा परिणाम म्हणून जर व्हाइसरॉयला जवळजवळ परत बोलावले गेले, किंवा त्या इलाख्याच्या नायब राज्यपालाला राजीनामा

द्यावा लागला, तर मला वाटते, या देशाचा कारभार करणे अनेक पटींनी जास्त खडतर होईल. मी आपले म्हणणे ध्यानात ठेवीन अविचाराने, किंवा आपल्याशी विचारविनिमय केल्याशिवाय काहीही करणार नाही असे आपण गृहीत धरून चालावे. उलटपक्षी आपण जर माझ्या बाजूने विचार केला तर आपल्या हे सहज लक्षात येईल की, राणीच्या सरकारने जाहीरपणे ठपका दिल्यानंतर आपल्या स्थानावर राहणे हे कोणाही व्हाइसरॉयला शक्य नाही.'[२१६] हुजूरपक्षातील आपल्या मित्रांमध्ये आपल्या मताचा प्रसार करण्याचा असामान्य व वादग्रस्त मार्गही लॅन्सडाउनने स्वीकारला. गोशेन व कर्झन यांना असे सांगण्यात आले की,[२१७] ही सुधारणा खरे पाहता अत्यंत मामुली आहे. तिला विरोध आहे, तो तिच्या गुणावगुणांमुळे नसून ती 'बाबू समाजाच्या तोंडात एक चपराक' आहे म्हणून. त्यांना असेही सांगण्यात आले की, आंदोलन फार खोलवर पसरलेले नाही आणि इंग्लंडमधील सरकारने एखाद्या प्रांतिक सरकारच्या कारभारात हस्तक्षेप करू नये.

तथापि आपल्या धोरणाचे समर्थन करणारा हिंदुस्तान सरकारचा खलिता विशेषसा संशयच्छेदी नव्हता.[२१८] केवळ आकडेवारीनेच सरकारची बाजू लटकी पडली. त्यापूर्वीच्या पाच वर्षात कलकत्ता वरिष्ठ न्यायालयाने खुनाच्या २०३ पैकी फक्त १३, म्हणजे ६.४% खटल्यांमध्ये ज्यूरींचा निर्णय बाजूला सारला होता. हा आकडा इतका कमी होता की, त्यावरून ज्यूरी पद्धतीच्या कार्यांचे समर्थनच होत होते. बंगाल सरकारचा आदेश मागे घेतला जावा व ब्रिटिश सरकारपुढे ज्यूरी पद्धती सुधारण्याच्या योजना विचारासाठी ठेवल्या जाव्या, असे किंबर्लेने सुचविले. आता माघार अटळ आहे हे लॅन्सडाउनने ओळखले. परंतु सरकारी आदेश ताबडतोब मागे घेण्यामुळे एकप्रकारे जाहीर नालस्तीच होईल व राजीनामा देण्याखेरीज गत्यंतर उरणार नाही. म्हणून त्याने असे सुचविले की, आदेशावरील ब्रिटिश सरकारने या आक्षेपांना वाचा फोडावी व एकंदर सर्व प्रकाराबाबत चौकशी करण्यासाठी एक समिती नेमावी. किंबर्लेने समिती नेमण्यास मान्यता दिली परंतु आदेश मागे घेतला जाण्याविषयी आग्रह धरला.[२१९] लॅन्सडाउनने असा युक्तिवाद मांडला की, बंगालमधील वृत्तपत्रे आपला विजय जाहीर करून काँग्रेसच्या यशाची शेखी मिरवीत असताना[२२०] 'आपल्या आदेशाचे रीतसर दफन करणे फार आवश्यक आहे. तुम्ही मात्र आम्हाला त्याचे प्रेत कोल्ह्या कुत्र्यांपुढे फेकण्यास फर्मावीत आहात.'[२२१] अखेर ब्रिटिश सरकारने थोडी दया दाखविण्याचे ठरविले. ज्यूरींकडून काही खटले काढून घेणे आपणास पसंत नाही असे जरी त्यांनी म्हटले, तरीही आदेश रद्द करण्याचा आग्रह सोडला व एक चौकशी समिती ताबडतोब नेमण्याचा आदेश दिला.[२२२]

भारत सरकारने बंगालमधील ज्यूरी पद्धतीच्या कामकाजाचा विचार करण्यासाठी एक समिती नियुक्त केली. आदेशाचे विरोधक असलेल्या, ज्योतिंद्रमोहन टागोर व रोमेश मित्र ह्या दोघा भारतीयांचा त्यात समावेश होता.[२२३] समितीने आपला अहवाल तत्परतेने मार्च अखेरीस सादर केला. फौजदारी कायद्याच्या कार्यवाहीत विविध सुधारणा त्यांनी सुचविल्या होत्या. आदेश मागे घेण्याची त्यात शिफारस होती. समितीच्या बहुतेक सभासदांनी ज्यूरींना कोणत्या प्रकारचे खटले चालवावे याविषयी, तसेच ज्यूरी पद्धतीचे क्षेत्र वाढविण्याविषयी मौन स्वीकारले होते. परंतु या दोन्ही बाबतीत ज्यूरी पद्धतीला तत्त्वतः पाठिंबा देणारी स्वतंत्र टीप, दोघा भारतीय सदस्यांनी लिहिली होती. गाजावाजा न करता आदेश मागे घेतला गेला व बंगाल सरकार व हिंदुस्तान सरकार यांनी समितीच्या सूचना विचारात घेतल्या. लॅन्सडाउनच्या प्रयाणानंतर बंगाल सरकारने ज्यूरी पद्धत व्यापक व बळकट करण्याचा प्रचारही केला. आपला दृष्टिकोन बदललेला नाही असे त्यांनी म्हटले. परंतु 'या पद्धतीची सुशिक्षित वर्गातील लोकप्रियता सरकारने कमी लेखली असे एकंदर घटनांवरून आढळून येते. तसेच या वर्गातील लोकांना शिक्षण देणे व त्यांना न्यायालयांच्या सत्तेतील वाटा देणे यादृष्टीने त्याचे राजकीय महत्त्व त्यांनी ओळखले नाही.'[२२४] पराभव स्वीकारण्याचा हा अत्यंत निरुपद्रवी असा मार्ग होता.

या दहा वर्षांच्या काळाच्या पूर्वार्धात जरी अंतर्गत कारभारातील द्रष्टेपणाचा अभाव वाढत्या प्रमाणावर दिसला असला तरी उत्तरार्धात भारतीयांच्या आर्थिक हितसंबंधांविषयीच्या जाणिवेची कमालीची वाण दिसत होती. ब्रिटिश सरकारला नापसंत असतानासुद्धा[२२५] १८९३ मध्ये अर्थसदस्याने तूट भरून काढण्यासाठी आयात कर बसविण्याची सूचना मांडली. लॅन्सडाउनने किंबर्ले यास असे कळविले की, या कराला हिंदुस्तानात सर्वात जास्त पाठिंबा मिळेल. कारण त्यायोगे ब्रिटिश उत्पादकांच्या हितसंबंधांच्या सोयीच्या दृष्टीने भारतीय अर्थकारण चालविण्याविरुद्धचा हा प्रत्यक्ष निषेध आहे, असे लोकमत झाले असते. कापडी वस्तू व सूत या गोष्टी करमुक्त ठेवल्यास सुमारे १०० लाख रुपयांचे उत्पन्न आयातकराच्या रुपाने मिळेल व त्या करमुक्त ठेवल्या नाहीत तर या रकमेच्या दुप्पट उत्पन्न मिळेल.[२२६] ब्रिटिश लोकमत या वसुलीला कधीच परवानगी देणार नाही किंवा भारताचे अर्थकारण ब्रिटिश उत्पादकांच्या सोयीने चालविले जाते ही गोष्ट ब्रिटिश सरकार मान्य करणार नाही, असे भारतमंत्र्याने उत्तरात म्हटले. ब्रिटिश सरकार अजूनही खुल्या व्यापाराच्या तत्त्वाला धरून होते व खुल्या आयातीमुळे समाजाचा एकंदरीत फायदा होतो असेच मानीत होते.[२२७]

यानंतर लॅन्सडाउनने आयातकराची कल्पना सोडून दिली. १८९४ साली तूट

३५ दशलक्ष रुपयांपर्यंत वाढली. काहीतरी उपाय योजणे आवश्यक आहे हे ब्रिटनमध्ये जाणवू लागले. गॉडलेने एल्जिनला असे कळविले की, चालू घटकेला जरी सुती मालावरील आयातकराची कल्पना अशक्य वाटत असली तरी हिंदुस्तानातील परिस्थिती सुधारली नाही, तर ती विचारात घ्यावी लागेल. या कराच्या न्याय्यतेविषयी व निकडीविषयी इंडिया ऑफिसमध्ये कोणालाच किंचितही संदेह नव्हता. तथापि, भारताने पुढाकार घ्यावयास पाहिजे होता. सुती मालावरील कर लागू करण्याची सूचना जर हिंदुस्तान सरकारने पुन्हा एकवार केली तर ती फेटाळून लावण्यात मंत्रिमंडळावर फार मोठ्या जबाबदारीचा बोजा पडला असता. म्हणूनच ती मान्य केली गेली असती. मात्र मंत्रिमंडळानेच या कराच्या वसुलीची सूचना मांडावी अशी अपेक्षा करणे गैर होते.[२२८] ब्रिटनमधील विरोधाचा विचार करून एल्जिनने सुरुवातीला सुती मालावरील कराच्या सर्व योजना फेटाळून लावल्या. परंतु नंतर मात्र तो या मताला येऊन पोहोचला की एकदा आयात कराचे तत्त्व समर्थनीय नव्हते. परंतु यावेळी हिंदुस्तान सरकारमधील कोणीच, अगदी अर्थसदस्य सर जेम्स वेस्टलँडदेखील या मताशी सहमत नव्हते.[२२९] हिंदुस्तानातील ब्रिटिश बिगर लष्करी समाजाचे विचार हिंदुस्तानच्या गरजांपेक्षाही ब्रिटिशांच्या फायद्याच्या दृष्टीने चालत असत. त्यामुळे एल्जिनने आपल्या स्वभावाप्रमाणे ब्रिटिश सरकारलाच निर्णय घेण्याची विनंती केली.[२३०] लॅन्सडाउनचे धैर्य उत्तरोत्तर कमी होत गेले होते असे मानले तर एल्जिनपाशी धैर्याची काहीही चिन्हे कधी दिसलीच नव्हती, असे म्हटले पाहिजे. ग्लॅडस्टन, रिपन व किंबर्ले हे तिघेही हिंदुस्तान सरकारला पाठिंबा द्यावयास उत्सुक होते.[२३१] परंतु हिंदुस्तान सरकारच्या डळमळीत धोरणामुळे त्यांनी सुती मालावर कर बसविण्याच्या बाजूने मते दिली.[२३२]

व्हाइसरॉयने कर्तव्यतत्परतेने सुती मालाखेरीज इतर मालावर ५ टक्के कर बसविणारे विधेयक मांडले. परंतु या प्रश्नाचा फेरविचार करण्याची त्याने सरकारला विनंती केली. सुती माल करमुक्त ठेवण्याचा अर्थ हिंदुस्तानाच्या हितसंबंधांची पायमल्ली करून ब्रिटिश हितसंबंधांना अधिक सवलती देणे असा केला गेल्यामुळे[२३३] त्याविरुद्ध हिंदुस्तानात अभूतपूर्व एकमत दिसून आले. परंतु एकवार निर्णय घेतल्यानंतर तो बदलण्याची काहीही शक्यता ग्लॅडस्टन मंत्रिमंडळाला दिसली नाही. सुती मालाचे उत्पादक कोणत्याही पक्षाचे असले तरी अशा करांविरुद्ध प्राणपणाने लढले असते.[२३४] त्यामुळे ब्रिटनमध्ये होणारा विरोध शमविण्यासाठी आर्थिक दडपणाविषयीचा तितकाच भक्कम पुरावा दाखवावा लागला असता. कारण भारतीय स्पर्धेमुळे ब्रिटिश सुती उद्योगधंद्यांची हानी होऊ लागलेली होती. १८८० च्या सुरुवातीपासून भारतीय धाग्याची निर्यात आयातीपेक्षा जास्त झालेली होती. त्यानंतर थोड्याच वर्षात स्वतः सुती मालाची

ब्रिटिशांची निर्यात मंदावू लागली होती.[२३५]

आयातकर विषयीचे विधेयक मंजूर केले गेले. परंतु किंबर्लेनंतर आलेला फाउलर व गॉडले या दोघांनाही अशी आशा वाटत होती की, जर भारतीय सुती मालावर एखादी समतोल अबकारी जकात बसविली तर सुती मालावरील कर हा संरक्षक स्वरूपाचा न राहता त्याला मंजुरी मिळेल.[२३६] या सूचनेविषयी एल्जिनला प्रथमतः थोडे आकर्षण वाटले खरे,[२३७] परंतु अधिक विचारांती त्याने हिंदुस्तानच्या या एकमेव आधुनिक मोठ्या उद्योगाला उत्तेजन देण्याची विनंती सरकारला केली.[२३८] एखाद्या समतोल जकातीचे तत्त्व अत्यंत महत्त्वाचे आहे हे मान्य करावे व त्याप्रमाणे भारतीय धाग्याच्या उंची जातींवर व कापडी वस्तूंवर कर बसवावा, असा फाउलरचा आग्रह होता. लँकेशायर व भारत यांमध्ये ज्या ज्या क्षेत्रात स्पर्धा आहे किंवा असण्याची शक्यता आहे ती सर्व क्षेत्रे अबकारी कराखाली आणली जावीत व त्याबाबत कोणतीही संदिग्धता असू नये.[२३९] 'संरक्षणात्मक धोरणाची सर्व शक्यता पूर्णपणे नष्ट होईल अशा प्रकारे अबकारी कराची आकारणी करणे ही मूलभूत महत्त्वाची गोष्ट' होती. 'संसदेच्या परवानगीशिवाय कोणत्याही संरक्षक कराला मान्यता न देण्याला सरकार संपूर्णतया बांधील आहे.'[२४०]

इ. स. १८९४ च्या हिवाळ्यात याच धर्तीवर नवीन विधेयकाचा विचार हिंदुस्तान सरकारने सुरू केला. लँकेशायरमधील हितसंबंधीयांच्या दडपणामुळे भारतमंत्र्याने अटी आणखीच कडक केल्या. ब्रिटनमधील निंची सुती माल करमुक्त करावा किंवा निंची भारतीय धाग्यावर जकात वसूल करावी असे त्याने सुचविले.[२४१] यापैकी दुसरा मार्ग स्वीकारला जाऊन, हिंदुस्तान सरकारची इच्छा २४ पर्यंतचा सर्व माल करमुक्त ठेवण्याची असूनसुद्धा,[२४२] २० वरील सर्व धाग्यावर जकात लादली गेली. (२० वरील म्हणजे एक पौंड वजन होण्यासाठी विशिष्ट लांबीच्या धाग्याची २० पेक्षा जास्त भेंडोळी लागणारा धागा). याचा परिणाम असा झाला की, हिंदुस्तानातील २० वरील धाग्याचे उत्पादन बंद झाले. त्याचप्रमाणे १८९४ व १८९५ च्या पहिल्या दहा महिन्यांच्या ब्रिटिश सुती मालाच्या निर्यातीची एकत्र सरासरी, १८९२ व १८९३ च्या पहिल्या दहा महिन्यांतील एकत्र सरासरीपेक्षा थोडीशी जास्त झाली.[२४३] एवढ्यानेदेखील ब्रिटिश व्यापारी मंडळाचे समाधान झाले नाही. 'वस्तुस्थिती अशी आहे की सध्याची योजना ही ढोबळ व तात्पुरती आहे. सद्भावना व तडजोडीची वृत्ती यांच्या बळावरच ती टिकू शकेल. लँकेशायरमध्ये या दोहोंपैकी एकही गोष्ट नाही.'[२४४] शिवाय ब्रिटनच्या सरकारात बदल झालेला होता. साल्सबरी मंत्रिमंडळाची ह्या सुती मालावरील कराच्या बाबतीत फार अतिरेकी मते होती. १८७९ साली सुती मालावरील कर उठविले गेले त्यावेळी स्वतः

साल्सबरीने त्यात प्रामुख्याने भाग घेतलेला होता. क्रॉस लँकेशायरच्या हितसंबंधांचे प्रतिनिधित्व करीत होता. व नवा भारतमंत्री लॉर्ड जॉर्ज हॅमिल्टन हा खुल्या व्यापाराच्या तत्त्वाचा मोठा स्पष्टवक्ता व कट्टर पुरस्कर्ता होता. आहेत त्या स्वरूपातसुद्धा सुती मालावरील कर संरक्षणात्मक व म्हणून असमर्थनीय आहेत.[२४५] अशी त्याची पूर्ण खात्री होती. याबद्दलचा युक्तिवाद असा होता की निंची धागा, तसेच धुतलेला, रंगविलेला, विणलेला व छापविलेला माल यावर भारताला फायदा मिळत होता.[२४६] पुरेसे जोरदारपणे नव्हे, तरीही एल्जिनने असे दाखवून दिले की, भारतीय धाग्यावर समान कर बसवून हिंदुस्तान सरकार वास्तविक पाहता भारताविरुद्ध मँचेस्टरला संरक्षण देते आहे.[२४७] परंतु लँकेशायरवर मंदीची लाट आलेली असल्यामुळे [२४८] व्हाइसरॉयच्या विनंतीकडे दुर्लक्ष केले गेले. त्याला असा आदेश देण्यात आला की, रुपयाच्या अस्थिर किम्मतीमुळे वाढणाऱ्या महसुलाचा फायदा घेऊन ब्रिटन अथवा भारत येथे तयार झालेल्या सर्व कापडी मालावरील कर सरसकट ३$^{१}/_{२}$ टक्क्यांवरून ३ टक्क्यांवर आणावा आणि सर्व प्रकारचा धागा करमुक्त करावा.[२४९]

पुन्हा एकदा भारताचे हितसंबंध बाजूला ठेवण्यास एल्जिनने मान्यता दिली आणि स्वतःच्याच फसवणुकीच्या पांघरुणाखाली आपला दुबळेपणा झाकला. त्याने भारतमंत्र्याला असे लिहिले की, [२५०] 'मी ज्या अडचणी आपल्याला सांगितल्या त्यांचा विचार करता, आपण व राणीचे सरकार यांनी आमच्या आर्थिक अडचणींचा सहानुभूतिपूर्वक विचार करण्याचे ठरविले आहे, असे मला दिसून आले. त्यामुळे मला असे वाटते की, आपल्यावरील ताण कमी करण्याच्या दृष्टीने शक्य तेवढे प्रयत्न आम्ही करावे हे बरोबर आहे.' हिंदुस्तानात बऱ्याच मोठ्या प्रमाणात विरोध दिसत असतानाही ह्या विधेयकाचा कायदा केला गेला. ही चळवळ लवकरच थंडावेल अशी एल्जिनची अपेक्षा होती.[२५१] एव्हांपर्यंत त्याने स्वतःला असे पटवून दिले होते की हा विरोध मुळात असमंजसपणाचा आहे.[२५२] 'संरक्षणाची सावली काढून टाकल्याबरोबर 'एकाच साम्राज्याखाली दोन विरोधी औद्योगिक तळ एकमेकांशी कराच्या प्रश्नावरून भांडत बसण्याचा गंभीर राजकीय धोका कायमचा टळला असल्याची'[२५३] आशा हॅमिल्टनला वाटली.

१८९६ च्या जकातविषयक कायद्यामुळे ब्रिटिश सुती मालाच्या हिंदुस्तानातील निर्यातीचे संरक्षण करण्याचा हेतू साध्य झाला. किंबहुना त्यात थोडीशी वाढ झाल्याची नोंद झाली.[२५४] परंतु एल्जिनच्या कारकिर्दीत पास झालेल्या कायद्यांमधील विषमतेबाबत मात्र कोणतेही दुमत होणार नाही. रोमेश दत्त यांनी यानंतर काही वर्षांनी लिहिताना या जकात – कायद्याचे वर्णन 'आर्थिक अन्यायाचे एक उदाहरण ... आधुनिक काळात

कुठल्याही सुसंस्कृत, प्रगत देशात न आढळण्याजोगे'[२५५] असे केले आहे. आजच्या एका ब्रिटिश विद्वानाने याबद्दल असे म्हटले आहे की, 'याहून अधिक सहानुभूतीशून्य व स्वार्थीपणाच्या राजनैतिक कृत्याची कल्पनाही करणे कठीण आहे.'[२५६]

एकोणिसाव्या शतकातील ब्रिटिश साम्राज्याच्या हिंदुस्तानच्या कारभारातील कोणत्याच कृतीमुळे या कायद्याने लागला तेवढा मोठा कलंक त्याच्या प्रतिष्ठेला लागला नसेल. भारताचा कारभार ब्रिटिशांच्या हिताच्या दृष्टीने चालविला जातो हा आरोप सिद्ध करण्यासाठी, या कायद्याइतका योग्य पुरावा कोणताच सापडला नसता. भारतीय उद्योगांना संरक्षण मिळू नये किंवा लँकेशायरचा फायदा व्हावा एवढ्याचसाठी केवळ नव्हे, तर हिंदुस्तानातील एक उद्योन्मुख उद्योग जवळजवळ नेस्तनाबूत करण्यासाठी निर्णयांची व कायद्यांची मालिकाच अत्यंत निलाजरेपणाने भारतावर लादण्यासाठी व्हाइसरॉयच्या भित्रेपणाचा व अनिश्चितपणाचा फायदा उठविला गेला होता. सुती मालावरील करांच्या या एकूण प्रकरणात ग्लॅडस्टन व साल्सबरी यांच्या सरकारांमध्ये फरक इतकाच होता की ग्लॅडस्टन सरकारने निर्णय टाळण्याचा प्रयत्न केला असता. उलटपक्षी साल्सबरी सरकारची भूमिका निर्लज्ज आग्रहीपणाची होती.

व्हाइसरॉयच्या मंत्रिमंडळातील एक सदस्य सर चार्लस् प्रिचर्ड लिहितात की,[२५७] 'ज्या स्वरूपात ही योजना स्वीकारली गेली आहे त्या स्वरूपात तिला खंबीर तात्त्विक पायाचीच उणीव आहे. केवळ निकड व ब्रिटिश सरकारची आज्ञा एवढेच तिचे समर्थन देता येईल... इंग्लंडमध्ये असे कर लादणे शक्य होणार नाही. मला अशी भीती वाटते की, जर हे कर असेच ठेवले तर हिंदुस्तान सरकार प्रथमच आपल्या विरोधकांना चळवळीसाठी एक भक्कम कारण देईल.'

प्रिचर्डची भीती निराधार नव्हती. १८९४ च्या आपल्या वार्षिक अधिवेशनात काँग्रेसने लँकेशायरच्या[२५८] फायद्यासाठी हिंदुस्तानच्या हितसंबंधाचा बळी दिला जात आहे, अशी आपली पक्की खात्री असल्याचे नोंदविले आहे. नंतर दोन वर्षे अशाच प्रकारचे निषेध हिंदुस्तानात सगळीकडील राजकीय व व्यापारी संस्थांकडून होत होते.[२५९] बिगरसरकारी इंग्रजदेखील विधिमंडळात याच सुरात बोलत होते. ही चळवळ थंडावण्याऐवजी तिने हिंदुस्तानातील असंतोषाचे समर्थन करून त्याला जोरदार चालना दिली. दहा वर्षांनंतर कर्झनने असे म्हटलेले आढळते की, लँकेशायर किंवा डंडीचा प्रश्न उद्भवल्यास भारताला, ती एखादी स्वयंशासित वसाहत असल्याप्रमाणे स्वतःचे हित पाहू दिले जाणार नाही हे हिंदुस्तानातील प्रत्येक व्यक्ती जाणून आहे. लँकेशायरच्या फायद्यासाठी ज्या पद्धतीने भारताची पिळवणूक केली गेली होती, त्यामुळे निर्माण झालेली असंतोषाची भावना अत्यंत तीव्र व रास्त होती. 'विशेषतः हिंदुस्तानातील

एतद्देशीय पक्ष साम्राज्याविषयी कटुता बाळगू लागण्याचे एक कारण म्हणजे ही जागृती होय.'[२६०]

तथापि, जकातविषयक कायदा हीच हिंदुस्तानातील लँकेशायरच्या हितसंबंधीयांची एकमेव कामगिरी नव्हती. त्यांनी अशीही मागणी केली होती की, ब्रिटनमध्ये अस्तित्वात असलेल्या फॅक्टरीच्या कायद्यासारखाच कायदा हिंदुस्तानात केला जावा. कारण १८८१ च्या कायद्यान्वये केल्या गेलेल्या जरा सौम्य तरतुदींमुळे भारतीय व्यापाराला संरक्षणच मिळत असल्याचा त्यांचा दावा होता. स्त्रियांना महिन्यातून चार सुट्ट्या मिळतील अशा प्रकारे या कायद्यात सुधारणा करावी, अशी ब्रिटिश सरकारची इच्छा होती. सुट्टीच्या नियोजित दिवशी फॅक्टरी बंद न ठेवता हे कसे साधता येईल याबाबत लॅन्सडाउनने प्रांतिक सरकारांचा सल्ला विचारला. हिंदुस्तानातील एका घटकाचे मत असे झाले होते की, स्त्रियांना गिरण्यांतून काम करण्यापासून परावृत्त करून भारतीय उद्योगधंदे बसवून टाकण्याच्या उद्देशानेच फॅक्टरीविषयीचे विधेयक मांडण्यात आले आहे.[२६१] परंतु असे समजणे हे हिंदुस्तान सरकार व ब्रिटिश सरकार या दोघांनाही अन्यायकारक होते. कारण त्यांच्यावरील दडपणे कोणतीही असली तरी त्यांचे उद्दिष्ट कामगार, स्त्रिया व मुले यांचे आरोग्य रक्षण करणे हेच होते.

प्रांतिक सरकारांच्या मतांच्या आधाराने मध्यवर्ती सरकारने एका विधेयकाचा मसुदा तयार केला. ब्रिटिश सरकारच्या सूचनेनुसार कामगारांची मते काय आहेत याविषयी खात्री करून घेण्यासाठी एक समिती नेमण्याचा अभिनव प्रयोगही करून पाहिला.[२६२] परंतु त्या समितीचा अहवाल निराशाजनक होता व त्यामुळे त्या समस्येवर काहीच प्रकाश पडला नाही. क्रॉसने असे सुचविले की, ब्रिटनमधील मानवतावादी आणि उत्पादक या दोन्ही हितसंबंधांचे समाधान अत्यंत व्यापक अशा कायद्याशिवाय होणार नाही. त्याचप्रमाणे उपसचिव गॉर्स्ट याने या विषयावरील बर्लिन परिषेदत नुकताच भाग घेतलेला असल्यामुळे, या परिषदेने केलेल्या सूचनांपासून दूर जाणे ब्रिटिश सरकारला जवळजवळ अशक्य होणार होते.[२६३] परंतु हिंदुस्तान सरकारच्या मते, हिंदुस्तानातील परिस्थिती युरोपातील परिस्थितीपेक्षा फार वेगळी होती. उदाहरणार्थ, बालकामगारांशिवाय कारखाने बंद पडले असते.[२६४] स्त्रीकामगारांच्या कामाच्या तासांवर बंधन घातल्यामुळे अहमदाबादमधील गिरण्यात काम करणाऱ्या स्त्रीकामगारांना नोकरीवरून काढून टाकण्यात आले होते.

१८९१ च्या फॅक्टरी कायद्याने बालकामगारांचे नोकरीसाठी किमान वय ७ वरून ९ वर्षांवर नेण्यात आले. त्यांचे कामाचे तास ९ वरून ७ वर आणण्यात आले. स्त्रीकामगारांचे कामाचे कमाल तास दिवसाला ११ करण्यात आले. दिवसभरात जेवण

व विश्रांतीसाठी सुट्ट्या निश्चित करण्यात आल्या व स्त्री व बालकामगारांसाठी महिन्यातून किमान चार सुट्टीचे दिवस असावेत, असे मुक्रर करण्यात आले. ब्रिटनमध्ये स्त्री व बाल कामगारांचे कामाचे तास १० तास निश्‍चित करण्यात आलेले होते. तरीही ब्रिटनमधील लोकांचे समाधान झाले नाही. याचे उदाहरण म्हणजे डंडी येथील चेंबर ऑफ कॉमर्सने केलेली खोटी तक्रार. त्यांच्या तक्रारीनुसार हिंदुस्तानात अधिकाऱ्यांच्या अपूर्ण व असमाधानकारक देखरेखीमुळे कारखान्यातील यंत्र स्त्रियांकडून दिवसाला २२ तास आणि मुलांकडून १५ तास चालविली जातात.[२६५]

खाणींमध्ये स्त्रीकामगारांना काम देणे आणि कामाची परिस्थिती सुधारणे यांचाही प्रयत्न केला गेला. परंतु स्थानिक सरकारांकडून माहिती गोळा केल्यावर या संदर्भात काही करण्याची फारशी गरज आहे, असे हिंदुस्तान सरकारला वाटले नाही. बंगाल सरकारने अशा कायद्याविरुद्ध सल्ला दिला आणि इतरत्र खाणी बहुधा सरकारी नियंत्रणाखालीच होत्या. खाणीतील काम बहुधा कुटुंबात असे. पत्नी आणि मुले वडिलांना मदत करीत. स्फोट आणि अपघात तुलनेने कमी आढळत होते आणि विनाकारणच कडक असलेला एखादा कायदा एका होतकरू राष्ट्रीय उद्योगाची गळचेपी करील अशी भीतीही होती.[२६६]

IV

या कालखंडात परराष्ट्रधोरणाचे प्रमुख उद्दिष्ट अफगाणिस्तान व इराणमधील ब्रिटिशांचे वर्चस्व वाढविणे हे होते. काबूलशी तारेचे दळणवळण सुरू करावे, अमिराच्या परराष्ट्रसंबंधांवर ब्रिटिशांचे वर्चस्व प्रस्थापित करावे व राक्षसी क्रूरपणाबद्दल प्रसिद्ध असलेल्या त्याच्या अंतर्गत कारभारात सुधारणा करावी, यादृष्टीने लॅन्सडाउन विशेष प्रयत्नशील होता.[२६७] शिवाय रशियाकडून पुन्हा धोका निर्माण झाल्यास काबूल – कंदाहार रेषेपर्यंतचे अफगाणिस्तान आपण व्यापू असा शब्द ब्रिटिश सरकारने द्यावा अशी ज्या रॉबर्टसची[२६८] इच्छा होती, त्याचा प्रभाव व्हाइसरॉयवर फार मोठ्या प्रमाणात होता. रॉबर्ट्सच्या मते, अफगाणिस्तान कायमचे व्यापण्याची आपली इच्छा स्पष्ट करण्यानेच ब्रिटिशांना अफिगाणिस्तानची निष्ठा मिळविता येण्यासारखी होती. कंदाहार व जलालाबादपर्यंत तसेच गुमालमार्गे झोबखोरे व पिशिनपर्यंत लोहमार्ग तयार करावा व कंदाहार व जलालाबाद येथे ब्रिटिश सैन्य ठेवावे, असे रॉबर्ट्सचे मत होते. परंतु सैन्य पुढे नेण्याला ब्रिटिश सरकार मान्यता देणार नाही. हे ओळखून त्याने आपला विचार लोहमार्ग तयार करण्यापुरताच मर्यादित ठेवला. अफगाणिस्तान व भारत या दोन्ही देशांच्या संरक्षणाच्या दृष्टीने त्याला हे आवश्यक वाटत होते. नाहीतर संपूर्ण अफगाणिस्तान क्रमशः व्यापण्याला व त्यापाठोपाठ मोठ्या संख्येने व अफगाण लोक

तसेच सरहद्दीवरील २,००,००० टोळीवाले यांच्या पाठिंब्याच्या जोरावर भारतावर आक्रमण करण्याला रशियन सैन्याला कोणताच अटकाव राहणार नाही. बलुचिस्तानातील सर रॉबर्ट सँडमन परिस्थितीच्या या पृथक्करणाशी ढोबळपणे सहमत होता. त्याने लाहोरपासून गाझीपर्यंत आणखी एका लोहमार्गाची सूचना मांडली.[२६९]

परंतु या प्रकरच्या सर्व योजनांना एकट्या ब्रिटिश सरकारचीच नव्हे तर अमीर अब्दुल रहमान याचीही संमती मिळविणे आवश्यक होते. ब्रिटिश सरकारपेक्षाही त्याची संमती मिळविणे अवघड होते. अब्दुल रहमानचा मृत्यू झाल्यास अफगाणिस्तानात रशिया ढवळाढवळ करील अशी साल्सबरी सरकारला भीती वाटत होती. म्हणून अब्दुल रहमानचा मुलक्षा हबीबुल्ला त्याच्यानंतर गादीवर यावा[२७०] या भूमिकेला पाठिंबा देऊन अफगाणिस्तानातील ब्रिटिश वर्चस्वाला बळकटी आणण्याचा त्यांनी विचार केला. परंतु अब्दुल रहमान मरण्याची चिन्हे दिसेनात. घटना आपोआपच आपल्याला अनुकूल अशा घडतील म्हणून ब्रिटिश सरकार वाट पाहात राहिल्यास अनर्थ ओढवेल, असे भाकीत रॉबर्ट्सने वर्तविले.

'रशिया आपला नजीकचा शेजारी म्हणून येण्यातील भयंकर धोक्याची जाणीव इंग्लंडमधील अधिकारी वर्गाला व्हावी. त्यांनी इंग्लंड व ब्रिटिश वसाहती यांच्या संरक्षणाची योग्य तजवीज करून ताबडतोब हिंदुस्तानच्या संरक्षणासाठी प्रसंग ओढवताच आपले सर्व सामर्थ्य खर्ची घालण्याचे ठरविले नाही तर एक ना एक दिवस आपल्याला भारत हातचा सोडवा लागेल अशी माझी पक्की खात्री आहे.'

भारतीय सैन्यदलावर विश्वास ठेवण्यात अर्थ नाही. ब्रिटिशांच्या पराजयाची पहिली चिन्हे दिसताच २८० दशलक्ष भारतीय उठावाला तयार होतील व दहा हजार मैलांची भू व सागरी सरहद्द धोक्यात येईल याची त्याला खात्री वाटत होती.[२७१] लॅन्सडाउनने देखील ताबडतोब कृती करण्याची विनंती केली कारण त्याचवेळी व्हाइसरॉयच्या भेटीची व्यवस्था करण्यासाठी, तसेच तार व लोहमार्गाचे दळणवळण प्रस्थापित करण्यासाठी एका ब्रिटिश शिष्टमंडळाला काबुलला पाचारण करणारे अमिराचे मित्रत्वाचे पत्र आले होते. त्याचा फायदा घेता येईल असे लॅन्सडाउनला वाटत होते.[२७२]

परंतु या मागील निकड साल्सबरी सरकारला जाणवली नव्हती. त्यामुळे प्रत्यक्षात काहीही न घडताच महिने उलटले. दरम्यानच्या काळात, ब्रिटिशांच्या मते, अब्दुल रहमानवर विसंबणे अधिकाधिक दुरापास्त होत चालले होते. पामीर प्रदेशावरील रशियाच्या अतिक्रमणाबाबत त्याने कोणतीच हालाचाल केली नाही.[२७३] हिंदुस्तान सरकारशी त्याचे वर्तन सौजन्याचे देखील उरले नाही व परस्पर ब्रिटिश सरकारशी

बोलणी करणेच आपल्याला अधिक पसंत आहे, असे त्याने स्पष्ट सांगितले.[२७४] 'लॅन्सडाउनने रॉबर्टस् याला अमिराच्या भेटीला पाठवण्याची कल्पना करून पाहिली, परंतु प्रत्यक्षात मात्र हिंदुस्तान सरकारने सरहद्दीवरील टोळ्यांवरचा आपला ताबा वाढविण्यापलीकडे काहीही केले नाही.[२७५]

रॉबर्टस्च्या धास्तावलेपणाचा परिणाम इ.स.१८९२ च्या लिबरल सरकारवर त्यापूर्वीच्या सरकार इतका देखील झाला नाही. तनखा बंद करण्याची धमकी देऊन अमिराला जबरदस्तीने आपल्या वर्चस्वाखाली आणण्याची लॅन्सडाउनची नवी योजना त्यांना रुचली नाही.[२७६] आदल्या वर्षी नॉर्थब्रुकने त्याचा दृष्टिकोन थोडक्यात असा मांडला होताः-

'आपण ब्रिटिश लोक कोणताही प्रदेश खालसा करताना आपला अधिकार त्याचप्रमाणे खालसाकरणाची न्याय्यता या बाबत आत्मतुष्ट असतो. उदाहरणार्थ, आपण जवळच्याच कंदाहारमध्ये घुसलो आहोत. काश्मीरवर जास्त ताबा मिळविला आहे. माझ्या माहितीप्रमाणे गिलगित येथे आपले सैन्य आहे. उत्तर ब्रह्मदेश आपण खालसा केलाच आहे आणि तरीही काहीएक उत्पन्न न होणाऱ्या शिगनान व इतर काही भागांवर रशियाने बुजरी नजर ठेवली तरीही रशियन लोक हे अविचारी खलनायक आहेत असे आपल्यापैकी काही जणांना वाटते.[२७७] हिंदुस्तान सरकारची सूचना धुडकावून लावून मंत्रिमंडळाने त्यांना असे सांगितले की, एखादी मुलाखत किंवा वायव्य सरहद्द प्रांताची सीमा निश्चित करणे याद्वारा अमिराची मर्जी संपादन करण्यापलीकडे काही एक करू नये. रशियाच्या आक्रमक कारवायांविषयीच्या अमिराच्या गाऱ्हाण्यांकडे दुर्लक्ष करावे. फार काय, टोळ्यांवरील नियंत्रण वाढविणे देखील थांबवावे, अमिराच्या अत्याचारी कृत्यांबद्दलचे लॅन्सडाउनचे निषेध म्हणजे अफगाणिस्तानच्या अंतर्गत कारभारातील अयोग्य हस्तक्षेप आहे असे मानले गेले.[२७८]

अमिराला वाजवीपेक्षा जास्त समंजसपणाने वागविले जात आहे, असे वाटत असूनसुद्धा व्हाइसरॉयने ब्रिटिश सरकारचे धोरण निष्ठेने मान्य केले. गरज पडल्यास स्वतः काबुलला जाण्याचीही त्याची तयारी होती. ब्रिटिशांची अमिराला पाठिंबा देण्याची व त्याच्या स्वातंत्र्याची बूज राखण्याचीच इच्छा आहे अशी त्याची खात्री पटविण्यासाठी[२७९] तो हे करण्यास तयार होता. तथापि, बऱ्याच दिरंगाईनंतर अमिराने फक्त सर मार्टिमर ड्यूरंड[२८०] यांच्या नेतृत्वाखालील शिष्टमंडळास भेटण्यास संमती दिली. या वाटाघाटींचा परिपाक म्हणजे ऑक्सस नदीच्या दक्षिणेकडील जिल्ह्यांच्या मोबदल्यात तिच्या उत्तरेकडील अमिराच्या ताब्यातील सर्व जिल्हे त्याने सोडावे, असे ठरले. सरहद्दीवरील टोळ्यांमध्ये लुडबूड न करण्याचेही त्याने कबूल केले. तसेच भारत

अफगाण सरहद्द निश्चित करण्यासाठी योग्य वाटेल व शक्य होईल त्या वेळी एक संयुक्त समिती नेमण्याचेही त्याने मान्य केले. असवार व बिखाल हे प्रदेश त्याने स्वतःकडे ठेवले. परंतु उरलेल्या वाझिरी प्रदेशावरील व देवेर व छागेहवरील आपला अधिकार त्याने सोडला. हिंदुस्तान सरकारने अमिराच्या दारुगोळ्याच्या खरेदीवरील सर्व निर्बंध उठविले. त्याला दारुगोळा व शस्त्रास्त्रांच्या मदतीचे आश्वासन दिले व त्याचा वार्षिक तनखा वाढवून बारा लक्षांवरून अठरा लक्षांवर नेला.[२८१]

याप्रमाणे समझोता झाल्यावर त्याद्वारा निश्चित झालेल्या सरहद्दीपर्यंत ब्रिटिशांचे अधिकारक्षेत्र वाढविण्यास लॅन्सडाउन आतुर झाला. पंजाब सरकारकडून हिंदुस्तान सरकारने कारभार आपल्या हाती घ्यावा, रस्ते तयार करावे व लष्करी ठाणी वसवावी,[२८२] असे त्याला वाटत होते. परंतु ब्रिटिश सरकार होते तेवढ्यावरच संतुष्ट होते. 'आपल्या भारतीय साम्राज्याच्या सर्व दिशांना निश्चित सरहद्द लाभण्याची वेळ जवळ आली आहे यावर माझा विश्वास बसत नाही.'[२८३] असे गॉडलेने लिहिले. किंबर्ले जरी 'शांतीचे पर्व' आले असे मानण्याइतका आशावादी नव्हता तरी त्यानेही हिंदुस्तान सरकारला इशारा दिला की, सरहद्दीवरील प्रदेश प्रत्यक्षात ब्रिटिश वर्चस्वाखाली आणण्याच्या उद्देशाने[२८४] कोणत्याही सबबीवर पुढे सरकू नये. एल्जिन याच्याशी पूर्ण सहमत होता. पंजाब सरकारने अद्दल घडविण्याच्या ज्या मोहिमांची शिफारस केली होती त्यांबाबत त्याने नकाराधिकार वापरला. कारण त्याच्या मते असल्या मोहिमा म्हणजे ते प्रदेश खालसा करण्याच्या आधीचीच पायरी होती. सरहद्दीवर शांतता राखण्याच्या दृष्टीने तेथे लष्करी ठाणी उभारावी असे स्वतः अमिरानेच ज्यावेळी सुचविल्याचे त्याला समजले, त्यावेळीच त्याने त्या गोष्टीला मान्यत दिली.[२८५] 'क्वेटा व खैबरखिंड यांच्या दरम्यान सरहद्दीवर ब्रिटिशांचे नियंत्रण राहील अशी काळजी घ्यावी, परंतु बलुचिस्तानात हस्तक्षेप करू नये, व उत्तरेस चित्रळ व गिलगित येथे रशियाला वरचढ होऊ देऊ नये. एवढे केले की पुरेसे होते.[२८६] 'अव्याहत विस्तारवादाच्या महागड्या भुकेचा निषेध' करण्याशी मनापासून सहमत असलेल्या फाउलरने एल्जिनला अशी खबरदारीची सूचना केली की चित्रळ आणि गिलगित येथील रशियाच्या कारस्थानांना आळा घालण्याच्या मर्यादित उद्दिष्टांबाबतही मुळीसुद्धा ढिलाई चालणार नाही.[२८७]

१८९४ ते १८९६ या वर्षांच्या दरम्यान संयुक्त समित्यांनी बहुतेक सर्व सरहद्द निश्चित केलेली होती. जरी १८९३ च्या करारामध्ये ड्यूरंडरेषा हीच दोन्ही देशांची सरहद्द असल्याचे नमूद केलेले नसले तरीही १८९४ व १८९६ च्या सरहद्दनिश्चितीच्या संयुक्त समित्यांनी केलेल्या विधानांमध्ये हिंदुस्तान सरकारचा भूप्रदेश व अमिराचा देश यांच्यामधील तीच सीमारेषा असल्याचे स्पष्टपणे जाहीर

केले होते. अफगाण सरहद्द निश्चित करण्यामुळे तसेच १८९५ त रशियाशी पामीरबाबत केलेल्या करारामुळे 'हस्तक्षेप न करता स्वस्थ बसण्याचे' धोरण अवलंबिता येईल ही आशा लवकरच निष्फळ ठरली. अब्दुल रहमानने मित्रत्वाचे वर्तन सोडून दिले. तसेच चित्रळमध्ये जे दंगे उद्‌भवले त्याकडे तो जाणूनबुजून कानाडोळा करीत असल्याचा संशय घेण्यालाही जागा होती. जर सरहद्द अमिराच्या केवळ भूप्रदेशाचीच नव्हे तर वर्चस्व क्षेत्राचीही मर्यादा ठरावयाची असेल, तर पेशावरपासून चित्रळपर्यंत रस्ता तयार करण्याची कदाचित जरुरी भासेल असे व्हाइसरॉयला वाटत होते.[२८८] ब्रिटिश सरकारचा कल लायलच्या सल्ल्यानुसार[२८९] चित्रळमधून संपूर्ण माघार घेऊन रशिया व अफगाणिस्तान आपल्या तहाच्या अटींबरहुकूम वागतील, यावर विसंबून राहण्याकडे होता. परंतु त्याविरुद्ध एल्जिनने असा युक्तिवाद मांडला की चित्रळला लष्करी दृष्ट्या फार महत्त्व होते. व पामीरच्या तहान्वये रशिया हिंदुकुश पर्वताच्या जास्त जवळ येऊन पोहोचल्यामुळे, ब्रिटिशांनी चित्रळ आपल्या ताब्यात ठेवण्याची आवश्यकता वाढली होती. लष्कराच्या माघारीमुळे टोळ्यांवरील ब्रिटिशांचे वजनसुद्धा कमी होईल, असे एल्जिनचे मत होते. 'प्रतिष्ठा' हा शब्द वापरण्यास मी कचरतो आहे. परंतु खरोखर त्याला फार महत्त्व आहे, चित्रळमधून माघार घेण्यामुळे जर ब्रिटिश प्रतिष्ठेला धोका पोहोचला तर हा खोडसाळपणा कुठपर्यंत पोहोचेल ते नक्की सांगता येणार नाही.' ब्रिटिश लोक ही वरिष्ठ दर्जाची जमात आहे हा समज कायम ठेवण्यानेच ते भारतावर राज्य करू शकतील असे एल्जिनला वाटत होते. आघाडीवरील या भागात सैन्याची एखादी तुकडी ठेवून रशियाला थोपविले नाही तर घटना असे वळण घेतील की, संपूर्ण सरहद्दच पेटून उठेल आणि पिछाडीला असलेल्या धोक्यांमुळे ब्रिटिशांचे प्रयत्न पांगळे ठरतील.'[२९०] अशा प्रकारे तत्त्वतः लिबरल सरकारशी सहमत असणाऱ्या व स्वभावतःच ताबेदारीचा अर्थ दास्य असा करण्याकडे ज्याचा कल होता, त्या एल्जिनने देखील रॉबर्ट्‌सच्या भाषेत आपला मतभेद व्यक्त केला, यावरून आघाडी बाबतच्या धोरणाविषयीचे त्याचे मत किती कलुषित होते, हे दिसून येते. 'सामान्यतः व्हाइसरॉय हे केवळ त्याच्या लष्करी सल्लागारांच्या हातचे बाहुले असते. माझे दोघे पूर्वगामी ज्या तालावर नाचण्यास तयार केले गेले त्यामुळे इतिहासाचे एक असे पान घडले की जे कधीच लिहिले जाऊ नये अशी त्यांच्यासाठीच मी इच्छा करीन.'[२९१] असे जे मत कर्झनने व्यक्तविले होते त्यात मोठे तथ्य होते.

तथापि चित्रळच्या संबंधात रोजबेरी सरकारची ठाम व एकमुखी अशी भूमिका

होती. पंतप्रधानांनी असे लिहिले की, भारताला जो दुहेरी धोका आहे त्यामुळे आपल्या इच्छेच्या विरुद्ध आपल्याला व्हाइसरॉयशी मतभेद दाखवावा लागत आहे. 'एकीकडे तुम्ही रशिया विरोधी संरक्षण फळी हिंदुकुशच्या प्रत्येक शिखरावरून उभारीत असतानाच एक महत्त्वपूर्ण लष्करी सरकार, म्हणजे फ्रान्स, जे अशा बाबतीत अत्यंत अप्रामाणिक व अनीतीमान आहे, ते तुमच्या सरहद्दीला आपली सरहद्द भिडवू पाहत आहे.' रशियाशी संगनमत करून फ्रान्स भारताला धमकावणी देत असताना चित्रळ व्यापण्यासाठी सैन्य गुंतवून लष्करी शक्ती विखुरली जाऊ देणे इष्ट नव्हते. जर चित्रळमधून ब्रिटिशांनी माघार घेतल्यानंतरही रशियाने आक्रमक पवित्रा घेतलाच तर पुन्हा चित्रळ व्यापण्याचा विचार करता येईल.[२९२]

कदाचित वेगळ्या कारणांसाठी असेल, परंतु लिबरल पक्षाने चित्रळमधून माघार घेण्याच्या निर्णयाला सांघिक पाठिंबाच दिला.[२९३] नॉर्थब्रुक हा तर गिलगितमधूनही माघार घ्यावी अशा मताचा असल्याचे नमूद झालेले आहे.[२९४] परंतु चित्रळमधून सैन्य हलविण्यापूर्वीच रोजबेरी मंत्रिमंडळ गडगडले. नव्या हुजूरपक्षीय सरकारात लॅन्सडाउन व कर्झन यांनी चित्रळ ताब्यात ठेवण्यास पाठिंबा दिला.[२९५] व माघार घेण्याचा निर्णय फिरविला गेला.[२९६] लिबरला पक्षीयांनी, म्हणजेच विरोधकांनी ज्या जाहीर - नाम्याद्वारे टोळ्यांना त्यांचा प्रदेश न व्यापण्याचे आश्वासन दिले होते, त्या मार्च १८९५ च्या जाहीरनाम्याचा भंग केल्याचा हिंदुस्तान सरकारवर आरोप केला. एल्जिन फार निराश झाला.[२९७]

थेट सरहद्दीपर्यंत ब्रिटिशांचा प्रभाव पोहोचल्यामुळे अमिराशी असलेल्या संबंधांच्या प्रश्नाला पुन्हा चालना मिळाली. चित्रळमधील अशांततेमागे अमिराचा हात असावा असा संशय होताच. शिवाय अफगाणिस्तानात सुट्टीवर असलेल्या ब्रिटिश शिपाई व नोकरांना वाईट वागणूक दिल्याचा आरोपही त्याच्यावर होता. ब्रिटिशांच्या कंदाहार येथील प्रतिनिधीशी त्याचे वर्तन उद्धटपणाचेच नव्हे तर शत्रुत्वाचे होते. 'सध्या एका सुसंस्कृत राष्ट्राचा जबाबदार शासनकर्ता या नात्याने आपल्याला वागविले जावे अशी अमिराची मागणी आहे. परंतु तो स्वतः मात्र आम्हाला अरेरावीने व विश्वासघातकीपणे वागवीत आहे. सुसंस्कृत देशांच्या वर्तनपद्धतीशी हे वर्तन पूर्णपणे विसंगत आहे.'[२९८] लंडनमध्ये राजदूत ठेवण्याची अमिराची सूचना डावलली गेल्यामुळे [२९९] हिंदुस्तान सरकारला प्रत्यक्ष अमिराशीच वाटाघाटी कराव्या लागत होत्या. हिंदुस्तान सरकार आपला विरोध प्रकट करू शकत नव्हते. उलटपक्षी ज्यावेळेस अमिराने रशियाविरुद्ध पाठिंबा मागितला त्यावेळेस रिपनच्या ४ ऑक्टोबर १८८० च्या विधानाचा पुनरुच्चार करण्याची त्यांची तयारी होती.[३००] परंतु साल्सबरीने यापासून त्यांना परावृत्त

केले. कारण १८९६ च्या ऑक्टोबर महिन्यातील झारच्या लंडन भेटीनंतर, रशियाकडून काहीही भीती नाही व म्हणून अमिराशी जास्त कडक धोरणाने वागण्यास हरकत नाही, अशा निष्कर्षाला तो येऊन पोहोचला.[३०१]

अब्दुल रहमान अमीर पदावर असेपर्यंत काहीच न करणे हिंदुस्तान सरकारला अधिक योग्य वाटले.[३०२] इ.स. १८९७ मध्ये मालाकंद भागात झालेल्या सार्वत्रिक अशांततेला अमिरानेच प्रेरणा दिली अशा सर्वत्र प्रसृत असलेल्या प्रवादांवर व्हाइसरॉयने विश्वास ठेवला नाही.[३०३] लष्करातील काही लोकांनी काबूलवर चाल करण्याची मागणी केली. परंतु अमिराचा या गुन्ह्यामागे हात असल्याचा कोणताच प्रत्यक्ष पुरावा उपलब्ध नसल्यामुळे, एल्जिनने त्यांना रोखले. 'मला असे प्रामाणिकपणे वाटते की, माझ्याकडून एखादा बेसावध शब्द गेल्यास किंवा कृती झाल्यास आम्ही अफगाण युद्धात ओढले जाऊ'[३०४] उद्रेकाचे मुख्य कारण अमिराच्या हालाली हे नसून टोळ्यांनी व्यापलेल्या प्रदेशावरील अखंड आक्रमणामुळे निर्माण झालेला वाढता असंतोष हे होते.[३०५] अमीर जरी मित्रत्वविरोधी कृत्ये करीत असला तरीही त्याचा उद्देश ब्रिटन बरोबरचे संबंध तोडण्याचा नव्हता हीच, गोष्ट अशांततेमुळे सिद्ध झाली होती. कारण जर त्याला संबंध तोडावयाचा असता तर पुन्हा याहून चांगली संधी मिळण्याची त्याला आशा नव्हती.[३०६]

इराण हा दुसरा बुरुज देखील काही काळ रशियन आक्रमणाच्या धोक्याखाली आहे असे वाटत होते. तेहरानमधील ब्रिटिश राजदूत ड्रमॅडवूल्फ याने असे कळविले की, रशिया सर्व देशाला 'पकडीमध्ये ओढीत आहे' आणि म्हणून बलुचिस्तान मार्गे इराणपासून भारतापर्यंत सरळ लोहमार्गीय संबंध प्रस्थापित करावा असे त्याने सुचविले.[३०७] इराणमध्ये रशियाशी हातमिळवणी करणे व इराणी राजवटीला बळकटी आणणे ह्या पूर्वीच्या त्याच्या दोन्ही योजना अयशस्वी ठरल्या होत्या.[३०८] म्हणून ज्या योजनेला साल्सबरीचा पाठिंबा होता, त्या योजनेविषयी व्हाइसरॉयबरोबर चर्चा करण्यासाठी भारतास भेट देण्याचा वुल्फने बेत केला. परंतु १८९० च्या नोव्हेंबरमध्ये इराणच्या शहाने रशियाबरोबर तह केला. त्या अन्वये इराणमध्ये लोहमार्ग सुरू करण्याच्या कोणत्याही, कोणीही मांडलेल्या योजना पुढील १० वर्षेपर्यंत मान्य न करण्याचे त्याने वचन दिले. व त्यानंतर अशा प्रकारच्या योजनांचा विचार करण्यासाठी रशियाला पाच वर्षांचा अवधी देण्याचे त्याने मान्य केले.[३०९]

अशा तऱ्हेने ब्रिटिश योजनांना सणसणीत थप्पड बसल्यानंतर साल्सबरीने फक्त दक्षिण इराणमधील हितसंबंधांचे रक्षण करण्याचे व उत्तर इराण रशियन वर्चस्वाखालील क्षेत्र म्हणून मान्य करण्याचे ठरविले.[३१०] क्वेटा, कराची किंवा

ग्वादर येथून लोहमार्ग टाकून रशियाविरुद्ध इराणला मदत करण्याची तरतूद करावी, अशी त्याने हिंदुस्तान सरकारला विनंती केली.[३११] परंतु कलकत्त्याच्या परराष्ट्र खात्याला इराणचे महत्त्व अफगाणिस्तानपेक्षा कमी वाटले. रशियाच्या कुठल्याही अतिक्रमणाला अफगाणिस्तानातच प्रत्युत्तर द्यावयास हवे होते. हिंदुस्तान सरकारची उपलब्ध साधनसामग्री व ब्रिटनकडून मिळू शकणारे संभाव्य पाठबळ यांच्या जोरावर इराण ताब्यात ठेवणे शक्यच नव्हते. तेथे नेण्याइतके सैन्यबल नसताना फक्त लोहमार्ग टाकल्यास द्रव्याचा अपव्यय तर झालाच असता; भरीला उत्तर इराणमध्ये लोहमार्ग टाकण्याला रशियाला सरळ प्रेरणाच दिल्यासारखे झाले असते.[३१२]

साल्सबरीचा वारसदार परराष्ट्र सचिव रोझबेरी या मताशी सहमत होता. इराणमधील 'खिळखिळे धोरण' चालू ठेवण्यासाठी ब्रिटनने शक्य ते प्रयत्न करावे हे जरी खरे असले तरी ब्रिटनच्या अनुक्रम यादीत ती बाब दुय्यम दर्जाचीच होती.[३१३] त्यामुळे यानंतरच्या काळात हिंदुस्तानच्या परराष्ट्र धोरणाच्या पटावर इराण हा प्रभावी विचार नव्हता. त्याला पुन्हा महत्त्व प्राप्त करून देण्याचे कार्य कर्झनने केले.

❑

प्रकरण पाचवे

कर्झन

I

इ.स. १८५७ च्या उठावानंतर ४० वर्षेपर्यंत भारतात चाललेल्या ब्रिटिश राजवटीची सर्व वैशिष्ट्ये कर्झनच्या व्हाइसरॉयपदाच्या सात वर्षांच्या कारकिर्दीत पूर्णपणे विकास पावली, इतकेच नव्हे तर काही अंशी अवास्तव वाढली. राजवटीची ती लाट उंच उसळून जवळजवळ स्फोटक सामर्थ्याने किनाऱ्यावर आपटून फुटली. त्या शक्तीने भारत ब्रिटिश कामगिरीच्या दुसऱ्या व अंतिम अवस्थेत ओढला गेला. इ.स. १८५८ मध्ये भारत सर्वार्थाने ब्रिटिशांवर अवलंबून होता. त्याचे रक्षण केले गेले होते व कालांतराने त्याच्याविषयी अभिमानही बाळगला जाऊ लागला होता. कर्झनच्या लेखी, भारत हा फक्त ब्रिटिश साम्राज्याचाच नव्हे, तर ब्रिटिश हितसंबंधांचा केंद्रबिंदू होता. ब्रिटिशांचे आशियातील राजनैतिक धोरण हे व्हाइटहॉलमधून प्रेरित न होता, कलकत्त्यामधून होण्याची ही कदाचित अखेरचीच वेळ असेल. एक समर्थ व्हाइसरॉय धोरणाची दिशा आखून देत होता व आणीबाणीचे निर्णय घेत होता. प्रारंभीच्या काळात जरी ब्रिटिश सरकार सौम्य व त्याही खाजगी हरकतींपलीकडे विशेष निषेध न करता ते मान्य करीत होते. भारतात राणीने सत्ता हाती घेतल्यापासूनच कार्यक्षम शासनावर भर दिला जात होता व आता तर तेच साध्य होऊन बसले. राज्यकारभार चांगल्या रीतीने करण्याचा कर्झनचा निश्चय होता आणि आपण स्वतः किंवा आपल्या हाताखालचे अधिकारी यांना कसूर करू न दिल्याने, तो कारभार चालविण्यात यशस्वीही झाला. परंतु राज्यकारभाराची पद्धत बिनचूक करण्यामध्येच त्याचा इतका प्रयत्न खर्ची पडला की त्यामागील उद्दिष्टे नजरेआड झाली. याचे कारण असे होते की, जनतेला केवळ कर्झनच्या मते जे सर्वात योग्य असेल ते मिळणे व त्याला योग्य वाटणाऱ्या मार्गांनी आपले भौतिक आयुष्य सुधारणे एवढे जनतेला पुरेसे नव्हते, तर त्यांच्या भावना व प्रेरणा ध्यानात घेणे आवश्यक होते. त्याचप्रमाणे कोणत्याही परकीय शासनाचा सर्वात उदात्त हेतू आपल्या प्रयाणाची तयारी करून ठेवणे हाच असतो, हे कर्झनच्या आधीच्या बऱ्याच ब्रिटिश मुत्सद्द्यांनी जाणून घेतलेले तत्त्व त्याने जाणावयास हवे होते. ते समजून न घेण्यामुळे कर्झनच्या कारकिर्दीला उणेपणा आला. किचनरकडून फसगत झाल्याच्या दुःखाने क्षुब्ध होऊन तो इंग्लंडला परत गेला. त्याच्या कारकिर्दीच्या शेवटच्या वर्षातील सर्व पत्रव्यवहार जवळजवळ एवढ्याच विषयाशी संबंधित आहे व तो वाचत असताना

कर्झन पछाडला गेला आहे, असे लक्षात येते. कर्झन व त्याची कारकीर्द कधीच या पराभवातून पूर्णपणे बाहेर आली नाहीत. त्यानंतर, लॉर्ड स्नो यांनी आपल्या एका व्यक्तिरेखेबद्दल म्हटल्याप्रमाणेच, कर्झन हा आपला भविष्यकाळ पाठीमागे ठेवलेला माणूस झाला होता. परंतु भारतातील त्याच्या अपयशाचे हे मूळ कारण नव्हते. भारतातील रहिवाशांचा विचार करण्याच्या त्याच्या असमर्थतेमुळे कर्झनच्या कामगिरीला मर्यादा पडल्या. एखाद्या शिल्पकाराने आपल्या इच्छेप्रमाणे संगमरवराला छिन्नीने रंगरूप द्यावे, तशा प्रकारे कर्झनने भारताला एक निर्जीव वस्तू मानून हाताळले.

हा त्याचा आंधळेपणा विशेष आश्चर्यकारक होता, कारण भारतीय जनता आता शांत राहिली नव्हती. कर्झनच्या कारकिर्दीच्या शेवटच्या वर्षात बंगालच्या फाळणीमुळे जाज्वल्य चळवळ झाली. ही घटना म्हणजे व्हाइसरॉयच्या गुणांचे व उणिवांचे एक नेमके उदाहरण होते. बंगालची फाळणी हे सर्वस्वी शासकीय कारणांखातर उचलेले गेलेले पाऊल होते व राजकीय व भावनिक कारणांखातर त्याला जोरदार विरोध होता. कर्झनने ज्या भारतीय राष्ट्रवादाला नेहमीच कमी लेखून त्याचा उपहास केला होता, तो अखेरीस आता एका क्रांतिकारी अवस्थेला येऊन पोहोचल्याचे दिसून आले. कर्झनच्या कारकिर्दीतील 'अत्यंत महान चूक' वस्तुस्थिती ओळखण्याची व बदललेल्या परिस्थितीवर पकड मिळविण्याची असमर्थता ही होती; लष्करप्रमुखाशी झालेला क्षुल्लक झगडा ही नव्हती. कर्झननंतरच्या कोणत्याही व्हाइसरॉयला भारताच्या भावनांची उपेक्षा करणे शक्य झाले नाही. कर्झनची कारकीर्द दोन गोष्टींसाठी उल्लेखनीय ठरते. एक म्हणजे ब्रिटिशांच्या भारतातील राज्यकारभाराचे शिखर गाठले गेले व दुसरे म्हणजे प्रौढ भारतीय राष्ट्रवादाचा व १९४७ मध्ये अखेर ध्येयाप्रत पोहोचलेल्या अप्रतिहत क्रांतीचा प्रारंभ झाला.

II

इ. स. १८९८ च्या ऑगस्ट महिन्यात व्हाइसरॉयपदी कर्झनची नेमणूक झाल्याच्या घोषणेने जगाच्या कोणत्याच भागाला आश्चर्य वाटलेले आढळले नाही. भारतमंत्री लॉर्ड जॉर्ज हॅमिल्टन यांनी जरी असे लिहिले आहे की, बर्लेचा लॉर्ड बाल्फर व कर्झन या दोघांमधूनच काय ती निवड व्हावयाची होती [१] तरी खरे पाहता गंभीरपणे विचारात घेण्याजोगा कर्झनखेरीज दुसरा पर्यायच साल्सबरीसमोर नव्हता. महान व्हाइसरॉय होण्याला आवश्यक ते सर्व गुण व साधने कर्झनजवळ होती असे दिसते. 'हेवा वाटण्याजोग्या आश्चर्यकारक आत्मसंतुष्टतेने,' [२] ज्या कर्झनने ईटन येथे स्वतःविषयी गौरवपर लिहिले होते, तो कर्झन भारताच्या व्हाइसरॉयपदाच्या सर्व प्रलोभनांनी व

आव्हानांनी प्रभावित झाला होता व ते पद भूषविण्यासाठीच आपण निपजलो आहोत असे त्याला वाटत होते. भव्यतेची त्याची हौस पुरविण्यास तेथे वाव मिळाला असता; तसेच या पदाबरोबर येणारे मोठमोठ्या जबाबदाऱ्यांचे व्यापक क्षेत्र व विविध क्षेत्रातील नायकत्व यांना कर्झनचीच अलौकिक बुद्धिमत्ता काय ती पुरी पडू शकली असती, हे वाटणे म्हणजे अमर्याद व अतिशयोक्त आत्मवंचना नव्हती. कर्झनजवळ उपजतच अधिकारी वृत्ती होती व स्पष्ट, जोमदार मन होते. मनन करण्यापेक्षा पृथक्करण व प्रत्यक्ष कृती यात पारंगत असलेल्या त्याच्या मनाच्या सामर्थ्याला पुष्कळ वाचन व देशाटन यामुळे खतपाणी मिळाले होते. कर्झन भारतातच नव्हे, तर इराण, अफगाणिस्थान, चीन या देशातही राहिलेला होता व विश्वकोशीय ज्ञानाचा त्याने मोठा साठाच संपादन केलेला होता. १८९५ साली त्याला परराष्ट्रखात्याचे उपसचिवपद देऊ करतानासुध्दा पौर्वात्य प्रश्नांशी कर्झनपेक्षा अधिक परिचय असलेला दुसरा हुजूरपक्षीय राजकारणी पुरुष नसल्याने साल्सबरीने हे मान्य केले होते की, [३] त्यावेळी कर्झनने ते पद, जरी त्याच्या मते त्याच्या कर्तृत्वाला न्याय देणारे नव्हते तरी स्वीकारले होते. कारण त्यायोगे महत्त्वाच्या घटना जवळून निरखण्याची व त्यात वावरण्याची संधी त्याला मिळत होती. तीन वर्षानंतर जेव्हा व्हाइसरॉयपदाचा वारसा मोकळा झाला त्यावेळेस त्याने निर्भीडपणे आपल्या त्या पदावरील हक्काकडे पंतप्रधानांचे लक्ष वेधले व जवळजवळ ओघानेच त्याच्या नेमणुकीची घोषणाही झाली.

कर्झनने भारतातील अधिकाराच्या या संधीला आपले मानसिक सामर्थ्य व अल्पकालिक उमेदवारी यांखेरीज आणखी दोन गोष्टींची जोड दिली. त्या म्हणजे अफाट कार्यक्षमता व कर्तव्याला अविचलितपणे वाहून घेणे. कर्झनच्या लेखी व्हाइसरॉयपद हे मुख्यतः एक विलक्षण मोठे शासकीय कार्य होते आणि त्या कार्याला त्याने स्वतःला आत्यंतिक व एकांतिक एकाग्रतेने वाहून घेतले. त्याने लॉर्ड अम्थिल [४] यांना असे लिहिले आहे की, 'मी माझे काम a) दुसरे काहीही न करता, b) रात्री जागरण करून c) मला पुष्कळ दिवसांचा सराव असल्यामुळे वेगाने लिहून, d) बहुतेक सर्व विषयांची मला माहिती असल्यामुळे (कारण मी कित्येक वर्षे भारताचा अभ्यास केला आहे) , व e) नित्यक्रमाबाहेरील एखाद्या मोठ्या प्रश्नाला नेहमी रविवारचा वेळ देऊन पूर्ण करतो. सुट्टी घेण्याची कल्पना मुळी त्याच्या लेखी फार दूरची व विसरलेल्या स्वप्नासारखी होती. [५] कोणतीच बाब त्याच्या लेखी मामुली नव्हती. प्रत्येक समस्येचा अगदी बारीकसारीक तपशिलांसकट तो अभ्यास करीत असे. सतत सात वर्षे भारत सरकारची प्रेरक शक्ती व्हाइसरॉय ही होती. आपल्या हाताखालच्या अधिकाऱ्यांना

टिपणे देणे, ब्रिटिश सरकारकडे खलिते पाठविणे, सर्वसामान्य जनतेपुढे ठराव मांडणे, आपल्याशी पत्रव्यवहार करणाऱ्या व्यापक परिवाराला पत्रे लिहिणे, हे सर्व लिखाण कर्झनच्या स्वतःच्या आलंकारिक, आत्मस्तुतिपर गद्यातून एका अविरत ओघाने वाहत होते.

इतक्या प्रचंड मोठ्या प्रयत्नांमागे कर्झनची सर्वस्वी स्वार्थी उद्दिष्टे होती असे सूचित करणे, म्हणजे कर्झनवर अन्याय करणे होईल. डौलीपणा व महत्त्वाकांक्षा त्याच्यामध्ये उतू जात होती. एकसंध आत्मविश्वासाचे विलक्षण कवच त्याला होते, हे खरे. परंतु त्याच्या स्वभावात आणखी एक उदात्त छटाही आढळते. आपण एका महान कार्याचे दौत्य स्वीकारले असल्याची दुर्दम्य भावना कर्झनच्या सार्वजनिक जीवनाच्या भारतीय कालखंडात दिसून येते. 'जगातील एक महान आश्चर्य असलेले'[६] भारताचे साम्राज्य राखण्याचे कार्य 'इंग्रजांवर देवाकडून सोपविले गेले होते'[७] आणि हे 'जगात इंग्रज इतरत्र करित असलेल्या कार्यातील सर्वात महान कार्य आहे'[८] अशी त्याची धारणा होती. तथापि, हा साम्राज्यवाद पूर्णपणे निःस्वार्थी नाही हे ओळखण्याइतका तो प्रामाणिकही होता. 'आपण जोवर भारतावर राज्य करीत आहोत तोवर आपण जगातील सर्वात मोठी शक्ती आहोत. जर आपण भारत गमावला तर आपण सरळ तृतीयश्रेणीची एक सत्ता मानले जाऊ.'[९] ह्या सर्व कारणांचा सामुदायिक परिणाम कर्झनला अगदी गाभ्यापासून साम्राज्यवादी बनविणारा ठरला.

'साम्राज्यवादाचा विस्तार ही एक अपरिहार्य गरज आहे असे मला वाटते आणि तिला एका उदात्त व भव्य कर्तव्याचे अधिष्ठान आहे. जो कोणी इंग्रज भारताचे सध्याचे रूप व पूर्वीचे किंवा आपण येथे आलो नसतो तर दिसले असते ते रूप यांची तुलना करून पाहील त्याला हे अगदी सहजच दिसून येईल की आपण येथे आलो. ते नियतीच्या आदेशानुसार व कोट्यवधी मानवाच्या दूरगामी हितासाठीच. अनेकदा येथे आपल्या हातून मोठ्या चुका होतातही. परंतु माझा असा दृढ विश्वास आहे की, जगातील दुसरे कुठलेही सरकार इतक्या भक्कम नैतिक अधिष्ठानावर उभे नसेल किंवा इतक्या प्रखर कर्तव्यभावनेने प्रेरित झालेले नसेल.'[१०]

अशा प्रकारे पाच वर्षेपर्यंत विलक्षण कष्ट केल्यानंतर कर्झनला जर आणखी दोन वर्षे तरी भारतात अधिकारपदावर राहण्याची इच्छा झाली असली तर ती केवळ त्या पदाच्या झगमगाटापासून दूर जाववेना म्हणून नव्हती, किंवा एका क्षुद्र भावनेचे त्याने ते उदात्तीकरणही केले नव्हते.

तो आम्थिल यास लिहितो की,[११] 'इंग्लंडमध्ये राहिलो तर कदाचित मी ताबडतोब मंत्रिमंडळाचा सदस्य होईन. परंतु ही व इतर अनेक गोष्टी मी स्वतःला

नाकारल्या आहेत. कारण भारतातील माझ्या कार्याची पूर्ततेच्या दिशेने आणखी थोडी वाटचाल झालेली पाहणे हे माझे कर्तव्य आहे, असे मी मानतो. माझे परत येणे ज्यांना रूचणार नाही असे कितीतरी लोक आहेत व त्यांना त्याच कर्दमात लोळावयाचे आहे, हे मी जाणून आहे. त्याचप्रमाणे हे कार्य कर्तबगारीने व यशस्वीपणे चालवू शकतील अशा कितीतरी व्यक्ती आहेत, याविषयीदेखील मला शंका नाही. परंतु आणखी काही अत्यावश्यक बाबी पक्की पाळेमुळे धरतील अशा प्रकारे पुरेशा ठामपणे रुजवाव्या, एवढीच माझी इच्छा आहे. ज्या फेरबदलांखातर चारपाच वर्षांपूर्वी माझी तिकडे फार नाचक्की झाली, ते आता पक्के रुजले असून सर्वमान्य झाले आहेत. आणखी काही बाबी मला जवळपास तेथवर नेऊन पोहोचवावयाच्या आहेत. त्यानंतर त्या जीव धरतील किंवा नाहीशा होतील. ते त्यांच्या अंगभूत गुणवत्तेवर अवलंबून राहील'.

काहीही म्हटले तरी कर्झन हा त्याच्या काळचा एक थोर लोकसेवक होता ही वस्तुस्थिती उरतेच.

इतक्या गुणांची ठेव असूनही नियतीने त्याला सर्वात महत्त्वाचे व सर्वश्रेष्ठ गुण नाकारले होते, यात कर्झनची शोकांतिका आहे. तो कधीच प्रथमश्रेणीचा शासनकर्ता नव्हता. तपशिलाबाबतच्या समजेचा आवाका ही कर्झनची मोठी जमेची बाजू होती. परंतु यशस्वी शासनकर्त्याला ती केवळ अनुषंगिक महत्त्वाची असते. या उलट हाताखालच्या माणसांना सहज अधिकाराने वागवता येणे हे महत्त्वाचे असते. व त्या बाबतीत कर्झन पूर्णपणे असमर्थ होता. थंड व कंगोरेदार व्यक्तित्व असलेला कर्झन ज्या अधिकारपदावर बरोबरीची कोणीही व्यक्ति भेटणे शक्य नाही अशा पदाला योग्य नव्हता. कित्येक वर्षानंतर लॉर्ड हॅमिल्टन यांच्या ध्यानात आलेली ' अधिकाऱ्यांना दासांप्रमाणे वागविण्याची'[१२] त्याची प्रवृत्ती प्रथम भारतातच स्पष्ट झाली. त्याने कधीही न लपविलेल्या तुच्छतावृत्तीमुळे मध्यवर्ती किंवा प्रांतिक सरकारमध्ये त्याला ज्यांच्याबरोबर काम करावे लागते ते बहुतेक सर्वजण त्याला हळूहळू दुरावले. त्याच्या ठायी असलेला सौजन्याचा अभाव, अग्रक्रमाबाबतचा अतिरेकी आग्रह, व अपरिवर्तनीय कोतेपणा फार कुप्रसिद्ध झाला व ब्रिटनमधील स्नेह्यांनी त्याला सावधगिरीचा इशाराही दिला.

भारतमंत्रीपदाच्या आपल्या कारकिर्दीच्या अखेरीला अधिकारपद सोडण्यापूर्वी लॉर्ड जॉर्ज हॅमिल्टन यांनी कर्झनला कळविले की,[१३] ' मूर्ख लोकांना वागवून घेण्यास प्रयत्नपूर्वक शिका कारण समाजात बहुधा असे मूर्ख लोकच बहुसंख्य आढळतात. आपल्या सहकाऱ्यांशी किंवा हाताखालच्या अधिकाऱ्यांशी तुमच्या दुर्मीळ

भाषासामर्थ्याचा उपयोग करा. ज्यांच्यावर तुम्ही हुकमत गाजवता त्यांना ती आनंददायक वाटेल व काम सुरळीतपणे पार पडेल असे बोला. माझ्या नजरेस अनेकवेळा अशा गोष्टी आल्या आहेत की, तुमच्याकडून अभावितपणे, निष्काळजीपणे काही थट्टा किंवा शाब्दिक प्रहार झाल्याने खोलवर दुखावून माणसे तुमच्यापासून दूर गेली आहेत. ते शब्द हेतुतः कठोरपणे वापरले गेले आहेत असे त्यांना वाटते'.

परंतु कितीही मनापासून दिलेला सल्लाही माणसाचा स्वभाव बदलू शकत नाही.

भारताच्या व्हाइसरॉयमध्ये अशा प्रकारची व्यक्तिगत उणीव असल्याचे परिणाम सार्वजनिक क्षेत्रात घडणे स्वाभाविक होते. आपली जबाबदारी सुकरपणे दुसऱ्यावर सोपविण्याची कर्झनची असमर्थता, दुय्यम अधिकाऱ्याबद्दलच्या त्याच्या तुच्छतावृत्तीमुळे जास्तच वाढली. त्याचा स्वतःच्या वैचारिक कुवतीविषयीचा विश्वास अभंग होता. व आपल्या अमर्याद जबाबदाऱ्या पार पाडताना कोणाच्याही सहकार्याने काम करण्याची कर्झनची तयारी नव्हती.

'वारंवार मी जबाबदारी दुसऱ्यांच्या सुपूर्द करण्याच्या धोरणाचा अवलंब करून पाहिला. परंतु त्याचे दुःखद परिणाम दिसून आले. भारत सरकार हे एक कुचकामाचे मोठे व विस्मयजनक यंत्र आहे. ते निष्ठावान व मेहनती माणसे चालवितात. कर्तव्याशी त्यांची असलेली निष्ठा किंवा त्यांचा दीर्घोद्योगीपणा यांविषयी मला एक अक्षरही बोलावयाचे नाही. परंतु दैनंदिन उद्योगातच ते इतके मग्न असतात की, त्यांची नजर जमिनीवरून कधीच उचलली जात नाही. मला वाटते की, मी ज्या पद्धतीने कारभार चालविण्याचा सतत प्रयत्न करतो आहे तसाच तो चालविला जाईल अशी अपेक्षा करणे व त्याचवेळी इतरांवर जबाबदारी सोपविणे हे संभवतच नाही'[१४]

आपल्या निर्णयांची अमलबजावणी दुसऱ्यांच्या हाती सोपविण्याची परवानगीदेखील तो अत्यंत नाखुषीने व नाइलाजानेच देत असे. मात्र केव्हातरी ते करणे त्याला भागच पडे. याबाबत त्याने हॅमिल्टन यास असे लिहिलेले आढळते की, ' आपले काम दुसऱ्यांकडून करवून घेणे हे कर्तबगारीचे, किंबहुना मोठेपणाचे लक्षण आहे असे मानले जाते. स्पष्टच सांगायचे तर मी याच्याशी सहमत नाही. मला वाटते एखादी गोष्ट एखाद्या विशिष्ट पध्दतीनेच आपल्याला करून हवी असेल तर ती तशीच केली जाईल याची खातरजमा करण्याचा एकमेव उपाय म्हणजे ती स्वतःच करणे.[१५] भारत सरकारचा सगळा कारभार एकट्याने चालविण्याचा विलक्षण प्रयत्न म्हणजे कर्झनची कारकीर्द. हा प्रयत्न अपकीर्तिकारक रीतीने कोलमडला नाही हेच कर्झनच्या ज्वलंत दीर्घोद्योगाचे व बुद्धिसामर्थ्याचे द्योतक आहे. मात्र तो प्रयत्न कधीही यशस्वी होऊ शकला नाही.

याबाबतीत कर्झन व त्याकाळचा दुसरा मोठा राजप्रतिनिधी मिलनर यांच्यामधील विरोध फार तीव्रतेने जाणवतो. दोघांनाही प्रखर बुद्धिमत्तेची देणगी लाभलेली होती. तसेच फार विस्तृत वसाहतींचा कारभार हाकण्याची त्यांनी तयारी केलेली होती. एखाद्या समस्येच्या गाभ्यालाच हात घालून ती धैर्याने व कर्तबगारीने हाताळण्यात दोघेही सारखेच वाकबगार होते. मात्र याच्या भरीला मिलनर हा कर्झनप्रमाणे असुरक्षित व डौली नसून समर्थ व नम्र असल्यामुळे आपल्याभोवती तरुण अनुयायी मंडळींचे पथक तो निर्माण करू शकत असे. हे अनुयायी त्याला पूर्ण सहकार्य देत व त्याची तत्त्वे व धोरण पूर्ण सामंजस्याने अमलात आणीत असत. या उलट कर्झनला स्वतःचा अनुयायी गट स्थापण्याची आकांक्षा असली [१६] तरी प्रत्यक्षात त्याच्या एखाद्या बालकमंदिराचीसुद्धा कल्पना करता येत नाही.

कर्झनची चाकरी करणे हेच त्याच्या ज्या देशबांधवांचे काम होते, त्यांच्यामध्येसुद्धा भावना निर्माण करण्यास जो कर्झन असमर्थ ठरला त्याला ज्या लोकांवर आपण राज्य करीत आहोत त्यांच्याशी भावनिक समरसता साधण्याची खरोखरीच आवश्यकता आहे व ते शक्य आहे, याची जाणीवच नव्हती. पाळीव प्राण्यांविषयी बोलावे त्या सुरात तो भारतीयांविषयी बोलत असे. ' हे एतद्देशीय लोक फार चमत्कारिक आहेत. निर्णय घेण्याच्या व कृती करण्याच्या सामर्थ्याविषयी त्यांना इतका विलक्षण आदर वाटतो की, एखाद्या प्रामाणिक हेतूवर जर हे सामर्थ्य आधारले असेल आणि सहानुभूतिपूर्वक जर ते व्यक्त केले गेले असेल तर आपल्या राज्यकर्त्यांनी सांगितलेली कोणतीही गोष्ट ते सहज मान्य करतील, असे म्हणण्यास प्रत्यवाय नाही. मग ती गोष्ट त्यांच्या पूर्वीच्या कल्पनांच्या कितीही विरुद्ध असली तरी हरकत नाही.[१७] त्याचा स्वाभाविक भर एखाद्या तत्त्वाच्या किंवा ध्येयाच्या साधनेपेक्षा दैनंदिन कामकाजाला शांतपणे वाहून घेण्याकडे होता. त्याचा भर लोकांना समजावून घेण्यापेक्षा कार्यक्षमतेवर होता. द्रष्टेपणाचा संपूर्ण अभाव असलेली ही कारकीर्द होती. कर्झनचा स्वतःचा दावा असा होता की, त्याची दृष्टी नेहमी भविष्याकडे असे. 'आजपासून २० किंवा ५० वर्षांनंतर या देशात काय घडणार आहे? [१८] असा प्रश्न मी स्वतःलाच विचारला नाही असा एकही दिवस माझ्या आयुष्यात जात नाही.' परंतु कर्झनच्या सर्व पत्रव्यवहारात जागोजागी तारतम्याच्या अभावाचीच साक्ष विखुरलेली दिसते. त्याची कारकीर्द सर्वस्वी वरवरच्या गोष्टींवर अवलंबून होती. तिने तळाचा ठाव घेण्याचा प्रयत्न कधीच केला नाही. हुकूमशाही भव्यता कितीही कार्यक्षम असली तरीही व्यापक व कल्पक सहानुभावाच्या पाठबळाच्या अभावी विसाव्या शतकातील भारताला भारून टाकण्यास पुरेशी नव्हती. व्हाइसरॉयपदाच्या अस्तकाली जेव्हा त्याच्याभोवती अभ्रे जमली त्यावेळी

कर्झनच्या यशाची किरणे त्याला प्रकाशही देऊ शकली नाहीत व ऊबही देऊ शकली नाहीत. कर्झनच्या काळातील सर्वात कर्तबगार मुलकी अधिकारी अँथनी मॅकडोनेल याच्याविषयी कर्झनने असे उद्‌गार काढले आहेत की ‘ या देशातील अत्यंत समर्थ परंतु मानवी भावनांचा जराही स्पर्श नसलेला शासनकर्ता व एक विचित्र असामी.’[१९] हे कर्झनचे स्वतःचे उद्‌गार हेच खुद्द कर्झनच्या व्यक्तित्वाचे व्हाइसरॉय या नात्याने योग्य मूल्यमापन होऊ शकेल.

III

कर्झन भारतात येण्यापूर्वी परराष्ट्रव्यवहारात त्याचे लक्ष मुख्यत्वेकरून गुंतलेले होते. त्याच्या कारकिर्दीमध्ये भारताला स्वतःचे असे एक परराष्ट्रधोरण होते. व्हाइसरॉय ते स्वतःच्या मताने व भारताच्या हिताच्या दृष्टीने भारतातच ठरवीत होता. भारत सरकारचे परराष्ट्रखाते ब्रिटिश परराष्ट्र कार्यालयाची केवळ एक शासकीय शाखा [२०] म्हणून काम पाहू लागले. भारत म्हणजे केवळ साम्राज्यवादाच्या दृष्टीने महत्त्वाचा राहिला नसून ‘बड्या राष्ट्रां’ मधील प्रत्यक्ष संघर्षाचा तो एक भाग आहे, असे कर्झनचे मत होते. याचसाठी भारतीय साम्राज्यात एडन व इराणी आखातातील इतर ठाणी अंतर्भूत केलेली होती. भारतीय साम्राज्याच्या सरहद्दीशी तुर्कस्थान, रशिया, चीन व फ्रान्स या देशांच्या सीमा जुळलेल्या होत्या. ‘भारताच्या भौगोलिक स्थानामुळे आंतरराष्ट्रीय राजकारणात तो उत्तरोत्तर अधिकाधिक महत्त्वाचा होत जाणार व ब्रिटिश साम्राज्याची ती व्यूहरचनादृष्ट्या महत्त्वाची सरहद्द होणार आहे.’[२१]

कर्झनची कल्पना अशी होती की, भारताच्या परराष्ट्रधोरणाला दोन बाजू आहेत. भारताच्या शासकीय सीमांच्या पलीकडे निरनिराळी राष्ट्रे होती. त्या राष्ट्रांवर ब्रिटिश वर्चस्वाची छाया पडली पाहिजे हे कर्झनला आवश्यक वाटत होते. ब्रिटिश साम्राज्याच्या कक्षा विस्ताराव्या अशी त्याला उतावीळ नसून भारताच्या सीमेला भिडणाऱ्या या प्रदेशांवर इतर सत्तांचे वर्चस्व स्थापन होऊ देता कामा नये, एवढेच त्याचे निश्चित मत होते. त्यामुळे प्रतिस्पर्धी सत्तांचे आक्रमण थोपविणे आणि ब्रिटिशांचे वर्चस्व स्थापन करणे, हे दोन्हीही साधणे आवश्यक होते. या दुहेरी उद्दिष्टाने कर्झनने अरबस्तान, इराण, अफगाणिस्तान, तिबेट व सयाम येथील परराष्ट्रधोरण चालविले.

पश्चिमेला तुर्कस्तान व पूर्वेला फ्रान्स यांना रोखणे ही कमी महत्त्वाची बाब होती व तिला व्हाइसरॉयने विशेष महत्त्व दिले नाही. परंतु दक्षिण इराण, अफगाणिस्तान व तिबेट यांच्यापासून रशियाला दूर ठेवण्याच्या आवश्यकतेच्या विचाराने त्याच्यावर पगडा बसविला होता. ती कल्पना त्याच्या मनात घर करून होती. भारतात येण्याच्याही फार पूर्वी त्याने ती आपल्या पुस्तकातून पुन्हापुन्हा मांडली होती. [२२] व्हाइसरॉय या

नात्याने आलेल्या अनुभवांमुळे रशियन धोक्याची त्याची भीती अधिक पक्की झाली. 'रशियाची महत्त्वाकांक्षा व धोरण यांचा पंधरा वर्षांचा माझा अभ्यास जमेला धरून मी असे म्हणतो, की रशियाची अंतिम आकांक्षा अशिया ही आपली वसाहत बनवण्याची आहे. हे म्हणणे कोणतेही रशियन मुत्सद्दीदेखील नाकारील असे मला वाटत नाही.'[२३] भारत बळकावण्याची इच्छा 'आणि तसे करण्याच्या आपल्या कुवतीवरील चुकीचा व विलक्षण विश्वास ह्या दोन गोष्टी रशियनांच्या मनात वाढू लागल्या आहेत, अशी कर्झनची खात्री होती. 'आणि जेव्हा जेव्हा ब्रिटनशी भारताव्यतिरिक्त इतरत्र झगडा उद्‌भवेल तेव्हा रशिया भारताच्या फक्त सरहद्दीवर छोटे हल्ले करून स्वस्थ बसेल अशी कल्पना करण्याइतकी मोठी चूक कोणत्याही इंग्रजाने करू नये.[२४] अशा परिस्थितीत रशिया आपले संपूर्ण सामर्थ्य भारताकडे वळवील कारण इंग्लंड रशिया युद्धाच्या दृष्टीने ब्रिटिश साम्राज्याचा केंद्रबिंदू इंग्लंड नसून भारत होता.[२५] मला तर खरोखर असे वाटते की, एखाद्या फार मोठ्या दुःस्वप्नाप्रमाणे रशियाची भीती आशियातील परिस्थितीला सर्व बाजूंनी ग्रासत आहे. व दक्षिण आफ्रिकेतील युद्धानंतर ही भीती पूर्वीपेक्षा वाढली आहे.'[२६] या मताशी ब्रिटिश सरकार जरी पूर्णपणे सहमत नव्हते, [२७] (कदाचित साल्सबरी याला अपवाद असेल) तरी धोरण आखण्याचा पुढाकार व्हाइसरॉयनेच घेतला होता.

इराणच्या वाळवंटातून इराणच्या दक्षिणेकडे रशियाने चालविलेली आगेकूच व इराणच्या आखातातील एखाद्या बंदरावर त्याने ताबा मिळविण्याची शक्यता याबद्दल कर्झनला फार चिंता वाटत होती. त्याने भारतमंत्र्याला सांगितले की, [२८] 'जगात फारच थोड्या गोष्टींविषयी आपल्या इतक्या तीव्र भावना आहेत. खुष्कीच्या मार्गाने रशियाने आक्रमण केल्यास भारताचे रक्षण करणे हेच मुळी अत्यंत वाईट व खर्चाचे आहे. त्यात भर म्हणून समुद्रमार्गे भारताला धमकी देण्याचे सामर्थ्य जर रशियाला प्राप्त झाले तर त्याला तोंड देणे ब्रिटिशांच्या ताकदीपलीकडचे ठरेल. याबाबत कोणत्या धोरणाचा अवलंब करावा याचे निरनिराळे पर्याय त्याने विचारात घेतले. २१ सप्टेंबर १८९९ [२९] रोजी पाठविलेल्या खलित्याद्वारा, थोड्याशा साशंकतेनेच, इराणची वर्चस्वक्षेत्रानुसार फाळणी करण्याची आपली आवडती योजना [३०] मांडली. इराणमध्ये सुधारणा करण्यात रशिया ब्रिटनशी सहकार्य करील ही अपेक्षा करणे, कर्झनच्या मते अत्यंत अव्यवहार्य होते. तर गरज पडल्यास प्रतिहल्ला करण्याची तयारी ठेवून ब्रिटनने स्वतंत्रपणे काही कृती करणे, ब्रिटिश वर्चस्व निर्माण करताना त्यात सीस्टनचा समावेश करणे अगत्याचे होते. कारण तेथून एक महत्त्वाचा ब्रिटिश व्यापारी मार्ग जात होता. परंतु रशियाला

देखील सीस्टनवर ताबा ठेवण्यात गम्य होते व त्याने याअगोदरच तेथे वार्ताहर ठेवले होते.[३१] दक्षिण इराणमध्ये ब्रिटिश हितसंबंध स्थापन करणे नुसते महत्त्वाचेच नाही तर अत्यंत आवश्यक होते. जराही प्रयास न करता ब्रिटन इराणच्या आखातातील सर्व बंदरांचा कबजा घेऊ शकत होते. परंतु तेथे ब्रिटिशांचे वर्चस्व जरी 'भारताच्या संरक्षण व उत्कर्षासाठी निःसंशय आवश्यक' असले तरी रशियाला ज्यात गम्य आहे अशा कुवेत, बंदर अब्बास किंवा छाबर यांवर त्याला ताबा घेऊ दिला किंवा त्याच्या योजनेनुसार इस्काहानपासून समुद्रापर्यंत लोहमार्ग टाकू दिला तर हे प्राबल्य पूर्णपणे रसातळाला जाईल.[३२] 'खरोखर या संबंध शतकातील इराणविषयीचे ब्रिटिशांचे धोरण हे इतिहासाचे असे एक पान आहे की, जे वाचताना कोणालाही कधी उपहासाने हसू येईल तर कधी निराशेने उसासे सोडावेसे वाटतील.[३३] निदान आतातरी इराण व रशिया यांना स्पष्पणे सांगावयास हवे की, दक्षिण इराण ब्रिटिशांखेरीज इतर कोणत्याही परकीय वर्चस्वाखाली जाऊ देण्याची ब्रिटनची तयारी नाही'.

परंतु ब्रिटिश सरकारने याला कसलाच प्रतिसाद न दिल्याने कर्झन त्रासून गेला. याबाबत तो लिहितो की, 'इराणला सत्यानाशापासून वाचविण्यासाठी तसूभरही हलण्यास लॉर्ड साल्सबरी तयार होतीलसे मला वाटत नाही. आपण हळूहळू नव्हे-वेगाने असे म्हणावयास मला वाटते हरकत नाही – त्या देशातील आपले वर्चस्व समूळ नष्ट करण्याची वाट चालत आहोत.'[३४] दरम्यान रशिया आपले वर्चस्व वाढवीत होता. रशियाने इराणला अशा अटीवर एक मोठे कर्ज देऊ केले होते की, इराणने आपण पुढे केव्हाही दुसऱ्या कोणत्याही सत्तेच्या आर्थिक दडपणाखाली राहणार नाही, असे कबूल करावे. कर्झनच्या मते हे इराणला सर्वपरींनी जखडून कायमच्या गुलामगिरीत टाकण्यासारखे होते. 'तुम्ही जर ताबडतोब काही केले नाही तर रशियाने इराणच्या मानेभोवती अडचणीच्या प्रसंगी टाकलेला फास हळूहळू आवळला जाईल व त्या बिचाऱ्या बळीच्या शरीरातून अखेरचा श्वास निघून जाईल.'[३५]

तथापि, याबाबत काहीही करण्याची गरज नाही[३६] व ते शक्यही नाही[३७] असे ब्रिटिश सरकारचे मत बराच काळपर्यंत कायम होते. आपल्या इराणविषयक धोरणाबाबतच्या आग्रहीपणामुळे साल्सबरीला थोडासा राग आला असावा असे कर्झनला वाटले.[३८] जुलै १८९१ मध्ये, म्हणजे कर्झनने खलिता पाठवल्यावर जवळजवळ दोन वर्षांनी ब्रिटिश सरकारने याबाबतीत थोडी हालचाल केली. व तेहरानमधील ब्रिटिश वकील सर आर्थर हार्डिंज याला सीस्टनविषयी इराण सरकारशी बोलून त्याबाबतीतील ब्रिटिशांची आस्था समजावून सांगण्याचा आदेश दिला गेला. कर्झनला हे फारच अपुरे

वाटले व त्याने यावेळेस परराष्ट्र सचिव लॅन्सडाउन यांनाच पत्र लिहिले. रशियाने सतत ब्रिटनशी जवळजवळ युद्धच पुकारलेले आहे असे व्हाइसरॉयचे मत असल्यामुळे रशियाशी समझोता करण्याचा विचार त्याच्या दृष्टीने शक्य नव्हता. पूर्वीप्रमाणेच इराणने एक बफर राष्ट्र म्हणून राहावे अशी ब्रिटनची इच्छा असल्याचे इराणला सांगावे. तसेच ते बफर एखाद्या पापुद्र्याइतके पातळ असू नये असेही सांगावे.[३९] अखेरीस व्हाइसरॉयच्या विनंत्यांचा परिणाम झाला[४०] व ६ जानेवारी १९०२ रोजी हार्डिंज यास असा आदेश देण्यात आला की त्याने इराण सरकारला येणेप्रमाणे सांगावेः अनेक वर्षांच्या सतत प्रयत्नांनी प्राप्त करून घेतलेले स्थान ब्रिटन सहजासहजी सोडील किंवा दक्षिण आशियात प्राबल्य मिळविण्याच्या इतर सत्तांच्या प्रयत्नांना मूक संमती देईल, असे अपेक्षिणे रास्त नाही. इराणच्या आखातामध्ये एखादे लष्करी किंवा नाविक ठाणे रशियाने ताब्यात ठेवावे या गोष्टीला ब्रिटन संमती देऊ शकत नाही. आणि जर इराण सरकारने रशियाला केव्हाही याप्रकारची सवलत दिली तर इराणच्या आखातामध्ये आपल्या हक्कांच्या रक्षणार्थ आपल्याला आवश्यक वाटतील ती पावले टाकणे ब्रिटनला भाग पडेल. रशियाला पक्षपातीपणे कुठल्याही प्रकारच्या राजकीय हक्कांची, फायद्यांची, व्यापारी मक्तेदारीची, किंवा सीस्टनसकट इराणच्या दक्षिण किंवा आग्नेय जिल्हयांमध्ये अविभाज्य अधिकाराची सवलत इराणकडून मिळाल्यास, ते ब्रिटिश सरकार सहन करणार नाही. या इशाऱ्यानंतरसुद्धा या प्रदेशात रशियाचे राजकीय वर्चस्व व हस्तक्षेप यांना इराणने उत्तेजन दिलेले आढळले, तर नाइलाजाने ब्रिटिश सरकारला आपल्या धोरणाचा फेरविचार करणे भाग पडेल.[४१]

१९०२ च्या ग्रीष्म ऋतूत इराणच्या शहाने लंडनला भेट दिली. त्यावेळी लॅन्सडाउनने त्याला सांगितले की, दक्षिण इराण व इराणचे आखात या भागात होणाऱ्या इतर सत्तांच्या अतिक्रमणाला पायबंद घालण्यासाठी प्रसंगी आपली सर्व शक्ती ब्रिटिश सरकार खर्ची घालील. त्यानंतर एक वर्षाने, १९०३ च्या मे मध्ये लॅन्सडाउन याने उमरावसभेत सांगितले की इराणच्या आखातातील ब्रिटिशांच्या धोरणाचे उद्दिष्ट ब्रिटिश व्यापाराची वाढ व संरक्षण हे आहे. इतर सत्तांच्या कायदेशीर व्यापारावर बंदी घालण्याची आपली इच्छा नाही. परंतु दुसऱ्या कोणत्याही सत्तेने तेथे नाविक तळ किंवा लष्करी ठाणी वसविल्यास ब्रिटिशांना तो मोठा धोका आहे असे मानले जाईल व निश्चितपणे आपल्याला शक्य त्या सर्व मार्गांनी ब्रिटन त्याचा प्रतिकार करील.[४२]

इराणच्या आखातासाठी कर्झनने ज्याला तो आखाताचा मन्रो सिद्धान्त[४३] म्हणत होता, तो योजिल्याच्या दुसऱ्याच दिवशी लॅन्सडाउनने रशियन राजदूताशी

समझोत्याचा प्रश्न उपस्थित केला. त्याने असे म्हटले की, रशियाच्या उत्तर इराणमधील प्राबल्याची ब्रिटिश सरकारला जाणीव आहे ; परंतु त्यांना स्वतःला इराणचे आखात, दक्षिणेकडील बंदरे व सीस्टन यात विशेष स्वारस्य वाटते. उत्तर इराणमधून लोहमार्ग टाकण्याच्या रशियाच्या प्रयत्नांमुळे भारताच्या बलुचिस्तानमधील सरहद्दीला धोका पोहोचत असल्यामुळे तसा कोणताही प्रयत्न आम्हाला भयावह वाटतो. याला उत्तर म्हणून रशियन राजदूताने असे सांगितले की, इराणच्या आखातात नाविक तळ उभारण्याचा रशियाचा मुळीच हेतू नाही व अशा प्रकारची रेल्वेयोजनाही असंभव आहे. परंतु इराणविषयी असे सामान्य स्वरूपाचे बोलणे करण्याइतपत एकंदर परिस्थिती योग्य झाली आहे की नाही याविषयी शंका आहे, असे मत त्याने व्यक्त केले. इराणची विभागणी वर्चस्वक्षेत्रांमध्ये करण्याविषयी कसलाच विचार करण्याची रशियन सरकारची अद्याप तयारी नव्हती. कर्झनच्या कारकिर्दीतील यानंतरच्या वाटाघाटींवरूनही हेच दिसून येते. कर्झनने ब्रिटिश सरकारला खंबीर भूमिका स्वीकारण्याची विनंती केली. इराणच्या आखाताचे भवितव्य ही बाब ब्रिटिश साम्राज्याच्या भवितव्याच्या दृष्टीने अत्यंत महत्त्वाची होती. ब्रिटनच्या शत्रूंपैकी सर्वात धोकेबाज शत्रूला तेथे वाव किंवा शिरकाव देणे, हे राष्ट्रद्रोहाचे कृत्य ठरले असते. कारण इराणमध्ये शत्रूला फक्त आक्रमक उद्दिष्टे होती. व इराणची सुरक्षितता भारताच्या सुरक्षिततेच्या दृष्टीने अत्यंत महत्त्वाची होती. [४४] प्रत्यक्षात इराणची वर्चस्वक्षेत्रात विभागणी करण्याची व्हाइसरॉयची आकांक्षा त्याने भारत सोडल्यानंतर दोन वर्षांनी सफल झाली.

रशियाच्या वाढत्या वर्चस्वाला प्रतिबंध करण्यासाठी इराणला आपण मोठी कर्जे देऊ करावी, असे कर्झनला वाटत होते. परंतु साम्राज्य संरक्षण समितीचे मत ही गोष्ट तत्त्वतः अनिष्ट आहे असे होते. कॉन्स्टँटिनोपलपासून बगदादपर्यंत लोहमार्ग बांधण्यास उत्तेजन देऊन रशियाच्या बाजूच्या आघाडीवर तुर्कांना आणावे हे त्यांना अधिक योग्य वाटत होते. परंतु तुर्कांची किंवा जर्मनांची मदत ब्रिटिश हितसंबंधांच्या रक्षणार्थ घ्यावी, या सूचनेला कर्झनचा विरोध होता. व साम्राज्य संरक्षण समिती एकसंध नाही. धोकादायक आहे असे त्याचे मत होते. 'परंतु आपण स्वतः निर्माण केलेल्या या समितीबाबत बाल्फरची विचारसरणी अत्यंत असमतोल होती. आणि देशासाठी रॉकेबी व्हेलास्केज विकत घेण्यासही त्याने नकार दिला असता'.[४५]

रशियाबरोबर इराणच्या फाळणीविषयी वाटाघाटी करण्यास जरी कर्झन तयार होता तरी अफगाणिस्तानमध्ये मात्र रशियाचे वर्चस्व व हस्तक्षेप दूर ठेवण्याच्या परंपरागत धोरणाचाच अवलंब करण्याचा त्याचा निर्धार होता. फक्त हेरतचे रक्षण करणे त्याला कठीण वाटत होते. परंतु ते शहर गमावण्यामुळे भारताला धोका पोहोचेल असे त्याला

वाटत नव्हते. [४६] एका बाजूने अफगाणिस्तान आपल्या वर्चस्वक्षेत्राच्या बाहेर असल्याची अधिकृत अभिवचने देत देत रशिया त्या देशाविषयी आपल्याला स्वारस्य आहे हे उघड दाखवीत होता. कर्झन भारतात आल्यानंतर थोड्याच दिवसात अमीर अब्दुल रहमान याने त्याला महत्त्वाच्या बाबींवर अफगाण अधिकाऱ्यांशी परस्पर संपर्क ठेवण्याच्या ट्रान्सकास्पियातील रशियन अधिकाऱ्यांच्या प्रयत्नांचा पुरावाच पाठवला. अश्काबादच्या राज्यपालाच्या पत्राला उत्तरच न पाठविण्याचा सल्ला कर्झनने अमिराला दिला. परंतु उघडउघड धिक्काराची यावेळी गरज आहे असे अमिराला वाटत होते. म्हणून स्वतःच्याच शब्दात उत्तर लिहिण्याची परवानगी त्याला दिली गेली. त्याच वर्षी नंतर कुश्कच्या रशियन सेनानीच्या व मर्व्ह येथील गव्हर्नरच्या [४७]पत्रांबाबतही अशीच कृती केली गेली.

६ फेब्रुवारी १९०० रोजी लंडन येथील रशियन वकिलातीतर्फे ब्रिटनच्या परराष्ट्र कार्यालयाला एक निवेदन पाठविण्यात आले. त्यात असे म्हटले होते की वस्तुतः अफगाणिस्तानात रशियाने राजकीय कृती करू नये एवढेच त्याच्यावर बंधन असले तरीदेखील केवळ ब्रिटनविषयीच्या सुहृद्भावनेपोटी राजकीयेतर संबंधदेखील त्याने ठेवले नव्हते. यापुढे मात्र असा दृष्टिकोन ठेवणे शक्य नव्हते. त्यामुळे रशियाचे प्रत्यक्ष नुकसान झाल्याशिवाय राहिले नसते. कारण १८८५ मध्ये रशिया व अफगाणिस्तान यांच्यामध्ये एक लांबलचक सामाईक सरहद्द निर्माण झाली व ट्रान्सकास्पिअन रेल्वे पूर्ण झाली. त्यामुळे सरहद्दीच्या समस्या ब्रिटिश सरकारच्या विचारविनिमयाने सोडविण्याचे प्रयत्न निष्फळ होऊन अफगाण सरकारशी पुन्हा प्रत्यक्ष संबंध निर्माण करणे अटळ झाले होते. परंतु हे संबंध राजकीय स्वरूपाचे असणार नाहीत व अफगाणिस्तान आपल्या वर्चस्वक्षेत्राच्या बाहेरच राहील, असे रशियन सरकारने ठामपणे सांगितले. [४८]

इ.स. १९००च्या मार्च महिन्यात अमिरालाही बोखारा येथील रशियन दूतामार्फत रशियन सरकारचा अफगाणिस्तानविषयीचा सुहृद्भाव व्यक्त करणारा व अफगाणिस्तानबरोबर व्यापारी संबंध वाढविण्याची इच्छा करणारा संदेश मिळाला. [४९] तसेच उत्तर व वायव्य अफगाणिस्तानातील अफगाण व रशियन अधिकाऱ्यांमधील सलोख्याच्या संबंधांच्या, रशियन प्रजेविरुद्ध सरहद्दीवरील अफगाणांनी केलेल्या आगळिकांबद्दल त्वरित नुकसानभरपाई दिल्याच्या व उभय देशांच्या व्यापारी संबंधात सुधारणा झाल्याच्या बातम्याही येत होत्या. कर्झनने ब्रिटिश सरकारला खंबीरपणे वागण्याचा सल्ला दिला. पुन्हा प्रत्यक्ष परस्परसंबंध निर्माण करणे याचा अर्थ जर काबूल येथे रशियन राजदूत नेमणे असा असेल तर त्याला गंभीर विरोध करावयास हवा.

कारण रशियाने कितीही नाही म्हटले तरी असा राजदूत राजकीय बाबी टाळू शकला नसता व त्याच्या अस्तित्वाचा अपरिहार्य परिणाम जरी रशियांचे वर्चस्व असा नसला तरी काबूलमध्ये रशिया व ब्रिटन यांच्या संयुक्त वर्चस्वाची वाढ असा झाला असता. मात्र काबूल ऐवजी हेरत किंवा दुसऱ्या एखाद्या ठिकाणी राज्यपालाशी व्यापार व सरहद्दविषयक बोलणी करण्यासाठी आपला प्रतिनिधी नेमण्याची जर रशियाची इच्छा असेल, तर ही सूचना ब्रिटिश सरकारने अमिरापुढे मांडली असती.[५०] हे साल्सबरीला पटले परंतु रशियाशी आणखी वाटाघाटी करण्यास ही वेळ त्याला अयोग्य वाटली.

त्यामुळे १९०१ च्या ऑक्टोबरमध्ये अब्दुल रहमानचा मृत्यू होऊन त्याचा मुलगा हबीबुल्ला गादीवर आला, त्यावेळेपर्यंत काहीच कृती केली गेली नाही. राज्यकर्ता बदलला असला तरीही ब्रिटिशांचे धोरण व अफगाणिस्तानमधील परिस्थिती यात काहीही बदल झाला नसल्याचे लॅन्सडाउनने रशियन राजदूताला कळविले.[५१] नवा अमीर गादीवर आलेला असल्यामुळे शेजारी राष्ट्रांशी असलेल्या अफगाणिस्तानच्या संबंधात कोणताही बदल करण्यापूर्वी थोडा अवधी जाऊ दिला पाहिजे, असे रशियन सरकारला १९०२ च्या जानेवारीत सांगण्यात आले.[५२] अमीर आपल्या परवानगीशिवाय कोणतेही संबंध परस्पर निर्माण करणार नाही, अशी ब्रिटिश सरकारची खात्री होती. परंतु १९०२ च्या शरदऋतूत जेव्हा रशियन शिष्टमंडळ काबूलला लवकरच भेट देणार असल्याचे वृत्त समजले, तेव्हा ब्रिटिश सरकार एकदम धास्तावले. विशेषतः ब्रिटिशांनी यंत्रसामग्री व शस्त्रास्त्रे यांच्या आयातीला प्रतिबंध केल्यास ती मिळविण्याचे इतर मार्ग आहेत व आपण अफगाणिस्तानच्या व्यापारविषयक हितसंबंधाच्या संरक्षणार्थ रशियाशी बोलणी करीत आहोत[५३] असे अमिराने जाहीर केल्याने ते अधिकच सावध झाले. हबीबुल्लानेच रशियाला विनंती केली असणे 'आश्चर्यकारक असले तरीही अशक्य नाही' असे कर्झनला वाटले. [५४]

१९०२ च्या डिसेंबरमध्ये रशियाने अफगाणिस्तानशी प्रत्यक्ष संबंध ठेवण्याचा आपला इरादा [५५] घोषित केला. व त्यानंतर दोन महिन्यांनी हे संबंध सरळ व उघड असतील असे ब्रिटनला कळविण्यात आले. मात्र त्यांना इतक्यातच राजकीय स्वरूप द्यावयाचे नव्हते व तूर्त तरी प्रतिनिधी नेमण्याचा रशियाचा विचार नव्हता.[५६] शब्दशः अर्थ घेतल्यास रशियाने यापूर्वी दिलेली अफगाणिस्तान विषयीची सर्व वचने नाकारणाऱ्या या निवेदनाबाबत काही कारवाई करण्याचा परराष्ट्रखात्याचा विचार आहे काय, अशी कर्झनने विचारणा केली. अमिराच्या परवानगीने, स्थानिक पत्रव्यवहाराला, जरी त्यातही धोका असला तरी, परवानगी द्यावी हे ठीक होते, परंतु अफगाणिस्तानमध्ये आपले प्रतिनिधी पाठविण्याचा रशियाचा हक्क मान्य

करणे ब्रिटनला पसंत नव्हते.[५७] तथापि, आतापर्यंत रशियाबरोबर चालवलेला अनुनय थांबवून अमिराने इकाबादच्या राज्यपालाने पत्रव्यवहार केला याबद्दल निषेध व्यक्त केला; व आपण रशियन सरकारशी पत्रव्यवहार करणार नाही असे सांगितले. [५८]

रशियन धोक्याची दखल ब्रिटिश सरकार व्हाइसरॉयइतक्या गंभीरपणे घेत नव्हते. रशियाने आगेकूच करण्याचे ठरवले तर रशियाला दळणवळण व मालपुरवठ्याच्या अडचणी अमाप येतील. आता पंतप्रधानपदी असलेल्या बाल्फर याने असे म्हटले की, 'दहा दिवसपर्यंत आपण अफगाणिस्तान खेरीज इतर कशाचाच विचार केला नाही. त्याने रशियाची सरहद्द व कंदाहार[५९] यांच्या दरम्यानच्या प्रदेशात दळणवळणाला उत्तेजन न देणे व तो प्रदेश लागवडीखाली न आणणे अशी ' निर्बिजीकरणाची' योजना मांडली. अफगाणिस्तानसाठी मन्रो सिद्धान्तासारखा सिद्धान्त आखून देण्यासही बाल्फरने मान्यता दिली. २५ नोव्हेंबर १९०३ रोजी रशियन सरकारला असे कळविण्यात आले की, रशियन सरकारने औपचारिकरीत्या अफगाणिस्तानचे स्थान सर्वस्वी ब्रिटनच्या वर्चस्वक्षेत्रात असून त्याचे परराष्ट्रधोरण ब्रिटनच्या मार्गदर्शनाखाली चालावे, असे मान्य करावे. ब्रिटनची हीच अपेक्षा होती. व या अटीवर, अमिराची संमती असल्यास, प्रत्यक्ष पत्रव्यवहाराला परवानगी देण्यास ब्रिटिश सरकार राजी होते. मात्र हा व्यवहार स्थानिक व बिगर राजकारणी बाबतीतील असावा.

रशियन सरकारने १६ डिसेंबर १९०३ रोजी दिलेल्या उत्तरात सांगितले की, अफगाणिस्तानशी होणारा कुठलाही पत्रव्यवहार फक्त सरहद्दविषयक प्रश्नांबाबत असेल व त्याला राजकीय स्वरूप असणार नाही. अफगाणिस्तान संपूर्णतः ब्रिटिशांच्या वर्चस्वक्षेत्राखाली असल्याच्या आपल्या जाहीरनाम्याला आपण अजूनही धरुन आहोत, असे आश्वासनही रशियन सरकारने दिले. तसेच 'सध्यातरी' काबूल येथे प्रतिनिधी ठेवण्याचा किंवा अमिराकडे दूत पाठविण्याचा आपला विचार नसल्याचेही कळविले. नंतर ४ जानेवारी १९०४ रोजी त्यांनी ह्या विशिष्ट मुद्याचे अधिक स्पष्टीकरण असे दिले की, या प्रकारची वचने नेहमीच व कोणत्याही परिस्थितीत आपल्याला बंधनकारक होतील, असे रशिया मानणार नाही.

कर्झनने भारतातून प्रयाण केले त्यावेळेपर्यंत याहून अधिक काहीही रशियाकडून कबूल करून घेणे ब्रिटिश सरकारला शक्य झाले नाही. ५ फेब्रुवारी १९०५ रोजी, एका चौकशीचे उत्तर म्हणून, लॅन्सडाउन याने रशियन राजदूताला असे आश्वासन दिले की, काबूलला ब्रिटिश शिष्टमंडळ पाठविणे हे ब्रिटिशांच्या धोरणात बदल झाला,

असे समजण्याचे कारण नव्हते. त्यावर रशियन राजदूताने सांगितले की, रशियालाही आपल्या अफगणिस्तानशी असलेल्या संबंधात बदल करण्याची इच्छा नसून ते एक उभयराष्ट्रांमधील तटस्थ राष्ट्र राहावे असेच वाटत होते. परंतु लॅन्सडाउनने ज्यावेळी परस्परांनी अधिकृत आश्वासने देण्याची सूचना मांडली तेव्हा मात्र रशियन सरकारला अधिकृत करारात शिरण्याची इच्छा नसल्याचे रशियन राजदूताने सांगितले.[६०]

या 'भव्य खेळात' कर्झनने फक्त इराण व अफगाणिस्तानच्या परंपरागत पटावरच आपली मोहरी चालविली नाहीत, तर त्याने तिबेटदेखील या पटावर आणले. भारतात आल्यानंतर केवळ सहा महिन्यात त्याने तिबेटमध्ये रशियाचे प्राबल्य निर्माण होण्याची शक्यता बोलून दाखविली. चुकून जर ब्रिटिशांच्या विरुद्ध अंदाज गेला तर ती गोष्ट फारच दयनीय ठरेल, असे त्याला वाटत होते. म्हणूनच जे चिनी लोक तिबेटवर सार्वभौमत्व सांगत होते त्यांच्यामार्फत तिबेटशी संपर्क न ठेवता प्रत्यक्षच संपर्क ठेवावयास तो अतिशय उत्सुक होता.[६१] ३० सप्टेंबर १९०० रोजी झारने दोरजिएफचे स्वागत केल्याच्या अधिकृत घोषणेमुळे ब्रिटिशांना त्याबाबतीत एकदम फार औत्सुक्य वाटू लागले. तिबेट अधूनमधून जगात पाठविते तसल्या बहुरंगी परंतु अविश्वसनीय वल्लींपैकी दोरजिएफ ही एक वल्ली होती. रशियन सरकारने ब्रिटिश सरकारला असे आश्वासन दिले की, या भेटीला राजकीय किंवा राजनैतिक महत्त्व नव्हते. रशियापुरतेच म्हणावयाचे तर हे खरेही होते. परंतु ब्रिटनला मात्र धास्ती वाटू लागली. आणि ती धास्ती काही अंशी रास्त होती. कारण या भेटीत तिबेटने रशियाच्या मदतीची जरी नाही तरी सहानुभूतीची इच्छा दर्शविली होती.[६२]

आश्चर्याची गोष्ट अशी की, दोरजिएफच्या हालचालींमुळे कर्झन ब्रिटिश सरकारपेक्षा कमी घाबरला होता. १९०१च्या उन्हाळ्यापर्यंत तो स्वस्थ राहिला. त्यानंतर मात्र त्याने मंत्रिमंडळाला याबाबत असा इशारा दिला की धाकदपटशाने जर ब्रिटिशांचे वर्चस्व मान्य करण्यास तिबेटी लोकांना भाग पाडले नाही, तर आणखी सुमारे दहा वर्षात तिबेटच्या रूपाने एक रशियन संरक्षित राष्ट्र निर्माण होईल. 'आम्हाला त्यांचा देश अर्थातच नको आहे. हिमालय ओलांडून आपण त्याचा ताबा घेणे वेडेपणाचे ठरेल. परंतु दुसऱ्या कोणाला त्याचा ताबा घेऊ देऊ नये हे महत्त्वाचे आहे. रशियन व भारतीय साम्राज्यांच्या मधील एक बफर राष्ट्र हेच त्याचे स्वरूप राखावयास हवे.'[६३] कर्झनची इच्छा लष्करी कारवाई करावयाची होती. भारतमंत्र्याचा कल तिबेटशी वाटाघाटी करून रशियाच्या मध्य अशियातील आगेकूचामुळे अशांतता निर्माण होत असल्याचे त्यांच्या निदर्शनाला आणून द्यावे याकडे होता.[६४] 'दलाई लामाच्या सरकारने

आता घेतलेली भूमिका व १८७६ मध्ये ब्रिटिश शिष्टमंडळाला काबूलमध्ये भेटण्यास नकार देऊन त्याचवेळी मध्यआशियातील रशियन अधिकाऱ्यांबरोबर वाटाघाटी चालू ठेवून अमीर शेरअलीने घेतलेली भूमिका, यामध्ये थोडेफार साम्य आहे.'[६५] परराष्ट्रसचिव लॅन्सडाउन याचेही मत कर्झनप्रमाणेच होते. मात्र कर्झनच्या इराद्यापेक्षा जास्त काळजीपूर्वक पावले टाकणे त्याला योग्य वाटत होते.[६६]

कर्झन पुढच्या खेळीचा विचार करीत असतानाच १९०२ मध्ये परिस्थिती जास्त गंभीर होऊ लागली. सिक्कीममधील ब्रिटिश राजकीय अधिकाऱ्यास दरवर्षी भेटण्यासाठी येणारा चिनी अधिकारी आलाच नाही. रशियन सैन्य ल्हासाला येऊन पोहोचेपर्यंत ही भेट तहकूब करावी असा पेकिंगचा आदेश असल्याचे वृत्त भारत सरकारला कळले. याखेरीज रशिया व चीन यांच्या दरम्यान तिबेटसंबंधी गुप्त करार झाला असल्याची बोलवा आहे, असे पेकिंग येथील ब्रिटिश दूताने २ ऑगस्ट १९०२ रोजी कळविले. [६७] ल्हासाला एक लष्करी तुकडी ताबडतोब पाठविण्याची कर्झनने विनंती केली. 'तिबेटमध्ये रशियाला स्वारस्य नाही, तेथे त्याचे प्रजाजन नाहीत, तिबेटशी व्यापारी संबंधही नाहीत. तेथे जाण्यात आमच्याशी वैर करणे याखेरीज दुसरे उद्दिष्ट संभवतच नाही. व याच कारणासाठी, आपल्या हिताच्या दृष्टीने, कोणत्याही मार्गाने याचा प्रतिकार करण्याचा अधिकार तर आपल्याला पोहोचतोच; तसेच अशा प्रकारच्या कटाला प्रोत्साहन दिल्यास चीनला समजावणी देण्याचाही आपल्याला तितकाच अधिकार आहे. प्रतिहल्ला करण्यास आम्ही मोकळे आहोत व कोणतीही नुकसानभरपाई वसूल करण्यास स्वतंत्र आहोत.'[६८]

मंत्रिमंडळाचे मत मुत्सद्देगिरीचे सर्व मार्ग चोखाळून झाल्याशिवाय लष्करी कारवाई करू नये असे होते. चीन सरकारला ब्रिटिश सरकारने असा इशारा दिला की, जर त्यांनी तिबेटसंबंधी कुठल्याही प्रकारचा करार रशियाशी केला, तर आपल्या हितसंबंधांच्या रक्षणार्थ पावले टाकणे ब्रिटिश सरकारला भाग पडेल. उत्तरादाखल चीनने अशा तऱ्हेने कुठल्याही कराराविषयी कधी चर्चाही झाली नसल्याचे कळविले.[६९] तसेच १९०२ च्या डिसेंबरमध्ये त्यांनी आपल्या अधिकाऱ्यास ताबडतोब सिक्कीमला जाऊन तेथील ब्रिटिश अधिकाऱ्याशी मित्रत्वाच्या वाटाघाटी करण्यास सांगितले.[७०]

ह्या शांतवनाच्या हालचालींनीसुद्धा कर्झनला विश्वास वाटला नाही. ८ जानेवारी १९०३ रोजी त्याने तिबेटमध्ये आगेकूच करण्याची परवानगी द्यावी म्हणून ब्रिटिश सरकारच्या मागे तगादा लावला.[७१] परंतु ब्रिटिश सैन्याने जर तिबेटमध्ये प्रवेश केला तर आपल्या हितसंबंधांच्या रक्षणार्थ पावले टाकणे आपल्याला भाग पडेल असे रशियन सरकारने जाहीर केल्यामुळे ब्रिटिश सरकार जरा सावधगिरीनेच वागत होते. हॅमिल्टनचा

कर्झनला पाठिंबा होता. परंतु मंत्रिमंडळाचे बाकीचे सदस्य त्याच्याशी सहमत नव्हते. लॅन्सडाउनने असेही सांगितले की आपण रशियन सरकारशी संपर्क साधलेला असून यावेळेस कोणतीही लष्करी कारवाई करणे ही जहाल कृती समजली जाईल.[७२]

तिबेटच्या संबंधात आपण कोणाशीही करार केलेला नाही, असे निवेदन ८ एप्रिल १९०३ रोजी रशियन सरकारने केले. तेथे आपले प्रतिनिधी नाहीत व ठेवण्याचा आपला मानसही नाही. तिबेट खालसा केले गेले किंवा त्याला आश्रित राष्ट्राचे स्वरूप देण्यात आले तरच कदाचित रशिया तेथे नुकसानभरपाई मिळविण्याचा प्रयत्न करील.[७३] रशियाने ज्या सर्व गोष्टी नाकारल्या त्या सत्याला धरूनच होत्या. तरीही कर्झनचा त्यावर विश्वास नव्हता. रशियाची आपल्याला भीती वाटते असे जे त्याने उघडपणे म्हटले होते ते स्वतःच्या विस्तारवादी महत्त्वाकांक्षेवर पांघरुण घालण्यासाठीच होते, असे सुचविणे कदाचित अन्यायाचे ठरेल. रशियाला तिबेटमध्ये हस्तक्षेप करण्याचे काही अधिकार देणारा करार कोणत्यातरी स्वरूपात अस्तित्वात आहे व केव्हा ना केव्हा हे अधिकार ब्रिटिशांना अपकारक रीतीने वापरले जातील याविषयी भारत सरकारला पुसटसुद्धा शंका नव्हती.[७४]

लॅन्सडाउनने बाल्फरला असे कळविले की, रशियन राजदूत अत्यंत सरळपणे व समाधानकारक रीतीने वागला. त्यामुळे ल्हासा जिंकून घेण्यासाठी आपले लहानसे लष्कर [७५] पाठवू नये असे हॅमिल्टन कर्झनला कळवीलच. खरे तर हॅमिल्टनने रशियाच्या उत्तराचा अर्थ असा लावला की, तिबेटमध्ये ब्रिटनला खालसाकरणाचे किंवा संरक्षित राष्ट्र बनवण्याचे अधिकार वगळता इतर संपूर्ण अधिकार आहेत.[७६] या कल्पनेमुळे त्याने आता मोठ्या आनंदाने कर्झनला व्यवहार्य योजना मांडण्यास सांगितले. यावर कर्झनने अशी योजना मांडली की दोनशे लोकांच्या पथकासह एका ब्रिटिश प्रतिनिधीने सीमा ओलांडून खंबाजोंग येथे तिबेटी व चिनी प्रतिननिधींना भेटावयास जावे. याला मंत्रिमंडळाने संमती दिली. तथापि, खंबाजोंगच्या पलीकडे तिबेटी प्रदेशात आगेकूच करण्याला मंजुरी देण्याची मात्र मंत्रिमंडळाची इच्छा नव्हती.[७७]

याविषयी कर्झनने 'हा निव्वळ भित्रेपणा आहे'[७८] असे उद्गार काढले. तिबेट मोहिमेचा प्रमुख कर्नल यंगहजबंड, याला त्याने अविचलित धीराच्या धोरणाचा अवलंब करण्यास सांगितले. कर्झन व यंगहजबंड हे दोघेही तिबेटमध्ये कारवाई करण्याची आवश्यकता आहे अशा मताचे होते. परंतु 'सरहद्दीपलीकडे एखादी लाथ झाडण्यापेक्षा जास्त काहीही कृती करण्याच्या कल्पनेनेसुद्धा ब्रिटिश सरकार अस्वस्थ होत असल्यामुळे' [७९] ते संधीची वाट पाहत स्वस्थ बसले होते. अजूनही तिबेटी लोक रशियाच्या आधारावर ठामपणे विसंबून असल्याचे कर्झनने कळविले. 'वाटाघाटी

करण्यात कोणतीही चालढकल झाल्यास रशियन वर्चस्व अधिक बळकट होईल.[८०] तसेच नेपाळ सरकारवर त्याचा अनिष्ट परिणाम होईल.' यापूर्वीच नेपाळच्या पंतप्रधानांनी व्हाइसरॉयला असे सांगितले होते की, तिबेटमध्ये रशियाचे वास्तव्य होणे म्हणजे नेपाळच्या स्वातंत्र्याचा अस्तच असल्यामुळे नेपाळची जनता व सरकार ब्रिटिशांना निश्चितच मनःपूर्वक पाठिंबा देईल.[८१] जरुर पडलीच तर गिआन्त्सेपर्यंन्त आगेकूच करण्याची परवानगी, ब्रिटिश सरकारने, नाखुषीने का होईना, पण दिली.[८२] यानंतर एका महिन्याने त्यांनी चिनी व रशियन सरकारांना याविषयी माहिती दिली. त्या सरकारांनी सौम्य स्वरूपाचा निषेध व्यक्त केल्यानंतर लॅन्सडाउनने रशियन सरकारला असे सांगितले की, तिबेटमध्ये आगेककूच करण्याचा ब्रिटिश सरकारला हक्कच आहे. त्याचप्रमाणे याहून विलंब करणे अशक्य असल्याचे चीन सरकारला कळवले.[८३] आता पुढे होऊन 'भिक्षुसत्तेचा हा फुगलेला फुगा फोडण्याची'[८४] तयारी यंगहजबंडने सुरू केली. गुरूनजीक ज्याठिकाणी एका तिबेटी जमावाची कत्तल केली गेली होती त्याठिकाणी रशियन बनावटीच्या दोन बंदुका सापडल्याचा ब्रिटिशांनी दावा केला. ही गोष्ट खरी असली तरी यंगहजबंडच्या मंडळाला आपल्या संपूर्ण मोहिमेत रशियन वर्चस्वाचा भासदेखील उत्पन्न करू शकणारा तो एकमेव पुरावा मिळाला होता.

आपल्या सर्व शक्तीनिशी प्रतिकार करूनही निभाव लागला नाही तर दलाई लामा रशियात पळून जाईल अशी अफवा पसरली. तिबेटमध्ये राहण्याचा ब्रिटिशांचा इरादा नसल्याचे चिनी सरकारने लामाला कळवावे, अशी इच्छा ब्रिटिश सरकारने व्यक्त केली. पेकिंग येथील ब्रिटिश दूताने असे उत्तर दिले की तिबेटवर कोणत्याही प्रकारे दडपण आणण्यास चीन सरकार असमर्थ आहे.

गिआन्त्से येथे वाटाघाटी करण्यास तिबेटी लोकांनी नकार दिल्यास ल्हासापर्यंत पुढे जाण्याची परवानगी ब्रिटिश सरकारने नाखुषीनेच दिली.[८५] त्याचबरोबर त्यांनी रशियन सरकारला असे आश्वासन दिले की जोवर दुसरी कोणतीही सत्ता तिबेटात हस्तक्षेप करण्याचा प्रयत्न करीत नाही तोवर तिबेट खालसा करण्याचा किंवा त्याला संरक्षित राष्ट्र करण्याचा किंवा त्याच्या अंतर्गत कारभारात ढवळाढवळ करण्याचा कोणताही प्रयत्न ब्रिटिश सरकार करणार नाही.[८६] तिबेट व रशिया यांच्यामध्ये बोलणी झाली असावीत व जवळजवळ छुप्या वर्चस्वापर्यंत रशियाने मजल मारली असावी[८७] या कर्झनच्या ठाम कल्पनेला मंत्रिमंडळाने जराही किंमत दिली नाही.

तथापि, यंगहजबंड शिष्टमंडळाने उत्तरेच्या दिशेने हळूहळू पुढे सरकावे इतपत प्रभाव कर्झनने पाडला होता. यंगहजबंड नुसता ल्हासाला पोचण्यालाच नव्हे, तर तेथे राहण्यालाही उत्सुक होता. दरम्यान आपल्या कारकिर्दीच्या मध्यात इंग्लंडला गेलेल्या

कर्झनने ल्हासाला ब्रिटिश प्रतिनिधी ठेवण्यास संमती देण्याची मंत्रिमंडळाला विनंती केली. हंगामी व्हाइसरॉय अम्प्थिल या विचाराशी सहमत नव्हता. रशियाशी वैमनस्य निर्माण होण्याची किंमत देऊन यंगहजबंड शिष्टाई यशस्वी होणे परवडणारे नाही, त्यापेक्षा त्याला अपयश येण्याचा धोका पत्करला असे त्याने भारतमंत्र्याला कळविले. [८८] परंतु प्रत्यक्षात अम्प्थिलचा खाजगी पत्रव्यवहार व कर्झनसारख्याच सुरातील अधिकृत पत्रव्यवहार यांच्यात बरीच तफावत आढळते. याबद्दल कर्झन ब्रॉड्रिकजवळ अशी तक्रार करतो की, 'खरेच, इंग्लिश डाक येते व भारतीय डाक जाते. त्यावेळेस मला जाणवते की मी फक्त अर्धाच व्हाइसरॉय आहे. व दोन वेगळया भारतमंत्र्यांशी माझा व्यवहार चालू आहे.'[८९] ३० जून १९०४ च्या खलित्यात भारत सरकारने असा युक्तिवाद मांडलेला दिसतो की, आपल्याला तिबेटमध्ये विशेष स्वारस्य नसल्याचा रशियाचा दावा असला तरी त्यामुळे भीतीचे कारण समूळ नाहीसे होत नाही. कारण अनधिकृत मार्गांनी तिबेटात आपले वर्चस्व प्रस्थापित करण्याचे रशियाचे प्रयत्न सतत सुरू असल्याचा पुरावा उपलब्ध होता. रशियन शस्त्रास्त्रे तिबेटात पोहोचली असून त्यांचा वापर ब्रिटिश लष्कराविरुद्ध केला गेला होता. तसेच रशियातील बुरिएट लोक तिबेटी लोकांना त्यांच्या लष्करी योजनांमध्ये साहाय्य करीत आहेत असे वाटत होते. परिस्थितीत बदल झाल्यामुळे १९०३ च्या एप्रिलमधील आश्वासनांचा फेरविचार करणे आवश्यक आहे, असेही रशिया म्हणण्याची शक्यता होती.

मंत्रिमंडळाला याबाबत तेवढीशी खात्री वाटत नव्हती व या समस्येतून सुटका करून घेण्याची घाई होती.[९०] ब्रिटिशांची प्रतिष्ठा पुन्हा प्रस्थापित करणे जरूरीचे होते. त्यासाठी ल्हासाला जाऊन ब्रिटिश शिष्टमंडळाने तिबेटातील आपले वर्चस्व रशियाकडे जाऊ देण्यास ब्रिटन तयार नाही हे स्पष्ट करावे. तिबेटचा कोणताही भूभाग ब्रिटिशांच्या परवानगीशिवाय दुसऱ्या कोणत्याही परकी सत्तेकडे सोपविला जाता कामा नये. कोणत्याही सत्तेला तिबेटच्या कारभारात ढवळाढवळ करू देता कामा नये असे तिबेट सरकारला स्पष्ट सांगावे. मात्र ल्हासा येथे ब्रिटिश प्रतिनिधी ठेवण्याची गरज नव्हती.[९१] परकी सत्तांना सवलती देण्याविरुद्धचा आदेश ल्हासाच्या करारात समाविष्ट करण्यात आला व त्या करारावर सही करून यंगहजबंड शिष्टमंडळ परतले. ल्हासा येथे प्रतिनिधीची नेमणूक झाली नाही.

कर्झनची निराशा झाली. 'ब्रिटिश सरकारचे तिबेटविषयक धोरण हे माझ्या धोरणाशी जुळते नाही. माझ्या मते ते अत्यंत चुकीचे आहे.' [९२] त्यावेळेस कर्झनचे तिबेटविषयक धोरण हा एक अविवेकी धाडसाचा प्रकार आहे असा सर्वसामान्य समज होता. याला कारण विशेषतः पार्लमेंटपुढे ठेवण्यात आलेल्या कागदपत्रातून

रशियाविषयीचे उल्लेख वगळलेले होते हेच होते. 'हे कागदपत्र जसे आहेत तसे वाचणाऱ्या कोणाही व्यक्तीला भारत सरकार हे काय करीत आहे व तिबेटमध्ये जाण्यात फार मोठा वेडेपणा तर करीत नाही ना असा प्रश्न पडेल.'[९३] भारत सरकार व यंगहजबंड ज्याचा सतत उल्लेख करीत होते, त्या रशियाच्या तिबेटातील अस्तित्वाचा कोणताही प्रत्यक्ष पुरावा कधीही देण्यात आलेला नाही. हे खरे असले तरीही कर्झनला वाटणारी भीती त्याच्यापुरती फार खरी होती. ह्या घडामोडींच्या केंद्रस्थानी दलाई लामा झारकडे राजकीय संरक्षणाच्या अपेक्षेने पाहात असल्याचे एका रशियन मुत्सद्याने[९४] मान्य केले होते. व्हाइसरॉयच्या धोरणाला तीव्र विरोध करणाऱ्या बाल्फर सरकारनेदेखील तिबेटचा प्रश्न हा मुख्यतः 'आपण व रशिया यांच्यामधील'[९५] प्रश्न आहे हे मान्य केले होते. आपल्याला तिबेटमध्ये राजकीय दृष्ट्या स्वारस्य नाही असे कायम स्वरूपाचे अधिकृत आश्वासन देण्यास रशियाने वारंवार नकार दिलेला होता. करारावर सह्या झाल्यानंतर एका वर्षाने, म्हणजे १९०५ मध्ये ल्हासा येथे रशियन प्रतिनिधी ठेवल्याच्या वार्ता आल्या.[९६] १९०५ च्या जपानच्या विजयानंतर या प्रदेशावर आपली सावली पडू देण्याचे रशियाने थांबवले. तरीही तेथे रशियाचे प्राबल्य प्रस्थापित होऊ शकण्याची भीती खरी होती व त्यादृष्टीने १९०७ च्या करारात तिबेटसंबंधी तरतूद करणे समर्थनीय ठरले.

कर्झनचे परराष्ट्रधोरण मूलतः दुहेरी होते. ज्या प्रदेशात रशियाचे वर्चस्व नव्हते तेथे ब्रिटिशांची वर्चस्व स्थापन करणे असे त्याचे स्वरूप होते. ह्यापैकी पहिल्या कामाइतकेच दुसरेही महत्त्वाचे होते. आपण स्वतः ते हाती घेण्यास तेवढेच लायक आहोत अशी कर्झनची खात्री होती. 'ज्याप्रमाणे सर्व तज्ज्ञांना डाउनिंग स्ट्रीटवरील सरकार एककल्ली समजते तसेच बहुधा मलाही ते आशियाच्या संदर्भात समजते. उलटपक्षी आशियात मी अग्रगण्य अधिकारी व्यक्ती समजला जातो,'असे तो लिहितो.[९७] खरोखरच त्याचे या आशियाई राष्ट्रांचे ज्ञान त्याच्या रशियन धोरणाच्या समजेपेक्षा कदाचित अधिक सखोल असू शकेल.

याप्रमाणे, जरी खुद्द तेहरानमध्ये ब्रिटिशांचे वर्चस्व दृढ करण्याचे प्रयत्न मुख्यत्वेकरून ब्रिटिश सरकारच्या उपेक्षावृत्तीमुळे विरळा व निष्फळ ठरले असले तरीही सीस्टन, दक्षिण इराण व इराणचे आखात येथील ब्रिटिश हितसंबंध कर्झनने अधिक दृढ केले. सीस्टन व बलुचिस्तान यांमधील व्यापार वाढल्यामुळे, तसेच ब्रिटिश मध्यस्थमंडळाने घडविलेल्या सरहद्दप्रश्नाच्या तडजोडीमुळे नस्त्रताबाद येथील ब्रिटिश वकिलाची प्रतिष्ठा वाढली, ही एक मोठी घटना घडली. इराणच्या आखातात नव्याने स्थापन झालेल्या रशियन, फ्रेंच व जर्मन वकिलातींना उत्तर म्हणून १९०० साली

बंदअब्बास येथे एक ब्रिटिश उपवकिलात स्थापन करण्यात आली व १९०४ मध्ये तिला वकिलातीचा दर्जा प्राप्त झाला. बुशायर येथील रेसिडेन्सी व प्रमुख वकिलात अधिक समर्थ करण्यात आली. अहवाज व केन्बेला येथे उपवकिलाती स्थापण्यात आल्या. मोहमेरा येथील प्रतिनिधीला राजप्रतिनिधी करण्यात आले, कुवेत येथे प्रतिनिधी नेमण्यात आला व बेहरीन येथे क्रमशः राजकीय प्रतिनिधित्व निर्माण केले गेले. प्रवासी, पोस्ट व तारखाते यांचे दळणवळण सुधारले. व्यापारात वाढ झाली. [९८] कुवेत हे जवळजवळ ब्रिटिशांचे संरक्षित राष्ट्रच बनले. मुहमेराचा शेख ब्रिटिश आधिपत्याखाली आणला गेला.

हे वर्चस्व अबाधित राहावे व जगजाहीर व्हावे यासाठी त्या भागाला व्यक्तिशः भेट देण्याची कर्झनची इच्छा होती. ' दुसऱ्या कोणत्याही योजनेपेक्षा भारताच्या व्हाइसरॉयने एखाद्या लढाऊ जहाजातून, आपल्याला साजेशा संरक्षक दलाबरोबर या भागाला भेट देण्याने आमच्या आस्थेची, वर्चस्वाची छाप कल्पनेपलीकडे अधिक पडेल. व्हाइसरॉयच्या प्रतिष्ठेशी तुलना करता येण्याजोगी व्यक्ती फ्रेंच किंवा रशियन लोक कदापि पाठवू शकणार नाहीत.'[९९] परंतु हे करण्याला मंत्रिमंडळ फारसे उत्सुक नव्हते. त्यामुळे ही योजना तशीच पडून राहिली. शेवटी १९०३ साली ज्यावेळी कर्झनने 'आताच, नाहीतर केव्हाही नाही' अशी एक निकराची विनंती केली, [१००] त्यावेळी मंत्रिमंडळाने नाखुषीनेच संमती दिली. यातून काहीही राजकीय फायदा होईल अशी शक्यता मंत्रिमंडळाला वाटत नव्हती. उलट तुर्कस्तानला ते पसंत पडणार नाही. व रशियाला तेहरानवर दबाव आणण्यास या गोष्टीमुळे प्रेरणा मिळेल असे त्यांना वाटत होते. इराणमधील ब्रिटिश दूताला देखील व्हाइसरॉय आपल्याला वरचढ झाला असे वाटेल. म्हणून त्याच्याशी वाद होऊ देऊ नये असा सल्ला व्हाइसरॉयला देण्यात आला. [१०१] परंतु ब्रिटिश सरकारच्या मनात रेंगाळणाऱ्या अशा कोणत्याही शंका यावेळेस कर्झनचे प्रयाण रोखू शकल्या नसत्या. कारण आता कर्झनच्या दृष्टीने हे व्यक्तिगत ध्येय झाले होते. ज्याचा व्हाइटहॉलमध्ये 'कर्झनतलाव'[१०२] म्हणून उल्लेख केला जात असे, त्या इराणच्या आखातातून, आगेमागे ब्रिटिश नाविकदल आहे अशा थाटातील कर्झनची राजेशाही मिरवणूक, हा त्याच्या मते त्याच्या इराणमधील धोरणाचा कळस होता.

अफगाणिस्तानमध्ये अमीर अब्दुल रहमानने आपल्या जवळजवळ वीस वर्षांच्या कारकिर्दीत स्वतःचे स्थान दृढ केले होते. तेथे आता १८९३ मधील ज्या योजनेवर ब्रिटिशांचा तेथील ताबा अवलंबून होता तिचा फेरविचार करावा की नाही हा प्रश्न होता. कर्झनच्या निंदकांनादेखील ही समस्या हाताळण्याला कर्झनइतकी लायक दुसरी कोणतीही व्यक्ती नाही हे मान्य होते. [१०३] कर्झन व्हाइसरॉयपदावर आल्यानंतर

लगेच ज्यावेळेस अमिराने हा प्रश्न उपस्थित केला, त्यावेळेस कर्झनने भारत व अफगाणिस्तान यांच्या दरम्यान लोहमार्ग व तारेचे दळणवळण वाढीस लावावे असे सुचविले होते. कारण तसे केल्यानेच कोणत्याही आणीबाणीच्या प्रसंगी ब्रिटिश लष्कर अमिराच्या मदतीसाठी तातडीने जाऊ शकले असते. अशा प्रकारच्या कोणत्याही रचनेमुळे अफगाणिस्तानचे स्वातंत्र्य धोक्यात येईल, असे म्हणून अमिराने कर्झनची ही सूचना फेटाळून लावली. त्याने असेही म्हटले की, आपण ब्रिटिशांकडे लष्करी मदत केव्हाही मागणार नाही. ब्रिटिशांनी आपल्याला फक्त पैसा, शस्त्रास्त्रे व दारुगोळा पुरवावा एवढे त्याच्या मते पुरेसे होते. [१०४]

अमिराच्या ह्या पत्रांचे वर्णन कर्झनने ‘अत्यंत स्पष्ट, सरळ, समर्थ, सर्वस्वी प्रामाणिक नव्हेच, तसेच उत्तर देण्यास अत्यंत कठीण’ अशा शब्दांत केले आहे. अमीर ज्या पद्धतीने ब्रिटिशांच्या कर्तव्यांचा अन्वयार्थ लावतो आहे ती विचारात घेता त्याला शस्त्रास्त्रे व दारुगोळा पुरविण्याच्या ब्रिटिशांच्या धोरणाचा फेरविचार करावयास हवा, असे त्याला वाटत होते. ‘मला वाटते सर मॉर्टिमर डयूरांड यांच्या कमालीच्या अयोग्य अशा तडजोडीच्या योजनेतील अत्यंत अयोग्य अशा कलमांमुळे आपण या कर्तव्यांना विलक्षण मूर्खपणाने बांधून घेतले आहे.’[१०५] काबूल येथे युद्धसामग्रीची आयात व उत्पादन ही दोन्हीही मोठ्या प्रमाणावर होत होती. वरकरणी जरी अमिराच्या निष्ठेविषयी शंका घेण्यास कोणतेही सबळ कारण नव्हते तरीही अमिराने ब्रिटिशांच्या कर्तव्याचे लावलेले अन्वयार्थ नीट उलगडा न करता तसेच सोडल्यास ती परिस्थिती ब्रिटिशांच्या दृष्टीने धोक्याची होती. म्हणून १८९९ च्या जुलै महिन्यात कर्झनने मंत्रिमंडळाच्या संमतीने अमिराला पुन्हा पत्र लिहिले. त्यात त्याने अमिराच्या असे निदर्शनास आणून दिले की कोणत्याही विनाकारण होणाऱ्या आक्रमणाविरुद्ध ब्रिटिश त्यांना योग्य वाटेल त्या रीतीने व प्रमाणात त्याला मदत करतील व ते सुद्धा परराष्ट्रासंबंधाबाबत अमीर जर त्यांचा निःसंदिग्ध सल्ला घेऊन वागणार असेल तरच. आपल्या अभिवचनांच्या पलीकडे जाऊनही १८८० ते १८९५ या काळात ब्रिटिश सरकारने अमिराला मोठ्या प्रमाणावर दारुगोळा पुरविला होता. १८९३ साली दारुगोळा आयात करण्याला त्याला मुभा दिली होती. कर्झनने अमिराला आता अधिक धीमेपणाने व काळजीपूर्वक वागण्याची ताकीद दिली. अगदी आवश्यक तेवढीच शस्त्रास्त्रे त्याने आयात करावी व ब्रिटिश सरकारला आपल्या शिथिल धोरणाचा पश्चाताप वाटून काही कारवाई करण्याला उद्युक्त करू नये[१०६] असेही सांगितले.

सप्टेंबर १८९९ मध्ये दिलेल्या उत्तरात अब्दुल रहमानने रेल्वे व तारखात्याविषयीचा आपला विरोध पुन्हा व्यक्त केला. रशियन आक्रमण आपल्याला

परतविता आले नाही तरच फक्त भारतीय लष्कराची गरज भासेल; तेव्हा आपले प्रजाजन भारतीय सैनिकांना प्रवेश देतील, असे त्याने म्हटले. या त्याच्या ठाम भूमिकेमुळे ब्रिटिश सरकारला चिंता वाटू लागली. इंडिया कॉन्सिलचे सदस्य सर अल्फ्रेड लायल यांना असे वाटले की अमीर रशियाकडे वळेल. मात्र हॅमिल्टन इतका निराशावादी नव्हता.[१०७]

व्हाइसरॉयचा असा अंदाज होता की, एक स्वतंत्र लष्करी सत्ता म्हणून अफगाणिस्तानचे एकत्रीकरण करावे ही कल्पना अमिराने पुन्हा जागवली असून दोन्ही शेजाऱ्यांना समर्थपणे तोंड देण्याची त्याची इच्छा आहे. यासाठीच तो सतत अधिकाधिक शस्त्रास्त्रांच्या शोधात होता व प्रथमच ब्रिटिश लष्कराच्या मदतीशिवाय आपल्या देशाचे संरक्षण करण्याची शेखीही तो मिरवीत होता. हे खरे असले तरीही तो रशियाशी आपल्याला उघडपणे बांधून घेईल, हे संभवनीय नव्हते. कारण त्यासाठी त्याला हेरत द्यावे लागले असते. नुकसानभरपाई म्हणून जरी त्याला पेशावर देण्याचे अभिवचन दिले तरी हेरत जाण्याने त्याच्या प्रतिष्ठेला बसणाऱ्या धक्क्याचे त्यामुळे परिमार्जन झाले नसते.[१०८]

अमिराशी भांडणाचा प्रसंग ओढवून घेणे जरी यावेळी योग्य दिसत नसले तरीही कर्झनला असे वाटत होते की, पुढेमागे काही वर्षांनी ब्रिटिशांविरुद्ध वापरल्या जाऊ शकणाऱ्या शस्त्रांच्या एका प्रचंड शस्त्रागाराच्या स्वरूपात होणारे अफगाणिस्तानचे रूपांतर थांबविणे आवश्यक आहे. तरीही साल्सबरी व हॅमिल्टन यांनी कर्झनला अमिराला सौम्य उत्तर पाठविण्यास सांगितले. व जरी कर्झनच्या मते ही चूक होती [१०९] तरी त्याने तो आदेश पाळला. जानेवारी १९०० च्या उत्तरात इतकेच म्हटलेले होते की, अमिराच्या विधानांची पुन्हा चर्चा करण्याची ब्रिटिश सरकारची इच्छा नाही. कारण दोन्ही पक्ष एकमेकांच्या भूमिका जाणून होते. तसेच भारत सरकारच्या मित्रत्वभावनेची अमिराला जाणीव होती. आणि आपल्या हितसंबंधांच्या रक्षणार्थ आपण त्यांच्यावर अवलंबून राहू शकतो, हेही तो जाणून होता.

हा काही प्रकरणाचा शेवट नव्हता. ज्यांच्या वापराविषयी कोणतीही हमी नाही अशी शस्त्रास्त्रे व द्रव्य यांचे साहाय्य ब्रिटिशांना अमिराला निमूटपणे करावे लागते याइतके असमाधानकारक परस्परसंबंध असू शकणार नाहीत, असे हॅमिल्टनने यासंबंधी म्हटले. अमीर ब्रिटनपेक्षा रशियाला जास्त भीत होता, ही एकच समाधानाची बाब होती. [११०] अमिराशी पत्रव्यवहार करून केव्हाही काहीच अपेक्षा करता येण्यासारखी नाही हे कर्झनने स्पष्ट केले. 'महासागरात गोटे टाकत बसण्याइतकाच हा निष्फळ उद्योग आहे. परंतु अमिराशी कशा प्रकारे सामना द्यावयाचा हे मला चांगले ठाऊक

आहे. त्याच्यावर जर खरोखरीच काही परिणाम व्हावयाचा असेल तर तो आपल्या राजनैतिक धोरणाचा नसून आपल्या बोलण्याचा सूर व पद्धत यांचाच होईल.'[१११]

वास्तविक पाहता, अब्दुल रहमानचा मृत्यू घडेल व त्याच्या वारसदाराशी व्यक्तिशः संपर्क साधता येईल, अशी इच्छा करीत कर्झन वेळ काढीत होता. अब्दुल रहमानबरोबर युक्तिवाद करण्याचा काहीही प्रयत्न यानंतर झाला नाही. मार्च १९०१ मध्ये ज्यावेळेस क्रप्स या जर्मन कंपनीकडून तीस डोंगरी तोफा विकत घेण्याचा बेत केला, त्यावेळेस त्यामागील धोका ध्यानात येऊनसुद्धा कर्झनने परवानगी नाकारली नाही. या कालखंडात अफगाण धोरणाखेरीज इतर कुठल्याही क्षेत्रात कर्झनचे धोरण इतके घटनांच्या आधीन नव्हते. ३ ऑक्टोबर १९०१ रोजी ज्यावेळी अब्दुल रहमान मृत्यू पावला व त्याचा मुलगा हबीबुल्ला गादीवर आला, त्यावेळी या खोड्यातून कर्झनची सुटका झाली. अब्दुल रहमानचा संभाव्य मृत्यू हे कर्झनला व्हाइसरॉयपद स्वीकारण्यास उद्युक्त करणाऱ्या अनेक कारणांपैकी एक होते. तो घडल्याने कर्झनला आनंद झाला. कारण हा मृत्यू अत्यंत सुयोग्य वेळी घडला होता. कर्झनच्या कारकिर्दीच्या ऐन मध्यावर, आवश्यक असल्यास लष्करी हालचाली करणे ज्या ऋतूत सुलभ झाले असते, त्या थंडीची नुकती सुरुवात होत असताना, कर्झनने हिवाळी दौऱ्यावर प्रयाण करण्यापूर्वी असा मोका साधून अब्दुल रहमान मृत्यू पावला होता. हबीबुल्ला हा कर्झनचा मित्र होता. त्याला कोणी प्रतिस्पर्धी नव्हता, हे ब्रिटनच्या दृष्टीने फायद्याचेच होते. १९०२ च्या एप्रिलमध्ये पेशावर येथे येऊन नवीन तहाच्या वाटाघाटी करण्यास हबीबुल्लाचे मन वळविता येईल, अशी व्हाइसरॉयला आशा वाटत होती. [११२]

ब्रिटिश सरकारने वाटाघाटींना मान्यता दिली [११३] व कर्झनने हबीबुल्लास व्यक्तिशः चर्चा करण्याचे निमंत्रण दिले. १८८० चा करार व १८९३ चे १२ लक्ष रुपये वार्षिक तनख्याचे आश्वासन ह्या अब्दुल रहमान बरोबरच्या व्यक्तिगत समझोत्याच्या बाबी होत्या. त्याच्या मृत्यूबरोबरच त्या संपल्याने नवा तह करण्याची आवश्यकता आहे, [११४] असे कर्झनने आग्रहाने प्रतिपादन केले. डयूरंड कराराचा फेरविचार ब्रिटनच्या हिताच्या दृष्टीने करण्याची व शस्त्रास्त्रांच्या आयातविषयक सवलतींवर निर्बंध घालण्याची ही संधी आहे, [११५] अशी व्हाइसरॉयला खात्री वाटत होती. परंतु कर्झनच्या कल्पनेइतका काही हा नवा अमीर बोटचेपा नव्हता. १८८० व १८९३ चे करार व्यक्तिगत स्वरूपाचे नसून दोन देशांच्या सरकारांमधील आहेत. त्यामुळे त्यांच्या नूतनीकरणाची काही आवश्यकता नाही, असे त्याने उत्तर दिले. यावेगळे काहीही त्याला पटवून देण्याचे सर्व प्रयत्न फोल ठरले. जोवर आपले परराष्ट्रसंबंध योग्य आहेत तोवर आपला तनखा चालू ठेवणे व शस्त्रास्त्रे व दारुगोळा यांच्या आयातीच्या सवलती देणे ब्रिटनला भाग आहे'

हा दृष्टिकोन त्याने ठामपणे धरून ठेवला. उलटपक्षी काबूलकडे धाडण्यात आलेली २० लक्ष काडतुसे व २०० तोफा पेशावर येथे अडवून ठेवून ब्रिटिश सरकारच कराराचा भंग करीत आहे, असे त्याचे मत होते. आपल्या मित्रांना भेटणे ही 'आवश्यक बाब' असल्याचे मान्य करूनही नेमक्या तारखेला स्वतःला बांधून घेण्याचे त्याने टाळले. तसेच रशियन आक्रमण थोपविण्या संबंधीच्या उपायांबाबतच्या व्यक्तिगत चर्चेचा काही फायदा होईल, या दृष्टिकोनाशी त्याने संपूर्ण मतभेद दर्शविला.[११६]

या हटवादी भूमिकेमागे रशियाचा हात आहे असा आपल्याला संशय असल्याचा दावा कर्झनने केला. अशा गंभीर परिस्थितीत खंबीर कारवाई करण्याची सूचना केली. रशिया तिबेटला कुरतडत होता व 'इराणच्या सदा फळलेल्या काटेरी झुडुपाचे पान न् पान संथपणे गिळंकृत करीत होता.' परंतु 'ज्या राजकीय जगाशी मला मुकाबला करावा लागत आहे, त्याचा पूर्ण आढावा घेतला तर अफगाणिस्तानच्या दिशेने सर्वात जास्त धोकेबाज ढग जमलेले मला दिसत आहे.'[११७] हबीबुल्ला जर उघडपणे रशियाकडे गेला तर काबूलवर स्वारी करणे घिसाडघाईचे ठरेल. मात्र कंदाहार काबीज करावे व शक्यतोवर आपल्या ताब्यात ठेवावे व आपली सरहद्द गिरिश्क व हेल्मंडपर्यंत पुढे रेटावी.[११८] परंतु करारांचा फेरविचार करणे किंवा अमिरावर जास्त दडपण आणणे यामुळे त्याचा कल रशियाकडे जास्त झुकेल अशा कल्पनेने मंत्रिमंडळाला त्या गोष्टी करण्यात उत्साह वाटत नव्हता व त्याने कर्झनला युद्ध टाळण्याचा सल्ला दिला.[११९] त्यावेळी दक्षिण अफ्रिकेत असलेल्या जोसेफ चेंबरलेन याने लॉरेन्सच्या धोरणाचे सार अशा शब्दांत सांगितले आहे. 'अफगाणिस्तानबाबतचे तुमचे मत अगदी योग्य आहे. कर्झन तेथे आपणा सर्वांनाच पेचात आणीत नाही इतकी काळजी घ्या. डिझरेली सरकारला अफगाण प्रश्नाने रसातळाला नेले, हे लक्षात ठेवा. या सगळ्या प्रकरणातून आपण आपले अंग काढून घ्यावे हे चांगले. अमीर रशियाकडे जावो नाहीतर सैतानाकडे जावो. आपण आपल्या सरहद्दीच्या संरक्षणाची तयारी करावी.'[१२०] एकूण परिस्थितीचा हाच अंदाज कर्झनच्या अंदाजापेक्षा जास्त बरोबर होता. अमीर हा रशियाचा अशील टिकविण्याची त्याची धडपड आहे हे दाखविणारा निरनिराळया प्रकारचा पुरावा होता. १९०२ च्या शेवटाच्या सुमारास त्याने सीस्टनमध्ये अफगाणिस्तान व इराण यांची सरहद्द निश्चित करण्यासाठी ब्रिटिश मध्यस्थ नेमण्यास संमती दिली. सर हेन्री मॅकमोहन याला त्या प्रदेशात अफगाणिस्तानातून जाण्याची परवानगीही दिली. त्यानंतरच्या वर्षाच्या सुरुवातीला कुर्रम व वझिरीस्तान यांच्या सीमेवरील प्रांतातील झगडे मिटविण्यासाठी त्याने अधिकृतपणे ब्रिटिश व अफगाण आयुक्तांना सहकार्य करावयास सांगितले. काही थोडा काळ त्याने हेरतमध्येदेखील ब्रिटिश प्रतिनिधींना परवानगी

दिली. खुद्द व्हाइसरॉयला अमिराविषयीचे आपले मत बदलणे भाग पडले व तो 'अगदी सरळ वागत असल्याचे' [१२१] मान्य करावे लागले.

भारताला भेट देण्यासाठी अमिराचे मन वळविण्यास कर्झनला ब्रिटिश सरकारने परवानगी दिली. मग अब्दुल रहमान बरोबरच्या कराराच्या फेरविचाराची शक्यता नसल्याची त्यांची खात्री होती. [१२२] अब्दुल रहमानबरोबरच्या तहात बदल न करता तो तसाच ठेवावा यासाठी अमीर दीर्घसूत्रीपणा करीत आहे, हे व्हाइसरॉयला मान्य होते. परंतु तो हबीबुल्लाच्या मागे 'टुमणे लावीतच' राहणार होता. त्यामुळे जरी अगदी आदर्श मार्ग सापडला नाही तरी किमान काही समाधानकारक तडजोड होईल याविषयी त्याला शंका नव्हती. [१२३] त्याने वारंवार पत्रे लिहून अमिराला ब्रिटिश सरकार त्याला त्याच्या वडिलांइतकेच उदारपणे वागवील अशी ग्वाही दिली. तसेच व्यक्तिगत चर्चेसाठी वारंवार निमंत्रण दिले. परंतु अमीर करारांच्या आपण लावलेल्या अर्थाला चिकटून राहिला. गरज पडल्यास अफगाण लोक रशियन लोकांशी युद्ध करतील. परंतु परकीयांशी हातमिळवणी करून केव्हाही लढणार नाहीत, असेच तो म्हणत राहिला. ब्रिटिश लष्कराला अफगाणिस्तानात प्रवेश नाकारण्याच्या आपल्या वडिलांच्या भूमिकेचा त्याने पुनरुच्चार केला.[१२४] या दोन्ही देशांमधील परस्पर सुहृद्‌भावना अमिराच्या या वृत्तीमुळेच धोक्यात येत आहे, असे त्याला सांगण्याची कर्झनची इच्छा होती. भारताच्या सरहद्दीवरील कोणाचाच ब्रिटिशांच्या लष्करी सामर्थ्यावर विश्वास नव्हता. याउलट रशियाचे दुःस्वप्न सर्वांना भेडसावीत होते. जपानशी झालेल्या युद्धात रशियाची जी पीछेहाट झाली तीमुळे तर आता रशिया दक्षिणेकडे आपला मोहरा वळवील ही भीती आणखीच वाढली. अमीर जोवर साधारणतः ब्रिटिशांशी इमानी आहे तोवर सर्व गोष्टी आहेत तशाच चालू राहू द्याव्यात, या ब्रिटिश सरकारच्या मवाळ दृष्टिकोनामुळे, व्हाइसरॉयच्या मते अशुभ दिवस फक्त पुढे ढकलला जात होता. उलटपक्षी ब्रिटिश सरकारने अधिक ठाम भूमिका स्वीकारल्यास मुळात दुर्बल मनोवृत्ती असलेल्या अमिराला ब्रिटिशांच्या बाजूला वळणे भाग पडेल, असा व्हाइसरॉयला वाटत होते. [१२५] तथापि, परिस्थिती बिकट करण्याची मंत्रिमंडळाची इच्छा नव्हती. बऱ्याच विचारविनिमयानंतर [१२६] तसेच आपण कधीच भारतात येणार नाही असा हबीबुल्लाचा निरोप मिळाल्यानंतर, [१२७] हंगामी व्हाइसरॉय ॲम्प्थिल याने काबूलला ब्रिटिश शिष्टमंडळ पाठविण्याची योजना मांडणारे [१२८] पत्र अमिराला १० सप्टेंबर १९०४ रोजी पाठविले.

याचा अर्थ असा की, गोष्टी हबीबुल्लाच्या मनाप्रमाणे घडत होत्या. या कामासाठी

नियुक्त केलेला अधिकारी सर लुइस डेन [१२९] याने अमिराला सांगावे असे भारतातून ॲम्प्थिल व किचनर आग्रहपूर्वक सांगत होता. प्रारंभापासूनच जर ब्रिटिशांची प्रत्यक्ष लष्करी मदत घेण्याची अमिराची तयारी नसेल तर ब्रिटिश सरकारला भारताच्या संरक्षणासाठी अमिराचा विचार न करता स्वतंत्रपणे योजना करणे नाईलाजाने भाग पडेल. ब्रिटनखेरीज दुसऱ्या कोणत्याही परकीय सत्तेबरोबर आपण राजकीय संबंध ठेवणार नाही अशी ठाम हमी अमिराकडून मिळवावी आणि त्याला पूरक असा एक नवा गुप्त लष्करी करार करण्याचा प्रयत्न करावा.[१३०] परंतु या बाबत कर्झनचा सल्ला घेतल्यानंतर ब्रिटिश सरकारने असे ठरविले की डेनने फक्त अब्दुल रहमान बरोबरच्या तहाचे वैयक्तिक तहाच्या स्वरूपात नूतनीकरण करून घ्यावे. परराष्ट्रसंबंधांवर संपूर्ण नियंत्रण, सरहद्दीवरील टोळयांना शस्त्रास्त्रे पुरविणार नाही असे आश्वासन व शस्त्रास्त्रांच्या आयातीविषयी ब्रिटिशांना आगाऊ कळविणे [१३१] याहून अधिक काहीही मिळविण्याचा प्रयत्न करू नये असे ठरले.

१२ डिसेंबर १९०४ रोजी डेन काबूलला पोहोचला. डेनचे काबूलला हजर होणे हाच अमिराच्या मते त्याचा मोठा व्यक्तिगत विजय होता व त्याला तसे वाटणे स्वाभाविकच होते. रशिया व जपान यांच्या युद्धामुळे आशियामधून रशियाला हुसकावून लावण्याची चांगली संधी प्राप्त झाली आहे, असे अमिराने सूचित केले. लष्करी सहकार्याची तपशीलवार योजना आणि आपल्या गरजा सांगणाऱ्या एका तहाचा मसुदा त्याने पुढे मांडला. [१३२] रशियावर चाल करण्याच्या योजनेचा विचार करण्याचा अधिकार आपल्याला नसल्याचे डेनने उत्तरी सांगितले. [१३३] कर्झन व ब्रिटिश सरकार यांच्या सूचनांनुसार [१३४] तहाला निश्चित स्वरूप येईपर्यंत संरक्षणाबाबतच्या योजनेचा विचार करणे मागे ठेवले. कर्झनची इच्छा या शिष्टमंडळाचे नेतृत्व डेनऐवजी सर ह्यू बार्नेस याजकडे द्यावे अशी होती. इतकेच नव्हे तर त्याने त्यास अनौपचारिकरीत्या बोलाविलेदेखील होते. [१३५] वाटाघाटींना असे वळण लागले याबद्दल त्याने डेनला ठपका दिला. अमीर प्रामाणिकपणे वागत आहे की फसवीत किंवा थट्टा करीत आहे याविषयी कर्झनला खात्री नव्हती. त्यामुळे तह करून लवकरात लवकर डेनने काबूल सोडावे अशी त्याची इच्छा होती. [१३६] भारत सरकारच्या कचेऱ्यांमधील हेरांकरवी अमिराला ब्रिटिश सरकारची मते कळविली जात असल्याची बोलवा होती. अमिराने जुन्या करारांच्या नूतनीकरणाची गरज नसून ते अद्यापही लागू असल्याचा दावा केला. एकंदरीत ब्रिटिशांची वृत्ती पाहून त्याने आपली संरक्षण योजना मागे घेतली.[१३७] डेनने खंबीर राहावे व प्रयाणाची तारीख निश्चित करावी असे कर्झनला वाटत होते. मऊ म्हणून ब्रिटिशांना कुठवर खणता येईल याची हद्द आपण गाठली असल्याचे अमिराच्या

लक्षात आले, तर तो हेका सोडील असे कर्झनला वाटत होते. परंतु अशा तऱ्हेने कोणताही करारमदार न करता परत फिरण्यामुळे अमीर रशियाकडे वळण्याची शक्यता आहे असा सल्ला इंडिया कौन्सिलने ब्रिटिश सरकारला दिल्यामुळे अमिराच्याच अटींवर तह करावा असे त्यांनी ठरविले.[१३८] अजिबातच तह नसण्यापेक्षा कोणत्याही प्रकारचा तह आणि बेबनावाच्या धोक्यापेक्षा अवहेलना त्यांनी पत्करली'[१३९] असे कर्झनने म्हटले. असे करणे म्हणजे प्रत्येक मुद्यावर अमिरापुढे शरणागती पत्करणे होय असे कर्झनने कितीही जोराने सांगितले तरी ते वाया गेले.[१४०] जुने सर्व करार चालू राहतील असे जाहीर करणाऱ्या अमिराने तयार केलेल्या तहाच्या मसुद्यावर अखेर २७ मार्च १९०५ रोजी सह्या झाल्या.

हा कर्झनचा पराभव होता. याबाबत त्याने ॲम्प्थिलला असे लिहिले की,[१४१] 'ब्रिटिश सरकारने अमिराला आपणावर त्याच्या अटी लादू दिल्या आहेत. अमिराने स्वतःच्या भाषेत आणि हास्यास्पद रीतीने लिहिलेल्या कागदावर सही करण्याची आज्ञा डेनला केली गेली आहे. एवढेच फळ घेऊन तो परतला आहे. वास्तविक पाहता या कारणासाठी मी राजीनामाच द्यावयास हवा होता. परंतु सार्वजनिक हिताचा विचार करता माझ्या राजीनाम्याचे मी जाहीर समर्थन करू शकणार नाही, हे या एकंदर प्रकरणाच्या स्वरूपावरून स्पष्ट दिसते. सकृद्दर्शनी हे सारे हास्यास्पद वाटते.' ज्याचे अस्तित्वच ब्रिटिशांच्या आधारावर आहे अशा एका अर्धरानटी राजाच्या लहरी, संशय व उर्मटपणा, त्याच्यापेक्षा सामर्थ्याने कल्पनातील वरचढ असणाऱ्या ब्रिटिश सरकारने सहन करावा, हे विसंगत वाटण्यासारखेच होते. परंतु विसाव्या शतकाच्या प्रारंभीच्या मध्य आशियाई राजकारणाच्या संदर्भात विचार करता, अफगाणिस्तानची मैत्री हीच सर्वात महत्त्वाची गोष्ट होती. व आपल्या सगळया स्थानिक ज्ञानाच्या जोरावरदेखील कर्झनला हे उमजले नाही.

तिबेटमधील त्याची कामगिरी अधिक नेत्रदीपक असली तरी फारशी भरीव नव्हती. तिबेटमध्ये चीन सरकारला तिळमात्रही खरी सत्ता नाही हे लक्षात आल्यानंतर ब्रिटिश सरकारच्या संमतीने कर्झनने तिबेटी लोकांशी प्रत्यक्ष संपर्क साधण्याचे ठरविले. त्याने दलाई लामा यास पत्रे लिहिली; परंतु ती पोहोचविण्यास त्याला कोणी माणूस मिळेना. एक भूतानी हस्तक, शिगास्ते येथील भिक्षू, गर्टोक येथील प्रांतिक राज्यपाल, चिनी कारभाराबाबतचा ब्रह्मदेश सरकारचा सल्लागार या सर्वांसंबंधी विचार केला गेला व त्यांच्यापैकी बहुतेकांना विचारूनही झाले. परंतु ते सर्व निष्फळ ठरले. यानंतर कर्झनने ठरविले की पत्रलेखनाची कृती अपुरी आहे. तिबेटी लोकांना भेडसावल्याखेरीज काहीही होणार नाही. हे साध्य करण्यासाठी सरहद्दीपर्यंत लष्कर नेण्याचे व भारतीय

हद्दीतील सर्व तिबेटी लोकांना हद्दपार करण्याचे त्याने ठरविले. जर त्यांनी प्रतिकार केला तर चंबीखोरे काबीज करावयाचे त्याने ठरविले. व त्यानंतर जर त्यांनी वाटाघाटींची इच्छा दर्शविली तर फक्त ल्हासा येथेच बोलणी करण्यास तो तयार होता. [१४२] परंतु या गोष्टीला ब्रिटिश सरकार विशेष उत्सुक नव्हते व फेरविचार करण्यास त्यांनी कर्झनला भाग पाडले. त्या वर्षाच्या अखेरीला कर्झनने कबूल केले की यापुढे कोणते पाऊल टाकावे याविषयी आपणास निश्चित काहीही सांगता येत नाही. [१४३] तथापि, त्यानंतरच्या एका वर्षात तिबेटातील वाढत्या रशियन वर्चस्वाविषयीच्या ज्या वार्ता भारत सरकारला मिळत होत्या, त्यामुळे कर्झन पुन्हा पूर्वीच्या भूमिकेला जाऊन पोहोचला व तेही स्वेच्छेनेच. डिसेंबरमध्ये ज्यावेळी चीन सरकारने अधिकाऱ्यांची एक परिषद भरविण्याची सूचना केली तेव्हा व्हाइसरॉयने एक त्रिवर्गपरिषद ल्हासा येथे भरविण्याला अनुकूलता दर्शविली. कारण त्यायोगे तिबेटच्या राजधानीत एक कायमचा ब्रिटिश प्रतिनिधी नेमला जाईल, अशी त्याची अपेक्षा होती.

मंत्रिमंडळाने पुनश्च याला विरोध केला. भारत सरकारला ब्रिटिश सरकार 'कायमच्या निष्क्रियतेप्रत'[१४४] नेत असल्याच्या कर्झनच्या निषेधाकडे त्यांनी दुर्लक्ष केले. खंबाजोंग येथे चिनी व तिबेटी लोकांशी चर्चा करण्यासाठी ज्या यंगहजबंडला पाठविण्याचे कर्झनचेच सुचविलेले होते त्या यंगहजबंडला केवळ स्थानिक प्रश्नांवर चर्चा करावी, ल्हासा किंवा गिआनसे येथे ब्रिटिश प्रतिनिधी नेमण्याचा प्रस्ताव ब्रिटिश योजनेत समाविष्ट करू नये, असा आदेश दिला. ही संधी फार उत्तम असून ती गमावणे कर्झनला चूक वाटत होते. आपण आपल्याच मताने चालावे असे त्याने ठरविले व या आपल्या अवज्ञेला आपल्या भरघोस यशामुळे माफी मिळेल, असे तो धरून चालला. 'मी शांतपणे माझ्या पद्धतीने तिबेट प्रकरण हाताळीन. व ज्यामुळे सरकारचा सध्याचा दृष्टिकोन मूर्खपणाचा नाही तरी अपरिपक्वतेचा होता असे दिसून येईल असा एक तह जर लवकरच मी ब्रिटिश सरकारच्या वतीने घडवून आणला, तर मला नवल वाटणार नाही.'[१४५]

मंत्रिमंडळाचा दृष्टिकोन यंगहजबंडला सांगितला गेला असला तरी शक्य झाल्यास भारत सरकार व ल्हासा येथील अधिकारी यांच्या दरम्यान खुल्या चर्चेचा मार्ग मोकळा करण्याची सूचना त्याला करण्यात आली. वाटाघाटी फसल्या तर फारतर चंबीखोरे व्यापावे किंवा अडवावे, [१४६] या मंत्रिमंडळाच्या मतांची जाणीव कर्झनला होती. तरीही यंगहजबंडबरोबर संगनमत करून त्याने दोन खेडुतांची अटक व काही याकवरचा हल्ला या तिबेटी कृत्यांचा उपयोग गुप्त शत्रुभावाचा त्यांच्यावर आरोप ठेवण्यास केला व गिआन्त्सेकडे चाल करण्यास परवानगी मिळविली. [१४७] एकदा तेथवर

पोहोचल्यावर ब्रिटिश तळावर तिबेटी हल्ला किंवा वाटाघाटी करणाऱ्या तिबेटी लोकांनी न येणे असल्या सबबींवर ल्हासापर्यंत आगेकूच करता आले असते. भारत सरकारची एकूण परिस्थितीवर पकड होती व परिणामी ब्रिटिश सरकारला त्यांनी आपल्यामागे ओढत नेले.[१४८] परंतु शिष्टमंडळ ल्हासाला पोहोचल्यानंतर काय करावयाचे? कोणत्याही करारामध्ये व्यापारी केंद्रावर भारतीय अधिकारी असावे व ल्हासाला एक प्रतिनिधी असावा ह्या सूचना असल्या पाहिजेत असे भारत सरकारने सुचविले, परंतु बर्नेस व काव्हेग्नरी यांच्या भाळी काबूलमध्ये जे आले त्याच्या स्मृतीचा पगडा असल्यामुळे ब्रिटिश सरकारने ल्हासा किंवा इतरत्र ब्रिटिश रेसिडेंट नेमण्याच्या प्रस्तावाबाबत नकाराधिकार वापरला.[१४९]

२ ऑगस्ट रोजी यंगहजबंड ल्हासाला पोहोचला. भारत सरकारने गरज पडल्यास दलाई लामा व इतर प्रमुख तिबेटी अधिकाऱ्यांना अटक करण्याचा अधिकार एका तारेद्वारा दिला. (ही तार भारतमंत्र्याकडे जरा उशीरा पाठविण्यात आली.) परंतु अशा प्रकारच्या अतिरेकी कारवाईची गरजच भासली नाही व करारावर सह्या झाल्या. त्याअन्वये तिबेटच्या व्यापारी संबंधांवर नियंत्रण आले, तिबेटमध्ये कोणत्याही परराष्ट्रीय वर्चस्वाला[१५०] बंदी घालण्याचा अधिकार ब्रिटनला मिळाला व तिबेटने नुकसानभरपाई द्यावी असे ठरले. आपल्याला मिळालेल्या स्पष्ट सूचनांचा उघड उपमर्द करून यंगहजबंडने ७,५००,००० रुपयांची नुकसानभरपाई मागितली. व ७५ वार्षिक हप्त्यांनी ती भरावयास सांगितले. त्याचप्रमाणे ती भरली जाईपर्यंत चंबीखोरे ब्रिटिश आपल्या ताब्यात ठेवतील. या कलमात दुरुस्ती करून नुकसानभरपाईची रक्कम दोन तृतीयांशाने कमी करावयाची मंत्रिमंडळाची इच्छा होती. परंतु बुद्धिपुरस्सर तसे न करता यंगहजबंडने ल्हासा सोडले.[१५१] चंबीखोरे व्यापणे हे रशियाला दिलेल्या आश्वासनांच्या विरुद्ध असल्यामुळे यंगहजबंडच्या वर्तनाचा निषेध करण्यातच आपल्या देशाची प्रतिष्ठा आहे असे मंत्रिमंडळाला वाटत होते.[१५२] तथापि, भारत सरकारने यंगहजबंडची बाजू उचलून धरली आणि त्याने केलेल्या करारावर शिक्कामोर्तब केले. या करारासोबत भारत सरकारने एक जाहीरनामा प्रकट केला. त्यानुसार सौजन्याचे प्रतीक म्हणून नुकसानभरपाईची रक्कम २५ लाखांवर आणण्यात आली. जर ही रक्कम वार्षिक हप्त्यांनी नियमितपणे दिली गेली, व्यापारी केंद्रे तीन वर्षांसाठी खरोखर उघडली गेली, इतर सर्व बाबतीत कराराचे प्रामाणिकपणे पालन केले, तर चंबीखोरे ब्रिटिशांच्या ताब्यात फक्त तीनच वर्षे ठेवण्यात येईल, असे जाहीर करण्यात आले.

IV

परराष्ट्रधोरणाच्या काही बाबतीत जरी कर्झनचा पराजय झाला असला व काही

बाबतीत निराशाही झाली असली तरी त्याने बरेच यश संपादन केलेले होते. त्याच्या भारतातील कामगिरीचा गाभा राज्यकारभार हा होता. प्रत्येक पातळीवर सरकारी यंत्रणा सुरळीत केली गेली . प्रत्येक गोष्ट पूर्वीपेक्षा चांगल्या प्रकारे केली जावी असा प्रयत्न केला गेला. जो आग्रह कसे काय करावे याबाबत होता तोच कटाक्ष काय केले जात आहे याबाबत मात्र पाळला जात नव्हता. १९०५ साली एका भारतीय वृत्तपत्राने ज्यावेळी कर्झनच्या कारकिर्दीचे साध्य 'कार्यक्षमतेखेरीज दुसरे नाही' असे म्हटले. त्यावेळी भारत सरकारच्या गृहखात्याला ती टीका न वाटता कर्झनच्या कादकिर्दीचे योग्य मूल्यमापन वाटले. [१५३] आपल्या भारतातील कार्याविषयी खुद्द कर्झननेदेखील असे म्हटले आहे की, 'एका शब्दात ते सांगावयाचे झाले तर मी 'कार्यक्षमता' हा शब्द वापरीन. तोच आमच्या मूलमंत्र व तीच आमच्या शासनाची गुरुकिल्ली होय.'[१५४]

भारताइतक्या मोठ्या विस्तृत व व्यापक देशाच्या कारभाराचे यश प्रथमतः शासनयंत्रणेपेक्षा त्यांतील माणसांवर अवलंबून असते ही गोष्ट कर्झनला तत्त्वतः मान्य होती. खरे म्हणजे, अधिकाऱ्याचा वाटा त्याने वाजवीपेक्षा जास्त मोठा मानला व असे म्हटले की, भारताच्या किल्ल्या इंग्लंडमध्ये नाहीत किंवा कॉमन्ससभेतही नाहीत, तर त्या या देशातील प्रत्येक तरुण शासकीय अधिकाऱ्याच्या कार्यालयाच्या टेबलात आहेत. आपले चारित्र्य व वर्तन यांच्याद्वारा तो अजाणता परंतु खरोखरच भारतातील ब्रिटिश वसाहतीचे भावी स्थैर्य किंवा ऱ्हास याला हातभार लावीत असतो. आपल्याआधी होऊन गेलेल्या व्यक्तींप्रमाणेच जर तो असेल, जर तो आपल्या कामात रस घेणारा असेल, कर्तव्यदक्ष असेल, त्याला जनतेविषयी आस्था व प्रेम असेल तर आपले या देशातील स्थान आणखी एक शतकापर्यंत तरी सुरक्षित राहील. जर तो आपल्या कामाविषयी उदासीन असेल, अकार्यक्षम असेल, ढिलाई करणारा असेल, त्याला जनतेविषयी आस्था व प्रेम नसेल आणि स्वतःच्या कामाविषयी आवड नसेल तर ज्या या डोलाऱ्याचा आपणा सर्वांना अभिमान वाटतो, तो एक दिवस कोसळून पडेल.'[१५५]

ह्या त्याच्या म्हणण्यावरून साहजिकच अशी अपेक्षा निर्माण होते की, कर्झनची भूमिका प्रमुख शासकीय अधिकाऱ्याची व भारतीय सनदी नोकरांमधील उच्चाधिकाऱ्याची असावी. जिल्ह्यातील, प्रांतातील व राजधानीतील इतर अधिकारीवर्गाला भारताची परिस्थिती सुधारण्याच्या कार्यात व प्रयत्नात त्याने सहभागी करून घेतले असावे. परंतु त्याच्या तत्त्वाशी त्याच्या स्वभावाचा संघर्ष झाला. दुसऱ्या कोणालाही शासनयंत्रणा हाताळू देण्यास कर्झन नाखूष होता. त्याचे स्वतःचे सल्लागारमंडळ त्याच्या अनन्यसाधारण प्रभुत्वामुळे गांगरुन गेले होते. [१५६] परिणामी कर्झनने स्वतःच म्हटल्याप्रमाणे तोच भारत सरकारच्या प्रत्येक खात्याचा सदस्य बनला.

[१५७] परंतु प्रांतांचे राज्यपाल, वरिष्ठ अधिकारी, भारतीय संस्थानिक वगैरे सर्व दुय्यम अधिकाऱ्यांशी त्याचे संबंध तणावाचे झाले. या सगळ्याचा परिणाम असा झाला की, ज्या शासनयंत्रणेवर साम्राज्याचे भवितव्य अवलंबून आहे असे कर्झनला वाटत होते तिचा नूर बदलण्याची आशा त्याला करता येईना किंवा आपल्याला हव्या असलेल्या सुधारणा वेगाने व परिणामकारक रीतीने घडवून आणणेही शक्य होईना. कर्झनच्या व्यक्तिगत स्वभाव वैशिष्ट्यांमुळे एक गोष्ट नक्की झाली की कर्झनची कारकीर्द निरनिराळे कायदेकानून करण्यापुरती आणि शासनयंत्रणा तांत्रिकदृष्ट्या सुधारण्यापुरतीच मर्यादित राहिली.

भारतात आल्याबरोबर जवळजवळ पहिल्याच दिवसापासून ज्या एका मोठ्या बाबीकडे कर्झनने लक्ष पुरविले ती म्हणजे वायव्य सरहद्द प्रांताचा कारभार पंजाब सरकारकडून भारत सरकारच्या हाती आणावयाचा. कारण गॉडलेने म्हटल्याप्रमाणे, [१५८] 'पंजाबने सीमाप्रदेशाचा कारभार चालविणे म्हणजे 'ट्राफलगार चौकातील' रहिवाशांनी नॅशनल गॅलरीची व्यवस्था पाहण्यासारखेच आहे.'

सीमेच्या आतल्या बाजूस लष्करी हद्दीमध्ये कायमचे लष्कर ठेवावयाचे व आघाडीची कामे टोळया व गृहसंरक्षक दलावर सोपवावयाची हेच धोरण सरहद्दीसाठी यशस्वी होईल व त्यासाठी अशा प्रकारे प्रत्यक्ष अधिकार हाती घेणे भाग आहे, अशी व्हाइसरॉयची खात्री होती. हे करताना पंजाबचा राज्यपाल सर मॅकवर्थ यंग याचे सहकार्य आपल्याला लाभेल अशी त्याची कल्पना होती. त्याच्या मते यंग हा 'आमच्या दोषांमधील बारीकसारीक मतभेदाचे मुद्दे कोणतेही असले तरीही ज्याच्या निष्ठेवर मी पूर्णपणे अवलंबून राहू शकेन, असा मनुष्य आहे. तो भारतीय वातावरणातून निर्माण झालेला फार वरच्या दर्जाचा अधिकारी आहे, असे मी म्हणेन. तो काही विशेष कर्तृत्ववान किंवा सामर्थ्यवान माणूस नाही. परंतु समंजस व केवळ दूरदृष्टी असलेलाच नव्हे तर कदाचित फाजील काळजी घेणाराही म्हणावा लागेल.'[१५९] व्हाइसरॉयचे हे मत आवर्जून सांगण्याजोगे आहे कारण त्यावरून माणसाची पारख करण्याची कर्झनची संपूर्ण असमर्थता उघड होते. सरहद्दीच्या कारभाराची पुनर्रचना करण्याला यंगने कडवा विरोध केला, मवाळपणा व दूरदृष्टीचा पूर्ण अभाव असल्याप्रमाणे तो वागला आणि व्हाइसरॉयशी जाहीर भांडण करून भारत सोडून गेला.

१९०० साली कर्झनने सरहद्द प्रदेशात दौरा केला आणि एका नवीन सरहद्द प्रांताच्या निर्मितीची भारतमंत्र्याची संमती मिळाली. १९०१ साली वायव्य सरहद्द प्रांताची निर्मिती झाली. याचे जे परिणाम नंतर दिसून आले, त्यावरून हे पाऊल योग्य होते असेच म्हटले पाहिजे. निरनिराळया टोळ्यांमध्ये एकसंघपणाची भावना निर्माण

झाली. [१६०] जवळजवळ पन्नास वर्षात प्रथमच सरहद्दीवर पूर्वीच्या मानाने शांतता नांदू लागली. १८९९ मध्ये ज्या आघाडीच्या प्रदेशात १५,२८९ सैनिक होते तेथे कर्झनच्या प्रयाणाच्या वेळी फक्त ४१५६ सैनिक होते. कर्झनच्या कारकिर्दीत निरनिराळया टोळ्यांची पाच वेळा नाकेबंदी केली गेली होती. तरीही सार्वत्रिक असंतोष किंवा विरोध जाणवला नव्हता. १९०५ साली कर्झनच्या प्रयाणाची किचनरने मनापासून इच्छा केली होती याचे मुख्य कारण कर्झनच्या मते असे होते की, सरहद्दीवरील टोळ्यांविरुद्ध जोमदार आक्रमक पवित्रा घेण्याची किचनरला इच्छा होती. परंतु अशा धोरणाचे पर्यवसान केवळ सरहद्दीवरील युद्ध व अनर्थ यात होईल असा कर्झनने त्याला इशारा दिला होता. [१६१]

'भारतातील सार्वभौमत्वाचे सर्व प्राणभूत अधिकार ब्रिटिश सरकारच फक्त वापरू शकते असे मी समजतो. तसेच एतद्देशीय संस्थानाकडून त्यांचे सार्वभौमत्वाचे प्राणभूत अधिकार इतके पूर्णपणे काढून घेतले गेले आहेत की, त्यांना संस्थानिकांचा किताब देणे हा त्या नावाचा नुसता दुरुपयोगच नव्हे तर राजकीय चूक आहे. घटनात्मक वकिलांनी शोधून काढलेल्या आधीन एकान्तवास, दुय्यम सहकार्य, संरक्षित सार्वभौमसत्ता, दुय्यम स्वपक्षीय इत्यादी असमाधानकारक व संदिग्ध संज्ञांचा सतत वापर करणे मला पसंत नाही.'[१६२]

परंतु व्हाइसरॉयला अशीही आशा वाटत होती की, हे जे लहानसहान संस्थानिक ब्रिटिश सरकारच्या मूक संमतीने आपल्याला मिळालेली थोडीफार सत्ता गाजवीत होते त्यांचे रूपांतर भारतीय घडणीच्या गंभीर व मेहनती अशा लहान लहान कर्झनांमध्ये करता येईल. त्यामुळेच त्याने जवळजवळ प्रत्येक भारतीय संस्थानाला भेट दिली. खाजगी व जाहीर व्याख्याने देऊन तेथील राज्यकर्त्यांना त्यांच्या ठायी सद्गुण आहेत असे कल्पिले, त्यांच्या पोकळ डौलातही तो सहभागी झाला.

या संस्थानिकांचा उल्लेख सतत आपले शासनातील जोडीदार [१६३] म्हणून जो कर्झनने केला ते थोडेफार बरोबर होते. त्याच्या आवाहनाला ते प्रतिसाद देत होते किंवा त्याची पातळी गाठण्याचा प्रयत्न करीत होते असे नव्हे; तर कर्झनच अनेकदा त्यांच्या पातळीवर उतरत असे. एरव्ही, १ जानेवारी १९०३ रोजी जो भपकेबाज राज्याभिषेक – दरबार त्याने भरविला व ज्यात तो स्वतः उत्सवमूर्ती म्हणून वावरला त्याचे काहीही प्रयोजन दिसत नाही. त्यापूर्वी एका वर्षाआधीच त्याने सुचविले होते की, ह्या दरबाराच्या प्रसंगीच मिठावरील करात कपात करण्याची घोषणा करावी. [१६४] जुन्या काळचे हिंदू राजे ज्याप्रमाणे राज्यारोहणाच्या प्रसंगी काही सत्कृत्ये करीत असत, त्याप्रमाणे त्याचे हे वागणे होते. मंत्रिमंडळ व इंडिया ऑफिस यांना कर्झनच्या या

सूचनेचे नवल वाटले. कारण त्याआधी ज्यावेळी हीच गोष्ट हॅमिल्टनने सुचविली होती [१६५] त्यावेळी कर्झनची भूमिका फार वेगळी होती. त्यावेळी तो असे म्हणाला होता की, एकदा का मिठावरील करात कपात केली की पुन्हा केव्हाही त्यात वाढ करणे फार अवघड जाईल. शिवाय या कराला कोणाचा विरोधही नव्हता. एवढा पैसा केवळ दलालांच्या हाती जाईल व इतर कोणाचाच फायदा होणार नाही. अशा परिस्थितीत तो पैसा हातचा घालविणे ' आर्थिक दृष्टया योग्य असले तरीही मुत्सद्दीपणाचे खचितच नव्हते.'[१६६] अर्थात याच कारणांखातर आता ब्रिटिश सरकारने करात कपात करण्याला विरोध केला. [१६७] कर्झनने अरेरावी केली, आपण दरबार न भरवलेलाच बरा असे म्हटले व आडवळणाने राजीनामा देण्याचेही सुचविले. [१६८] अखेरीस, मागेपुढे आर्थिक सूट देण्याचे स्थूल आश्वासन देण्याची परवानगी मिळविली. आणि यानंतरच्या अंदाजपत्रकात प्रथमच, करमाफीची घोषणा केली गेली.

इतर सर्व बाबतीत दरबार कर्झनच्या मनाजोगता झाला. प्रिन्स ऑफ वेल्सना वगळणे त्याने साधले. आणि 'कर्झनीकरणा'च्या या दरबारातील दुसरे मानाचे स्थान ड्यूकला दिले. कित्येक महिने अगोदरपासून दरबारविषयक बारीकसारीक तपशिलात त्याने व्यक्तिशः लक्ष घातले. 'दहा हजारांवर लोकांच्या राहण्याच्या किंवा हिंडण्याफिरण्याच्या व्यवस्थेच्या प्रश्नासारख्या मोठ्या प्रश्नांच्या बरोबरीने एखाद्या कठड्याची नक्षी, रस्त्याची रुंदी, एखादे कोरीव काम, भिंतीचा रंग, फुलांचे ताटवे, खांबाचे सुशोभन यांसारख्या किरकोळ बाबींकडेही त्याचे लक्ष होते.'[१६९] एक घटनात्मक सिद्धांत म्हणून अस्तित्वात असलेल्या व्हाइसरॉयचे एका व्यक्तिगत शक्तीमध्ये रूपांतर करणे याखेरीज या दरबारामागे एक सखोल राजकीय उद्दिष्ट होते व या दरबारामुळे भारत व ब्रिटन या दोघांचाही विलक्षण फायदा होणार आहे, अशी त्याची खात्री होती. 'पश्चिमेकडील अरब शेखांपासून पूर्वेकडील चीनच्या सरहद्दीवरील मेकाँगच्या शान नायकांपर्यंत साऱ्यांना एका समान निष्ठेचे स्फुरण व समान ध्येयाची प्रेरणा जाणवते आहे.'[१७०] खरोखर पाहता दरबाराचा राजकीय परिणाम उलटाच झाला असता. कारण विचारी माणसांना दरबार म्हणजे एक आत्मगौरवाचा आणि भंपक अपव्ययाचाच मासला वाटला असता. खुद्द कर्झननेच त्याचे वर्णन, 'पंधरवडाभर चालणाऱ्या कित्येक माणसे व सैन्य यांचा समावेश असणाऱ्या अशा व आशियात शेकडो वर्षात न दिसलेल्या थाटामाटाच्या देखाव्यांची मालिका'[१७१] अशा शब्दांत केले आहे. विशेषतः संस्थानिकांवर याची मोठी छाप पडली आहे असे व्हाइसरॉयला वाटत होते. आपण 'साम्राज्याचे आधारस्तंभ व भागीदार असल्याचा आपल्या सन्माननीय स्थानाबद्दल अभिमान बाळगून'[१७२] ते स्थान त्यांनी सोडले असेही त्याला वाटले. परंतु नंतरच्या

घटनांवरून असे आढळून आले की, या दरबाराने त्यांच्या आयुष्यात मोठा बदल घडवून आणला नव्हता किंवा त्यांना सद्सद्विवेक असलेले राज्यकर्ते बनविले नव्हते. भारतात आल्यानंतर एका वर्षाच्या आत कर्झनने त्यांना सांगितले होते की 'त्यांचे सिंहासन ही उपभोगाची मनसद नसून कर्तव्याची कठोर गादी आहे.'[१७३] त्यांच्या ठिकाणची जबाबदारीची जाणीव वाढावी म्हणून त्याने त्यांच्या सर्वभौमत्वाला धक्का न लावता त्यांच्या कारभारातील अनावश्यक अडथळे दूर केले. काही संस्थानिकांनी व्हाइसरॉयला आपल्या परीने रंजविले. परंतु बहुतेक संस्थानिकांनी दरबारापूर्वी किंवा नंतर विशेष प्रतिसाद देण्याचा आवही आणला नाही. त्यांच्यापैकी एका महाराजाची वर्तणूक प्रातिनिधिक मानावयास हरकत नाही. व्हाइसरॉयला त्याच्या वर्तनाचा इतका उबग आला की, 'तो महाराजा सगळ्यात चांगली गोष्ट कोणती करू शकणार असेल तर ती म्हणजे मरून जाणे,' [१७४] असे व्हाइसरॉयने म्हटले आहे.

परंतु बडोद्याच्या गायकवाडची बाब जगजाहीर झाली. गायकवाडच्या विरोधाला राजकीय उद्दिष्टाचा रंग होता. बऱ्याच पूर्वीपासून आपले अधिकार प्रस्थापित करण्याचा आणि ब्रिटिशांची देखरेख शक्य तेवढी बाजूस सारण्याचा त्याचा प्रयत्न होता. त्यामुळेच १९०२ मध्ये त्याने बडोद्यात राहणाऱ्या युरोपियनांबाबतचे दिवाणी व फौजदारी न्यायदानाचे सर्व अधिकार आपल्याला द्यावेत असे म्हटले. १९०४ मध्ये आपल्या संस्थानात स्थावर मालमत्ता असावयास युरोपियन व अमेरिकनांना प्रतिबंध करण्याचा अधिकारही मागितला. परंतु सार्वभौम सत्तेच्या विशेषाधिकारांचे उल्लंघन करणारे असे म्हणून या दोन्ही मागण्या झिडकारल्या गेल्या. यामुळे बडोद्यातील ज्या भूभागावर लोहमार्ग बांधावयाचा होता तो आपल्या न्यायदानाच्या कक्षेत मोडत नसेल तर लोहमार्गाविषयीच्या योजना अमलात आणण्यास गायकवाडने नकार दिला. [१७५] तसेच दिवाणांच्या नेमणुकांवर व्हाइसरॉयला नकाराधिकार वापरता येऊ नये म्हणून गायकवाडने निवृत्तीनंतर ब्रिटिश सरकारचा स्पष्टवक्ता टीकाकार बनलेल्या रोमेश दत्तांना [१७६] आपले अमात्य (सल्लागार) नेमले.

सार्वजनिक क्षेत्रामधील गायकवाडच्या ह्या दबलेल्या आव्हानात्मक भूमिकेचे सरसकट अनुकरण मात्र झाले नाही. काठेवाडच्या प्रमुखांनी तसे करण्याचा प्रयत्न केला परंतु त्यांना लगेचच वठणीवर आणले गेले. आपल्या संस्थानातील भारतीय सैनिकांबाबतचे न्यायदानाचे अधिकार आपल्याकडे ठेवण्याची मागणी म्हैसूरच्या महाराजाने केली. तर आपल्या सरंजामदारांनी सरकारकडे परस्पर अर्ज करण्यावर बिकानेरच्या महाराजाने आक्षेप घेतला. परंतु दोन्ही बाबतीत त्यांना काबूत ठेवण्यात आले. आपल्या बरोबरच्या इतर संस्थानिकांची अमाप सहानुभूती गायकवाडला

मिळाली ती परदेशगमनाच्या प्रश्नाच्या बाबतीत प्रवासाच्या आपल्या योजनांची संस्थानिकांनी सरकारला फक्त माहिती कळवावी, असा आजवरचा प्रघात होता. परंतु युरोपच्या प्रदीर्घ व वरचेवरच्या दौऱ्यांचा राज्यकर्ते किंवा प्रजा यांपैकी कोणालाच काही फायदा होत नसल्याचे आढळून आल्यामुळे कर्झनने प्रवासाला परवानगी मागितली जावी, असा आदेश दिला. त्यामुळे प्रत्येक अर्जाची कसोशीने छाननी केली जात असे आणि फक्त व्यक्तिगत किंवा सार्वजनिक फायद्याच्या कारणाकरिताच काही थोड्या जणांना परवानगी दिली जात असे.

व्हाइसरॉयचे यामागचे उद्दिष्ट प्रशंसनीय होते. 'अशा प्रकारे अर्धांग्ल विचारांच्या, अर्धवट अराष्ट्रीय बनलेल्या, युरोपियन स्त्रियांची शिकार करू पाहणाऱ्या, खोट्या खिलाडू वृत्तीच्या आणि बहुधा अखेरीस दारुबाज बनणाऱ्या एतद्देशीय तरुण नायकांचा वर्ग वाढतच जात असल्यामुळे भारताला आणि एतद्देशीय संस्थानिक वर्गाला जो मोठा धोका संभवत आहे त्याची मला पूर्ण कल्पना आली आहे. म्हणूनच त्यांच्या विकासाच्या मार्गात मी शक्य तेवढी विघ्ने आणणार आहे.'[१७७] ज्या संस्थानांचे राज्यकर्ते वरचेवर बाहेर जात असत त्यांचाच कारभार वस्तुतः सर्वात उत्तम चालवला जात असे. कारण तेथे अधिकारीवर्ग कारभारात नीट मार्गदर्शन करू शकत असे. ही गोष्ट व्हाइसरॉयला मान्य होती. परंतु त्याच्या मते हा प्रश्न नुसता शासनातील कार्यक्षमतेचा नसून व्यक्तिगत कर्तव्यनिष्ठेचा होता. जोपर्यंत या संस्थानिकांच्या व्यक्तिगत सवलती, इतर फायदे, सुरक्षितता, राजवाडे व अधिकार यांची हमी होती तोपर्यंत त्यांनी आपल्या प्रजेबरोबर राहावे, [१७८] असे त्याचे मत होते. परंतु परदेशगमनावर एका कठोर कार्यवाहीद्वारा नियंत्रण आणले गेले होते. तिच्यामध्ये व ज्या परिपत्रकाद्वारा ते प्रसिद्ध केले गेले त्याच्या भाषेमुळे उपद्रवी भासत होते.

या 'अतिपढिक' दृष्टिकोनाविरुद्ध निषेध नोंदवावा असे अगदी हॅमिल्टनला देखील वाटले. [१७९] संस्थानिकांना प्रवासाला बंदी घालण्याचे हे कृत्य विसंगत दिसत होते. कारण युरोपात गेल्यानंतर त्यांचे राणीपासून सर्वजण अत्यंत उत्साहाने स्वागत करीत असत. कर्झनने यासंबंधीचे परिपत्रक काढले त्यावेळी कपुरथळाचे महाराज बालमोरल येथे जेवत होते.

गायकवाडच्या बाबतीत असे घडले की, १९०० साली आपल्या आजारी पत्नीबरोबर ब्रिटन जाण्यास त्याला परवानगी नाकारली गेली. एका प्रख्यात ब्रिटिश शल्यचिकित्सकाने यावर 'टाइम्स'मध्ये लेख लिहून भारतात शक्य नसलेल्या प्रकारच्या शस्त्रक्रियेसाठी इंग्लंडला आलेल्या या स्त्रीची माहिती देऊन या प्रकरणातील कठोरता निदर्शनास आणली. [१८०] यामुळे कर्झनच्या आदेशाची उघड टिंगल करण्यास

गायकवाडला उत्तेजन मिळाले. [१८१] आपण भारताबाहेर जाण्यासाठी परवानगी मागत बसणार नाही किंवा एखाद्या सामान्य नोकराप्रमाणे वागवून घेणार नाही, असे त्याने १९०२ मध्ये सरकारला कळविले. [१८२] यावेळेस त्याला कठोरपणे नकार दिला गेला व भारतात राहण्यास भाग पाडण्यात आले. [१८३] परंतु त्याने ही परिस्थिती कधीच मान्य केली नाही. एका प्रकारे भारतात तोच एकटा कर्झनच्या बरोबरीने आपल्या भूमिकेला ठाम धरून होता आणि अर्थातच त्याबद्दल त्याला कधीच क्षमा मिळाली नाही. व्हाइसरॉयने त्याच्यावर असभ्यपणाचा, क्षुद्रपणाचा व अखेर द्रोहाचाही आरोप केला. 'गायकवाड हा भारतातील महत्त्वाचा असा एकमेव संस्थानिक आहे की, ज्याच्याविषयी मी उघडपणे व हेतुपुरस्सर असे म्हणेन तो ब्रिटिश सरकारशी निष्ठावंत नाही, आपल्याला उपसर्ग पोहोचावा यासाठी तो काहीही करील आणि आपण त्याचा विचार करण्याचे काहीच कारण नाही.'[१८४] परंतु अखेरचा शब्द गायकवाडचाच ठरला. उघडपणे परवानगी न मागताच आपण प्रयाण करणार असल्याची घोषणा त्याने १९०५ मध्ये केली आणि त्याला आपण प्रतिबंध करू शकणार नाही याची जाणीव असल्या कारणाने भारत सरकारने सामान्य स्वरूपात संमती देऊन आपली प्रतिष्ठा सावरली. 'ही फार तर एक अनिर्णित लढाई आहे असे मी म्हणेन,'[१८५] असे याबाबत कर्झनने लिहिले आहे. वस्तुतः तो सरकारचा पराभवच होता.

हैद्राबादचा निजाम याहून अधिक जबाबदारीने वागत होता. वऱ्हाडच्या फार काळ राहिलेल्या भिजत घोंगड्याचा निकाल व्हाइसरॉयने त्याच्या मदतीने लावला. निजामाच्या नाममात्र अधिपत्याखाली असलेल्या ह्या प्रांताचा कारभार भारत सरकारकडून चालविला जात होता व अतिरिक्त महसूल निजामाला दिला जात होता. परंतु ही परिस्थिती हैद्राबाद सरकारला कधीच आवडली नव्हती व ते वरचेवर ब्रिटिशांचे शासन तेथून काढून घेतले जावे, अशी मागणी करीत असत. सध्याची पद्धत समर्थनीय नाही असे कर्झनलाही वाटत होते. त्यामुळे निजामाला एकादी ठराविक रक्कम दिली जावी व ती दर पाच वर्षांनी पुन्हा ठरविली जावी किंवा वऱ्हाड काही जिल्ह्यांच्या मोबदल्यात सरकारकडे सोपविले जावे असे त्याला वाटत होते. [१८६] कर्झनच्या काळात असलेल्या निजामाने सार्वजनिक कार्ये सोडून दिली होती व त्याचा भारत सरकारशी संपर्कही राहिलेला नव्हता. त्यामुळे 'हांजी हांजी करणाऱ्या' ... आपल्या स्वतःच्या सावलीलादेखील भिणाऱ्या, क्षुद्र, जनानखान्यात सदोदित सुस्तपणे पडलेल्या व हुशारीने संभाषणही करू न शकणाऱ्या' [१८७] या इसमाबरोबर वऱ्हाड प्रांताचा हा प्रश्न सोडविण्याची कर्झनला प्रारंभी आशा नव्हती. परंतु आश्चर्याची गोष्ट म्हणजे, या पत्रानंतर एका आठवड्याच्या आतच, निजामाकडून चांगल्या प्रकारे कारभार करण्याचे वचन कर्झनने

मिळविले.[१८८] अशा रीतीने सरळ संबंध निर्माण झाल्यामुळे पुढच्या वर्षी मुख्य प्रश्नाला हात घालणे व्हाइसरॉयला शक्य झाले. ज्यावेळी परिस्थिती अनुकूल आहे असे वाटले त्यावेळी कर्झनने तो प्रश्न काढला. ह्या वेळपर्यंत कर्झनने आपल्या योजनांमध्ये बदल केले होते. मुलूख तोडून देण्यापेक्षा कायमचा करार करावा असे त्याला वाटत होते. प्रत्यक्षात दोहोंमध्ये काहीच फरक नव्हता. 'परंतु पौर्वात्य माणसाच्या दृष्टीने यात जमीन अस्मानाइतका फरक असतो. एका पर्यायामध्ये त्याची प्रतिष्ठा वाचविली जाते, तर दुसऱ्यात ती धुळीला मिळते.'[१८९] वऱ्हाड प्रांत निजामाला परत मिळणारच नव्हता. परंतु तो सरकारला भाड्याने देण्यामुळे त्याची प्रतिष्ठा वाढेल असे त्याला सांगण्यात आले.[१९०] निजामाने ह्याचा इन्कार केला.[१९१] त्यानंतर कर्झन स्वतः हैद्राबादला गेला व निजामावर दडपण आणून त्याने करार करून घेतला.[१९२] अडीच दशलक्ष रुपये वार्षिक भाड्याने वऱ्हाड प्रांत कायमचा भारत सरकारला दिला गेला. एकही गोळी न झाडता आपण आपल्या साम्राज्यामध्ये दोनतीन दशलक्ष लोकवस्तीच्या एका संपूर्ण प्रांताची भर घातल्याची प्रौढी कर्झनने मिरविली.[१९३] हेच धोरण सरसकट लागू केले तर सगळेच संस्थानिक केवळ निवृत्ती वेतन घेणारे होऊन जातील असे सुचविण्याचा प्रयत्न काही भारतीय वृतपत्रांनी केला. परंतु कर्झनचा तसा उद्देश कधीही नव्हता हे त्याच्या बाजूने नमूद केले पाहिजे. खरे म्हणजे भारतीय यंत्रणेतील संस्थानिकांची भूमिका व सहभाग कमी करण्यापेक्षा वाढवण्याचाच त्याचा हेतू होता.

कर्झनने भारताच्या कारभारातील प्रत्येक फटीत चाचपडून पाहिले, विविध चौकशी समित्या स्थापिल्या व तज्ज्ञ अधिकाऱ्यांची संख्या वाढविली. त्याने हाती घेतलेल्या कार्यांची एक लांबलचक यादी होईल. परंतु ती सगळी तीन ढोबळ विभागांमध्ये समाविष्ट करता येतात. प्रशासकीय अधिकाराचा आग्रह, आर्थिक प्रगतीला उत्तेजन व सांस्कृतिक विकासाला उत्तेजन. पहिल्या प्रकारातील मुख्य पाऊल पोलीस सुधारणा हे होते. भारतीय पोलीसदलातील कमालीचा भ्रष्टाचार व अकार्यक्षमता ही 'भारताची महान अंतर्गत बदनामी'[१९४] होती. या दुर्गुणांमुळे गंभीर स्वरूपाच्या गुन्ह्यांचे प्रमाण बरेच वाढले होते. १९०२ मध्ये कर्झनने एक चौकशी समिती नेमली. तीमध्ये दोन बिनसरकारी भारतीयही होते. या प्रश्नाचा नीट विचार करून सुधारणेसाठी तपशीलवार सूचना मांडावयास सांगितले होते. आपल्या अहवालात या समितीने पोलीसदलावर फार कडक टीका केली असल्यामुळे तो प्रसिद्ध करण्यास भारतमंत्र्याचा विरोध होता. परंतु कर्झनच्या आग्रहामुळे १९०५ मध्ये तो अहवाल व भारत सरकारच्या त्या विषयावरील निर्णयांबद्दलचा ठराव प्रसिद्ध करण्यात आला. त्यायोगे खेडोपाडीची

कार्यशक्ती वाढीला लावली जाऊन निवड व प्रशिक्षण यांच्या पद्धतीत सुधारणा केली जाणार होती. पोलीसकायद्यात सुधारणा करणाऱ्या विधयेकाचा मसुदाही प्रसृत करण्यात आला. प्रत्यक्ष अहवालाच्या प्रसिद्धीवर विशेषशी चर्चा झाली नाही.

आर्थिक क्षेत्रात कर्झनचे पहिले व्यवधान दुष्काळ हे होते. त्याच्या सर्व योजना व प्रयत्न या संदर्भात होत होते. कमतरतेचा धोका कायमचाच होता व ज्यावेळी खरोखर दुष्काळी परिस्थितीच निर्माण होई त्यावेळेस मोठ्या प्रमाणावर निराशा फैलावे. १८९८ च्या लायल कमिशनच्या अहवालात दुष्काळनिवारणाचे जे उदार मार्ग सुचविले होते, त्यांच्या पार्श्वभूमीवर सरकारी धोरणाचा फेरविचार करण्यापूर्वीच, आणखी एक आणीबाणीचा प्रसंग उभा टाकला. १८९९ च्या ऑगस्टमध्ये भरात आलेला व १९०० च्या ऑक्टोबर महिन्यापर्यंत न ओसरलेला दुष्काळ हा कोणत्याही भारतीय सरकारला तोंड द्यावे लागलेल्या दुष्काळापेक्षा मोठा व भयानक होता, असे कर्झनने म्हटले आहे. [१९५] पिकांच्या हानीचा अंदाज सुमारे सत्तर कोटी रुपयांपर्यंत पोहोचतो. जवळजवळ ६० लक्ष लोकांना सरकारी निवारण साहाय्य मिळाले होते. हा बिकट प्रसंग मोठ्या समर्थपणे हाताळला गेला. दुष्काळग्रस्त प्रदेश बहुतांशी भारतीय संस्थानांच्या हद्दीतील असल्यामुळे तर ही कामगिरी अधिकच मोलाची ठरते. सर अँथनी मॅकडोनेल याच्या अध्यक्षतेखाली दुसऱ्या एका समितीची नेमणूक झाली व तिच्या अहवालाच्या आधारावर मार्च १९०३ मध्ये भारत सरकारने दुष्काळनिवारणाची नवी तत्त्वे तयार केली. त्यात साहाय्याच्या पूर्वयोजना होत्या त्याचप्रमाणे गैरवाजवी उदारतेपासून सावधगिरीचे उपायही होते.

दुष्काळाचा धक्का कमी जाणवावा यासाठी कर्झनने देखील उपायांचा विचार केला. रेल्वे वाहतुकीच्या विकासाला जे महत्त्व प्राप्त झाले, ते प्रवाशांच्या वाहतुकीपेक्षा दुष्काळनिवारणाचे साधन यादृष्टीने झाले. कर्झनने रेल्वेच्या तज्ज्ञाकरवी पाहणी करण्याची आज्ञा दिली व ६११० मैल लांबीच्या रेल्वे बांधणीसाठी ६० कोटी रुपयांच्या खर्चाला मंजुरी दिली. कोणत्याही व्हाइसरॉयच्या कारकिर्दीत रेल्वेची एवढ्या मोठ्या प्रमाणावर वाढ झाली नव्हती. प्रयोग, शिक्षण व संशोधन अशा तिहेरी पायावर त्याने शेतीची सुधारणा करण्याचे धोरण आखले. १९०१ मध्ये एका शेतकी महानिरीक्षकाची नेमणूक करण्यात आली. हळूहळू तज्ज्ञ नोकरवर्गाची भरती करण्यात आली. इ.स. १९०५ मध्ये एका खाजगी देणगीतून पुसा येथील शेतकी संशोधन संस्था स्थापण्यात आली. प्रांतोप्रांती महाविद्यालये व शेतकी संशोधन संस्था उभारण्याच्या योजनाही मांडल्या गेल्या. कालव्यांद्वारा पाणीपुरवठ्याच्या प्रश्नाचा अभ्यास करण्यासाठी एका मंडळाची नेमणूक १९०५ साली व्हाइसरॉयने केली. कालवे योजना पुरेशा प्रमाणावर वाढल्या

तर दुष्काळ नाहीसा होईल असा एक चुकीचा सार्वत्रिक समज असल्यामुळे याबाबत एकंदरीत खूपच भोंगळ विचार दिसून येतात. खरे म्हणजे त्याकाळच्या तांत्रिक विकासाच्या पार्श्वभूमीवर कालव्यांच्या अनिश्चित व अमर्याद विकासाची फारशी शक्यता नव्हती. परंतु कर्झनने त्यासारख्या संरक्षणात्मक सार्वजनिक कामांवरचा खर्च वाढवावा, मंडळाच्या उत्पादकीय व संरक्षणात्मक कामावरील खर्च वाढवावा, दुय्यम भूसिंचन कार्याची वाढ करावी, व विहिरी व तलाव बांधण्याच्या व्यक्तिगत प्रयत्नांना प्रोत्साहन द्यावे इत्यादी सूचना त्याने स्वीकारल्या. कालवे व पाटबंधारे महानिरीक्षकाचे पदही निर्माण करण्यात आले.

इ.स. १९०० च्या हिवाळ्यात रोमेश दत्त यांनी राष्ट्रीय सभेच्या अध्यक्षीय भाषणात व व्हाइसरॉयला लिहिलेल्या अनावृत्त पत्रांच्या मालिकेत असा दावा केला की, जादा सारा हेच होय. [१९६] भारताच्या काही भागातील विशेषतः मुंबईतील धारा फारच जास्त होता. [१९७] ही गोष्ट इंडिया ऑफिसला मान्य होती. परंतु दत्त याच्या प्रस्तावाला आव्हान दिल्याखेरीज स्वस्थ बसण्यास कर्झन तयार नव्हता. बराच नीतिबोध व खूपसा तपशील यांनी भरलेला हा वाद त्याला आवडण्याजोगा होता. भारत सरकारच्या ठरावाच्या [१९८] स्वरूपाचे एक पुस्तक लिहून प्रसिद्ध करवून व्हाइसरॉय एखाद्या विद्वत्ताप्रचुर नियतकालिकात शोभण्याजोग्या युक्तिवादाने [१९९] आरोपाचे खंडन करीत असल्याचे एकमेवाद्वितीय दृश्य पाहावयास मिळाले. कर्झनने या परिस्थितीचा एखाद्या सामान्य माणसाइतपत समज येण्याजोगा अभ्यास केला, दत्तना लिहावयाच्या उत्तराचा मसुदा तयार केला व मॅकडोनेलने तो तपासल्यानंतर प्रसिद्ध केला. [२००] दुष्काळ मुख्यतः पावसाच्या अभावामुळे पडतात असे ठासून सांगून व्हाइसरॉयने पुढे म्हटले की धारा कमी करण्याने हे संकट टाळता येणार नाही; फक्त सुसह्य करता येईल. दुष्काळ किंवा त्याचे दुष्परिणाम यांपासून कायमधाऱ्यामुळे कोणत्याही प्रकारचे संरक्षण मिळेल असे म्हणणे हे ऐतिहासिक दृष्ट्या चूक होते. तात्पुरत्या धाऱ्याचे प्रमाण बेताचे असून तो ठरविताना कोणत्याही प्रकारचा उपद्रव होणार नाही, याची दक्षता घेतली जात होती. अर्थातच अधिक धारा हे सार्वत्रिक दारिद्र्याचे व कर्जबाजारीपणाचे कारण नव्हते व दुष्काळाला उपकारक कारणांमध्ये त्याची गणना करणेसुद्धा बरोबर नव्हते. जरी कर्झन सगळ्यांचे समाधान करू शकला नाही तरी त्याचा ठराव म्हणजे सरकारपक्षाचा सर्वोत्तम बचाव म्हटला पाहिजे.त्यामुळे जनतेच्या टीकेची व्हाइसरॉयने दखल घेतली ही गोष्ट लोकांना पसंत पडली . तसेच त्याच्या म्हणण्यात तथ्य आहे हेही त्यांना पटले.

असे असूनही १९०५ च्या मार्च महिन्यात कर्झनने दुष्काळात धारावसुलीत थोडी सूट देणारे नियम जाहीर केले. तसेच बुंदेलखंड, मुंबई व पंजाबमध्ये शेतकऱ्यांनी

सावकारांना जमिनी विकण्यावर निर्बंध घालणारे कायदे केले. सुलभपणे भांडवल मिळविण्याचे सावकार हे साधन होते. त्याजागी मार्च १९०४ च्या कायद्यान्वये परस्पर कर्जसंस्थांची निर्मिती करण्यात आली. त्यांना सरकारी मदत मिळू शकत होती. तसेच त्यांच्यावर अधिकृत खर्चतपासणी व देखरेखही करता येत होती. शेतकरी बँकांची निर्मिती करण्याबाबतच्या योजना भारतमंत्र्याकडे पाठविल्या गेल्या. जमिनीवरील मनुष्यभार कमी करण्यासाठी आसामच्या चहाच्या मळ्यांकडे कामगारांचे स्थलांतर सुलभपणे होण्यासाठी करारी रोजबिगाराची किमान पातळी वाढविणारे व अनधिकृत भरतीला प्रतिबंध करणारे विधेयक मांडले गेले. ट्रान्सवाल व नाताळमध्येही कामगारांनी जावे म्हणून भारत सरकारने प्रयत्न केले, परंतु त्यांना त्यात यश आले नाही. कारण तेथील सरकारांनी अगदी किमान आवश्यक गोष्टी देण्याची हमीदेखील दिली नाही. 'दक्षिण आफ्रिकेच्या नावाचा वासदेखील भारताला सहन होणार नाही.'[२०१]

लोकांना नोकऱ्या देण्याचे इतरही मार्ग वाढविण्याचे प्रयत्न केले गेले. हस्तव्यवसायाला उत्तेजन देण्यासाठी दरबाराच्या वेळी भारतीय केलेचे प्रदर्शन भरविले गेले. उद्योगधंद्यांच्या विकासाला भरपूर वाव असल्यामुळे त्यादृष्टीने सरकारने उत्तेजन द्यावे, असे त्यावेळी प्रथमच म्हटले गेले. खाणीसाठी खनिजशोध व खाणी खोदण्याच्या कामातील उपलब्ध स्थितीमध्ये सुधारणा केली गेली. खाणखाते निर्माण झाले व खाण कामगारांना संरक्षण देणारे विधेयक मांडले गेले. जबलपूर जिल्ह्यात लोखंडाचा धातुपाषाण आहे असा समज होता. व पोलादाच्या कारखान्यांची वाढ व्हावी यासाठी मोठ्या प्रमाणावर भांडवल गुंतविण्यास अर्नेस्टर कॅसेल हे तयार असतील तर खाणीसंबंधीचे नियम थोडे शिथिल करून जबलपूर जिल्हा त्यांच्यासाठी राखून ठेवला जाईल, असे व्हाइसरॉयने आपल्या स्वतःच्या अखत्यारीत सांगितले. [२०२] कॅसेल यांनी त्या भागाची पाहणी करण्याचा आदेश दिला. पाहणीच्या अहवालांवरून असा निष्कर्ष काढला की पोलादाचा कारखाना उभारण्याइतके लोखंड उद्योगधद्यांचे स्वतंत्र खाते निर्माण करण्यात आले. सरकार व व्यापारी वर्ग यांच्यात सलोख्याचे संबंध निर्माण करणे व व्यापारी व उद्योगधंद्यांचे उद्योजकांना उत्तेजन देणे ही कार्ये या नव्या खात्याला सुपूर्द करण्यात आली. करांमध्ये कपात करण्यामुळेही व्यापार व व्यक्तिगत उद्योगांना चालना मिळाली. मात्र याबाबतीत कर्झनचे उद्दिष्ट व्यवहारापेक्षा भावनेवर आधारलेले होते.

उपेक्षेपायी वेगाने नष्ट होत चाललेल्या भारताच्या प्राचीन स्मारकांचे रक्षण करण्याचा कर्झनचा निश्चयही, जरा चांगल्या अर्थाच्या भावनाशीलतेतूनच जन्मला होता. अशा वास्तूंबद्दल किती कमी लोकांना माहिती होती व किती थोडी लोक त्यांची

कदर करीत होते, हे पाहून त्याला धक्काच बसला. [२०३] ‘केवळ मार्गदर्शनाचा अभाव व काही थोडे हजार रुपये यांच्या अभावी सुंदर वास्तू नामशेष होत आहेत.’[२०४] भारत सरकारने मद्रास सरकारला आपल्या पुराणवस्तुसंशोधकाचा सल्ला घेण्यास सांगितले, त्यावेळी तर आपण अशा अधिकाऱ्यांचे नावच ऐकले नसल्याचे त्यांनी कळविले.[२०५] प्रांतिक सर्वेक्षणाचे कामकाज कर्झनने सुधारले. प्रांतिक सरकारांना आर्थिक मदत त्याने देऊ केली व ख्यातनाम पुराणवस्तुसंशोधक सर जॉन मार्शल[२०६] यांची या खात्याच्या महासंचालकपदी नियुक्ती करून त्यांची मदत मिळविली. तसेच खाजगी मालकीच्या स्मारकांचे संरक्षण करण्याचे व्यापक अधिकारसुद्धा सरकारने नवीन कायदे करून आपल्याकडे घेतले. या ऐतिहासिक वास्तूंच्या रक्षणात कर्झनने व्यक्तिशः लक्ष घातले. आग्र्याविषयीच्या प्रत्येक तपशिलाबाबतचे आदेश त्याने दिले व इतरत्र होणाऱ्या प्रगतीवर देखरेख ठेवली. अजंठा येथील लेण्यांना भेट देणारा तो पहिलाच व्हाइसरॉय होता, ही गोष्ट एकोणिसाव्या शतकातील ब्रिटिश राज्यकारभाराच्या स्वरूपाविषयी योग्य भाष्य करून जाते.

जुन्या काळच्या या वास्तूंचे रक्षण व जीर्णोद्धार एवढ्यावरच कर्झन संतुष्ट राहता तर तेवढ्या एकाच गोष्टीखातर त्याला भारताची कृतज्ञता लाभती. परंतु दुदैवाने ह्या गतकालीन स्मारकात आपल्या स्वतःच्या एका स्मारकाची भर घालावी असे त्याला वाटले. कलकत्याच्या मध्यभागी त्याने वरकरणी राणी व्हिक्टोरियाचे परंतु वस्तुतः स्वतःचेच स्मारक उभारले. भारतातील ब्रिटिश सरकारची या देशाच्या वास्तुशास्त्रीय परंपरेला भर यादृष्टीने उभारले गेलेले हे स्मारक म्हणजे संगमरवराची एक चमत्कारिक संकल्पना होती. तो आधुनिक ताजमहाल होता. त्याच्या सभोवार गव्हर्नर जनरलांचे पुतळे गोलाकार लावावयाचे होते. दारासमोरचा दर्शनी पुतळा कर्झनचा असणार होता. यावरून कर्झनच्या मते, राणीच्या सर्व व्हाइसरॉयांपैकी सर्वश्रेष्ठ कोण होता याविषयी जराही संदेह राहात नाही.[२०७]

स्थापत्यशास्त्र व पुराणवस्तुसंशोधन या क्षेत्रातील प्रयत्नांपेक्षा कर्झनचे भाषा व शिक्षणसुधारणेच्या क्षेत्रातील प्रयत्न अधिक महत्त्वाचे आहेत. हिंदीचे महत्त्व ओळखणारा तो एकमेव व्हाइसरॉय होता. ज्यावेळेस मॅकडोनेल याने सार्वजनिक विनंती अर्ज पेश करणे, तसेच सरकारी आदेशांचे भाषांतर करणे यासाठी हिंदी भाषा वापरण्याची सूचना शासकीय कारणांखातर केली[२०८] त्यावेळेस कर्झनने ती सूचना मान्य केली व मुसलमानांच्या निषेधाकडे कानाडोळा करण्याचा अधिकार त्याला दिला. ‘मुसलमानांच्या आरडाओरडीचा अर्थ फक्त इतकाच की तो अल्पसंख्याकांचा तापटपणा आहे. ज्या अल्पसंख्यांकांच्या हातून सत्तेचा लगाम निसटत आहे व येनकेनप्रकारे त्यांना तो धरून

ठेवावयाचा आहे अशांचा तो निषेध आहे.'[२०९] कालांतराने त्याने मद्रासचा राज्यपाल ॲम्प्थिल यास असे सुचविले की, ज्याअर्थी हिंदी ही भारताच्या जास्तीत जास्त भागाची भाषा आहे त्याअर्थी तिला सर्वत्र अधिकृत मान्यता द्यावी.[२१०]कर्झनच्या ह्या विचारसरणीचा भारतात आता कोठे स्वीकार होत आहे. मात्र त्याकाळी कर्झनने असले विस्मयकारक भाकीत केले असले तरी त्याला इंग्रजीतून शिक्षणाचे महत्त्व कमी आहे असे सूचितही करावयाचे नव्हते.

'भारतीय शिक्षणाचे भवितव्य... म्हणजेच भारतीय वंशाचे भवितव्य.'[२११] असे म्हणणाऱ्या कर्झनला जरी तत्त्वतः अशा शिक्षणाच्या महत्त्वाची जाणीव असली तरीही मोठ्या प्रमाणावर भारतीयांमध्ये शिक्षणाचा प्रसार करण्याचा वास्तविक अभिप्राय मात्र त्याला कधीच उमगला नाही. त्याने या प्रश्नाचा वरवरच विचार केला. शिक्षणाची एकंदर व्यवस्था व कारभार यातील सुधारणांवरच आपले लक्ष केंद्रित केले, शिक्षणाचे उद्दिष्ट व त्याचे परिणाम यावर नव्हे. १९०१ च्या सप्टेंबरमध्ये, राजधानीत प्रांतांमध्ये शैक्षणिक प्रश्न हाताळणाऱ्या सर्व वरिष्ठ अधिकाऱ्यांची एक परिषद बोलावून त्याने सर्व पातळ्यांवर शिक्षणविषयक सुधारणांच्या शिफारशी मागवल्या. भारतीय स्नातकाचे म्हणणे ऐकून घेऊन त्यांची बाजूही त्याने दुर्लक्ष केले. हे कर्झनच्या स्वभावाला धरूनच होते. त्याच्या लेखी शिक्षणाचा अर्थ सरकारी कार्यवाहीसाठी आणखी एक क्षेत्र एवढाच होता. विद्यापीठीय शिक्षणाची तपासणी एका मंडळाने केली. व शिक्षणाचा दर्जा उंचावण्यासाठी निरनिराळ्या सूचना मांडल्या. तसेच आणखी विद्यापीठे स्थापली जाऊ नयेत अशी शिफारस केली. [२१२] शिक्षणाच्या संधी मर्यादित करण्याबद्दल भारतीय वृत्तसंस्थेने या अहवालावर सडकून टीका केली. व्हाइसरॉय व भारतमंत्री या दोघांनाही 'एक प्रामाणिक प्रयत्नाचा',[२१३] असा विपरीत अर्थ लावला गेला, याचे आश्चर्य वाटले. त्यांनी या निषेधाकडे दुर्लक्ष करावयाचे ठरविले. १९०४ च्या मार्च महिन्यात, विधिमंडळाच्या भारतीय सदस्यांचा निषेध बाजूला सारून, मंडळाच्या शिफारशींचा अंतर्भाव करणारा एक कायदा करण्यात आला. शासकीय आदेशाने शालेय शिक्षणाचीही पुनर्रचना करण्यात आली. या कामगिरीमुळे कर्झन खुष झाला व त्याने आपली आत्मसंतुष्टता जगजाहीर केली. [२१४]

IV

कर्झनची सर्वात मोलाची कामगिरी त्याच्या हातून अत्यंत अजाणता घडली होती व ती म्हणजे एका मवाळ राष्ट्रवादी भावनेचे रूपांतर क्रांतीकारी चळवळीत करणे ही होय. कर्झन ज्यावेळी भारतात आला त्यावेळी त्याला सगळीकडे शांतता आढळली. फक्त पुण्यात शांतता नव्हती. कारण तेथील काही तुरळक चळवळ्यांना

मुंबई सरकारने अटक केली होती. पुण्यात लहान परंतु खोलवर रूजलेले कारस्थान शिजत असल्याची, तसेच मराठी ब्राह्मण कट करीत असून घातपाती प्रचारही दक्षिणेस सर्वत्र करीत आहेत'[२१५] अशी हॅमिल्टनची खात्री होती. परंतु खटला न भरताच अटक करणे योग्य ठरेल की नाही याविषयी कर्झन साशंक होता. नातू बंधूंच्या मुक्ततेचा आदेश त्याने मुंबई सरकारला दिला. कसलाही राजकीय कट अस्तित्वात आहे यावर त्याचा विश्वास नव्हता.[२१६] इतकेच नव्हे तर इंडिया ऑफिसच्या धीम्या व शांत अधिकाऱ्यांना धक्का देणारे एक कृत्यही त्याने केले. त्याने पुण्याच्या फर्ग्युसन कॉलेजच्या एका विद्यार्थ्याला केंब्रिज येथील रँग्लर ही पदवी मिळाल्याबद्दल त्याच्या कॉलेजच्या प्रिन्सिपलना अभिनंदनाची तार केली. हे कॉलेज म्हणजे पुण्यातील राजकीय कारस्थानांचा केंद्रबिंदू आहे, म्हणून हॅमिल्टनने त्याच्या या कृत्याबद्दल निषेध व्यक्त केला व असाही दावा केला की, कर्झनचा हा संदेश वाचल्यानंतर अनेक आधुनिक भारतीयांनी निष्ठावंत वृत्तपत्रांच्या प्रसिद्धीसाठी देऊ केलेले द्रव्यसाहाय्य मागे घेतले.[२१७] परंतु व्हाइसरॉयला याबद्दल पश्चाताप वाटत नव्हता. आपली ही तार कोणत्याही राजकीय हालचालींना पाठिंबा किंवा माफी कशी ठरते, हे त्याला उमगत नव्हते. 'ज्या धनिक भारतीयांनी पैसे देण्यास नकार दिला ते एकतर देणग्या देण्यास नाखूष तरी असतील किंवा महामूर्ख तरी असतील.'[२१८]

ही घटना कर्झनच्या जमेच्या बाजूस होती; शिवाय ती त्याच्या विशिष्ट विचारसरणीची द्योतक होती. कोठेही बौद्धिक कामगिरी आढळली की तो तिचे कौतुक करू शकत असे. त्याच्या मनात वंशीय पूर्वग्रहही नव्हते. मात्र हा त्याचा नैतिक गुण नसून त्याच्या मनाचा आंधळेपणा होता नव्हता. ज्या माणसाला खुद्द ब्रिटनमधील खालच्या स्तरातील लोकांची देखील जाणीव नव्हती त्याला भारतातील जातीय संबंधांचे महत्त्व संपूर्णपणे आकलन व्हावे, अशी अपेक्षा करणे योग्य नव्हते. कर्झनने भेदभाव केले नाहीत याला कारण त्याची सहिष्णुता नसून संवेदनशून्यता होती. भारतीयांना तो अत्यंत कमी दर्जाचे लोक मानीत असे. [२१९] एक वंश म्हणून भारतीय जनता सत्यवादी असणे अशक्य आहे, असे त्याला वाटत असे व आपली असली मते लपविण्याची काहीच गरज त्याला दिसत नव्हती. [२२०] तरीही सुशासनाचा एक भाग म्हणून भारतीयांना चांगली वागणूक देण्याचा त्याचा निश्चय होता. राजकीय क्षेत्रात भारतीयांनी प्रगतीची आशा करण्यात त्याच्या मते अर्थच नव्हता. 'मुलकी नोकऱ्यांमधील वरिष्ठ जागादेखील त्यांना कधीच खुल्या राहणार नाहीत. तथापि, एवढे वजा करता दोन्ही जमातींना समतोल वागणूक व काटेकोरपणे न्याय दिला जाईल.' कर्झनच्या मते स्वायत्त कारभाराची तयारी नव्हे तर वरील उद्दिष्टे हेच भारतातील ब्रिटिश राजवटीचे एकमेव

समर्थन होते. [२२१] त्याचे उद्दिष्ट फक्त एक काम चोखपणे करावयाचे होते. एका कर्तव्याची पूर्ती करावयाची हे नव्हते.

भारतीयांना न्यायाची वागणूक देण्याच्या कर्झनच्या आग्रहामुळे काही प्रसंगी त्याला वाईट वाटण्याचे प्रसंग आले असले, तरी त्यांच्यातील सर्व उत्तम गुण त्यामुळेच प्रकट झाले. युरोपियन लोक, विशेषेकरून ब्रिटिश सैनिक भारतीयांवर वाढत्या प्रमाणात हल्ले करीत होते, या गोष्टीची कर्झनला विशेष काळजी वाटत होती. १८९९ च्या एप्रिल महिन्यात या प्रकारची एक अत्यंत घृणास्पद घटना पडली. रंगूननजीक एका ब्रह्मी स्त्रीवर रॉयल वेस्टकेंट पलटणीच्या काही सैनिकांनी बलात्कार केला. अपराध्यांना कडक शासन करण्याचा कर्झनचा निश्चय झाला होता व अपराधी सापडले नाहीत किंवा त्यांना शिक्षा झाली नाही तर सबंध पलटणीलाच मानहानी पत्करावी लागेल व शिक्षा भोगावी लागेल, असे त्याने सांगितले. [२२२] कारण युरोपियन ज्यूरी, ब्रिटिशांच्या निःपक्षपातीपणाच्या कीर्तीला लागणाऱ्या काळिम्याकडे दुर्लक्ष करून, आपल्या देशबांधवांना, ते अपराधी असतानाही, जवळ जवळ नेहमीच निर्दोष सोडून देत असत. याउलट भारतीय गुन्हेगारांना रानटी दुष्टपणाने शिक्षा दिली जात असे. [२२३] या विशिष्ट खटल्याच्या बाबतीत तर ज्या पुराव्याच्या आधारावर गुन्हेगारांना नक्कीच शिक्षा झाली असती तो पुरावाच पलटणीच्या अधिकाऱ्यांनी दिवाणी न्यायालयापासून चोरून ठेवला होता. म्हणून कर्झनने असा आदेश दिला की, लष्करी न्यायालयाच्या कामकाजाचा गोषवारा आपल्याला मिळावा. शिवाय मुलकी खटला सुरू होण्यापूर्वीच त्याने या संपूर्ण पलटणीची, भारतीय विभागातील सर्वात वाईट समजले गेलेले ठिकाण जे एडन, तेथे दोन वर्षांकरिता बदली करण्याचा व त्यांच्या रजा व सवलती रद्द करण्याचा हुकूमही दिला. कर्झनच्या मते, प्रतिष्ठा व शिस्त यांचा एवढा विलक्षण भंग केल्याबद्दल न्यायालयांनी गुन्हेगारांना शासन न केल्यामुळे सरकारने ह्या सबंध पलटणीला शिक्षा दिली. अपेक्षेप्रमाणेच युरोपियन ज्यूरींनी आरोपींना निर्दोष ठरविले. त्याला अशी पुस्ती जोडली की, वेस्टकेंट पलटणीतील काहीजण अपराधी आहेत हे खरे असले, तरी अपराध्यांना व्यक्तिशः शासन करण्याइतका पुरावा उपलब्ध नाही. त्या लोकांना लष्करातून काढून टाकणे, न्यायदानाच्या कामी अडथळे निर्माण करण्याबद्दल अधिकाऱ्यांवर व या कामी त्यांना साहाय्य करण्याबद्दल स्थानिक पोलिस अधिकारी व न्यायाधीश यांच्यावर ठपका ठेवणे, एवढेच करणे व्हाइसरॉयच्या हातात होते. भारतीय व ब्रिटिश वृत्तपत्रांनी एकमुखाने कर्झनला पाठिंबा दिला. परंतु एकंदरीत पाहता अँग्लोइंडियनांची सहानुभूती मात्र त्या पलटणीलाच होती. या भावनेचा संसर्ग व्हाइसरॉयच्या सल्लागारमंडळाला सुद्धा झाला. त्यामुळे या अत्याचाराचा अत्यंत तीव्र

शब्दात अधिक्षेप करणारा आदेश काढण्यासाठी, कर्झनला त्यांना धाब्यावर बसवावे लागले.[२२४]

बहुधा लोकवस्ती असलेल्या प्रदेशातही सैनिकांना निशाणबाजीचे परवाने सवंगपणे दिले जाण्यामुळे, ब्रिटिश सैनिक व भारतीय नागरिक यांच्यातील संघर्ष होत असत. त्यामुळे या परवान्यांवर काही निर्बंध घालावे, तसेच त्यांचा गैरवापर करणाऱ्या पलटणींचे परवाने रद्द करावे, अशी कर्झनची इच्छा होती. त्याच्या सल्लागारमंडळाने यालादेखील तीव्र विरोध दर्शविला. एका सदस्याच्या मते असे करणे म्हणजे, 'ज्या गोऱ्या कातडीविषयीच्या आदरावर आपली भारतावरील पकड बहुतांशी अवलंबून आहे', तिची किंमत कमी करणे होय. सरसेनानी व लष्करसदस्य यांना भारतात यामुळे बंड होईल अशी भीती वाटत होती. [२२५] परंतु कर्झन इतक्या सहजासहजी डरणारा नव्हता. तो लिहितो की, 'या गोष्टी माझ्या मनाला खात आहेत. एकतर असे भयानक अत्याचार ब्रिटिश अमलाखालील एखाद्या देशात घडावेत; व दुसरे म्हणजे अधिकारी, वरिष्ठ अधिकारी, ज्यूरी, निरनिराळी खाती या सर्वांनी मिळून अपराध्यांना वाचविण्याचा कट रचावा, हा माझ्या मते ब्रिटिशांच्या नावाला कायमचा मोठा कलंक लागला आहे, एकटा माणूस जेवढे म्हणून करू शकेल तेवढे आपण हा कलंक दूर सारण्यासाठी करू. आपली लोकप्रियता कितीही कमी झाली तरी आपण या कार्यात माघार घेणार नाही,' असे त्याने ठामपणे सांगितले. [२२६] जरी एवढ्या निर्भय शब्दात कर्झनने आपले विचार मांडले असले तरीही मनातून त्याला पुन्हा इलबर्ट बिलाची चळवळ होण्याची धास्ती वाटत होतीच. व म्हणूनच ज्या ज्यूरीपद्धतीमुळे युरोपियन आरोपींची शिक्षेतून सुटका होऊ शकत असे, त्या पद्धतीत बदल करण्याची त्याची तयारी नव्हती. मात्र तेवढे वगळता त्याने प्रयत्नांची शिकस्त केली. [२२७.]

१९०० च्या ऑक्टोबरमध्ये निशाणबाजीच्या परवान्यांमध्ये कपात करण्यात आली. मार्च १९०० मध्ये संपलेल्या दोन वर्षांमध्ये १२९ परवाने देण्यात आले होते. तर कर्झनच्या उरलेल्या सर्व कारकिर्दीत फक्त ४५ परवाने दिले गेले. परंतु १९०२ च्या एप्रिलमध्ये ब्रिटिशांच्या हल्लेखोरपणाची आणखी एक गंभीर घटना घडली. नवव्या लान्सर्स पलटणीतील दोघा सैनिकांनी एका भारतीय आचाऱ्याला मरेपर्यंत मारहाण केली. लष्करी अधिकारी व पोलीस याबाबतीत उदासीन होते. भारत सरकारने ज्यावेळी या प्रकाराच्या संपूर्ण चौकशीची मागणी केली त्यावेळी प्रमुख लेफ्टनंट जनरलने असे सांगितले की, हल्लेखोर नवव्या लान्सर्स पलटणीतील होते, किंबहुना सैनिक होते हेच मुळी पुराव्याअभावी सिद्ध होऊ शकत नव्हते. आपल्या पूर्वीच्या एका व्हाइसरॉयने जरी असल्या प्रकरणात भारत सरकारला न्याय करता येत नाही [२२८] असे म्हटले होते,

तरी कर्झनने ही चौकशी रद्द ठरविली. नवव्या लान्सर्सच्या कर्नलने नंतर दिलेल्या माहितीनुसार त्या दोघा गुन्हेगारांनी आपल्या सहकाऱ्यांजवळ कबुली दिली असल्याचे आढळले व कर्झनच्या निर्णयाला दुजोरा मिळाला. त्या सबंध पलटणीला शिक्षा करावी व अधिकाऱ्याची नालस्ती करावी असे सरसेनानीला सांगण्यात आले. त्या विभागाच्या लष्कर सेनानीने या गुन्ह्याविषयी पुरेसा विचार न केल्याबद्दल त्याला दोषी ठरविण्यात आले व अपराध्यांची विशेष तरफदारी करण्याबद्दल लेफ्टनंट जनरलवरही ठपका ठेवण्यात आला. 'हिंसक व लालची असे हे सैनिक त्यांच्या कृत्यांनी ब्रिटिश साम्राज्याचा डोलारा आपल्यासमोर ढासळवीत आहेत. कोणी काही म्हटले तरी ज्याला मी पवित्र कर्तव्य मानतो त्या न्यायबुद्धीचा त्याग मी मात्र अगदी सर्वोत्कृष्ट ब्रिटिश पलटणीच्याही दुष्कृत्यांवर पांघरूण घालण्यासाठीही करणार नाही.'[२२९] सगळेच मुलकी अधिकारी दोषी ठरवले गेले. योग्य प्रकारे चौकशीचे काम करण्यात अपयश आल्यामुळे पोलिसनिरीक्षकावर सजापात्र निष्काळजीपणाखातर चौकशी अधिकाऱ्यावर, परिस्थितीचा अंदाज न आल्याबद्दल जिल्हा न्यायाधीशावर , हा खटला चालविण्यात जोरदारपणा न दाखविल्याबद्दल आयुक्तांवर ठपका ठेवण्यात आला.

पहाऱ्याची कामगिरी व रजा रद्द करणे एवढीच माफक शिक्षा जरी त्या पलटणीला दिली गेली होती तरी भारतातील ब्रिटिशांच्या मते कर्झनचे वर्तन कमालीचे निष्ठुरपणाचे होते व नुकसानभरपाई देण्यासाठी त्याच्यावर बरेच दडपण आणले गेले. व्हाइसरॉयने आधी लिहिल्याप्रमाणे, 'भारतीय नागरिकांना मारणाऱ्या ब्रिटिश सैनिकांना निर्दोष ठरविण्यामुळे न्यायाचे जे भयानक विडंबन होते त्याची मनापासून खंत वाटणारा या देशात मी एकटाच माणूस आहे, असे मला खरोखरच वाटते.'[२३०] ब्रिटनमध्येदेखील पलटणीला बरीच सहानुभूती दाखविण्यात आली. खुद्द राजानेही या सामूहिक शिक्षेसंबंधी नापसंती व्यक्त केली. [२३१] परंतु हॅमिल्टनने निष्ठेने पाठिंबा दिल्यामुळे कर्झन ठामपणे आपल्या भूमिकेला चिकटून राहिला. 'भारतमंत्र्याचा पाठिंबा असल्यानंतर व्हाइसरॉय अमिर, उमराव यांचे मुलगे असलेल्या ब्रिटिश लष्कराच्या अगदी सर्वोत्कृष्ट पलटणीविरुद्ध सुद्धा उभा ठाकू शकतो, असे जर दिसून आले तर लष्कराला एक मोठा परिणामकारक धडा शिकविला जाईल. लष्कराच्या व सरदार यांच्या आरडाओरडीपुढे आज जर आम्ही नमते घेतले तर मी सुरू केलेले कार्य पुढे चालू ठेवण्याचे धैर्य कोणत्याही व्हाइसरॉयला होणार नाही.'[२३२]

दरबाराच्या प्रसंगी कर्झनला कल्पना नसलेल्या एका कल्पकताशून्य योजनेनुसार नवव्या लान्सर्स पलटणीवर कॅनॉटच्या ड्यूकबरोबर राहण्याची कामगिरी सोपविली गेली. 'ज्यामध्ये निःसंशय दोन खुनी होते'[२३३] अशी ती पलटण शेजारून जात असताना

बव्हंशी ब्रिटिश स्त्रीपुरुषांच्या समुदायाने विलक्षण आनंद व्यक्त केला. हा गलबला म्हणजे व्हाइसरॉयविरुद्ध निषेधाचा ठरावच होता. परंतु कर्झन निर्विकारपणे व 'योग्य' कृत्य करण्याचे धैर्य दाखविल्याच्या एकप्रकारच्या 'उदास अभिमानाने' [२३४] घोड्यावर स्वार झालेला होता. कर्झनला जरी हे आकळले नसले तरीही दिल्लीतील राजेशाही प्रवेश किंवा त्याने काळजीपूर्वक आखलेले इतर अनेक झगमगीत सभारंभ नव्हेत, तर हाच क्षण त्याच्या भारतातील कारकिर्दीचा सुवर्णक्षण होता.

युरोपियन नागरिक भारतीयांवर हल्ले करीत व न्यायालयात निर्दोष सुटत अशाही घटना कमी प्रमाणात असल्या तरी घडत होत्या. अशी एक डोळ्यात भरणारी घटना म्हणजे १९०२ च्या डिसेंबरमध्ये बेन नावाच्या एका आसामी चहामळेवाल्याने आपल्या एका मजुराला मरेपर्यंत मारले. सत्र न्यायालयाने त्याला सहा महिन्यांची साधी कैद दिली. त्याच्या शिक्षेत वाढ करण्यासाठी सरकारने अपील केले. त्यावेळी एका न्यायाधीशाने त्याला निर्दोषी म्हणून सोडून दिले व सरकार हतबल ठरले. न्यायाच्या अशा अपलापामुळे होणाऱ्या नुकसानीची कर्झनला जाणीव झाली. 'इंग्रज म्हणून आपल्या वैशिष्ट्यांविषयीच्या कल्पनांना ते अतिशय घातक आहे तसेच या देशातील आपल्या वर्चस्वाला व प्रतिष्ठेला विनाशक आहे.'[२३५] एखाद्या भारतीयाच्या खुनाबद्दल एखाद्या ब्रिटिश सैनिकाला फाशीची शिक्षा मिळाल्याखेरीज परिस्थितीत सुधारणा होणार नाही, अशी कर्झनची खात्री होती.[२३६] अशा प्रकारच्या प्रत्येक घटनेवर कर्झन निष्ठुरपणे आघात करीत होता, या गोष्टीला भारतीय जागरूक लोकमताची मान्यता मिळालेली होती. राष्ट्रीय पुढारी बिपिनचंद्र पाल यांनी असे लिहिलेले आढळते की, 'ब्रिटिश न्याय व सद्भावना याविषयी भारतीय जनतेच्या मनावर जी छाप ब्रिटिश सरकारने पाडली होती तिच्यात त्याची शक्ती मुख्यत्वेकरून साठली आहे; ब्रिटिश चारित्र्याचा खरा किंवा काल्पनिक अधःपात हा फारच गंभीर राजकीय धोका आहे. या सबंध देशात कर्झन या फक्त एकाच माणसाला या प्रश्नाचा खरा अर्थ समजला होता, असे वाटते. त्याने एकट्यानेच भारतातील ब्रिटिश नीतिमूल्ये अबाधित राखण्याचा प्रयत्न चालविला आहे,'[२३७] असे पाल यांस वाटत होते.

अशा प्रकारे युरोपियन व भारतीय यांच्या बाबतीतील गुन्ह्यांच्या संदर्भातील कर्झनच्या भूमिकेमुळे त्याला सद्भावनांचे भरपूर पाठबळ मिळाले. भारतातील राजकीय प्रवृत्तींना वेगळी दिशा देणे किंवा त्यांवर आपला प्रभाव पाडणे त्याला या सद्भावनेच्या आधारावर सहज शक्य होते. त्याच्या जमेला इतरही काही बाबी होत्या. आपल्या राज्याच्या जवळजवळ सर्व भागांना त्याने भेट दिली होती, प्रत्येक गाऱ्हाणे ऐकून घेतले होते, व कितीही हास्यास्पद गाऱ्हाणे असले तरीही त्याची चौकशी केली जाते

की नाही,याकडे लक्ष पुरविले होते. 'भारतीय मुलकी नोकरवर्ग नावाच्या लहान व संघटित संस्थेच्या निर्णयाविरुद्ध अपील करण्याचे न्यायालय म्हणजे तुम्ही आहात.'[२३८] भारत सरकारभोवतीचे गूढतेचे वलय शक्य तेवढे नाहीसे करण्यात आले होते. लपवाछपवी हा केव्हाही कर्झनच्या चिलखताचा भाग नव्हता. सगळ्या चौकशी समित्यांचे अहवाल प्रसिद्ध केले जात. भाषणे व ठरावांच्या अव्याहत चक्रातून व्हाइसरॉय सरकारी धोरण व दृष्टिकोन तपशीलवारपणे स्पष्ट करीत असे. परंतु जमेच्या या सर्व बाबीसुद्धा त्याच्या राजकीय समजाच्या संपूर्ण अभावापुढे कुचकामाच्या ठरल्या. ब्रिटिशांच्या पालकत्वाविषयी अस्वस्थतेची भावना वाढत आहे व त्याला खुद्द सरकारच जबाबदार आहे, याची त्याला कल्पना होती. 'आपल्या शिक्षणाचा गाभा व त्याद्वारा व्यक्तीचे हक्क व सर्व मानवांची समानता यांविषयी जागृत होणाऱ्या कल्पना या सर्वांचा भारतीय मनात परिपाक होत आहे, व त्यातून काहीच निष्पन्न होणार नाही असे मानणे चुकीचे ठरेल'[२३९] या धोरणाची त्याला खंतही वाटत नव्हती. 'ज्याप्रमाणे छत्र्या किंवा रॉकेलचे दिवे आपण येथे आज ना उद्या प्रचारात आणावे हे अटळ आहे त्याचप्रमाणे आपले कायदे व शिक्षण आणावे हेही अटळ आहे.'[२४०] भारतीय समाजातील अस्वस्थेचा परामर्श घ्यावा व जमल्यास ती संघटित करून तिला पुढची दिशा दाखवावी, हे त्याला उमगले नाही.

एक गोष्ट ध्यानात घ्यावयास हवी की, कर्झन विनाकारण बाऊ करणारा नव्हता. चिथावणीला भारतात मोठ्या प्रमाणावर सहानुभूती मिळत नसल्यामुळे [२४१] चिथवणीविरोधी कायदे जास्त कडक करण्याच्या तो विरुद्ध होता. बोअर युद्धाविषयीच्या सर्वसामान्य भारतीय प्रतिक्रियेवरून हे दिसून येत होते. पश्चिम भारतातील तथाकथित द्रोही कारवायांबाबत इंडिया ऑफिस व मुंबई सरकार यांना वाटणाऱ्या गैरवाजवी भीतीने तो दडपून गेला नव्हता. त्याने नातू बंधूंची सुटका करविली. काही संस्थानिक काँग्रेसला आर्थिक साहाय्य करीत आहेत. [२४२] याची त्याला जाणीव होती व तो गायकवाडजवळ या विषयावर बोलला होता. त्या राज्यकर्त्याने याचा निषेध करीत असे म्हटले की काँग्रेस ही सामाजिक संघटना आहे, राजकीय नव्हे व बहुतेक सर्व सुशिक्षित भारतीयांचा तिला पाठिंबा आहे. याला व्हाइसरॉयने असे उत्तर दिले की अखेर सरकारविषयीच्या शत्रुत्वभावनेनेच ती प्रेरित झालेली आहे. [२४३] जरी कर्झनला ही संघटना पसंत नव्हती तरी त्याने तिला फार कमी महत्त्व दिले. 'या पक्षाविरुद्ध आमचे इतकेच म्हणणे आहे की तिचा दावा आहे त्याप्रमाणे ती कोणत्याही अर्थाने प्रतिनिधिक राष्ट्रीय संघटना नाही. आणि ती जरी ब्रिटिश सरकारशी बेइमान नसली तरी ब्रिटिश सरकारविषयी तिला तिळमात्रही मित्रत्व भावना नाही.'[२४४]

त्या हिवाळ्यातील काँग्रेसच्या वार्षिक अधिवेशनाचे अध्यक्ष रोमेश दत्त होते. त्यांच्या मनात व्हाइसरॉयविषयी किंतु नव्हता. भारतीय जनतेच्या सर्व घटकांना शांत करण्याला कर्झनने विशेष महत्त्व दिल्याचे कौतुक करून [२४५] त्यांनी कर्झनच्या नेमणुकीनंतर त्याच्याविषयी चांगले लिहिलेले होते. तसेच सरकारला प्रमाणाबाहेर धारा लागू करण्याचे टाळण्याची व भारतीयांचे सहकार्य मिळविण्याच्या बाबतीत अधिक दक्ष राहण्याची विनंती केली होती. रोमेश दत्तांसारख्या काँग्रेसमधील माणसाला आपलासा करावा म्हणजे मवाळ अशा तरुण काँग्रेसवाद्यांची ताकद उणावेल अशी एक अंधुक परंतु धूर्त इच्छा त्याच्या मनात होती. 'तरुण भारता'च्या आकांक्षांशी जुळेल अशा योजना आखण्यातील व पावले टाकण्यातील अडचणी लक्षात घेता 'प्रौढ भारताला' उत्तेजन देणे शहाणपणाचे होते.[२४६] काँग्रेसच्या सल्लागारांपैकी एक प्रमुख सल्लागार व निवृत्त मुलकी अधिकारी सर विल्यम वेडरबर्न यानेसुद्धा व्हाइसरॉयला सुचविले की, त्याने ब्रिटिश राजवटीला सुशिक्षित भारतीयांची सहानुभूती मिळवून 'राष्ट्रीय सरकार' स्थापन करावे. [२४७] परंतु तरुण काय किंवा प्रौढ काय, भारतीयांचे शांतवन करण्याची काहीही आवश्यकता व्हाइसरॉयला भासली नाही. [२४८] कर्झनने व्हाइसरॉयच्या सल्लागारमंडळात भारतीय सदस्य नेमण्याच्या सूचनेतील 'राजकीय विसंगती' देखील दत्त यांच्या दृष्टोत्पत्तीस आणली.[२४९] फक्त हायकोर्टाचे न्यायाधीश म्हणून किंवा अधिकृत समित्यांवर अगदी काँग्रेसमधल्यासुद्धा भारतीयांची नेमणूक करण्याची कर्झनची तयारी होती व या संघटनेविषयीच्या त्याच्या तुच्छतेचेच ते एक लक्षण होते. या काँग्रेस विरोधी असली तरीही आपल्याला लोकमताचा पाठिंबा आहे अशी त्याला खात्री होती. 'मला वाटते पूर्वीच्या कोणत्याही काळापेक्षा आज भारतीय जनता अधिक निष्ठावान व सरकारला अनुकूल आहे.'[२५०] भारतात एक प्रकारची राष्ट्रीय भावना वाढीला लागली असली तरीही भारतीयांच्या किंवा दुसऱ्या कोणत्याही परकी सरकारच्या राजवटीपेक्षा ब्रिटिश राजवट अधिक न्यायी व फायद्याची आहे असे बहुजनसमाजाच्या गळी उतरवून भारतावर कायम सत्ता टिकविणे, ब्रिटिशांना शक्य आहे. चारित्र्य, प्रामाणिकपणा व कर्तृत्व या बाबतीतील भारतीयांचा निकृष्ट दर्जा, हीच ब्रिटिशांची खरी शक्ती आहे. काँग्रेस हा भारताचा आवाज आहे यावर कर्झनचा विश्वास नव्हता. व त्याच्या शब्दात सांगायचे तर 'भारताच्या लोकमताइतके विविधता असलेले लोकमत केंद्रित करण्याची किंवा एकाच कर्ण्यातून त्याला बोलावयास लावण्याची गरजच नाही.' [२५१]

काँग्रेस ही एक दुर्बल संघटना आहे हा कर्झनचा कयास साधार होता. यावेळी ती ब्रिटिश राजवटीला विरोध करण्यापेक्षाही सरकारकडून सवलती मिळविण्याच्याच

मागे होती. १८९९ चे लखनौ अधिवेशन म्हणजे 'सद्वर्तनाचे कारस्थान' होते [२५२] व त्यानंतरच्या वार्षिक अधिवेशनाविषयी व्हाइसरॉयने असे म्हटले आहे की, 'वक्त्यांनी आपला बहुतेक सगळा वेळ माझ्याविषयी गौरवोद्गार काढण्यात खर्ची पाडलेला दिसतो. [२५३] या काही वर्षांच्या काळात काँग्रेसला सर्वात आधी सरकारी नोकऱ्यांमध्ये भारतीयांना अधिक प्रमाणात भरती करणे हवे होते. परंतु याबाबतीत कर्झनचे मत बदलणे अशक्य होते. एक वंश म्हणून भारतीय जनता कर्तृत्वशून्य आहे अशी त्याची खात्री होती. इतकेच काय, भारतातील ब्रिटिश शासनापुढील सर्वात मोठा धोका जर कोणता असेल तर तो हा, की प्रतिवर्षी ज्या वरिष्ठ अधिकाराच्या जागा 'युरोपियनांसाठीच आहेत व त्यांच्यासाठीच राखून ठेवल्या पाहिजेत त्यापैकी ज़ास्त जास्त जागा इंग्रजी परीक्षांत बुद्धिमत्तेची झळक दाखविणारे भारतीय बळकावीत आहेत.'[२५४] हॅमिल्टनचे मतही असेच होते. १८५८ च्या जाहीरनाम्यात उल्लेखिलेले भारतीय व ब्रिटिश नागरिकांना नेमणुकांच्या बाबतीत समान लेखण्याचे तत्त्व ही आजवर केली गेलेली सर्वात मोठी चूक आहे, असे तो मानीत होता. व म्हणून वेडरबर्न यास भेटण्याचेही त्याने नाकारले.[२५५]

त्यामुळे या प्रकरणी व्हाइसरॉय किंवा साल्सबरी सरकार यांच्याकडून कोणतीही सवलत मिळण्याची, किंबहुना सहानुभूतिपूर्वक आपली बाजू ऐकून घेतली जाण्याचीही आशा काँग्रेसला नव्हती. याचा परिणाम म्हणजे काँग्रेस पेचात आली व तिची अपकीर्ती झाली. काही वर्षे अस्तित्वात असूनही काँग्रेसने काहीच मिळविले नव्हते. [२५६] त्यामुळे अपकीर्ती झाली. त्यामुळे तिची लोकप्रियता व प्रभाव कमी होत होता, व ती वेगाने अस्तंगत होत होती, असे हॅमिल्टनला वाटत होते. तिला कोलमडून पाडण्याच्या व्हाइसरॉयच्या प्रयत्नांना त्याने सहर्ष पाठिंबा दिला.[२५७]

'काँग्रेसमधील विलक्षण तऱ्हेवाईक घटकावर उपहासाचा भडिमार करण्याने पुष्कळच फायदा होईल, याविषयी मला खात्री वाटते. जर एकदोन वर्षात काँग्रेस पूर्णपणे नेस्तनाबूत झाली तर तिच्या विनाशाचे प्रमुख कारण असल्याचे श्रेय तुम्हाला मिळेल.'[२५८]

अधिकारी वर्गाच्या स्पष्ट व उघड शत्रुत्वाला सामोरे जावे लागल्यावर काँग्रेस जरा त्रस्त झाली. पुन्हा सलोखा करण्याचे प्रयत्न करू लागली. निष्ठावंत भारतीय मत साकार करणारी संस्था म्हणून ती विकास पावली होती आणि तिला तसे मानण्यास कर्झनने इन्कार केलेला पाहून अचंबित झाली होती. काँग्रेसचे १९०२मधील अध्यक्ष दिनशा वाच्छा यांनी असे म्हटले की, न्याय व सहानुभूती हे कर्झनच्या कारकिर्दीचे परवलीचे शब्द असल्यामुळे [२५९] काँग्रेसच्या ठरावांचा अधिक सहानुभूतीपूर्वक व न्यायबुद्धीने विचार व्हावा अशी त्यांनी विनंती केली. या पत्राला उत्तर मिळालेले

आढळत नाही. काँग्रेस ही भारतीय घडामोडींबाबत भारतीय दृष्टिकोन मांडणारी एक जबाबदार संस्था आहे ही गोष्ट कर्झनने अनौपचारिकरीत्या परंतु मित्रत्वभावनेने मान्य करावी, अशी विनंती वेडरबर्न यांनी केली. परंतु जोपर्यंत काँग्रेस 'आदरणीय सुधारणावादी पक्षाला मार्गदर्शन करण्याबरोबरच, ज्या जहालमतवाद्यांना काहीतरी अगदी वेगळेच हवे होते त्यांनाही आपल्याबरोबर वागवीत आहे, तोपर्यंत कुठलेही सहकार्य अशक्य असल्याचे' त्याला सांगण्यात आले. [२६०] काँग्रेस ही निव्वळ मवाळांचा पक्ष म्हणून राहिल्यास त्यांच्याशी सहकार्य करण्याची सरकारची तयारी असल्याचे कर्झनने जे सुचविले, ते अप्रामाणिकपणाचे होते. अगदी सुरुवातीपासूनच, त्याने उघडउघड ॲम्प्थिलना सांगितल्याप्रमाणे, तो काँग्रेसला 'एक गलिच्छ गोष्ट' म्हणूनच वागवीत होता. आणि काँग्रेसची नेहमी पूर्ण उपेक्षा करून, तिला तक्रारीला जागाच उरणार नाही अशा वाजवी सुधारणा करून, वंशीय समस्या निर्माण करण्यास काँग्रेसला कोणतीच सबब उरू नये इतक्या सामंजस्य व सहानुभूतीने भारतीयांना वागवून व तिच्या पुढाऱ्यांशी हितगूज किंवा हांजीहांजी जराही न करता काँग्रेसला अकार्यक्षम करून टाकावयाचे असा त्याचा निश्चय होता. [२६१] परंतु कर्झनने हेतुपुरस्सर केलेल्या कृत्यांपेक्षा त्याच्या अविवेकी कृत्यांचाच परिणाम अधिक होत होता असे दिसून येते. गव्हर्नमेंट हाऊस येथील उद्यानसमारंभांना काँग्रेसवाद्यांना न बोलावणे, त्याचप्रमाणे काँग्रेसने आयोजित केलेल्या औद्योगिक प्रदर्शनांना न जाणे यामुळे कदाचित काँग्रेस पक्षातील मवाळांची शक्ती उणावली असेल. परंतु नकळत का होईना, या पक्षाला लोकप्रियतेची बैठक मिळवून देणारी जी पावले त्याने टाकली, ती याहून अधिक महत्त्वाची होती. कर्झन हा एक अजाण उत्प्रेरक होता. नवे शतक काय घडवू पाहत, आहे हे त्याला उमजत नव्हते. मग ते घडावे अशी त्याची इच्छा असणे दूरच राहिले. तरीही त्या शतकाच्या उदयाला त्याने हातभारच लावला. इतिहासातील एक सुखद उपरोध असा की, नवजात राष्ट्रीयवादाची पाठ थोपटण्याबद्दल [२६२] ज्याने आपल्या पूर्वगाम्यांवर ताशेरे झाडले त्यानेच, १८व्या शतकातील इंग्रजी वाक्प्रचार वापरून बोलावयाचे तर, एक समर्थ आणि सगळे ढवळून टाकणारा 'तयार' विरोधीपक्ष निर्माण केला होता.

VI

बंगालमधील वायफळ वाचाळ राजकीय चळवळीपेक्षा मुंबईच्या जिल्ह्यांमधील दहशतवादी चळवळीच्या विकासाने कलकत्ता व लंडन येथील लोकांचे संपूर्ण लक्ष आपल्याकडे वेधून घेतले. कारण बंगालपेक्षा ती चळवळ अधिक गंभीर स्वरूपाची होती. बंगालची चळवळ कर्झन शांतपणे हाताळू शकला नसता. कलकत्याच्या

महानगरपालिकेची त्याने अशा प्रकारे पुनर्रचना केली की त्यातील सुशिक्षित भारतीयांचे वर्चस्व कमी होऊन युरोपियन व्यापारीवर्गाला जास्त प्रमाणावर प्रतिनिधित्व मिळावे. तथापि, ज्यावेळी त्या प्रांताच्या फाळणीचा प्रश्न त्याने प्रथम विचारात घेतला त्यावेळी या प्रकारच्या राजकीय डावपेचांचा त्याच्यावर काहीच प्रभाव पडलेला नव्हता. त्याच्या हाताखालच्या अधिकाऱ्यांची प्रेरक उद्दिष्टे काहीही असोत, कर्झनच्या दृष्टीने, सुरुवातीला तरी, बंगालची फाळणी ही मुख्यतः वायव्य सरहद्द प्रांताच्या निर्मितीप्रमाणेच एक शासकीय सुधारणा होती.

अगदी सहज ३० एप्रिल १९०२ रोजी हॅमिल्टनला लिहिलेल्या पत्रात कर्झन म्हणतो, [२६३] 'वऱ्हाडचे प्रकरण जेव्हा निकालात निघेल त्यावेळी त्याचा जास्त भाग मध्यप्रांताला जोडण्याचा प्रश्न निर्माण होईल. सगळयाच किंवा निदान काही स्वायत्त सरकारांच्या सरहद्दींच्या व्यापक प्रश्नाचा फेरविचार करण्यास कदाचित हीच योग्य वेळ असेल, असे मला वाटते. एका माणसाने कारभार हाकण्याच्या दृष्टीने बंगाल हा निःसंशय फार मोठा प्रांत आहे. चितगाव बंगालात ठेवलेच पाहिजे का? की ते आसामला देऊन आपण तो समुद्राला जोडू शकू? कलकत्याहून ओरिसाचा कारभार चालविणे खरोखरच नीट जमते का?'

बंगाल कारभाराच्या दृष्टीने एका अधिकाऱ्याला फार मोठा पडतो. त्यामुळे त्याचा समुद्रकाठचा एखादा जिल्हा आसामला जोडण्यास हरकत नाही.[२६४] याविषयी हॅमिल्टनचे कर्झनशी एकमत झाले.

आपले काही अधिकारी आधीपासूनच बंगालचे काही जिल्हे तोडून काढण्याच्या योजनेचा[२६५] विचार करीत आहेत असे जेव्हा व्हाइसरॉयच्या ध्यानात आले, त्यावेळी याबाबतीत आपला सल्ला न घेतल्याबद्दल[२६६] त्याने मोठा आक्षेप घेतला. प्रत्यक्ष त्या प्रश्नाचा विचार करता, बंगाल 'फार फुगला' असून आसामला 'जोरकसपणे पुढे ढकलण्याची' गरज असल्याचे त्याने मान्य केले. चितगाव जिल्ह्यातील स्थानिक लोकमत विभक्त होण्याला अनुकूल असल्याची माहिती मिळाल्यामुळे [२६७] अधिक जोर येऊन त्याने या योजनेला स्थूलमानाने संमती दिली. [२६८] याबाबतच्या तपशिलाला व्हाइसरॉयच्या सल्लागारमंडळाने ऑक्टोबर महिन्यात मान्यता दिली. व बंगाल सरकारखेरीज कोणत्याही इतर स्थानिक सरकारचा सल्ला न घेता [२६९] ७ डिसेंबर १९०३ रोजी त्यासंबंधीच्या योजना प्रसिद्ध करण्यात आल्या. दाट लोकवस्ती[२७०] असलेले चितगाव, ढाक्का व मेमेनसिंग हे तीन जिल्हे व तिपेरा टेकडया आसामला जोडण्यात याव्यात, छोटा नागपूर मध्यप्रांताकडे जावे, मध्यप्रांताचे व मद्रासचे काही भाग बंगालला जोडावेत असे ठरले. त्यामुळे जवळजवळ ७८.५ दशलक्ष असलेली बंगालची

लोकसंख्या ६७.५ दशलक्षपर्यंत कमी झाली असती.

बंगालची फाळणी करण्यात निश्चितच काही शासकीय फायदे होते. बंगालच्या नायब राज्यपालाच्या जबाबदाऱ्या थोड्याफार कमी होऊन अधिकारीवर्ग व जनता यांमधील संपर्क वाढला असता. परंतु बंगालमधील लोकमत असे होते की त्यांना हा बंगाल प्रांताचा दर्जा कमी करण्याचा, बंगाली लोकांमध्ये दुही माजविण्याचा प्रयत्न वाटत होता. व्हाइसरॉयची नसली तरी अधिकारीवर्गाची विचारसरणी नेमकी अशी होती. पूर्वेकडील जिल्हे वेगळे काढण्यात नक्कीच एक राजकीय फायदा आहे, असे बंगालच्या नायब राज्यपालाचे मत होते. कारण हे जिल्हे म्हणजे 'चिथावणी स्वरूपाच्या नव्हे तरी मित्रत्वशून्य बंगाली चळवळींचा अड्डाच होता.' तसेच फाळणीमुळे वृत्तसंस्था व कलकत्त्याचे पुढारी [२७१] यांच्या जुलमी वृतींनाही आळा बसेल असा त्याचा कयास होता. भारत सरकारच्या गृहसदस्याला प्रांतिक राजकारणातील बंगालचे वर्चस्व ही एक अशी दुष्ट शक्ती होती की जी कमी होणे 'फार अगत्याचे', आहे असे वाटत होते. [२७२] परंतु फाळणीला अनुकूल विचार पूर्णपणे जोपासला तो गृहखात्याच्या सचिवाने.

'अभंग बंगाल ही एक शक्ती आहे. विभक्त बंगाल अनेक दिशांना फुटेल असे काँग्रेसच्या पुढाऱ्यांना वाटते आहे. त्यांची ही भीती सर्वस्वी योग्य आहे व फाळणीच्या योजनेचा तो एक महत्त्वाचा श्रेयबिंदू आहे. ... जो खलिता नक्की प्रसिद्ध केला जाणार आहे त्यात उत्तरी लिहिताना ही वस्तुस्थिती उघडकीस येऊ न देणे कठीण आहे. वऱ्हाड मध्यप्रांतात समाविष्ट करण्याच्या व बंगालच्या फाळणीच्या अशा दोन्ही योजनांमध्ये आमचा एक प्रमुख हेतू असा आहे की, आमच्या राजवटीच्या विरोधकांच्या बलशाली संघटनेत फूट पाडून ती कमजोर करावी.'[२७३]

सुशिक्षित भारतीयांनी या योजनेला विरोधी फळी उभारली. 'बंगाली'[२७४] मध्ये सुरेंद्रनाथ बानर्जींनी असे लिहिले की, 'बंगालच्या संकल्पित विभाजनाला आमचा विरोध आहे. व सबंध देश एकजुटीने याचा निषेध करण्यास उभा राहील, अशी माझी खात्री आहे.' भारताचे एक राष्ट्र [२७५] घडविण्यात अडथळे आणण्याच्या ह्या 'विपरीत योजनेचा' धिक्कार करणारा ठराव काँग्रेसने आपल्या वार्षिक अधिवेशनात पास केला. सर्व प्रांतभर निषेधसभा भरविल्या गेल्या. कर्झन जर संवेदनाक्षम मुत्सद्दी असता तर आगामी वादळाच्या या खुणा त्याला उमगल्या असत्या. परंतु त्याऐवजी त्याने ही चळवळ हे 'एक कृत्रिम वादळ आहे' असा समज करून घेतला. त्याच्या मते, काँग्रेसच्या अधिवेशनातील वक्ते 'जुनाट चळवळे' होते. ते 'अनपढ व शिकण्याची इच्छा नसलेले, न शिकणारे' होते. त्यांच्या भाषणांचे वर्णन त्याने 'उशिरा केलेल्या आक्रोशाचा शिळा पुनरुच्चार व कालबाह्य विधाने' असे केले. बंगालचे काही जिल्हे

'मातृहृदयापासून ओरबाडले' जात असल्याच्या बंगालमधील आक्रस्ताळी आक्रोशांकडे लक्ष देण्याची त्याच्या मते गरजच नव्हती. कारण बंगालात प्रसिद्ध झालेल्या शेकडो पत्रे व लेखांमध्ये कोठेही त्याला सुसूत्र युक्तिवाद आढळत नव्हता. 'भावना व गतकालीन संदर्भ यांचा विचार जर सगळ्या बाबतीत केला गेला तर कोणतीही शासकीय सुधारणा अशक्य होईल.'[२७६] उलटपक्षी कर्झनच्या अधिकाऱ्यांनी वर्णन केलेले सर्व फायदे या चळवळीमध्ये कर्झनला दिसत होते.

'बंगाल्यांना आपण एक राष्ट्र आहोत असे मानणे आवडते. जेव्हा या देशातून इंग्रजांची हकालपट्टी होईल व कलकत्त्याच्या गव्हमेंट हाऊसमध्ये एका बंगाली बाबूची स्थापना होईल, त्या भविष्यकाळाची ते स्वप्ने पाहतात. अर्थातच हे स्वप्न प्रत्यक्षात उतरण्यास कोणत्याही अडथळ्याला त्यांचा कडवा विरोध असणारच. त्यांच्या सध्याच्या हाकाटीला शरण जाण्याइतके जर आपण दुबळे असतो तर बंगालचे विभाजन करणे किंवा त्याचा आकार लहान करणे, आपल्याला पुन्हा केव्हाही शक्य होणार नाही. आणि भारताच्या पूर्व फळीवर एक मुळातच भयप्रद असलेली व भविष्यकाळात निःसंशय अधिक उपद्रवी ठरणारी शक्ती तुम्ही अधिक मजबूत व संघटित कराल.'[२७७]

इ.स. १९०४ च्या फेब्रुवारीमध्ये कर्झनने बंगालच्या पूर्व भागातील जिल्ह्यांचा दौरा केला. फाळणीविरोधी एकही युक्तीवाद आपल्याला आढळला नाही, असे त्याने जाहीर केले. तसेच आपल्या भाषणांमुळे परिस्थिती बदलली असेही त्याला वाटले.[२७८] मुसलमानांच्या भावनांना आवाहन करून त्याने गोंधळात भर पाडली. जुन्या काळाच्या मुसलमान व्हाइसरॉय व राजांच्या काळापासून पूर्व बंगालमधील मुसलमान ज्या एकोप्याला मुकले होते तो एकोपा फाळणीमुळे पुन्हा लाभेल, असे त्याने म्हटले.[२७९] फाळणीमागील दुष्ट हेतूसंबंधी बंगाली जनतेची खात्री पटविण्याच्या दृष्टीने दुसरे कुठलेही विधान इतके प्रभावी ठरले नसते. १८ मार्च १९०४ रोजी या योजनेचा धिक्कार करण्यासाठी कलकत्त्याच्या टाउनहॉलमध्ये मोठा जमाव जमला व अशाच सभा पूर्वेकडील जिल्ह्यांमधील जवळजवळ प्रत्येक गावात भरविल्या गेल्या.

एप्रिलमध्ये कर्झन इंग्लंडला गेल्यानंतर फाळणीची कल्पना मागे पडली खरी, परंतु सरकारने ती योजना सोडून दिली नव्हती, हे उघड आहे. डिसेंबर १९०४ च्या काँग्रेसने पुन्हा एकवार तिचा धिक्कार केला. शासकीय सुधारणेला पर्यायी उपाय म्हणून बंगालच्या नायब राज्यपालाऐवजी राज्यपाल नेमावा असे सुचविले.[२८०] त्यावर्षी आधीच या पर्यायाचा विचार करून कर्झनने तो त्रासदायक म्हणून सोडून दिला होता. फक्त ब्रिटनमधून राज्यपाल म्हणून पाठविण्यात आलेल्या मुत्सद्यांनाच सल्लागारमंडळ दिले जावे,[२८१] असे त्याचे मत होते. हंगामी व्हाइसरॉय ॲम्प्थिलशी झालेल्या पत्रव्यवहारात

कोठेही या चळवळीचा उल्लेख आढळत नाही. किंवा ब्रिटिश सरकारशी त्याने याबाबत चर्चा केली नाही. यावरून कर्झन या चळवळीला किती कमी महत्त्व देत होता हेच दिसून येते. ॲन्बीने म्हटल्याप्रमाणे कर्झन हा 'प्रशासकाच्या हेत्वाभासाचा बळी होता. सार्वजनिक कर्तव्याची जाण अत्यंत तर्कशुद्ध युक्तिवाद व कार्यक्षम कार्यवाही या गोष्टी वैयक्तिक व राजकीय हितसंबंध व महत्त्वाकांक्षा यांच्याशी अगदी सहज सामना देऊन विजयी होऊ शकतात' अशी त्याची धारणा होती. [२८२] डिसेंबरमध्ये भारतात परत आल्यानंतर त्यावेळचे काँग्रेसचे अध्यक्ष [२८३] सर हेन्री कॉटन यांच्या अध्यक्षतेखालील शिष्टमंडळाला अधिकृतपणे भेटण्यास कर्झनने नकार दिला व याचा अर्थ त्याने असा केला की, आपला पराभव झाला आहे हे काँग्रेसला उमजले आहे.[२८४]

१९०४ साली संपूर्ण वर्षभर भारत सरकार तपशिलांचा विचार करीत होते.[२८५] २ फेब्रुवारी १९०५ रोजी[२८६] त्यांनी आपली अंतिम योजना भारतमंत्र्याकडे पाठविली. ह्या खलित्याचा मसुदा बहुतांशी खुद्द व्हाइसरॉयने तयार केलेला होता. आपली संमती लवकरच कळविण्याची त्याने भारतमंत्र्यास विनंती केली होती. सरकारवरील ताण दूर करण्याची आवश्यकता वादातीत होती. राजकीय उद्दिष्टांनी काँग्रेसचा विरोध प्रेरित झालेला होता व त्याची दिशा व ध्येय राजकीयच होते.कलकत्ता ह्या केंद्रापासूनच सर्व भारतभर काँग्रेसपक्ष वाढला होता. त्यांच्या यंत्रणेचे निर्दोषत्व व त्यामुळे ते करू शकत असलेला जुलूम लक्षणीय होता. त्यामुळेच, ज्यायोगे बंगाल्यांमध्ये फूट पडेल, कार्य व वर्चस्वाच्या स्वतंत्र केंद्राच्या वाढीला मदत होईल, कलकत्त्याचे वर्चस्व नाहीसे होईल, ज्या वकीलवर्गाच्या हाती ही संपूर्ण संघटना होती, त्याचे वर्चस्व उणावेल अशा उपायांना त्यांचा प्रखर विरोध होता.[२८७]

एव्हांपर्यंत व्हाइसरॉय व ब्रिटिश सरकार यांचे परस्परसंबंध फार ताणले गेले होते. फाळणीला संमती देतानाच भारतमंत्र्याने त्यावरील सर्व टीका निवेदन करण्याची खबरदारी घेतली. विरोधी पक्षाविषयी थोडीफार सहानुभूतीदेखील दाखविली. मुळात बंगाल सरकारला कामातून थोडा आराम मिळावा हा युक्तिवाद अगदी बरोबर असून, तो योग्य रीतीने सिद्धही झाला होता. तरीही भारत सरकारने विरोधी पक्षाला प्रेरणा देणाऱ्या भावनेचा गाभा व शक्ती कमी लेखली आहे, असे त्याचे म्हणणे होते. '४१.५ दशलक्ष एवढया मोठ्या एकसंध व कलकत्ता हे आपल्या सांस्कृतिक, राजकीय व व्यापारी जीवनाचे केंद्र असलेल्या समाजाने, आपल्या ३/५ लोकसंख्येला दूरच्या राजधानीच्या नव्या शासनाच्या हवाली करण्यास विरोध करावा, हे मला मुळीच आश्चर्यकारक वाटत नाही. कारण या बदल्यात जुने ऐतिहासिक बंध तुटतात. तसेच वांशिक एकता भंग पावते.' बंगालमधील आयुक्तांच्या संख्येत वाढ करण्याच्या योजनेचा

भारत सरकारने जास्त तपशिलात विचार केला नाही, याबद्दल त्याने खेद व्यक्त केला. परंतु कर्झनच्या योजनेच्या ढोबळ तत्त्वांना त्याने मंजुरी दिली.[२८८]

हा निर्णय जाहीर करावा व जवळजवळ लगेच अमलात आणावा, असे व्हाइसरॉयचे मत होते. 'बंगाली लोकांची मनधरणी करणे निष्फळ आहे. त्यांना फक्त एकच युक्तिवाद पटू शकेल व तो म्हणजे प्रत्यक्ष घडून चुकलेली घटना. ... आम्ही जेवढे जास्त बोलू तेवढा त्यांचा संताप व क्षोभ वाढेल.'[२८९] फाळणी लवकर करण्यामुळेच शांतता नांदेल असे बंगालच्या नायब राज्यपालालाही [२९०] वाटत होते. व्हाइसरॉय फाळणीविरोधी चळवळीकडे एकंदरीत तुच्छतेनेच पाहात होता. त्याच्या त्याकाळातील नायब राज्यपालाबरोबरच्या पत्रव्यवहारात कलकत्त्यात त्यायोगे होणाऱ्या रचनात्मक फेरबदलाविषयी तपशीलवार चर्चा आहे, परंतु फाळणी व तद्‌जन्य प्रक्षोभ यांचा उल्लेख आढळत नाही.

कर्झनने स्वतःच तयार केलेला [२९१] ठराव ७ जुलै रोजी प्रसिद्ध झाला. '३१ दशलक्ष लोकवस्ती असलेला पूर्व बंगाल व आसामचा नवा प्रांत म्हणजे एक निश्चित अशी भौगोलिक, वांशिक, सामाजिक व भाषिक एकात्मता व रूपरेषा असणारा प्रांत होईल. बंगालचा विशिष्ट मुसलमान समाज एकाच प्रांतात एकत्र येईल व ढाक्का ही त्याची नैसर्गिक राजधानी होईल. तसेच चहा व तागाचा बहुतेक सर्व व्यापार एका शासनाखाली आणला जाईल' असे त्याने प्रतिपादन केले. प्रादेशिक पुनर्रचना करताना ऐक्याला बाधा येणे अपरिहार्यच होते. परंतु त्याचबरोबर हेही खरे की जुने संबंध तुटल्यानंतर जवळजवळ लगेच नवे संबंध प्रस्थापित होतात व त्यांना एक मूल्यही प्राप्त होते. ज्यांच्यावर व्यक्तिशः परिणाम होणार होता त्यांच्या सर्व वाजवी मागण्या पूर्ण केल्या जाव्यात अशा प्रकारेच ही योजना आखली गेली होती, व एकजात सर्व पर्यायांचा विचार केला गेला होता.[२९२]

त्यापूर्वी एक पंधरवडा म्हणजे ४ जुलै रोज भारतमंत्र्याने कॉमन्ससभेत उघड सांगितले होते की, फाळणीची योजना मान्य झालेली आहे. त्यामुळे त्याबाबतच्या ठरावाचे कोणालाच आश्चर्य वाटले नाही. फार काय यावर कोणती पावले टाकावयाची याचादेखील विचार विरोधीपक्षाने करून ठेवलेला होता. १३ जुलै रोजी एका बंगाली वृत्तपत्राने फाळणीच्या निषेधार्थ ब्रिटिश मालावर बहिष्कार घालण्याचे आवाहन केले.[२९३] त्यामुळे फाळणीच्या तपशिलाची घोषणा होताच चळवळीने लगेच पुन्हा जोर धरला. बंगालभर सभा भरविल्या गेल्या व मिरवणुका काढल्या गेल्या व हजारो नागरिकांनी दुखवटट्याचे चिन्ह म्हणून काळ्या फिती बांधल्या. लेनिनच्या भाषेत सांगायचे तर भारताच्या रस्त्यांनी आपले लेखक व राजकीय पुढारी यांना उचलून धरण्यास सुरुवात

केली होती.'[२९४] कलकत्त्याच्या टाऊनहॉलमध्ये जेव्हा सभा घेतली गेली, त्यावेळी कलकत्त्याचे जवळजवळ सर्व व्यवहार ७ ऑगस्ट रोजी बंद पडले होते. त्या सभेत भारतातील घडामोडींसंबंधी ब्रिटिश जनतेने दाखविलेल्या अनास्थेबद्दल निषेध म्हणून ब्रिटिश मालाच्या खरेदीवर बहिष्कार टाकण्याचे ठरविले गेले. याला ताबडतोब प्रतिसाद मिळाला आणि ब्रिटिश मालाच्या विक्रीत मोठी घट आली. विशेषतः कपड्याची विक्री फार कमी झाली. केवळ बंगालातच नव्हे तर इतर प्रांतातही, मुख्यत्वे मुंबईत, हेच दिसून आले. भारतीय राष्ट्रीय चळवळीचा 'स्वदेशी' हा एक अत्यावश्यक घटक बनला होता. 'स्टेट्समन' व 'इंग्लिशमन' या कलकत्त्याच्या ब्रिटिश वृत्तपत्रांनी असे प्रसिद्ध केले की, या नव्या बदलाचा उद्देश कलकत्ता येथील वरिष्ठ न्यायालयाची सत्ता कमी करणे व ज्या जिल्ह्यांमध्ये युरोपियन ब्रिटिश नागरिकांचे व्यापारी हितसंबंध गुंतले असतील तेथे त्यांना मिळणारे वरिष्ठ न्यायालयाचे संरक्षण नाहीसे करणे, हा होय.[२९५] हे वाचल्यावर ब्रिटिश चेम्बर्स ऑफ कॉमर्स देखील फाळणीचा निषेध करण्यास उद्युक्त झाले.

या सर्व खळबळीला तोंड द्यावे लागल्यामुळे भारतमंत्र्याने पार्लमेंटपुढे संबंधित कागदपत्र ठेवण्याचे कबूल केले. परंतु तसे केल्यास भारतात वृत्तपत्रांच्या चळवळीला उत्तेजन मिळेल, कडवट व तक्रारीच्या भावनांना खतपाणी मिळेल, म्हणून अशा प्रकारचा मजकूर प्रसिद्ध होणे हे एक संकट आहे, [२९६] असे कर्झनला वाटत होते. या चळवळीचा यापुढील जोम हा सर्वस्वी बाहेरून तिला मिळणाऱ्या इंधनावर व इंग्लंडमधील सरकार बदलल्यास या निर्णयाचा फेरविचार होईल, या अपेक्षेवर अवलंबून होता. [२९७] १० ऑक्टोबर रोजी ब्रिटिश सरकारने ते कागदपत्र प्रसिद्ध केले व असेही सुचविले की, कागदपत्र प्रसिद्ध केल्यानंतर प्रत्यक्ष फाळणीपर्यंत तीन आठवड्यांचा अवधी जाऊ द्यावा.[२९८] म्हणजे उताविळीचा भास होणार नाही. याला भारत सरकारने असे उत्तर दिले की तहकुबी व्यवहार्य नाही व तिचे परिणाम अत्यंत गंभीर स्वरूपाचे होतील. ऐन वेळेला अशा तऱ्हेची सवलत देण्यामुळे सर्व थरातील लोकांचा आदर नाहीसा होईल व भविष्यकाळात असल्या डावपेचांना जास्त महत्त्व प्राप्त होईल.[२९९] प्रत्यक्षात १ सप्टेंबर रोजी जाहीरमाना प्रसिद्ध होऊन १६ ऑक्टोबर रोजी फाळणीही झाली.

याचा परिणाम म्हणजे चळवळ अधिक तीव्र झाली. ज्या लोकांना सामान्यतः राजकारणात काही गम्य नसते असे लोकही रस्त्यावर येऊन सभा व मिरवणुकांमध्ये सामील होऊ लागले. चळवळ दडपलीच पाहिजे असे व्हाइसरॉयला तीव्रतेने वाटत होते. त्याने स्थानिक सरकारांवर धैर्य व खंबीरपणाचा अभाव दाखविल्याबद्दल ठपका ठेवला. 'कलकत्त्याच्या रस्त्यांवर जे दृश्य गेला पंधरवडाभर दिसत आहे ते माझ्या मते

एका मोठ्या साम्राज्याच्या राजधानीला खचित भूषणावह नाही.'[३००] परंतु चळवळ्यांनी फौजदारी कायद्यान्वये शिक्षापात्र असे कुठलेही कृत्य केले नसल्यामुळे त्यांच्याविरुद्ध कोणतीही कारवाई करणे बंगाल सरकारला शक्य झाले नाही.[३०१] फाळणीचा दिवस संपूर्ण बंगाल प्रांतात सुतकदिन म्हणून पाळण्यात आला. रवींद्रनाथ टागोर यांनी आपला एकांतवास सोडून, प्रथम व अखेरचाच, या चळवळीत भाग घेतला व त्या प्रसंगासाठी गीते रचली. एझरा पाऊंड यांनी म्हटल्याप्रमाणे, 'टागोरांनी गीताद्वारा बंगालचे एका राष्ट्रात रूपांतर केले.'[३०२]

एवढे झाले तरीही कर्झन अदूरदर्शीपणे या चळवळीचे महत्त्व कमीच लेखत राहिला. भारतमंत्र्याची अविवेकी भाषणे व कमकुवत वर्तन ही चळवळ चालू राहण्याला बऱ्या अंशी जबाबदार आहेत अशी त्याची खात्री होती. 'आता ही चळवळ भक्कम अशा भावनेच्या किंवा स्वहितरक्षणाच्या पायावर आधारलेली राहिली नसून, एका लहानशा द्रोही घटकाने ब्रिटिशविरोधी भावनेने चालविलेली पूर्णपणे राजकीय चळवळ झाली आहे. फक्त ती पोरकट असल्यामुळे तितकीशी भयावह नाही.'[३०३] भारतीय राष्ट्रवाद केवळ बुद्धिनिष्ठ राहिला नसून त्याला भावनेचे पाठबळ मिळू लागले आहे हे त्याच्या ध्यानातच आले नाही.[३०४] तसेच राष्ट्रवादाला प्रथमच फक्त राजकारणी पुरुषांनाच नव्हे तर बहुसंख्य विचारशील व भावनाशील लोकांना हालवून सोडणारे दुःख मिळाले होते व दहशतवादापेक्षा निराळे असे क्रांतीचे तंत्रही सापडले होते व दहशतवादापेक्षा निराळे असे राष्ट्रवादावर सारे भवितव्य अवलंबून होते. आतापर्यंत बंगालमधील राष्ट्रीय जागृतीचे स्वरूप भित्रे होते. ते तेथील चित्रकलेत प्रतिबिंबित झालेले आढळते. 'भित्र्या, अधुऱ्या रेषा, रूपाचा धूरस अस्पष्टपणा, रंगाचा सावटलेला खिन्नपणा, स्वप्निल मुलींसारख्या लकबींची आवड, नाजूक निस्तेजपणा, कमकुवत भावनाशीलता, वास्तवापासून भयाने माघार घेणाऱ्या, अडळखळणाऱ्या अविश्वासी, धैर्याचा अभाव असणाऱ्या 'मनोवृत्तीचे द्योतक' असणारे हे गुण आहेत.'[३०५] परंतु १९०५ साली एक नवा जोम बंगालच्या राजकारणात आला. आपण कशासाठी झगडत आहोत हे समजूनउमजून व त्या जाणिवेवर प्रेम असणारी माणसे एकसंघपणे सरकारविरुद्ध उभी राहिली. याचनापर ठराव किंवा बाँब फेकण्यासारखी तुरळक दहशतवादी कृत्ये या दोन्हीपासून भारतीय राष्ट्रवाद दूर गेला व त्याचे निष्ठावंत, व्यापक पाया असलेल्या क्रांतिकारी शक्तीमध्ये रूपांतर झाले. 'सारे बदलले, पूर्णपणे बदलले, एक भयप्रद सौदर्य जन्मले.'

VII

या सर्जनशील घटनांच्या मध्यावरच कर्झनने राजीनामा दिला. कलकत्त्याच्या

सामान्य लोकांना असे वाटले की, बंगाली लोकच कर्झनच्या गमनाला प्रत्यक्षात कारण ठरले. [३०६] वस्तुतः कर्झनच्या राजीनाम्याला इतिहासाच्या दृष्टीने बिनमहत्त्वाच्या कारणावरून सरसेनानी किचनर याजबबरोबर झालेला एक जोरदार तंटा कारणीभूत होता. सरसेनानीला व्हाइसरॉयच्या कार्यकारी मंडळाचा असाधारण अतिरिक्त सदस्य म्हणून नेमता येते या १८६१ च्या इंडिया कौन्सिल ॲक्टमध्ये असलेल्या तरतुदीमध्ये या वादाचे मूळ सापडते. [३०७] दुसऱ्या शब्दांत सांगायचे म्हणजे सरसेनानी हा त्या मंडळाचा पदसिद्ध सदस्य नसे. काही वेळा त्याची मंडळावर नियुक्ती होतही नसे. लष्करखात्याचा प्रमुख हा त्याचा सरकारी सदस्य असे व भारतीय सेनेच्या शासकीय समस्यांचा विचार तो करीत असे. याचा हेतू असा होता की, शासकीय जबाबदाऱ्यांतून मोकळीक मिळाल्यामुळे सरसेनानीला तांत्रिक बाबी, डावपेच व लष्कराचे प्रत्यक्ष आधिपत्य याकडे अधिक लक्ष पुरविता यावे. परंतु या पद्धतीमुळे एक विसंगती निर्माण झाली. लष्करसदस्य हा नेहमीच सरसेनानीच्या खालचा अधिकारी असे व तरीही तो सर्वाधिक महत्त्वाच्या चर्चेत भाग घेई व त्यातून खुद्द सरसेनानीला कधीकधी वगळले जाई. तसेच लष्कराविषयी केलेल्या सूचनांवर तो नकाराधिकारही वापरी. [३०८] आश्चर्याची गोष्ट म्हणजे ही पद्धत इतक्या दीर्घकाळपर्यंत अडचणी न येता चालू राहिली कारण संबंधित व्यक्तींनी मंडळात्मक सरकारच्या तडजोडींशी जुळवून घेतले होते. रॉबर्ट्ससारखे सरसेनानीदेखील सर्वभक्षी राजेशाही महत्त्वाकांक्षेच्या पाठीमागे लागलेले नव्हते.

परंतु किचनर आल्यानंतर या गोष्टींना तोंड फुटणारच होते. 'उंच, ताठ, करडा, गंभीर असा मूर्तिमंत युद्धाचा अवतार'[३०९] असलेल्या किचनरचे व्यक्तिमत्त्व हुकमत गाजविणारे होते. ब्रिटिश साम्राज्यातील त्या सर्वात महान वीराला कर्झनप्रमाणेच भारतात येण्याचा ध्यास होता. तो साध्य करण्यासाठीच तो येथे आला होता. कर्झनप्रमाणेच त्यालाही आपलेच म्हणणे खरे करण्याची सवय होती. विलक्षण क्रियाशून्यता व सावकाश जागृत होणाऱ्या शक्तींच्या पाठीमागे त्याच्या विरोधकांविषयीची एक धूर्त, अबोल, दुर्भावना व कारस्थाने करण्याची ताकद दडलेली होती. 'आपले उद्दिष्ट साधण्याच्या बाबतीत तो इंग्नेशस लॉयल व जगन्नाथाच्या रथासारखा आहे.'[३१०] असे लॉर्ड इशरने त्याच्या बाबतीत म्हटले आहे. मिलनर त्याच्याबद्दल लिहितो की, अधिकारासाठी झगडा झाल्यास किचनरचे सर्व दुर्गुण लगेच उघड होत. 'मला वाटते की, महदी लोकांशी युद्ध व आपले सहकारी व देशबांधव यांच्याशी युद्ध यांमध्ये त्याने केव्हाही फरक मानलेला नाही.'[३११] कर्झनने अनेकांचे चुकीचे मूल्यमापन केले. त्यापैकी किचनरचे त्याचे मूल्यमापन सर्वात अनर्थकारी ठरले.

१८९९ च्या उन्हाळ्यात सरसेनानीच्या नव्हे, तर लष्करसदस्याच्या जागेसाठी विचारणा करण्यासाठी किचनरने भारतमंत्र्यांची भेट घेतली. [३१२] हॅमिल्टनने आधीच किचनरला सरसेनानी करण्याचा विचार केला होता, व त्याने प्रत्यक्ष अधिकारानेच[३१३] भारतातील आपली कारकीर्द सुरू करावी, असे हॅमिल्टनने योजले होते. परंतु त्याने लगेच आपली प्रतिक्रिया व्यक्त केली नाही. कारण लष्करी संघटनेची दळणवळणातील सुधारणा करील याविषयी त्याची खात्री असली तरी आपल्या हाताखालील लोकांशी वागताना तो तेवढासा यशस्वी होणार नाही हेही तो जाणून होता. [३१४] कर्झन त्याच्याशी सहमत होता. [३१५] सध्या अस्तित्वात असलेली परिस्थिती कर्झनला पसंत होती. सरसेनानी सर विल्यम लॉकहार्ट व लष्करसदस्य सर एडविन कोलेन हे दोघेही कमकुवत होते. आपसात भांडत नसताना देखील ते व्हाइसरॉयलाच निर्णय घेऊ देत असत. [३१६] त्यामुळे इंडिया कौन्सिलची सरसेनानीला व्हाइसरॉयच्या सल्लागारमंडळातून वगळण्याची एकमुखी सूचना, व्हाइसरॉयने धुडकावून लावली. सल्लागारमंडळात दोन सैनिक असण्याला तो भीत नव्हता. तसेच लष्करी बाबतीत सरसेनानीचाच सल्ला जास्त उपयुक्त असतो, असे त्याला दिसून आले होते. 'कारण लष्कर सदस्याने आयुष्यभर बहुधा युद्धभूमीपेक्षा शासकीय कचेरीतच पराक्रम दाखवलेला असे.'[३१७]

१९०० च्या वसंतऋतूत लॉकहार्ट मृत्यू पावला. लष्करी कारभारात सुधारणा घडवून आणण्याची फार उत्सुकता असल्यामुळे, तसेच स्वतःच्या व्यक्तिगत वरचढपणाविषयी विश्वास असल्यामुळे, कर्झनने किचनरविषयीचे आपले मत बदलले व त्याला पाठवून द्यावे अशी विनंती केली.[३१८] आश्चर्य असे की, हॅमिल्टनच्या मनातदेखील चलबिचल चालली होती व त्याने आपल्याच मताने अशी तात्पुरती सूचना केली की, किचनरला दक्षिण आफ्रिकेत पाठवून तेथील अनुभव घेण्याची संधी दिल्यास, तिचा कदाचित भारताला फायदा होऊ शकेल. त्याच्या व्यक्तिगत उणिवांना संतुलित करणारा परिणाम घडेल[३१९] या पदासाठी कॅनॉटच्या ड्यूकचे नाव घेतले जात असल्याच्या वार्ता ऐकून या नेमणुकीमुळे निर्माण होऊ शकणारे सामाजिक प्रश्न विचारात घेता, कर्झनची, किचनरलाच आणावयाची उत्कंठा वाढीस लागली. 'मला लवकरात लवकर हवी असणारी व्यक्ती किचनरच आहे. त्याच्याबरोबर काम करणे कठीण असेल व तो वृत्तीने हटवादी व आक्रमकही असेल. परंतु त्याची चिंता करण्याचे मला काहीच कारण नाही. इतके माझे स्थान आता पक्के झाले आहे. कोठेही नेहमी असते तीच माझी मागणी आहे. मला लायक माणूस हवा आहे.'[३२०] किचनर लष्करात अतिशय नावडता असल्यामुळे तो कितीही कर्तबगार असला तरी त्याच्या नेमणुकीमुळे बंड उद्भवण्याची शक्यता असल्याचे ज्यावेळी हॅमिल्टनने निदर्शनास आणले, त्यावेळी कर्झनने त्याला

‘काडीइतकेही महत्त्व नाही असे उत्तर दिले.’[३२१]

सरसेनापतीपदी किचनरची नेमणूक १९०० च्या ऑगस्ट महिन्यात झाली. यात आपला हात किती होता याकडे कर्झनने त्याचे लक्ष वेधले व त्याचवेळी लष्करी घडामोडींमध्ये सर्वस्वी किचनरचा कारभार चालू देण्याचा आपला इरादा नाही हेही स्पष्ट केले. कारण भारताच्या दृष्टीने प्रामुख्याने लष्करी महत्त्वाचा असलेला वायव्य सरहदद्द प्रांत संपूर्णपणे व्हाइसरॉयच्या ताब्यात होता. शिवाय यापूर्वीच्या कोणत्याही व्हाइसरॉयपेक्षा ‘लष्करी प्रश्नांमध्ये रस घेण्याचे जास्त सबळ कारण कदाचित मला असेल. [३२२] असे तुमच्या लक्षात येईल’ यानंतर एकाच आठवड्यात ही नेमणूक रद्द करून सर पॉवर्स पामर यांची नेमणूक त्या जागी केली गेली. कारण दुसरीकडे कोठेतरी किचनरची गरज होती. तथापि, व्हाइसरॉयच्या पत्रातील कमीपणा देणारा सूर व हस्तक्षेप न करण्याची ताकीद किचनरच्या लक्षात आली नसेल असे वाटत नाही. दक्षिण आफ्रिकेत त्याने मिलनर बरोबर जसे काम केले त्याच तऱ्हेने कर्झनबरोबर काम करता येण्याची काहीच शक्यता नव्हती. किचनरबरोबर काम करणे आपल्याला अशक्य होईल असे मिलनरलाही वाटत होते. परंतु दोन वर्षे बरोबर काम केल्यानंतर, आपला तंटा झाला नाही याबद्दल त्याने स्वतःची पाठ थोपटून घेतली. ‘मला जितका त्याचा कंटाळा येतो तितकाच त्यालाही मी असह्य होतो यात शंकाच नाही. तरीही आम्ही दोघे एकमेकांशी सभ्यतेने वागतो. तो फार समर्थ असल्यामुळे अर्थातच ते सोपे होते.’[३२३] परंतु कर्झनच्या बाबतीत नेमके उलट होते. त्याने विश्वासाने प्रारंभ केला, परंतु मिलनरप्रमाणे गोडीगुलाबीने वागणे त्याला न साधल्यामुळे संघर्ष ओढवला.

किचनरला भारतात पाठविण्याचा गंभीरपणे विचार केला जात आहे या बातमीने सर्वत्र धास्ती निर्माण झाली. ब्रॉड्रिक, लॅन्सडाउन, नॉर्थब्रुक आणि एशर या सर्वांनी कर्झनला सावध करण्याचा प्रयत्न केला. ज्या क्रोमरने कर्झनजवळ किचनरची जोरदार शिफारस केली होती, त्याने ब्रॉड्रिकला असे कळविले की किचनरचे नाव सुचविण्याचा खरा उद्देश त्याची इजिप्तमधून उचलबांगडी करणे हा होता. [३२४] परंतु किचनरचे वर्तन फारच उग्र असल्यामुळे त्याची नेमणूक आपण कोठेच करणार नाही, असे राणीने जाहीर केले.[३२५] या ‘अनर्थकारी किचनरची’[३२६] जर नेमणूक झाली तर सगळाच अनर्थ ओढवेल असे भाकीत भारतात कोलन व पामर यांनी वर्तविले. परंतु ब्रॉड्रिकची निरुत्साही करणारी पत्रे मिळूनही भारतात आपली नेमणूक व्हावी म्हणून किचनर फार आतुर होता. त्याने पंतप्रधानांच्या घरी ही मागणी केली. कर्झनने आग्रह धरलेला होताच. शेवटी १९०१ च्या मार्चमध्ये असे ठरले की,किचनर आपल्या पदावर रुजू होईपर्यंत पामरची नियुक्ती केली जावी.[३२७] कोणताही आधार नसताना कर्झनने किचनरला

आश्वासन दिले की, भारतात त्याचे स्वागत एकमुखाने, सहर्ष होईल व उत्तरादाखल किचनरने कर्झनला निष्ठापूर्वक मदत करण्याचे अभिवचन दिले.[३२८]

प्रत्यक्षात त्यानंतर एका वर्षानंतर, म्हणजे १९०२ च्या ऑक्टोबरमध्ये किचनर भारतात येण्यास निघाला. भारतात अत्यंत दक्षतेने वागण्यास आणि ज्यांच्याबरोबर आपल्याला काम करावयाचे त्यांच्याशी सलोख्याचे संबंध ठेवण्यास आपण उत्सुक आहोत, असे त्याने हॅमिल्टनला सांगितले. परंतु त्याचवेळी अभद्र काळजी लागलेली होती. [३२९] आजवर कुठल्याही कार्यक्षम सरसेनानीला लष्करसदस्याच्या विरुद्ध आपल्या म्हणण्याचा आग्रह आलेला आहे, असे हॅमिल्टनने किचनरला खात्रीपूर्वक सांगितले असले तरी त्याने असेही म्हटले की, 'लष्करखात्याचा प्रमुख या नात्याने काम करणाऱ्या, व्हाइसरॉयच्या नेहमीच अगदी जवळ वावरणाऱ्या अधिकाऱ्याला अर्थातच भारत सरकारचे लष्करविषयक धोरण ठरविण्यात कायम व म्हणूनच सुप्त अधिकार असणार हे उघड आहे हा जो किचनरचा दावा आहे त्यात बरेच तथ्य आहे हे मला मान्य आहे.'[३३०] किचनरच्या योजनेची अधिक स्पष्ट कल्पना सर क्लिंटन डॉकिन्स यांनी व्हाइसरॉयला दिली. सर्व गोष्टी आपणच करण्याची जिद्द धरून किचनर भारतात जात आहे, असे त्याचे मत होते. 'कर्झनच्या कारकिर्दीच्या उरलेल्या एका वर्षात आपण योग्य संधीची वाट पाहत राहू व त्यानंतर आपल्या लोकप्रियतेच्या व प्रतिष्ठेच्या जोरावर नंतरच्या व्हाइसरॉयवर हुकुमत गाजवू,'[३३१] असे त्याने म्हटल्याचे डॉकिन्सने उद्धृत केले. किचनर व लष्करसदस्य यांच्यात संघर्ष होण्याचा फारच संभव होता कारण 'इंडियारबरा सारख्या लवचिक मनोवृत्तीच्या'[३३२] कोलननंतर १९०१ च्या फेब्रुवारीत लष्करसदस्यपदी आलेला सर एडमंड एल्स 'स्पष्ट विचारांचा, व्यवहारी व जबाबदारीला न भिणारा असून आता स्वतंत्र स्थान प्राप्त झाल्यावर पूर्वीच्या वरिष्ठाच्या म्हणजे सरसेनानीच्या विरुद्ध उभा राहण्यासदेखील तो कचरणार नाही'[३३३] अशा स्वभावाचा असल्याचे कर्झनने म्हटले आहे.

अशा रीतीने परिस्थितीतील सर्व घटक अनर्थाकडेच वाटचाल करीत होते. तरीही कर्झनला या धोक्याची चाहूल लागली नाही. किचनरचे भारतात स्वागत केल्यानंतर तो हॅमिल्टनला लिहितो की, [३३४] 'मला वाटते अखेर सरसेनानीपदाला योग्य उमेदवार मला मिळाला आहे. आजवर मी नुसत्या आभासमय लोकांबरोबरच काम करीत होतो.' परंतु ' आपण सरसेनानी म्हणून येथे येण्यात चूक केली; लष्करसदस्य म्हणून यावयास हवे होते' असे ज्यावेळी किचनरने म्हटले त्यावेळी त्याच्या पदसिद्ध प्राथम्याविषयी त्याला कागदोपत्री नियम व घटनांनी साशंक न होता व्यक्तिशः कर्झनवर अवलंबून राहावे असे आश्वासन देण्याऐवजी कर्झनने त्याला सांगितले की, 'त्या

काळच्या सर्वात श्रेष्ठ सैनिकाचे भारतात वास्तव्य असूनही व सल्ला मिळूनही त्याचा फायदा न घेण्याची अक्षम्य चूक आपण करू हे संभवत नाही.'[३३५] हे उत्तर किचनरला निरूत्तर करणारे वाटले असावे व ते तसे होतेही. एल्सनेही ज्या पद्धतीचे वर्णन 'फूट पाडा व अधिकार गाजवा'[३३६] असे केले होते ती पद्धत कर्झनला पसंत होती व किचनर व एल्स यांच्यामधील संघर्षाचा फायदा आपला निर्णायक अधिकार प्रस्थापित करण्यासाठी उठविण्याची त्याला आशा होती.

आपल्याला कामाच्या गाड्याला जुंपण्याचा कर्झनचा बेत आहे हे ओळखण्याइतका किचनर अर्थातच धूर्त होता. व्हाइसरॉयचा व आपला दर्जा सारखाच राहील असे कर्झनने कितीही सांगितले तरी त्याचा त्यावर विश्वास नव्हता. 'व्हाइसरॉय व लष्करसदस्य यांचा एकमेकांशी संबंध येतो व एकमेकांचे सहाय्यक होण्यास ते दोघेही समर्थ आहेत.'[३३७] किचनरने असाही दावा केला की, [३३८] 'सरसेनानीला सरकारी यंत्रणेत स्थान दिले तर तो फारच प्रबळ होईल. त्याची सत्ता आटोक्यात ठेवण्यासाठी थोडी सत्ता त्याच्याकडून काढून घेऊन दुसऱ्या व्यक्तीला देण्यात येते व या दोघांच्या कात्रीत सापडल्याने मुलकी भागावर आपोआपच नियंत्रण राहते.' असे कर्झनने आपल्याला सांगितले होते. जरी ह्या विधानात कर्झनचा दृष्टिकोन अचूकपणे प्रतिबिंबित झाला असला तरी त्याने किचनरजवळ असे म्हटले असावे, हे संभवत नाही. तसे म्हणणे हा किचनरच्या सद्सद्विवेकशून्य कल्पकतेचा प्रकार असावा, कर्झनच्या सरधोपट फटकळपणाचा नव्हे. परंतु प्रारंभापासूनच किचनरच्या सत्तेला पायबंद घातला जात होता, हेही उघड दिसते. फेब्रुवारी १९०३ मध्ये तिबेटच्या मोहिमेविषयी सरसेनानीने मांडलेल्या योजनेत लष्करसदस्याने थोडा बदल केला. [३३९] याला विरोध करण्याचे किचनरने ठरविले. ज्यांना भारताचा किचनरइतकाच कमी अनुभव होता अशा त्याच्या हाताखालच्या लोकांनी त्याला याबाबतीत उत्तेजन दिले. शिवाय कर्झन भारतीय लष्करात मुळीच लोकप्रिय नसल्यामुळेही [३४०] त्यांनी किचनरला उत्तेजन दिले. सरहद्दप्रांत ही मुख्यतः आपली जबाबदारी आहे[३४१] या व्हाइसरॉयच्या म्हणण्याला न जुमानता, मुद्दामच की काय, त्याने सर्व सरहद्द प्रांताचा दौरा केला. खाजगी पत्रव्यवहार करून लेडी साल्सबरी (बाल्फरची भावजय), रॉबर्ट्स व इंग्लंडमधील इतर मित्र यांची मदत मागण्याचा प्रयत्न केला. किचनर लिहितो, 'येथील परिस्थिती फार उद्वेगजनक आहे. लष्करसदस्य सरसेनानी असल्यासारखा आहे व प्रत्येक बाबतीत त्याला व्हाइसरॉयचा पाठिंबा आहे. त्यामुळे जे कर्तव्य आनंददायक व्हावयाचे ते नावडते होत आहे. पुढच्या वर्षापर्यंत हे सहन करवेल अशी मला आशा वाटते. परंतु कोणत्याही वेळी या गोष्टी निकराला पोहोचू शकतील. मोठ्या युद्धात आपले स्थान टिकविण्यासाठी सैन्याने

काय करावयाचे याचे जुजबी ज्ञान जरी एल्स याला असले तरी आम्ही निभावून नेऊ शकू. परंतु तो कोत्या मनाचा व पराकोटीचा दुराग्रही आहे.'

अशा प्रकारे कमी दर्जाच्या अधिकाऱ्यांकडून आपल्या योजनांवर टीका व्हावी हे आपल्याला पटणार नाही, हे किचनरने स्पष्ट केले. व कर्तबगार अधिकाऱ्यांच्या इतर जागांवर बदल्या करून लष्करखाते कमकुवत केले. [३४२]

सुधारणांसंबंधी सूचना खाजगी पत्रव्यवहाराच्या मार्गाने युद्धखात्याकडे परस्पर पाठवावयाच्या नसतात; तर भारत सरकारमार्फत इंडिया ऑफिसकडे पाठवावयाच्या असतात. [३४३] अशी समज कर्झनने किचनरला द्यावी, असे हॅमिल्टनने त्याला सांगितले. ही दटावणी किचनरने मानली. त्यामुळे आपल्या व्यक्तिगत नियंत्रण सामर्थ्याविषयीचा कर्झनचा विश्वास कायम राहिला. 'त्याच्यावर जर माझ्यासारखा एक समर्थ अधिकारी नसता तर त्याने काय केले असते हा विचारही माझ्याने करवत नाही.'[३४४] आपण व्हाइसरॉयपदी असेपर्यंत तरी किचनर उघड भांडण करणार नाही असे कर्झनला अजूनही खात्रीपूर्वक वाटत होते.

'खरे सांगायचे तर मला हे माहीत आहे की, माझ्या कारकिर्दीत माझ्याशी झगडा करावयाचा नाही असा आपला इरादा असल्याचे त्याने आपल्या मित्रांना सांगितले आहे. तरीही तो उत्कंठेने माझ्या प्रयाणाची वाट पाहत आहे. मला वाटते त्याची ही उत्कंठा काही अक्षम्य नाही. त्याला असे वाटते आहे की जेव्हा मी जाईन तेव्हा लष्करसदस्याची तो उचलबांगडी करील आणि भारताविषयी अनभिज्ञ व कदाचित कमी खंबीर मनाचा असलेला नवा व्हाइसरॉय आल्यावर तर किचनरला फक्त व्हाइसरॉय ही उपाधी तेवढी नसेल, व्यवहारात तोच या देशाचा राज्यकर्ता होईल.'[३४५]

डॉकिन्सच्या अहवालाच्या आधारावर कर्झन असे म्हणत होता, हे उघडच आहे.कर्झनच्या कारकिर्दीत देखील आपल्या व्यावसायिक कार्यावरील टीका आपण सहन करणार नाही, असेही किचनरने डॉकिन्सला सांगितले होते हे त्याला माहीत नव्हते. 'जोपर्यंत मी सरसेनानी आहे तोपर्यंत माझ्या सूचनांवर टीकेचा शब्दही कोणी उच्चारलेला मला सहन होणार नाही. आणि तसे करणारे कोणतेही खाते अस्तित्वात राहणार नाही.'[३४६] खुद्द कर्झनशी सामना देण्यासही तो आता तयार होता. आणि नुसता कामापुरता नव्हे. तर खरोखरीचाच व्हाइसरॉय होण्याची त्याला उत्कंठा लागली होती. किचनरला आगाऊ माहिती दिल्याशिवाय लष्करखात्याने सैन्याला दिलेल्या आदेशांवर त्याने २१ मे रोजी आक्षेप घेतला. आणि ज्यावेळी हे सर्व आदेश भारत सरकारचे असल्याचे व्हाइसरॉयने त्याच्या निदर्शनास आणले त्यावेळी किचनरने असे असे सांगितले की मुलकी खाती व लष्करखाते यांचा दर्जा सारखाच नसतो. जर लष्कर

खाते परस्पर सैन्याला आदेश देऊ शकत असेल तर त्याचा अर्थ शासकीय अधिकार सरसेनानीच्या हातातून काढून घेतलेले आहेत, असा होतो व तशा परिस्थितीत राजीनामा देण्याखेरीज आपल्याला दुसरा मार्गच नाही. कर्झनने हा प्रश्न धसाला लावला नाही. [३४७]

यानंतर किचनर जरा शांत झाला अणि व्हाइसरॉयला त्याने पाठिंबाही दिला. विशेषतः भारतीयांवरील हल्लयांच्या खटल्यांमध्ये न्याय मिळालाच पाहिजे या कर्झनच्या आग्रहास त्याचा पाठिंबा होता. [३४८] 'आता आकाश निवळले आहे' [३४९] असे कर्झनने थोड्याशा निर्धारितपणे लिहिले आहे. उरलेल्या वर्षभरात उघड मतभेद झाला नाही. याला कारण कदाचित काही अंशी नोव्हेंबरमधील ज्या अपघातात किचनरचा पाय मोडला अणि तीन महिने त्याला घरातच अडकून पडावे लागले, तेही असू शकेल. त्यामुळे कर्झनला असे वाटले की वादळ आता निवळले आहे. [३५०] परंतु अधिकृत दटावण्या मिळूनही [३५१] किचनरने अविरत चालविलेल्या खाजगी पत्रव्यवहाराचे परिणाम दिसून येऊ लागले होते. आता पंतप्रधानपदावर आलेल्या बाल्फरने १९०३ च्या डिसेंबरमध्ये किचनरला लिहिलेल्या पत्रात, सरसेनानी आणि लष्करसदस्य यांच्यामधील कार्याची विभागणी असमर्थनीय आहे, असे म्हटले आहे.[३५२] १९०४ च्या एप्रिल महिन्यात कर्झन ज्यावेळी इंग्लंडला परत गेला, त्यावेळी मंत्रिमंडळाचा ठाम पाठिंबा किचनरला असल्याचे त्याला आढळून आले. हॅमिल्टननंतर भारतमंत्रीपदावर आलेला ब्रॉड्रिक हा तर लष्कर सदस्याचे सल्लागारमंडळातून उच्चाटन करण्याचा विचार करीत होता. [३५३] म्हणजेच ज्या वैधानिक परिस्थितीनुसार सरसेनानी हा मंत्रिमंडळाचा नैमित्तिक आणि विशेष सदस्य होता, ती परिस्थिती उलटी झाली. किचनरने लंडनला एक प्रतिनिधी देखील पाठवला. किचनरचे सर्वात भक्कम आधार दोन होते. एक, त्याची मोठी कीर्ती. त्या कीर्तीमुळे त्याने वारंवार देऊ केलेल्या राजीनाम्याचा स्वीकार करणेदेखील सरकारला अशक्य झाले होते. दुसरे, रशियाबरोबर युद्धाला तोंड लागल्यास सध्या अस्तित्वात असलेले 'दुहेरी नियंत्रण' अनर्थावह ठरेल[३५४] ही त्याने उत्पन्न केलेली भीती.

हंगामी व्हाइसरॉय ॲम्प्थिल या प्रश्नावर कर्झनच्या विचारांशी सहमत असला [३५५] तरीही किचनरशी त्याची तुलनाच नव्हती. लष्करखात्यावर ताबा मिळवून लष्कर सदस्याचे उच्चाटन करण्याचा किचनर याचा निश्चय होता. तो रॉबर्ट्सला लिहितो की,[३५६] 'तुमच्या काळी लष्करखाते कशा प्रकारे काम करीत होते मला माहित नाही. परंतु आता लष्करखाते म्हणजेच भारत सरकार आहे. त्यामुळे लष्कर सदस्य हा

जवळजवळ प्रत्यक्ष व कायदेशीररीत्या सरसेनानीच असतो.' पहिले पाऊल म्हणून त्याने पुरवठा व दळणवळण या बाबी लष्करखात्याकडून काढून दुसरीकडे सोपविण्याची मागणी केली. त्याशिवाय एखाद्या मोठ्या युद्धाचे अधिपत्य करण्याची जबाबदारी त्याने स्वीकारली नसती व त्याचे स्थान फसवे ठरले असते. ही सूचना मान्य करण्यास ॲम्प्थिल व त्याचे सल्लागारमंडळ राजी नव्हते. तसेच ब्रिटिश सरकारचा विचार घेतल्यास[३५७] पाठिंबा मिळण्याची आशा आहे अशी अपेक्षा करण्याइतके भोळेही होते. परंतु किचनरने आपले निवेदन परस्पर प्रधानमंत्र्याकडे पाठविले होते व त्याने ते शाही संरक्षण समितीच्या सदस्यांमध्ये प्रसृत केले होते. कर्झनने त्याबद्दल निषेध व्यक्त केल्यानंतरच किचनरने ते निवेदन मागे घेतले.[३५८] कर्झनने किचनरच्या युक्तिवादाचे खंडन करणारे एक लांबलचक निवेदनदेखील लिहिले. परंतु ब्रिटिश सरकारवर किचरचाच प्रभाव पडला असल्याचे स्पष्ट दिसत होते. ४ ऑगस्ट रोजी भरलेल्या एका परिषदेत बाल्फर, ब्रॉड्रिक, कर्झन, रॉबर्ट्स, सर आर्थर गॉडले व इंडिया ऑफिसचे सर हे उपस्थित होते. त्यांनी लष्कर खाते बरखास्त करावे, तसेच सरसेनानीच्या हाती लष्कराची सर्व सत्ता एकवटलेली असावी व त्याला मदत करण्यासाठी एक सेनादलमंडळ (Army Board) असावे या बाजूने जोरदारपणे मते मांडली. यामागचे कारण असे की, भारतात दोन युद्धकचेऱ्या ठेवून रशियाबरोबरच्या युद्धाला तोंड देण्याची कुवत सरकारमध्ये नव्हती. म्हणून त्यांनी पहिले पाऊल म्हणून भारतातील लष्करी कारभाराची चौकशी करण्यासाठी व त्याच्या पुनर्घटनेच्या योजना सुचविण्यासाठी, एक समिती नेमण्याची सूचना केली. कर्झनला संपूर्ण चालू पद्धत केवळ किचनरला खूष करण्यासाठी मोडून काढण्याचे काहीही प्रयोजन दिसत नव्हते व या बाबतीत बऱ्याच अंशी त्याला रॉबर्ट्सचा पाठिंबा होता. 'हेच जर करावयाचे असेल तर ते आपण करणार नाही, आपल्या वारसदाराने ते हाती घ्यावे.' मात्र पुरवठा व दळणवळण ह्या बाबी लष्करखात्याकडून काढून सरसेनानीकडे सोपविण्याला[३५९] मान्यता देण्यापुरती शरणागती त्याने पत्करलेली दिसते.

बाल्फर व मंत्रिमंडळ आपल्या बाजूला आहेत याची जाणीव असूनदेखील, ज्या मंदगतीने प्रगती होत होती त्याने किचनरचे समाधान झाले नाही. भारतात तणावाचे वातावरण सतत ठेवून हा प्रश्न निकडीचा करण्याचा त्याने प्रयत्न केला. 'या लष्करखात्याने ज्या नाना काळज्या निर्माण केल्या आहेत, त्यामुळे खरोखरच जगण्यात अर्थ उरलेला नाही.'[३६०] असे त्याने ब्रॉड्रिक यास लिहिले आहे. त्याने त्याचे वर्णन 'अत्यंत वाईट असे बाबूचे कार्यालय' अशा शब्दांत केले असून व्हाइसरॉयची मर्जी संपादन करण्यासाठी ते खुशाल लष्कराचे हित किंवा शिस्त यांचा त्याग करते असे

म्हटले.[३६१] आपला अधिकार एल्सने मानला नसल्याची एक घटना घडली या कारणावरून २३ सप्टेंबर रोजी त्याने राजीनामा दिला. 'भारतात लष्करी नियंत्रणाच्या सध्या अस्तित्वात असलेल्या दुहेरी पद्धतीमुळे प्रत्यक्षात लष्करखातेच व्हाइसरॉयला लष्करी सल्ला देणारे प्रमुख सल्लागार आहे, सरसेनानी नव्हे. तसेच व्हाइसरॉयच्या नावाने सरसेनानीला आदेश देणारेही तेच आहे.' आपल्याला जरी कौन्सिलमध्ये स्थान असले तरीही वर उल्लेखिलेल्या सर्व बाबतीत आपण भारत सरकारचा भागच नसल्याप्रमाणे आपल्याला वागवले जात आहे असे त्याला वाटत होते.[३६२] याविरुद्ध ब्रॉड्रिकजवळ निषेध व्यक्त करताना ॲम्प्थिलने असे म्हटले आहे की, 'किचनरची खरी मागणी लष्करविषयक सर्व व्यवहारांमध्ये तो पोप प्रमाणे चुकू न शकणारा मानला जावा ही आहे.'[३६३] अखेर व्हाइसरॉयला नमते घ्यावे लागले. भारत सरकारने पुरवठा व दळणवळण साधनांचे नियंत्रण सरसेनानीकडे सोपविले जावे अशा आशयाच्या किचनरला अनुकूल अशा योजना मांडल्या[३६४] कर्झनने आपले पूर्वीचे शब्द मागे घेतले व कोणत्याही प्रकारची सवलत देण्यास त्याने आता विरोध सुरू केला व रॉबर्ट्स, गॉडले व इतर बरेच अधिकारी यांचा त्याला पाठिंबा होता.[३६५] परंतु बाल्फर ठामपणे किचनरच्या बाजूने उभा होता. लष्कराच्या धोरणात्मक व प्रशासकीय कार्यांमध्ये फारकत करणे तत्त्वतः असमर्थनीय आहे, असे त्याचे मत होते. ज्याला दुभागलेले शासन म्हटले जात होते त्यानिशी कोणत्याही युद्धाला सामोरे जाण्याच्या शक्यतेला तोंड द्यावयाची त्याची इच्छा नव्हती.[३६६] किचनरचे स्वतःचे आडवळणाचे अव्याहत दडपण आणि कर्झनशी त्याचा वाढता संघर्ष या गोष्टी निःसंशय किचनरला अनुकूल होत्या. १९०४ च्या ऑक्टोबरमध्ये कर्झन अद्याप ब्रिटनमध्ये असतानाच १९०५ च्या एप्रिल महिन्यात कर्झन व्हाइसरॉयपदाचा त्याग करील, अशी आशा बाल्फरने व्यक्त केली होती.[३६७] 'केवळ या व्हाइसरॉयाच्यामुळे आयुष्य असह्य झाले आहे,'[३६८] असे उद्गार बाल्फरने आपल्या सचिवाजवळ काढले.

कर्झन परत भारताला यावयास निघण्याच्या वेळी प्रधानमंत्र्यांनी त्याला आपला दुराग्रहीपणा कमी करण्याची विनंती केली कारण त्यांना असे वाटत होते की, रशियाचे खरोखरच आक्रमण होण्याची शक्यता निर्माण झाली असताना केवळ 'दुहेरी पद्धती'मुळे काम करणे अशक्य वाटून जर किचनरने राजीनामा दिला, तर ब्रिटनमधील लोकमत त्याच्या बाजूलाच झुकेल.[३६९] एक चौकशी समिती नेमावी असे ब्रिटिश सरकारच्या मनात होते. किचनरचीही तशीच इच्छा होती. ॲम्प्थिलच्या मतेदेखील हेच योग्य पाऊल होते.[३७०] यानंतर ब्रिटिश सरकारने भारत सरकारला या विषयावर काही सांगावे आणि कोणतेही बदल करण्याची आवश्यकता नाही असे जर भारत सरकारने उत्तर

दिले, तर हा प्रश्न तडीला नेण्यासाठी एक समिती भारतात पाठविली जावी[३७१] असे अखेरीला कर्झन व बाल्फर यांनी एकमताने मान्य केले. आपण किचनरला उत्तेजन देत नाही अशी ग्वाही ब्रॉड्रिकने कर्झनला दिली. तसेच वरचष्मा मिळविण्याच्या किचनरच्या या प्रयत्नांच्या मुळाशी कदाचित रोजबेरी याचा पाठिंबा असू शकेल, या कर्झनच्या मताशी तो सहमत झाला. त्याचबरोबर सावधगिरीची सूचना म्हणून त्याने व्हाइसरॉयला असेही सांगितले की, ब्रिटनमध्ये किचनर इतका लोकप्रिय आहे की आपल्या हक्कासाठी लढताना आता इतक्या भरभक्कम पायावर तो कधीच उभा नसेल.[३७२] अजूनही राजीनामा देण्याची धमकी देणाऱ्या आणि सरसेनानीची जागाच रद्द करावी असे सुचविणाऱ्या [३७३] किचनरला, यानंतर एकाच आठवडयाने ब्रॉड्रिकने खजगीरीत्या असे आश्वासन दिले की, किचनरचे ध्येय साध्य व्हावे म्हणून आपण प्रयत्नांची शिकस्त करू.[३७४]

भारतात परत आल्यानंतर कर्झन जरा उदासपणे आणि मवाळपणे वागत आहे, असे जे किचनरने म्हटले आहे[३७५] त्यात काहीच आश्चर्य नाही. कर्झनच्या वृत्ती उल्हसित व्हाव्या अशा घटना त्यानंतर घडलेल्या नव्हत्या. लष्कराच्या कारभाराविषयी भारत सरकार, लष्करसदस्य व सरसेनानी यांचा मिळून काय दृष्टिकोन आहे[३७६] याविषयी विचारणा करणारा खलिता भारतमंत्र्याकडून आल्यावर उत्तरादाखल किचनरने १ जानेवारी १९०५ रोजी एक अहवाल तयार केला. त्यात लष्करसदस्याची जागा रद्द करून त्याची कामे 'भारतातील सरसेनानी व सल्लागार मंडळाचा युद्धसदस्य' याच्या सुपूर्द करावी असे सुचविले होते. 'विभक्त सल्लागार विभक्त अधिकार व विभक्त जबाबदारी' नष्ट करण्यानेच भारतीय लष्कराला आपल्या 'अस्तित्वासाठी लढा' देणे शक्य झाले असते व अशा तऱ्हेचा लढा त्याला द्यावा लागेल अशी चिन्हे, रशिया आपली सामग्री पुढे रेटीत आहे, यावरून दिसत होती.[३७७] २४ जानेवारी १९०५ रोजी एल्सने याला असे उत्तर दिले की, या दुहेरी पद्धतीत काहीही दोष नसून लष्कर व लष्करखाते या दोहोंवर देखरेख करणे एका माणसाला अशक्यप्राय होते.[३७८] आपल्या ६ फेब्रुवारी१९०५ च्या अहवालात कर्झननेसुद्धा तडजोडीला वाव ठेवला नव्हता. किचनरच्या योजनेचे वर्णन त्याने 'एखाद्या व्यक्तीला किंवा खात्याला नेस्तनाबूत करणारी नव्हे, तर भारत सरकारचीच लष्करी सत्ता उलथून टाकणारी व त्याजागी व्यक्तिशः सरसेनानीची लष्करी हुकुमशाही प्रस्थापित करणारी', असे केले आहे. जर सरसेनानी हा भारताचा एकमेव लष्करी सल्लागार असला तर सगळ्याच लष्करी बाबतीत भारत सरकार सर्वस्वी त्याच्या मुठीत राहील, युद्धकाळात जर सरसेनानी रणमैदानात उतरला तर सरकारचा लष्करावरील अधिकार व कार्यक्षमता यांची फार मोठी हानी होईल. यानंतर कर्झनने, किचनरची योजना मान्य होणार असेल तर आपण स्वतःच राजीनामा

देऊ अशी धमकी दिली. 'मी स्वतःपुरते असे म्हणतो की असली कोणतीही जबाबदारी नाकारण्याची मी सदर परवानगी मागेन.'[३७९]

या तिन्ही अहवालांवर कौन्सिलमध्ये चर्चा झाली. यापूर्वी ॲम्प्थिलच्या काळात या प्रश्नाचा विचार झाला असताना काही सभासदांचा कल किचनरची बाजू उचलून धरण्याकडे असल्याचे आढळून आले होते. [३८०] तरीही यावेळेस किचनरने त्यांचा पाठिंबा मिळविण्यासाठी प्रयत्न केला नाही. वादविवाद हा त्याचा प्रांत नव्हता.[३८१] यांच्याविरुद्ध ब्रिटिश सरकारचा पाठिंबा आपल्यालाच मिळेल, याविषयी त्याला खात्री होती. त्यामुळे त्याने कर्झनने स्वतःच ज्याचा मसुदा तयार केला होता व इतर सभासदांनी ज्याला पाठिंबा दिला होता अशा एका खलित्याला पूर्ण मतभेद दाखविणारा एक अहवाल पाठवण्यावरच समाधान मानले. लष्करसदस्य व व्हाइसरॉय यांच्या अहवालातील सर्व मुद्दे मान्य करण्यात आले व 'लष्करी हुकुमशाही'[३८२] प्रस्थापित करण्याचा प्रयत्न केल्याचा आरोप सरसेनानीवर ठेवला गेला. त्याची योजना लष्कराची कार्यक्षमता वाढविण्याच्या इराद्याने आखलेली नसून सरकारमध्ये क्रांतिकारी बदल घडविण्याच्या हेतूने व गव्हर्नर जनरल व त्याचे कौन्सिल यांच्या हातातील लष्कराचे नियंत्रण काढून ते एकाच व्यक्तीकडे देण्यासाठी केलेली आहे, असे तिचे वर्णन केले गेले.[३८३] ब्रिटिश सरकारला कितीही आशा वाटत असली तरीही तडजोडीची काहीही शक्यता नव्हती हे उघड होते. किचनर लिहितो, [३८४] 'मी माझे दोर कापले आहेत. या प्रश्नावर मी राजीनामा देईन ही गोष्ट कर्झनने गृहीत धरली आहे. आणि पुढच्या मे महिन्यात मला सेवेतून मोकळे करावे अशी योजना केली आहे.' खरे पाहता किचनर राजीनामा देण्याचा आग्रह धरील असे कर्झनला वाटत नव्हते.[३८५] ब्रिटिश सरकारला भांबावून टाकण्याच्या आशेने त्याने आपली बाजू अतिरंजित करून मांडली होती. कौन्सिलातील आपल्या वरचष्म्यामुळे, तसे सिमल्यात किचनर अगदी एकाकी पडल्यामुळे, कर्झन थोडा वाहावला गेला व मंत्रिमंडळाचा तडजोडीकडे असलेला कल[३८६] आणि व्हाइसरॉयविषयीचा वाढता राग यांच्याकडे त्याचे दुर्लक्ष झाले. फेब्रुवारी महिन्यानंतर भारतात जाण्याची हॅमिल्टनची तयारी नव्हती. [३८७]हे माहीत असल्यामुळे सरकारला चौकशीसमितीची कल्पना सोडून देणे भाग पडावे या उद्देशाने कर्झनने हेतुपुरस्सर दिरंगाई चालविली आहे, अशी ब्रॉड्रिकची खात्री होती. सगळया पक्षांच्या प्रतिनिधींची चौकशी समिती स्थापन करण्याचा विचार चालू असतानाच [३८८] तडजोड नाकारण्याच्या दुराग्रहीपणाची ताजी घटना घडली. किचनरने केलेले तीनचतुर्थांश दावे पोरकट व बहुधा लष्करखात्याविषयीच्या मूर्ख शत्रुत्वभावनेतून निर्माण झालेले असून एल्सच्या अहवालामुळे 'त्यांच्या चिंध्याचिंध्या झाल्या आहेत.' असे ब्रिटिश

सरकारला कळवून कर्झनने पुढे म्हटले होते की, खुद्द किचनरच्या परिवाराचेही असेच मत होते. म्हणून ब्रिटिश सरकारने जर कर्झन व त्याच्या सहकाऱ्यांविषयी उघडपणे अनुदार दृष्टिकोन स्वीकारला तर ते सरकारला फार जड जाईल आणि किचनरचे वजनसुद्धा बाल्फर सरकारला वाचवू शकणार नाही. या प्रश्नाचा विचार त्याच्या अंगभूत गुणावगुणांवरून व्हावा.[३८९] व्हाइसरॉयने पुढे असेही म्हटले की, त्याचे हे म्हणणे धुडकावून लावले गेले तर त्याच्याबरोबरच त्याचे संपूर्ण सल्लागारमंडळ एकमुखाने राजीनामा देण्याचीही शक्यता होती. मग भारत सरकार शिल्लक न राहता फक्त सरसेनानी राहील.[३९०]

कर्झन किंवा किचनर यांच्यापैकी एकाला राजीनामा देऊन भारतातून जावे लागणार, हे उघड दिसत होते. कर्झनपेक्षा किचनरने राजीनामा दिल्यास आपले अधिक नुकसान होईल[३९१] या निष्कर्षाला ब्रिटिश सरकार येऊन पोहोचले होते.'[३९२] हे कर्झनला अखेर समजून चुकले. नियोजित समितीमध्ये काम करण्यास एल्जिन आणि फाउलर यांनी नकार दिल्यामुळे [३९३] मंत्रिमंडळाने ब्रॉड्रिक, रॉबर्ट्स आणि भारतातील एक माजी सरसेनानी फील्डमार्शल सर जॉर्ज व्हाइट यांचा तज्ज्ञ म्हणून समावेश असलेली समिती या प्रकरणाचा अभ्यास करण्यासाठी नेमली. सरसेनानीचे गाऱ्हाणे रास्त आहे,[३९४] असे या समितीने आपल्या अहवालात म्हटले. या अहवालाच्या बळावर ब्रिटिश सरकारने किचनरला अनुकूल निर्णय अधिकृतपणे दिला व लॉर्ड रिपन यांनी नंतर म्हटल्याप्रमाणे[३९५] , भारताच्या व्हाइसरॉयला उद्देशून वापरू नये अशा भाषेत भारतमंत्र्यांनी हा निर्णय जाहीर केला. सध्या अस्तित्वात असलेली पद्धत लष्करखात्याचे काम सुरळीतपणे किंवा कार्यक्षमतेने केले जाईल अशा प्रकारची नव्हती. सरसेनानीने मांडलेल्या लष्करविषयक योजना त्याच्याहून कमी दर्जाच्या आणि कीर्तीच्या दुसऱ्या तज्ज्ञाने तपासून व त्यावर आपले मत व्यक्त करून नंतर गव्हर्नर जनरल व त्याचे कौन्सिल यांना सादर केल्या जात असत. नंतर सरसेनानीच्या बरोबरीने मतदान करून सरकारी आदेश त्याच्यापर्यंत पोहोचवीत असे. लष्कराचा कारभार चालविण्याच्या या पद्धतीत तिच्यात काही फेरफार व सुधारणा करणे आवश्यक होते. लष्करखाते निर्माण करण्याचा हेतू गव्हर्नरजनरल आणि त्याचे सल्लागारमंडळ यांच्या मुलकी अधिकाराची श्रेष्ठता सिद्ध करणे, हा होता. सरसेनानीच्या अधिकाराला प्रतिशह देणार शक्ती निर्माण करणे, हा नव्हे. परंतु प्रत्यक्षात मात्र लष्करखात्याचे स्वरूप प्रतिशह देणारे झाले होते. जेथे दिरंगाई न करता कार्यवाही करण्याची गरज होती अशा कितीतरी बाबतीतदेखील लष्कर व लष्करखाते यांमधील चर्चांमुळे इतकी दिरंगाई घडत असे की, सुरक्षितता धोक्यात यावी. कौन्सिलातून दुसऱ्या लष्करी सदस्याला वगळण्यामुळे लष्करी हुकूमशाही निर्माण होईलच, यावर

ब्रिटिश सरकारचा विश्वास नव्हता. म्हणून त्याने असा आदेश दिला की, सगळ्या पूर्णतः लष्करीसेवा सरसेनानीच्या सुपूर्द केल्या जाव्यात. लष्कर खात्याला लष्कर पुरवठाखात्याचे स्वरूप देण्यात यावे. ज्याचे काम लष्करापेक्षा जास्त मुलकी स्वरूपाचे आहे अशा एका सदस्याकडे ते सोपवावे. सरसेनानी आपल्या योजना सरळ गव्हर्नर जनरलच्या कौन्सिलकडे सादर करील[३९६] व त्यांच्या बाबतीत नकाराधिकार वापरण्याचा अधिकार या सदस्याला असू शकणार नाही. तसेच राजीनामा द्यावा असे एल्सला किंचित अशिष्टपणाने सांगण्यात आले.[३९७]

मुख्य बाबतीत कर्झनचा विजयच झाला आहे, असे त्याला कळविण्यात आले. कारण लष्कर सदस्याचे पद कायम ठेवण्यात आले होते व कौन्सिलात दोन सैनिक[३९८] राहणारच होते. अखेरीस ज्यावेळी बाल्फर याने कर्झनला पत्र लिहिले त्यावेळेस त्याने कर्झनचे विचार संपूर्णतः मान्य केले गेले नव्हते, ही गोष्ट कबूल केली. त्याने अशी अपेक्षा व्यक्त केली की 'जी तडजोड केली गेली होती, तिच्यामुळे गव्हर्नर जनरलचा लष्करी तसेच मुलकी बाबतीत जो अधिकार असावयास हवा तो कमी होणार नाही.'[३९९] कर्झनला असेही सांगण्यात आले की व्हाइसरॉयने ही तडजोड मान्य करावी अशी राजे एडवर्ड यांची फार इच्छा आहे.[४००]

परंतु यामुळे व्हाइसरॉयला बरे वाटले नाही. व या खलित्यात आपण या एकूण प्रकरणातील प्रमुख खलनायकाच्या रूपात रंगविले गेलो आहोत, असेच त्याला वाटले. परंतु त्याच्या हेही लक्षात येऊन चुकले की जर आपण आता राजीनामा दिला, तर आपल्याबरोबर आणखी दोनच सभासद राजीनामा देतील. ते म्हणजे सर डेन्झिल इबेत्सन[४०१] व सर जॉन हेवेट.[४०२] सर आरंडेल[४०३] याच्या मते, कौन्सिलच्या सभासदांनी राजीनाम्याची धमकी देणे हे 'अत्यंत तऱ्हेवाईपणाचे कृत्य ठरेल' व त्यामुळे आदरपूर्वक निषेध नोंदविण्यापलीकडे त्यांनी काहीही करू नये.[४०४] ही परिस्थिती पाहिल्यावर आपण राजीनामा देऊ नये म्हणून इबेत्सनने केलेली मनधरणी कर्झनने सफळ होऊ दिली.[४०५] ब्रिटिश सरकारच्या सूचनांमध्ये काही फेरफार मान्य करण्यासाठी त्याने किचनरचे मन वळविले. लष्करपुरवठा सदस्य हा नेहमीच लष्करसदस्य म्हणून ओळखला जावा व तो खरोखरीच सैनिक असावा, हा त्यापैकी प्रमुख बदल होता. ही आपली संयुक्त सूचना मान्य केली गेली नाही तर राजीनामा देण्याचीदेखील किचनरने तयारी दाखविली असे कर्झन म्हणतो.[४०६] किचनरने याला संमती दिली ही त्या दोघांच्या परस्परसंबंधामधील एक अनाकलनीय गोष्ट आहे. ब्रिटिश सरकार आपल्या बाजूने आहे याची त्याला पूर्ण जाणीव होती. त्यामुळे कर्झनच्या लंडनमधील वजनाविषयी त्याच्या अवास्तव कल्पना असण्याची शक्यता नाही. ती एक क्षणिक कमजोरी होती.

'एक चुकून निसटलेला शब्द' होता. कर्झनने आपल्या श्रेष्ठ बुद्धिमत्तेने व भावनिक दडपणामुळे ते घडवून आणले होते.[४०७] कर्झनने आपल्या तारेच्या शब्दयोजनेत बदल करावा असा ब्रॉड्रिकने प्रयत्न केला. मंत्रिमंडळाच्या मूळ योजनेचा विस्तार किंवा स्पष्टीकरण अशा स्वरूपात घोषणा केली जावी असे त्याने म्हटले. यावर कर्झनने भारताच्या विधिमंडळात आपली बाजू मांडली व दुरुस्त केलेल्या योजनेची जबाबदारी देखील पत्करण्याचे नाकारले. भारतमंत्र्याने तार करून कर्झनला कार्यालयीन खाजगी गोष्टी जाहीर केल्याबद्दल दोष दिला.[४०८]

या पत्रव्यवहारातील कटुता म्हणजे कर्झनची कारकीर्द संपुष्टात येऊ घातल्याची साक्षच होती. तिचा स्फोट अखेर १९०५ साली ऑगस्टमध्ये लष्करपुरवठा सदस्याच्या निवडीच्या प्रश्नावरून झाला. किचनरशी विचारविनिमय केल्यानंतर कर्झनने मेजर जनरल सर एडमंड बॅरो हा दोघांनाही मान्य असल्याची शिफारस केली.[४०९] परंतु किचनरने युद्धकार्यालयाला खाजगीरीत्या तारेन कळविले की, बॅरो हा लायक नाही. आश्चर्याची गोष्ट अशी की किचनरने अशी खाजगी तार केली असल्याची माहिती असूनही कर्झनने त्यावर कोणताच आक्षेप घेतला नाही. सर विन्स्टन चर्चिल यांनी याबद्दल नंतर म्हटल्याप्रमाणे 'त्यावेळी कर्झनने किचनरला बोलावून घेऊन स्वतःची बाजू स्पष्ट करावयास सांगायला हवी होती. तसे झाले असते तर कर्झनऐवजी किचनरलाच राजीनामा देणे भाग पडले असते.'[४१०] प्रत्यक्षात किचनरच्या तारेमुळे मंत्रिमंडळाने बॅरोचे नाव रद्द केले व किचनरच्या सल्ल्याने दुसरी नावे सुचविण्यास व्हाइसरॉयला सांगितले.[४११] पुन्हा या प्रश्नाची चर्चा करण्यासाठी ज्यावेळी ते भेटले त्यावेळी किचनर कर्झनशी 'अरेरावीने वागला, त्याचा स्वतःवरचा ताबा सुटून त्याने आरडाओरडा केला व शेवटी तो खोलीच्या बाहेर निघून गेला.'[४१२] यावर किचनरच्या दुटप्पी वागण्यावर सर्वांचे लक्ष केंद्रित करण्याचे सोडून कर्झनने गैरलागू मुद्यांवर झगडा केला व बॅरोचीच नेमणूक करावी असा आग्रह धरला.[४१३] कौन्सिल सदस्यांची नेमणूक ही वस्तुतः भारतमंत्र्याची जबाबदारी होती. त्यामुळे ब्रिटिश सरकारवर आपली मते लादण्याचा व त्यांच्या निर्णयांच्या अंमलबजावणीस अडथळे आणण्याचा प्रयत्न कर्झनने केल्यामुळे, त्याचा राजीनामा आपण स्वीकारीत आहोत, असे म्हणण्यास ब्रिटिश सरकारला जागा झाली.[४१४]

अशा प्रकारे ब्रॉड्रिक व किचनर यांच्या कारवायांना कर्झन बळी पडला. त्यांना आतून मदत करण्यास बाल्फर खुषीने तयार होता 'खऱ्याखोटयाचा विधिनिषेध न बाळगणाऱ्या, खरेपणा किंवा प्रतिष्ठा नसता[४१५] एका माणसाच्या हितासाठी दुर्बळ मंत्रिमंडळ व सूडबुद्धी बाळगणारा भारतमंत्री यांनी आपल्याला हुसकावून लावले.' असे कर्झनला वाटले. या घटनेनंतर दोन्ही पक्षांनी, ही एक मोठी महत्त्वाची तात्त्विक

बाब होती, असे सुचविण्याचा प्रयत्न केला. आता लष्करावरील मुलकी ताबा नाहीसा झाला आहे व आपल्या राजीनामा स्वीकारून ब्रिटिश सरकारने 'आपल्या घटनेच्या गळयाभोवतीच्या फासाला अंतिम पीळ घातला आहे,'[४१६] असे कर्झनने मोठ्या आग्रहाने प्रतिपादन केले. लंडनला परतल्यावर त्याने असेही म्हटले की,किचनरने आपल्याला विरोध केला त्यामागील मुख्य उद्देश कर्झनच्या सावध सरहद्द धोरणाऐवजी सरहद्दीवरील टोळ्यांविरुद्ध राजकीय व लष्करी आक्रमणाचे धोरण आणावे हा होता. याचा परिणाम अर्थात सरहद्दीवरील युद्धात अपरिहार्यपणे झाला असता.[४१७] व या कारणासाठीच भारतातील वर्चस्व मोठे धोक्याचे होते. कर्झनचे हे प्रतिपादन निवडणुकांच्या जरासे आधी आल्यामुळे त्याचा परिणाम कर्झनला लिबरल पक्षाचा जोरदार पाठिंबा मिळण्यात झाला. कॉमन्ससभेत कर्झनचे नाव विरोधी पक्षाने आपला माणूस म्हणून उचलून धरले, असे हॅल्डेनने लिहिले आहे. 'तुमच्यापेक्षा थोर व्यक्तीची व्हाइसरॉयपदी कल्पनादेखील विरोधी पक्ष करू शकत नाही. केवळ काही अकल्पित घडले तरच ते शक्य आहे.'[४१८] सात वर्षांपूर्वी ज्या चर्चिलने कर्झनला सहाय्यक म्हणून काम करण्याची तयारी दर्शविली होती, त्याने आता उत्साहाने पाठिंबा दिला. भारत सरकारचे एका लष्करी सत्तेत जे रूपांतर झाले आहे तिच्याविरुद्ध तुम्ही घेतलेल्या उमद्या भूमिकेशी मी मनःपूर्वक व संपूर्णपणे सहमत आहे, हे मी तुम्हाला सुरुवातीलाच सांगू इच्छितो. अँग्लोइंडियन जीवनात लष्कराचे केवढे प्राबल्य आहे याची इंग्लंडमधील जनतेला कल्पनाच नाही. एखाद्या स्वतंत्र व अधिकारी मार्गाने तज्ज्ञ लष्करी माहिती मुलकी सत्ताधाऱ्यांना मिळाली नाही तर कोणताही व्हाइसरॉय अर्थ व सरहद्द या दोन खात्यांच्या धोरणावर ताबा कसा ठेवू शकेल, हे मला उमजत नाही. ही तर दोनच उदाहरणे झाली. प्रत्यके बाबतीत, प्रत्येक प्रश्नावर, महत्त्वाचे मतभेद निर्माण झाले तर त्याला सतत राजीनाम्याची धमकीच देत बसावे लागेल. भविष्यकाळात परत सत्तेवर येणारे कोणतेही लिबरल सरकार किचनरने मागितलेल्या स्थानाला संमती देईल असे मला वाटत नाही.'[४१९] एक पक्का उदारमतवादी व भरपूर माहिती असलेला माजी व्हाइसरॉय लॉर्ड रिपन लिहितो की 'लष्करी बाजू यशस्वी ठरली आहे व मुलकी बाजू अयशस्वी झाली आहे. ही मोठीच दुर्दैवाची गोष्ट आहे.'[४२०] अशा तऱ्हेने प्रोत्साहन मिळाल्यामुळे कर्झनने आपली हुजूरपक्षाची निष्ठा बाजूला सारली. निवडणुकात लिबरल पक्ष विजयी व्हावा अशी इच्छा तो करू लागला.[४२१] विरोधी पक्षाला त्याने ही बाब कॉमन्ससभेच्या पुढे आणण्याची विनंती केली.[४२२]

याउलट किचनरचे पाठीराखे ठासून सांगत होते की, हा प्रश्न मुळात ब्रिटिश सरकार व भारतमंत्र्याच्या श्रेष्ठत्वाचा आहे. मंत्रिमंडळाचे धोरण हाणून पाडण्यासाठी[४२३]

‘वैध किंवा अवैध असे कोणतेही मार्ग हाताळण्याचे कर्झनने बाकी ठेवले नाही,’ असे बाल्फरने राजाला सांगितले. भारतमंत्रीपदावरील ब्रॉड्रिकच्या वारसदाराला गॉडले याने कळविले की, ‘कर्झनवादाचे सरळ स्वरूप म्हणजे, भारत सरकारपेक्षा अधिक समर्थ होण्याचे धार्ष्ट्य ब्रिटिश सरकारने करता कामा नये हे होय.’ यातून ‘फार मोठी घटनात्मक समस्या निर्माण झाली. त्याबाबत कर्झनला कसलाही आधार नाही असे म्हणण्याचे मी धाडस करतो.’[४२४] राजीनामा ज्या प्रश्नावर द्यावयाचा त्याबाबत कर्झनने जो बेंगरुळपणा दाखविला त्यामुळे या म्हणण्याला जोर मिळाला. मोर्लेला तर ते पूर्णपणे पटले होते. विरोधी पक्ष असताना लिबरल पक्षाचा जो दृष्टिकोन होता तो माहीत असूनही त्याने ब्रॉड्रिकचे आदेश मागे घेतले नाहीत. त्याने कर्झनकडून जी वर्तणूक दोन वर्षे सहन केली ती आपण दोन महिनेही सहन केली नसती असे त्याने ब्रॉड्रिकला म्हटले.’[४२५] यानंतर जवळजवळ वीस वर्षांनी, कर्झनच्या मृत्यूनंतर त्याचे अधिकृत चरित्र प्रसिद्ध झाल्यानंतर व त्यात या भांडणातील कर्झनची भूमिका तपशिलासकट स्पष्ट केली गेल्यानंतर[४२६] एका जाहीर सभेत ब्रॉड्रिकने असे विधान केले की, कर्झनच्या किचनरशी झालेल्या झगड्यामुळे नव्हे तर ब्रिटिश सरकारच्या जागतिक धोरणावर काय बरावाईट परिणाम होईल याची क्षिती न बाळगता[४२७] भारताचे परराष्ट्रधोरण आपल्या पद्धतीने चालविण्याच्या कर्झनच्या अट्टाहासामुळे त्याला राजीनामा देणे भाग पाडावे लागले. हे जाहीर करण्याचा अधिकार बाल्फरने आपणास दिला आहे.

वास्तविक पाहता मूळ मुद्दा घटनात्मकही नव्हता व राजकीयही नव्हता. भारतमंत्र्यांचा अधिकार बळकावण्याचा कर्झनचा प्रयत्न होता, त्यामुळे त्याला पदभ्रष्ट करावे लागले असे सुचविणे, म्हणजे एका तकलादू सबबीमागे दडणे होते हे खरेच. परंतु किचनरच्या योजनेमागे लष्करावरील मुलकी नियंत्रण झुगारून देण्याचा व लष्करी हुकूमशाही प्रस्थापित करण्याचा [४२८] उद्देश आहे, असे कर्झनने म्हणणे ही देखील बेफाट अतिशयोक्ती होती. तो एक मामुली शासकीय बदल होता व किचनरने त्याची मागणी करणे पूर्णपणे समर्थनीयही होते. कारण सरसेनानी हा व्हाइसरॉयच्या कौन्सिलचा दयेपोटी बनलेला सदस्य असावयाचा व त्याच्या सूचनांची छाननी करून त्यावर मत देत असे. ज्या ज्या ठिकाणी, कामे खात्यांच्या द्वारा चालत असत त्या त्या ठिकाणी हाताखालच्यांकडून टीका होणे ही सर्वसामान्य प्रथाच होती असा जो युक्तिवाद सर आल्फ्रेड लायल[४२९] व भारताचा अनुभव घेतलेले इतर मुलकी अधिकारी करीत होते, तोही गैरलागू होता. उदाहरणार्थ, मद्रासच्या गव्हर्नरने मांडलेल्या सूचनांवर भारत सरकारच्या गृहखात्याच्या सचिवाने टीका करण्यामुळे काही समस्या निर्माण होत नसे; परंतु हीच परिस्थिती लष्कराची शिस्त व अधिकारपदरचना यांच्या संदर्भात अत्यंत

स्फोटक झाली.

दोन्ही पक्षांकडून वा वादाला जो राजकीय रंग चढवला गेला तो खरा नाही. सरहद्दीविषयक धोरणाबाबत कर्झन व किचनर यांच्यामध्ये जरी मतभेद असले तरी कधीच फार मोठे नव्हते. त्यामुळे किचनरच्या वैरभावनेमागचे ते एक प्रमुख कारण होते, हा दावा निराधार ठरतो. परंतु कर्झनचे सरहद्दविषयक धोरण कर्झन व ब्रिटिश सरकार या दोघांमधील दुराव्याला कारणीभूत होते, असे मानून ब्रॉड्रिकनेदेखील कोतेपणा प्रकट केलेला दिसतो. जरा जोमदार धोरणाचा अवलंब करावा व 'परराष्ट्रकार्यालय नावाच्या त्या निद्रिस्त सिंहाला' जरा डिवचावे, 'त्याने अधूनमधून का होईना, परंतु गर्जना करावी व नखेही दाखवावीत' अशी कर्झनची इच्छा होती, हे खरे आहे. कारण त्याच्या मते, 'तो सिंह इतर सिंहांना, फार काय, वाघदेखील नसलेल्यांना नको तितका पक्षपातीपणे व नम्रपणे वागवतो.'[४३०] ते कसेही असले तरी साल्सबरीच्या जागी प्रधानमंत्रीपदावर बाल्फर आल्यानंतर ब्रिटिश सरकारने परिस्थितीवर कडक नियंत्रण ठेवले. तिबेटच्या तहावर, कर्झनच्या निषेधाला न जुमानता सह्या केल्या गेल्या.

खरे पाहता कर्झनचा पराभव तत्त्वाच्या लढाईत झाला नाही, तर व्यक्तिगत स्पर्धेत झाला. आपण एकत्र काम करू शकत नाही हे प्रभुत्व गाजविणाऱ्या दोन व्यक्तींच्या लक्षात आले. तो काही दुराराध्य श्रद्धांचा झगडा नव्हता तर उत्पत्ती इच्छाशक्तींचा परस्पर विरोध होता. हा विरोध अगदी क्षुल्लक प्रश्नावर होता. त्या सर्वांच्या दडपणाखाली भारतातील लष्करी कारभाराची तर्कशून्य पद्धत कोलमडून पडली. किचनरची कीर्ती जास्त मोठी होती व त्याहून अधिक कामी येणारी गोष्ट म्हणजे पाठीमागच्या दाराने प्रवेश मिळविण्याचे कौशल्य त्याच्या ठायी होते. परिणामी कर्झन या गोंधळात फसला. ही सर्व 'मूलभूत असहाय्यतेची'[४३१] निदर्शक आहे.

VIII

आपल्या उर्वरित आयुष्यात कर्झन पराभवाचा हा चघळचोथा रवंथ करीत बसलेला आढळतो. त्याच्या स्वतःच्या व लॉर्ड जॉर्ज हॅमिल्टन[४३२] यांच्या सगळ्या कुशंका खऱ्या ठरल्या होत्या. तो पुन्हा केव्हाच पूर्वीचा कर्झन होऊ शकला नाही. भारताच्या या अनुभवामुळे त्याचे व्यक्तिमत्त्व दुबळे झाले. त्याचा धीरोदात्तपणा व आनंदीपणा लोप पावला. ब्रिटनमधील सर्वोच्च अधिकारपदांसाठी ज्या या गुणांची फार आवश्यकता होती, ते नष्ट झाले. त्याच्या स्वभावातील चैतन्य भारताने चेतविले व नंतर ते कायमचे विझवूनही टाकले. इतक्या वरच्या हुद्यावर एखादी व्यक्ती क्वचितच इतक्या निवडक गुणसामग्रनिशी आली असेल, तिने इतके परिश्रम केले असतील व

नंतर आपल्या व्यवसायिक जीवनाचा पूर्ण विनाश व प्रयत्नांत पूर्ण अपयश पत्करले असेल. ज्या कीर्तीनिशी कर्झन भारतात आला त्या कीर्तीची आख्यायिकाही त्याच्यामागे त्याच्या सार्वजनिक जीवनातील व कार्यातील प्रयत्नांच्या विफलतेवर पांघरुण घालू शकली नाही. ब्रिटिश भारताच्या इतिहासात कमालीचे अपयशी व त्या अपयशातील महानता यांचा इतका विलक्षण मिलाफ दुसरीकडे पाहावयास मिळणार नाही.

कर्झनच्या व्यक्तिगत शोकांतिकेचा अर्थ सहज लावता येतो. कोणत्याही ब्रिटिश वसाहतीच्या गव्हर्नरचे यश बहुतांशी ब्रिटिश सरकारने त्याच्यावर टाकलेल्या विश्वासावर अवलंबून असे. त्याच्यावर भरवसा टाकल्यास तो केवळ आपल्या स्वामीला माहिती पुरविणारा हस्तक किंवा त्याचे निर्णय अमलात आणणारी यंत्रणा एवढेच न होता स्वतः सत्तेचे अधिष्ठान होऊ शकत असे. वसाहतमंत्री आल्फ्रेड लिटलटन याने मिलनर याला असे कळविलेले आढळते की 'मी तुमचा राजकीय पुढारी म्हणवला जात असे तो आभासांच्या जगात. प्रत्यक्षात मी तुम्ही राजकीय नेता आहात असेच मानीत असे हे मला तुम्हाला आवर्जून सांगावेसे वाटते.'[४३३] तसेच क्रोमरची अशी कथा सांगतात की, एका आणीबाणीच्या प्रसंगी तो इजिप्तमध्ये असताना, त्यावेळेस सुट्टीसाठी फ्रान्समध्ये गेलेल्या लॉर्ड साल्सबरीला त्याने तार करून पुढे काय करावे यासंबंधी सल्ला मागितला. उत्तर म्हणून त्याला स्पष्ट तार आली की 'तुम्हाला योग्य वाटेत ते करा.'[४३४] यावरून मिलनर व क्रोमर यांच्या हाती केवढी सत्ता होती हेच दिसून येते. प्रारंभी कर्झनकडे त्यांच्याहून अधिक सत्ता होती. ह्या तिघांपैकी तोच एकटा ब्रिटिश सरकारचा सदस्य होता. हुजूरपक्षीय मंत्र्यांशी त्याचे सलोख्याचे संबंध होते. कर्झन सर्वच बाबतीत थोडा उतावळा आहे व सत्तेचे जरासे प्रमाणाबाहेर केंद्रीकरण करण्याचा त्याचा प्रयत्न आहे.[४३५] असे जरी साल्सबरीला वाटत असले, तरीही व्हाइसरॉयवर मर्यादा घालण्याचा त्याने कधीही प्रयत्न केला नाही. भारताचा 'कारभार खरोखर पाहता भारतमंत्री व व्हाइसरॉय यांच्यातील गुप्त पत्रव्यवहारावर चालत असल्याची'[४३६] जाणीव कर्झनला होती. भारतमंत्रीपदावर लॉर्ड जॉर्ज हॅमिल्टनसारखा जरा बेफिकीर, थकलेला व व्हाइसरॉयला पाठिंबाच देणारा मनुष्य त्याला लाभला, हे त्याचे सुदैव होते.

हॅमिल्टनने कर्झनला असे कळविलेले होते की, [४३७] 'मला वयाचे ओझे थोडेथोडे जाणवावयाला लागले आहे. म्हणजे असे की, कठीण शासकीय समस्यांचा विचार करून त्या मी पूर्वी जशा सोडवीत असे तसे आता करावेसे वाटत नाही. म्हणूनच भारत सरकारपुढे निर्माण होणारा कोणताही प्रश्न हाताळण्यास तुमच्यासारखी काटेकोर व कर्तबगार व्यक्ती लाभल्यामुळे मला फार आनंद होत आहे. आता माझ्या हाती म्हाताऱ्या

बुद्रुकाचे कार्य राहिले आहे : तुम्हाला उत्तेजन देणे व प्रसंगी आवर घालणे एवढेच.'

त्यामुळे नेतृत्व संपूर्णपणे कर्झनच्या हाती राहिले. अर्थातच हॅमिल्टनबरोबरचे आपले संबंध त्याला 'आनंददायक'[४३८] वाटत होते, यात काही नवल नाही. त्याच्या कारकिर्दीच्या पहिल्या चार वर्षांत त्याचा अधिकार केवळ व्हाइसरॉयचा नव्हता तर सार्वभौम होता. म्हणूनच अविरोध संमती त्याच्या इतकी अंगवळणी पडली की किंचितही अनिश्चिततेमुळे त्याचा राग खवळत असे. परंतु कालांतराने साल्सबरीच्या जागी बाल्फर आला व त्यानंतर लवकरच हॅमिल्टनची जागा ब्रॉड्रिकने घेतली. बाल्फर व ब्रॉड्रिक हे दोघेही व्हाइसरॉयचे निकटचे स्नेही होते हे खरे. परंतु ते सत्तेच्या वापराबाबत उदासीन किंवा आपल्या जबाबदाऱ्यांविषयी बेफिकीर नव्हते. व याचा परिणाम लवकरच उघड होऊ लागला. १९०२ च्या नोव्हेंबरमध्ये बाल्फर मंत्रिमंडळाने कर्झनची दरबारप्रसंगी करमाफी जाहीर करण्याची सूचना धुडकावून लावली. ही परिस्थिती कर्झनला नवीन होती. व त्याने प्रधानमंत्र्याजवळ जोरदार निषेधही केला. 'मी येथे राहून तुमची पूर्ण चार वर्षे सेवा केली आहे. याकाळात मी माझ्यावर सोपविलेले कर्तव्य पार पाडण्यासाठी सगळ्या गोष्टींचा त्याग केलेला आहे. आरोग्य, आराम, स्वास्थ्य व अनेकदा स्वतःची लोकप्रियता यांचादेखील त्याग केलेला आहे.' परंतु आता आपल्या सगळ्या परिश्रमांचे फळ त्याला सोडून द्यावे लागणार होते. 'भारतीय जनतेची मोठी निराशा करणारी ही घोषणा करण्याचे कर्तव्य माझ्यावर लादून तुम्ही भारतीय जनतेला ब्रिटिश राजसत्तेशी निष्ठेने बांधून ठेवण्याच्या माझ्या स्वतःच्या प्राणांपेक्षाही प्रिय कार्यावरच घाला घालीत आहात. सरकारचा जर हाच दृष्टिकोन असेल तर त्याने व्हाइसरॉयला परत बोलाविण्याचा आपला अधिकार खुशाल गाजवावा.'[४३९] हा कर्झनचा क्षुद्रपणा होता. याला भर म्हणून कर्झनने घटनाबाह्य वागून प्रत्यक्ष राजाकडे दाद मागितली. मंत्रिमंडळाने अर्थातच नापसंती दर्शविली.[४४०] बाल्फरने कर्झनची सौम्य शब्दात कानउघाडणी केली आणि लोकशाही सरकारविषयी त्याला थोडा उपदेश केला.

'नेमके आपल्या मनाप्रमाणे झाले नाही की तुम्ही दुखावले जाता, असे दिसते. परंतु कोणाला अगदी पूर्णपणे स्वतःच्या मनाप्रमाणे वागता येते? प्रधानमंत्र्यांना नक्कीच नाही. किंवा त्यांच्या मंत्रिमंडळातील सहकाऱ्यांपैकी कोणालाही नाही. ज्यांना इतरांबरोबर काम करावे लागते व अर्थातच काही वेळा इतरांच्या मर्जीने चालावे लागते अशांचे सामान्य नशीब आपल्या वाट्याला आलेले आहे. तुमच्या पूर्वगाम्यांपैकी एखाद्याच्या तरी वाट्याला भारतमंत्री व ब्रिटिश सरकार यांचा एवढा विश्वास आला होता की नाही' याविषयी मला शंका वाटते.'[४४१]

कर्झन सहजासहजी शहाणा होणारा नव्हता. बाल्फर किंवा ब्रॉड्रिक यांच्याविषयी त्याला विशेषसा आदर नव्हता. फार काळ एकहाती सत्ता मिळाल्यामुळे तो ताठर झालेला होता. प्रधानमंत्र्यांनी त्याला पुन्हा विनंती केली. 'जे केवळ सहकारीच नाहीत तर उभ्या आयुष्याचे स्नेही आहेत, अशांनासुद्धा सहकार्याने वागणे कठीण जाईल अशा प्रकारे तुमची सिद्धहस्त लेखणी वापरण्याचा मोह तुम्हाला टाळता येत नाही असे तुम्हास वाटत नाही का? ... मंत्रिमंडळापुरते असे म्हणता येईल की, भारताच्या कारभारात तुम्हाला पूर्ण स्वातंत्र्य मिळालेले आहे हे लक्षात ठेवा.'[४४२] परंतु ब्रॉड्रिकने म्हटल्याप्रमाणे[४४३] इतरांच्या कोणत्याच सांगण्याचा कर्झनच्या मनावर यत्किंचितही परिणाम होत नसे. भारताच्या हिताचा मनःपूर्वक पुरस्कार करणारा म्हणून ओळखला जाण्यासाठी नव्या भारतमंत्र्याला 'थोडीफार तरी मते बदलणे' आवश्यक आहे, असे कर्झनने लिहिलेल्या व ब्रॉड्रिकला दाखविण्यात आलेल्या एका पत्रात म्हटले होते.[४४४] कर्झनने असे लिहिले कारण त्याच्या मते, युद्धसचिव या नात्याने ब्रॉड्रिकने भारताच्या हक्कांची उपेक्षा केली होती. कर्झनने ब्रॉड्रिकलाही एक खोट्या विनयाचे पत्र लिहिले व त्यात स्वतःच्या दृष्टिकोनातून भारतीय समस्येचे स्पष्टीकरण करण्याचा प्रयत्न केला.[४४५] खरे तर ब्रॉड्रिक फार काळ भारतमंत्रीपदी राहील अशी कर्झनची अपेक्षा नव्हती. आणि आपली कारकीर्द जास्त मनपसंत व शांततापूर्ण व्हावी अशी त्याची इच्छा होती. एका पदावर जेवढे अपयश एखाद्याला मिळाले असा त्याच्यावर ठपका ठेवला जातो किंवा तसे खात्रीपूर्वक म्हटले जाते तितकाच तो दुसऱ्याच्या अधिकारपदावर सुरुवातीला फेरबदल करण्यास नाखूष असतो[४४६]

कर्झनला आपल्याविषयी फारसा आदर नाही हे ब्रॉड्रिकला माहीत होते, तरीही त्याने शक्यतोवर पाठिंबा देण्याचे अभिवचन दिले. अशा हुद्यावरील दुसऱ्या कोणाहीपेक्षा आपण निःपक्षपाती आहो असे त्याने जाहीर म्हटले. कारण त्याला भारताविषयी कोणतेही पूर्वग्रह नव्हते, परंपरेविषयी खास असा आदरभाव नव्हता व कोणताही आपमतलबी हेतू नव्हता. त्याने पुढे असेही म्हटले की, कर्झनची कारकीर्द म्हणजे 'ब्रिटिश अमलाखालील पाच वर्षेपर्यंत चाललेला जवळजवळ एकतंत्री कारभार होता'[४४७] ही अनास्था व विनम्रता फारशी खरी धरून चालावयाची नाही. व्हाईसरॉयचा केवळ प्रतिनिधी व्हावे अशी ब्रॉड्रिकची सुतराम इच्छा नाही,[४४८] हे अर्थातच कर्झनला चांगले ठाऊक होते. ब्रॉड्रिक मवाळ किंवा बोटचेपा आहे असे कर्झनने धरून चालू नये असे गॉडलेने कर्झनला आधीच सावधगिरीची सूचना म्हणून सांगितले होते. तसेच सर्वमान्य मर्यादेच्या पलीकडेसुद्धा निषेध करीत राहण्याची कर्झनची इच्छा

असल्याचा समज दूर करण्याचा प्रयत्न करावा, असा सल्लाही दिला. ब्रिटिश सरकारची अंतिम जबाबदारी व नियंत्रणाचा अधिकार ही संपूर्ण व अविभाज्य होती. ब्रॉड्रिकची कर्झनवर निष्ठा होती व त्याला पाठिंबा देण्यास तो उत्सुक होता. फक्त ज्या विषयावर त्याला ठाम मते होती[४४९] त्यांची बूज राखली गेली म्हणजे झाले. एवढे कळल्यानंतरही कर्झन भारतमंत्र्याला अरेरावीने व आपला कनिष्ठ अधिकारी असल्याप्रमाणे वागवीत राहिला.

१९०४ मध्ये कर्झन ब्रिटनला गेला त्यावेळेस, ब्रिटिश सरकारचा आपल्याला विरोध आहे असे त्याच्या लक्षात आले. याला त्याचे अज्ञान कारणीभूत आहे असेच त्याला सुरुवातीला वाटले. ज्याला भारताबद्दल काहीच माहिती नाही व करून घेण्याची उत्सुकताही नाही अशा भारतमंत्र्याच्या हाताखालचा कारभार माझ्या कल्पनेपेक्षा फारच सावकाश चालतो. मी लिहितो लिहितो, काळजी करतो करतो, पण काम करवून घेऊ शकत नाही, असेच इंडिया ऑफिसबद्दल म्हणता येईल.[४५०] परंतु लवकरच आपल्याला असलेला विरोध दुष्टाव्यातून जन्माला आला असल्याची, त्याची खात्री पटली. आपल्या स्वतःच्या मतांच्या बिनचूकपणाविषयी कर्झनची इतकी खात्री असे, की कोणी त्याच्या मतांशी सहमत झाले नाही तर ते आपल्याशी व्यक्तिगत वैर असल्यामुळेच, असे तो समजत असे. आपल्याला विरोध करण्यात 'एक विशेष समाधान' ब्रॉड्रिकला मिळते असा त्याने आरोप केला, व १९०५ च्या[४५१] जुलैमध्ये त्याने ब्रॉड्रिक आपल्याला ज्या पद्धतीने वागवितो त्यामुळे आपले कार्यालयीन जीवन 'म्हणजे केवळ दुःख व मनस्ताप झाले असल्याची'[४५२] तक्रार केली.

वास्वविक पाहाता व्यक्तिगत संबंध जोपासण्याच्या आपल्या अपयशामुळेच कर्झनच्या कारकिर्दीचा असा प्रतिष्ठाशून्य शेवट झाला. ही त्याची असमर्थता त्याच्या सार्वजनिक जीवनात प्रतिबिंबित झाली होती. बाल्फरने ज्याच्याविषयी विशेष उत्साह दाखविला नव्हता[४५३] , त्या कर्झनच्या कारकिर्दीच्या उत्तरार्धातील पहिल्या वर्षी दोन्ही सरकारांचे परस्परसंबंध पूर्णपणे बिघडले होते. कटू पत्रे, खलिते व तारा परस्परांना पाठविल्या गेल्या. मतभेदांच्या मुद्यांवर सतत भर देऊ नये असे ब्रॉड्रिकने कर्झनला सांगितले, पण व्यर्थ![४५४] आपल्याला राजीनामा देण्यास भाग पाडण्याची इच्छा केल्याचा आरोप कर्झनने इंडिया ऑफिस वर केला.[४५५] कर्झनच्या पत्रामधील कायमच्या निंदेच्या सुरामुळे, दर आठवडयाला ती पत्रे येणे ही एक दुःखाची गोष्ट होऊन बसली आहे, असे ब्रॉड्रिकने म्हटले आहे[४५६] 'तुम्ही राजीनामा द्यावा अशी येथे कोणाचीही इच्छा नाही'

ब्रिटिश सरकारवर आपल्या भाषणांतून व अहवालातून टीका करण्यासही व्हाइसरॉयने मागेपुढे पाहिले नाही. या जाहीर दुफळीमुळे कर्झनच्या मंडळातील सभासदांना व्हाइसरॉयशी मतभेद व्यक्त करण्यास प्रोत्साहन मिळाले. हे सभासद आजपर्यंत इतके पडद्याआड राहिले होते की जनतेला त्यांच्या अस्त्विाचादेखील विसर पडल्यासारखे झाले होते.[४५७] १९०५ साली प्रथमच आपल्याला मंडळाच्या सभासदांच्या अहवालांमध्ये एकमुखीपणाचा अभाव व प्रसंगी कटुता आढळून येते, याचा कर्झनवर झालेला परिणाम त्याने ब्रॉड्रिकसंबंधी बाल्फर याजकडे केलेल्या तक्रारीत दिसून येतो. भारत सरकारच्या सर्वोच्च अधिकाऱ्याची जाहीर नालस्ती करण्याचा व त्याला अपराधी शाळकरी मुलाप्रमाणे वागविण्याचा ब्रॉड्रिकचा जो प्रयत्न आहे त्यातील व्यक्तिगत भाग जरी वजा केला, तरी त्यामुळे ब्रिटिशांच्या कारभाराची साधने कमजोर होत होती व याची प्रतिक्रिया लवकरच त्या राजवटीवर झाल्याखेरीज राहणार नाही[४५८], असे कर्झनचे म्हणणे होते. कर्झनच्या राजीनाम्याचा स्वीकार केल्यानंतर प्रधानमंत्र्यांनी असे म्हटले होते की, मतभेद एकदा जाणवू लागल्यानंतर, इंग्लंड व भारत यांमधील केवढेतरी अंतर व संपर्क साधण्याचा मार्ग म्हणजे तर करणे या दोन गोष्टींचा एकत्र परिणाम फार घातक झाला.

'तुमची अशी कल्पना दिसते की ब्रॉड्रिकने इंडिया ऑफिसमध्ये पदार्पण केल्यापासून ते त्याच्या अखेरच्या तारेपर्यंत सगळा काळ त्याची एकमेव आकांक्षा व्हाइसरॉय हा काही बाबतीत भारतमंत्र्याहून कमी दर्जाचा असतो, हे प्रत्यक्ष दाखवून देण्याचीच होती. आणि भारत सरकारच्या सर्वोच्च अधिकाऱ्याशी मतभेद व्यक्त करण्यात त्याला एक कुत्सित आनंद मिळत असून तो मतभेद कठोर व सौजन्यशून्य भाषेत व्यक्त करणे त्याला आवडत असे. परंतु त्याच्या वर्तनाविषयीचे हे मत म्हणजे सत्याचा फार मोठा अपलाप आहे हे मी तुम्हाला खात्रीपूर्वक सांगू शकतो. गेले सहा महिने तुम्हाला फारसे सुखकारक नव्हते असे मला वाटते. परंतु त्याला तर ते खचितच अतिशय वाईट गेले आहेत. तुम्हा दोघांमधील मतभेद अत्यंत महत्त्वाचे असले तरीही उभयपक्षी आलेली ही अप्रसन्नता त्या मतभेदांमुळे निर्माण झाली नसून तोंडी वादाच्या मानाने लेखी वादांमुळे जी कटुता निर्माण होते, त्यामुळे आली आहे.'[४५९]

परंतु कर्झनचे मतपरिवर्तन झाले नाही व अखेरपर्यंत ब्रॉड्रिकचा आपल्याला अगदी क्षुल्लक बाबतीसुद्धा उपद्रव देण्याचाच उद्देश असल्याची[४६०], त्याची खात्री होती.

कर्झन ऐवजी जरी किचनरचा राजीनामा स्वीकारला गेला असता आणि व्हाइसरॉयची कारकीर्द जरी नेहमीच्या परिस्थितीत संपुष्टात आली असती तरीही भारतातील आपल्या कार्याचा जो कायमचा ठसा उमटावा अशी त्याची इच्छा होती,

तो ठसा कर्झन उमटवू शकला नसता. त्याने अनेक प्रकारची कामगिरी केली होती हे खरे. त्याच्या अमर्याद महत्त्वाकांक्षेच्या जोडीला, काम करण्याची अफाट शक्ती त्याच्याजवळ होती. सहा वर्षांपेक्षा अधिक काळपर्यंत तो संबंध दिवसभर व रात्रीचा बराच वेळ सतत अविश्रांत मेहनत करीत होता. तो 'नेहमीच संत्रस्त, सतत थकलेला व कित्येकदा शारीरिक व्यथेने पिडलेला'[४६१] असा असे. कर्झन त्या अतिश्रमांमुळे मरून जाईल अशी त्याच्या सचिवाला सारखी भीती वाटत असे.[४६२] आपण सरकारला सर्व बाजूंनी क्रियाशील बनविले असे कर्झन म्हणत असे.[४६३] सर्वसामान्य माणसापेक्षा फार मोठ्या शासकीय बुद्धिमत्तेचा लाभ झालेला कर्झन ती फार निष्ठुरपणे वापरीत असे. त्याच्या काळात 'थंड दिरंगाई'[४६४] ची जागा विलक्षण कृतिशीलतेने घेतली. तत्त्वतः प्रत्येकाचा जरी एकतंत्री सत्तेला विरोध होता, तरीही सर्वजण कर्झनकडेच येत असत. ही गोष्ट व्हाइसरॉय व त्याचे 'जोरदार रेट देण्याचे धोरण'[४६५], यांना अनुकूलच होती. कर्झनने ज्यावेळी इराणच्या आखाताला भेट दिली, त्यावेळी हंगामी व्हाइसरॉयची कोणतीच व्यवस्था ब्रिटिश सरकारने केली नाही व एकप्रकारे कर्झनच्या कारभाराला मूक संमतीच दर्शविली. आपण फक्त देखरेख ठेवत आहो असा ऐकेकाळी कर्झनचा दावा होता. [४६६]परंतु खरे पाहता तो अगदी बारीकसारीक तपशिलाबाबत सूचना देई व त्यावर नियंत्रण ठेवी. उदाहरणार्थ, प्राणिसंग्रहालय पाहावयास जाणाऱ्या लोकांनी कॅमेरे नेण्यास परवानगी असावी किंवा नाही ही गोष्ट. याचा परिणाम असा झाला की, 'सध्याच्या व्हाइसरॉयने प्रत्यक्ष आदेश दिल्याखेरीज भारतात एखादी चिमणी पंखसुद्धा फडफडवू शकत नसे.'[४६७]

सरकारला आपण नुसते नव्या दमाचे नेतृत्वच दिले नाही तर उच्च ध्येयांनी प्रेरित केले[४६८], असे कर्झनचे म्हणणे होते. हे काही अंशी खरे होते. उदाहरणार्थ, वंश व जातीचे विचार बाजूला ठेवून सर्वांना सारखाच न्याय मिळाला पाहिजे, असा त्याचा आग्रह होता. शिवाय भारतातील ब्रिटिश सैन्याने कर्झनच्या मते खिश्चन व सभय लोक यांना साजेसे असणारे[४६९] असे योग्य वर्तन करावे यासाठी त्यांच्यावर धार धरली. या त्याच्या कृत्यांमुळे तो त्याच्या भारतातील देशबांधवांमध्ये अतिशय अप्रिय ठरला. तो अलिप्त व सहानुभूतिशून्य आहे, अशी त्यांनी त्याची नालस्ती केली. अशी प्रतिक्रिया अपरिहार्य व अपेक्षितच होती. त्याच्या काळच्या एका महान नागरिकाच्या भाषेत सांगायचे तर न्याय्यपणे वागण्याचा त्याचा एकमेव मार्ग म्हणजे अमानुष वागणे हा होता[४७०] या अप्रियतेची कल्पना कर्झनला होती व ती त्याने खुषीने पत्करली, याबद्दल मात्र त्याला योग्य ते श्रेय दिलेच पाहिजे.

तथापि, हे ध्येय मुख्यत्वे शासकीय होते. कर्झन सरकारपुढे राजकीय उद्दिष्टे

नव्हती. भारताच्या कारभाराचा तोंडावळाच आपण बदलून टाकला व सार्वजनिक कारभाराच्या सगळ्या खात्यांमधील कारभाराचा दर्जा उंचावला[४७१] हा कर्झनचा दावा रास्त असला तरी, आपल्या कारकिर्दीला एखाद्या जागृत व उदात्त ध्येयाचे अधिष्ठान त्याने दिले नाही. व्हाइसरॉय म्हणजे एक प्रबुद्ध हुकुमशहा असला पाहिजे, असे कर्झनला वाटत होते. त्याने सर्वत्र संचार करावा, सगळ्या गोष्टींचे निरीक्षण करावे, आपल्या प्रजाजनांना सहानुभूतिपूर्ण निःपक्षपातीपणाने वागवावे व खरोखरीच पात्रता असलेल्या प्रत्येक व्यक्तीला उत्तेजन द्यावे.[४७२]भारतातील ब्रिटिश राजवटीपुढे दोन मोठे धोके उभे होते. एक म्हणजे कमी दर्जाच्या इंग्रजांचा वंशविषयक गर्व व बेशिस्त मनोविकार व दुसरे म्हणजे भारताच्या हिताविषयी ब्रिटिश सरकार उदासीन व अन्यायी आहे ही समजूत.[४७३] म्हणून आपल्या हाताखालच्या अधिकाऱ्यांना त्याने जनतेशी प्रेमाने वागण्याचा सल्ला दिला.[४७४] आणि ब्रिटिश जनतेला 'सावकार आणि वकील यांच्या संयुक्त चातुर्याला लाजवील' अशा रीतीने न वागता 'भारताविषयी कळकळ आणि आदर दाखविण्याची विनंती केली.'[४७५] 'आज जरी भारताला ब्रिटिश साम्राज्याच्या सर्वात मोठ्या भागीदाराचे स्थान प्राप्त झालेले नसले तरी कधी ना कधी ते होणारच आहे.[४७६]म्हणून आपल्यावर अवलंबून असलेल्या भारताला त्या रास्त स्थानी नेण्याचा आपण प्रयत्न करावा.' भारताची आपल्याला कळलेली बाजू मांडताना कर्झन केव्हाही कचरला नाही.' माझे आद्यकर्तव्य माझ्या मतदारांसंबंधी आहे व ते मतदार म्हणजे भारतीय जनता. तिचे हित धुळीला मिळविण्याआधी मी राजीनामा देईन.'[४७७]

वस्तुतः ही उद्दिष्टे खरोखर कितीही प्रशंसनीय असली तरीही तत्कालीन भारताच्या दृष्टीने फार अपुरी होती व कर्झनला त्याची जाणीव होती.

'प्रिय गॉडले, भारताच्या शासनात सर्व प्रकारे सुधारणा करण्याची मला आच आहे. आपण नेमके कोणत्या दिशेने पुढे जात आहोत हे कळून घेता यावे व ते सतत करता यावे यासाठी आपल्या धोरणात तत्त्वनिष्ठा, योग्य दिशा व सातत्य आणावयास हवे. कारण आपला कारभार समानतेचा असावा व आपले वसाहतीचे राज्य चिरकाल टिकावे, हा माझा एक हेतू आहे. पुढारलेल्या एतद्देशीयांना फक्त घटनात्मक सुधारणेची कदर वाटते. त्यांना या देशाच्या कारभारातील मोठा वाटा हवा आहे. व त्यांच्या दृष्टीने न्याय, समानता, सहानुभूती, समान वागणूक यांच्यापेक्षा राज्ययंत्रणेत मोठा वाटा मिळणे जास्त महत्त्वाचे आहे. परंतु तो मिळण्याची त्यांची अद्याप पात्रता दिसत नाही व माझ्याकडून त्यांना ते कदापि मिळणार नाही. ही भारताच्या बाबतीत खरी अडचण आहे.'[४७८]

भारताचा राजकीय विकास टाळला गेला तरी ती परिस्थिती जनतेने पचवावी यासाठी या लोकांमधील निष्ठावंतांना सरकारच्या भोवती जमविणे,

न्यायाचा मार्ग अविचलपणे चोखाळणे,कोठेही आढळून येणारी दुःखे व विसंगती यांचे निर्मूलन करणे, आपल्या प्रामाणिकपणामुळे व जोमदारपणामुळे ब्रिटिश सत्ता लोकांना आवश्यक वाटावयास लावणे, ब्रिटनच्या योजनांमध्ये व ब्रिटिश साम्राज्याच्या धोरणात अधिक न्यायाचे व उदार स्थान मिळवून देणे व जातीय दरी सांधण्याचा सतत प्रयत्न करीत राहणे[४७९]आवश्यक आहे, असे कर्झनला वाटत होते.

या कार्याला कर्झनने स्वतःला निष्ठेने जुंपून घेतले व राजकीय प्रगतीच्या मागणीची तो उपेक्षा करीत राहिला. त्याच्या पत्रव्यवहाराच्या खंडांमध्ये भारताच्या जागरूक लोकमताशी संपर्क ठेवण्याविषयी त्याची जी आस्था दिसते, ती फारच विस्मयकारक आहे. सरळ व मवाळ म्हणून ख्यातनाम असलेले गोपाळ कृष्ण गोखले[४८०] हे मध्यवर्ती कायदेमंडळाचे सदस्य होते. त्यांना एक किताब मिळाल्यानंतर ज्यावेळेस कर्झनने त्यांचे अभिनंदन केले त्यावेळी त्यांनी त्याला उत्साहाने प्रतिसाद दिला.

'तुमचे उदार शब्द मी नेहमीच कृतज्ञतापूर्वक जतन करीन आणि ज्या कार्याला मी स्वतःला सर्व शक्तींनिशी वाहून घेतले आहे व पुढेही घेईन, त्या कार्यात ते शब्द मला नेहमी उत्तेजन देत राहतील. ते कार्य म्हणजे या भूमीवर या दोन वंशांना अधिक जवळ आणणे. त्यायोगे भारताला ब्रिटिश अधिपत्याखाली आणण्याचा ईश्वराचा हेतू सर्वात उत्तम रीतीने पूर्ण केला जाईल.'[४८१]

तरीही गोखल्यांची सेवा कारणी लावण्याचा प्रयत्न कर्झनने कधीही केला नाही. गोखले व त्यांनी नव्याने स्थापलेला 'हिंद सेवक संघ' यांना महत्त्व दिल्याबद्दल मुंबई सरकारला दोष दिला. भारतातील राष्ट्रीय भावनेला आवाहन करून ती जागृत करावयाची व त्याचवेळी ब्रिटिश राजवटीचा निष्ठेने स्वीकारही करावयाचा[४८२]हे कोणीही करू शकणार नाही, असे व्हाइसरॉयने लिहिलेले आहे. त्याने सुरेंद्रनाथ बॅनर्जींना 'झोंबरा बाष्कळ इसम'[४८३] म्हटले. मुंबईच्या राज्यपालाच्या विनंती वरून त्याने फिरोझशहा मेहतांना मुंबई महानगरपालिकेत सरकारला मदत केल्याबद्दल सरदारपद दिले खरे; परंतु त्याच्याच शब्दांत सांगायचे तर ' त्या माणसावर विश्वास मात्र टाकला नाही.'[४८४]

अर्थात सुशिक्षित भारतीय जनमताची कर्झनविषयीची अप्रीती तीव्र होत गेली असल्यास नवल नाही. १९०० साली त्याने असे नमूद केलेले आढळते, की भारतीय वृत्तसंस्था व जनतेचा उच्च व सुशिक्षित वर्ग विलक्षण उदार व कर्झनशी निष्ठावंत आहेत. त्याच्या भावना व भाषणे याची ते प्रशंसा करतात.[४८५] त्यानंतर तीन वर्षांनंतर त्याने असे लिहिलेले आढळते की 'अगदी स्वर्गातून देवदूत जरी अवतरला तरी एतद्देशीयांचे समाधान करणे किंवा त्यांच्या अविरत टीकेच्या

वर्षावातून तो वाचणे अशक्य आहे.'[४८६] भारतीय पुढाऱ्यांच्या पत्रव्यवहारावरून मात्र असे दिसून येते की त्यांचा भ्रमनिरास १९०४ मध्ये झाला. त्यापूर्वी नाही. दिनशा वाच्छा यांनी गोखल्यांजवळ तो प्रचीतीकारक शब्दांत व्यक्त केला. लॉर्ड कर्झन हा अशियाई व्हाइसरॉय होईल असे 'कोणीसे जे म्हटले आहे तेच खरे ठरले. भारताच्या कारभाराच्या इंग्रजी पद्धती तो विसरला आहे आणि दिवसेंदिवस त्याला कारभाराच्या अशियाई पद्धतीचे अधिक प्रेम वाटू लागले आहे. केवढा हा अधःपात! हा व्हाइसरॉय भारत सोडतेवेळी अत्यंत ओंगळ व तिरस्कृत ठरेल. अगदी लॉर्ड लिटनपेक्षाही वाईट ठरेल.'[४८७] यानंतर एका पंधरवड्याने वाच्छा यांनी लिहिले आहे की, 'या व्हाइसरॉयइतके पोकळ भांडे आपण केव्हाच पाहिले नाही. तो जेवढा पोकळ तेवढाच अप्रामाणिकही आहे.'[४८८] त्याच्या नंतरच्या वर्षी 'सगळीकडे खोडसाळपणा करणाऱ्या त्या उच्चपदस्थ अजगराला कायदेमंडळात खाली ओढल्याबद्दल वाच्छा यांनी गोखल्यांचे अभिनंदन केले.

कर्झनच्या दिवास्वप्नासारख्या घोषणांचे मूल्यमापन उपरोक्त उद्गारांच्या संदर्भात करावयास हवे. त्याला असे वाटत होते की, एका क्षणात त्याच्या कारभाराविषयीच्या आदरभावनेमुळे संपूर्ण भारत त्याच्या जवळ आला होता. एक बंगालचा अपवाद वगळता सर्व प्रांतातील, सर्व वर्गातील व जमातीतील लोकांनी त्याच्या प्रयाणाच्या वेळी निरोपादाखल त्याची जशी प्रशंसा केली, तशी दुसऱ्या कोणत्याच व्हाइसरॉयच्या वाट्याला आली नसेल. अगदी रिपनलाही फक्त भारतीयांचीच प्रशंसा लाभली होती. 'आश्चर्यकारक अशा प्रज्ञेच्या झोतात लोकांना योग्य ती दृष्टी लाभलेली दिसते. जी मान्यता मिळविण्याची मी वर्षानुवर्षात अपेक्षा केली नव्हती. तिचा भारतातील जवळजवळ प्रत्येक प्रातिनिधिक संस्थेकडून माझ्यावर वर्षाव होत आहे.'[४८९] परंतु वस्तुस्थिती अशी होती की कर्झन पराभूत होऊन ब्रिटनला परतला. एक अपयशी व्हाइसरॉय म्हणून सुटकेचा निःश्वास टाकून त्याला भारतीयांनी निरोप दिला. व्हाइसरॉय या नात्याने त्याची कारकीर्द महत्त्वाची मानली जात असल्यास त्याला कारण भारतातील घटनांचा विकास कर्झनने बुद्धिपुरस्सर केलेल्या प्रयत्नांमुळे झाला हे नसून कुमारी आयरिस मर्डोक यांच्या 'द बेल' या कादंबरीतील एका व्यक्तिरेखेच्या शब्दात सांगायचे तर, 'आपल्या कृती गलबतांप्रमाणे असतात. ती समुद्रात हाकारली जाताना आपण पाहतो. परंतु केव्हा व कोणता माल घेऊन ती बंदरात परततील हे मात्र सांगता येत नाही.' कर्झनने केलेली बंगालची फाळणी, त्याला नकळत, फार मोठ्या घटनांची नांदी ठरली. त्याने हाकारलेली गलबते नंतर कित्येक वर्षांनी 'स्वातंत्र्य घेऊन बंदरात परतली.'

❑

प्रकरण सहावे

निष्कर्ष

आढावा घेतल्यानंतर एकंदर घटनांच्या तपशिलामागे कोणती तत्त्वे व कामगिरी होती याची कल्पना येण्यास मदत होते. प्रारंभी हुजूरपक्षीय किंवा लिबरलपक्षीय या दोघांनाही भारताविषयी सुस्पष्ट कल्पनाच नव्हत्या. हिंदुस्तानच्या कारभाराविषयी तरतुदी करणारा १८५७ चा कायदा आणि ब्रिटिश राजवटीची उद्दिष्टे स्पष्ट करणारा राणीचा जाहीरनामा ह्या दोन्ही गोष्टींचे उत्तरदायित्व हुजूरपक्षीय सरकारवर असले तरी हुजूरपक्षीय ध्येयाचे त्यास खास करून प्रतिबिंब पडलेले आढळत नाही. आपल्या एका प्रयत्नाचे हसे झाल्यानंतर दुसऱ्या वेळी डिझरेलीच्या इंडिया ॲक्टच्या रूपाने पार्लमेंटला मान्य होण्याजोगी शासनयंत्रणा भारताला दिली गेली असली, तरी धोरणविषयक काही निश्चित अशा कल्पनांचा त्यात अंतर्भाव आढळत नाही. ज्या स्वरूपात अखेर जाहीरनामा निघाला त्या स्वरूपात तो खुद्द राणीनेच तयार केलेला होता. त्यात सरकारचा मोठासा वाटा नव्हता. जाहीरनाम्याचा पहिला मसुदा राणीने परत केला व 'दहा कोटींहून अधिक पौर्वात्य लोकांशी सार्वभौम सम्राज्ञी बोलत आहे हे ध्यानात ठेवून'[१] तो पुन्हा लिहून काढण्यास लॉर्ड डर्बी यांस सांगितले. हिंदुस्तानातील धर्म आणि रुढी यांचे निर्मूलन ब्रिटिश सत्ता करणार असल्याचा त्यातील उल्लेख वगळून त्याऐवजी तिने धार्मिक सहिष्णुतेचे अभिवचन दिले. गव्हर्नर-जनरल कॅनिंग याच्या सांगण्यानुसार सार्वत्रिक नुकसानभरपाई जाहीर केली.

तथापि, हिंदुस्तानच्या नवीन शासनयंत्रणेवर उदारमतवादाचा विशेष प्रभाव पडलेला दिसत नाही. कॅनिंग हा पीलचा अनुयायी व ग्लॅडस्टनचा निकटचा स्नेही होता. तरीही १८५७ नंतर त्याने भारताविषयी जे धोरण आखले ते हुजूरपक्षीय धोरणाकडे झुकणारे होते. भारतीय समाजातील वरच्या वर्गाचा पाठिंबा मिळवून ब्रिटिश राजवट बळकट करण्याचा भारतीय संस्थानिकांची निष्ठा वाढविण्याचा व ब्रिटिश सत्तेला स्थैर्य आणण्यात त्यांना स्वारस्य प्राप्त करून देण्याचा त्याचा प्रयत्न होता. संस्थानिकांच्या खालच्या स्तरामध्ये पिढीजात जमीनदारांचा पाठिंबा मिळविण्याचा कॅनिंगने प्रयत्न केला. ज्या ठिकाणी असा जमीनदारवर्ग अस्तित्वात नव्हता तेथे त्याने तो निर्माणही केला.

भारतीय सरदारवर्गाचा विकास करण्याच्या आपल्या प्रयत्नांमुळे ब्रिटिश व भारतीय यांच्या परस्परसंबंधातील कटुता थोडी कमी होईल, अशी कॅनिंग यास आशा

होती. कारण सरकार भारतीयांना आदारपूर्वक वागवीत आहे असे हिंदुस्थानातील इंग्रज लोकांना दिसले, तर ते देखील सरकारचा कित्ता गिरवितील, असे त्याला वाटत होते. प्रत्यक्षात मात्र कॅनिंगला अपेक्षित असलेले कुठलेच परिणाम त्याच्या धोरणाने साध्य झाले नाहीत. सरंजामशाही घटक बलशाली करण्यामुळे भारतीय जनतेचा ब्रिटिश राजवटीला पाठिंबा मिळाला नाही किंवा या दोन वंशांमधील परस्परसंबंधही सुधारले नाहीत. बंडाच्या कालखंडात ज्या भावनांनी कॅनिंग प्रेरित झाला होता, त्या भावना हे भारतविषयीच्या उदारमतवादी विचारसरणीचे उगमस्थान होते. परंतु व्हाइसरॉय या नात्याने त्याने आखलेल्या धोरणांमागे ज्या कल्पना होत्या, त्या मात्र निष्फळ हुजूरपक्षीय प्रयत्नांच्या स्वरूपाच्याच निघाल्या.

कॅनिंगच्या प्रयाणानंतर काही वर्षे भारतात विशेष काही घडामोडी घडल्या नाहीत. एल्जिनचा मृत्यू फार लवकर घडला व लॉरेन्स येथे फार उशिरा आला. ब्रिटनमधील राजकीय पक्ष विशेष आस्था दाखवीत नव्हते. दुर्दैवाची गोष्ट म्हणजे ग्लॅडस्टनचे लक्ष आधी इटलीमध्ये व नंतर आयर्लंडमध्ये इतके गुंतले होते की, भारताविषयी सलगपणे विचार करणे त्याला जमलेच नाही. डिझरेलीची कल्पनाशक्ती अद्याप निद्रिस्तच होती व १८५८ साली व्हाइसरॉयपद रिकामे असते तर आपण त्या पदावर गेलो असतो ही अपेक्षा त्याला शिवलेली नव्हती. नंतर १०वर्षांनी डिझरेलीने ज्यावेळी विरोधी पक्षाला मिळण्याचे ठरविले त्यावेळी भारतविषयक निश्चित स्वरूपाच्या हुजूरपक्षीय धोरणाचा प्रारंभ करणारे पहिले पाऊल टाकले गेले, हे वदतोव्याघाताचे एक उदाहरणच होय. मेयोसारख्या निश्चित विचार सरणीच्या आणि निश्चित कृती करू शकणाऱ्या व्यक्तीचे नाव व्हाइसरॉयपदासाठी सुचविणे, हे डिझरेलीचे भारतावर सर्वात मोठे उपकार होते. अफगाणिस्तानबाबतचे भारतीय सरहद्दीच्या पलीकडे हस्तक्षेप न करण्याचे लॉरेन्सचे धोरणच पुढे चालू ठेवावे, अशी लिबरल सरकारची सूचना असताना देखील मेयोने, एकीकडे पूर्ण अलिप्तता व दुसरीकडे बांधिलकी यांच्या मधला मार्ग स्वीकारण्याचे ठरविले. त्याने अमिराची भेट घेतली, ब्रिटिशांची मैत्री आणि पाठिंबा सामान्य स्वरूपात घोषित करणारे पत्र त्याला दिले आणि त्याच्यावर बरीच छाप पाडली. या सर्व घटनांचा अफगाणिस्तान पलीकडेसुद्धा बराच प्रभाव पडला व रशियाशी आत्मविश्वासाने वाटाघाटी करणे मेयोला शक्य झाले. भारतात कारभारावर कडक नियंत्रण न ठेवण्याचे जे धोरण लॉरेन्स आणि स्टॅफर्ड नॉर्थकोट यांनी आखून दिले होते, ते बदलून मेयोने केंद्रशासित कारभारावर मोठा भर दिला. भारतात ब्रिटिश राजवट कायम राहणार आहे, याविषयी मेयोला यत्किंचितही शंका नव्हती. ती समर्थनीय ठरावयास त्याच्या दृष्टीने कार्यक्षम शासन हेच एकमेव

कारण होऊ शकले असते. भारताचा कारभार उत्तम प्रकारे चालवावा हे ब्रिटनचे कर्तव्य आहे. ते पूर्ण केल्याशिवाय कोणत्याही प्रकारची महत्त्वाची राजकीय सुधारणा भारतात शक्य नाही, अशी त्याची खात्री होती. वॉरन हेस्टिंग्ज व डलहौसी यांनी प्रारंभ केलेले हे पायाभूत कार्य मेयोने पुन्हा हाती घेतले आणि मेयोचे हे कार्य तडीला नेणे पुढे कर्झनने हाती घेतले.

मेयोच्या आकस्मिक मृत्यूमुळे ग्लॅडस्टनला आपल्या स्वतःच्या निवडीचा व्हाइसरॉय भारतात पाठविण्याची व उदारमतवादी धोरणाची अंमलबजावणी त्याच्याकडून निश्चितपणे करवून घेण्याची संधी मिळाली. एव्हापर्यंत आपल्या इतर व्यापातून मिळालेल्या फुरसतीमध्ये ग्लॅडस्टनने भारताविषयीच्या आपल्या दृष्टिकोनाला रंगरूप देण्यास सुरुवात केली होती. सर्व माणसे समान आहेत असा ग्लॅडस्टनचा विश्वास होता. भारतीयांची ध्येये व भावना यांविषयी त्याला आदर होता. तसेच ब्रिटिशांची कर्तव्ये त्याला मान्य होती. ह्या सर्व गोष्टींमुळे ग्लॅडस्टन अशा निष्कर्षाला येऊन पोहोचला की, जरी ब्रिटिश राजवट भारतात चिरस्थायी होण्याची शक्यता असली तरीही ब्रिटिशांचे आद्य कर्तव्य ती चिरस्थायी करणे हे नसून भारतीयांना स्वतःची जबाबदारी उचलण्याचे शिक्षण, देणे हे होते. ब्रिटिशांच्या भारतावरील विश्वासाला मेयोने न दिलेला राजकीय गाभा ग्लॅडस्टनने दिला. परंतु या कार्याच्या दृष्टीने नॉर्थब्रुकसारखा अपरिवर्तनीय विचारसरणीचा माणूस ही योग्य निवड नव्हती. हुजूरपक्ष ज्यावेळी परत अधिकारपदावर आला आणि भारतात व भारताबाहेरदेखील मेयोचेच धोरण पुढे चालू ठेवण्याचे त्यांनी योजले, त्यावेळेस नॉर्थब्रुकच्या बाबतीत त्यांचीसुद्धा निराशा झाली. अफगाणिस्तानात कृतिशील प्रभुत्व राखण्याचे मेयोचे धोरण पुढे चालू ठेवण्यास व्हाइसरॉयने नकार दिल्याने व एकंदरीत शासनाला आवश्यक ती प्रेरणा देण्यात तो अपयशी झाल्यानेच नॉर्थब्रुकला राजीनामा देण्यास प्रेरित करणे साल्सबरीला भाग पडले.

हुजूरपक्षीय साम्राज्यवादाच्या नव्या शिकवणीवर श्रद्धा ठेवणाऱ्यांना मेयो आणि साल्सबरी यांची उद्दिष्टे फारच रुक्ष वाटली. भारताचे संरक्षण ही त्यांच्या दृष्टीने फारच मर्यादित स्वारस्याची गोष्ट होती. त्यांना ब्रिटन ही आशियातील एक महान सत्ता बनविण्याची इच्छा होती. या विचारसरणीला संपूर्णतः पाठिंबा असणाऱ्या व्हाइसरॉयची नेमणूक करण्यास, इतर तिघांनी ते पद नाकारल्यानंतर, डिझरेलीने संमती दिली.[२] लिटनला मुख्यत्वे परराष्ट्र धोरणात गम्य होते. अफगाणिस्तानात ब्रिटिशांचा अधिकार प्रस्थापित करून तेथून रशियन वर्चस्वाचे उच्चाटन करण्यास तो उत्सुक होता. अमिरावर दबाव आणण्याच्या त्याच्या प्रयत्नास ब्रिटिश सरकारचा पाठिंबा होता. परंतु रशियाशी होणाऱ्या संभाव्य युद्धाच्या शक्यतेचा तो ज्या बेफिकिरीने विचार करीत

होता, त्याबद्दल त्यांनी काळजी व्यक्त केली. साल्सबरीने लिटनला ताळ्यावर आणले. पण लवकरच साल्सबरीच्या जागी क्रॅनब्रुक आला व लिटन आपल्याच मर्जीप्रमाणे वागू लागला. लंडनहून आलेल्या सूचनांचे उल्लंघन करून अफगाणिस्तानमधील मोहीम त्याने घडवून आणली व आपल्या मागण्या मान्य करण्यास अमिराला भाग पाडले. त्याच्या या नेत्रदीपक यशामुळे टीका जरा झाकोळली गेली खरी, परंतु थोड्याच महिन्यांच्या अवधीत काबुल येथे नव्याने नेमलेल्या ब्रिटिश रेसिडेंटचा खून झाला व एक नवीन लष्करी मोहीम हाती घ्यावी लागली. त्या मानाने भारतात मात्र लिटन ब्रिटिश सरकारच्या सूचनांना बराचसा अनुसरून वागत असे. साल्सबरीच्या आदेशानुसार त्याने ब्रिटिश सुती मालावरील जकात कमी केली. डिझरेलीचे समाधान व्हावे म्हणून सम्राज्ञी म्हणून राणीच्या नावाची द्वाही फिरविण्यासाठी दरबार भरविला. तसेच समाजाच्या वरच्या स्तरातील लोकांचे सहकार्य मिळविण्याच्या कॅनिंगच्या धोरणाचे त्याने पुनरुज्जीवन केले. संस्थानिकांना राजकीय दर्जा देण्याचा प्रयत्न केला. उच्चवर्गीय तरुणांना सरकारी नोकऱ्यांचा मार्ग खुला केला. उलटपक्षी सुशिक्षित भारतीयांना लिटन तुच्छतेने वागवीत असे आणि देशी भाषातील वृत्तपत्रे व नियतकालिके यांची मुस्कटदाबी करण्याचा त्याने प्रयत्न केला. लष्करावर अवलंबून असलेले अनियंत्रित प्रशासन आणि मवाळ जनतेचा हीनपणा हेच भारताला सर्वात योग्य आहे, असे त्याचे मत होते. ही परिस्थिती कायम राखता आली तर, जगातल्या इतर कुठल्याही सरकारपेक्षा या सरकारला चिरस्थायी होण्याची जास्त शक्यता आहे, असे त्याचे मत होते. लिटनच्या परराष्ट्र व देशांतर्गत धोरणांच्या भग्नावशेषांखाली दडलेल्या फक्त एकाच गोष्टीमुळे त्याचे स्मरण राहिलेले आहे. ती म्हणजे ब्रिटिश व भारतीय यांच्या खटल्यांमध्ये त्याने दाखविलेली न्यायबुद्धी.

लिटनच्या कृत्यांमुळे ग्लॅडस्टनला भारताविषयी वाटणारी जबाबदारीची भावना तीव्र झाली. १८७६ साली, शाही किताबांच्या विधेयकावर विरोधकांच्या बाजूने बोलताना हिंदुस्तानातील ब्रिटिश सत्तेविषयी असे म्हटले आहे की, 'त्या विस्तृत व विलक्षण रीतीने उभारलेल्या वास्तूचे आम्ही आधारस्तंभ आहोत. जोपर्यंत या सत्तेशी निगडित असलेले एखादेही कर्तव्य करावयाचे राहिलेले आहे, तोपर्यंत त्या सत्तेचे रक्षण करणे हे आपले कर्तव्य आहे.'[३] या सत्तेचा लिटनने जो वारेमाप दुरूपयोग केला त्याचाच ग्लॅडस्टनला मोठा धक्का बसला. त्याने असे ठामपणे सांगितले होते की, भारतीयांच्या हितासाठीच भारताचा कारभार चालविला जाईल. ब्रिटिश राजवटीचे स्थैर्य शक्य व आशादायक ठरविणाऱ्या या एकमेव

आधारावरच ब्रिटिशांची भूमिका उभी होती. ते कोणत्याही स्वार्थी हेतूने या आपल्या आद्य व सर्वोच्च कर्तव्यापासून ढळणार नव्हते. भारतीयांना याची जाणीव होती. म्हणूनच त्यांची गाऱ्हाणी कितीही असली तरी ब्रिटिश राजवट आपल्याला उपकारक आहे याचा इन्कार करण्याचा त्यांचा कल नाही, अशी त्याची खात्री होती. हीच त्याच्या मते, 'समाधानपूर्ण आश्चर्याची' गोष्ट होती. भारतीय बहुजनसमाज निष्ठाशून्य आहे हे लिटनच्या कारकिर्दीमागील गृहीतक त्याला फार दुःखद वाटत होते.[४] भारताविषयीची वस्तुस्थिती ही इतक्या सहजासहजी समजण्यासारखी नव्हती.

'मूलतःच भिन्न अशी दोन धोरणे आहेत. त्यापैकी चुकीचे धोरण सध्या प्रभावी ठरत आहे. एखाद्या लहान मुलाने आपल्या बाहुलीला जसे वागवावे, तिचे जसे इतर मुलांपासून रक्षण करावे तशा प्रकारचे एक धोरण आहे. दुसरे भारतात आपली राजवट स्थिर करण्याच्या सर्व आशा भारताचे प्रशासन चांगल्या रीतीने करण्यावर अवलंबून ठेवणारे आहे. आपण फक्त त्यांची व आपली साध्ये समान ठेवूया. घेण्यापेक्षाही अधिक देण्याची आपली इच्छा आहे असे त्यांना वाटू द्या. तसेच आपल्या स्वार्थी हेतूमुळे त्यांच्या हितसंबंधांची पायमल्ली होणार नाही, असेही त्यांच्या लक्षात येऊ द्या. हिंदुकुश पर्वताच्या सीमेवर आपण जी संरक्षक फळी उभारली आहे, ती आपल्या स्वतःपेक्षाही भारतीय जनता व तिचे हित यांच्या रक्षणासाठीच आहे; ही श्रद्धा जर भारतीय मनामध्ये आम्ही निर्माण केली नाही तर निव्वळ भौतिक संरक्षणावर आमचे विचार व साधने आम्ही व्यर्थच उधळली असे होईल.[५]

त्यामुळे इ.स. १८७६ ते १८८० या चार वर्षांच्या कालखंडात ग्लॅडस्टनने, खिश्चन संस्कृतीबाहेरील सर्व मानवांनाही तेवढेच हक्क असतात, भारतीयांच्या भावना व इच्छा यांचाही विचार केला जावयास हवा, तसेच ब्रिटनला भारतात एक कर्तव्य पार पाडावयाचे आहे, या तत्त्वप्रणालीचा विचार अधिक विस्ताराने मांडला. ही तत्त्वे हिंदुस्तानातील लिबरलपक्षीय धोरणाची सूत्रे होती व रिपनच्या दृष्टीने त्याला मिळालेले आदेश होते. त्यामुळे त्याने अफगाणिस्तानातून ब्रिटिश सैन्य मागे घेतले व तेथील राज्यकर्त्यांबरोबर मैत्रीचा तह केला. परंतु भारतात मात्र स्थानिक संस्थांद्वारा राजकीय शिक्षणाचा प्रसार करण्याच्या त्याच्या प्रयत्नांनी विशेष जोर धरला नाही. या प्रयत्नांत ब्रिटिश समाजाशी त्याला जो लढा द्यावा लागला त्यात निश्चयाच्या अभावाखातर तो उणा पडला. त्याच्या व्यक्तिगत उणिवांखातर त्याची तत्त्वे मागे पडली.

परंतु १८८४ साली रिपनच्या निवृत्तीबरोबर लिबरल प्रयोग संपुष्टात यावयाचा नव्हता. खरे म्हणजे चार वर्षे कारभार केल्यानंतर, आपली कारकीर्द संपण्यापूर्वीच, रिपन निवृत्त झाला होता. कारण ग्लॅडस्टन सरकार अधिकारावर असेपर्यंतच

आपल्या वारसदाराची निवड त्यांना करता यावी, असा त्याचा उद्देश होता. परंतु डफरिनची कामगिरी फक्त परराष्ट्रसंबंधातीलच होती. व तीदेखील लिबरलपक्षापेक्षाही हुजूरपक्षाला रुचण्याजोगी होती. भारतात त्याने प्रारंभी जमीनदारवर्गाचा अनुनय केला, मुस्लिमांना वेगळे काढले, नंतर मध्यमवर्गाची प्रशंसा मिळविण्याचा प्रयत्न केला व अखेर किंचित नाराजीच्या मनोवृत्तीनेच तो भारतातून गेला. रिपनजवळ धारिष्ट्य नव्हते; तर डफरिनकडे व्यापक दृष्टी नव्हती व गतिशील वृत्ती नव्हती. दोघांनी मिळून आठ वर्षांच्या लिबरल पक्षाच्या कारकिर्दीत कुठलेही तात्कालिक यश मिळणार नाही एवढेच साध्य केलेले दिसते. तरीही या पराभव व निराशेतूनही एक विजय सावकाश मिळालेला दिसतो. रिपनची कारकीर्द हुकमतीची नसली तरी तिला एक विशिष्ट व्यक्तित्व होते. त्यामुळे आपल्या राजकीय व सामाजिक प्रगतीसाठी आपल्या राज्यकर्त्यांबरोबर कार्य करण्याची शक्यता आहे हे भारतीयांना जाणवले.

तथापि, त्यापाठोपाठ स्फूर्तिशून्य शासनाचे एक दशक अवतरले. हुजूरपक्षीय व उदारमतवादी या दोघांचीही भारताविषयीची आस्था कमी झाली. भारतीय संस्थानिकांना उमरावाचा दर्जा दिला जावा ही सुदैवाने अमलात आणली न गेलेली सूचना, हीच साल्सबरीची एकुलती एक शिफारस होती. तर ग्लॅडस्टनला भारताविषयी वाटणाऱ्या कळकळीची पुसटती खूण फक्त उरली होती... तसेच व्हाइसरॉयांची निवड करताना ब्रिटिश सरकारदेखील काही स्वतःच्या कल्पना व धोरण असलेल्या व्यक्तींची निवड करीत होते, असे दिसत नाही. डफरिनच्या नंतर आलेल्या लॅन्सडाउनने प्रारंभी भारतीय जनमताला प्रतिसाद देण्याचे वातावरण जिवंत ठेवण्याचा प्रयत्न केला खरा, परंतु पहिल्याच संकटाने त्याने पाऊल मागे घेतले, सुशिक्षित भारतीयांशी कठोरतेने वागण्याचे धोरण अवलंबिले. एल्जिननेही ह्याच कल्पकताशून्य वृत्तीने कारभार केला. कारण त्याला स्वतःला काहीच निश्चित मते नव्हती. व्हाइटहॉलमधील अधिकाऱ्यांकडे निर्णयाचे अधिकार असण्यातच त्याला समाधान होते. त्या अधिकाऱ्यांचा हस्तक्षेप बहुधा ब्रिटनच्या फायद्याच्या संकुचित दृष्टिकोनातून झालेला असे.

इ.स.१८९८ च्या अखेरीस भारतात व्हाइसरॉय म्हणून आलेल्या कर्झनने हुजूरपक्षीय मतप्रणालीला तोंडावळा प्राप्त करून दिला. किंबहुना मेयोच्या परंपरेच्या प्रमुख विशेषांचे त्याने पुनरुज्जीवन केले. चांगले प्रशासन आणि हिंदुस्तानातील ब्रिटिश राजवट चिरस्थायी करण्यासाठी हिंदुस्तानच्या विकासाला प्राथम्य ही ती वैशिष्ट्ये होत. प्रशासनाच्या यंत्रणेला त्याने नवी चालना दिली. आवश्यक तेथे तिचे आधुनिकीकरण केले आणि आर्थिक व सामाजिक जीवनाच्या अनेक नवीन

क्षेत्रांपर्यंत तिची कक्षा व्यापक केली. परंतु कितीही प्रशंसनीय असला, तरी हा प्रशासकीय प्रयत्न पुरेसा नव्हता. मेयोच्या मृत्यूनंतर पंचवीस वर्षे लोटली होती. ह्या पंचवीस वर्षांच्या काळात भारतात विकास पावलेल्या राजकीय जागृतीमुळे ग्लॅडस्टनप्रणीत तत्त्वप्रणाली योग्यच नव्हे तर अत्यंत आवश्यक होऊन बसली होती. कार्यक्षम प्रशासन ही एक प्रक्रिया किंवा साधन आहे, साध्य नव्हे. ही गोष्ट कर्झनला कळण्यापलीकडील होती. त्यामुळेच, या सात वर्षात जोमदार उत्साही नेतृत्व देऊनसुद्धा व्हाइसरॉयला कधीच मुत्सद्देगिरीत यश मिळाले नाही. त्याची कारकीर्द त्याने काय मिळविले यापेक्षा त्याच्या विरुद्ध काय काय घडले त्या गोष्टींमुळे संस्मरणीय ठरली. ब्रिटिश हिंदुस्तानच्या प्रख्यात प्रशासकांपैकी कर्झन हा अखेरचा प्रशासक होता. तो रंगमंचावरून निघून जाण्यापूर्वीच रंगमंच पूर्णपणे बदलला होता. १९०५ नंतर भारताला नवी उद्दिष्टे व ध्येये प्राप्त झाली होती व त्यांनी ब्रिटिश राजनीतीला निराळे नवे मार्ग चोखाळणे भाग पडले.

❑

NOTES

CHAPTER 1 (pp. 1-84)

1 Gladstone to Canning 23 July, 1839. Canning Papers, volume of letters from Her Majesty's Ministers, no. 28.
2 Canning to Sir Charles Wood, Secretary of State, 8 Aug. 1859. Wood Papers, India Office - Library, F. 78. box 2A.
3 See M. Maclagan. *Clemency Canning* (London, 1962), p. 21.
4 Palmeston to the Chairman of the East India Company, 2 Sept.1856, Palmeston Papers. B.M. Add. MSS 48580, PP. 272 ff
5 Canning to Granville 19 May 1857, Granville Papers. P.R.O. 30/- 29, box 21.
6 Professor Asa Criggs is of the view that no single event more powerfully affected the mind of that generation in Critain than the massacre at Cawnpore in 1857. (*Victorian People* (London 1954), p. 19.) Professor W.L. Burn has stated that Cawnpore 'was written on the heart of that generation'. (*The Age of Equipoise* (London, 1964), p. 84.)
7 See Sir Keith Feiling, *In Christ Church Hall* (London, 1960), p. 164.
8 See Granville to Canning 10 Feb. 1859, Granville Papers, box 21.
9 Canning to Stanley 19, Oct. 1858, Canning Papers, volume of letters to Secretary of State, no. 127.
10 Granville to Canning 9 Nov. 1857, Granville Papers, box 21.
11 See the reports of the district officers in Foreign Department Proceedings 31 Dec. 1858, no. 1127- 1214.
12 Canning to Stanley 15 Sept. 1858, Canning Papers, volume of letters to Secretary of State, no. 119.
13 Secretary to the Government of India to Local Governments, Allahabad 8 Nov. 1858, no. 519. Home Department, Public Proceedings, 26 Nov. 1858, nos. 75-92.
14 See letters of Secretary to the Government of India 18 Nov. 1858, no. 549, and notes of Members of Council, *ibid*:; Minute of Canning 4 Dec. 1858, Home Department Public Proceedings 17 Dec. 1858, nos. 96-101.
15 Public Despatch of Secretary of State no. 11 dated 31 Jan. 1859 and no. 20 dated 24 Feb. 1859. Foreign Department Secret

Proceedings 30 Dec. 1859, nos. 1944 and 1945.

16 Annual Report on the Administration of the Province of Oudh for 1858-9, Foreign Department Proceedings 5 Aug. 1859, no. 292.

17 *Ibid.*

18 B. 1803; entered Company's army 1819; resident at Baroda 1847-51; resident at Oudh 1855; service in 1857 campaigns; chief commissioner of Oudh 1857-8; member of Viceroy's council 1858-60; 1863.

19 John, first baron Lawrence, b. 1811; arrived in India 1830; service in Delhi and the Punjab; chief commissioner of the Punjab 1853-7; member of India council 1859-63; Viceroy of India 1864-9; d. 1879.

20 Canning to Granville 16 March 1858, Granville Papers, box 21; Secretary to Chief Commissioner of Oudh to the Secretary to the Government of India no. 642 dalcd 10 July, 1858, Foreign Department Secret Proceedings 27 Aug. 1858, nos. 26-45.

21 Foreign Department to Chief Commissioner Oudh no. 3502 dated 6 Oct. 1858. Foreign Department Political Secret Proceedings 5 Nov. 1858. Nos. 191-5.

22 Annual Report on the Administration of the Province of Oudh for 1858-9, op, cit.

23 Secretary to Chief Commissioner to all Commissioners, Circular 12/577 of 1858 dated 15 Oct. 1858. Foreign Department Political Secret Proceedings 12 Nov. 1858, nos. 197-200.

24 Secretary to Chief Commissioner to Government of India no. 1710 of 1858, Foreign Department Proceedings 14 Jan. 1859, nos. 391-6; Canning to Stanley 19 Jan. 1859, Canning Papers, volume of letters to Secretary of State, no, 150.

25 Canning to General Low 15 Feb. 1858, Canning Papers, volume of letters to Members of Council, no. 16.

26 See J. Raj. 'The Introduction of the Taluqdari System. in Oudh'. In T. Raychaudhuri (ed.). Contributions to Indian Economic History, 1 (Calcutta. 1960), P. 57ff. Maclagan, *op. cit.* pp. 176ff.

27 Raj. op.city.; also Secretary to Chief Commissioner to Secretary to Government of India no. 461 dated 12 June 1858, Foreign Department Secret Proceedings 30 July 1858, nos. 70-5.

28 Canning to Granville 31 Jan. 1860, Granville Papers, box 21:

29 Canning lo Wood 27 Feb. 1860, Wood Papers, box 2A,

30 Wood to Canning 10 Oct. 1859, Wood Papers, vol. 1, p. 174.
31 Telegram to Wood 22 Nov. 1859, Wood Papers, box 2A.
32 Canning to Wood 12 Nov. 1859, Wood Papers, box 2A.
33 W.H.Russell, My Indian Mutiny Diary (London, 1957 edition), p.22.
34 Canning to Wood 6 Nov. 1859, Wood Papers, box 2A.
35 *Ibid.* 16 Oct. 1859, Wood Papers, box 2A.
36 *Ibid.* 13 June 1860, Wood Papers, box 2A.
37 Canning to Stanley 29 Jan. 1859, Canning Papers, volume of letters to Secretary of State, no. 152.
38 Canning to Wood 5 May 1860, Wood Papers, box 2A.
39 *Ibid.* 13 and 18 June 1860, Wood Papers, box 2 A; Viceroy's minute on note by Governor of Madras sent to Wood 3 June 1861, Wood Papers, box 2B.
40 Wood to Canning 26 June and 26 July 1860, no. 2, Wood Papers, vol. 3, pp. 74 and 254ff. respectively; the Queen to Wood 19 June I860, Wood Papers, box 4A; Stanley to Wood 31 July 1860, Wood Papers, box 4B.
41 Canning to Stanley 3 April 1859, Canning Papers, volume of correspondence with Stanley, part II, p. 171.
42 Canning to Wood 6 Nov. 1859, Wood Papers, box 2A.
43 Wood to Trevelyan 25 May 1860, Wood Papers, vol. 3, fo. 122; Canning to Wood 13 June, 1860, Wood Papers, box 2 A.
44 Canning to Wood 20 Aug. 1860. Wood Papers, box 2A.
45 Wood to Canning 10 Oct. 1860, no. 2, Wood Papers, vol. 4, fos. 238 ff.
46 Wood to Canning 18 Aug. 1861, Wood Papers, vol. 8, fos. 224ff., and 25 Dec. 1861, Wood Papers, vol. 9, fos. 174ff.
47 Wood to Canning 10 Jan 1862, Wood Papers, vol. 9, fo. 184.
48 Wood to Elgin 18 June 1862, Wood Papers, vol. 10, fos, 304ff.
49 Wood to Elgin 16 Aug. 1862, Wood Papers, vol. 11, fos. 60ff.
50 Elgin to Wood 17 Aug. 1862, Elgin Papers, India Office Library, MSS Euro. F. 83, letter cook volume 2, FOS, 144ff.
51 Wood to Elgin 24 Sept. 1862, no. 1, Wood Papers, vol. 11, FOS. 156ff.
52 Wood to Elgin 18 March 1863, Wood Papers, vol. 12, FOS. I36ff.
53 Lawrence to Cranborne 20 Sept. 1866, Lawrence Papers, India Office Library, MSS Eur. F. 90, letters to Secretary of State,

vol. 3, no.36.

54 Cranborne to Lawrence 19 Nov. 1856, Lawrence Papers, letters from Secretary of State, vol. 3, no. 42.

55 *Ibid.* 27 Feb. 1867, Lawrence Papers, letters from Secretary of State, vol. 4, no. 8.

56 Lawrence to Cranborne 28 March, 1867, Lawrence Papers, letters from Secretary of State, vol. 4, no. 22.

57 Northcote to Lawrence 26 March, 3 April and 20 April 1867, Lawrence Papers, letters from Secretary of State, vol. 4, nos. 13, 16 and 18.

58 Lawrence to Northcote 2 May and 16May 1867, Lawrence Papers, letters from Secretary of State, vol. 4, nos.28 and 31.

59 Canning to Wood 2 Dec. 1859, Wood Papers, box 2A.

60 Secretary to Government North-West Provinces to Secretary to Government of India no. 2473 dated 6 July 1859, Home Department Public Proceedings 16 Sept. 1859, nos. 3-5

61 Letter of Government of India 7 July 1860, Home Department Public Proceedings 7 July 1860, no. 17, reply of the Government of the North-West Provinces no. 1850A dated 16July 1860, Home Department Public Proceedings 3 Aug. 1860, nos. 7-9.

62 Secretary to Government North-West Provinces to Secretary to Government of India no. 2060A dated 7 Aug. 1860, Home Department Public Proceedings 24 Aug. 1860, nos. 42-5.

63 Canning to Wood 1 July, 1861, Wood Papers, box 2B.

64 *Ibid.* 8 Oct. 1861, Wood Papers, box 2B.

65 Wood to Frere 25 Dec. 1861, Wood Papers, vol. 9, fos. 168ff.

66 Lawrence to Wood 16 June 1864, Wood Papers, box 7A.

67 Wood to Lawrence 17 Aug. 1864, Wood Papers, vol. 18, fos. 40ff.

68 Lawrence to Wood 15 Sept. 1864, Wood Papers, box 7A.

69 Wood to Lawrence 31 Dec. 1864, Wood Papers, vol. 19, Fos. 150 ff.

70 Lawrence to Wood 4 Feb. 1865, Wood Papers, box 7B.

71 Wood to Lawrence 10 March. 1865, Wood Papers, vol. 20, Fos. 83ff.

72 Cranborne to Lawrence 2 Jan. 1867, Lawrence Papers, letters from Secretary of State, vol. 4, no. 1.

73 Lawrence to Cranborne 8 and 21 Jan. and 5 Feb. 1867,

Lawrence Papers, letters from Secretary of State, vol. 4, no. 4, 7 and 10.

74 Canning to Ricketts 17 Jan. 1860, Canning Papers, vol. of letters to Members of Council no. 73; Canning to Wood 27 Feb. 1860, Wood Papers, box 2A.

75 Canning to Wood 22 July 1861, Wood Papers, box 2B.

76 Wood to Canning 19 Dec. 1859, Wood Papers, vol. 2, p. 40.

77 Wood toTrevelyan 25 Dec. 1859, Wood Papers, vol. 2, p. 56.

78 Wood lo Canning 3 Jan. I860, Wood Papers, vol. 2, pp. 60ff'. Wood to Frere Aug. 1862, Wood Papers, vol. 11, pp. 46ff.

79 Wood to Trevelyan 9 April 1860 and to Canning 18 April 1860 and 26 July 1860, no. 2, Wood Papers, vol. 3, Fos. 8ff, 28ff. And 254ff. respectively. Wood's idea of recruitment to official service of members of the feudal classes cook shape later, in 1878. As the Statutory Civil Service. -See pp. 117-18.

80 Canning to Wood 5 May 1860, Wood Papers, box 2 A, and 10 April and 18 Oct. 1861, Wood Papers, box 2B; Canning to Granville 3 March 1861, Granville Papers, box 21.

81 Wood to Elgin 18 July 1863. Wood Papers, vol. 13, Fos. 156ff.

82 Elgin to Wood 30 Aug. 1863. Elgin Papers, section 1, Part 1, vol. 5, no. 24.

83 Wood to Frere 17 Aug. 1864, and to Lawrence 1 Sept. 1864, Wood Papers, vol. 18, fos. 42ff., 70ff; respectively; Wood to Lawrence 18, 25, 26 Jan. and 3 Feb. 1865, Wood Papers, vol. 19, fos. 240ff. Also Canning to Granville 29 May 1860, Granville Papers, box 21.

84 Lawrence to Wood 15 Sept. 1864, Wood Papers, box 7A.

85 Ibid 4 Feb. 1865, Wood Papers, box 7B.

86 *Ibid.* 20 Feb. 1865, Wood Papers, box 7B.

87 B. 1820; arrived in India 1839; service in North-West Provinces; chief commissioner of Oudh 1860-5; M.P. 1886-74; d. 1892.

88 B. 1818; joined Bengal civil service 1840; secretary to government of India 1859-62; member of Viceroy's council 1862-7; lieutenant-governor of Bengal 1867-71; governor of Jamaica 1874-7;d. 1878.

89 Winfield to Grey 19 Feb. and 19 March 1866, and Grey to Lawrence 13 Sept. 1866, Lawrence Papers, letters from Members of Council, vol. 3, nos. 7B. 20B and 81.

90 Lawrence to Grey 24 Feb. 1866, Lawrence Papers, letters to Members of Council, vol. no. 32.
91 Sir R. Temple, Men and Events of My Time in India (London, 1882), p. 324.
92 See Maine to Lawrence 28 Sept. 1864. Letters from Members of Council, vol. I, Maine was Law Member in India from 1862 to 1869.
93 Lawrence to Halifax (Sir C. Wood) 1 Sept. 1866, Lawrence Papers, letters to Secretary of State, vol. 3. No. 32.
94 Canning to Stanley 24 June 1859, Canning Papers, volume of letters to Secretary of State, no. 195.
95 The idea is said to have been not that of Canning but of Ricketts, a member of his council. (Sir A. Arbuthnot, Memories of Rugby and India (London, 1910), p. 125.)
96 Canning to Stanley 13 June 1859, Canning Papers, Volume of letters to Secretary of State, no. 192.
97 Minute of Sir Charles Trevelyan 13 July 1859, Home Department Public Proceedings 12 August 1859, nos. 11 and 12.
98 Canning to Wood 8 Aug. 1859, Wood Papers, box 2A.
99 B. 1815; entered Bombay civil service 1834; chief commissioner of Sind 1850-9; member of Viceroy's council 1859-62; governor of Bombay 1862-7; governor of the Cape 1877-80; d. 1884.
100 Frere to Wood 5 Sept. 1859. Wood Papers, box 5A.
101 Stanley to Wood 22 June 1859, Wood Papers, box 4B; Wood to Canning 26 July 1859,Wood Papers vol. 1, pp. 48ff.
102 Canning to Wood 30 Sept. 1859, Wood Papers, box 2A.
103 Ibid- 1 June I860, Wood Papers, box 2A.
104 *Ibid.* 25 May 1860, Wood Papers, box 2A.
105 Wood to Canning 27 Aug. I860, no. 2 and 2 Sept. 1860, Wood Papers, vol. 4, pp. 62ff. and 110ff. respectively; Minutes of Sir B. Frere 29 Dec. 1860, Sir C. Beadon 26 Jan. 1861 and S. Laing 28 Jan. 1861. Home Department Public Proceedings 31 Jan. 1861, nos. 76-80.
106 Stanley to Wood 22 June 1859, Wood Papers, box 4B; Wood to Canning 26 Aug., to Elephinstone Governor of Bombay 31 Aug. and to Trevelyan of Madras 10 Sept. 1859, Wood Papers, vol. 1, pp. 94ff.
107 Wood to Elphinstone 2 Nov. 1859, Wood Papers, vol. 1, p. 202.

108 Canning to Wood 30 Sept. 1859, Wood Papers, box 2A.
109 Frere's minutes 16 March and 29 Dec. 1860, Home Department Public Proceedings 31 Jan. 1861, nos. 76-80.
110 Wood to Canning 27 Aug. 1860, no. 2, Wood Papers, vol. 4, pp 62ff.
111 Canning to Wood 8 Oct. 1860, Wood Papers, box 2A.
112 *Ibid.* 6 Jan. 1861, Wood Papers, box 2B.
113 Wood to Canning 26 March 1861, no. 3 and 26 April 1861, no. 1. Wood Papers, vol. 7, pp. 74ff. and 204ff. respectively.
114 *Ibid.* 9 April 1861, Wood Papers, vol. 7, pp. 126ff.
115 Canning to Wood 10 April 1861, Wood Papers, box 2B.
116 21 July 1861, Granville Papers, box 21.
117 Canning to Wood 2 Sept. 1861. Wood Papers, box 2B; Wood to Canning 3 Aug. and to Denison 1861, Wood Papers, vol. 8, pp. 142ff. and 204ff. respectively.
118 Canning to Wood 22 July 1861, Wood Papers, box 2B.
119 Wood to Canning 3 Dec. 1861, Wood Papers, vol. 9, pp. 142ff.
120 Wood to Canning and to Elgin 10 Feb. 1862. Wood Papers, vol.10, fos. 20ff.
121 Wood to Elgin, 18 March 1862, Wood Papers, vol. 10, fos, l00ff.
122 Wood to Elgin 10 and 19 May 1862, Wood Papers, vol. 10 fos. 220ff.
123 Elgin to Wood 22 July and 2 Aug. 1862, Elgin Papers, letter cook vol. 2, fos. 71ff., and 9 Oct. 1862, Elgin Papers, letter cook vol. 3, fos, 66ff.
124 Wood to Elgin 10 Sept. 1862, Wood Papers, vol. 11, fos. 124ff.
125 Wood to Frere 15 Sept. 1862, no. 1, Wood Papers, vol. 11, fos. 140ff.
126 See Dr B. Chowdhury, 'Growth of Commercial Agriculture in Bengal', ch. 1 in Indian Studies, iv, no. 3 (Calcutta, 1963), pp. 289ff.
127 Acting Secretary Indigo Planters Association to Secretary Bengal Government no. 2 dated 13 March I860, Home Department Proceedings Judicial 19 May I860, no.49.
128 Petition of the Indigo Planters Association to the Lieutenant-Governor of Bengal 13 March 1860. *Ibid.*
129 See the reports of the magistrates of Nuddea and Jessore transmitted by the Commissioner of Nuddea to the Bengal

Government no.71 Ct. dated 13 March 1860. *Ibid.*

130 Secretary Bengal Government to Commissioner of Nuddea no.926 dated 14 March I860. Ibid

131 Secretary Bengal Government to Commissioner of Nuddea no. 1053 dated 21 March 1860; telegram of Governor-General in Council to Secretary of State 26 March 1860. *Ibid.*

132 Sir Charles Trevelyan b. 1807; official service in India 1826-38; assistant secretary to the Treasury 1840-59; joint author of report on permanent civil service 1853; governor of Madras 1859-60; finance member of Viceroy's council 1862-5; d. 1886.

133 Trevelyan to Wood 13 April 1860, Wood Papers, box 3A.

134 Commissioner of Circuit, Rajshahi, to Secretary Bengal Government no. 611 dated 18 April 1860; Secretary Bengal Government to Commissioner of Circuit, Rajshahi no. 1847 dated 21 April 1860; Commissioner of Nuddea to Secretary Bengal Government no. 109 Ct. dated 25 April 1860, Home Department Proceedings Judicial 19 May 1860, no. 49.

135 Wood to Canning 3, 10 and 18 May 1860, Wood Papers, vol. 3, fos. 62ff., 100ff. and 108ff. respectively.

136 Secretary Bengal Government to Commissioner Rajshahi division no. 3280 dated 16 June 1860 and no. 3218 dated 18 June 1860, Home Department Proceedings Judicial 2 July 1860, nos, 1-2(B).

137 B. 1807;joined Bengal civil service 1828; secretary to government 1853; member of Govern or-General's council 1854-9; Lieutenant-Governor of Bengal 1859-62; governor of Jamaica 1866-73;d. 1893.

138 Petition of the Bengal Indigo Planters Association 26 July I860, Home Department Proceedings Judicial 31 Aug. 1860, nos. 41-8.

139 Grant to Wood 9 Aug. 1860, Wood Papers, box 4C.

140 Minute of Grant 17 Aug. 1860, Home Department Proceedings Judicial 31 Aug. 1860, nos. 41-8.

141 Viceroy's Minute 26 Aug. 1860. *Ibid.*

142 Secretary of Government of India to Secretary Indigo Planters Association no. 1640 dated 31 Aug. 1860. Ibid,

143 Secretary of Government of India to Officiating Secretary Bengal Government no. 1639 dated 31 Aug. 1860. *Ibid.*

144 Wood to Grant 24 Sept. 1860, Wood Papers, vol. 4, fo. 202.

145 Wood to Canning 24 Sept. 1860, no. 1, Wood Papers, vol. 4, fo. 174; and 9, 14 and 24 Nov. I860, no. 3, Wood Papers, vol. 5, fos. 58ff., 68ff. and 104ff. respectively.

146 Secretary Indigo Planters Association to Secretary to the Government of India 13 Oct. 1860, Home Department Proceedings Judicial (Land Revenue) 28 Dec. 1860, nos. 36-43.

147 Grant's second minute 23 Nov. I860. Ibid,

148 Grant to Wood 23 Nov. 1860, Wood Papers, box 4C.

149 Secretary to Government of India to Officiating Secretary with Governor-General no. 2707 dated 30 Nov. 1860 and Officiating Secretary with Governor-General to Secretary to Government of India no. 31 dated 24 Dec. 1860, Home Department Proceedings Judicial (Land Revenue) 28 Dec. 1860, nos. 36-43.

150 Wood to Canning 9 Jan. 1861, Wood Papers, vol. 6, fos. 12ff.

151 Wood to Canning 4 Feb. 1861, Wood Papers, vol. 6, fo. 138; Granville to Canning 24 Feb. 1861, Granville Papers, box 21.

152 Stanley to Wood 8 Dec. 1860, Wood Papers, box 4B.

153 Despatch to the Secretary of State no. 3 dated 29 Dec. 1860, Home Department Proceedings (Judicial) 27 Feb. 1861. nos 43-50.

154 Canning to Wood 18 March 1861, Wood Papers, box 28.

155 Wood to Canning 18 April 1861. no. 2, Wood Papers, vol. 7, fo. 184.

156 Canning to Wood 9 May 1861, Wood Papers, box 2B.

157 Grant's minute 19 June 1861, Home Department Proceedings Public 28 June 1861, nos. I03-5A.

158 W. S. Seton-Karr, joined Bengal civil service 1842; president of indingo commission 1860; secretary to Bengal government 1860-1; judge of Calcutta high court 1862-8; vice-chancellor of Calcutta university 1868-9; retired 1870.

159 Secretary Landholders and Commercial Association of British India to Secretary Bengal Government 29 May 1861. *Ibid.*

160 Under -Secretary Bengal Government to Secretary Landholders and Commercial Association of British India no. 1426A dated 3 June 1861. *Ibid.*

161 Canning to Wood 23 June 1861, Wood Papers, box 2B.
162 Seton-Karr to Secretary Bengal Government 29 July 1861, and minute to Grant 30 July 1861, Home Department Proceedings Public 8 August 1861, nos. 34-7.
163 Canning to Wood 31 July 1861, Wood Papers, box 2B.
164 Resolution of the Governor-General in Council 8 Aug. 1861, Home Department Proceedings Public 8 Aug. 1861, nos. 34-7.
165 Landholders and Commercial Association of British India to Secretary to the Government of India 12 Aug. 1861, Home Department Proceedings 15 Aug. 1861, nos. 63/64.
166 Canning to Wood 9 Aug. 1861, Wood Papers, box 2B; Wood to Canning 26 Sept. and 18 Oct. 1861 and 10 Feb. 1862, Wood Papers, vol. 8, fos. 270ff., vol. 9, fos.28ff., and vol. 10, fos. 20ff. respectively.
167 B. 1810; barrister of Inner Temple; law member in India 1852-9; chief justice of Bengal 1859-70; d. 1890.
168 Wood to Canning 10 June 1861, no. 1, Wood Papers, vol. 8, fos. 40ff.
169 Ibid 10 Jan. 1862, Wood Papers, vol. 9, fos. 186ff.
170 Elgin to Beadon. Lieutenant- Governor of Bengal 16 Aug. 1862, Elgin Papers, section 1, part 2, vol. 13, no. 2.
171 Wood to Trevelyan 17 Sept. 1363, Wood Papers, vol. 14. fos. 28ff.
172 Wood to Elgin 1 Oct. 1863. Wood Papers, vol. 14, fos 48ff.
173 Wood to Maine 3 Dec. 1863, Wood Papers, vol. 15, fos. 8ff.
174 Wood to Travelyan 9Dec. 1863, Wood Papers, vol. 15, fos. 38ff.; Lawrence to Wood 3 April 1864. Wood Papers, box 7A.
175 Lawrence to Wood 28 June 1864, Wood Papers, box 7A,
176 Lawrence to Sir Erskine Perry, cited in R.Bosworth Smith, *Life of Lord Lawrence* (London, 1883), 11. 417.
177 J. Beckwith. Secretary to the Landholders and Commercial Association to F. R. Cockerell, Officiating Secretary to Bengal Government 3 May 1864, Home Department Judical Proceedings 13 Sept. 1864. no. 21.
178 See, for example, the report of the Magistrate of Nuddea district in Bengal, 18 March 1864, Home Department Judical Proceedings 18 June 1864. nos. 36-46.
179 Letters of J. Beckwith, Secretary to the Landholders and

Commercial Association to F. R. Cockerell, Offciating Secretary to Bengal Government 14 April and 3 May 1864. Ibid

180 Letter of A. Eden, Secretary to Bengal Government, to the Secretary to the Landholders and Commercial Association, no. 513T dated 4 June 1864. Ibid

181 Note of W.Grey, Secretary, Home Department 13 May 1864. Ibid

182 Note of Lawrence 16 May 1864. Ibid

183 Maine to Lawrence 2/4 April 1864, Lawrence Papers, letters from members of council, vol.1.

184 Note to Maine 20 May 1864, Home Department Judicial Proceedings 18 June 1864, nos. 36-46.

185 Note of Trevelyan 27May 1864. *Ibid.*

186 Wood to Maine 2 August 1864, Wood Papers, vol. 17, fos. 212ff.

187 Trevelyan to Wood 25 July 1864, Wood Papers, box 3B. Maine, however, realized the importance of land questions and believed they were at the root of all conflicts with the masses. See Ancient Law.

188 Wood to Beadon 9 Aug. 1864, Wood Papers, vol. 17, fos. 234ff.; Wood to Maine 16 Aug. 1864, Wood Papers, vol. 18, fos. 6ff.

189 Wood to Maine 9 Sept, 1864, Wood Papers, vol. 18, fos. 108ff.

190 Wood to Maine 7 Jan. 1865, Wood Papers, vol. 19, fos. 188ft

191 Lawrence to Maine 4 April 1864, Lawrence Papers, volume of letters to members of council, 1864-6, no. 3.

192 Lawrence to Wood 15 Jan. 1865, Wood Papers, box 7B.

193 Ibid 18 Feb. 1865, Wood Papers, box 7B.

194 Wood to Maine 19 Feb. 1866, Wood Papers, vol. 22, fos. 189ff.

195 Ripon to Lawrence 3 June 1866, Lawrence Papers,.letters from Secretary of State, vol. 3, no. 22.

196 Lawrence to Northcote 27 April 1868, Lawrence Papers, letters from Secretary of State, vol. 5, no, 29.

197 Strachey to Lawrence 24 Aug. 1868, Lawrence Papers, letters from members of council, vol. 3, no. 100. Sir John Strachey b. 1823; entered Indian civil service 1842; chief commissioner of Oudh 1866-8; member of Viceroy's council 1868-74 and 1876-80; lieutenant-governor of North-West Provinces 1874-6; member of India council 1885-95; d.1907.

198 Lawrence to Cranborne 21 Feb. and 1 March 1867, Lawrence

Papers, letters to Secretary of State, vol. 4, nos. 14 and 15.
199 Lawrence to Northcote 27 April and 29 June 1868, Lawrence Papers, letters to Secretary of State, vol. 5, nos. 29 and 45.
200 Wood to Elgin 3 May 1862, Wood Papers, vol. 10, fos. 208ff.; Wood to Maine 9 Dec. 1863, Wood Papers, vol. 15, fos. 30ff.
201 Maine to Wood 20 Jan. 1864, Wood Papers, box 7C.
202 *Ibid.* 2 April 1864, Wood Papers, box 7C.
203 Wood to Maine 25 Feb. 1864, Wood Papers, vol. 16, fos. 86ff.
204 Wood to Elgin 28 Aug. 1862, Wood Papers, vol. 11, fos. 94ff.
205 Wood to Trevelyan 24 Sept. and to Denison 10 Oct. 1863, Wood Papers, vol. 14, fos.38ff. and 72ff. respectively.
206 Wood to Canning 8 April 1861, Wood Papers, vol. 7, fos. 112ff.
207 Sir Hugh Rose, first Lord Strathnairn. 1801; entered army 1820; led central Indian campaigns 1858; commander-in-chief 1860-5; d. 1885.
208 Wood to Elgin 3 March 1862, Wood Papers, vol. 10, fos. 62ff.
209 *Ibid.* 10 and 19 May 1862, Wood Papers, vol. 10, fos. 220ff.
210 John, 13th baron Elphinstone b. 1807; governor of Madras 1837-42; governor of Bombay, 1853-60; d. 1860.
211 Elphinstone to Wood 15 June 1860, Wood Papers, box 4C.
212 Frere to Wood 8 July 1863, Wood Papers, box 5A.
213 Rose to Elgin 28 March and 7 June 1862, Elgin Papers, Part III, vol. 29, nos. 9 and 57.
214 Elgin to Wood 17 and 22 June 1862, Elgin Papers, section 1, part 1, letter cooks, vol. 1, fo. 130A and vol. 2, fos. Iff. respectively.
215 Wood to Maine 9 Oct. 1862, Wood Papers, vol. 11, fos. 190ff.
216 Wood to Denison 10 June 1863, Wood Papers, vol. 13, fo. 108.
217 Wood to Denison 9 Sept. 1863 and to Maine 30 Oct. 1863, Wood Papers, vol. 14, fos. 16ff. and 128ff. respectively.
218 Wood to Elgin 18 July 1863, Wood Papers, vol. 13. fos, 156ff. - Wood to Maine 27 July 1863, Wood Papers, vol. 13, fos. 192ff.
219 Lawrence to Wood 3 April 1864, Wood Papers, box 7A.
220 Wood to Lawrence 2 May 1864, Wood Papers, vol. 16, fos. 230ff.
221 *Ibid.* 3 June 1864, Wood Papers, vol. 17, fos. 60ff.
222 Lawrence to Wood 22 March 1864, Wood Papers, box 7A.
223 Wood to Frere 4 July 1864, Wood Papers, vol. 17, fos. 140ff.

224 Wood to Denison 11 July 1864, Wood Papers, vol. 17, Fos. 156ff.
225 Wood to Maine 2 and 9 Sept. 1864, Wood Papers, vol. 18, fos. 90ff.
226 Maine to Wood 4 and 9 Dec. 1864, Wood Papers, box 7C.
227 Wood to Maine 9 Jan. 1865, Wood Papers, vol 19, fos. 208ff.
228 *Ibid.* 18 Jan. 1865, Wood Papers, vol. 19, fo. 236.
229 Wood to Lawrence and to Trevelyan 18 Jan. 1865, Wood Papers, vol. 19, fos. 238 and 244 respectively.
230 Lawrence to Ripon 5 March and 4 May 1866 and to Cranborne 17 July and 8 Nov. 1866, Lawrence Papers, letters to Secretary of State, vol. 3, nos. 12, 18. 27 and 49.
231 Cranborne to Lawrence 19 Nov. and 5 Dec. 1866, Lawrence Papers, letters from Secretary of State, vol. 3, nos. 42 and 45.
232 Lawrence to Cranborne 19 Dec. 1866, Lawrence Papers, letters to Secretary of State, vol. 3, no. 58.
233 *Ibid.* 4 Jan. 1867, Lawrence Papers, letters to Secretary of State. vol. 4, no. 2.
234 Northcote to Lawrence 15 Aug. 1867, Lawrence Papers, letters from Secretary of State, vol. 4, no. 36.
235 Lawrence to Northcote 18 Aug. and 18 Dec. 1867, Lawrence Papers, letters to Secretary of State, vol. 3, nos. 49 and 71.
236 Northcote to Lawrence 1 Dec, 1867 and 3 Feb. 1868, Lawrence Papers, letters from Secretary of State, vol. 4, no. 52 and vol 5 no. 4; Lawrence to Northcote 2 March 1868, Lawrence Papers, letters to Secretary of State, vol. 5, no. 13.
237 Home Department Public June 1867, Proceedings, nos. 98-107A.
238 Lawrence to Northcote 25 Aug. 1868, Lawrence Papers, letters to Secretary of State, vol. 5, no. 62.
239 Lawrence to Northcote 7 July 1868, Lawrence Papers, letters to Secretary of State, vol. 5, no. 47.
240 Lawrence to Northcote 25 June 1867, Lawrence Papers, letters to Secretary of State, vol. 4, no. 38. The display of arrogance was also noticed by Sir Charles Dilke who visited India at this time.

'Even a traveller, indeed, becomes so soon used to see the natives wronged in every way by people of quiet manner and apparent kindness of disposition, that he ceases to record the cases... I noticed in all the hotels in India the significant notice : "Gentlemen are earnestly requested not to strike the servants"... It is in India when listening to a mess-table conversation on the subject of looting, that we begin to remember our descent from Scandinavian sea-king robbers' (Greater Britain (1868), II, 222-4).

241 Northcote to Lawrence 24 June and 15 Aug. 1867, Lawrence Papers, letters from Secretary of State, vol. 4, nos. 30 and 36.

242 Lawrence to Northcote 17 Aug. 1867, Lawrence Papers, letters to Secretary of State, vol. 4, no. 48.

243 In 1868 the number of Indian officials employed by the Government of India and drawing a monthly salary of over Rs. 100 was 4039, Home Department Public. 26 Dec. 1868, Proceedings, nos. 65-66(A).

244 Despatch of Secretary of State no. 10 dated 8 Feb. 1868, Home Department Public 4 April, 1868, Proceeding, no. 75.

245 Wood to Canning 26 July and 3 Dec. 1859, Wood Papers, vol. I, fos. 48ff. and vol. 2, fos. 16ff. respectively.

246 Canning to Wood 31 Aug. 1859, and 16 Jan. 1860, Wood Papers, box 2A.

247 Wood to Canning 23 Jan. 1861, Wood Papers, vol. 6, Fos. 72ff.

248 Canning to Wood 20 Dec. 1860, Wood Papers, box 2A, and 1 March 1861, Wood Papers, box 2B.

249 Wood to Canning 10 May 1861, Wood Papers, vol. 7, fo. 238.

250 Elgin to Wood 16 July 1862, Elgin Papers, section 1, part 1, letter cook, vol. 2, Fos. 47ff.

251 Elgin to Wood 21 May 1863, Elgin Papers, section 1, part 1, letter cook, vol. 4, of. 152.

252 G.E. Edmonstone, Lieutenant-Governor of the North-West Provinces to Elgin 19 May 1862, Elgin Papers, section 1, part 2. letter cook, vol. 21, no. 1,

253 Wood to Elgin 25 May, 9 Aug. and'24 Sept, 1862, Wood Papers, vol. 10. Fos. 276ff. and vol. 11, Fos. 50ff. and 166ff. respectively.

254 Wood to Frere 2 Feb. 1863, to Elgin 18 April 1863 and to Frere 18 April 1863, Wood Papers, vol. 12, fos. 62ff. 210ff. And 218ff. respectively.

255 Wood to Elgin 30 Sept. 1863, Wood Papers, vol. 14, of. 54.

256 Wood to Maine 23 Dec. 1863, Wood Papers, vo. 15, fos. 86ff. Ripon to Lawrence 3 May 1866, Lawrence Papers, letters from

Secretary of State, vol. 3. no. 20.

257 B 1804; Lieutenant-Governor of Van Diemen's Land 1846-54; Governor of New South Wales 1854-61; Governor of Madras 1861-6; acting Viceroy 1863; d. 1871.

258 Lawrence to Wood 3 April 1864, Wood Papers, box 7A.

259 Lawrence to Cranborne 17 July 1866, Lawrence Papers, letters from Secretary of State, vol. 3, No 27.

260 Cranborne to Lawrence 27 Aug. 1866, Lawrence Papers, letters to Secretary of State, vol. 3, no. 32.

261 Cranborne to Lawrence 5 and 10 Dec. 1866, Lawrence Papers, letters from Secretary of State, vol.3, nos. 45 and 46.

262 Lawrence to Cranborne 5 Feb. and 21 March 1867, and to Northcote 21 March and 16 May 1867, Lawrence Papers, letters to Secretary of State, vol. 4, nos. 19, 20 and 31.

263 See Secretary, Foreign Department, to Secretary, Punjab Government, no. 355 dated 17 April 1866 and no. 460 dated 7 May 1866, Foreign Department Proceedings April 1866, Political A, nos- 191-5 and May 1866, political A, no. 56 respectively.

264 Viceroy to Afzul Khan, Wali of Cabul, 11 July 1866, Foreign Department Proceedings July 1866, Political A, nos. 52-7.

265 Viceroy to Afzul Khan, 25 Feb. 1867, *Parl. Papers*, 1878, Afghanistan no. 1, p. 14.

266 Lawrence to Cranborne 9 Feb. 1867. Lawrence Papers, letters to Secretary of State, vol. 4 no. 12.

267 Lawrence to Northcote 9 March 1867, Lawrence Papers, letters to Secretary of State, vol. 4, no. 16.

268 Northcote to Lawrence 10 April, 26 June. 1 Oct. and 9 Dec. 1867. Lawrence Papers, letters from Secretary of State, vol. 4 nos. 17, 31,41 and 54.

269 Report by the British Agent at Kabul of his conversation with the Amir 25 Sept. 1868, Foreign Department Proceedings December 1868, political A, nos. 31-44.

270 Lawrence to Northcote 10 Oct. and 16 Oct. 1868, Lawrence Papers, letters to Secretary of State, vol. 5, nos. 72 and 73.

271 Lawrence to Northcote 17 Aug. 1868, and Northcote to Lawrence 17 September 1868, Lawrence papers, letters to Secretary of State, vol. 5, no. 60 and letters from Secretary of

State, vol. 5, no. 45.

272 Viceroy to Shere Ali 9 Jan. 1878, Afghanistan no. 1, pp. 83-4.

273 Lawrence to Wood 27 May 1865, Wood Papers, box 7B; Lawrence to Ripon 20 April 1866, Lawrence Papers, letters to Secretary of State, vol. 3, no. 16.

274 Sir Henry Rawlinson b. 1810; joined Bombay army 1827; service in Persia 1833-9; service in Afghanistan 1839-42; consul at Baghdad 1844-55; minister in Persia 1859-60; member of India council 1868-95; d. 1895.

275 Wood to Lawrence, 27 Feb., 12,28 Aug. and 16 Sept. 1865, Wood Papers, vol. 20, fos. 57ff. and vol. 21, fos. 175, 205ff. and 233ff. respectively.

276 Ripon to Lawrence 3 May and 3 June 1866, Lawrence Papers, letters from Secretary of State, vol. 3, nos. 20 and 22.

277 Lawrence to Cranborne 15 Aug. 1866, Lawrence Papers, letters to Secretary of State, vol. 3, no. 29.

278 *Ibid.* 4 Oct. 1866, Lawrence Papers, letters to Secretary of State, vol. 3, no. 39.

279 Cranborne to Lawrence 27 Aug. 1866, Lawrence Papers, letters from Secretary of State, vol. 3, no. 32.

280 *Ibid.* 2 Oct. 1866, Lawrence Papers, letters from Secretary of State, vol. 3, no. 35.

281 *Ibid.* 10 Dec. 1866, Lawrence Papers, letters from Secretary of State, vol. 3, no. 46.

282 Letters to Lawrence 10 April and 26 June 1867, Lawrence Papers, letters from Secretary of State, vol. 4, nos. 17 and 31.

283 Minute of Lawrence 3 Oct. 1867, Foreign Department Proceedings October 1867, political A, nos. 133-40.

284 Lawrence to Northcote 23 Oct. 1867, Lawrence Papers, letters to Secretary of State, vol. 4, no. 60.

285 Despatch of the Secretary of State 26 Dec. 1867, *Parl. Papers*, 1878, Afghanistan no. 1, pp. 24-6; Northcote to Lawrence 19 Nov. and 9 Dec. 1867, Lawrence Papers, letters from Secretary of State, vol. 4, nos. 49 and 54.

286 Memorandum 20 July 1868, Foreign Department Proceedings Jan. 1869, political A, nos. 50-67.

287 Despatch of the Government of India 4 Jan. 1869, *Parl. Papers*, 1878, Afghanistan no. 1, pp. 43-5.

288 Stanley to Disraeli 17 March 1859, Disraeli papers.
289 See Stanley's letters to Canning 4,9,18 and 25 April 1859, Canning Papers, volume of letters from Secretary of State nos. 103, 106, 109 and 110. James Wilson b. 1805; founded The Economist 1843; M.P. 1847, 1852 and 1857-9; financial secretary to the Treasury 1853-8; paymastergeneral 1859; finance member in India from 1859 till his death in 1860.
290 Canning to Stanley 24 June 1859, Canning Papers, volume of letters to Secretary of State, no. 195.
291 Trevelyan's minute 11 July 1859, Home Department Public Proceedings 22 Dec. 1859, no. 18; Wilson's memoradum on the financial administration of India 11 July 1859, Wood Papers, box 3 D; Wood to Canning 11 July, 26 July and 10 Aug. 1859, Wood Papers, vol. 1, pp. 18ff. 48ff. and 71 respectively.
292 Wilson to Wood 16 Dec. 1859, Wood Papers, box 3D.
293 Canning to Wood 27 Feb. 1860, Wood Papers, box 2A.
294 Wood to Wilson 3 April 1860, Wood Papers, vol. 2. pp. 262ff.
295 Wood to Canning 18 May 1860, Wood Papers, vol. 3, pp. 108ff.
296 To Wood 26 April 1860, Wood Papers, box 4C.
297 Granville to Canning 14 March 1859 and Canning to Granville 17 April 1859, Granville Papers, box 21. '
298 See, for instance, Canning's minute of 18 May 1859, conveyed to the Governor of Madras: 'public functionaries, though they be so high placed as a Governor of Madras, do wisely to confine themselves, even in their criticisms, to matters within the sphere of their own action', Home Department Judicial Proceedings 16 Sept. 1859. no. 6.
299 See Trevelyan's letters to Wood 24,28 July and 5 Dec. 1859 and 4 Jan. and 19 Feb. 1860, Wood Papers, box 3A.
300 Ibid 22 March 1860, Wood Papers, box 3A.
301 Wood to Trevelyan 26 March 1860, Wood Papers, vol. 2, pp. 254ff.
302 Ibid 3 May 1860, Wood Papers, vol. 3, pp. 60ff.
303 Trevelyan to Wood 6 and 13 April 1860 and to Frere 15 April 1860. Wood Papers, box 3A.
304 Ibid 5 May 1860. Wood Papers, box 3A.
305 Canning to Wood, 19 April 1860. Wood Papers, box 2 A; Wood to Trevelyan 10 May 1860, Wood Papers, vol. 3, p. 70.

306 Canning to Granville 17 May 1860, Granville Papers, box 21.
307 To Sir H. Ward, Trevelyan's successor in Madras, 10 July 1860. Wood Papers, vol. 3. p. 226. Nana Sahib and Tatya Tope were leaders in the revolt of 1857.
308 Wood to Canning 11 June 1860, Wood Papers, vol. 3, pp. 156ff.; Canning to Wood 20 July 1860, Wood Papers, box 2A; Canning to Granville 3 March 1861, Granville Papers, box 21.
309 Wood to Sir George Clerk 18 Aug. 1860, Wood Papers, vol. 4, p. 36.
310 Wood to Canning 16 Sept. 1860. no. 1, Wood Papers, vol. 4, pp.152ff.
311 Sir George Cornewall Lewis to Wood 8 Oct. 1860. Wood Papers, box 4D: Wood to Canning 18 Oct I860, Wood Papers, vol. 5, pp. 14ff.; Gladstone to Canning 18 Oct. 1860. Canning Papers, volume of letters from Ministers, no, 41.
312 S. Laing b- 1812; fellow of St. John's College, Cambridge. 1834: M.P. 1852-7, 1859, 1865-8 and 1872-85; financial secretary to the Treasury 1859-60; finance member in India 1860-2; d. 1897.
313 Wood to Canning 3 Dec. 1860, Wood Papers, vol. 5, pp. 154ff.
314 Laing to Wood 22 Jan. 1861. Wood Papers, box 3D.
315 *Ibid.* 2 March 1861, Wood Papers, box 3D.
316 Canning to Wood 5 and 19 Feb. 1861, Wood Papers, box 2B.
317 *Ibid.* 23 June 1861, Wood Papers, box 2B.
318 *Ibid.* 19 and 24 Feb. 1861, Wood Papers, box 2B.
319 Wood to Elgin 10 Feb. and 18 Feb. 1862, Wood Papers, vol. 10. fos. 28ff.
320 Laing to Wood 22 Feb. 1862. Wood Papers, box 3D.
321 *Ibid.* 8 March 1862, Wood Papers, box 3D.
322 Wood to Elgin 3 March 1862, Wood Papers, vol. 10. fos. 62ff.
323 Wood to Laing 26 March 1862, Wood Papers, vol. 10, fos. 120ff.
324 Elgin to Wood 9 April 1862, Elgin Papers, letter book, vol. 1, fos. 39ff.
325 Elgin to Wood 19 March 1862, Elgin Papers, section 1. part 1. letter cook, vol. 1, fo. 13.
326 Laing to wood 8 May 1862, Wood Papers, box 3D.
327 Wood to Elgin 26 May 1862, Wood Papers, vol. 10. fos- 286ff.
328 Elgin to Wood 14 May 1862. Elgin Papers, letter book, vol. 1. fo. 105Aff.

329 Wood to Elgin 25 June 1862, Wood Papers, volume 10, fos. 310ff.
330 Wood toTrevelyan 17 Feb. 1863. Wood Papers, vol, 12, fos. 82ff.
331 Frere to Wood 27 Jan. 1863. Wood Papers, box 5A: Elgin to Trevelyan 13 and 23 Feb. 1863, Elgin Papers, section I. part 2. letter book, vol. 16, nos. 25 and 40: Elgin to Wood 21 Feb. 1863. Elgin Papers, section I, part 1, letter book, vol. 4, no. 30.
332 21 Feb. 1863, Elgin Papers, section 1. part 3, vol. 30, no. 19.
333 Wood to Elgin 9 March 1863, Wood Papers, vol. 12, fos. 118ff.
334 Elgin to Sir R. Napier 30 March 1863. Elgin Papers, section I, part 2. vol. 16, no. 159.
335 Trevelyan to Elgin 11 April 1863. Elgin Papers, section 1, part 2, vol. 23, no.423.
336 Elgin to Wood 21 April and 6 May 1863, Elgin Papers, section-1, part 1. vol.4, nos. 113and 131; Wood to Frere 2 April 1863, Wood Papers, vol. 12, fos. 170ff.
337 Wood to Frere 2 April 1863, Wood Papers, vol. 12, fos. 170ff.
338 Wood to Frere 4 May 1863, Wood Papers, vol. 13. fos. 34ff; Frere to Wood 12 May 1863, Wood Papers, box 5A.
339 Wood lo Maine 25 Dec. 1863, Wood Papers, vol. 15, fos. 122ff.; Wood to Lawrence 25 Feb. 1864, Wood Papers, vol. 16. fos. 70ff.
340 Wood to Lawrence 23 March 1864, Wood Papers, vol.16, fos. 148ff.
341 Wood to Trevelyan 17 June 1864. Wood papers, vol. 17, fos, 104ff.; Wood to Frere 17 Aug. 1864, vol. 18, fos. 42ff.
342 Lawrence to Wood 30 Aug. 1864. Wood Papers, box 7A; Wood to Trevelyan 16 Oct. 1864, Wood Papers, vol. 18_fos.214ff.; Denison. Governor of Madras, to Wood 30 Nov. 1864, Wood Papers, box 3D; Lawrence to Wood 4 Feb. 1865, Wood Papers, box 7B.
343 Wood to Lawrence 10 March 1865, Wood Papers, vol. 20, Fos. 83ff.; Wood to Massey (Trevelyan's successor) 10,17 and 27 March 1865, Wood Papers, vol. 20. fos. 99. 109ff., and 149 respectively.
344 Lawrence to Wood, 4,14, and 17 April, 16 May and 15 June 1865. Wood Papers, box 7B.
345 Wood to Beadon 10 May 1865. Wood Papers, vol. 20, fos. 241ff.;

Wood to Massey 15 May 1865, Wood Papers, vol. 21, fos. 5ff.; Wood to Lawrence 12 Aug. 1865, Wood Papers. vol. 21, fos. 163ff.

346 Wood to Frere 17 May 1865. Wood Papers, vol. 21, fos. 41ff.

347 Lawrence to Wood 15 June 1865, Wood Papers, box 7B.

348 *Ibid.*1Aug. 1865, Wood Papers, box 7B.

349 Wood to Massey 16 Sept. 1865, Wood Papers, vol. 22, fos. 5ff.

350 William Massey b. 1809; M.P. 1855-65 and 1872-81; finance member in india 1865-8; d. 1881.

351 Massey to Wood 22 Oct. 1865, Wood Papers, box 7B; Wood to Massey 16 Dec. 1865, and to Frere.1 Jan. 1866, Wood Papers, vol. 22. fo 89ff. and 127ff. respectively; Massey to Lawrence 10 and 12 Feb. 1866, Lawrence Papers, letters from members of council, vol. 2, nos. 8 and 8A.

352 Lawrence to Ripon 5 and 20 March 1866. Lawrence Papers, letters to Secretary of State, vol. 3. nos. 12 and 13

353 Cranborne to Lawrence 27 Aug. 1866, Lawrence Papers, letters from Secretary of State, vol. 3, no. 32; Lawrence to Cranborne 16 Sept. and 18 Oct. 1866, Lawrence Papers, letters to Secretary of State, vol. 3, nos. 35 and 42.

354 Camborne to Lawrence 3 Nov. 1866, Lawrence Papers, letters from Secretary of State, vol. 3, no. 39.

355 Lawrence to Northcote 9 and 28 March 1867, Lawrence Papers, letters to Secretary of State, vol. 4, nos. 16 and 21.

356 Northcote to Lawrence 10 April, 26 May, 9 June and 24 June 1867, Lawrence Papers, letters from Secretary of State, vol. 4, nos. 17,27,29 and 30.

357 Lawrence to Northcote 7 Dec. 1867 and 7 Jan. 1868, Lawrence Papers, letters to Secretary of State, vol. 4, no. 70 and vol. 5, no. 3.

358 Temple, *op. cit.* p. 337.

359 Elgin to Wood 9 Oct. 1862, Elgin Papers, letter cook, vol. 3, no. 66.

360 Canning to Granville 24 Dec. 1857, Canning Papers, volume of letters to Ministers, no. 7.

361 Canning to Wood 8 Oct. 1860, Wood Papers, box 2A.

362 Canning to Wood 4 March 1862, Wood Papers, box 2B.

363 Bright to Gladstone 9 Jan. 1861, Gladstone Papers, B.M. Add.

MSS 44112, of. 33.

364 Granville to Canning 26 July 1860, Granville Papers, box 21.

365 Canning to Frere 8 Jan. 1861, Canning Papers, volume of letters to members of council, no. 117.

366 Canning to Wood 3 Jan. 1862, Wood Papers, box 2B.

367 To Granville 11 Dec. 1857, cited in Maclagan, *Clemency Canning, p. 140.*

368 '9 heard an educated gentleman say, with the deepest earnestness and apparent sincerity, that he should delight in firing a pistol at Lord Canning's head, and would consider it a highly patriotic and meritorious act.' Sir Frederick Halliday, Lieutenant-Governor of Bengal, cited in R. Bosworth Smith, *Life of Lord Lawrence, vol. 11, p. 264.*

369 Gladstone to Argyll 10 May 1862, Gladstone Papers, B.M.Add.MSS 44099, fo. 124.

370 To Sir A. Gordon 20 June 1862, P. Knaplund (ed.). *The Gladstone-Gordon Correspondence !851-1896* (The American Philosophical Society, 1961), p. 41.

371 See Godley to Lord Elgin 19 Sept 1895,Elgin Papers,India Office Library MSS Eur. F. 84, Correspondence with persons in England, vol. 2, no. 114.

372 Granville to Canning 17 July 1861, Granville Papers, box 21.

373 To Canning 24 Oct. 1857 and 10 May 1860, Granville Papers, box 21.

374 To Granville 29 May 1860, Granville Papers, box 21.

375 Col. bruce to Sir Henry Campbell-Bannerman 9 April 1863, Campbell-Bannerrnan Papers. B.M. Add. MSS 41212, fos. 38-9.

376 T. Walrond, *Letters and Journals of James, English Earl of Elgin (London, 1872), p. 396.*

377 Elgin to Wood 20 Jan, 1863, Elgin Papers, section l.part l;vol.4, no. 9,

378 *Ibid.* 9 Dec. 1862, Elgin Papers, section 1, part 1, vol. 3, no. 197. Elgin had been a great success in Canada.

379 To Campbell-Bannerman 20 Nov. 1863, Campbell-Bannerman Papers, B.M. Add. MSS 41212, fo. 62.

380 By J,L. Morison, *The Eighth Earl of Elgin* (London, 1928), pp. 284ff.

381 Wood to Canning 10 Aug. 1860, Wood Papers, vol. 4, pp. 8ff.

382 Sir George Campbell, *Memories of My Indian Career* (London, 1893),vol. 2, p. 110.

383 J. Beames, *Memoirs of Bengal Civilian* (London 1961), p. 102.

384 Lawrence to Cranborne 18 Oct. 1866, Lawrence Papers, letters to Secretary of State, vol.3, no. 42.

385 See Wood to Maine and to Trevelyan 3 Dec. 1863, Wood Papers.vol. 15, fos. 16ff.

386 Trevelyan to Wood 30 June 1864, Wood Papers, box 3B.

387 Maine to Wood 5 July 1864, Wood Papers, box 7C.

388 Lawrence to Northcote 9 April 1867, Lawrence Papers, letters to Secretary of State, vol. 4, no. 25.

389 *Ibid.* 22 April 1867, Lawrence Papers, letters to Secretary of State, vol. 4, no. 27.

390 B. 1812; joined Bengal engineers 1828; agent to central Indian states 1857; foregin secretary 1861-5;military member of Viceroy's council 1865-70; lieutenant-governor of the Punjab 1870-1; d. 1871.

391 Lawrence to Cranborne 9 Feb. 1867 and to Northcote 30 July, 2 Sept. and 4 Nov. 1867 and 2 Jan. 13 and 21 March 1868. Law rence Papers, letters to Secretary of State, vol. 4, box. 12, 45,51 and 62 and vol. 5, nos. 2, 16 and 19.

392 Lawrence to Northcote 13 March 1868, Lawrence Papers, letters to Secretary of State, vol. 5, no. 16.

393 *Ibid.* 17 Aug. and 10 Oct. 1868, Lawrence Papers, letters to Secretary of State, vol. 5, no,. 60 and 72.

394 Northcote to Lawrence 25 Jan. and 7 April 1868, Lawrence Papers, letters from Secretary of State, vol. 5, nos. 3 and 17.

395 Lawrence to Cranborne 21 Feb. 1867, Lawrence Papers, letters to Secretary of State, vol. 4, no. 14.

396 See Granville to Canning 10 May 1860. Granville Papers, box 21.

397 Wood lo Lawrence 16 July 1864. Wood Papers, vol. 17, fos. 178ff.

398 Minute 22 Oct. 1868, quoted in Dharm Pal, *Administration of Sir John Lawrence in India* (Simla, 1952), pp. 72-3.

399 Letters to Canning 10 and 31 Aug. 1860 and 27 May 1861, Wood Papers, vol. 4, pp. 8ff.and 99 ff. and vol. 8, no. I, pp. 2ff.

400 On tenancy legislation in the Punjab, see G. R. G. Hambly. 'Richard Temple and the Punjab Tenancy Act of 1868', *English Historical Review*, LXXIX (January 1964), pp. 47-66.

401 Henry Lawrence to John Lawrence, 20 June 1853. Edwardes and Merivale, *Henry Lawrence*, vol. 2, p. 194.

CHAPTER 2 (pp. 85-176)

1 Diary entry 1877. See his *Journal of Events during the Gladstone Ministry.* Camden Miscellany, vol. XXI (London, 1958), part 2, p. 27.

2 Gladstone to Kimberley 24 Feb. 1884. Kimberley Papers, vol. D. 20.

3 Lord Derby lo Disraeli 17 Sept. 1868, Disraeli Papers.

4 Argyll to Mayo 18 Dec. 1868 and 12 Feb. 1869. Mayo Papers. C.U.L. Add. 7490, vol. 47, nos. 1 and 4.

5 Argyll to Northcote 26 Aug. 1871, Northcote Papers. 50028/106-110.

6 Mayo to Disraeli and to R. Bourke 9 May 1871. Mayo Papers, vol. 43, nos. 100 and 101.

7 Gladstone to Northbrook 15 Oct 1872, Northbrook Papers, India Office Library MSS Eur. C. 144, vol. 20, part 1. p. 74.

8 To Salisbury 27 March 1874, Northbrook Papers, vol.11, part 2, no. 6, pp. xiiff.

9 To Northbrook 26 June 1874, Northbrook Papers, vol. 11, part 1. no. 18, pp. 32ff.

10 To Northbrook 28 May 1874. Northbrook Papers, vol 11, part I. no. 13, pp. 23ff.

11 *Ibid.* 25 Aug. 1875, Northbrook Papers, vol. 12, part 1, no. 38. pp. 74 ff.

12 See Cromer's note, printed in B. Mallet, *The Earl of Northbrook* (London, 1908), p. 91.

13 To Disraeli 17 Nov. 1874, Disraeli Papers.

14 Salisbury to Disraeli 30 April 1875, Disraeli Papers.

15 *Ibid.* 13 Dec. 1875, Disraeli Papers.

16 Mayo to Sir Donald Macleod. Lieutenant-Governor of the Punjab, 25 Jan. 1869, Mayo Papers, vol 34, no.7.

17 Mayo to Argyll 7 Feb. 1869, Mayo Papers, vol. 34, no. 39; report of the British agent at Kabul 7 Feb. 1869. *Parl. Papers*, 1878,

no. 1. Afghanistan no. 15. enclosure 3.

18 Mayo to Macleod 12 Feb. 1869, Mayo Papers, vol. 34, no. 43.

19 Argyll to Mayo 19 Feb. 1869. Mayo Papers, vol. 47, no, 7.

20 Mayo to Argyll and to the Duke of Camcridge 2 March 1869, to Macleod 7 March 1869 to Frere 14 March 1869 and to Argyll 16 and 25 March 1869. Mayo Papers, vol- 34, nos. 60, 62, 75, 92, 101 and 111.

21 Quoted in W. W. Hunter, *A Life of the Earl of Mayo* (London. 1876), vol. I, p. 258.

22 Mayo to Argyll 4 April, to Lawrence 4 April, to Fitzgerald, 17 April, and to Argyll 18 April 1869. Mayo Papers, vol. 35, nos. 22, 25, 31 and 35; records of Viceroy's interviews with the Amir 29 March and 3 April 1869. Foreign Department Proceedings 1869. nos. 1-7, S. 1.

23 Viceroy's letter to the Amir 31 March 1869, *Parl. Papers*, 1878, no. 1. Afghanistan, no. 17, enclosure 3.

24 Mayo to Argyll 4 April and to Northcote 17 April 1869, Mayo Papers, vol. 35, nos. 22 and 29.

25 Mayo to Disraeli 2 May 1869. Mayo Papers, vol. 35. no. 53.

26 Mayo to Fitzgerald 17 April, 1869, Mayo Papers, vol. 35. no. 31.

27 Argyll to Mayo 23 April and 7 May 1869, Mayo Papers, vol. 47, nos. 14 and 16; despatch of the Secretary of State 14 May 1869, *Parl. Papers*. 1878, no. 1, Afghanistan, no. 18.

28 Mayo to Argyll 3 June 1869, Mayo Papers, vol. 35. no. 96; despatch of the Government of India 1 July 1869, *Parl. Papers*, 1878, no. I. Afghanistan, no. 19.

29 To Mayo 17 June 1869, Mayo Papers, vol. 52 (bundle of correspondence. No number).

30 Argyll to Mayo 14 Aug. 1869, Mayo Papers, vol. 47, no. 23; also despatch of the Secretary of State 27 Aug. 1869, *Parl. Papers*, 1878, no. 1, Afghanistan, no. 20.

31 Mayo to Argyll 2, 9 June and 7 July 1871, Mayo Papers, vol. 43, nos. 124 and 132; and vol. 44, no. 155.

32 To Sir A. Buchanan 24 July 1871, Mayo Papers, vol. 44, no. 169.

33 To Arbuthnot 9 May and to Frere 27 May 1869, Mayo Papers, vol. 35, nos. 58 and 88; to Argyll 1 and 8 July 1869, and to

Frere 8 July 1869, Mayo Papers, vol. 36, nos. 137, 153 and 154; to Rawlinson 19 May 1870, Mayo Papers, vol 39, no. 131.

34 Mayo to Argyll 5 Jan. 1872, Mayo Papers, vol. 46, no. 1.

35 To Frere 27 May 1869, Mayo Papers, vol. 35, no.88.

36 This was the objective of the Foreign Office. See Clarendon's despatch to the British Ambassador at St Petersburg 27 March 1869, Foreign Department Proceedings 1869, nos. 32-4 S.H.; and his despatch to the British charge d'affaires 17 April 1869, Foreign Department Proceedings 1869, nos. 37-9 S.H.

37 To Forsyth 19 Aug., to Frere 8 Sept. and to Buchanan 26 Sept. 1869, Mayo Papers, vol. 36, nos. 204, 235 and 254; to Rawlinson 19 May 1870. Mayo Papers, vol. 39, no. 131; to Buchanan 14 Dec. 1870, Mayo Papers, vol. 41, no. 358; despatch of the Government of India 3 June 1869, Foreign Department Proceedings 1869, nos. 63-5 S.I. Mayo's attitude was shared by informed Russian opinion. 'Besides, what force and whose influence could compel Russia or England to respect any guarantee in Central Asia if the necessity of defence in the event of war would require their violation? The best guarantee in this case consists in the interests of each State' (*Moscow Gazette*, 26 Feb. 1869).

38 30 Jan. 1870. Mayo Papers, vol. 38, no. 40.

39 Despatch of the Government of India 3 June 1869, paragraph 8, Foreign Department Proceedings 1869, nos. 63-5 S.I,

40 To Durand 27 July 1870, Mayo Papers, vol. 40, no. 215.

41 See despatch of Sir A. Buchanan, the British Ambassador, 24 March 1869, Foreign Department Proceedings 1869, nos. 30-1 S.H.

42 B. 1827; entered service of East India Company 1848; service in Punjab 1849-57 and 1860-8; mission to St Petersburg 1869; removed from service for upholding Kuka executions 1872; envoy to Kashgar 1873; d. 1886.

43 Mayo to Sandhurst 1 Sept. 1871, Mayo Papers, vol. 44, no. 200.

44 M. de Stremounkoff, Minister of War, in a conversation with Forsyth, October 1869,Foreign Department Proceedings 1869,S.H. nos. 120-2; Mayo's Government, in reply, sent a detailed definition but Russia then delayed matters by referring it to General Kaufmann in Central Asia.

45 To the ninth Earl of Elgin 7 Oct. 1897, Elgin Papers, India Office Library, Correspondence with persons in England, vol. 4, part 1, no. 56.
46 To Argyll 24 June 1872 and to Grant Duff 8 July 1872, Northbrook Papers, vol. 9, part 2, p. xxiv, and vol. 20, part 2, pp. 10ff. respectively.
47 To Northbrook 14 Feb. 1873, Northbrook Papers, vol. 9, part 1, no. 23, pp. 36ff.
48 To Argyll 28 March 1873, Northbrook Papers, vol. 9, part 2. pp. cxiff; also Northbrook to Strachey 7 March 1873, Northbrook Papers, vol. 21, part 2, pp. 31ff.
49 To Granville 31 Jan. 1873, Northbrook Papers, vol. 21, pan 2, pp. 15ff.
50 To Argyll 9 June 1873, Northbrook Papers, vol. 9, part 2, p. cxxxi.
51 Granville to Northbrook 15 Oct. 1873, Northbrook Papers, vol. 21,part,pp.279ff.
52 To Argyll 5 Feb. 1874 and to Halifax 6 Feb. 1874, Northbrook Papers, vol. 9, part 2, p. ccxxxviii and vol. 22, part 2, pp. xviiiff.
53 Salisbury to Northbrook 27 March 1874, Northbrook Papers, vol. 11, part 1, no. 4, pp. 5ff.
54 To Salisbury 30 April 1874 and to Argyll 1 May 1874 Northbrook Papers, vol. 11, part 2, no. 13, pp. xxxviiff, and vol. 22, part 2, p. Ix.
55 Salisbury to Northbrook 19 June 1874, Northbrook Papers, vol. 11, Part l,no. 17, pp. 29ff.
56 *Ibid.* 22 May 1874, Northbrook Papers, vol. 11, part 1, no. 12, pp. 20ff
57 Northbrook to Salisbury 16 June 1874, Northbrook Papers, vol. 11, part 2, no. 20, pp. Ixviiff.
58 To Northbrook 10 and 17 July 1874, Northbrook Papers, vol. 11, part 1, nos. 20 and 21, pp. 36ff.
59 To Rawlinson 2 June and to Mallet 7 June 1874, Northbrook Papers, vol. 22, part2, pp. Ixxxiiiff.; to Salisbury 14 July 1874, Northbrook Papers, vol. 11, part 2, no. 24, pp. Ixxviiff.
60 Salisbury to Northbrook 15 Oct. 1874, Northbrook Papers, vol. 11. part 1, no. 31, pp. 57ff.
61 Salisbury to Northbrook 30 April 1875, Northbrook Papers, vol

12. part l,no. 20, pp. 41ff.

62 *Ibid.* 5 and 20 Nov. 1874, Northbrook Papers, vol. 11, part 1, nos. 35 and 37, pp. 65ff. and 79ff.

63 Sir R. H. Davies to Northbrook 29 Oct. 1874. Northbrook Papers, vol. 16, part 2, p. 149.

64 Salisbury to Northbrook 3 Dec. 1874 and 7 Jan. 1875, Northbrook Papers, vol. 11, part 1, no. 39, pp. 82ff; and vol. 12, part 1, no. 3, pp. 4ff.; despatch of the Secretary of State 22 Jan. 1875, *Parl. Papers*, 1878, no. 1, Afghanistan, pp. 1289.

65 Northbrook to Salisbury 1, 22, 29 Jan- and 19 Feb. 1875, Northbrook Papers, vol. 12, part 2, nos. 1, 4, 6 and 9, pp. iff, xviff., xxiiiff. and xxixff.

66 Salisbury to Northbrook 22 Jan. 1875, Northbrook Papers, vol. 12, part 1, no. 5, pp. 8ff.

67 Salisbury to Northbrook 19, 26 Feb. and 5 March 1875, Northbrook Papers, vol. 12, part 1, nos. 9, 10 and 11, pp. 20ff.

68 Northbrook to Salisbury 26 March 1875, Northbrook Papers, vol. 12, part 2, no. 14, pp. xliff,

69 In fact Rawlinson published a cook advocating a forward policy and made considerable use in it of secret official documents. Northbrook protested : 'I have been more annoyed by reading this chapter than by anything that has occurred since I have been in India...' (to Salisbury 1 April 1875, Northbrook Papers, vol. 12, part 2, no. 15, pp. xlivff.}. But the Secretary of State made no comment and does not seem to have reprimanded Rawlinson.

70 Salisbury to Northbrook 25 March and 2 April 1875, Northbrook Papers, vol. 12, part 1, nos. 15 and 16, pp.32ff

71 *Ibid.* 23 April 1875. Northbrook Papers, vol. 12, part l.no. 19, pp. 39ff.

72 Northbrook to Salisbury 20 May 1875, Northbrook Papers, vol. 12, part 2, p. Ixviii.; see also despatch of the Government of India 7 June 1875, *Parl. Papers*, 1878. no. 1, Afghanistan, pp. 129-35.

73 Northbrook to Salisbury 28 June and 23 Aug. 1875, Northbrook Papers, vol. 12, part 2, nos. 32 and 43, pp. Ixxxviff, and cxiiff.

74 Salisbury to Northbrook 1 Sept. 1875 and Northbrook to Salisbury 30 Sept. 1875, Northbrook Papers, vol. 12, part l.no. 39, pp.

77ff. and part 2, no. 49, pp. cxxivff

75 Northbrook lo Salisbury 12 Sept. 1875, Northbrook Papers, vol. 12, part 2, pp. clxiiff.

76 Salisbury to Northbrook 15 Oct. 1875, Northbrook Papers, vol. 12, part l.no. 44 A, pp. 100ff.

77 Despatch of 19 Nov. 1875. The relevant extracts arc published in *Parl. Papers*. 1878, no. 1, Afghanistan, pp. 147-9.

78 Salisbury to Northbrook 19 Nov. IS75, Northbrook Papers, vol. 12, part 1, no. 50, pp. 101ff.

79 Northbrook to Salisbury 17 Dec. 1875, Northbrook Papers, vol. 12, part 2, no. 63, pp. clviff.

80 B. 1832; entered Indian civil service 1856; foreign secretary 1868-78; chief commissioner of British Burma 1878-81; lieutenant-Governer of the Punjab 1882-7: chairman of the public services commission 1887-8; member of Viceroy's council 1888-9;d. 1896.

81 To Northbrook 17 Dec. 1875, Northbrook Papers, vol. 17, part 1, appendix.

82 Salisbury to Northbrook 14 and 26 Jan. 1876, Northbrook Papers, vol. 12, part 3, nos. 2 and 4, pp. 2ff. and 6ff.

83 Northbrook to Salisbury 7 Jan and 11 Feb. 1876, Northbrook Papers, vol. 12, part 4, pp. iff. respectively. 'We are convinced that a patient adherence to the policy adopted towards Afghanistan by Lord Canning, Lord Lawrence, and Lord Mayo, which it has been our earnest endeavour to maintain, presents the greatest promise of the eventual establishment of our relations with the Amir on a satisfactory footing; and we deprecate, as involving serious danger to the peace of Afghanistan and to the interests of the British Empire in India, the execution, under present circumstances, of the instructions conveyed in Your Lordship's Despatch.' Despatch of the Government of India, 28 Jan. 1876, paragraph 27, *Parl. Papers*, 1878, no. 1, Afghanistan, p. 155.

84 Salisbury to Northbrook 18 Feb. 1876, Northbrook Papers, vol. 12, pan 3, no. 7, pp. 12ff.

85 4 Feb. 1876, Northbrook Papers, vol. 12, part 3, no. 5, pp. 8ff.

86 To enable Lytton to keep these instructions secret even from his council, the despatch of 28 Feb. 1876 was addressed

(unconstitutionally) to the Governor-General and not to the Governor-General in Council, *Parl. Papers*, 1878, no. 1, Afghanistan, p. 156.

87 Lytton to Layard 2 July 1877, Lytton Papers, India Office Library MSS Eur. E. 218, vol. 518/2, pp. 556ff.

88 Salisbury to Lytton 10, 24 March and 7 April 1876, Lytton Papers, vol. 516/1, nos. 8, 11 and 13;-Lytton to Frere 26 March and to Rawlinson 28 March 1876, Lytton Papers, vol. 518/1, pp. 43ff. and 55ff. respectively.

89 See Lytton to Hamilton 3 Sept. 1877, Lytton Papers, vol. 518/2, pp. 785ff.

90 To Temple 25 May 1876, Lytton Papers, vol. 518/1, pp. 186ff.

91 Commissioner of Peshawar to Amir of Kabul 5 May 1876, *Parl. Papers*, 1878, no. 1, Afghanistan, no. 36, enclosure 6.

92 To Salisbury 25 May 1876, Lytton Papers, vol. 518/1, pp. 180ff.

93 Amir of Kabul lo Commissioner of Peshawar 22 May 1876, *Parl. Papers*, 1878, no. 1, Afghanistan, no. 36, enclosure 7.

94 Lytton to Salisbury 29 May 1876, Lytton Papers, vol. 518/1, pp. 192ff.

95 To Lord George Hamilton 3 June 1876, Lytton Papers, vol. 518/1, pp. 220ff.

96 To Lytton 12 June 1876, Lytton Papers, vol. 517/1, no. 229.

97 Commissioner of Peshawar to the Amir of Kabul 8 July 1876, *Parl. Papers*, 1878. no. 1, Afghanistan, no. 36, enclosure 9.

98 Lytton to Disraeli 16 July 1876, Lytton Papers, vol. 518/1, pp. 293ff.

99 To C. Girdlestone, Resident at Khatmandu, 27 Aug. 1876, Lytton Papers, vol. 518/1, pp. 430ff.

100 To Rawlinson 5 Aug. 1876, Lytton Papers, vol. 518/1, pp. 348ff.

101 Lytton to Strachey 25 Oct. 1876, Lytton Papers, vol. 518/1, p. 572.

102 To Rawlinson 28 March 1876, Lytton Papers, vol. 518/1, pp. 55ff.

103 To Salisbury 3 Sept. 1876, Lytton Papers, vol. 518/1, pp. 443ff.

104 To Disraeli 18 Sept. 1876, Lytton Papers, vol. 518/1, pp. 470ff.

105 Amir to Commissioner of Peshawar 3 Sept., and Commissioner to Amir 16 Sept. 1876, *Parl. Papers*, 1878, no. 1, Afghanistan, no. 36, enclosures 14 and 16.

106 To Salisbury 25 Oct. 1876, Lytton Papers, vol. 518/1, pp. 562ff.
107 *Ibid.* 8 Nov. 1876, Lytton Papers, vol. 518/1, pp. 593ff.
108 Salisbury to Lytton 7 and 19 July 1876, Lytton Papers, vol. 516/1, nos. 32 and 37.
109 19 June 1876, Lytton Papers, vol. 518/1, pp. 238ff.
110 Lytton to Salisbury 30 July 1876, Lytton Papers, vol. 518/1, pp. 330ff.
111 Salisbury to Lytton 16 Feb. and 22 March 1877, Lytton Papers, vol. 516/1, nos. 8 and 9.
112 10 June 1877, Lytton Papers, vol. 518/2, pp. 475ff.
113 Lytton to Salisbury 23 June 1877, Lytton Papers, vol. 518/2, pp. 517ff
114 Lytton to Salisbury 21 May 1877, Lytton Papers, vol. 518/2, pp. 399ff .
115 G. Waterfield. *Layard of Nineveh* (London, 1963), p. 382.
116 To Lytton 29 June 1877, Lytton Papers, vol. 516/2, no. 24.
117 B. 1823; entered civil service 1839; served under Cobden in implementing Anglo-French treaty of commerce 1860; permanent under secretary India Office 1874-83; d. 1890.
118 To Lytton 29 June 1877, Lytton Papers, vol. 517/3, no. 94.
119 See despatch of the Government of India 10 May 1877. *Parl. Papers*, 1878, no. 1, Afghanistan, no. 36.
120 Lytton to the Lieutenant-Governor of the Punjab 23 April 1877, to Grant Duff 27 April 1877 and to Captain Cavagnari 31 May and 9 June 1877, Lytton Papers, vol. 518/2. pp. 295, 326ff., 440ft'. and 464ff, respectively.
121 Lytton to Stephen 24 June 1877, Lytton Papers, vol. 518/2, pp. 542ff.; Lytton, to Salisnury, to Disraeli, to Rawlinson and to Hamilton 2 July 1877, Lytton Papers, vol. 518/2, pp. 556ff.; Lytton to Salisbury 13 and 16 July 1877, Lytton Papers, vol. 518/2, pp. 606ff.; Lytton to Temple 26 July and to Rawlinson 28 July 1877. Lytton Papers, vol. 518/2, pp. 650 ff. Lytton arranged for the letter to Rawlinson to be printed and distributed indiscriminately in Critain.
122 Salisbury to Lytton 6 July, 3, 10 and 14 Aug. 1877, Lytton Papers, vol. 516/2, nos. 25, 31, 32 and 33.
123 Lytton to Salisbury 16 July 1877, Lytton Papers, vol. 518/2, pp. 609ff.; Salisbury to Lytton 14 Aug. 1877, Lytton Papers, vol.

516/ 2, no. 33.

124 Salisbury to Lytton 21 Sept. 1877, Lytton Papers, vol. 516/2, no. 38.

125 *Ibid.* 22 Sept. 1877, Lytton Papers, vol. 516/2, no. 39.

126 Lytton to Hamilton 3 Sept. and to Salisbury 5 Sept. 1877, Lytton Papers, vol. 518/2, pp. 785ff.

127 Lytton to Salisbury 4 Oct. 1877, Lytton Papers, vol. 518/2, pp. 876ff.

128 Lytton to Strachey 3 Nov. 1877, Lytton Papers, vol. 518/2, pp. 988ff.

129 Gathorne Gathorne-Hardy, first Earl of Cranbrook. B. 1814; M.P 1856; president of the poor law board 1866; home secretary 1867; war secretary 1874-8; secretary for India 1878-80; Lord president of the council 1885 and 1886-92; d. 1906.

130 Lytton to Cranbrook 8 April 1878, Lytton Papers, vol. 518/3, pp. 217 ff.

131 *Ibid.* 25 April 1878. Lytton Papers, vol. 518/3, pp. 258ff.

132 To Lytton 11, 15, 17. 29 and 30 July 1878. Lytton Papers.vol.516/3, nos. 34,35 and 39.

133 Telegraphic correspondence between Viceroy and Secretary of State. *Parl. Papers*, 1878, no. 1. Afghanistan, nos. 42-7; M. Cowling, 'Lytton, the Cabinet, and the Russians, August to November 1878'. *English Historical Review*, LXXVI (January 1961). p. 63.

134 Cranbrook to Lytton 30 Aug. 1878, Lytton Papers, vol. 516/3. no. 47.

135 Lytton to Cranbrook 3, 12. 17 and 31 Aug. 1878 and 1 Lytton to Stanhope 26 Aug. 1878, Lytton Papers, vol. 518/3,pp. 531ff.

136 Strachey to Lytton 17 and 31 Oct. 1878. Lytton Papers, vol 517/6, nos,. 89 and 98.

137 Salisbury to the British Ambassador 19 Aug., and the British Ambassador to Salisbury 27 Aug. 1878, *Parl. Papers*, Central Asia, no. 1 (1878), now. 152 and 158; Cowling, tip. 0p.cit.. pp. 65-6.

138 Lytton to Clarke 6 Sept. 1878. Lytton Papers, vol. 518/3, pp. 624ff.

139 To Lytton 8 Sept. 1878, Lytton Papers, vol. 516/3. no.49.

140 Salisbury to Disraeli 11 Sept. 1878, Disraeli Papers.

141 Disralie's attitude was more equivocal than that of Salisbury. He approved of Lytton's views as stated in the Viceroy's letter of 17 Aug. 1878 and agreed with his general policy (A. E.Gathorne Hardy, First Earl of Cranbrook (London, 1910). vol 11, p. 96).

142 Cranbrook to Lytton 15 Sept. 1878, Lytton Paper, vol. 516/3, no. 50.

143 Lytton to Cranbrook 8 Sept. 1878, Lytton Papers, vol. 518/3, pp. 626ff.

144 Cowling, *op. cit.* pp. 69-71.

145 B. 1820; joined army of East India Company 1837; sevice in Afghanistan 1839-43; Delhi Campaign 1857; Wahabi campaign 1863; Madras command 1876; Afghan mission 1878; d. 1902.

146 It is said that Shere Ali asked Russia to take Afghanistan under her wing, but the Russian government firmly declined. See article by F. Yuldashbayeva translated in *Central* Asain *Review* (London, 1958), p. 221.

147 Lytton to Cranbrook 23 Sept. 1878. Lytton Papers, vol. 518/3, pp. 674ff.

148 Viceroy's telegram to Chamberlain 22 Sept. 1878, Foreign Department Proceedings (Secret Supplementary) Dec. 1878. no. 456

149 Salisbury to Disraeli 24 Sept. 1878 and Cranbrook to Disraeli 28 Sept. 1878, Disraeli Papers. Cranbrook to Lytton 27 and 29 Sept. and 6 Oct. 1878, Lytton Papers, vol. 516/3, nos. 54 and 55.

150 Cowling, *op. cit.* p. 75.

151 Lytton to Cranbrook 10 Oct. 1878, Lytton Papers, vol 518/3, pp. 734ff.

152 *Ibid*, 11 Oct. 1878, Lytton Papers, vol. 518/3, pp. 741ff.

153 Salisbury to Disraeli 10 and 22 Oct. 1878, Disraeli Papers.

154 Lytton to Strachey 24 Oct 1878, Lytton Papers, vol. 518/3, pp. 774ff.

155 Cranbrook to Lytton 2i and 28 Oct. 1878, Lytton Papers, vol. 516/ 3, nos. 59 and 61.

156 Cranbrook to Disraeli 3 Nov. 1878, Disraeli Papers.

157 See Disraeli's account of the Cabinet meeting of 25 Oct. 1878 (Cowling, *op.cit.* pp. 77-8).

158 Lytton to Cranbrook 21 Nov. 1878, Lytton Papers, vol. 518/3,

pp. 835ff.

159 Cranbrook to Lytton 21 Nov. 1878, Lytton Papers, vol. 516/3, no. 69: despatch of the Secretary of State 18 Nov. 1878, *Parl. Papers*. 1878, no. 1. Afghanistan, no. 73.

160 Strachey to Lytton 28 Nov. and'11 Dec. 1878, Lytton Papers, vol. 517/6. nos. 123 and 137.

161 For a detailed account of the campaign, see *The Second Afghan War 1878-80 Official Account* (London, 1907). pp. 1-177.

162 Cranbrook to Lytton 8, 16, 19 and 24 Dec. 1878, Lytton Papers, vol. 516/3, nos. 74,75, 76 and 77.

163 Lytton to Cranbrook 3 and 10 Jan. 1879, Lytton Papers, vol. 518/ 4, pp. 4ff. and 14ff. respectively; Cranbrook to Lytton 14 Jan. 1879. Lytton Papers, vol. 516/4, no. 3.

164 To Northbrook 24 Jan. 1879, Northbrook Papers, vol. 7, p. 288.

165 'We have seen India lately crought forward much more prominently than is usual. Personally, I am not reassured by this; for I have noticed as matter of experience that when Indian affairs become a great source of interest in this country, political trouble is at hand.' Lord Carnarvon's address at Edinburgh, 5 Nov. 1878, Fortnightly Review, new series, xxiv (July-December 1878), p. 757.

166 To Lytton 10 Feb. 1879, Lytton Papers, vol. 516/4, no. 9.

167 *Ibid.* 20 April 1879, Lytton Papers, vol. 516/4. no. 31.

168 *Ibid.* 23 March 1879. Lytton Papers, vol. 516/4. no. 24; Lytton to Cranbrook 10 April 1879, Lytton Papers, vol. 518/4, pp. 262ff.

169 Cranbrook to Lytton 11 March 1879, Lytton Papers, vol. 516/4, no. 21.

170 26 July 1879, Lytton Papers, vol. 517/8, no. 24.

171 Cranbrook to Lytton 23, 27 May and 1 June 1879, Lytton Papers, vol. 516/4, nos. 38, 39 and 41.

172 *Ibid.* 16 Aug. 1879, Lytton Papers, vol. 516/4, no. 65.

173 Salisbury to Lytton 23 May 1879, Lytton Papers, vol. 517/7, no. 74. It is probable, however, that Salisbury had in mind Lytton's insubordinate conduct in India when he made his caustic comment: 'The only form of control we have is that which is called moral influence, which in practice is a combination of nonsense, objurgation and worry. In this we are still supreme... We must devote ourselves to the perfecting of this weapon.'

(Salisbury to Lyons 15 July 1879, cited in R. Robinson and J. Gallagher, *Africa and the Victorians* (London, 1961), p. 85.

174 Lytton to Cranbrook 8 June 1879, Lytton Papers, vol. 518/4, pp. 423ff.

175 Lytton to Cranbrook 16 June 1879, Lytton Papers, vol. 518/4, pp. 475ff.

176 Morley to Lytton 13 Aug., and Blunt to Lytton 27 Aug. 1879, Lytton Papers, vol. 517/8, nos. 42 and 54.

177 B. 1841; son of one of Napoleon's officers; naturalized British sucject 1857; joined East India Company's service 1858; service on Afghan frontier 1868-78; British resident in Kabul 1879.

178 See H. B.Hanna, *The Second Afghan War* (London, 1910), III, pp. 15-20.

179 Cranbrook to Lytton 3 Aug. 1879, Lytton Papers, vol. 516/4, no. 60.

180 Lytton to Cranbrook 31 Aug. 1879, Lytton Papers, vol. 518/4, pp. 697ff.

181 Ripon to Northbrook 7 Sept. and Halifax to Northbrook 9 Sept. 1879, Northbrook Papers, vol. 7, pp. 381ff. The Marquis of Ripon became Viceroy of India in 1880 (see chapter 3). Viscount Halifax was the ennobled Sir Charles Wood.

182 Lytton to Disraeli 6 Sept. 1879, Lytton Papers, vol. 518/4, pp. 707ff.

183 Cranbrook to Lytton 6 and 12 Oct. 1879, Lytton Papers, vol. 516/ 4, nos. 82 and 84.

184 *Ibid.* 22 Oct. 1879. Lytton Papers, vol. 516/4, no. 86.

185 Cranbrook to Lytton 2. 5, 12, 16. 23, 26. 30 Nov. and 4 Dec. 1879, Lytton Papers, vol. 516/4, nos. 87, 89, 90, 91, 93, 94, 95 and 96.

186 Lytton to Disraeli 19 Dec. 1879, Lytton Papers, vol. 518/4, pp. 1118ff.

187 See despatch of R. Thomson, British Minister in Teheran, no. 64, 6 March 1880, F. O. 65, vol. 1099.

188 Despatch of the Government of India dated 31 March 1880 with enclosures, Parl Papers, 1881, vol. LXX, pp. 47ff.

189 Cranbrook to Lytton 30 Jan. 1880, Lytton Papers, vol. 516/5, no, 7; Lytton to Cranbrook 20 Jan. 1880, Lady Betty Balfour, *The History of Lord Lytton's Indian Administration*, 1876- 1880

(London, 1899), p. 397.

190 Cranbrook to Lytton 31 Jan. 1880, Lytton Papers, vol. 516/5, no. 8.

191 L. Griffin to Abdur Rahman 30 April 1880, despatch of the Government of India Foreign Department Secret no. 133 dated 15 June 1880, enclosure no. 3, F. 0. 65, vol. 1104.

192 Mayo to Argyll 18 Jan. 1869, Mayo Papers, vol. 34, no. 3.

193 Mayo to Argyll 17 May 1869, Mayo Papers, vol. 35, no. 64; also Mayo to Sir H. Durand 14 Aug. 1869, Mayo Papers, vol. 36, no. 196.

194 Cited by Sir John Strachey, Minute on Lord Mayo's Administration, 30 April 1872, Home Department Proceedings Public May 1872, nos. 188 and 189.

195 To Argyll 19 April 1869, Mayo Papers, vol. 35, no. 39.

196 Mayo to Frere 21 June 1869, Mayo Papers, vol. 35, no. 122; Mayo to Argyll 21 July and 9 Aug. 1869, Mayo Papers, vol. 36, nos. 169 and 192.

197 Mayo to Fitzgerald 9 Aug. 1869, Mayo Papers, vol. 36, no. 191.

198 Mayo to Argyll 7 Feb. 1869, to Argyll and to Frere 16 Feb. !869, Argyll 21 Feb. 1869, to Frere 22 Feb. 1869, to Argyll 2 March 1869 and to Frere and to Argyll 8 March 1869, Mayo Papers, vol. 34, nos. 39, 48, 50, 54, 56, 60, 76 and 83.

199 Mayo to Argyll 26 April 1869, Mayo Papers, vol. 35, no. 43.

200 Mayo to W. H. Arbuthnot 9 March 1869, Mayo Papers, vol. 34, no, 77; Argyll to Mayo 25 March 1869, Mayo Papers, vol. 47, no. 12.

201 To Argyll 24 Aug. 1869, Mayo Papers, vol. 36, no. 216.

202 Mayo to Fitzgerald 9 Sept. 1869, Mayo Papers, vol. 36, no. 232.

203 B. 1826; entered Indian civil service 1847; various posts in the Punjab 1851-6; chief commissioner of the central provinces 1862-7; finance member of Victoria's council 1868-74; lieutenant-governor of Bengal 1874-7; governor of Bombay 1877-80; M.P. 1885-95; d. 1902.

204 Mayo to Barrow Eilis 24 Aug. 1869, Mayo Papers, vol. 36, no. 215.

205 To Durand 29 April 1870. Mayo Papers, vol. 39, no. 107; see also letter to Sir William Muir 17 June 1870, Mayo Papers, vol.

39. no. 177.

206 Mayo to Fitzgerald II Nov. 1870, Mayo Papers, vol. 41, no. 308.

207 Argyll to Mayo 1 Jan. and 30 July 1869, Mayo Papers, vol. 47, nos. 2 and 21; Argyll to Mayo 27 April 1870. Mayo Papers, vol.48, no. 13.

208 To Lord Napier, Governor of Madras, 20 Nov. 1870, Mayo Papers, vol 41, no. 325; also Mayo to Fitzgerald, Governor of Bombay, 9 April 1871, Mayo Papers, vol- 43, no- 90.

209 To Muir, North-West Provinces, 19 Dec. 1870, and to Napier. Madras, 26 Dec. 1870, Mayo Papers, vol. 41, nos. 363 and 371.

210 Mayo to Napier, Governor of Madras, 20 Nov. 1870, Mayo Papers, vol-41, no. 325.

211 Argyll to Mayo 12 Feb. 1869, Mayo Papers, vol. 47, no. 5; Mayo to Argyll 14 March 1869, Mayo Papers, vol. 34, no. 94.

212 To Mayo 29 Oct. 1869, Mayo Papers, vol. 47, no. 33. Such *esprit de corps* sometimes developed into silly jealousies. Sir William Mansfield told the story of a Madras officer who gave three cheers when told that the Bombay army had mutinied. Mayo to Argyll 22 March 1870, Mayo Papers, vol. 38, no. 81.

213 To Argyll 9 Sept. 1869, Mayo Papers, vol. 36, no. 234.

214 To Denbigh 7 Oct. 1869, Mayo Papers, vol. 37. no. 280.

215 Mayo to Arbuthnot 14 Feb. 1870 and to Argyll 15 March 1870, Mayo Papers, vol. 38, nos. 62 and 77.

216 Mayo to Napier, Madras, 15 May 1870 and to Argyll 16 May 1870, Mayo Papers, vol. 39, nos. 119 and 126.

217 To Frere 3 June 1870, Mayo Papers, vol. 39. no. 156.

218 Sec his letter to his secretary, Burne, 16 May 1869. cited in 0. Burne, *Memories* (London, 1907), pp. 106-7.

219 To Lord Napier, Commander-in-chief, Mayo Papers, vol. 40, no. 188.

220 Mayo to Muir 11 and 17 July 1870, Mayo Papers, vol, 40. nos. 199 and 205.

221 B. 1819; entered Indian civil service 1837; various posts in the North-West Provinces; lieutenant governor of the. North-West Provinces 1868-74; finance member of Viceroy's council 1874-6; member of India council 1876-85; principal of Edinburgh University 1885-1905; d. 1905.

222 Mayo to Muir 22 and 29 July 1870, Mayo Papers, vol. 40. nos. 212 and 218.

223 Mayo to Argyll 29 July 1870, to Muir 4 Aug. 1870 and to Napier, Madras, 6 Aug. 1870, Mayo Papers, vol. 40, nos. 219, 222 and 225; Sir John Strachey to Mayo 7 Aug. 1870, Mayo Papers, vol. 60; Mayo to Argyll 12 Aug. 1870, to Mansfield 19 Aug. 1870 and to Argyll 19 Aug. 1870. Mayo Papers, vol. 40, nos. 229, 236 and 237.

224 Grey to Mayo 26 Aug. 1870. Mayo Papers, vol. 54; Muir to Mayo 20 Aug. 1870, Mayo Papers, vol. 56; Strachey to Mayo 19 Aug. 1870. Mayo Papers, vol. 60.

225 26 Aug. 1870. Mayo Papers, vol. 40. no. 244.

226 For the history of the Wahabi movement in India see report of T. E. Ravenshaw, Magistrate of Patna, 9 May 1865, Home Department Proceedings Judicial 27 Sept. 1865, nos. 70-4A: and W. W. Hunter, *The Indian Musalmans* (London. 1871).

227 Letter of Officiating Deputy Commissioner Ambala to the Commissioner and Superintendent Simla 16 Sept. 1864 and letters of Commissioner Patna Division to Secretary to Government of Bengal 4 Nov. 1864 and 1 March 1865. Home Department Proceedings Judicial 7 June 1865, nos. 9 and 10A; notes of Sir John Strachey 22 Nov. 1868 and of-Sir John Lawrence 23 November 1868. Home Department Proceedings Judicial 27 March 1869, nos. 30-3; report of the Deputy Inspector General Special Bengal Police 12 March 1869. Home Department Proceedings Judicial 24 April 1869. nos, 15-19; letter of Secretary to Government of Bengal to Secretary to Government of India 22 April 1869, Home Department Proceedings Judicial 19 June 1869. nos. 60-2A: note of Mayo 12 Aug. 1869, Home Department Proceedings Judicial 21 Aug. 1869, nos. 39-41; reports of the Deputy Inspector General Special Bengal Police 16 and 19 Feb. 1869 and of the Acting Commissioner of Police. Madras, 23 Nov. 1865, Home Department Proceedings Judicial 9 Oct.1865, nos. 10 and 11B; letter of Acting Under--secretary to Government of Bombay to Secretary to Government of Bengal 4 Dec. 1869, Home Department Proceedings Judicial 1 Jan. 1870, no. 21; report of Deputy Inspector General Special Bengal Police 7 Dec. 1869,

Home Department Proceedings Judicial 12 Feb. 1870, nos. 28 and 29.
228 To Grey 1 Sept. 1870 and to Argyll 2 Sept. 1870, Mayo Papers, vol. 40, nos. 253 and 257.
229 To Argyll 9 Sept. 1870, to Napier, Madras, 13 Sept. 1870 and to Arbuthnot 20 Sept. 1870, Mayo Papers, vol. 40, nos. 265,268 and 273; Fitzgerald to Mayo 18 Sept. 1870, Mayo Papers, vol. 53. (Bundle of correspondence. No number.)
230 To Fitzgerald 11 Nov. 1870 and to Lord Napier of Magdala 25 Nov. 1870, Mayo Papers, vol. 41, nos. 308 and 332.
231 To Argyll 9 Nov. 1870, Mayo Papers, vol. 41, no. 300.
232 To Argyll 30 Nov. 1870, Mayo Papers, vol. 41, no. 339.
233 To Argyll 8 and 22 March 1871, Mayo Papers, vol. 42, nos. 62 and 78.
234 See memorandum of the Government of India no. 1894p dated 8 Nov. 1870, note of E.G. Bayley, Secretary, Home Department, 17 Nov. 1870 and note of B.H. Ellis, Home Member, 19 Nov. 1870, Home Department Proceedings Judicial 19 Nov. 1870, nos. 18-20.
235 To Agryll 18 Jan. 1871, to John Fowler 24 Jan. 1871, to Northbrook 8 Feb. 1871 and to Agryll 15 March 1871, Mayo Papers, vol. 42, nos. 24, 30, 39 and 72; to Agryll 7 July 1871, Mayo Papers, vol. 44, no. 156.
236 Mayo to Agryll 22 Nov. 1871, Mayo Papers, vol. 45, no. 263.
237 To Sandhurst 28 May 1871 and to Agryll 16 June 1871, Mayo Papers, vol. 43, nos. 117 and 138. Hunter (*Mayo*, vol II, p. 87) stated that Mayo, on his voyage to the Andaman Islands, was considering the totol acolition of the income tax. Northbrook also declared that to the best of his knowledge, Mayo had determined before his death to get rid of income tax. To Sir R. Temple 4 April 1873, Northbrook Papers, vol. 14, part 2, pp. 43ff. This is not borne out by the Mayo correspondence; see Mayo's letter to Agryll 24 Jan. 1872, Mayo Papers, vol. 46, no. 18.
238 See reports of the Inspector General of Police, Punjab, for 1867, 1868 and 1869, and note of E.G. Bayley, Secretary, Home Department. 17July 1872,Home Department Proceedings Judicial August 1872, nos. 273-84; K. Singh, *The Sikhs.*

(London, 1953), pp. 90-7.

239 See letter of L.H. Griffin, Officiating Secretary, Punjab Government to E.G. Bayley, Secretary to the Government of India 9 Sept. 1871, Home Department Proceedings Judicial 13 Jan. 1872, nos. 52-63.

240 Mayo to Argyll 28 July 1871, Mayo Papers, vol. 44, no, 173.

241 Mayo to R.H. Davies 6 Aug. 1871, Mayo Papers, vol. 44, no. 179.

242 8 Aug. 1871, Mayo Papers, vol. 44, no, 181.

243 Mayo to Governor of Madras 29 May 1871 and to Argyll 2 June 1871, Mayo Papers, vol. 43, nos. 119 and 124.

244 To Argyll 30 June 1871, Mayo Papers, vol. 43 no. 149. It was.of course, the siege of Paris in the Franco-Prussian war which Mayo had in mind.

245 Mayo to Argyll 26 Sept. 1871, to Mr. Justice Jackson 29 Sept. 1871 and to the Lieutenant-Governor of Bengal 30 Sept. 1871, Mayo Papers, vol. 44, nos. 219. 221 and 224; Mayo to Argyll 3 Oct. 1871 and to the Lieutenant-Governor of Bengal 8 and 10 Oct. 1871, Mayo Papers, vol. 45, nos, 229, 235 and 236.

246 See Mayo to Campbell 8 Oct. 1871, Mayo Papers, vol. 45, no. 235.

247 *The Indian Musalmans* (London, 1871), especially pp. I, 42 and 145-6.

248 Mayo to John Strachey 22 Sept. 1871, Mayo Papers, vol. 44, no. 214.

249 Quoted in G. R. G. Hambly, 'Unrest in Northern India during the Viceroyalty of Lord Mayo 1869-72; the Background to Lord Northbrook's Policy of Inactivity', *Journal of the Royal Central Asian Society* (Jan. 1961), pp. 37-55.

250 Mayo to Argyll 15 Oct., to Lawrence 20 Oct.. to Sandhurst 28 Oct., to Argyll 22 Nov. and to the Queen 8 Dec. 1871, Mayo Papers, vol. 45, nos. 239, 243, 255, 263 and 284.

251 Telegrams of the Punjab Government 15 and 16 Jan. 1872, Home Department Proceedings Judicial 20 Jan. 1872, nos. 55-71.

252 Telegram of the Punjab Government 16 Jan. 1872. *Ibid.*

253 Telegram of the Punjab Government 18 Jan. 1872, Home Department Proceedings Judicial 20 Jan. 1872, nos. 55-71; and telegram of the Punjab Government 19 Jan. 1872, Home

Department Proceedings Judicial Feb. 1872, nos. 7-20.

254 Telegram 19 Jan. 1872, Home Department Proceedings Judicial 20 Jan. 1872, nos. 55-71; Mayo to Davies 23 Jan. 1872, Mayo Papers, vol. 46, no. 14; E. C. Bayley, Secretary, Home Department, to the Secretary, Punjab Government, 24 Jan. 1872, Home Department Proceedings Judicial Feb. 1872, nos. 7-20.

255 See letter of Secretary, Punjab Government, 19 Jan. 1872, Home Department Proceedings Judicial Feb. 1872, nos. 7-20; and letter of Secretary, Punjab Government, 7 Feb. 1872, Home Department Proceedings Judicial June 1872. nos. 112-32.

256 Mayo to Argyll 24 Jan. 1872, Mayo Papers, vol. 46. no. 17; f. C. Bayley, Secretary, Home Deparyment, to Secretary Punjab Government 8 Feb. 1872. Home Department Proceedings Judicial Feb. 1872, nos. 232-6. Bayley himself, however, was inclined to agree with the Punjab government; see his note of 25 Jan. 1872. Home Department Proceedings Judicial Feb. 1872, nos. 59-65.

257 See memorandum of the offciating Deputy Commissioner, Ludhiana, forwarded by the Secretary, Punjab Government 9 Feb. 1872, Home Department Proceedings Judicial June 1872, nos. 107-11.

258 Telegram of Secretary, Home Department, to Secretary of State, 19 Feb. 1872. Home Department Proceedings Public March 1872, nos. 559-86.

259 19 Aug. 1871, quoted in Hambly, *op.cit.*

260 B. 1829; Q. C. 1868; law member of Viceroy's council 1869-72; judge of high court 1879-91; 1894.

261 Quoted in Hambly, *op. cit.* p. 50.

262 Viceroy's telegram to Lieutenant-Governor Punjab 1 May 1872. Home Department Proceedings Judicial June 1872, nos. 112-32. These decisions of the government of the officiating Viceroy, Lord Napier, were in fact taken by Stephen and Strachey, who both felt strongly about the brutality of blowing men from guns (.see Stephen's letters, quoted in Hambly, *op. cit.* and Strachey's note 3 July 1872: 'A more revolting and horrible spectacle can hardly be conceived. This renders it terrible to the bystanders, but also repugnant to humanity, and a punishment unfit to be indicted by civilised men', Home Department Proceedings

Judicial July 1872. nos. 208-11).

263 E. C. Bayley to Secretary Punjab Government 30 April 1872, Home Department Proceedings Judicial June 1872, nos. 112-32.

264 Northbrook to Argyll from Bombay 29 April 1872. Northbrook Papers, vol. 9, part 2, no. 2. pp. 11ff; Hobart, Governor of Madras, to Northbrook 27 May and I June 1872, Northbrook Papers, vol. 13, part 1, pp. 15ff.; Northbrook to Wodehouse 29 May 1872. Northbrook Papers, vol. 13. part 2, pp. 12ff.; Northbrook 10 Argyll 17 June 1872, Northbrook Papers, vol. 9, part 2, no. 9. pp. xxiff.; Secretary Punjab Government to Secretary Foreign Department 2 April 1872, Home Department Proceedings Judicial June 1872.

no. 11, Sir George Campbell b. 1824; entered service of East India Company 1842; service in North-West Provinces and the Punjab; judge of the Bengal high court, 1862-6; chief commissioner of Central Provinces 1867-8; lieutenant-governor of Bengal 1871-4; M. P. 1875-92; d. 1892.

265 To Argyll 10 May 1872, Northbrook Papers, vol. 9, part 2, no. 3. pp. vff.; to Hobart 19 May 1872. Northbrook Papers, vol. 13, part 2, pp. 8ff.

266 Northbrook to Muir 21 May 1872 and to Lord Napier of Magdala 1 July 1872, Northbrook Papers, vol. 13, part 2, pp. 9ff. and 35ff. respectively.

267 Campbell to Northbrook 22 June 1872, and Strachey to Northbrook 26 June 1872, Northbrook Papers, vol. 13, part 1, pp. 48ff. and 56ff. respectively; Northbrook to Campbell 3 June, to Strachey 26 June and to Campbell 20 July 1872, Northbrook Papers, vol. 13. part 2. pp. 16, 31 and 48ff. respectively.

268 5 July 1872, Northbrook Papers, vol. 13. part 2. pp. 38ff.

269 Northbrook to Grant Duff 9 Sept. 1872, Northbrook Papers, vol. 20, part 2, p. 30. This was, however, by no means true; of the provincial authorities, for example, the Governor of Madras alone favoured repeal of the tax.

270 Northbrook to Argyll 8 July 1872, Northbrook Papers, vol. 9, part 2. no. 13, pp. xxixff.; Northbrook to Grant Duff 8 July and to Mallet 15 July 1872, Northbrook Papers, vol. 20, part 2, pp. 10ff.; Northbrook to Wodehouse 30 Dec. 1872, Northbrook

Papers, vol. 13, part. 2, pp. 124ff

271 Kimberley to Northbrook 20 June 1872, Northbrook Papers, vol. 20, part 1. appendix, pp. xlvjjff.; Argyll to Northbrook 29 June 1872 and 7 Feb. 1873, Northbrook Papers, vol. 9, part 1, nos. 6 and 22. pp. 6ff. and 35ff.; Gladstone to Northbrook 15 Oct. 1872, Northbrook Papers, vol. 20, part I, p. 74.

272 Northbrook to Argyll 21 March 1873, Northbrook Papers, vol. 9. part 2. no. 51, pp. cviiff.; Northbrook to Halifax 21 March 1873. to Delance 28 March 1873 and to Mallet 31 March 1873. Northbrook Papers, vol. part 2, pp. 36ff.

273 Northbrook 10 Mallet 4 May 1873, and to Argyll 22 May 1873 Northbrook Papers, vol. 21, part 2, pp. 69 and vol. 9, part 2. pp cxxixff; Northbrook to Wodehouse 25 Aug. 1873, Northbrook Papers, vol. 14. part 2, pp. 150ff.

274 Argyll to Northbrook 25 April, 23, 28 May and 27 June 1873. Northbrook Papers, vol. 9, part 1, nos. 33,35,36 and 37, pp. 51ff.

275 Public Works Despatch of Secretary of State no. 51 dated 22 May 1873.

276 Northbrook to Argyll 16 and 23 June 1873, Northbrook Papers, vol. 9, part 2, nos. 62 and 64, pp. cxxxiv and cxxxixff. respectively.

277 Northbrook to Mallet 31 May 1874, Northbrook Papers, vol. 22, part 2, pp. Ixxviff.

278 Salisbury to Northbrook 19 June 1874, Northbrook Papers, vol. 11, part 1, no, 17, pp. 29ff.

279 Northbrook to Salisbury 27 March 1874 and Salisbury to Northbrook 28 May 1874, Northbrook Papers, vol. 11, part 2, no. 6, pp. xiiff.and part 1, no. 13, pp. 23ff. respectively.

280 Salisbury to Northbrook 19 June and 2 Sept. 1874, Northbrook Papers, vol. 11, part 1, nos. 17 and 28, pp. 29ff. and 51ff. respectively.

281 Northbrook to Salisbury 15 May 1874, and Salisbury to Northbrook 12 June 1874. Northbrook Papers, vol. 11, part 2, no. 15, p. 1 and part 1, no. 15, pp. 26ff. respectively.

282 Salisbury to Northbrook 30 July 1874, Northbrook Papers, vol. 11, part l,no. 23, pp. 42ff.

283 For the Baroda episode in general, see Mrs M. P. Kamerkar, A *Study in British Paramouncy: Baroda 1870-1875*, Indian

History Congress Proceedings 1961, and R. P. Massani, *Dadabhai Naoroji* (London, 1939), pp. 131-78. The actions of the Government of India are reviewed in detail and defended in Northbrook's minute of 29 April 1875, Foreign Department Political A, Proceedings July 1875, nos. 290-6- Dadabhai Naoroji b. 1825; resident in Britain 1855-74; chief minister of Baroda 1874; M. P. 1892-5; president of Indian national congress 1886, 1893 and 1906; member of commission on Indian expenditure 1895; d. 1917. On attitude to Bombay and Indian governments, see Northbrook to Argyll 24 Jan. 1873, Northbrook Papers, vol. 9, part2, no. 43, pp. Ixxxviiiff.

284 Sir Robert Phayre, b. 1820; joined army of East India Company 1839; resident at Baroda 1873-4; d. 1897.

285 Wodehouse to Northbrook 24 July and 29 Aug. 1873, Northbrook Papers, vol. 14, part 1, pp. 301ff. and 367ff. respectively. For Phayre's reports from Baroda and the letter of the Bombay government of 29 Aug. 1873, see Foreign Department Secret Aug. 1874, Proceedings 95-126 B.

286 Northbrook to Governor of Bombay 15 Sept. 1873, Northbrook Papers, vol. 14, part 2, pp. 162ff.; letter of the Government of India to the Bombay Government 19 Sept. 1873, Foreign Department Secret Aug. 1874, Proceedings 95-126B.

287 'It should of course be our effort to effect the reforms as much as possible *ab intra*, the Resident merely encouraging, stimulating, advising, helping, but not directly interfering except as a last resource. Here is the key-stone of the whole. This is what distinguishes between a good and a bad Political Officer. I fear that with a Resident of Col. Phyre's temperament we shall never bring things round at Baroda. There will be interference and denunciation in plenty, but of encouragement and gentle silent influence nil,' Note of C, U. Airchison 11 March 1874, Foreign Department Secret Aug. 1874, Proceedings 136-93.

288 Northbrook to Argyll 21 Sept. 1873, Northbrook Papers, vol. 9, part 2, no. 78, pp. clxviiiff.; Northbrook to Salisbury 27 March 1874, Northbrook Papers, vol. 11, part 2, no. 6, pp. xiiff,

289 Salisbury to Northbrook 24 April 1874, Northbrook Papers, vol. 11, part 1, no. 8, pp. 12ff.

290 Wodehouse to Northbrook 21 and 26 April 1874, Northbrook

Papers, vol. 15, part 1, pp. 195ff. and p. 204 respectively.

291 Northbrook to Major-Gen. H. Daly 20 June 1874, Northbrook Papers, vol. 15, part2, p. 158.

292 See notes of General Daly, 7 March 1874 and A. C. Lyall 19 May 1874, Foreign Department Secret Aug. 1874, Proceedings 136-93.

293 Viceroy to the Gaekwar 25 July 1874, Foreign Department Secret August 1874, Proceedings 136-93.

294 Northbrook to Sir George Clerk 16 June 1874, Northbrook Papers, vol. 22, part 2, p. xc; also Northbrook to Salisbury 16 June 1874, Northbrook Papers, vol. 11, part 2, no. 20, pp. Ixviiff.

295 Governor of Bombay to Northbrook 19 Aug. and B. M. Ellis to Northbrook 11 Sept. 1874, Northbrook Papers, vol. 16, part 1, pp. 51ff. and 69ff respectively,

296 Governor of Bombay to Northbrook 8 and 23 Nov. 1874, Northbrook Papers, vol. 16, part 1, pp. 158ff. and 185ff. respectively.

297 Northbrook to Governor of Bombay 12 Nov. 1874, Northbrook Papers, vol. 16, part 2, pp. cvff. Northbrook to Salisbury 12 and 27 Nov. 1874, Northbrook Papers, vol. 11, part 2, nos. 41 and 45, pp. cxxiff. and cxxxff. respectively.

298 Northbrook to Salisbury 11 Dec. 1874, Northbrook Papers, vol. 11, pan 2, no. 47, pp. cxxxixff.

299 Pelly to Northbrook 24 Dee. 1874, Northbrook Papers, vol. 16, part I, pp. 225ff.

300 Northbrook to Pelly 5 Jan. and Pelly to Northbrook 7 Jan. 1875, Northbrook Papers, vol. 17, purt 2, pp. iiiff. and part 1. pp. 3ff. respectively.

301 Northbrook to Salisbury 1 Jan. 1875, Northbrook Papers, vol. 12. part 2, pp. iff.

302 To Northbrook 14 Jan. 1875, Northbrook Papers, vol. 12. part 1, no- 4. pp. 6ff.

303 To Northbrook 12 Feb. 1875, Northbrook Papers, vol. 12, part 1, no. 8, pp. 18ff.

304 Northbrook to Pelly 20 Feb. 1875, Northbrook Papers, vol. 17, part 2, pp. xxxviff. Northbrook to Salisbury 4 March 1875, Northbrook Papers, vol. 12, purt 2, no. 11, pp. xxxivff.

305 To Salisbury 26 Feb. 1875, Northbrook Papers, vol. 12, part2.

no. 10, pp. xxxiff.

306 This alliance gave much concern to Theodore Hope, one of the ablest civil servants of Bombay; ' To play the two [Mahrattas and Gujeratis] off against each other I took upon as one of the chief means of security for this Presidency at some future, and I hope distant, day'- Letter to Evelyn Baring, Private Secretary to the Viceroy, 17 March 1875, Northbrook Papers, vol. 17. part 1, pp. 124ff.

307 To Northbrook 16 April 1875, Northbrook Papers, vol. 23, part 1, p. 75. Sir Erskine Perry b. 1806; judge of the Bombay high court 1841-7; chief justice 1847-52; member of India council 1859-82; d. 1882.

308 Report of Sir Richard Meade, Chairman of the Commission, to Northbrook, 31 March 1875, Northbrook Papers, vol. 17, part I, pp. 136ff.

309 Halifax to Northbrook 15 April 1875, Northbrook Papers, vol. 23. part 1, pp. 73ff.

310 Salisbury telegram to Northbrook 15 April 1875. Northbrook Papers, vol. 12, part 1, supplement no. 7, p, 3; Perry to Northbrook 16 April 1875, Northbrook Paper; vol. 23, part 1. p, 75; Salisbury to Northbrook 16, 23 April and 13 June 1875, Northbrook Papers, vol. 12, part 1, nos. 18, 19 and 26, pp. 38, 39 and 53 respectively.

311 Minute of 29 April 1878, Foreign Department Political A, July 1875, Proceedings, 290-6.

312 See A. Hobhouse. Law Member, to C. U. Aitchison 15 Jan. 1875 and Aitchison to Sir Lewis Pelly 15 Jan. 1875, Foreign Department Political A. Jan. 1875, Proceedings, 252-83.

313 Salisbury 10 Northbrook 7 May and 4 June 1875, Northbrook Papers, vol. 12, part 1, nos. 21 and 25, pp. 43ff. and 51ff. respectively,

314 Northbrook to Sir George Clerk 27 Feb. 1874, Northbrook Papers, vol. 22. part 2. pp. xxx.

315 To Northbrook 2 and 27 Oct 1874, Northbrook Papers, vol. 22, part 1, pp. 222ff. and 263 respectively.

316 To Mallet 2 and 29 Oct. 1874, Northbrook Papers, vol. 22. part 2, pp. exxxviiff. and cxlivff. respectively.

317 Salisbury to Northbrook 1 and 27 Jan. 1875, Northbrook Papers,

vol. 12, part I, nos. 1 and 6, pp. 1ff. and 10ff. respectively.

318 To Salisbury 2 Aug. 1875, Northbrook Papers, vol. 12, part 2, no. 40. pp. cvff.

319 Financial Department Proceedings, Separate Revenue (Customs), Nov. 1875, Part A. no. 19.

320 Salisbury to Northbrook 6 Aug. 1875 and telegram to Northbrook 7 Aug. 1875. Northbrook Papers, vol. 12, part 1, no. 34, pp. 68ff., and supplement no. 16, p. 6.

321 Northbrook to Salisbury 9, 16 end 30 Aug. 1875, Northbrook Papers, vol. 12, part 2, nos. 41, 42 and 45, pp. cviiiff., cxff. and c\vtiiff. respectively.

322 See letter of the Secretary to the Government of India Financial Department to the Chief Secretary, Bombay Government 14 Oct. 1875, Financial Department Proceedings, Separate Revenue (Customs), Nov. 1875, Part A, no. 3.

323 Northbrook to Mallet 6 Sept. 1875, Northbrook Papers, vol. 23, part 2, pp. cxixff.

324 See Mallet to Northbrook 27 March 1874, Northbrook Papers, vol.22, part 1. pp. 66ff.; Salisbury to Disraeli 13 May 1876, Disraeli Papers.

325 Salisbury to Northbrook 1, 7 and 15 Sept. 1875, Northbrook Papers, vol. 12, part 1, nos. 39, 40 and 41, pp. 77ff

326 Salisbury to Northbrook 29 Sept. and 5 Nov. 1875, Northbrook Papers, vol. 12, part 1, nos. 43 and 48, pp. 88ff. and 97ff. respectively.

327 Salisbury to Northbrook 29 Sept and telegram to Northbrook 30 Sept. 1875, Northbrook Papers, vol. 12. part I, no. 43, pp. 88ff. and supplement no. 18, pp. 6 and 7 respectively; Mallet to Northbrook 17, 24 Sept. and 1 Oct. 1875, Northbrook Papers, vol. 22, part 1, pp. 246, 250ff. and 257ff. respectively.

328 Northbrook to Salisbury 7 Oct. 1875, and telegram to Salisbury of same date, Northbrook Papers, vol. 12, part 2, no. 52, pp. cxxxviff, and supplement no,22 respectively.

329 Gladstone to Northbrook 20 Sept, and Mallet to Northbrook 8 Oct.1875, Northbrook Papers, vol. 23, part 1, pp. 246ff. and 246ff. respectively.

330 Mallet to Northbrook 1 Dec. 1875, Northbrook Papers, vol. 17, part 1, pp. 460ff.

331 Northbrook to Salisbury 25 Oct. 1875, Northbrook Papers, vol. 12, part 2, no. 55, pp. cxliiiff.

332 Frere to Salisbury 9 Oct. 1875, Salisbury Papers, Christ Church Library, Oxford.

333 Salisbury to Northbrook 26 Nov. 1875, Northbrook Papers, vol. 12, part 1, no. 53, pp. 106ff. The reference is clearly to the Indian Treasury.

334 11 Nov. 1875, Financial Department Proceedings, Separate Revenue (Customs), March 1876, part A, Proceedings no. 23.

335 Mallet's telegram to Salisbury 14 Jan. 1876, Northbrook Papers, vol. 12, part 4, supplement, p. ii.

336 Northbrook to Salisbury 14 and 21 Jan. 1876, Northbrook Papers, vol. 12, part 4, nos. 4 and 5, pp. viiff.

337 Salisbury to Northbrook 21 Jan. 1876 and telegram of same date, Northbrook Papers, vol. 12, part 3, no. 3, pp. 4ff. and supplement no.2 respectively. So Salisbury's latter statement (letter to Lytton 17 March 1876, Lytton Papers, vol. 516/1, no. 10) that he would probably have withdrawn the despatch if Mallet had informed him that Northbrook had been personally wounded by it was clearly made in a mood of forgetfulness.

338 Northbrook to Salisbury 25 Feb. and 3 March 1876, Northbrook Papers, vol. 12, part 4, nos. 10 and 11, pp. xxivff.; also despatch of the Government of India 25 Feb. 1876, Financial Department Proceedings, Separate Revenue (Customs), March 1876, part A, no. 24.

339 Northbrook to Salisbury 17 March 1876, Northbrook Papers, vol. 12, part 4, no. 13, pp. xxxiiff.

340 See, for example, Eden to Northbrook 19 Feb. 1876, and Halifax to Northbrook 25 Feb. 1876, Northbrook Papers, vol. 18, part 1, pp. 62ff. and vol. 23, part 3, p. 24 respectively,

341 Despatch of the Secretary of State 31 May 1876, Financial Department Proceedings, Separate Revenue (Customs), part A. Aug. 1876, no. 1.

342 See letter from the Secretary, Department of Revenue, Agriculture and Commerce to the Secretary, Bengal Chamber of Commerce, 1 Sept.1876, Financial Department Proceedings, Separate Revenue (Customs), Part A, Sept. 1876, no- 11.

343 To Salisbury 12 March 1876, Lytton Papers, vol. 518/1, pp.

17ff.

344 Lytton to Salisbury 9 March 1876 and Salisbury to Lytton 17 and 24 March 1876, Lytton Papers, vol. 518/1, pp. 16ff. and vol. 516/ l,nos. 10 and 11.

345 Salisbury to Lytton 12 May 1876, Lytton Papers, vol. 516/1, no. 17.

346 Lytton to Mallet 12 June 1876, Lytton Papers, vol. 518/1, pp.236.

347 To Mallet 14 March 1877, Lytton Papers, vol. 518/2, pp. 196ff.

348 To Lytton 19 Oct. 1877, Lytton Papers, vol. 516/2, no. 42.

349 Lytton to Disraeli 16 July 1876. Lytton Papers, vol. 518/1. pp. 293ff.; Lytton to Salisbury 1 Nov. 1877, Lytton Papers, vol. 518/2, pp. 978ff.

350 Lytton to Strachey 3 Nov. 1877, Lytton Papers, vol. 518/2. pp. 988ff.

351 Despatch of 30 Aug. 1877, Financial Department Proceedings. Separate Revenue (Customs), Part A, Oct. 1877.

352 4 Feb. 1879, Lytton Papers, vol. 516/4, no. 8.

353 To Cranbrook 7 Feb. 1879 and to Mallet 28 Feb. 1879, Lytton Papers, vol. 518/4, pp. 88 and 151ff. respectively.

354 Lytton to Cranbrook 20 March 1879, Lytton Papers, vol. 518/4, pp. 186ff.

355 See his letter to the Queen 24 June 1858 (Buckle, Disraeli, IV, 166).

356 To Disraeli 13 Dec. 1875, Disraeli Papers.

357 *Ibid.* 10 Jan. 1876, Disraeli Papers.

358 To Lytton 7 April 1876, Lytton Papers, vol. 516/1, no. 13. Robert Lowe declared in Parliament that it was the Queen who had initiated the proposal for the title of Empress and only succeeded on the third attempt in persuading a Prime Minister to take the necessary steps. When challenged he withdrew his allegation. There is nothing in the Lowe papers at Hinton Charterhouse that throws any light on Lowe's statement.

359 To Northbrook 11 April 1876, Northbrook Papers, vol. 7, p. 8.

360 To Corry, Private Secretary to Disraeli, 21 April 1876 and to Disraeli 30 April 1876, Lytton Papers, vol. 518/1, pp. 104ff. and 120ff. respectively.

361 To the Queen 4 May 1876, Lytton Papers, vol. 518/1, pp. 134ff.

362 For the proposed list of members, see Foreign Department

Proceedings, Secret Political A, Dec. 1877, no. 296.
363 To Salisbury 25 May 1876, Lytton Papers, vol. 518/1, pp. 180ff.
364 To Disraeli 7 June 1876, Disraeli Papers,; to Lytton 9 June 1876, Lytton Papers, vol. 516/1, no. 26. The passages cited in the text are from the letter.
365 To Lytton 7 July 1876, Lytton Papers, vol. 516/1, no. 32.
366 *Ibid.* 13 July 1876, Lytton Papers, vol. 516/1, no. 35.
367 *Ibid.* 30 Aug. 1876, Lytton Papers, vol. 516/1. no. 44.
368 Disraeli to Salisbury 3 Sept. 1876 and Salisbury to Lytton 12 and 18 Sept. 1876, Lytton Papers, vol. 516/1, nos. 48 enclosure, 49 and 50.
369 Laytton to Mallet 11 Jan. 1877, Lytton Papers, vol. 518/2, pp. 22ff.; Salisbury to Lytton 9 Feb. 1877, Lytton Papers, vol. 516/ 2, no. 2.
370 Despatch of Secretary of State 20 Nov. 1876 Foreign Department Proceedings, Secret Political A, Dec. 1877, no. 310.
371 Salisbury to Lytton 10 and 17 Nov. 1876, Lytton Papers, vol. 516/ 1, nos. 63 and 65.
372 Lytton to Salisbury 15 Nov. 1876 and to the Queen 15 and 22 Nov. 1876, Lytton Papers, vol. 518/1. pp. 605ff., 608ff. and 623 respectively.
373 Speech at Birmingham 18 July 1903. *The Times*, 20 July 1903.
374 To Arbuthnot 4 May 1877, Lytton Papers, vol. 518/2, p, 345.
375 Lytton's note 5 June 1876, Home Department Judicial July 1876, Proceedings 43 -6.
376 Lytton to Salisbury 30 July 1876, Lytton Papers, vol, 518/1, pp. 315ff.; notes of Members of Council, Home Department Judicial July 1876, Proceedings 43-6.
377 Letter from Officiating Secretary to the Government of India to the Secretary of the Government of the North-West Provinces 7 July 1876, Parl, papers 1877, vol. 63, pp, 351ff.
378 14 Aug. 1876, Lytton Papers, vol. 518/1, pp. 381 ff.
379 Lytton to Salisbury 28 Sept. 1876, Lytton Papers, vol. 518/1, pp. 487ff.
380 22 July 1876, Lytton Papers, vol. 516/1, no. 38.
381 To Salisbury 9 Feb. 1877, Lytton Papers, vol. 518/2. pp. 124ff.
382 To Lytton 9 March 1877, Lytton Papers, vol. 516/2, no. 6.
383 To Lord George Hamilton 22 Jan. 1877. Lytton Papers, vol.

518/2, pp 49ff.'

384 To Lyttonon 13 April 1877, Lytton Papers, vol. 516/2, no- 12.

385 Lytton to Salisbury 10 May 1877, Lytton Papers, vol. 518/2, pp. 355 ff

386 See Viceroy's Minute 7 Jan. 1878, Home Department Public Proceedings May 1879, nos. 287-328.

387 Despatch of 2 May 1878 parl. Papers, 1878-9, vol. 55, pp. 311ff.

388 To Lytton 26 June, 4 July and 25 Aug. 1878, Lytton Papers, vol. 516/3, nos. 30, 33 and 46; despatch of 7 Nov. 1878, *Parl. Papers*, 1878-9, vol.55, pp. 318ff.

389 To Cranbrook 21 July 1878, Lytton Papers, vol. 518/3, pp. 509ff.

390 Despatch of 1 May 1879, Parl.. Papers. 1878-9, vol. 55, pp. 320ff.

391 'It is a scheme which may rejoice the hearts of a few impecunious aristocratic noodles. But to you the people it crings no comfort, it brings no hope; but, on the contrary, it means the utter negation of all those solemn pledges which you have hitherto regarded and cherished as your great charter' (Lal Mohan Ghose 4 March 1880, reported in the Indian Mirror, 9 March 1880), 'Such a service, if it survives, will be no unsuitable monument of the most disgraceful and disastrous viceroyalty in the annals of British India.' (W. C. Wordsworth. Principal, Elphinstone College, Bombay, in *The Pall Mall Gazette*, 16 June 1884).

392 Surprisingly. Lytton's liking for the upper classes did not extend to the zemindars of Bengal, whom he regarded as 'the most pampered, pretentious, disloyal set of rascals in India'. Letters to Cranbrook 12 and 25 May 1879, Lytton Papers, vol. 518/4, pp. 346ff. and 391ff, respectively. This was probably because Lytton believed that the zemindars had been contaminated by the Bengali middle classes.

393 Salisbury to Lytton 30 Aug. 1877, Lytton Papers, vol. 516/2, no. 35. ; Lytton to Salisbury 3 Oct. and to Eden 5 Oct. 1877, Lytton Papers, vol. 518/2, pp. 865 ff. and 891ff. respectively. On this subject of Lytton's Vernacular Press Act generally, see the author's *The Viceroyalty of Lord Ripon* (Oxford, 1953), ch. VI, Sir Ashley Eden b. 1831 ; entered Bengal civil service 1852 ; secretary to governor of Bengal 1860-71 ; lieutenant-governor

of Bengal 1877-82 ; member of India council 1882-7 ; d. 1887.

394 Lytton to Lord George Hamilton 25 Feb. 1878, Lytton Papers, vol. 518/3, p. 130.

395 Note of Sir Arthur Hobhouse 10 August 1876, *Parl. Papers*, 1878, vol. 57, p. 475.

396 Minute 22 Oct. 1877, *Ibid.*, p. 479.

397 To Salisbury 1 March 1878, Lytton Papers, vol. 518/3, pp. 146ff.

398 To Sir Philip Rose 15 March 1878, Lytton Papers, vol. 518/3, pp. 169ff.

399 Cranbrook to Lytton 20, 30 May and 4 June 1878, Lytton Papers, vol. 516/3, nos. 21, 25 and 26.

400 Lytton to General Secretary 30 July 1879, Lytton Papers, vol. 518/ 4, pp. 614ff.

401 The Times, 13 May 1878.

402 See C. E. Buckland, *Bengal under the Lieutenant Governors* (Calcutta. 1901), vol. 2, p. 718.

403 To Arbuthnot 13 Dec. 1878, Lytton Papers, vol. 518/3, pp. 900ff.

404 Report of the committee on the riots in Poona and Ahmednagar 1875 (Bombay, 1876).

405 Mallet to Lytton 2 May 1878, Lytton Papers, vol. 517/5, no. 80.

406 See Home Department Judicial Proceedings April 1879,3-33; and Home Department Revenue and Agriculture, Judicial Proceedings, August 1879, 91-113.

407 On the significance of this Act as marking a break with *laissez-faire* and freedom of contract, see T. R. Metcalf, The British and the Money-Lender in Nineteeth Century India', Journal of Modern History (Dec. 1962), pp. 390ff.

408 See letters of Temple 3 July and 9 July 1879, published in G. R. G. Hambly, 'Mahratta Nationalism before Tilak', *Royal Central Asian Journal* (April 1962), pp. 144-60; Cranbrook to Lytton 15 April 1879, Lytton Papers, vol. 516/4, no. 30.

409 To Cranbrook 13 May 1879, Lytton Papers, vol. 518/4, pp. 359ff.

410 *Ibid.* 2 June 1879, Lytton Papers, vol. 518/4, pp. 404ff.

411 For an account of the disturbances in the Deccan see V. S. Joshi, *Vasudeo Balvant Phadke* (English edition Bombay, 1959).

412 Hunter, *Mayo*, vol. 1, p. 104.

413 Mayo to Lord Napier, Commander-in-Chief, 30 Nov. 1870, Mayo Papers, vol. 41, no. 343.

414 Mayo to Sir A. Buchanan 26 Sept. 1869, Mayo Papers, vol. 36, no. 254.
415 To Sir Henry Durand 29 April 1870, Mayo Papers, vol. 39, no. 107.
416 To Frere 11 Jan. 1870. Mayo Papers, vol. 38, no. 15.
417 To Sir E. Perry 23 March 1870, Mayo Papers, vol. 38, no. 85; to Perry 26 July 1870 and to Muir 4 Aug. 1870, Mayo Papers, vol. 40, nos. 213 and 222; 10 George Campbell 23 Nov. 1870, Mayo Papers, vol. 41, no. 325. But it has been suggested that this emphasis on primary rather than college education might have been influenced by the fact that in 1869 four Indians had passed the civil service examination. See B. B. Misra, *The Indian Middle Classes* (London, 1961), p. 282.
418 Mayo to Argyll 19 April 1869, Mayo Papers, vol. 35, no. 39.
419 Speech to the Rajput princes, Oct. 1870, cited in Hunter, *Mayo*, vol. l,p.209.
420 Mayo to Argyll 1 Sept. 1871, Mayo Papers, vol. 44, no. 199.
421 To General Strachey 8 Feb. 1872. Mayo Papers, vol. 46, no.24.
422 To Argyll 7 July 1871, Mayo Papers, vol. 44, no. 156.
423 Minute on Mayo's Administration 30 April 1872, Home Department Public Proceedings May 1872, nos, 188 and 189.
424 To Hunter, cited in Hunter, *Mayo*, vol. 2, p. 226.
425 See E. Strokes, *The English Utilitarians and India* (Oxford, 1959), pp. 283ff.; J. Roach, 'Liberalism and the Victorian Intelligensia', The Cambridge Historical Journal xIII, no. 1, pp. 58-81.
426 Roach, *Ibid.* p. 64.
427 2 May 1869, Mayo Papers, vol. 35, no. 53.
428 To Lord Bradford 13 Oct. 1869, Mayo Papers, vol. 37, no. 282.
429 To Col. Reilly 17 June 1869, Mayo Papers, vol. 35, no. 114; to John Fowler 30 Nov. 1870, Mayo Papers, vol. 41, no. 340.
430 Mayo to Argyll 13 Dec. 1871, Mayo Papers, vol. 45, no. 288.
431 Note of Mayo Home Department Judicial Proceedings 15 Jan. 1870,nos. 29-31 A; Mayo to Napier of Magdala 24 Aug. 1871, Mayo Papers, vol. 44, no. 194; A. O. Hume (Home Secretary in Mayo's government) to Lord Dufferin 15 May 1885, Dufferin Papers (microfilm copy), India Office Library, reel 528.
432 To the Governor of Madras 3 Oct. 1869, Mayo Papers, vol. 37,

no. 267.

433 The warmest remark that was ever made about Northbrook was by his old friend Edward Lear: 'He is an extremely lumminious and amiable crick.' See R. Murphy (ed.) *Edward Lear's Indian Journal* (London, 1953), p. 34. The cruellest assessment was chat of Dilke, after a few months with Northbrook in the Gladstone Government of 1880: 'just a nice idiotic banker's clerk'. R. Jenkins, *Sir Charles Dilke* (London, 1958), p. 149.

434 See for example, the letter of Toru Dutta 13 Jan. 1876. H. Das, Life and Letters of Toru, Dutt (Oxford, 1921), p. 121.

435 Hume to Northbrook 1 Aug. 1872, Northbrook Papers, vol. 13, part 1, pp. 109ff. A.O. Hume b. 1829 son of Joseph Hume; joined Indian civil service 1849; service in North-West Provinces 1849-70; secretary to the government of India 1870-9; retired 1882; one of the founders of the Indian national congress; d. 1912.

436 Chief of the Intelligence Department to Northbrook 8 Oct. 1872, Northbrook Papers, vol. 13, part 1, pp. 177ff

437 Home Department Police Proceedings Oct. 1873. nos. 14 and 15,

438 R. H. Davies to Northbrook 13 Feb. 1875, Northbrook Paper - vol. 17, part l. p. 36.

439 See Minute by Sir Richard Temple, Lieutenant-Governor of Bengal. 16 March 1875 and letter of the Bengal Government 24 March 1875, Home Department Judicial Proceedings April 1875, no 89.

440 To Maurice Drummond 13 June 1875, Northbrook Papers, vol. 23, part 11, pp. Ixviiiff.

441 To Dufferin 15 May 1885, Dufferin Papers, reel 528.

442 Letter to Lytton 28 Feb. 1876, Lytton Papers, vol. 517/1, no. 180.

443 Grant Duff to Lytton 31 Jan. 1876, Lytton Papers, vol. 517/1, no. 69.

444 Northbrook to Argyll and to S. Whitbread 14 April 1876. Northbrook Papers, vol. 7, part 11, pp. iff,

445 To Fitzjames Stephen 7 March 1877, Lytton Papers, vol. 518/2, pp. 183ff.

446 To Salisbury 27 April 1876, Lytton Papers, vol. 518/1, pp. 114ff.

447 To Salisbury 4 Oct. 1877, Lytton Papers, vol. 518/2. pp. 874ff.

448 Lytton to Cranbrook 30 April 1878, Lytton Papers, vol. 518/3, pp. 277ff.

449 H. M. Kisch 7 April 1880. iee E. A. Waley Cohen, *A Young Victorian in India* (London, 1957), p. 173,

450 Lytton to Aitchison 8 March 1879, Lytton Papers, vol. 518/4. pp. 176ff.

451 Lytton to Cranbrook 30 June and 31 Aug. 1879, Lytton Papers,vol. 518/4, pp. 507ff. 697ff. respectively; Cranbrook to Lytton 3, 10, 28,31 Aug. and 29 Dec. 1879, Lytton Papers, vol. 516/4, nos. 60, 64, 68, 69 and 103.

452 Salisbury to Disraeli 10 Jan. 1876, Disraeli Papers; Auckland was the governor-general who had been responsible for the disaster of the first Afghan war.

453 Gladstone to Northbrook 2 Nov. 1878, Northbrook Papers, vol. 7, pp. 207ff.

454 Salisbury to Disraeli 10 Oct. 1878, Disraeli Papers.

CHAPTER 3

1 Gladstone to Kimberley 24 April 1880, Kimberley Papers, vol. D-20.

2 For a detailed study of Ripon's viceroyalty, see the author's earlier publication, *The Viceroyalty of Lord Ripon* (Oxford, 1953) The analysis in this chapter is broadly that in the cook, but much new documentation has been utilized.

3 Gladstone to Granville 9 Sept. 1884, Gladstone Papers, Add. MSS 44177, fo. 98.

4 Lyall, *Life of Dufferin* (London, 1905), vol. 1, p. 134.

5 Argyll had strongly supported him, but Gladstone had preferred Northbrook, See Gladstone's correspondence with Argyll, Gladstone Papers, B. M. Add. MSS 44102; also A. Ramm, The Political Correspondence of Mr Gladstone and *Lord Granville 1868-1876* (London, 1952), vol. 2, p. 301.

6 24 Dec. 1880, Gladstone Papers, B. M. Add. MSS 44151, fo. 149.

7 Diary of Ripon 2 Dec. 1878, B. M. Add. MSS 43591. The Ripon Papers were consulted by the author over ten years ago, and the

numbers of the manuscripts cited here are as of that date.

8 Diary of Ripon 7 Sept. 1879, Add. MSS 43592.

9 Cf, Sir Donald Stewart, Commander at Kabul, to his wife 14 April 1880; 'every word Lord Lytton has written to me might have been written by the Opposition.' G. R. Elsmie, *Field Marshal Sir Donald Stewart* (London, 1903), p. 329.

10 Memorandum to Hartington 9 May 1880, Add. MSS 43610, no. 1.

11 See Earl Granville to R. Thomson no. 57, 18 May 1880, F. O. 65, vol. 1101.

12 Ripon to Sir Nevile Chamberlain 27 May 1880, Add. MSS 43600, no.2.

13 Ripon to Hartington 15 June 1880, Add. MSS 43610, no. 5.

14 Telegram of Sir Lepal Griffin, Political Representative in Afghanistan, to Foreign Department 11 June 1880 despatch of the Government of India 15 June 1880, enclosure 15, P.O. 65, vol. 1104 ; Stewart's telegram to Viceroy 11 June 1880, Add. MSS 43618, no. 10. Sir Lepal Griffin b. 1838; joined Indian civil service 1859; Chief secretary to the Punjab government 1878; political adviser in Afghanistan 1880; agent to the governor-general in central India 1881-9; d. 1908. Sir Donald Strewart b. 1824; joined East India Company's army 1840; commander in Afghanistan 1878-80; commander-in-chief 1880-5; member of India council 1885-1900; d. 1900.

15 Gladstone note on Cabinet decision 19 June 1880, Gladstone Papers, Add. MSS 44642, fo. 38.

16 Letter to Abdur Rahman 14 June 1880, despatch of the Government of India 22 June 1880, enclosure 12, F.O. 65, vol. 1104.

17 Griffin to Stewart 16 June 1880, despatch of the Government of India 29 June 1880, enclosure 3, FO. 65, vol. 1104.

18 Foreign Department telegram to Griffin 18 June 1880, despatch of the Government of India 22 June 1880, enclosure 15, P.O. 65, vol. 1104.

19 Telegram of Secretary of State to Viceroy 21 June 1880, Add. MSS 43615, no. 30; Hartington to Ripon 18 June 1880, Add. MSS 43571, no. 8; Foreign Department telegram to Stewart 29 June 1880, Add. MSS 43618, no. 63.

20 Stewart to Ripon 11 July 1880, Add. MSS 43554, no. 27.
21 Memorandum of Secretary Military Department 12 July 1880, Add. MSS 43617, no. 79.
22 Griffin's telegram to Foreign Department 20 July 1880, Add. MSS 43618, no. 127.
23 Foreign Department's telegram to Griffin 20 July 1880, Add MSS 43618, no. 132.
24 Secretary Military Department to Ripon 19 Aug. 1880, Add. MSS 43555, no. 106,
25 Fredrick, first earl Roberts b. 1832; joined East India Company's army 1852; service in Afghanistan 1878-80; command in south Madras 1881-5; commander-in-chief India 1885-93; command Africa 1900-1; commander-in-chief British army 1901-4; d. 1914.
26 Griffin's telegram to Foreign Department 31 July 1880, Add. MSS 43618, no. 182.
27 Griffin's memorandum of conversation with Abdur Rahman, despatch of the Government of India dated 24 Aug. 1880, enclosure 2, F.O. 65, vol. 1104.
28 Ripon to Granville 17 Aug. 1880, Add. MSS 43595, no. 16.
29 Stewart's telegram to Foreign Department 5 and 9 Aug. 1880, Add. MSS 43618, no. 199 and Add. MSS 43617, no. 216 respectively.
30 Ripon to Hartington 1 Aug. 1880, Add. MSS 43610, no. 15; telegram from Secretary of State to Viceroy 9 Sept. 1880, Add. MSS 43615, no. 240. The Queen at first refused her approval to this telegram, but was induced to give way. Hartington to Ripon 9 Sept. 1880, Add. MSS 43571, no. 25.
31 Gladstone to Ripon 10 Sept. 1880, Add. MSS 43549, no. 43; Gladstone's note to Hartington 9 Nov. 1880, Gladstone Papers, Add. MSS 44145, fo. 138.
32 Ripon to Hartington 25 Sept. 1880, Add. MSS 43610, no. 26; Stewart to Ripon 25 Sept. 1880, Add. MSS 43555, no. 151.
33 Depatch of Dufferin 16 March 1880, F.O. 65, vol. 1099.
34 Orders of 3 April 1880, *Ibid.*
35 Granville to Dufferin 28 Jan. 1881, reporting interview of 24, Jan. 1881, F.O. 65, vol. 1128.
36 Despatch of Dufferin 26 Jan. 1881, F.O. 65, vol. 1128.
37 *St. Peterburgh Vedomosti*, 15/27 Jan. 1881, F.O. 65, vol. 1128.

38 Granville to Hartington 1 Oct. 1881, Fitzmaurice, *Life of Granville*, vol. 2, p. 417.

39 See Burne's letter to Lord Tenterden 2 Jan. 1882, F.O. 65, vol. 1150, Sir Owen Burne b. 1837; entered army 1855; private secretary to Lord Mayo 1869-72; service in India office 1872-6; private secretary to Lord Lytton 1876-7; member India council 1887-97; d. 1909.

40 Hartington to Ripon 18 Aug. 1882, Add. MSS 43573, no. 44.

41 See C. Grant, Foreign Secretary, to Ripon 1 Feb. 1884, Add. MSS 43599, part A, no. 12.

42 Kimberley to Dufferin 21 Nov., 11,21 and 25 Dec. 1884, Kimberley Papers, D/22 *b*.

43 Dufferin to Kimberley 30 Dec. 1884 and 20 Jan., 3 Feb. and 10 Feb. 1885. Kimberley Papers, D/22 *a*.

44 D. K. Ghose, *England and Afghanistan* (Calcutta, 1960), pp. 185-6. The correspondence was published in Further Correspondence respecting Central Asia, *Parl. Papers*, Cd. 4387, May 1885,

45 Dufferin to Colvin 25 March 1885, Dufferin Papers, microfilm copy, India Office Library, reel 528.

46 Kimberley to Dufferin 13, 20 Feb., 13, 20 and 27 March 1885, Kimberley Papers, D/22 *b*.

47 Telegram to Sir Edward Thornton 27 March 1885, *Parl. Papers*, Cd. 4387, no.256.

48 Dufferin to Kimberley 24 Feb, 2 and 23 March 1885. Kimberlcy Papers, D/22 *a*.

49 Gladstone's note on Cabinet discussion 24 March 1885, Gladstone Papers, Add. MSS 44646, fo. 66.

50 Dufferin to Kimberley 5 April (two letters), 11, 12 and 13 April 1885, Kimberley Papers, D/22 *a*; Dufferin to Thornton 19 June 1885, and to Northbrook 21 Dec. 1885, Dufferin Papers, reel 525; Foreign Department Secret F. May 1885, Proceeding nos. 760-87.

51 Churchill to Dufferin 26 June 1885, Dufferin Papers, reel 516, and 2 July 1885, Dufferin Papers, reel 517.

52 Dufferin to the Queen 27 April and 19 June 1885. Dufferin Papers, reel 516; Dufferin to Kimberley Papers, D/22 a; Dufferin to Churchill 3 and 30 July 1835, Dufferin Papers, reel 517.

53 Dufferin to Lt. Gen. Wilson 16 July 1885, Dufferin Papers, reel 529; Churchill to Dufferin 17 July 1885, Dufferin Papers, reel 517; Salisbury to Dufferin 7 Aug. 1885, Dufferin Papers, reel 525.

54 Kimberley to Dufferin 22 April 1886, Kimberley Papers, D/22 *c*, fos. 75ff.; Cross to Dufferin 19 Aug. and 17 Sept. 1885, Dufferin Papers, reel 516.

55 1 May 1887, Dufferin Papers, reel 518. Richard Assheton, first Viscount Cross b. 1823; M.P. 1857; Home Secretary 1874-80; Secretary for India 1886-92; Lord Privy Seal 1895- 1900; d. 1914.

56 To Grant Duff 16 April 1887, Dufferin Papers, reel 526; to Sir Arthur Nicolson 18 May 1887, Dufferin Papers, reel 530.

57 To Godley 14 July, 1887, Dufferin Papers, reel 526.

58 To 0. St. John 8 May 1887. Dufferin Papers, reel 530; also letter to Meredith Townsend 5 July 1887, Dufferin Papers, reel 526.

59 Ghosh, *op. cit.* pp. 201-10.

60 To Northbrook 28 July 1887, Dufferin Papers. reel 526; to Crosthwaite 30 July 1887, Dufferin Papers, reel 532.

61 To Godley 3 June 1887. 'Dufferin Papers, reel 526; to Cross 24 June 1887, Dufferin Papers, reel 518; to Grant Duff 30 June 1887. Dufferin Papers, reel 526.

62 Salisbury to Dufferin 17 Sept. 1887, Dufferin Papers, reel 526.

63 Sir Donald Mackenzie Wallace b. November 1841; lived in Russia 1870-5; foreign correspondent of The Times 1877-84; private secretary to Viceroy 1884-8; director of foreign department of *The Times* 1891-9; d. 1919.

64 Mayo to Chief Commissioner of British Burma 11 June 1869 and to the Governor of Madras 30 June 1869, Mayo Papers, vol, 35, nos. 106 and 136.

65 Ripon to Hartington 31 Dec. 1881, Add. MSS 43611, no. 69.

66 C. Grant. Foreign Secretary, to Ripon 10 May 1882, Add. MSS 43562, no. 307.

67 B. 1837; entered Indian civil service 1857; home secretary 1878-80; chief commissioner of British Burma 1880-7; d. 1901.

68 Dufferin to Kimberley 12, 20 Jan. and 10 Feb. 1885, Kimberley Papers. D/22a.

69 Kimberley TO Dufferin 29 Jan. 5, 13 Feb. and 26 March 1885,

Kimberley Papers, D/22 b; Northbrook to Kimberley 12 Feb. 1885, Kimberley Papers. D/34.

70 Notes of the Law Member, Sir Courternay Ilbert, on Burma policy 1 Aug. 1885, Dufferin Papers, reel 528- Sir Courtenay Ilbert b. 1841; fellow of Balliol 1864-74; law member of Viceroy's council 1882-6; parliamentary counsel to the treasury 1899-1902; clerk of the House of commons 1902-21; d. 1924.

71 Despatch of August 1885. quoted in D. Woodman, *The Making of Burma* (London, 1962), p. 224.

72 Churchill to Dufferin 7 and 28 Aug. 1885, Dufferin Papers, reel 517.

73 Churchill to Dufferin 8 Oct. 1885, Dufferin Papers, reel 517; Godley to Dufferin 16 Oct. 1885, Dufferin Papers, reel 525.

74 Sir C. H. T. Crosthwaite to Dufferin 12 Oct. 1885 and Sir C. Aitchison to Dufferin 22 Oct. and 2 Nov. 1885. Dufferin Papers, reel 528. CRT. Crosthwaite b. 1835; entered Indian civil service 1857; acting chief commissioner of Burma 1883-4; chief commissioner of Burma 1887-90; home member of Viceroy's council 1890-1 and 1892; lieutenant governor of North-West Provinces 1892-5; member of India council 1896-1906; d, 1915.

75 Dufferin to Grant Duff 22 Oct. 1885, Dufferin Papers, reel 529.

76 Sir Harry Prendergast b. 1834; joined Madras engineers 1854; served in Indian campaigns 1857; led expeditionary force to Mandalay 1885; retired from active service 1886; d. 1913.

77 Churchill to Dufferin 10 and 18 Nov. 1885, Dufferin Papers, reel 517. Lytton to Dufferin end of Nov. 1885 reporting a conversation with Salisbury. Dufferin Papers, reel 525.

78 Lytton Nov. 1885, Ripon 4 Dec. 1885 and Northbrook 17 Dec. 1885 and 14 Jan. 1886, Dufferin Papers, reel 525.

79 To Northbrook 21 Dec. 1885, Dufferin Papers, reel 525.

80 22 Dec- 1885, Dufferin Papers, reel 517.

81 Dufferin to General Prendergast and to Bernard, 3 Nov. 1885, Dufferin Papers, reel 529.

82 To Kimberley 14 Feb. 1886, Kimberley Papers, D/22 d.

83 Kimberley to Dufferin 19 Feb. 1886, Kimberley Papers, D/22 c, fos. 7 ff.

84 *Ibid.* 17 March 1886, Kimberley Papers, D/22 c, fo. 27.

85 To Kimberley 6 May 1886, Kimberley Papers, D/30.

86 Ripon to Dufferin 2 Aug. 1886, Dufferin Papers, reel 525.
87 Gladstone to Dufferin 17 Nov. 1886, Dufferin Papers, reel 525.
88 Dufferin to Lady Russell 23 July 1887, Dufferin Papers, reel 526.
89 To Robert Bourke 10 May 1886, Dufferin Papers, reel 525.
90 The reference is to Moylan, the correspondent of *The Times*.
91 Dufferin to Cross 25 Oct. 1886, Dufferin Papers, reel 518.
92 To Salisbury 17 Oct. and to Gladstone 20 Oct. 1886, Dufferin Papers, reel 525.
93 Salisbury to Dufferin 21 Nov. 1886. Dufferin Papers, reel 525.
94 'I daresay you will think me mad, but I feel bound to speak. Has it ever occurred to you to offer on this occasion of the Jubilee a thankoffering to God in the shape of restoring Thibaw to his people and then independence to these, under such conditions as shall satisfy what you consider England's political necessities and ensure a fairly good government to the people themselves?' Hume to Dufferin 27 Jan. 1887, Dufferin Papers, reel 531. Had anyone other than Hume been the writer, this could be regarded as an attempt at caustic humour.
95 To Gladstone 28 Dec. 1886, Dufferin Papers, reel 525.
96 To General Roberts 27 July 1887 and to Sir George White, Commander in Upper Burma, 25 Sept. 1887, Dufferin Papers, reel 532.
97 Lord Arthur Russell to Dufferin 1 Jan. 1888, Dufferin Papers, reel 527.
98 Telegram 24 Sept. 1888, Dufferin Papers, reel 527.
99 Crosthwaite to Lord Lansdowne 25 Nov. 1890, Lansdowne Papers, India Office Library, MSS Eur. D. 558, Correspondence with persons in India, vol. 4, part 1, no. 375.
100 Note 4 Sept. 1883, Home Department Proceedings 1883, Add. MSS 43628, pp. 719ff.
101 3 March 1882.
102 This, of course, was not the general opinion of the British unofficial community. The British-owned newspaper of Allahabad, *The Pioneer*, Complained as early as 30 May 1883 that the repeal had been amply illustrated to have been a mistake.
103 Gladstone to Ripon 13 March 1882, Add. MSS 43552, no. 433
104 Evelyn Baring, first earl of Cromer b. 1841; private secretary

to Northbrook 1872-6; service in Egypt 1876-80 and 1883-1907; finance member of Viceroy's council 1880-3; d. 1917,

105 See Opinion of W. R. Pratt, Collector of Satara, 9 Jan. 1882, and A. Cumine, Acting Collector of Ratnagiri, 4 June 1882, *Parl. Papers*, 1883, vol. 51, part 2, Bombay Reports. Most Bombay officials were of the same viewpoint.

106 Resolution of the Government of Bombay 25 March 1882, *Parl. Papers*, 1883, vol. 51, p. 34.

107 B. 1835; entered Indian civil service 1856; home secretary 1873-4; foreign secretary 1878-81; lieutenant-governor of the North-West Provinces 1882-7; member of India council 1887-1902; d. 1911.

108 Sir Mortimer Durand, *Life of Sir Alfred Lyall* (London, 1913), p. 268.

109 Ripon lo Grant Duff 4 Oct. 1882, Add. MSS 43605, no. 203. Sir M. E. Grant Duff b. 1829; Liberal M.P. 1857-81; under-secretary for India 1868-74; Governor of Madras 1881-6; d. 1906.

110 Viceroy's Minute on Local Self-Government in India 10 Nov. 1884, Add. MSS 43639, Appendix no. 1.

111 Ripon to W. E. Forster 26 March 1883, Add. MSS 43598, no. 36.

112 Ripon to T. Hughes 12 June 1882, Add. MSS 43597, no. 82.

113 Ripon to Gladstone 24 March 1883, Add. MSS 43598, no. 33.

114 Gladstone to Ripon 24 Nov. 1881, Add. MSS 43551, no. 151.

115 Ripon to W. E. Forster 26 May 1881, Add. MSS 43596, no. 56.

116 Cited in Lord Zetland, *Lord Cromer* (London, 1932), p. 76.

117 Sir William to H. W. Primrose 28 Sept. 1882, Add. MSS 43564, no. 282A. A member of Parliament touring India during 1881-2 had also heard high praise of Ripon ' from persons of all political opinions and religious creeds'. W. E. Baxter, *A Winter in India* (London, 1882), p. 82.

118 Letter to Ripon 8 Feb. 1882, Add. MSS 43561, no. 89.

119 Ripon to the Law Member 8 Feb. 1882, Add. MSS 43604, no. 74.

120 Ripon to Sir Ashley Eden 7 May 1883, Add. MSS 43598, no. 57.

121 'Sir Alfred Lyall', Quarterly Review (July, 1913), p. 190.

122 Lord Cromer, *Political and Literary Essays* (London, 1913), p. 97.

123 Ripon's memorandum to Halifax 6 March 1883, Add. MSS 43598, no. 26.

124 The Times, 5 Feb. 1883.

125 Ripon to Gladstone 24 March 1883, Add. MSS 43598, no. 33; also Ripon to Northbrook 19 March and to Halifax 26 March 1883, Add. MSS. 43598, nos. 31 and 35.

126 Speech of 9 March 1883. Proceedings of the Legislative Council of the Governor-General of India 1883, vol. XXII, pp. 222ff.

127 Indian Legislative Consultations 28 March 1836, no. 13.

128 9 March 1883, Proceedings of the Legislative Council of the Governor-General of India 1883, vol. 22, pp. 220ff, Sir Augustus Rivers Thompson b. 1829; joined Bengal civil service 1850; secretary to Bengal government 1869-75; chief commissioner of Burma 1875-8; member of Viceroy's council 1878-82; lieutenant-governor of Bengal 1882-7;d. 1890.

129 For the opinions of the officials and judges, see *Parl. Papers*, 1884, vol. 60.

130 Kimberley to Ripon 13 Sept. and 9 Nov. 1883, Add. MSS 43574. nos. 56 and 70.

131 Quoted by Ripon to Rivers Thompson 20 May 1883, Add. MSS 43606, no. 206.

132 Despatch to the Secretary of State 10 Aug. 1883, *Parl. Papers*, 1884, vol. 60, pp. 687ff.

133 Ripon to Grant Duff 20 Aug. 1883. Add. MSS 43607, no. 66.

134 17 April 1883, Add. MSS 43553. no. 50A.

135 11 May 1883, *Hansard*, 3rd series, vol. 279. col. 568.

136 Viceroy's telegram to Secretary of State 8 Aug. 1883. and telegrams of Secretary of State to Viceroy 8 and 24 Aug. 1883, Add. MSS 43615, nos. 1760, 1761. 1786: Gladstone to Granville 28 Sept. and Granville to Gladstone 1 Oct. 1883. A Ramm *The Political Correspondence of Gladstone and Granville* 1876-1886 (Oxford, 1962), vol. 2, nos. 1106 and 1107; Kimberley to Gladstone 12 Oct. 1883, Gladstone Papers, Add. MSS 44228, fo. 120; Kimberley to Ripon 18, 24 and 26 Oct. 1883, Add. MSS 43574, nos. 64, 65 and 66; telegram of Secretary of State to Viceroy 25 Oct. 1883, Add. MSS 43615, no. 1831.

137 The *Englishman*, 14 Dec. 1883.
138 Baring had by this time left India for Egypt.
139 Minute of Sir Stewart Bayley 15 Dec, 1883, Add. MSS 43614, no. 1, enclosure.
140 B. 1838; entered Indian civil service 1858; seconded to Egypt 1878-83; finance member of Viceroy's council 1883-8; lieutenant-governor of North-West Provinces 1888-92; d. 1908.
141 Sir James Fergusson, Governor of Bombay, to Dufferin 22 Dec. 1884 and Grant Duff to Dufferin 3 Jan. 1885, Dufferin Papers, reel 528.
142 To Dufferin 3 Jan. 1885, *Ibid.*
143 To Dufferin 8 Jan. 1885, Kimberley Papers, D/22b, fo. 29.
144 Dufferin to Kimberley 15 Dec. 1884, Kimberley Papers, D/22a, fos. 1ff.
145 See his replies to the addresses from the Municipal Corporations of Bombay 8 Dec. 1884, and Calcutta 13 Dec. 1884, *Speeches Delivered in India 1884-8* (London 1890), pp. 21 and 26.
146 Dufferin to Kimberley 3 Feb. 1885, Kimberley Papers, D/22*a*, fo. 31.
147 Kimberley to Dufferin 1 and 15 May 1885, Kimberley Papers, D/ 22 *b*, fos. 148 and 190 respectively.
148 To Dufferin 26 April 1885, Dufferin Papers, reel 528. James Gibbs b. 1825; joined Bombay civil service 1846; member of Bombay council 1874-9; home member of Viceroy's council 1880-5; d. 1886.
149 Lyall lo Dufferin 13 May 1885, Dufferin Papers, reel 528.
150 Dufferin to Ripon 11 June_ 1885, Dufferin Papers, reel 525; Dufferin lo Albert 30 July 1885, Dufferin Papers, reel 529.
151 Dufferin to Hume 5 May 1885, Dufferin Papers, reel 528; Dufferin to Ripon 8 July 1886, Dufferin Papers, reel 525.
152 See Hume's circular enclosed with his letter to Dufferin 12 June 1885, Dufferin Papers, reel 528.
153 Dufferin to Reay 17 May 1885, Dufferin Papers, reel 528.
154 See letters to Dufferin from Aitchison (the Punjab) 17 June, Griffn(Central India) 21 June, Reay (Bombay) 22 June, Grant Duff (Madras) 24 June, Ward (Assam) no date, Crosthwaite (Central Provinces) 2 July, Cordery (Hyderabad) 3 July, Bradford (Rajputana) 4 July, Bernard (Burma) 7 July, Rivers Thompson

(Bengal) enclosing a note by Mac Donnell 15 July and Girdlestone (Mysore) 8 Aug. 1885, Dufferin Papers, reel 528.

155 Dufferin to Ilbert 30 July 1885, Dufferin Papers, reel 529; Ilbert's note 25 Aug. 1885, Dufferin Papers, reel 528; and Dufferin lo Churchill 28 Aug. 1885, Duffetin Papers, reel 517. Churchill, curiously enough, was in favour of the scheme. Letter to Dufferin 28 Aug. 1885, Dufferin Papers, reel 517.

156 Hume to Dufferin 12 June and 12 July 1885, Dufferin Papers, reel 528.

157 *Ibid.* 4 July 1885, Dufferin Papers, reel 528. 158 Dufferin to Sir Fitzjames Stephen 28 July 1885, Dufferin Papers, reel 525.

159 Dufferin to Reay 17 May 1885, Dufferin Papers, reel 528; see also Reay to Kimberley 5 March 1886, Kimberley Papers, D/26*b*.

160 Dufferin to Kimberley 15,23 and 30 Dec. 1884, Kimberley Papers, D/22 *a*. Sir Anthony, first baron MacDonnell b. 1844; entered Indian civil service 1865; home secretary 1886-9; member of Viceroy's council 1893-5; lieutenant-governor of the North-West Provinces 1895-1901; chairman Famine Commission 1901; permanent under-secretary in Ireland 1902-8; d. 1925. James O'Kinealy b. 1837; joined Indian civil service 1861; judge of Calcutta high court 1883-99; d. 1903.

161 To Mackenzie Wallace 22 Jan. 1885, Dufferin Papers, reel 528.

162 Dufferin to Kimberley 13 Feb. 1885, Kimberley Papers, D/22*a*, fos. 42ff.

163 Dufferin to Kimberley 17 March 1885, Kimberley Papers, D/22a, fos. 65ff.

164 To Dufferin 17 April 1885, Dufferin Papers, reel 525.

165 See Sir Stewart Bayley, Lieutenant-Governor of Bengal, to Mackenzie Wallace 1 May 1887 and Mackenzie Wallace to Bayley 10 May 1887 Dufferin Papers, reel 531.

166 See Dufferin to Churchill 10 July 1885, Dufferin Papers, reel 517; Lyall to Dufferin 16 July 1885, Dufferin Papers, reel 528.

167 Churchill to Dufferin 16 Sept. 1885, Dufferin Papers, reel 517. 168 Dufferin to Churchill 12 Oct. 1885, Dufferin Papers, reel 517.

169 Lyall to Dufferin 8 May 1886, Dufferin Papers, reel 529.

170 Lyall to Dufferin 12 Sept. 1886, Dufferin Papers, reel 530.

171 Dufferin to Cross 20 Sept. 1886, Dufferin Papers, reel 517.
172 Dufferin to Churchill 17 July 1885, Dufferin Papers, reel 517; Dufferin to Stephen 28 July and an unposted letter to Northbrook; 30 July 1885, Dufferin Papers, reel 525; Lyall to Dufferin 12 July 1885, Dufferin Papers, reel 528.
173 Dufferin to Cross 18 Nov. 1888, Dufferin Papers, reel 518.
174 Dufferin to Churchill 28 Aug. 1885, Dufferin Papers, reel 517.
175 To Kimberley 13 Feb. 1885, Kimberley Papers, D/22*a*. fos. 42ff.
176 To Dufferin 14 March 1885, Dufferin Papers, reel 525.
177 To Dufferin 17 April 1885, Kimberley Papers, D/22*b*, fos. 130ff.
178 See evidence before the Indian Expenditure Commission 15 Nov. 1895, vol. l,p. 120.
179 To Rivers Thompson 5 May 1885, Dufferin Papers, reel 528.
180 Aitchison to Dufferin 7 May 1885, Dufferin Papers, reel 528.
181 Dufferin to Churchill 7 Aug. 1885, Dufferin Papers, reel 517; Mackenzie Wallace to Godley 7 Aug. 1885, Dufferin Papers, reel 525; Churchill to Dufferin 7 Aug. 1885, Dufferin Papers, reel 517.
182 Dufferin to Northbrook 7 Sept. 1885, Dufferin Papers, reel 525.
183 See Dufferin to Northbrook 10 Jan. and 3 Feb. 1886, Dufferin Papers, reel 525.
184 Godley to Mackenzie Wallace 13 Aug. 1886, Dufferin Papers, reel 525; Cross to Dufferin 19 Aug. 1886, Dufferin Papers, reel 516; Colvin to Dufferin 27 Aug. 1886, Dufferin Papers, reel 530; Mackenzie Wallace to Godley 3 Sept. 1886, Dufferin Papers, reel 525.
185 B. 1842; entered Indian civil service 1861; finance secretary 1886: acting finance member of Viceroy's council 1887-8; finance member 1893-9; member of India council 1899-1903; d. 1903.
186 Colvin to Dufferin 15 Nov. 1887 and Westland to Dufferin 4 Dec. 1887, Duffein Papers, reel 532,
187 Cross to Dufferin 5 and 19 Jan. 1888, Dufferin Papers, reel 518; Godley to Dufferin 20 Jan. 1888, Dufferin Papers, reel 526.
188 To Dufferin 24 Jan. 1888, Dufferin Papers, reel 532.
189 To Cross 6 Feb. 1888, Dufferin Papers, reel 518,
190 *Speeches delivered in India*, pp. 23-4; Dufferin to Meredith

Townsend 28 May 1888, Dufferin Papers, reel 527.

191 Resolution 7-215-25 dated 15 July 1885 of the Home Department of the Government of India.

192 Government of India Home Department Education Proceedings 15 and 16, November 1886, part B.

193 Dufferin to Cross 11 Oct. 1886, Dufferin Papers, reel 517.

194 See letter of Lyall 9 July 1887, and note of MacDonnell 23 July 1887. Home Department Public Proceedings, August 1887, Proceedings 205 and 206.

195 Syed Ahmad to Tyabji 24 Jan. 1888 and Tyabji's reply 18 Feb. 1888. Tyabji Papers, National Archives of India.

196 Sir Syed Ahmad, *The Present State of Indian Politics* (Allahabad, 1888), p. 37.

197 Dufferin to George Alien, editor *The Pioneer*, 1 Jan. 1887. Dufferin Papers, reel 531. See also Dufferin to Cross 4 Jan. 1887. Dufferin Papers, reel 518 and Dufferin to Northbrook 11 Jan. 1887. Dufferin Papers, reel 526.

198 To Sir George Birdwood 30 March 1887, Dufferin Papers, reel 526.

199 M. Cumpston, 'Some early Indian Nationalists and their Allies in the British Parliament 1851-1906', *English Historical Review*, LXXV1, no. 299 (April, 1961), p. 292.

200 15 March 1884, *Ibid.* p. 297 n.

201 Dufferin to Stephen 6 March 1886. Dufferin Papers, reel 525; Dufferin to Kimberley 21 March 1886. Kimberley Papers, D/ 22 *d.* fos. 19ff.

202 To Godley 23 March 1886, Dufferin Papers, reel 525.

203 Kimberley to Dufferin 22 April and 21 May 1886, Kimberley Papers, D/22 *c*, fos. 75 and 101 respectively.

204 Dufferin to Kimberley 26 April 1886, Kimberley Papers. D/ 22*d* fos. 56ff.

205 Dufferin to Kimberley 17 May 1886, Kimberley Papers, D/22 *d* fos. 90ff.

206 Dufferin to Sir Henry Maine 9 May 1886, Dufferin Papers, reel 525.

207 See the draft of Dufferin 18 and 19 June 1886, Dufierin Papers, reel 529.

208 See Aitchison to Dufferin 22 June 1886. Dufferin Papers, reel

529.
209 Wallace to Hume 26 June 1886, Dufferin Papers, reel 529.
210 Dufferin to Northbrook 23 June and to Ripon 8 July 1886, Dufferin Papers, reel 525; Dufferin to Hume 29 June 1886. Dufferin Papers, reel 529.
211 See Hume to Dufferin end of June, Dufferin Papers, reel 529; Hume to Dufferin 31 July, 2. 13, 27, 2, 30 and 31 Aug. 1886 and Dufferin to Hume 2, 7 and 28 Aug. (two letters), Dufferin Papers, reel 530; Dufferin to Ripon 9 Sept. 1886, Dufferin Papers, reel 525.
212 Hume to Dufferin 16,20 Sept. and 25 Oct. 1886. Dufferin to Hume 20 and 25 Sept. 1886, Wallace to Hume 4 Oct. 1886, Dufferin Papers, reel 530.
213 Dufferin to Hume 27 Oct. 1886, Dufferin Papers, reel 530.
214 Hume to Dufferin 28 Oct. 1886; Dufferin's telegrams to MacDonnell 2 and 3 Nov. 1886; Peile to Dufferin 3 Nov. 1886; MacDonnell's telegram to Dufferin 3 Nov. 1886; Ilbert to Dufferin 4 Nov. 1886.
Dufferin Papers, reel 530, Sir Henry Cotton b. 1845; entered Indian civil service 1867; home secretary 1896; chief commissioner of Assam 1896-1902; president of Indian national congress 1904.
215 Hume to Dufferin 26 June, and Dufferin to Hume 29 June 1887. Dufferin Papers, reel 531; Hume to Dufferin 2 July, 26 Sept. and 9 Oct . and Dufferin to Hume 3 July. 25 Sept. and 8 Oct. 1887. Dufferin Papers, reel 532.
216 Wallace to A. Mackenzie 11 May 1886, Dufferin Papers, reel 525
217 Dufferin to Kimberley 9 July 1886, Kimberley Papers. D/22d, fo. 127.
218 R. Knight, editor *The Statesman*, to Wallace 1 Nov. 1886, Dufferin Papers. reel 530.
219 P. C. Mozoomdar, a leader of the Brahmo Samaj in Bengal, to H. S. Cunningham 21 July 1886, Dufferin Papers, reel 530.
220 To Northbrook 16 Oct. 1886. Dufferin Papers, reel 525.
221 To Northbrook 16 Oct. 1886, Dufferin Papers, reel 525; to Cross 27 Sept. IS86. 23 Nov. 1886 and 8 March 1887, Dufferin Papers, reel 518.

222 Maine to Dufferin 15 April and 2 June 1886, Dufferin Papers, reel 525.

223 To Dufferin 30 July and 18 Nov. 1886, Dufferin Papers, reel 525.

224 Kimberley to Reay 30 July 1886, Kimberley Papers, D/26a.

225 Presumably Dufferin considered this an apt description of the Eton and Harrow debating societies as well.

226 Dufferin to Cross 4, 18 Jan. and 1 Feb. 1887, Dufferin Papers, reel 518; Dufferin to Ilbert 15 Jan. 1887, Dufferin Papers, reel 526.

227 Report of the Second Indian National Congress (Calcutta, Dec. 1886), pp. 1-10.

228 Cross to Dufferin 3 Feb. 1887, Dufferin Papers, reel 516; and 17. 25 Feb.. 25 March and 14 April 1887. Dufferin Papers, reel 518.

229 To Northbrook 11 March 1887, Dufferin Papers, reel 526; to Cross 15, 20. 29 March and 9 May 1887, Dufferin Papers, reel 518.

230 See note of Mookerjee 1 June, Tagore to Dufferin 6 June, H. J. S. Cotton to Dufferin 9 June, MacDonnell to Wallace 14 June and Peile to Dufferin 2 Oct. 1887, Dufferin Papers, reel 531. Sir James Peile b. 1833; entered Indian civil service 1856; various posts in Bombay government 1859-86; home member of Viceroy's council 1886-7; member of India council 1887-1902; d. 1906.

231 Lyall to Dufferin 20 Nov. 1887, Dufferin Papers, reel 532.

232 8 April 1887, Dufferin Papers, reel 526.

233 To Cross 13 Nov. 1887, Dufferin Papers, reel 518,

234 Dufferin to the Queen 31 March 1887, Dufferin Papers, reel 516, no. 64.

235 Dufferin to Roberts 28 Sept. 1887, Dufferin Papers, reel 532.

236 Dufferin to Cross 13 March 1888, Dufferin Papers, reel 518.

237 Lord Connemara to Dufferin 28 Dec. 1887. Dufferin Papers, reel 532; Dufferin to Connemara 2 Jan. 1888, Dufferin Papers, reel 533. The presidential addresses of Naoroji in 1886 and Tyabji in 1887 justified this assessment. Naoroji spoke of India's 'good fortune' in being under British rule, which alone enabled the Congress to meet; and Tyabji said that educated Indians were

'in our own interests the best, and staunchest supporters of the British Government in India',

238 See note of Dufferin 27 Dec. 1887, Dufferin Papers, reel 532; Dufferin to Cross 8 Oct. 1888, and Mackenzie Wallace to Cunningham, Officiating Foreign Secretary, 26 Jan, 1888 (enclosure letter to Cross 8 Oct.), Dufferin Papers, reel 518.

239 Kimberley to Dufferin 8 Jan. 1885, Kirnberley Papers, D/22b, fos. 33ff.

240 Dufferin to Kimberley 2 March 1885, Kimberley Papers, D/ 22a, fos. 61ff.; Dufferin to Churchill 28 Aug. 1885, Dufferin Papers, reel 517.

241 See G. H. R. Hart, Private Secretary to Governor of Bombay, to Mackenzie Wallace 18 July 1885, Dufferin Papers, reel 528.

242 Ripon to Dufferin 17 April 1885, Dufferin Papers, reel 525.

243 Kimberley to Dufferin 17 April 1885, Kimberley Papers, D/ 22b, fos. 130ff.

244 To Dufferin 22 Sept. 1885, Dufferin Papers, reel 517.

245 To Reay 19 March 1886, Kimberley Papers, D/26a.

246 Kimberley to Dufferin 22 April, 21 and 28 May 1886, Kimberley Papers, D/22c.

247 Kimberley to Dufferin 4 and 11 June 1886, Kimberley Papers, D/ 22c; Kimberley to Gladstone 8 June 1886, Kimberley Papers, D/ 30.

248 To Kimberley 11 June and 2 July 1886, Kimberley Papers, D/ 22d.

249 Letter to Dufferin 18 Dec. 1885, Dufferin Papers, reel 529.

250 Crosthwaite to Mackenzie Wallace 17 Jan. 1887, Dufferin Papers, reel 531.

251 Aitchison to Mackenzie Wallace 4 May 1888, Dufferin Papers, reel 533.

252 Dufferin to Cross 27 Dec. 1887, Dufferin Papers, reel 518; Roberts to Mackenzie Wallace 4 May 1888, Dufferin Papers, reel 533.

253 Dufferin 10 Cross to Aug. 1888, Dufferin Papers, reel 518.

254 PC. Mozoomdar to Mackenzie Wallace 16 Feb. 1888, Dufferin Papers, reel 532; Dufferin to Cross 20 Feb. 1888, Dufferin Papers, reel 518.

255 Knight to Mackenzie Wallace 16 March and Mackenzie Wallace

to Knight 17 March 1888, Dufferin Papers, reel 533.

256 Dufferin to the Queen 26 March 1888, Diufferin Papers, reel 516, no. 76.

257 To Mackenzie Wallace 9 March 1888, Dufferin Papers, reel 526.

258 Cf. the account of I. P. Minayeff of his conversation with W. C. Bannerjee, 2 Jan. 1886 in *Travels in and Diaries of India and Burma* (Calcutta, no date), p. 120.

259 Dufferin to Cross 26 March 1888, Dufferin Papers, reel 518.

260 Colvin to Dufferin 25,27 April and 24 May, and Dufferin to Colvin 16 May and 6 June 1888, Dufferin Papers, reel 533.

261 Colvin to Dufferin 10 June 1888, Dufferin Papers, reel 533.

262 Dufferin to Cross 22 June 1888, Dufferin Papers, reel 518. Cf. Minayeff : 'In the Congress there are no representatives of the people at all .... The National Congress is a fancy which is not understood by the people.' 11 March 1886, *op. cit.* p. 195.

263 To Corss 17 and 30 Aug. 1888, Dufferin Papers, reel 518.

264 Cross to Dufferin 11 and 27 Sept. 1888, Dufferin Papers, reel 518.

265 Note of the Viceroy 21 Sept. 1888, Dufferin Papers, reel 534.

266 Chesney to Dufferin 22 Sept. 1888, Dufferin Papers, reel 533.

267 To Cross 30 Aug. 1888, Dufferin Papers, reel 518.

268 27 Aug. 1888, Dufferin Papers, reel 533.

269 See note of Eardley Norton, a barrister who was in close touch with Indian opinion, dated 27 March 1904. This note, which is in a Library in Calcutta, has been cited in H. and U. Mukherjee, *The Growth of Nationalism in India 1857-1905* (Calcutta, 1957), p. 99 n.

270 Mackenzie to Mackenzie Wallace 5 Sept. 1888, Dufferin Papers, reel 533; Dufferin to Cross 24 Sept. 1888, Dufferin Papers, reel 518.

271 Dufferin to Colvin 9 Oct. 1888, Dufferin Papers, reel 534.

272 To Sambhu Chander Mookerjee 15 Oct. 1888, Dufferin Papers, reel 534.

273 To Colvin 28 Oct. 1888, Dufferin Papers, reel 534. For the Hume-Colvin correspondence, see Audi Alteram Partem (London, 1888). In fact, at this time Hume was doing his best for the Viceroy, and wrote a spirited defence of Dufferin's

administration in *The Indian Mirror*, 11 Nov. 1888. 'Moreover, it is felt that he is in a high degree entitled to the respect and esteem, and in many matters even to the gratitude of the people of India,' But Hume could not convince his Indian associates.

274 To Grattan Geary 27 Oct. 1888, Dufferin Papers, reel 534; to Cross 29 Oct. 1888, Dufferin Papers, reel 518.

275 To Cross 17 Sept. and 4 Nov. 1888, Dufferin Papers, reel 518.

276 Speech at St Andrew's Dinner, Calcutta, 30 Nov. 1888, *Speeches Delivered in India*, pp. 229-48.

277 Ripon to J. K. Cross 3 April 1884, Add. MSS 43614. no. 17.

278 For example : ' In conclusion. Lord Dufferin hopes that he may allowed to lay at your Majesty's feet the expression of his, deep sense of your Majesty's constant and unwearied kindness towards him.' 18 June 1886, Dufferin Papers, reel 516, no. 45.

279 The phrase is Granville's : letter to Gladstone 13 Feb. 1872. Ramm. *op. cit.* vol. 2, p- 301.

280 Of his visit to Hardwar he wrote to Lytton, the only other Viceroy who was equally sensitive to feminine charm, that they had been 'very much interested in seeing the gentlemen, and especially the ladies, bathe I was told they were all *purdah* women. but their principle seems to be "in for a penny, in for a pound". They might just as well have been quite naked, their only garment being a thin muslin robe, which became invisible the moment it was. wet.' 16 April 1887, Dufferin Papers, reel 526.

281 'Our mutual idlers are becoming shorter and shorter. which is a good sign, for happy is the country without annals.' To Cross 17 Jan. 1888, Dufferin Papers, reel 518.

282 See the entries in her diary 21 Jan. and 18 March 1885. Marchioness of Dufferin and Ava, *Our Viceregal Life in India* (London. 1889), vol. 1, pp. 43 and 85 respectively.

283 To Churchil 14 Aug. 1885, Dufferin Papers, reel 517.

284 To Gladstone 13 Feb. 1872, Ramm, *op. cit.* vol. 2, p. 301.

285 To Lord Arthur Russell 26 July 1887, Dufferin Papers, reel 526.

286 To Sir W. H. Gregory 1 Jan. 1888, Dufferin Papers, reel 527.

287 7 Aug. 1885, Dufferin Papers, reel 517.

288 Cf. Lord Esher's opinion that Dufferin ' certainly is charming. and I suppose the most popular man in Europe.' 8 June 1879, *Journals and Letters*, vol. 1 (London, 1934), pp. 61-2,

289 To Salisbury 5 Feb. 1888. Dufferin Papers, reel 522; to Salisbury 17 Sept. 1888. Dufferin Papers, reel 527; to Cross 17 Sept. 1888, Dufferin Papers, reel 518.
290 To Cross 3 Dec. 1888, Dufferin Papers, reel 518.
291 To Granville 6 June 1887, Dufferin Papers, reel 526.
292 To Sir Asliley Eden 24 April, 1886, Dufferin Papers, reel 525.
293 To Curzon 3 Jan. 1901, Lord George Hamilton correspondence. India Office Library, vol. C/26/3, fos. 1ff.
294 Richaid Pares on the Duke of Newcastle : *War and Trade in the West Indies* (Oxford, 1936), p. 45.

CHAPTER 4, pp. 245-300

1 R, Rhodes James, *Lord Randolph Chntchitil* (London, 1959), p. 328.
2 E. Crankshaw, *The Forsaken Idea* (London, 1952), p. 135.
3 Kimberley to Gladstone 9 and 10 Aug. 1893, Kimberley to Norman 31 Aug. 1893, and Norman to Kimberley 22 Sept. 1893, Kimberley Papers, vol. E/10. Sir Henry Norman b. 1826; joined army of East India Company 1844; secretary to the government of India in the military department 1862-70; member of Viceroy's council 1870-7; member of India council 1878-83; governor of Jamaica 1883-9; governor of Queensland 1889-95; d. 1904.
4 See Gladstone to Kimberly 11 Aug. and Elgin to Kimberley 25 Aug. 1893. Kimberley Papers, vol. E/10; speech of Rosebery May 1899.
5 See R. Rhodes James, *Rosebery* (London, 1963), p. 290 n.
6 Rosebery even considered accepting the Viceroyalty himself as a refuge from Cabinet dissensions, but was dissuaded with no great difficulty. R. Rhodes James, *Rosebery*, p. 290. Edward Grey also was considered. Kimberley to Gladstone 21 Sept. 1893, Gladstone Papers, Add. MSS 44229. fol. 159. For a day to day account of the negotiations which ended with the choice of Elgin see the *Private Diaries of Sir Algernon West* (London, 1901), pp. 185ff.
7 Curzon to Lord George Hamilton 26 Oct. 1902, Hamilton correspondence, D510/12. fos. 12Iff.
8 Elgin to Collen 6 Jan. 1898, Elgin Papers. India Office Library,

MSS Eur. F. 84. Correspondence with persons in India, vol.9, part 2, no. 15.

9 See Fowler, Secretary of State, to Elgin 20 July, 12 Oct., 23 and 30 Nov. 1894 and Elgin to Fowler 14 Aug. 1894 and 9 Jan. 1895, Wolver hampton Papers, India Office Library, MSS Eur. C/145, vol. 2, vol. 1 and vol. 3 respectively. No numbers.

10 See M. Chumpston, 'Some early Indian Nationalists and their Allies in the British Parliament, 1851-1906', *English Historical Review*, LXXVI. no- 299 (April, 1961), pp. 294ff.

11 Gorst to Lansdowne 23 Nov. 1888. Lord Newton, *Lord Lansdowne* (London, 1929), pp. 60-2.

12 To Gladstone 8 Jan. 1889, Lansdowne Papers, India Office Library, MSS Eur. D. 558, series VIII, vol. 1, part 2, no. 15. Mackenzie Wallace remained in India for a few months after Dufferin's departure as private secretary to Lansdowne.

13 Lansdowne to Cross 11 and 24 Dec. 1888 and 1 Jan. 1889, Lansdowne Papers, series IX, vol. 1, part 2, nos. 1, 3 and 5.

14 Dufferin to Cross 6 Jan. 1889, Cross Papers, B.M. Add. MSS 51277.

15 Cross to Lansdowne 7 Dec. 1888 and 3, 18, 25 and 30 Jan. 1889, Lansdowne Papers, series IX, vol. 1, part 1, nos. 3, 8, 10, 11 and 12.

16 Godley to Lansdowne 22 Feb. and Northbrook to Lansdowne 1 March 1889, Lansdowne Papers, series VIII, vol. l,Part I, nos. 37 and 42; Cross to Lansdowne 8 March 1889, Lansdowne Papers, series IX, vol. 1, part 1, no. 17.

17 To Cross 2 April 1889, Lansdowne Papers, series IX, vol. 1, part 2, no. 20.

18 See Cross to Lansdowne 24 April 1889, Lansdowne Papers, series IX, vol. 1, part 1, no. 24.

19 Lansdowne to Cross 12 and 27 Feb. 1889, Lansdowne Papers, series IX, vol. 1, part 2, nos. 12 and 14; Lansdowne to Lieutenant-Governor of Bengal 12 April 1889, to Governor of Madras 22 April 1889 and to Governor of Bombay 1 May 1889, Lansdowne Papers, series VII, vol. 1, part 2, nos. 214, 224 and 242; note of the Viceroy 4 May 1889, Lansdowne Papers, series XIII, pp. 31ff.

20 Cross to Lansdowne 28 June 1889 and Lansdowne to Cross 5

July 1889, Lansdowne Papers, series IX, vol. 1, part 1, no. 33 and part 2, no. 38.

21 Despatch of the Government of India no. 70 dated 24 Dec, 1889, Home Department Public Proceeding Jan. 1890, no. 51; also Lansdowne to Cross 12 July and 23 Dec. 1889, Lansdowne Papers, series IX, vol. 1, part 2, nos. 40 and 66.

22 Cross to Lansdowne 16 and 23 Jan. 1890, Lansdowne Papers, series IX, vol. 2, part 1, nos. 3 and 4,

23 Lansdowne to Cross 17 Feb. 1890, Lansdowne Papers, series IX, vol. 2, part 2, no. 9B.

24 See letters to Cross 11, 18 March and 28 April 1889, Lansdowne Papers, series IX, vol. 2, part 2, nos. 12, 13 and 20.

25 Cross-to Lansdowne 11 April 1890, Lansdowne Papers, series IX, vol. 2, part 1, no. 15.

26 Lansdowne to Salisbury 3 May 1890, Lansdowne Papers, series VIII, vol. 2, part 2, no. 26.

27 Salisbury to Lansdowne 27 June 1890, Newton, *op. cit.* pp. 73-4; Cross to Lansdowne 21 Aug. 1890, Lansdowne Papers, series IX, vol. 2, part 1, no. 35.

28 See Lansdowne to G. Banerji, Vice-Chancellor of Calcutta University, 17 Dec. 1890. Lansdowne Papers, series VII, vol. 4, part 2, no. 297.

29 Lansdowne to Salisbury 26 March 1891, Lansdowne Papers, series VIII, vol. 3, part 2, no. 37.

30 28 March 1892. '1 am not at all disposed to ask from the Governor General or the Secretary of State... at once to produce large and imposing results. What I wish is that these first Steps shall... be genuine, and whatever amount of scope they give to the elective principle shall be real... It is to the Governor General's wisdom we must trust to do the very best and to make the most out of the materials at his disposal...'

31 Ilbert, *The Government of India* (Oxford, 1922), p. 107.

32 Lansdowne to Cross 24 May 1892, Lansdowne Papers, series IX, vol. 4, part 2, no. 25.

33 To Lansdowne 4 May 1892, Lansdowne Papers, series VII, vol. 7, part 1, no. 327. Also, for this paragraph generally, see Home Department Public Proceedings Aug. 1892, nos. 237-52.

34 See Note of Lansdowne 16 lune 1892, sent to Kimberley 23

Aug. 1892, Kimberley Papers, E/18c.

35 To Harris 29 July 1892, Lansdowne Papers, series VII, vol. 8, part 2, no. 54.

36 See Kimberley's letter to Lansdowne Papers, series IX, vol. 4, part l.no. 41.

37 Lansdowne to Harris 12 June 1893, Lansdowne. Papers, series VII, vol. 9, part 2, no. 345; also Lansdowne to Wenlock 22 July 1893.

Lansdowne Papers, series VII, vol. 10, part 2, no. 35. Surendranath Banerjee b. 1848; entered Indian civil service 1871; sevices terminated 1874; leader of nationalist opinion in Bengal; twice president of Indian national congress; d. 1925-

38 Crosthwaite to Lansdowne 13 Sept. 1893, Lansdowne Papers, series VII, vol. 10, part 1, no. 246.

39 Lansdowne to Crosthwaite 17 Sept. 1893, Lansdowne Papers, series VII, vol. 10, part 2, no. 192.

40 See despatch with enclosure to the Secretary of State no. 68 dated 26 Oct. 1892, Home Department Public Proceedings. Oct. 1892, nos. 167-72.

41 Col. Ardagh, Private Secretary to Viceroy, to William Digby 29 Dec. 1888, and Lansdowne to Cross 1 Jan- 1889, Lansdowne Papers, series VII, vol. 1, part 2, no. 39 and series IX, vol. I. part 2. no.5.

42 William Digby to Col. Ardagh 31 Dec. 1888. Lansdowne Papers, series VII, vol. 1, part.l, no. 70.

43 A. 0. Hume to Provincial Congress Committees 26 Feb. 1889, Home Department Public Proceedings 154 B, April 1890, appendix A.

44 See Bradlaugh's bill and memorandum of 11 Oct. 1889. *ibid.* appendix c.

45 Gladstone also favoured muncipal bodies and local authorities. Speech in the House of Commons, 28 March 1892.

46 Lansdowne to Northbrook 13 Jan. 1889, Lansdowne Papers. series VIII, vol. 1, part 2, no. 18.

47 Lansdowne to Cross 13 March 1889, Lansdowne Papers, series IX, vol. 1, part 2, no. 17.

48 Colvin to Lansdowne 6 Jan. 1890 and Lansdowne to Colvin 17 Jan. 1890, Lansdowne Papers, series VII, vol. 3. part I, no. 16

and part 2. no. 44.

49 Lansdowne to Reay 13 Dec. 1889, and to Cross 21 Jan. 1890, Lansdowne Papers, series Vll, vol. 2, part 2, m 306. and series IX, vol. 2, part 2, no. 4.

50 Lansdowne to Reay 18 Dec. and to Cross 31 Dec. 1889; and Cross to Lansdowne 23 Jan. 1890, Lansdowne Papers, series VII. Vol. 2, part 2, no. 326; series IX, vol. 1. part 2, no. 67; and series IX, vol. 2, part I, no.4. In fact, the Congress was not committed to a permanent settlement, and wished to examine its working in detail, see Hume to Secretary, Home Department. Jan. 1890, Home Department Public Proceedings March 1890, nos. 180-4.

51 Reay to Lansdowne 15 Feb., and Lansdowne to Reay 20 Feb. 1890, Lansdowne Papers, series VII, vol. 3, part 1, no. 148 and part 2, no. 110. It is a sobering thought that to Hume the Theosophical Society was at least of as much importance as the Congress, and he wrote as many letters to Koot Hoomi Lal Singh, the Mahatma in Tibet, as he did to the secretaries of Congress committees and graduates of Indian universities. Sec J. Symonds, *Madams Blavaisky* (London, 1959), p. 148.

52 See Madras Government Order 20 Nov. 1889, Home Department Circular 31 Jan. 1890, note of Lansdowne 22 Feb. 1890 and Home Department Circular 18 March 1890, Home Department Public Proceedings April 1890, nos. 54 and 55.

53 R. C. Lyon, Private Secretary to the Lieutenant-Governor of Bengal, to the Secretary. Congress Reception Committee 26 Dec. 1890, Home Department Public Proceedings Jan. 1891, no. 3.

54 B. 1845; barrister at Bombay; president of Indian national congress 1890; d. 1915.

55 31 Dec. 1890, Lansdowne Papers, series VII, vol. 4, part 1, no. 468.

56 2 Jan. 1891, Lansdowne Papers, series VII, vol. 5, part 1, no. 7.

57 2 Jan. 1891. Lansdowne Papers, series VII, vol. 5, part l.no. 7A.

58 Col. Ardagh, Private Secretary to Viceroy, to P. Mehta 3 Jan. 1891, Lansdowne Papers, series VII, vol. 5, part 2, no. 8.

59 To Co. Ardagh 4 Jan. 1891, Lansdowne Papers, series VII, vol.

5, part 1, no. 15.

60 To Lansdowne no date, Lansdowne Papers, series VIII, vol. 5, part 1. no. 65.

61 Ardagh to Hume 19 Jan. 1891, Lansdowne Papers, series VII, vol. 5, part 2, no. 61.

62 Hume to Secretaries of Congress Committees 21 Jan. 1891, Lansdowne Papers, series VII, vol. 5, part 1, no. 84 enclosure.

63 Hume to Lansdowne 9 Jan, 1891, Lansdowne Papers, series VII. vol. 5, part 1, no. 40.

64 Lansdowne to Hume 16 Jan. 1891, Lansdowne Papers, series VII, vol. 5, part 2, no. 50.

65 Lansdowne to Cross 28 Jan. 1891, Lansdowne Papers, series IX, vol. 3, part 2. no. 5B.

66 'No man in this world, I believe, ever had such a chance as you have of averting from two great nations a calamity that will practically wreck both.' Hume lo Lansdowne 5 March 1891, Lansdowne Papers, series VII, vol. 5, part 1, no. 230.

67 *Ibid.*

68 To Elliott 3 March 1892, Lansdowne Papers, series VII, vol. 2, part 2, no. 126.

69 Hume's private and confidential letter to every Congressman 16 Feb. 1892, Lansdowne Papers, series VII, vol. 7, part 1, no. 152, enclosure.

70 Ardagh to Godley 8 March 1892 and Cross to Lansdowne 1 April 1892, Lansdowne Papers, series VIII, vol. 4, part 2, no. 25 and series IX, vol. 4, part 1, no. 14,

71 Lansdowne to Kimberley 4 Jan. 1893, Kimberley Papers, vol. E/ 18C, and Kimberley to Lansdowne 26 Jan. 1893, Lansdowne Papers, series IX, vol. 5, part 1, no. 5.

72 See, for instance, Crosthwaite to Lansdowne 6 Jan. 1893, Lansdowne Papers, series VII, vol. 9, part 1, no. 22.

73 3 April 1893, Lansdowne Papers, series IX, vol. 5, part 2, no. 22.

74 See Lansdowne to Cross 14 June and 17 Dec. 1889, Lansdowne Papers, series IX, vol. I, part 2, nos. 34 and 65.

75 Kimberley's note to the Cabinet 1 June 1893, Kimberley Papers, vol. E/29; letters to Gladstone 3 and 4 June 1893, Kimberley Papers, vol E/6a; and Kimberley to Lansdowne 9 June and 23

June 1893, Lansdowne Papers, series VII, vol. 5, part 1, nos. 31 and 34.

76 Gladstone to Kimberley 3 June 1893, Kimberley Papers, vol. E/6a. Gladstone was probably genuinely concerned; but it was widely believed that he wished to appease all sections of the Liberal party in order to ensure the success of his Irish Home Rule bill. Cf. Argyll to Lansdowne : 'When *shall* we get rid of this fanatical octogenarian, who has no interest in the future? He never did care for India,' and, I *suspect*, would argue in private that it does us no good to keep it !' 14 June 1893, Lansdowne Papers, series VIII, vol. 5, part 1, no. 58.

77 Despatch Public co. no. 61 dated 22 June 1893, Home Department Public Aug. 1893, Proceeding no. 325.

78 To Lansdowne 9 June 1893, Lansdowne Papers, series VII, vol. 5, part 1, no. 31.

79 See letter, signed 'Q.C.', in the *Indian Nation*, 26 June 1893, and Lansdowne to Miller 30 June 1893, Lansdowne Papers, series VII, vol. 9, part 2, no. 372.

80 See his letter to Rosebery 7 July 1895, Elgin Papers, Correspondence with persons in England, vol. 2, part 2, no. 51 and to Hamilton 23 Dec. 1896, Hamilton correspondence, D509/3,fos. 439ff.

81 Naoroji to Welby 23 May 1896, Welby Manuscripts, Lincoln Castle, Lindsey Deposit, vol. 24/3/3/1.

82 B. M. Malabari to Lansdowne 7 Aug. 1889, Lansdowne Papers, series VII, vol. 2, part 1, no. 100.

83 To Lansdowne 6 July 1890, Lansdowne Papers, series VII, vol. 4, part 1, no. 20.

84 To Scoble 8 July and to Reay 11 July 1890, Lansdowne Papers, series VII, vol. 4, part 2, no. 12 and series VIII, vol. 2, part 2, no. 40.

85 To Northbrook 6 Sept. 1890, Lansdowne Papers, series VIII, vol. 2, part 2, no. 58.

86 Hume to Lansdowne 10 Feb. 1891, Lansdowne Papers, series VII, vol. 5, part 1, no. 159; P. Dutt, *Memoirs of Monilal Ghose* (Calcutta, 1935), pp. 72-7.

87 Cf. Colvin, by. no means an opponent of the principle : 'Personally, were I a Magistrate, I would rather resign service

under Government than order a medical man to examine a lady of respectable family, who was alleged to be the victim of rape by her husband.' To Lansdowne 28 Feb.1891, Lansdowne Papers, series VII, vol. 5, part 1, no. 216.

88 Letter to *The Statesman*, 5 Feb. 1891.

89 See A. H. Nethercot, The First Five Lives of Annie Besant (London, 1961).

90 *Ibid.* p. 359.

91 Cited in N.S. Cose, *The Indian Awakening and Bengal* (Calcutta, 1960). p. 109.

92 To Dufferin 24 May 1888, Dufferin Papers, reel 533.

93 See note of J.P Hewett 12 Aug. 1889, Home Department Police, Sept. 1889, Proceeding 12B. Also Government of India Despatch 84 dated 27 Dec. 1893, Home Department Public, Dec. 1893, Proceeding no. 210. In fact, there were 91 instance of communal rioting during Lansdowne's term. See Home Department despatch 49 dated 26 Sept. 1894, Home Department Public, Sept. 1894, Proceedings 345-64.

94 See note on the history of the agitation by D.F. McCracken, Officiating General Superintendent, Thagi and Dacoity Department, 9 Aug. 1893, Home Department Public, Jan. 1894, part B. proceedings nos. 309-414.

95 See, for instance, C.J. Lyall Officiating Home Secretary to Col. Ardagh 17 Sept. 1889, Lansdowne Papers, series VII, vol. 2, part l. no. 211.

96 Lansdowne to Sir J. B. Lyall 11 July 1890, Lansdowne Papers, series VII, vol. 4, part 2, no. 16.

97 Lansdowne's speech at Agra Oct. 1890.

98 Col. Ardagh to W. J. Maitland. Private Secretary to Cross, 19 July 1891, Lansdowne Papers, series VIII, vol. 3, part 2, no. 86.

99 Sec note of J.P. Hewett 12 Aug. 1889, *op. cit.* and Lyall to Lansdowne 11 July 1890, Lansdowne Papers, series VII, vol. 4, part 1, no. 36.

100 Crosthwaite and MacDonnell to Lansdowne, 21 and24June 1893, Lansdowne Papers, series VII, vol. 9, part 1, nos. 629 and 639; Home Department Public, Nov. 1893, part B, Proceedings 352-4.

101 Fryer, Officiating Chief Commissioner, to Ardagh 27 June 1893.

Lansdowne Papers, series VII, vol. 9, part 1, no. 147.
102 Crosthwaite to Lansdowne 1 July 1893, Lansdowne Papers, series VII, vol. 10, part 1, no. 6.
103 MacDonnell to Lansdowne 4 Aug., 1893, Lansdowne Papers, series VII, vol. 10, part 1, no. 86.
104 Lansdowne to MacDonnell 9 Aug. 1893, Lansdowne Papers, series VII, vol. 10, part 2, no. 81.
105 Lansdowne to Kimberley 15 Aug. 1893, Lansdowne Papers, series IX, vol. 5, part 2, no. 50.
106 See Crosthwaite to Lansdowne 18 Aug. and Lansdowne to Crosthwaite 9 Sept. 1893, Lansdowne Papers, series VII, vol. 10. part l,no. 139 andpart, no. 166. On the other hand, some Calcutta newspapers accused the government of inciting riots to discredit the Congress.
107 Kimberley took a more realistic view, recognizing ‘ that this movement makes all combination of the Hindus and Mahomedans [*sic*] impossible, and so cuts at the root of the Congress agitation for the formation of a united Indian people, who are to force us to surrender power into their hands’. To Lansdowne 25 Aug. 1893. Lansdowne Papers, series IX, vol. 5, part 1, no. 53.
108 Crosthwaite to Lansdowne 1 Sept. 1893, sent by Lansdowne to Kimberley 5 Sept. 1893, Kimberley Papers, vol K/18e Crosthwaite seems to have been a very gloomy person, always inclined to exaggerate and expect disaster.
109 Lansdowne to Harris 22 Aug., to Fitzpatrik 22 Aug., to Crosthwaite 24 Aug. and lo Harris 25 Aug. 1893, Lansdowne Papers, series VII, vol. 10, part 2, nos. 117, 119, 126 and 130.
110 Lansdowne to Kimberley 7 and 12 Nov 1893. Kimberley Papers, vol. E/18*e*. Also Home Department Public. Jan. 1894, part B, Proceedings 309-414.
111 Kimberley to Lansdowne 26 Oct. 1893, Lansdowne Papers, series IX, vol. 5, part 1. no. 66.
112 See his note 28 Dec- 1893, Home Department Public, Jan. 1894, part B, Proceedings 399-414.
113 MacDonnell to Lansdowne 6 Oct. 1893, Lansdowne Papers, series VII. vol. 10. part 1, no. 336.
114 Harris to Elgin 7 March 1894, and Elgin to Harris 14 March

1894, Elgin Papers. Correspondence with persons in India, vol. 1, part I. no. 47 and part 2, no. 36; Elgin lo Fowler 21 March 1894, Wolverhampton papers, M.S.S. Eur. C/145, vol. 1, no number.

115 See despatch of the Home Department Public 52 dated 17 Oct. 1894, and enclosed note. Home Department Public Proceedings Oct 1894. nos 200-4; also Elgin to Fowler 9 and 29 May 1894 Wolverhampton Papers, vol. 1. no numbers.

116 Elliott to Elgin 15 April and 19 June 1894, enclosed with Elgin's letters to Fowler 9 May and 26 June 1894 respectively. Wolverhampton Papers, vol. 1, no number; Crosthwaite to Elgin 8 May and Harris to Elgin 19 May 1894, Elgin Papers. Correspondence with persons in India, vol. 1, part 1, nos. 176 and 189.

117 To Fowler 31 July 1894, Wolverhampton Papers, vol. 1, no number.

118 17 April 1894. Wolverhampton Papers, vol. 1, no number.

119 To fowler 24 July 1894, Wolverhampton Papers, vol. 1, no number; and to Elliott 18 July and 6 Oct. 1894, Elgin Papers. Correspondence with persons in India, vol. 2, part 2, nos, 22 and 116.

120 Sir Atar Singh. Chief of Bhadaur. to Private Secretary to Viceroy 22 June 1894.Elgin Papers, Correspondence with persons in India, vol. 1, part. 1. no. 247.

121 To Elgin 12. June 1894, Elgin Papers.Correspondence with persons in India, vol. 1, part 1. no. 221.

122 To Crosthwaite 8 June and 16 June 1894. Elgin Papers, Correspondence with persons in India, vol. 1, part 2, nos, 141 and 153. and to Fowler 12 June and 19 June 1894, Wolverhampton Papers, vol. 1, no number.

123 To Elgin 12 Jan. 1895, Elgin Paper, Correspondence with persons in India, vol. 3. part 1, no. 38.

124 Fowler to Elgin 6 July 1894, Wolverhampton Papers, vol. 2, no number.

125 Mackenzie to Elgin 2 Nov. 1896, Elgin Papers, Correspondence with persons in India, vol. 6, part 1, no, 184.

126 Mac Donnell to Elgin 22 Nov. 1896, Elgin Papers, Correspondence with persons in India, vol. 6, part 1, no. 239.

127 Harris to Elgin 14 Sept., 1 and 26 Oct. 1894. Elgin Papers, Correspondence with persons in India, vol. 2. part 1, nos. 133A. 164B and 222A.
128 To Elgin 5 June 1896. Hamilton Correspondence, C125/1, fos. 283ff.
129 Sandhurst to Elgin 1 March 1897, Elgin Papers, Correspondence with persons in India, vol. 7, part 1, no. 192A.
130 Elgin to Hamilton 17 Feb.-1897. Hamilton Correspondence, D509/ 4, fos. 71ff.
131 Hamilton to Elgin 19Feb. 1897, Hamilton Correspondence, C125/ 2, fos. 41ff.
132 Letter to Elgin 15 Feb. 1897, Elgin Papers, Correspondence with persons in India, vol. 7, part 1, no. 158.
133 Letter to Elgin 16 Feb. 1897, Elgin Papers, Correspondence with persons in India, vol. 7, part 1, no. 162.
134 Elgin to Woodburn 14 Feb., to Mackenzie 17 Feb., to Sandhurst 22 Feb. and to MacDonnell 28 Feb. 1897, Elgin Papers, Correspondence with persons in India, vol. 7, part 2, nos. 139, 150, 167 and 178.
135 Hamilton's telegram to Elgin 3 March 1897, Private, Hamilton Correspondence, D508, no number.
136 MacDonnell to Elgin 21 March 1897, Elgin Papers, Correspondence with persons in India, vol. 7, part 1, no. 263A; Elgin to Hamilton 24 and 31 March 1897, Hamlton Correspondence, D509/4, fos. 281ff. and 351ff. respectively.
137 MacDonnell to Elgin 9 May 1897, sent by Elgin to Hamilton 12 May 1897, Hamilton Correspondence, D509/5, fos. 179ff.
138 *Ibid.* 16 July 1897, Elgin Papers, Correspondence with persons in India, vol. 8, part 1, appendix x, no. 36.
139 11 April 1897.
140 15 June 1897.
141 Sandhurst to Elgin 25 June 1897, Elgin Papers. Correspondence with persons in India, vol. 8, part 1, appendix no. 26.
142 Hamilton to Elgin 8 and 23 July, 1897, Hamilton Correspondence, C125/2, fos. 321ff. and 351ff. respectively.
143 See the Correspondence in Home Department Public Proceedings May 1898, nos. 329-44.
144 Elgin to Hamilton 6, 13 and 20 July 1897, Hamilton

Correspondence, D509/6, fos. 1ff., 47ff. and 87ff. respectively.

145 See the report of the District Superintendent of Police, Poona, 21 Sept, 1894, Home Department Public Proceedings, Feb. 1895, nos.142-55.

146 See despatches of the Bombay Government 16 July and 29 July 1897, Home Department Public Proceedings 111-16, September, 1897; and 11 Aug. 1897, Home Department Public, no. 57, Oct. 1897, part B.

147 Despatch of 29 July 1897, *Ibid.*

148 See the confidential deposition by an unnamed Inamdar of position, Bombay Government despatch 11 Aug. 1897, enclosure 6.

149 T.V. Parvate,' Bal Gangadhar Tilak (Ahmedabad, 1958), p. 505.

150 To Elgin 12 July 1897, Elgin Papers, Correspondence with persons in India, vol. 8, part 1, appendix no, 32. The European community in Bombay is reported to have threatened to coycott Sandhurst socially if he failed to prosecute Tilak. D. V. Tahmankar, *Lokamanya Tilak* (London, 1956), p. 85.

151 For an account of the trial, see S. L. Karandikar, Bal Gangadhar Tilak (Bombay, 1957), pp. 150ff.

152 Sandhurst to Hamilton 3 Oct. and to Elgin 4 Oct. 1897, Elgin Papers, Correspondence with persons in India, vol. 8, part 1, appendix nos. 67 and 73, enclosures. Chapekar's confession has been printed in *Source Material for a History of the Freedom Movement in India* (published by the Bombay Government 1958), vol. 2, pp. 347-52.

153 See S.A. Wolpert, *Tilak and Gokhal*e (University of California Press, 1962), pp. 89-97.

154 Elgin to Sandhurst 30 April 1898, Elgin Papers, Correspondence with persons in India, vol. 9, part 2, no. 221.

155 Elgin to Hamilton 14 April 1897, and Godley to Hamilton 3 May 1897, Hamilton Correspondence, D509/4, fos. 394ff. and 413ff respectively. J.A. Godiey, first baron Kilbracken, B. 1847; assistant private secretary to Gladstone 1872- 4; fellow of Hertford college 1874-81; private secretary to Gladstone 1880-2; permanent under- secretary at India Office 1883-1909; d. 1932.

156 Lieutenant-Governor of the Punjab to Private Secretary to

Viceroy, 12 April 1897. Elgin Papers, Correspondence with persons in india, vol. 7, part 1, no. 297.

157 To Elgin 7 May 1897, Hamilton Correspondence. C125/2, fos. 185ff.

158 Sandhurst to Elgin 23 June 1897, Elgin Papers, Correspondence with persons in India, vol. 7, part 1, no. 471,

159 Elgin to Mackworth Young 11 July 1897, Elgin Papers, Correspondence with persons in India, vol. 8, part 2, appendix no, 5.

160 Telegram to Secretary of State. Private and Confidential, 4 July 1897, Hamilton Correspondence, D508.

161 C.C. Stevens, Officiating Lieutenant-Governor of Bengal, to Elgin 8 July 1897, sent by Elgin to Hamilton 14 July 1897, Hamilton Correspondence, d 509/6, fos. 83ff.; C.W. Bolton, Chief Secretary Bengal Government, to J.P.Hewett,, Home Secretary 1 Aug. 1897, Home Department Public Proceedings Oct. 1897. nos. 124-57.

162 See letters of C. S. Bayley, General Superintendent of Operations for the Suppression of Thagi and Dakoiti, 12 July, Mackworth Young 15 July.MacDonnell 16 July. 22 Aug. and 3 Oct., C.J. Lyall 17 July and Barnes 18 July 1897, Elgin Papers, Correspondence with persons in India, vol. 8, part 1, no. 235 and appendix Nos. 31, 35, 36, 53, 39 and 40.

163 Elgin to Hamilton 27 July 1897, Hamilton Correspondence. D509/6, fos. 137ff.

164 Hamilton to Elgin 19 and 26 Aug. 1897, Hamilton Correspondence, C125/2, fos. 397ff.

165 Hamilton to Elgin 10 Dec. 1897, Hamilton Correspondence, C125/ 3,fos.45Aff.

166 To Hamilton 30 Dec. 1897, Hamilton Correspondence, D509/8, fos. 347ff; to Crosthwaite, Member of the India Council, 28 Nov. 1897. Elgin Papers, Correspondence with persons in India, vol. 8, part 2, no. 247.

167 See letters of Private Secretary to Viceroy to Officiating Lieutenant Governor of the North-West Provinces 15 June 1898 and of the Principal, Aligarh College, to Private Secretary to Viceroy 26 July 1898. Elgin Papers, Correspondence with persons in India, vol. 9, part 2, no. 299 and vol. 10. part 1, no. 45.

168 See Sandhurst to Elgin 10 March and Elgin to Sandhurst 19 March 1898, Elgin Papers, Correspondence with persons in India, vol. 9 part 1, no. 129 and part 2, no. 136; Hamilton to Elgin 11 and 18 March, und Elgin to Hamilton 17 March 1898, Hamilton Correspondence C125/3, fos. I61ff., 179ff. and 183ff.; and D509/ 10, fos. 207ff.

169 MacDonnell to Elgin 6 and 29 April 1898, Elgin Papers, Correspondence with persons in India, vol. 9, part 1, nos. 200 and 233,

170 Young to Elgin 13 April 1898, Elgin Papers, Correspondence with persons in India, vol. 9, part 1, appendix no. 34. Sir Mackworth Young b. 1840; joined Indian civil service 1863; secretary to the Punjab government 1880-7; Resident in Mysore 1895-7; lieutenant - governor of the Punjab 1897-1902; d. 1924.

171 See- letter to Hamilton 11 April 1898. Hamilton Correspondence D509/ II. fos. 89ff.

172 See, for example. Private Secretary to Viceroy to A.H.T. Martindale, Agent to the Governor-General Rajputana, 27 May 1898, Elgin papers, Correspondence with the persons in India, vol. 9, part 2, no. 280.

173 To Sandhurst 30 April 1898, Elgin Papers, Correspondence with persons in India, vol. 9, part 2, no. 221; to Hamilton 26 May 1898, Hamilton Correspondence. D509/ 11, fos. 189ff.

174 Elgin to Elliott 18 July 1894, Elgin Pagers, Correspondence with persons in India, vol. 2, part 2, no. 22; Elgin to Reay 19 Dec. 1894, Elgin Papers, Correspondence with persons in India, vol. 1, part 2, no. 65.

175 Elgin to Fowler 16 Jan. 1895, Wolverhampton Papers, vol. 3, no number.

176 Crosthwaite to Elgin 12 Jan. and Sir Edward Buck to Elgin 12 Sept. 1895, Elgin Papers, Correspondence with persons in India, vol. 3, part 1, no. 38 and vol. 4, part I, no. 156A.

177 Elgin to Lord Wenlock, Governor of Madras, 11 Nov. 1895, Elgin Papers, Correspondence with persons in India, vol. 4, part 2, no. 237.

178 See Hamilton to Elgin 26 Nov. and Elgin to Hamilton 16 Dec. 1896, Hamilton Correspondence, C125/I, fos. 437ff. and D509/ 3, fos. 429ff. respectively.

179 To Elgin 23 Sept. 1897, Elgin Papers, Correspondence with persons in England, vol. 4, part 1, no. 55A.

180 See despatch of the Government of India Home Department Judicial no. 43 dated 27 Oct. 1898, Home Department Judicial Proceedings Oct. 1898, nos. 505-34.

181 Minute of Elgin 24 Aug. 1896 and Elgin to Hamilton 25 Aug. 1896 and 21 April 1897, Hamilton Correspondence, D509/2, fos. 827ff. and D509/4, fos. 445ff. Sandhurst of Bombay agreed with Elgin : 'Mr Tilak is like a red rag to many, while I think him as merely a tedious bore.' Letter to Elgin 28 Sept. 1896, Elgin Papers, Correspondence with persons in India, vol. 6, part 1, no. 126. However, as we have seen, Sndhurst changed his mind soon after.

182 Hamilton to Elgin 5 June and 11 Dec. 1896 and 5, 12 Feb., 2 April, 14 May and 24 June 1897, Hamilton Correspondence, C25/ 1. fos. 283ff. and 447ff.; and C125/2, fos. 28ff., 33ff., 128ff.. 211ff., and 289ff. Sir William Wedderburn b. 1838; entered Indian civil service 1860; various posts in Bombay 1860-87; president of Indian national congress 1889 and 1910; M.P. 1893-1900; d. 1918.

183 Elgin to Hamilton 27 July 1897, Hamilton Correspondence, D509/ 6, fos. I37ff.

184 See the evidence given in the summer of 1897 by Dadabhai Naoroji, Dinshaw Wacha, G. K. Gokhale, G. Subramania lyer and S. N. Banerjee, Indian Expenditure Commission, vol, 111, Minutes of Evidence (London, 1900).

185 *Ibid.* p. 155.

186 Elgin to Hamilton 27 Jan. 1898, Hamilton Correspondence, D509/ 9, fos. 155ff.

187 To James Westland 17 Feb. 1898, Elgin Papers, Correspondence with persons in India, vol. 9, part 2, appendix no. 22.

188 For detailed account of the Manipur crisis, see R. C. Majumdar, 'The Manipur Rebellion of 1891', *Bengal Past and Present* (January - June 1959), pp. 1-29. also proceedings of a Court of Enquiry held to investigate the occurrences and narrative despatch to Secretary of State, Foreign Department Proceedings, October 1891, Secret-E, nos. 296-300.

189 See Lansdowne to Cross 25 Feb. 1891, Lansdowne Papers, series

IX, vol. 3, part 2, no. 10.

190 To Col. Ardagh 30 March 1891, Lansdowne Papers, series VII, vol. 5, part 1, no. 304; also Landowne to Cross 15 April 1891, Lansdowne Papers, series IX, vol. 3, part 2, no. 20 A.

191 Lansdowne to Cross 26 May 1891, Lansdowne Papers, series IX, vol. 3, part 2, no. 28.

192 See Cross to Lansdowne 19 and 26 June, and 12 Aug. 1891, Lansdowne Papers, series IX, vol. 3, part 1, nos. 26, 21 and 34.

193 To W. E. Neale, Commissioner Agra Division, Aug. 1892, Lansdowne Papers, series VII, vol. 8, part 2, no. 66.

194 Note of Lansdowne 31 May 1891, Home Department Public Proceedings, Oct. 1891, nos. 206-86; Cross to Lansdowne 17 July 1891, Lansdowne Papers, series IX, vol. 3, part 1, no. 30.

195 Report of November 1888, Home Department Public Proceedings Jan. 1890, nos. 318-23.

196 To Cross 6 May 1889, Lansdowne Papers, series IX, vol. 1, part 2, no. 25.

197 Sir John Edgar, Chief Secretary to Bengal Government to Home Secretary, Government of India 28 July 1891, Home Department Public Proceedings October 1891, nos. 260-86; Eilliott to Lansdowne 27 July, and Lansdowne to Elliott 27 July and 1 Aug. 1891, Lansdowne Papers, series VII, vol. 6, part 1, no. 47 A and part 2, nos. 29 and 41.

198 J. Wilson, editor *Indian Daily News*, to Ardagh 9 Aug., and Elliott to Lansdowne 17 and 23 Aug. 1891, Lansdowne Papers, series VII, vol.6, part 1, nos. 73, 88 and 100.

199 Elliott to Lansdowne 28 Aug. 1891, Lansdowne Papers, series VII, vol. 6, part 1, no. 116.

200 Miller wrote to the *Times of India*. See Lansdowne to Miller 6 Sept. 1891, Lansdowne Papers, series VII, vol. 6, part 2, no. 83.

201 Ardagh to Wilson 1 Sept. 1891, Lansdowne Papers, series VII, vol. 6, part 2, no. 79.

202 Letter of 4, Sept. 1891, sent by Bengal Government 9 Sept., Home Department Public Proceedings Oct. 1891, nos. 260-86.

203 Lansdowne to Cross 15 Sept. 1891, and to Elliott 10 and 17 Sept. 1891, Lansdowne Papers, series IX, vol. 3, part 2, no. 46 and series VII, vol. 6, part 2, nos. 91 and 109.

204 Home Department circular to Provincial Governments, 31 May

1890, Home Department Judicial Proceedings Jan. 1893, nos. 272-428.

205 See letter of the Madras Government 29 Dec. 1890, the Bombay Government 19 Dec. 1890, the Bengal Government 22 June 1891. the North-West Provinces Government 2 Feb. 1891 and the Assam Government 14 Jan. 1891, Home Department Judicial Proceedings Aug. 1892, nos. 249-371.

206 See notes of C. J. Lyall, Home Secretary, 31 Oct. 1891, and of Lansdowne 31 Jan. and 9 June 1892, *Ibid.*

207 Order in Council 30 June 1892, *Ibid.*

208 C. J. Lyall lo the Chief Secretary to the Bengal Government no. 1107 dated 25 Aug. 1892, *Ibid.*

209 Home Department Judicial. Jan. 1893. Proceedings nos. 272-428.

210 He was later President of the Congress.

211 Elliott to Lansdowne 24 Nov., 1 and 5 Dec. 1892, Lansdowne Papers, series VII, vol. 8. part 1, nos. 386, 394 and 403.

212 See letter to Maharaja Sir J. M. Tagore 8 Dec. 1892, Lansdowne Papers, series VII, vol. 8, part 2, no. 290.

213 Lansdowne to Harris 12 Dec. 1892, and Harris to Lansdowne 19 Dec. 1892, and 25 and 26 Jan. 1893, Lansdowne Papers, series VII, vol. 8, part 2, no. 296. and part 1, no. 466, and vol. 9, part 1, nos, 78 and 82; also Home Department Judicial, Feb. 1893, Proceedings nos. 102-50.

214 11 Dec. 1892, Kimberley Papers, vol. E/13.

215 Telegrams nos. 20 and 36,12 and 24 Dec. 1892, Kimberley Papers, vol. E/19.

216 To Kimberley 20 Dec. 1892, Kimberley Papers, vol. E/18 c.

217 27 Dec. 1892. Lansdowne Papers, series VIII.vol. 4, part 2, no. 106. Only extracts of this letter were sent to Godley.

218 No. 32 of 1892 dated 21 Dec. 1892, Home Department Judicial Proceedings Jan. 1893, nos. 272-428.

219 See exchange of telegrams 12,13, 14 and 16 Jan. 1893, Kimberley Papers, vol. E/19.

220 The *Indian Mirror* reported on 15 Jan. 1893 that there was reliable information from the India Office that the Government of India were being overruled.

221 To Kimberley 18 Jan. 1893, Private and Personal, Kimberley

Papers, vol. E/18 c.

222 See telegrams of Kimberley 16 Feb. 1893, kimberley Papers, vol. E/19.

223 Home Department Judicial Proceedings March 1893, No. 9.

224 Chief Secretary to the Bengal Government to the Home Secretary, Government of India, no. 1350 J dated 5 March 1894, Home Department Judicial Proceedings Sept, 1894, nos. 129-64,

225 Sir David Barcour to Lansdowne 7 March 1893, Lansdowne Papers, series VII, vol. 9, part 1, no. 226 A,

226 To Kimberley 3 May 1893, Lansdowne Papers, series IX, vol. 5, part 2, no. 28.

227 Kimberley to Lansdowne 25 May 1893, Lansdowne Papers, series IX, vol. 5. part 1, No. 29. Congress 228 To Elgin 9 and 16 Feb. 1894, Elgin Papers, Correspondence with persons in England, vol. 1, part 1, nos. 5 and 7. 229 Elgin to Kimberley 14 and 20 Feb. 1894, Kimberley Papers, vol. E 18e, no numbers.

230 Private telegram to Kimberley 16 Feb. 1894, Kimberley Papers, vol. of telegrams, no numbers.

231 Godley to Babington Smith 16 Feb. 1894. Elgin Papers, Correspondence with persons in England, vol. 1, part 1, no. 7a; Gladstone to Kimberley 21 Feb. 1894, Kimberley Papers, vol. E/6 b, no number; Ripon to Kimberley, 22 Feb. 1894, Kimberley Papers, vol. E/17, no number.

232 Godley to Kimberley 22 Feb. 1894, Elgin Papers, Correspondence with persons in England, vol. 1, part 1, no. 8; Kimberley's private telegram to Elgin 27 Feb. 1894, Kimberley Papers, volume of telegrams, no number.

233 Elgin's private telegram to Kimberley 5 and 6 March 1894, Kimberley Papers, volume of telegrams, no numbers.

234 Kirnberley's private telegrams to Elgin 5 and 8 March 1894, Kimberley Papers, volume of telegrams. no numbers; Kirnberley's letters to Elgin 2 and 9 March 1894, Elgin Papers, volume of letters from Kimberley, no numbers.

235 S. B. Saul, *Studies in British Overseas Trade 1870-1914* (Liverpool University Press I960), p. 189.

236 Fowler to Elgin 16 March 1894, Wolverhampton Papers, vol. 2, no number; Godley to Elgin 2 March 1894, Elgin Papers,

Correspondence with persons in England, vol. 1, part 1, no. 12.

237 To Godley 21 March 1894, Elgin Papers, Correspondence with persons in England, vol. 1, part 2, no. 13; to Fowler 21 March 1894, Wolverhampton Papers, vol. 1, no number.

238 To Fowler 24 July 1894, Wolverhampton Papers, vol. 1,no number.

239 Fowler to Elgin 17 Aug. and 9 Nov. 1894. Wolverhampton Papers, vol. 2, no numbers.

240 Fowler to Elgin 30 Nov. 1894, Wolverhampton Papers, vol. 2, no number.

241 Fowler to Elgin 15 and 22 Feb. 1895, Wolverhampton Papers, vol.2, no numbers.

242 See telegram from Secretary of State to the Government of India 11 Dec., telegram from the Governement of India to Secretary 17 Dec., and telegram from Secretary of State to Viceroy 19 Dec. 1894. Finance and Commerce Department Proceedings Feb. 1895, Statistics and Commerce, nos. 60, 71 and 76.

243 Westland's note of 27 Nov. 1894, Finance and Commerce Department Feb. 1895, Statistics and Commerce, Proceedings nos. 59-140; communication of the Secretary Bombay Millowner's Association 7 Jan. 1896, Paragraph 71, Finance and Commerce Department July 1896, Separate Revenue, Proceedings nos. 740-929.

244 Godley to Elgin 22 Aug. 1895, Elgin Papers, Correspondence with persons in England, vol. 2, part 1, no. 107.

245 See his note Aug. 1895, Hamilton Correspondence, C125/ I, fos. 27ff.

246 See despatch from Secretary of State no. 99 (Revenue) dated 5 Sept. 1895, and enclosures, Finance and Commerce Department July 1896, Separate Revenue, Proceedings nos. 740-929.

247 Elgin to Hamilton 16 Oct. 1895, Hamilton Correspondence, D509/ 1.fos. 187ff.

248 Output per operative was also declining. See E.H. Phelps Brown and S. J. Handfield Jones, *The Climacteric of the 1890's* (Oxford Economic Papers, 1952), p. 275.

249 See Hamilton to Elgin 31 Oct., 29 Nov. and 13 Dec. 1895, and note of 20 Dec. 1895, Hamilton Correspondence, C125/I, fos. 79ff. 105ff., 121ff., and 133ff. respectively.

250 22 Jan. 1896, Hamilton Correspondence, D509/2, fo. 467.

251 Elgin to Hamilton 5 Feb. 1896, Hamilton Correspondence, D509/2. fos. 469ff.

252 To Wenlock 16 Feb. 1896, Elgin Papers, Correspondence with persons in India, vol. 5, part 2, no. 123. Some members of his council were slightly less malleable. 'I do hope', wrote the Law Member, Sir Arthur Miller, to the Finance Member on 28 Jan. 1896, when it seemed likely that the Secretary of State would demand further concessions on points of detail, 'that they will not push us to the wall; personally I have so little to lose that a trifle would make me rebel, but I will not -1 need hardly say-separate myself from the rest.' Finance and Commerce Department, July 1896, Separate and Revenue, Proceedings nos. 740-929. K. W.

253 To Elgin 31 Jan. 1896, Hamilton Correspondence, C125/1, fos. 177ff.

254 Import of Cottons into India (95% from Britain) in million yards

	Grey	White	Coloured printed or dyed
1889-90-1893-4	1223	369	374
1899-1900-1903-4	1204	470	451

Saul, *op. cit.* p. 190.

255 *The Economic History of India in the Victorian Age* (London, 1906), p. 543.

256 Saul, *op. cit.* p. 198.

257 Note of 29 Jan. 1896, Finance and Commerce Department July 1896, Separate and Revenue, Proceedings nos. 740-929. K. W.

258 P. C. Ghosh, *The Development of the Indian National Congress 1892- 1909* (Calcutta. 1960), p. 32.

259 See Proceedings 378-411 B of the Finance and Commerce, Department May 1896, Statistics and Commerce.

260 Curzon to St. John Brodrick 23 Feb. and 10 March 1904, Curzon Papers, India Office Library, MSS Eur. F. III, vol. 163, part 2, nos. 10 and 12.

261 See Reay's report of his conversation with Hume, letter to Lansdowne 15 Feb. 1890, Lansdowne Papers, series VII, vol. 3, part 1, no. 148.

262 Lansdowne to Cross 4 Aug. 1890, Lansdowne Papers, series IX, vol. 2, part 2, no. 35.

263 Croos to Lansdowne 12 Feb. 1891, Lansdowne Papers, series IX, vol. 3, part 1, no. 7.
264 See Lansdowne to Cross 22 April 1891, Lansdowne Papers, series IX, vol. 3, part 2, no. 22A.
265 Resolutions of the Dundee Chamber of Commerce 27 Dec. 1894, enclosed with despatch of the Secretary of State (Revenue) no. 18 dated 31 Jan. 1895, Home Department Judicial Proceedings April 1895, nos. 277-81.
266 Lansdowne to Cross 18 May 1892, Lansdowne Papers, series IX, vol. 4, part 2, no. 24.
267 To Cross 27 March and 2 April 1889, Lansdowne Papers, series IX, vol. 1, part 2, nos. 19 and 20.
268 Lansdowne to Roberts 13 July 1890 and Roberts to Lansdowne 18 July 1890, Lansdowne Papers, series VII, vol. 4, part 2, no. 22 and part 1, no. 54 A.
269 To Lasdowne 17 Sept. 1890, Lansdowne Papers, series VII, vol.4, part 1, no. 195.
270 Cross to Lansdowne 6 March 1891, and Lansdowne to Salisbury 26 March and to Cross 8 April 1891, Lansdowne Papers, series IX, vol. 3. part 1. no. 10; series VIII, vol. 3, part 2, no. 37; and series IX, vol. 3, part 2, no. 17.
271 Roberts to Lansdowne 20 April 1891, Lansdowne Papers, series VII, vol. 5, part 1, no. 454.
272 Lansdowne to Durand 15 Sept. 1890 and to Cross 25 Feb. 1891, Lansdowne Papers, series VIII. vol. 2, part 2, no. 66 and series IX. vol. 3, part 2. no. 10; also Foreign Department, Jan. 1891, Secret F, Proceedings nos. 90-4.
273 In the summer of 1891, Russian troops arrived in the Pamir area, and their commander informed Captain Younghusband that he had been sent by the Governor-General of Turkistan to annex the Pamirs, Foreign Department. Aug. 1891, Secret F, Proceedings nos. 261-82.
274 See his proclamation, bonds taken from his subjects to be loyal during his absence, and letters to Salisbury and Gorst. Foreign Department, March 1892, Secret F, Proceedings nos. 72-98
275 Lansdowne to Jowett L April, and to Cross 19 July 1892, Lansdowne Papers, series VIII, vol. 4, part 2, no. 31 and series IX, vol. 4. part 2, no. 33. Also Viceroy's letter to the Amir 23

July 1892. Foreign Department, Aug. 1892, Secret F. Proceeding no. 230.

276 Lansdowne to Godley 17 July 1892, Lansdowne Papers, series VIII. vol.4, part 2, no. 56; despatch no, 155 dated 16 Aug. 1892, Foreign Department, Aug. 1892, Secret F, Proceeding no. 575; and Lansdowne to Kimberley 23 Aug. 1892, Kimberley Papers, vol- E 18 *c*.

277 To Lasdowne 30 Nov. 1891,Lansdown Papers, series VIII. vol. 3, part 1, no. 133.

278 Kimberley to Lansdowne 26 Aug., 1. 16 Sept. and 28 Oct. 1892. Lansdowne Papers, series IX, vol. 4, part 1. nos. 36, 37, 40 and 49. Also Kimberley's despatch no 42 dated 18 Nov. 1892, Forgien Department, April 1893, Secret F, Proceeding no. 70.

279 To Godley 6 Sept. and to Fitzpatrick 8 Sept. 1892. Lansdowne Papers, series VIII, vol. 4, part 2, No. 64, and series VII. vol. 8, part 2, no. 129.

280 B. 1850 son of Sir Henry Durand; joined Indian civil service 1873; served in foreign department 1874-85; foreign secretary 1885-94; mission to Kabul 1893; minister in Teheran 1894-1900; ambassador in Madrid 1900-3; ambassador in Washington 1903-5; d. 1924.

281 Agreements of 12 Nov. 1893. Aitchison, *Treaties, Engagements and Sanads*, XIII (Culcutta, 1933 edition), pp. 255-7.

282 Note of 13 Jan. 1894, Lansdowne Papers, series XIII. pp. 712ff.

283 To Elgin 26 Jan. 1894, Elgin Papers, Correspondence with persons in England, vol. part 1, no.4.

284 To Elgin 9 and 16 Feb. 1894, Elgin Papers, volume of letters from Kimberley, no numbers.

285 Elgin to Fowler to 10 July 1894, Wolverhampton Papers, vol. 1, no number.

286 *Ibid.* 31 July 1894, Wolverhampton Papers, vol. 1, no number.

287 To Elgin 24 Aug 1894 and 2 Jan. 1895, Wolverhampton Papers, vol. 2, no numbers.

288 Elgin to Fowler 20 Feb. and 13 March 1895, Wolverhampton Papers, vol. 3, no numbers.

289 See Reay to Elgin 22 March and Godley to Elgin 25 April 1895, Elgin Papers, Corresspondence with persons in England, vol. 2, part 1, nos. 34 and 49.

290 Elgin to Fowler 10, 24 April and 8 May 1895, Wolverhampton Papers, vol. 3, no numbers; also Elgin to Rosebery 7 July 1895, Elgin Papers, Correspondence with persons in England, vol. 2, part 2, no. 51.

291 Curzon to Selborne 9 April 1990, Curzon Papers, vol. 181, part 2, no. 81.

292 Rosebery to Elgin June 1895, Elgin Papers, Correspondence with persons in England, vol. 2, part 1, no. 76.

293 See Godley to Elgin 25 April 1895, Elgin Papers, Correspondence with persons in England, vol. 2, part 1, no. 49.

294 See Elgin to Fowler 4 June 1895, Wolverhampton Papers, vol. 3, no number.

295 Brackenbury to Elgin 1 July 1895, Elgin Papers, Correspondence with persons in India, vol. 4, part 1, No. I; Lansdowne to Elgin 22 July 1895. Elgin Papers, Correspondence with persons in England, vol. 2, part 1, no. 93; Hamilton to Elgin 2 Aug- 1895, Hamilton Correspondence, CI25/ I, fos. 17ff.; Curzon to Sir Crawford Chamberlain 28 June 1902, Curzon Papers, vol. 182, part 2, no. 92.

296 Hamilton to Elgin 9 Aug. 1895, Hamilton Correspondence, C125/ I.fo. 21.

297 Elgin to Hamilton 28 Oct. 1897, Hamilton Correspondence, D509/ 7. fos. 320ff. and 2 Dec. 1897, Hamilton Correspondence, D509/ 8. fos. 145ff.

298 Hamilton to Elgin 19 Sept. 1895, Hamilton Correspondence, C125/ l,fo. 49.

299 Hamilton to Elgin 2 Aug. 1895, Hamilton Correspondence, C125/ I,fos. 17ff.

300 See acove p. 134.

301 See Hamilton to Elgin, 14, 20 Aug. and 8 Oct. 1896, Hamilton Correspondence, C125/1, fos. 347ff., 353ff., and 393ff. respectively; and 19 March 1897, Hamilton Correspondence, C125/2,fos. 107ff.

302 Elgin to Hamilton 6 July 1897, Hamilton Correspondence, D509/ 6,fos.29ff.

303 C. C. Davies, *The problem of the North-West Frontier* (Cambridge, 1932), pp. 91-8 and 164-6.

304 Elgin to Hamilton 10 Aug. 1897, Hamilton Correspondence,

D509/ 6, fos. 227ff.

305 Davies, *op. cit.* p. 98.

306 Elgin to Col. Wylie, Offciating Agent to the Governor-General Baluchistan 3June 1898, Elgin Papers, Correspondence with persons in India, vol. 9, part 2, no. 292.

307 To Lansdowne 12 July and 23 Aug. 1890, Lansdowne Papers, series VII, vol. 4, part 1, nos. 40A and 131 A.

308 R. L. Greaves, *Persia and the Defence of India 1884-1892* (London, 1959), chapters VIII and XL

309 A. P. Thornton, 'British Policy in Persia, 1858-90', part 111, English Historical Review, LXX, 67-8.

310 Greaves, *op. cit.* p. 181-2.

311 Salisbury to Lansdowne 21 Oct. 1891, Lansdowne Papers, series VIII, vol. 3, part 1, no. 115. Part of it cited in Greaves, *op. cit.* p. 204-5.

312 Lansdowne to Salisbury 16 Dec. 1891, Lansdowne Papers, series VIII, vol. 3, part 2, no. 153.

313 Lanscelles, Minister in Teheran, to Lansdowne 2 March 1893. Lansdowne Papers, series IX, vol. 9, part 1, no. 214 A.

CHAPTER 5, pp. 301-402

1 To Elgin 24 Aug. 1898, Hamilton Correspondence, C125/3, fo. 417.

2 Lord Vansittart, *The Mist Procession* (London, 1958), p. 30. Of the many assessments of Curzon that have been written, those of Vansittart and of Sir Winston Churchill (in his essay in Great Contemporaries) come closset to grasping the essence of the man.

3 See letter cited in L. Mosely, *Curzon the End of an Epoch* (London, 1960), p. 60.

4 10 April 1901, Ampthill Papers, India Office Library, MSS Eur. E. 233, vol. 15. Arthur Russell, second baron Ampthill, b. 1869, second son of Lord Odo Rusell, first baron Ampthill; private secretary to Joseph Chamberlain 1897; governor of Madras 1900-6; acting viceroy 1904; d. 1935.

5 Curzon to Arthur Hardinge 11 June 1902, Curzon Papers, vol. 182, part 2, no. 86.

6 Curzon to Ibbeston 26 April 1904, Curzon Papers, vol. 209,

part 2, no. 122 a.

7 Curzon to Younghusband 19 Sept. 1901, Curzon Papers, vol. 182, part 2, no. 23.

8 Curzon to Balfour 31 March 1901, Curzon Papers, vol. 181, part 2, no. 211.

9 *Ibid.*

10 Curzon to John Morley 17 June 1900, Curzon Papers, vol. 181, part 2, no. 119.

11 Letter written from London 19 Oct. 1904, Ampthill Papers, vol. 37, no. 65, fos. 144ff.

12 D. Sommer, *Haldane of Cloan* (London, 1960), p. 400.

13 16 Sept. 1903, Hamilton Correspondence, C. 126/5, fo. 329.

14 To Hamilton 9 April 1902, Hamilton Correspondence, D510/10,

15 13 Jan, 1903, Hamilton Correspondence, D510/13, fos. 29ff.

16 See Curzon to Godley 13 Dec. 1900, Curzon Papers, vol. 159, part 2, no. 76.

17 To Hamilton 25 Jan. 1900, Hamilton Correspondence, D510/4, fos. 73ff.

18 To Hamilton 29 Aug. 1900, Hamilton Correspondence, D510/5. fos. 361ff.

19 *Ibid.* 22 April 1901, Hamilton Correspondence, D510/8, fos. 3ff.

20 Speech on the Budget, 25 March 1903, T. Raleigh ed. *Lord Curzon in India, Being a Selection from his Speech as Viceroy* (London, 1906), p. 407.

21 *Ibid.* pp. 407-8.

22 See, for example the chapter on the Anglo-Russian Question in his book *Russia in Central Asia*, published in 1889.

23 Minute 28 Oct. 1901, Foreign Department Proceedings Secret E, Nov. 1901, no. 61.

24 Curzon to Hamilton 4 Jan. 1900, Hamilton Correspondence, D510/ 4, os. 3ff.

25 Curzon to Hamilton 15 Oct. 1902. Hamilton Correspondence, D510/12, fos. 97ff.

26 Curzon to Hamilton 8 Jan. 1903, Hamilton Correspondence, D510/ 13, fos. 1ff.

27 Indeed, Hamilton wrote at the commencement of the viceroyalty

that he looked forward to the day when the frontiers of Russia and Britain were conterminous, letter to Curzon 16 Feb. 1900, Hamilton Correspondence, C216/2, fos. 47 and 48. But Salisbury agreed with the Viceroy's assessment of Russian ambitions. He thought that when her Siberian railway was ready, she would want to be mistress of the greater part of China; and if Afghanistan were unprotected she could force Britain to give way in China by advancing upon India. 'She won't try to conquer it. It will be enough for her if she can shatter our Government and reduce India to anarchy. These things will not concern me-but my successor of I know not what degree'. Salisbury to Lord Northcote June 1900, cited in Greaves, *op. cit.* pp. 16-17.

28 26 April 1899, Hamilton Correspondence, D510/1, fos. 341ff.

29 The relevant paragraphs have been published in Gooch and Temperley, *British Documents on the Origins of the War, 1898-1914*. (London. 1929), IV, 356-63.

30 Curzon had suggested this even in 1889: 'There is no need to speak of a territorial partition of Persia, because I imagine that neither Power desires such an issue or would welcome so serious an increase to its burdens. A partition of control and influence in Persia is a different thing, and with a decrepit people and an expiring regime, is inevitable in the future '(*Russia in Central Asia*, p. 379). The scheme was examined in great detail three years later, in *Persia and the Persian Question*. But by 1899 Curzon had become doubtful of its success. R. Kumar, 'Curzon and the Anglo-Russian Negotiations over Persia', *Indian Historical Records Commission Proceedings* XXXVI, part 2, p. 25.

31 Mintue accompanying despatch of 21 Sept. 1899.

32 To Hamilton 14 Dec. 1899 and 4 Jan. 1900. Hamilton Correspondence, D501/3, fos. 329ff. and D510/4. fos. 3ff.

33 Curzon to Godlcy 15 March 1900, Curzon Papers, vol. 159. part 2. no. 13.

34 To Hamilton 1 Feb. 1900, Hamilton Correspondence, D501/4, fos. 85 ff.

35 *Ibid.* 8 Feb. 1900, Hamilton Correspondence. D501/4, fos 101ff.

36 See Hamilton despatch 6 July 1900, Gooch and Temperley, *op. cit.* vol. IV, pp. 363-5; Salisbury to Curzon Aug. 1900, Curzon

Papers, vol. 159, part 1, no. 59.

37 'I do not see how ultimately we can prevent Russia from getting into the Persian Gulf'. Hamilton to Curzon 23 Nov. 1899, Hamilton Correspondence. C126/1, fos. 409ff. Salisbury and Goschen were said to be of the same view, *Ibid.* 14 Dec. 1899, Hamilton Correspondence, C126/1, fos. 435ff. 'I think our trouble with Persia-setting aside questions of manner and personal antipathy - arises from a fundamental and immovable cause. Other nations can lend money: and we cannot. The House of Commons, which never would guarantee the debt of India, would positively refuse any advance to an impecunious Oriental Ally. Other nations will give it. It is hopeless to struggle against that disadvantage. The real friend is the friend from whom one can borrow.' Salisbury to Currie 8 June 1900, cited in J A. S. Grenville, *Lord Salisbury' and Foreign Policy* (London. 1964). pp. 300-1.

38 See Curzon to Sir Clinton Dawkins 12 June 1900, Curzon Papers, vol. 181, part 2. no. 117.

39 Curzon to Lansdowne 5 April and 15 June 1901, Curzon Papers, vol 160, part 2. nos. 25 and 40.

40 Lansdowne to Curzon 16 Feb. 1902, Curzon Papers, vol. 161, part 1, no. 17.

41 Gooch and Temperley, *op.cit.* vol. IV, pp. 369-71.

42 Hansard, 4th Series, vol. 121, p. 1348.

43 To Hamilton 17 June 1903, Hamilton Correspondence, D501/13, fos. 115ff.

44 Curzon to Brodrick 16 Feb. 1905, Curzon Papers, vol. 164, part 2, no. 19.

45 Curzon to Morley 28 Dec. 1905, Morley Papers, India Office Library, MSS Eur. D555. Curzon was right to the extent that Balfour was a keen participant in the proceedings of this Committee, and the scope of its work was not rigidly defined. It was an instrument of the Prime Minister and not a Committee of the Cabinet. F.A. Johnson, *Defence by Committee* (Oxford, 1960), pp. 74-5; J. Ehrman, *Cabinet Government and War* (Camcridge, 1958), pp. 29-30.

46 To Hamilton 26 Nov. 1899, Hamilton Correspondence, D510/3, fos. 251ff.

47 Amir's letter 9 Jan. 1899 and Viceroy's reply 15 Feb. 1899, Foreign Department Proceedings Secret F, April 1899, nos. 1-5; Amir's letter 4 April 1899, Foreign Department Proceedings Secret F, May 1899, nos. 334-9.
48 Foreign Department Secret F. May 1900, Proceedings 145-74.
49 Foreign Department Secret F. May 1900, Proceedings 141-4.
50 Viceroy's telegram 19 Feb. 1900 and despatch of Government of India 17 May 1900, Foreign Department Secret F, May 1900, Proceedings 145-74; Curzon to Lyall 15 March 1900, Curzon Papers, vol. 181, part 2, no. 73.
51 Foreign Department Secret F, Jan. 1902. Proceeding 274.
52 British Ambassador in St Petersburg to Lansdowne 3 Feb. 1902, Foreign Department Secret F. July 1902, Proceeding 80. 53 Foreign Department Secret F, Sept. 1902, Proceedings 25-40.
54 To-Hamilton 1 Oct. 1902, Hamilton Correspondence D510/12, fos. 67ff.
55 *Navoe Vremya*. 19 Dec. 1902.
56 Memorandum 5 Feb. 1903, Foreign Department Secret F, Aug. 1903, Proceeding 103, enclosure.
57 Telegrams 23 March and 1 April 1903, Foreign Department Secret F, Aug. 1903, Proceedings 104 and 107.
58 Letter to Viceroy 27 June 1903, Foreign Department Secret F, Aug. 1903, Proceeding 156.
59 Godley to Curzon 23 April 1903, Curzon Papers, vol. 162, part I, no. 23; Hamilton to Kitchener 5 June 1903, Kitchener Papers, Public Record Office; Hamilton to Curzon 5 June 1903, Hamilton Correspondence, C126/5, fos. 196ff.
60 See Lansdowne to Benckendorff, the Russian Ambassador, 17 Feb. 1905, and to Sir C. Hardinge, 8 March 1905, Gooch and Temperley, *op.cit.* IV, 520-1.
61 Curzon to Lord George Hamilton 24 May 1899, Hamilton Correspondence, D510/1, fos. 405ff. See also P. Fleming, *Bayonets to Lhasa* (London, 1961), p. 39.
62 The acting Russian Ambassador during the Great War told me that he was a Secretary in the Russian Foreign Office during my Mission to Tibet and could assure me that the Russian Government were in no kind of communication with the Dalai Lama. What, he said, did happen was that the Dalai Lama's

tutor, Dorjieff, through Rasputin, got in personal touch with the Tsar and Tsarina. There was an interchange of presents between the Tsar and the Dalai Lama. The Tsar seemed to acknowledge some kind of spiritual guidence from the Dalai Lama; and the latter thought he was under the political protection of the Tsar.' Sir Francis Younghusband to the Marquis of Zetland 21 April 1939, cited in Fleming, op. cil. p. 43. Sir Franci's Younghusband b. 1863; service in Indian army from 1882; explorations in the Himalayas and China 1885-91; joined Indian foreign department 1889; political agent in Hunza and Chitral 1891-4; led mission to Tibet 1903-4; *Resident in Kashmir 1906-9*; d. 1942.

63 To Hamilton, II June 1901, Hamilton Correspondence, D510/8, fos. 101ff.

64 To Curzon 11 July 1901, Hamilton Correspondence, C126/3, fos. 305ff.

65 Note of the Indian Office to Foreign Office 25 July 1901, Foreign Department Proceedings Secret E, March 1902, nos. 1-77.

66 Hamilton to Curzon, 29 Nov. 1901, Hamilton Correspondence, C126/3, fos. 487ff.

67 A. Lamb, *Critain and Chinese Central Asia* (London, 1961), pp. 268-77.

68 To Hamilton 20 Aug. 1902, Hamilton Correspondence, D510/11, fos. 399ff.

69 Telegram from British Minister in Peking to Foreign Secretary 8 Sept. 1902, Foreign Department Secret E, Feb. 1903, Proceeding 40, enclosure.

70 Telegram from British Charged' Affaires in Peking to Viceroy 6 Dec. 1902, Foreign Department Secret E, Feb. 1903, Proceeding 62.

71 Despatch 4Cof 1903, Foreign Department Proceeding Secret E, Feb. 1903, no. 82.

72 Hamilton to Curzon 20 Feb. 1903, Hamilton Correspondence, C126/5, fos. 48ff.

73 Foreign Office to British Ambassador in St Petersburg 8 April 1903, Foreign Department Secret E, July 1903, Proceedings 38-95.

74 See A. Lamb, 'Some Notes on Russian Intrigue in Tibet', *Journal*

of the Royal Central Asian Society, XL VI (1959), 58ff.

75 12 April 1903, cited in G. Monger, *The End of Isolation* (London, 1963), p. 116.

76 Hamilton to Curzon 15 April 1903, Hamilton Correspondence, C126/5, fos. 122ff.

77 Telegram from Secretary of State 29 April 1903, Foreign Department Proceedings Secret E, July 1903. nos.38-95.

78 To Hamilton 17 June 1903, Hamilton Correspondence. D510/14, fos. 115ff. But, as Mr Lumb points out. once the Cabinet had permitted the crossing of the border, Curzon was in a strong position; if the talks failed, the only direction in which the Mission could possibly move WAS forward (*op. cit.* p. 290).

79 Curzon to Younghusband 24 Sept. 1903, Curzon Papers, vol. 208, part 2, no. 83.

80 To Hamilton 12 Aug. 1903. Hamilton Correspondence, D510/14, fos. 241ff. 81 Note of Viceroy's interview with Maharaja of Nepal 31 Dec. 1902. Foreign Department Proceeding Secret E, Feb. 1903, no. 79; despatch of 3 Nov. 1903; Curzon to Hamilton 1 Jan. 1903. Hamilton Correspondence, D510/12, fos. 508ff.

82 Telegram from Secretary of State 1 Oct. 1903. Foreign Department Proceedings Secret E, Nov. 1903, nos. 159-234.

83 Accounts of Lansdowne's interviews with Russian Ambassador 17 Nov. and Chinese Minister 18 Nov. 1903. Foreign Department Secret E, Feb. 1904, Proceedings 244 enclosure 3 and 245 enclosure 3.

84 Letter and telegram to Curzon 8 Oct. 1903, Curzon Papers, vol. 208, part 1, nos. 115 and 117.

85 Telegram from Secretary of State 12 May 1904, Foreign Department Proceeding Secret E, July 1904_ no. 310.

86 See Lansdowne to Sir C. Hardinge 2 June 1904, *Parl. Papers*, 1905, Tibet, no. 11I, no. 43.

87 Curzon to Brodrick 1 Dec. 1903, Curzon Paper, v.,1. 162, part 2, no. 90.

88 16 June 1904, cited in Fleming, *op. cit.* pp. 196-7.

89 13 July 1904, Ampthill Papers, vol. 37, fos. 103ff. St. John Brodrick first earl of Midleton b. 1850; M.P. 1880-1906; financial secretary to the War Office 1886-92; under-secretary for war 1895-8; under-secretary for foreign affairs 1898-1900; secretary

for war 1900-3; secretary for India 1903-5; d. 1942.

90 Curzon to Ampthill 1 July 1904, Ampthill Papers, vol. 37, fos. 54ff, Indeed, such was the Cabinet's ignorance of the whole position that the Prime Minister, Balfour, could not spell Lhasa correctly, despite three different efforts. See Fleming, *op. cit.* p. 211 note.

91 Brodrick to Ampthill 1 July 1904, Ampthill Papers, vol. 37, fos. 50ff.; telegram of Secretary of State 6 July 1904.

92 To Ampthill, 4 Aug. 1904, Ampthill Papers, vol. 37, fos. 93ff.

93 Curzon to Ampthill 8 Jan. 1905, Ampthill Papers, vol. 18.

94 See acove, p. 377, note. 62.

95 Brodrick to Ampthill 1 July 1904, Ampthill Papers, vol. 37, fos. 50ff.

96 Telegram to Secretary of State 10 July 1905, Foreign Office Confidential Print on Tibet 1905, no. 49 enclosure.

97 To Hamilton 29 Jan. 1903, Hamilton Correspondence, D510/ 13, fos. 69ff.

98 However, Curzon did not support Salisbury's favourite scheme for a railway from Quetta to Seistan.

99 To Hamilton 22 May 1901, Hamilton Correspondence, D510/ 8, fos.73ff.

100 *Ibid.* 17 June 1903. D501/14, fos. 115ff.

101 Hamilton to Curzon, 9 and 23 July 1903, Hamilton Correspondence, C126/5. fos. 245ff. and 260ff. In fact Curzon met Sir Arthur Hardinge and blamed him for being too courteous and diplomatic with the Persians, See Harding to Lansdowne, Feb. 1904, Newton, *Landsdowne*, p. 243.

102 Brodrick to Curzon 17 Dec. 1903, Curzon Papers, vol. 162, part 1, no. 89.

103 'Curzon has perhaps a greater knowledge of the Afghan problem than anyone alive.' Brodrick to Ampthill 20 Oct. 1904, Ampthill Papers, vol.37, fos. 146ff.

104 Amir's letter 4 April 1899, Foreign Department Proceedings Secret F.May 1899, nos. 334-9,

105 To Hamilton 19 April 1899, Hamilton Correspondence, D510/ 1 fos. 307ff. 'Never a week passes but in some form or other I have cause to regret that unfortunate agreement.' *Ibid.* 31 May 1899. Hamilton correspondence. D510/1. fos. 429ff.

106 Letter of 27 July 1899, Foreign Department Proceedings Secret, F, Aug. 1899, nos. 76-83.
107 Hamilton to Curzon 15 Nov. 1899, Hamilton Correspondence, Cl26/l, fos. 402.
108 Curzon to Hamilton 22 Nov. 1899, Hamilton Correspondence, D510/3, fos. 205ff.
109 Curzon to Hamilton 21 Dec, 1899, Hamilton Correspondence, D510/3 fos. 375ff.
110 Hamilton to Curzon 16 Feb. and 23 March 1900, Hamilton Correspondence, C126/2, fos. 47-8 and 97ff.
111 Curzon to Hamilton 2 May 1900, Hamilton Correspondence, D510/ 5, fos. 55ff.
112 Curzon to Hamilton 9 and 16 Oct. 1901, Hamilton Correspondence, D510/9, fos. 57ff. and 67ff.
113 Hamilton to Curzon 7 Nov. 1901, Hamilton Correspondence, CI26/ 3, fos. 459ff.
114 Viceroy's letters to the Amir 7 Feb. and 6 June 1902, Foreign Department Secret F, June 1902, Proceedings 95-103.
115 Curzon to Lansdowne 16 March 1902, Curzon Papers, vol. 161, part 2, no. 22.
116 Amir to the Viceroy 9 March 1902, Foreign Department Proceedings Secret F, June 1902, nos. 95-103 and 27 Nov. 1902, Foreign Department Proceedings Secret F, Jan. 1903, nos. 1-35.
117 Curzon to Hamilton 3 Sept. 1902, Hamilton Correspondence, D510/ 11, fos. 415ff.
118 *Ibid.* 27 Nov. 1902.Hamilton Correspondence, D510/2, fos. 307ff.
119 See Hamilton to Curzon 9 Jan. 4, 11 Dec. and 19 Dec. 1902, Hamilton Correspondence, C126/4, fos. 13,439,445ff., and 451ff.; also telegram of the Secretary of State 19 Dec. 1902, Foreign Department Secret F, Jan. 1903, Proceedings 1-35.
120 J. Chamberlain to Austen Chamberlain 9 Jan. 1903, cited in Monger, *op.cit.* p. 91.
121 Curzon to Lyall 9 April 1903, Curzon Papers, vol. 182, part 2, no. 178.
122 Hamilton to Curzon 9 July and 15 Sept. 1903, Hamilton Correspondence, C126/5, fos. 245ff. and 319ff.

123 Curzon to Brodrick 21 Oct. 1903, Curzon Papers, vol.162, part 2, nos. 78 and 81.

124 See correspondence between the Viceroy and the Amir, Foreign Department Proceedings Secret F, Feb. 1904, nos. 23-32, and May 1904, no. 33.

125 Curzon to Brodrick 7 Jan., 17, 31 March and 5 April 1904, Curzon Papers, vol. 163, part 2. nos. 1, 13, 17 and 18.

126 Curzon arrived in London in April 1904 and had frequent meetings with the Cabinet on this subject.

127 The message was given to H. R. C. Dobbs, a British official on a visit to Kabul.

128 Foreign Department Secret F, Oct. 1904, Proceeding 238.

129 B. 1856; joined Indian civil service 1876; service in the Punjab; foreign secretary to the Government of India 1903-8; led mission to Kabul 1904; lieutenant-governor of the Punjab 1908-13; d. 1946.

130 Minute by Kitchener 7 Oct. 1904, Foreign Department Secret F, Oct. 1904, Proceeding 271; Mintue by Ampthill 18 Oct. and telegram to Secretary of State 21 Oct. 1904, Foreign Department Secret F, Jan. 1905, Proceedings 43 and 45.

131 Despatch of Secretary of State enclosing aide-memoire for Dane 21 Oct. 1904, Foreign Department Secret F, Jan. 1905, Proceeding 74 and enclosure.

132 Memoranda of the Amir 18 Dec. 1904, and 1 Jan. 1905, Foreign Department Secret F, May 1905, Proceedings I-14I.

133 Memorandum of Dane 22 Dec. 1904, Foreign Department Secret F.May 1905, Proceedings 1-141.

134 Telegram of Foreign Secretary 16Jan. 1905, Foreign Department Secret F, May 1905, Proceedings 1-141.

135 Curzon to Barnes 8 April 1904. Curzon Papers, vol. 209, part 2, no. 101. Sir Hugh Barnes b. 1853; joined Indian civil service 1874; joined foreign department 1879; foreign secretary to the government of India 1900-3; lieutenant-governor of Burma 1903-5; member of India Council 1905-13; d. 1940.

136 Curzon to Ampthill 8 Jan. 1905, Curzon Papers, vol. 210, part 2, no. 33.

137 Amir's letter to Dane 31 Jan. 1905, Foreign Department Secret F, May 1905, Proceedings 1-141.

138 Telegram of Secretary of State 3 and 21 Feb. 1905, Foreign Department Secret F, May 1905, Proceedings 1-141; Brodrick to Curzon 10 and 17 Feb. 1905, Curzon Papers, vol. 164, part 1,nos. 20 and 22.

139 'Minute of the Viceroy 3 Feb. 1905, Foreign Department Secret F, May 1905, Proceedings 1-141. ,

140 Balfour to the King 16Feb. 1905,B.E. C. Dugdale 9dale, *Arthur James Balfour* (London, 1936), vol. 1, pp. 402-3; Curzon to Brodrick 26 Jan. 2, 9 and 16 Feb. 1905, Curzon Papers, vol. 164, part 2, nos. 13, 15, 17 and 19; telegrams of Viceroy 10 and 27 Feb. 1905, Foreign Department Secret F, May 1905, Proceedings 1-141.

141 2 April 1905, Ampthill Papers, vol. 18.

142 To Hamilton 11 June 1901, Hamilton Correspondence, D510/8, fos. 101ff.

143 To Hamilton 26 Dec. 1901, Hamilton Correspondence, D510/9, fos. 371ff.

144 To Hamilton 12 March 1903 .Hamilton Correspondence. D510/13, fos. 161ff.

145 To Hamilton 4 June 1903, Hamilton Correspondence, D510/I4, fos. 65ff.

146 Hamilton to Curzon 28 May 1903, Hamilton Correspondence. C126/5,fos. 183ff.

147 For a vivid description of the Tibetan expedition, see Fleming, *Bayonets to Lhasa*.

148 'I am afraid that Lord Curzon is right, that Home Government have to be treated like a pack of childern. Younghusband to his father Feb. 1904, cited in Fleming, *op. cit.* p. 181.

149 Despatch of Government of India 30 June, 1904, and secretary of State's, telegram in reply to summary 6 July 1904.

150 See notes 12 Aug. 1904, Foreign Department Proceedings Secret E, Feb. 1905, nos. 578-726.

151 Brodrick thought that if he had written directly to Younghusband the latter might have apperciated that the Cabinet was in earnest on this issue; but for fear of offending Curzon Brodrick refrained from commuicating direct with the Viceroy's subordinates. See Brodrick to Curzon 24 Feb. 1905, Curzon Papers, vol. 164, part 1, no. 24.

152 Balfour to Curzon 4 Oct. 1904. Fleming, *op. cit.* p. 272.
153 *Summary of the Administration of Lord Curzon of Kedleston in the Home Department* (Simla, 1905), p. 1.
154 30 Sept. 1905, Raleigh, op.cit. p. 564.
155 To Hamilton 21 May 1902, Hamilton Correspondence, D510/11. fos. 181ff.
156 'It was very interesting seeing the Council, I fancy from what I saw and have heard that nobody says much against the Viceroy. He does not so much invite discussion as lay down the law and almost defiantly ask if anyone has any objection, if anyone has he is promptly squashed.' Younghusband after attending a meeting of the council, cited in Fleming, *op. cit.* pp. 89-90. Lord Hailey, who was in Curzon's time a junior under secretary in the government of India, has told the author that Curzon had no manners at all, and carried his council not by the strength of his arguments but by the force of his character.
157 Curzon to Lansdowne 16 March 1902, Curzon Papers, vol. 161, part 2, no. 22.
158 To Curzon 28 April 1900, Curzon Papers, vol. 159, part 1.no. 30.
159 To Hamilton 5 April 1899, Hamilton Correspondence, D501/I, tbs. 241ff.
160 Caroe, *The Pathans* (London, 1958), pp. 419-20.
161 To Morely 24 Dec, 1905, Morley Papers.
162 Curzon to Hamilton 8 April 1903, Hamilton Correspondence, D510/13,fos. 283ff.
163 Cf. 'Nothing in this wonderful land, which has fired the impulses and drained the strength of the best years of my life, has appealed to me more than the privilege of co-operation with the Chiefs of India-men sprung from ancient lineage, endowed with no ordinary powers and responsibilities, and possessing nobility of character as well as of birth. It seemed to me from the start that one of the proudest objects which the representative of the Sovereign in India could set before himself would be to draw these rulers to his side, to win their friendship, to learn their opinions and needs, and to share with them the burden of rule.' Farewell speech at Indore, 4 Nov. 1905, Raleigh, *op.cit.* pp. 236-7.
164 To Hamilton 16 Dec. 1901, Hamilton Correspondence, D510/9, fos. 309ff.

165 To Curzon 15 Nov. 1899 and 3 Jan. 1901, Hamilton Correspondence.C 126/1, fos. 400ff. and C126/3, fos. Iff.
166 To Hamilton 7 Dec. 1899 and 18 Sept. Hamilton Correspondence, D510/3, fos. 303ff. and D510/9, fos. 13ff.
167 Hamilton to Curzon 6 Nov. 1902, Hamilton Correspondence, C126/4, fos. 400ff.
168 Curzon to Hamilton 13 Nov. 1902, Hamilton Correspondence, D510/12, fos. 229ff.
169 To Hamilton 26 Oct. 1902, Hamilton Correspondence, D510/12, fos. 121ff.
170 Speech of 25 March 1903, Raleigh, *op. cit.* p. 308.
171 To Hamilton 19 March 1903, Hamilton Correspondence, D510/13, fos. 173ff.
172 To Hamilton 13 Jan. 1903, Hamilton Correspondence, D510/13, fos. 29ff.
173 Speech at Gwalior, 29 Nov. 1899, Raleigh, *op.cit.* p. 218.
174 Curzon to Barnes 16 June 1903, Curzon Papers, vol. 207, part 2, no. 102.
175 See letter of the Resident to the Foreign Secretary 18 April 1902, Foreign Department Proceeding Secret I, Nov. 1902, no. 24.
176 B. 1848; joined Indian civil service 1871; held various posts in. Bengal; resigned 1897; president of Indian national congress 1899; minister at Baroda 1904-7 and chief minister 1909; d. 1909.
177 Curzon to Sir Arthur Havelock, Governor of Madras, 14 July 1900, Curzon Papers, vol. 202, part 2, no. 11.
178 Curzon to Ampthill 5 Oct. 1903, Curzon Papers, vol. 208, no. 90.
179 To Curzon 8 Aug. 1900, Hamilton Correspondence, C126/2, fos. 277ff.
180 Letter of E. K. Campbell, F.R.C.S. *The Times* 28 Aug. 1900; Hamilton to Curzon 29 Aug. 1900, Hamilton Correspondence, C126/2, fos. 307ff.
181 Curzon to Hamilton 1 April 1901, Hamilton Correspondence, D510/7, fos. 249ff.
182 Gaekwar to First Assistant to the Resident in charge at Baroda 28 May 1902, Foreign Department Secret I, Nov. 1902, Proceeding 33, enclosure 3.

183 Foreign Department Secret I, Nov. 1902, Proceedings 34-9.
184 Curzon to Hamilton 1 April 1901, 4 June 1902 and 12 March 1903,Hamilton Correspondence, D510/7, fos. 249ff.;D510/ll, fos. 229ff.; and D510/13, fos. 161ff.
185 Mintue, 29 March 1905, Foreign Department Proceedings Secret I, May 1905, nos. 25-48.
186 Curzon to Hamilton 25 Oct. 1899, Hamilton Correspondence, D5iO/3,fos. 87ff.
187 Curzon to Hamilton 28 Dec. 1899, Hamilton Correspondence, D510/3, fos. 405ff.
188 Curzon to Hamilton 4 Jan. 1900, Hamilton Correspondence, D510/ 4, fos. 3ff.
189 Curzon to Hamilton 5 Nov. 1901, Hamilton Correspondence, D510/ 9, fos. 97.
190 Resident at Hyderabad to Curzon 2 March 1902, Curzon Papers, Vol. 205, part 1, no. 83.
191 *Ibid.* 21 March 1902, Curzon Papers, vol. 205, part 1, no. 124.
192 Viceroy's note of interview on 30 March 1902, Foreign Department Secret I, Dec. 1902, Proceedings 10-18. There are no papers regarding this transaction extant in the Hyderabad archives. The story was current in India that a report reached the Nizam that one of his ministers had censured his role in the Berars transaction. The Nizam had the minister tied to a bed and thrashed the air round him with a riding-whip. 'Now, minister, can you prevent me from beating you?' 'Please, Your Exalted Highness, no.' 'Ha'. Now you know what is meant by voluntarily signing a perpetual lease at the request of Lord Curzon,' C.B. Fry, *Life worth Living* (London, 1939), p. 313.
193 Curzon to Dawkins 2 July 1902, Curzon Papers, vol. 182, part 2, no. 94.
194 Curzon to Hamilton 2 Aug. 1899, Hamilton Correspondence, D510/ 2,fos.221ff.
195 Speech 19 Oct. 1900, Raleigh, *op.cit.* pp. 381ff.
196 *Famines and Land Assessments in India* (London, 1900).
197 Hamilton to Curzon 1 Feb. and 18 April 1900, Hamilton Correspondence, C126/2, fos. 37ff. and 131ff.
198 16 Jan. 1902.
199 Curzon to Hamilton 7 Aug. 1901, Hamilton Correspondence,

D510/ 8, fos. 287ff.

200 *Ibid.* 30 Oct. 1901, D510/9, fos. 89ff.

201 Curzon to Brodrick 15 Nov. 1903, Curzon Papers, vol. 162, part 2, no. 87. Gandhi was during these years in South Africa and appreciated Curzon's efforts. He wrote of Curzon in May 1901 as 'the strong and sympathetic Viceroy', and this letter was forwarded by the government of India to the home government (*The Collected Works of Mahatma Gandhi*, vol. 111, Delhi, 1906, p. 189), In 1902 Gandhi expressed a desire to wait in deputation on Curzon but the Viceroy thought that if he received Gandhi it might be resented as undue pressure. See Curzon to M.C. Turner 21 Jan. 1902. Curzon Papers, vol. 205, part 2, no. 13. So unfortunately Curzon and Gandhi never met. On 20 May 1905 Gandhi wrote an editoral in Indian Opinion appreciative of Curzon's watchful guardianship' (*Collected Works*, vol. IV, Delhi, 1960, pp. 439-40).

202 W.R. Lawrence, Private Secretary to Viceroy, to Sir Ernest Cassel 6 March 1902, Curzon Papers, vol. 182, part 2, no.54.

203 Curzon to Hamilton 26 Nov. 1899, Hamilton Correspondence, D510/3, fos.251ff.

204 *Ibid.* 20 Dec. 1900, D510/6, fos. 433ff.

205 *Ibid.* 23 April 1902, D510/10, fos. 449ff.

206 B. 1876; fellow of King's College Cambridge; director-general of archeology in India 1902-31; d. 1958.

207 This architectural hybrid, largely completed by 1921, now serves as a museum of British Indian history.

208 MacDonnell to Curzon 18 May 1900, Curzon Papers, vol. 201, part 1, no. 213.

209 Curzon to MacDonnell 1 June 1900, Curzon Papers, vol. 201, part 2, no. 130.

210 Curzon to Ampthill 10 April 1901, Curzon Papers, vol. 203, part 2, no, 134.

211 Speech to the Educational Conference at Simla, 20 Sept. 1905, Raleigh, *op.cit.* p. 360.

212 Hamilton to Curzon 19 Sept. 1901, Hamilton Correspondence, C126/3, fos. 396ff.

213 Curzon to Hamilton 21 July 1902, and Hamilton to Curzon 13 Aug. 1902, Hamilton Correspondence, D510/11, fos. 313ff. and

C126/4, fos. 304ff.; Curzon to Sir Henry Cotton 31 Aug. 1902, Curzon Papers, vol. 182, part 2, no. 124.

214 See the Resolution of the Government of India March 1904 and Curzon's speech of 20 Sept. 1905.

215 Hamilton to Curzon 10 Feb. and 8 June 1899, Hamilton Correspondence. C126/1. fos. 26ff. and 159ff.

216 Curzon to Hamilton 2, 16 March and 14 June 1899, Hamilton Correspondence, D510/1, fos. 117ff. and 147ff.. and D510/2, fos. 21ff.; Curzon to Sandhurst 16 April, 2 July, 10 Aug. and 10 Dec. 1899, Curzon Papers, vol. 199, part 2, no. 112 A and vol. 200. part 2, nos. 2, 17 and 111.

217 Hamilton to Curzon 10 Aug. 1899, Hamilton Correspondence, C126/l,fos. 271ff.

218 Curzon to Hamilton 30 Aug. 1899, Hamilton Correspondence, D510/2, fos. 300ff.

219 On 12 Sept. 1900 he wrote to Hamilton of the social reformer Malabari: ' Whether he is absolutely straight, I cannot undertake to say. It would be a difficult thing to assert of any Indian.' Hamilton Correspondence, D510/5, fos. 38lff.

220 'I hope I am making no false or arrogant claim when I say that the highest ideal of truth is to a large extent a Western conception.' Calcutta University Convocation Address, 11 Feb. 1905.

221 Curzon to Hamilton 23 Sept. 1903, Hamilton Correspondence, D510/14, fos. 323ff.

222 Curzon to Hamilton 14 June 1899,Hamilton Correspondence, D510/2, fos. 21ff.

223 Indeed on one occasion, when British soldiers wounded an Indian boy, they were menaced by the villagers nearby; the English district magistrate acquitted the soldiers, sentenced the villagers to long terms of imprisonment and had the wounded boy whipped.'

224 Curzon to Hamilton 25 Oct. 1899, Hamilton Correspondence D510/3,fos. 87ff.; Curzon to Chief Commissioner of British Burma 9 July, 10 Sept. and 17 Nov. 1899, Curzon Papers, vol. 200, part 2, nos. 9, 35 and 111.

225 A. C. Trevor to Curzon 24 March 1900. Curzon Papers, vol. 201, Part I no. 128; Curzon to Hamilton 9 May 1900, Hamilton

Correspondence, D510/5, fos. 79ff.

226 Curzon to Hamilton 13 June 1900, Hamilton Correspondence, D510/5, fos. 141ff.

227 Curzon to Northbrook 15 May 1901, Curzon Papers, vol. 181, part 2, no. 225.

228 See Dufferin to Cross 16 May 1887. Dufferin Papers, reel 518.

229 Curzon to Godley 18 June 1902, Curzon Papers, vol. 161, part 2, no. 46.

230 Curzon to Hamilton 29 May 1901, Hamilton Correspondence, D510/8, fos. 83ff.

231 Hamilton to Curzon 27 Nov. 1902, Hamilton Correspondence, C126/4, fos.429ff.

232 Curzon to Hamilton 27 Nov. 1902, Hamilton Correspondence, D510/13,fos. 1ff.

233 Curzon to Hamilton 8 Jan. 1903, Hamilton Correspondence, D510/ 13, fos. 1ff.

234 *Ibid.*

235 Curzon to Hamilton 10 June 1903, Hamilton Correspondence, D510/14,fos. 87ff.

236 *Ibid.* 17 June 1993, Hamilton Correspondence, D510/14, fos. 11 5ff.

237 See article in *Hindustan Review* (Allahabad, June 1903).

238 Hamilton to Curzon 3 Jan. 1901, Hamilton Correspondence, C126/ 3, fos. 1ff.

239 Curzon to Hamilton 4 June 1903, Hamilton Correspondence, D510/ 14, fos. 65ff.

240 Curzon to Hamilton 13 Feb. 1902, Hamilton Correspondence, D510/10, fos. 209ff.

241 Curzon to Hamilton 14 June 1899, Hamilton Correspondence, D510/2, fos. 21ff.

242 See note by C. S. Bayley, General Superintendent of Operations for the Suppression of Thagi and Dakoiti, 18 June 1899, and report of Bombay Police 20 July 1899, Hamilton Correspondence, D510/ 2, fos. 63ff., and D510/3, fos. 33ff.

243 Curzon's memorandum of conversation with Gaekwar on 28 June 1899, Foreign Department Secret 1 Dec. 1903, Proceeding 8.

244 Curzon to Hamilton 27 Sept. 1899, Hamilton Correspondence,

D510/3, fos. 27ff.

245 Dutt to Private Secretary to Viceroy 15 Sept. 1898, Curzon Papers, vol. 181, part 1, no. 51.

246 Hamilton to Curzon 5 Jan. 1900, Hamilton Correspondence, C126/ 2, fos. 2ff.

247 Wedderburn to Curzon 9 March 1900, Curzon Papers, vol. 181, part 1, no. 98.

248 Curzon to Wedderburn 17 April 1900, Curzon Papers, vol. 181, part 2, no. 84.

249 Curzon to Hamilton 11 Jan. 1900, Hamilton Correspondence, D510/ 4, fos. 57ff.

250 *Ibid.* 18 Nov. 1900, D510/6, fos. 289ff.

251 Curzon to Wedderburn 31 Oct. 1900, Curzon Papers, vol. 181, part 2, no. 160; Curzon to Balfour 31 March 1901, Curzon Papers, vol. 181. part 2, no. 181.

252 Curzon to Hamilton 1 Feb. 1900, Hamilton Correspondence, D510/ 4, fos. 85ff.

253 *Ibid.* 3 Jan. 1901, D510/7, fos. 3ff.

254 *Ibid.* 23 April 1900, D510/5, fos. 3ff. (Underlining in original)

255 Hamilton to Curzon 22 Feb. and 17 May 1900, Hamilton Correspondence, C126/2, fos. 55ff. and 169ff.

256 Hamilton to Curzon 22 Feb. and 13 Dec. 1900, Hamilton Correspondence, C126/2, fos. 55ff. and 446ff.

257 Curzon to Hamilton 3 Jan. 1901, Hamilton Correspondence, D510/ 7, fos. 3ff.

258 Hamilton to Curzon 24 Jan. 1901, Hamilton Correspondence, C126/ 3, fos. 26ff.

259 Wacha to Private Secretary to Viceroy 7 March 1902, Curzon Papers, vol. 205, part 1, no. 96.

260 Wedderburn to Curzon 10 July 1902, Curzon Papers, vol. 182, part 1, no. 121; Curzon to Wedderburn 15 Aug. 1902, Curzon Papers, vol. 182, part 2, no. 116.

261 Curzon to Ampthill 15 June 1903, Ampthill Papers, vol. 17.

262 *Ibid.*

263 Hamilton Correspondence, D510/11, fos. 59ff.

264 21 May 1902, Hamilton Correspondence, C 126/4, fos. 188ff.

265 For an interesting analysis of the cause which led to this problem of administration being taken up by the officials at this time and

not earlier see J. M. Broomfield, *The Partition of Bengal*, Proceedings of the Indian History Congress 1960 (Calcutta, 1961), pp. 12ff. Mr. Broomfield shows that with each year the administrative problem grew worse till it finally overcame official inertia, while the development of educated Indian opinion and growing interest in Britain in Indian affairs freed the Government of India from the influence of Calcutta interests.

266 Minute of 24 May 1902, Home Department Public A, Dec. 1903, Proceedings 149-60.

267 Acting Lieutenant- Governor of Bengal to Curzon 22 May 1903, Curzon Papers, vol. 207, part 1, no. 136.

268 Minute of 1 June 1903, Home Department Public A, Dec. 1903, Proceedings 149-60.

269 See Ampthill to Curzon 21 Dec. 1903, Curzon Papers, vol. 208, part 1, no. 198.

270 Letter from Secretary to Government of India to Chief Secretary to Government of Bengal no. 3678. 271 Letter from Officiating Chief Secretary to the Government of Bengal to the Home Secretary to the Government of India, no. 2556J dated 6 April 1904, paragraph 46, Home Department Public A, Proceedings Feb. 1905, nos. 155-67, p. 159.

272 Note 8 Feb. 1904, *Ibid.*, p. 7. (Underlining in original).

273 Note 6 Dec. 1904, *Ibid.*, p. 47.

274 13 Dec. 1903.

275 Cited in P. C. Ghosh, *The Development of the Indian National Congress 1892-1909* (Calcutta. 1960) p. 106.

276 Curzon to Brodrick, 31 Dec. 1903, Curzon Papers, vol. 162, part 2, no. 96; Curzon to Ampthill 5 lan. 1904, Ampthill Papers, vol. 17. Curzon had some justification for ignoring the Congress session of 1903, for even many Indian members of the party had been disappointed. See L. Samaldas to G. K. Gokhale 6 Jan. 1904, Gokhale Papers, National Archives of India; Ampthill to Curzon 9 Jan. 1904, Curzon Papers, vol. 209, part 1, no. 5.

277 Curzon to Brodrick 17 Feb. 1904, Curzon Papers, vol. 163, part 2, no. 9.

278 Note 3 March 1904, Home Department Public A, Proceedings Feb. 1905, nos. 155-67, p. 9.

279 Speech at Decca 18 Feb. 1904, *Part. Papers*, 1905, Cd. 2746,

p. 222.

280 This and other resolutions passed by the Congress were forwarded to the Government of India by the President 'as the deliberately recorded views of this most influential and representative gathering of His Majesty's Indian subjects'. See Home Department Proceedings Jan. 1905, no. 280.

281 Curzon to Brodrick 5 April 1904, Curzon Papers, vol. 163,part2, no. 18.

282 *Business and Politics under James* I, p. 131.

283 Cotton, *Indian and Home Memories* (London, 1911, p. 290;Private Secretary to Viceroy to Cotton 2 Jan. 1905, Curzon Papers, vol. 210, part 2, no. 27.

284 Curzon to Brodrick 29 Dec. 1904, Curzon Papers, vol. 164, part 2, no. 5.

285 See the Correspondence with the governments of Bengal, Assam, Madras and the Central Provinces, Home Department Public A, Proceedings Feb. 1905, nos. 155-67. pp. 103-460.

286 Despatch 3 of 1905, *Ibid.* pp. 461ff.

287 Curzon to Brodrick 2 Feb. 1905, Curzon Papers, vol. 164, part 2, no. 15.

288 Despatch no. 75 (Public) 9 June 1905, Home Department Public A, Proceedings October 1905, nos. 163-98. The passage cited here was omitted in the papers presented to Parliament.

289 Note of 24 June 1905, Home Department Public A, Proceedings Sept. 1905, no. 302.

290 Letter to Curzon 6 June 1905, Curzon Papers, vol 210, part 1, no. 231.

291 See his note of 14 July 1905, Home Department Public A, Proceedings Oct. 1905, nos. 163-98.

292 Resolution of the Government of India no. 2491 dated 19 July 1905.

293 See H. and U. Mukherjee, *India's Fight for Freedom or the Swadeshi Movement 1905-1906* (Calcutta, 1958), p. 33.

294 Notes on Imperialism (1908).

295 Telegram and letter of Leiutenam- Governor of Bengal to Curzon 12 July 1905, and letter 20 Aug. 1905, Curzon Papers, vol. 211, part 1. nos. 13, 13A and 55.

296 Note 26 Aug. 1905, Home Department Public A, Proceedings

Sept. 1905, no. 302.

297 Despatch 35 dated 7 Sept. 1905, *Ibid.*

298 Telegram from Secretary of State 7 Oct. 1905, Home Department Public A, Proceedings Sept. 1905, no. 32.

299 Telegram to Secretary of State 9 Oct. 1905, *Ibid.*

300 Note of Curzon 3 Oct. 1905, Home Department Public Proceedings Oct. 1905, nos. 114-15, part B, confidential.

301 Telegram from Chief Secretary Bengal Government 7 Oct. 1905, *Ibid.*; Lieutenant-Governor of Bengal to Curzon 8 Oct. 1905, Curzon Papers, vol. 211, part 1, no. 137.

302 Cited in K. Kripalani, *Tagore : A Life* (New Delhi, 1961), p. 104.

303 Curzon's notes of 13,26 Aug. and 10 Oct. 1905, and his telegram to Secretary of State 9 Oct. 1905, Home Department Public A, Proceedings Sept. 1905, no. 302.

304 Cf. Aurobindo Ghose, at this time a revolutionary nationalist :' whereas others regard the country as an inert object, and know it as the plains, the fields, the forests, the mountains and rivers, I look upon my country as the mother, I worship her and adore her as the mother. What would a son do when a demon sitting on the breast of his mother is drinking her blood? Would he sit down content to take his meals, and go on enjoying himself in the company of his wife and children or would he, rather, run to the rescue of his mother?' To his wife 30 Aug. 1905. A, B.Purani, *The Life of Sri Aurobindo* (Pondicherry 2nd edition, 1960), p. 101.

305 W. G. Archer, India and Modern Art (London, 1959), p. 37.

306 See Commissioner of Police. Calcutta, to the Chief Secretary to the Government of Bengal,21 Sept. 1905, Home Department Public Proceedings Oct. 1905, nos. 114-15, part B, confidential.

307 See C. P. Ilbert, *The Government of India* (Oxford, 1922), p. 100.

308 Cf. the question put by Sir Donald Stewart, a former Commander-in-chief, and the answer given by Sir David Harbor, a former Finance Member; 'But is it not a fact that the Military Member in Council is usually held to be a check on the Commander-in-Chief rather than a supporter? - That is the theory, and, no doubt, in some cases that is the practice...,.'

Evidence given on 12 Nov. 1895 before the Welby Commission, *Report of the Indian Expenditure Commission*, Cd. 8258 (1896) vol. 1, P 74.

309 Lord Henkey, *The Supreme Command* (London, 1961), vol. 1. p. 186.

310 6 Dec. 1905, *Journals and letters* (London, 1934), vol. 2, p. 124.31

311 Milner to Curzon 9 Nov. 1905, Curzon Papers, vol. 183. part 1, no. 196 a.

312 P. Magnus, Kitchener (London, 1958), p. 152.

313 Godley to Curzon 7 Feb. 1899, Curzon Papers, vol. 158, part I, no. 4 c.

314 Hamilton to Curzon 14 July 1899, Hamilton Correspondence, C126/ 1.fos.225ff.

315 Curzon to Hamilton 2 Aug. 1899,Hamilton Correspondence, D510/ 2. fos. 221ff.

316 *Ibid.* 27 Sept. 1899. Hamilton Correspondence, 0510/3, fos. 27ff.

317 Godley to Curzon 22 June 1899 and Curzon to Godley 12 July 1899. Curzon Papers, part I, no. 24 c and part 2, no. 29c.

318 Curzon to Hamilton 15 Feb. 1900, Hamilton Correspondence, D510/4, fos. 123ff.

319 To Curzon 23 Feb. 1900,Hamilton Correspondence;-C126/2. fos. 59ff.

320 Curzon to Hamilton 22 March 1900, Hamilton Correspondence, D510/4, fos. 225ff. 321 Hamilton to Curzon 9 March and Curzon to Hamilton 29 March 1900. Hamilton Correspondence, C126/ 2, fos.81ff., and D510/4, fos. 275ff.

322 Curzon to Kitchener 21 Aug. 1900, Kitchener Papers: Sir Philip Magnus gives the date of this letter wrongly as 31 Aug., op. cit, p. 176.

323 To Lady Edward Cecil 27 Dec. 1900 and 20 May 1902. quoted in Edward Crankshaw, *The Forsaken Idea* (London, 1952), pp. 96 and 97.

324 Mosley.*op. cit.* p. 98; Curzon to Hamilton 23 April 1900. Hamilton Correspondence, D510/5, fos. 3ff. ;Northbrook to Curzon 15 Nov. 1900, Curzon Papers, vol. 181, part I, no. 206 A.

325 See Salisbury to Lansdowne 28 Sept. 1900, Newton. *Lansdowne.* p. 189.

326 Curzon to Hamilton 9 May and 13 Dec. 1900,Hamilton Correspondence, D510/5, fos. 63ff., and D510/6, fos. 403ff.
327 Magnus, *op. cit.* pp. 174-76; Hamilton to Curzon 18 Jan. 1901, and Curzon to Hamilton 7 Feb. 1901, Hamilton Correspondence, C126/3, fos. 18ff. and D510/7, fos. 109ff.
328 Curzon to Kitchener 31 March 1901, and Kitchener to Curzon 8 May 1901, Curzon Papers, vol. 181, part 2, no. 208 and part 1, no. 275a.
329 Hamilton to Curzon 16 Oct. and 24 Dec. 1902,'Hamilton Correspondence, C126/4. fos. 373ff. and 459ff. Kitchener had been warned by General Sir Horace Smith-Dorrien, on the instructions of Sir Power Palmer, of the difficulties of the Commander-in-Chief. Smith-Dorrien. *Memories of Forty-Eight Years' Service* (London, 1925), p. 314.
330 Hamilton to Curzon 24 Dec. 1902, Hamilton Correspondence, C126/4, fos. 459ff.
331 Dawkins to Curzon 25 July 1902, Curzon Papers, vol. 182, part 1, no. 131.
332 Curzon to Hamilton 29 March 1900, Hamilton Correspondence, D510/4, fos. 275ff.
333 Curzon to Hamilton 10 July 1901,Hamilton Correspondence, D510/8, fos. 13ff. Sir Edmond Elles b. 1848; entered Royal Artillery 1867; major-general 1900; military of Viceroy's council 1901-5; d. 1934.
334 3 Dec. 1902.Hamilton Correspondence, D510/12. fos. 355ff.
335 *Ibid.*
336 Sir George Arthur, *Life of Lord Kitchener* (London, 1920), vol. 2, p. 205 footnote.
337 Curzon to Kitchener 13 Aug. 1902, Kitchener Papers.
338 In a letter to Lady Salisbury 25 Jan. 1903, Magnus, *op.cit.* p. 202; Dugdale. *Balfour*, vol. 1, pp. 404-5.
339 Curzon to Hamilton 19 Feb. 1903,Hamilton Correspondence, D510/ 13, fos. 119ff.
340 For an account of this dislike see Smith-Dorrien, *op.cit.* pp. 307-8.
341 See acove, p. 277.
342 Kitchener to an unknown correspondent 6 May 1903, Kitchener Papers.

343 Hamilton to Curzon 24 April 1903,Hamilton Correspondence, C126/5, fos. 133ff.

344 Curzon to Kitchener 12 May 1903, Magnus, *op.cit.* p. 206; Curzon to Hamilton 7 May 1903 with enclosure Kitchener to Curzon 13 May 1903.Hamilton Correspondence, D510/14, fos. Iff.

345 Curzon to Hamilton 14 May 1903.Hamilton Correspondence, D510/14. fos. 19ff.

346 Dawkins lo Curzon 10 Nov. 1905, Curzon Papers, vol. 183. part 1, no. 196 b.

347 See Kitchener to Curzon 21 May, Curzon to Kitchener 24 May, Kitchener to Curzon 25 May and Curzon to Kitchener 25 May 1903,Hamilton Correspondence, D510/14, fos 51ff.; and Curzon to Hamilton 4 June 1903, *Ibid.*, D510/14, fos. 65ff.

348 Curzon to Hamilton 17 June 1903, Hamilton Correspondence, 510/ 14, fos. 115ff.

349 *Ibid.* 9 July 1903, D510/14, fos. 179ff.

350 See Curzon's letters to Kitchener 26 April and 30 May 1904, Curzon Papers, vol. 209, part 2, nos. 123 and 136.

351 Hamilton had warned kitchener again in 1903; letter of 5 June, Kitchener Papers.

352 Dugdale, *Balfour*, vol. 1, p. 405. Curzon may have secured more support from Salisbury who had never liked the presence of the Commander-in-Chief in the Council. 'I am not, therefore, very keen to inflate further a dignitary, who, to my mind, is more than full-blown already. Salisbury to Lytton 23 Nov. 1877, Lytton Papers, vol. 516/2, no. 48. The retirement of Salisbury at this crucial stage was one more element in Curzon's run of ill-luck, but on the other hand Salisbury was reported as favouring Kitchener as Curzon's successor, Dawkins to Curzon, 25 July 1902, Curzon Papers, vol. 182, part 1, no. 131.

353 Brodrick to Ampthill 22 April 1904, Ampthill Papers, vol. 37, part 1, no. 3, fos. 3ff.

354 See, for example, Kitchener to Roberts 27 April 1904, Kitchener Papers.

355 See Ampthill to Brodrick 22 June and 7 July 1904, Ampthill Papers, vol. 37, part 2, nos. 22 and 28, fos. 68ff. and 94ff.

356 9 June 1904, Kitchener Papers, Kitchener has here got his Latin

phrases transposed.

357 Ampthill to Brodrick 9 June. Kitchener to Ampthill 10 June and Ampthill to Kitchener 11 June and 24 July 1904, Ampthill Papers, vol. 37, part 2^ no. 16, fos. 51ff.; and vol. 34, part 1, no. 84, fos. 85ff. and part 2. nos. 65 and 138, fos. 55ff and 113ff. Also Notes by Viceroy and Members of Council in Military Department Proceedings Oct. 1904, no. 1301.

358 Brodrick to Ampthill 17 June, and Curzon to Ampthill 23 June 1904, Ampthill Papers, vol. 37, part 1, nos. 19 and 22, fos. 34ff. and 39ff.

359 Curzon to Ampthill 4 Aug., Brodrick to Ampthill 5 Aug., and Godley to Ampthill 5 Aug. 1904, Ampthill Papers, vol. 37, part 1, nos. 37, 38 and 39, fos. 93ff. Also Balfour to Curzon 3 Nov. 1904. Dugdale, Balfour, vol. 1, p. 407.

360 21 Sept. 1904, Kitchener Papers.

361 To Major Marker 15 Sept. 1904, Kitchener-Marker Papers, B. M. Add. MSS 52276.

362 Kitchener to Ampthill 23 and 24 Sept. 1904. Ampthill Papers, vol. 34, part 2, nos. 381 and 388, fos. 286ff. and 292ff.

363 28 Sept. 1904, Ampthill Papers, vol. 37, part 2, no. 62, fos. 228ff.

364 Despatch no. 146 dated 13 Oct. 1904, Military Department Proceedings Oct. 1904, no. 1301.

365 Brodrick to Ampthill 6 Oct. and Godley to Ampthill 13 Oct. 1904, Ampthill Papers, vol. 37, part 2, nos. 61 and 63, fos. 138ff. and 142ff.; and Brodrick to Kitchener 13 Oct. 1904, Kitchener Papers.

366 Brodrick to Ampthill 15 Sept. and 13 Oct. 1904, Ampthill Papers, vol. 37, part 2, nos. 54 and 62, fos. 126ff. and 140ff.

367 Balfour to Lady Salisbury 4 Oct. 1904. Monger, op. dr. p, 171.

368 Quoted in Sir Charles Petrie, *The Powers behind the Prime Ministers* (London, 1958), p. 76.

369 3 Nov. 1904, Dugdale, *Balfour*, vol. 1, P. 407.

370 Brodrick to Ampthill 13 Oct. 1904 and Ampthill to Brodrick 2 Nov. 1904, Ampthill Papers, vol. 37. part 1, no. 62, fos. 140ff. and part 2, no. 77, fos. 294ff.; Kitchener to Brodrick 9 Nov. 1904, Kitchener Papers. Later Kitchener disliked the idea of any such commission for fear that Curzon would gain influence

with its members. Kitchener to Marker 12 Feb. 1905, Kitchener-Marker Papers, Add. MSS 52276.

371 Brodrick to Ampthill 11 Nov. 1904, Ampthill Papers, vol. 37, part l.no. 74, fos. 172ff.

372 Brodrick to Cruzon 2 Dec. 1904, Curzon Papers, vol. 164, part 1, no. 1, Kitchener was believed to have got in touch with the Liberal leaders and to have shown an interest in the War Secretaryship in any Liberal administration. See Col. Repington to Maj. Marker 8 Nov. 1904, Kitchener-Marker Papers, Add. MSS 52278.

373 Kitchener to Brodrick 9 Nov. 1904 and to Roberts 27 Nov. 1904, Kitchener Papers.

374 Brodrick to Kitchener 9 Dec. 1904, Kitchener Papers.

375 Kitchener to Ampthill 19 Dec. 1904, Ampthill Papers, vol. 34, part 2, no. 625, fos. 446ff.

376 Despatch of the Secretary of State 2 Dec. 1904, Correspondence regarding the Administration of the Army in India, *Parl. Papers*, 1905, Cd. 2572, no. 1.

377 Despatch to the Secretary of State no. 36 dated 23 March 1905, enclosure I, Military Department Proceedings 1905.

378 *Ibid.*, enclosure 2.

379 Despatch to the Secretary of State no. 36 dated 23 March 1905. enclosure 3, Military Department Proceedings 1905.

380 See notes of Sir Lid ward Law 23 April, Sir Denzil Ibbetson 24 April and Sir Arundel 25 April 1904, Military Department Proceedings Oct. 1904, no. 1301, notes pp. 9-10.

381 'Kitchener seems to treat the whole business as rather a bore and if the Viceroy asks him if he has any remarks to make throws himself back and says, "Oh, no. ".' Younghusband after attending a meeting of the Council Oct. 1903. Fleming, *op. cit.* pp. 89-90.

382 Kitchener to Marker 17 March 1905, Kitchener-Marker Papers. Add. MSS 52276.

383 Despatch 36 dated 23 March 1905, with Minute of Dissent by the Commander-in-Chief, Military Department Proceedings 1905.

384 To Roberts 26 Jan- 1905, Kitchener Papers.

385 Curzon to Balfour 26 Jan. and to Brodrick 16 March 1905. Curzon Papers, vol. 164, part 2, nos. 14 and 25.

386 Even on 6 Jan. 1905, while approving the transfer to the Commander-in-Chief of supply and transport services, the Secretary of State had remarked that he would have been prepared to consent to a further measure of control, both financial and administrate. being vested in the the Commander-in-Chief. Military (Confidential) Despatch no. 4, Military Department Proceedings 1905.

387 Brodrick to Curzon 20 Jan. 1905, Curzon Papers, vol. 164, part 1. no. 15; Dawkins to Curzon 10 Nov. 1905. Curzon Papers, vol. 183, Part, no. 196b.

388 The Cabinet wanted Henry Fowler; to serve on this committee. See Fowler to Sir Henry Campbell- Bannerman 22 April 1905, Campbell-Bannerman Papers, B. M. Add. MSS 41214, fo. 262.

389 Curzon to Brodrick 2 Feb., to Godley 2 Feb. aad to Brodrick 9 Feb. 2 and 9 March 1905, Curzon Papers, vol. 164, part 2, nos. 15, 16. 17,21 and 23.

390 Curzon to Brodrick 16 March and to Balfour 30 March 1905, Curzon Papers, vol. 164, part 2, nos. 25 and 29; Curzon to Ampthill 2 April 1905, Ampthill Papers, vol. 18.

391 Curzon's only supporter in the Cabinet was Lansdowne. See Esher 18 April 1905, *Journals ami Leners* (London, 1934). vol. 2, p. 83.

392 Curzon to Ampthill 12 May 1905, Ampthill Papers, vol. 18.

393 Brodrick to Curzon 18 May 1905, Curzon Papers, vol. 164, Part I, no. 39.

394 Further Papers regarding the Administration of the Army in India 1905. *Parl. Papers*. Cd. 2718, no. 2.

395 Speech in the House of Lords. 1 Aug. 1905.

396 Military (Secret) Despatch from, the Secretary of State no. 66 dated 31 May 1905, Military Department Proceedings 1905.

397 Military (Secret) Despatch from the Secretary of State no. 67 dated 31 May 1905. Military Department Proceedings 1905.

398 Letters of Lansdowne 26 May, Brodrick 26 May and Godley 26 and 30 May 1905, Curzon Papers, vol. 164, part 1, nos. 40, 41, 42 and 43; Roberts to Curzon 2 June 1905. Curzon Papers, vol. 183, part 1, no. 63.

399 Balfour to Curzon 9 June 1905, Curzon Papers, vol. 164, part 1, no. 46.

400 Brodrick to Curzon 2 June 1905, Curzon Papers, vol. 164, part 1, no. 44.
401 B. 1847; entered Indian civil service 1868; various posts in the Punjab; secretary to government of India 1896-8; chief commissioner of Central Provinces 1898-1902; member of Viceroy's council 1902-5; lieutenant-governor of the Punjab 1905-8;d. 1908.
402 B. 1854; joined Indian civil service 1877; served in home department 1886-1902; chief commissioner of Central Provinces 1902-4; member of Viceroy's council 1904-7; lieutenant-governor of United Provinces 1907-12; d. 1941.
403 B. 184S; joined Indian civil service 1865; various posts in Madras; member of Viceroy's council 1901-6; d. 1929.
404 Sir A. T. Arundel to Curzon 25 June 1905, Curzon Papers, vol. 210, part 1, no. 256.
405 Curzon to Balfour 27 July 1905, Curzon Papers, vol. 164, part 2, no. 50.
406 Curzon to Ampthill 23 July 1905, Ampthill Papers, vol. 19; Magnus, *op. cit.* pp. 219-21.
407 Kitchener to Marker 6 July 1905, Kitchener-Marker Papers, Add. MSS 52276.
408 Curzon to Ampthill 23 July 1905, Ampthill Papers, vol. 19.
409 Viceroy's telegram to Secretary of State 17 July, 1905, *Parl. Papers*, 1905, Cd. 2718, no. 3.
410 In a conversation with W. S. Blunt 2 Oct. 1909, Blunt, *My Diaries*, part 11, (London, 1920), p. 287, Kitchener was never, of course, one of Churchill's heroes,
411 Telegrams from Secretary of State 1 and 4 Aug. 1905, *Parl. Papers*, 1905, Cd. 2718, nos. 4 and 6.
412 Curzon to Arnpthill 12 Aug. 1905, Ampthill Papers, vol. 19.
413 Telegram to Secretary of State 5 Aug. 1905, *Parl. Papers*. 1905, Cd. 2718, no. 7.
414 See telegrams from Secretary of State 11 and 16 Aug. 1905, *Parl. Papers*, 1905, Cd- 2718, nos. 10, 12 and 13.
415 Curzon to Ampthill 12 Aug. 1905, Ampthill Papers, vol. 19.
416 *Ibid.*
417 See Curzon to Morley 24 Dec. 1905, Morley Papers.
418 Haldane to Curzon 22 June 1905, Curzon Papers, vol. 183, part

1, no. 74.
419 Sir Winston Churchill to Curzon 22 Aug. 1905, Curzon Papers, vol. 183, part l,no. 134a.
420 Ripon to Campbell-Bannerman 3 Sept. 1905, Campbell-Bannerman Papers, Add. MSS 41225, fo. 41.
421 Curzon to Ampthill 23 July 1905, Ampthill Papers, vol. 19.
422 Curzon to Sir Winston Churchill 5 Oct., to Haldane 11 Oct. and to St. Loe Strachey 10 Nov. 1905, Curzon Papers, vol. 183, part 2, nos. 120, 128 and 138.
423 19 July 1905. K. Young. *Arthur James Balfour* (London, 1963), p. 240.
424 To Morley 12 Dec. 1905, Morley Papers.
425 Brodrick, *Records and Reactions* 1856-1939 (London, 1939), p. 208.
426 Ronaldshay, *The Life of Lord Curzon*, vol. 2 (London, 1928), pp. 372-412.
427 *The Times*, 20 Nov. 1930, cited in Fleming, *op. cit.*, p. 289.
428 Curzon to Roberts 22 March 1905, Curzon Papers, vol. 183, part 2, no. 19; Curzon to Balfour 30 March 1905, Curzon Papers, vol. 164, part 2, no. 29; Curzon to Sir W. Churchill 5 Oct. and to Ripon 19 Oct. 1905. Curzon Papers, vol. 183, part 2, nos. 120 and 130.
429 Letter to Morley 31 Jan. 1906, Morley Papers.
430 Curzon to Hamilton 11 April 1900, Hamilton Correspondence, D510/4, fos. 357ff.
431 Vansittart, *op. cit.*, p. 254.
432 'One goes out amid the glare of magnesium. How shall I return? Curzon to Elgin 17 Nov. 1898, Elgin Papers, Correspondence with persons abroad, vol. 5, part 1, no. 67.' The conditions under which he [Curzon] enters his term of office are so exceptionally favourable that, knowing how the unexpected occurs in political life, I feel as if the auspices were almost too favourable.' Hamilton to Elgin 15 Dec. 1898, Hamilton Correspondence, C125/3, fos. 517ff.
433 Crankshaw, *op. cit.* p. 112.
434 Cited in John Raymond,' Cromer: The Proconsul', *History Today* (March, 1960), p. 181.
435 Dawkins to Curzon 17 May and 6 June 1900, Curzon Papers,

vol. 181, part 1, nos. 133 and 137A.
436 To Hamilton 18 June 1901, Hamilton Correspondence, D510/8, fos. 143ff.
437 5 Jan. 1900, Hamilton Correspondence, C126/2, fos. 2ff.
438 Curzon to Hamilton 27 Dec. 1900, Hamilton Correspondence, D510/6, fos. 441ff.
439 Curzon to Balfour 20 Nov. 1902, Curzon Papers, vol. 161, part 2, no. 92.
440 Hamilton to Curzon 20 Nov. 1902, Hamilton Correspondence, C126/4, fos. 415ff.
441 Balfour to Curzon 12 Dec. 1902, Curzon Papers, vol. 161, part 1, no. 102. The letter been quoted in part in Dugdale, *Balfour*, vol. 1, p. 396.
442 18 June 1903, *Ibid.* p. 398.
443 ToAmpthill 10 June 1904, Ampthill Papers, vol. 37, part l,no. 17, fos. 29ff.
444 Curzon to Godley 23 Sept. 1903, Curzon Papers, vol. 162, part 2, no. 69.
445 Curzon to Brodrick 2 Oct. 1903, Curzon Papers, vol. 162, part 2, no. 71.
446 Curzon to Ampthill 5 Oct. 1903, Curzon Paprs, vol. 208, part 2, no. 90.
447 Brodrick to Curzon 15 Oct. and 29 Oct. 1903, and 19 Feb. and 3 March 1904, Curzon Papers, vol. 162, part I, nos. 71 and 75, and vol. 163, part l.nos. 11 and 13.
448 Curzon to Dawkins 9 March 1904, Curzon Papers, vol. 182, part 2, no. 231.
449 Godley to Curzon 27 Nov. 1903 and 1, 8 Jan. and 3 March 1904, Curzon Papers, vol. 162, part 1, no. 86 and vol. 163, part 1, nos. 1, 3 and 14.
450 Curzon to Ampthill 8 July 1904, Ampthill Papers, vol. 37. part 1, no. 30, fos. 65ff.
451 To Ampthill 31 Oct. 1904, Ampthill Papers, vol. 37, part I. no. 70, fos. 163ff.
452 To Ampthill 23 July 1905, Ampthill Papers, vol. 19.
453 See Esher 20 June 1904, *Journals and Letters*, vol. 2, pp. 55-6.
454 Brodrick to Curzon 10 Feb. 1905, Curzon Papers, vol. 164. part 1, no. 20.

455 Curzon to Brodrick 2 March 1905, Curzon Papers, vol. 164. part 2, no. 21.
456 To Curzon 30 June 1905. Curzon Papers, vol. 164, part 1, no. 50,
457 To Hamilton 9 Sept. 1903, Hamilton Correspondence, D510/14, fos. 307ff.
458 Curzon to J. S. Sandars, private secretary to Balfour 5 July and to Balfour 19 July 1905, Curzon Papers, vol. 164, part 2, nos. 47 and 49.
459 Balfour to Curzon 23 Aug. 1905, Curzon Papers, vol. 164. part 1. no. 57.
460 Curzon to his successor Minto 5 Oct. 1905, Curzon Papers, vol. 183, part 2, no. 123.
461 To Hamilton 28 May 1902, Hamilton Correspondence, D510/ 11, fos. 215ff.
462 Sir Walter Lawrence, *The India We Served* (London, 1928], p. 236.
463 To Hamilton 31 Jan. 1901, Hamilton Correspondence, D510/7, fos. 91ff.
464 Curzon to Godley 23 Feb. 1899, Curzon Papers, vol. 158. pan 1. no. 6 b.
465 *Ibid.* 9 Dec. 1901, Curzon Papers, vol. 160. part 2, no. 82.
466 Curzon to Lamington 27 Feb. 1904, Curzon Papers, vol. 209. part 2, no. 50.
467 Curzon to Brodrick 17 Feb 1904, Curzon Papers, vol- 163, part 2, no.9.
468 To Hamilton 16 Aug. 1899, Hamilton Correspondence, D510/ 2, fos. 261ff.
469 *Ibid.* 13 June 1900, Hamilton Correspondence D510/15, fos. 141ff.
470 See obituary notice of Dag Hammarskjold in *The Guardian*, 19 Sept. 1961.
471 To Hamilton 17 June 1903, Hamilton Correspondence, D510/ 14. fos. 115ff.; to Brodrick 31 March 1904, Curzon Papers,vol 163. part 2, no. 17.
472 Curzon to the Warden of Merton 2 May and to John Morley 17 June 1900, Curzon Papers, vol. 181, part 2, nos. 92 and 119.
473 Curzon to Brodrick 2 Oct. 1903, Curzon Papers, vol. 162, part 2, no. 71.

474 See, for instance, Curzon to Ampthill 17 Sept. 1900 and to Lamington 22 Oct. 1903, Curzon Papers, vol. 181, part 2, no. 146 and vol. 182, pan 2, no. 214. '
475 Curzon lo Buckle 10 April 1902 arid to Northbrook 21 July 1902, Curzon Papers, vol. 182, part 2, nos, 61 and 103.
476 Curzon lo Godley 27 Jan. 1904, Curzon Papers, vol. 163, part 2, no. 4.
477 Curzon to Godley 17 Dec. 1903, Curzon Papers, vol. 162, part 2, no. 94.
478 *Ibid.* 9 April 1901, Curzon Papers, vol. 160, part 2, no. 27.
479 Curzon to Salisbury 21 June 1903. Curzon Papers, vol. 162, pan 2. no. 43.
480 B. 1866; professor in Fergusson College Poona; member of Bombay legislative council 1900-2; member of Viceroy's legislative council 1902-15; founded Servants of Indian Society; president of Indian National Congress 1905; d. 1915.
481 Gokhale to Curzon 1 Jan. 1904, Curzon Papers, vol. 209, part 1, no. 1.
482 Curzon to Lamington 24 July 1905, Curzon Papers, vol. 211, part 2. no. 23.
483 Curzon to Godley 11 May 1905, Curzon Papers, vol. 164, part 2, no. 38.
484 Lamington to Curzon 20 March 1904, Curzon Papers, vol. 209, panl.no. 104;Curzon to Lamington 16April 1905, Curzon Papers, vol- 210, part 2, no. 107.
485 Curzon to Godley 29 Oct. and 13 Dec. 1900, Curzon Papers, vol. 159, part 2, nos. 69 and 76.
486 Curzon to Salisbury 21 June 1903, Curzon Papers, vol. 162, part 2, no. 43.
487 Wacha to Gokhale 4 Feb. 1904, Gokhale Papers. (Underlining in original.)
488 *Ibid.* 17 Feb. 1904 and 20 March 1905, Gokhale Papers.
489 Curzon to Sir M. M. Bhownaggrse 7 Sept., to Dawkins, 14 Sept., to Valentine Chirol 14 Sept. and to Lord Selborne 5 Oct. 1905, Curzon Papers, vol. 183. part 2, nos. 103, 104, 105 and 121.

❑

Bibliography

This work is based almost entirely on manuscript sources, and an effort has been made to consult such official records and private paper collections as might prove of relevance.

MANUSCRIPT AUTHORITIES

INDIA OFFICE LIBRARY

Sir Charles Wood Papers, (MSS Eur. F. 78)

India Office letter cooks 25 June 1859 to 1 Feb. 1866 (22 volumes). India Office correspondence (boxes 2-7)

Papers of the 8th Earl of Elgin (MSS Eur. F. 83)

Section I. part 1, Letters to Wood 17 Feb. 1862 to 4 Nov. 1863 (5 volumes).

Section 1, part 2. Vol. 11,Letters to Governor of Bombay; vol. 13,Letters to Lieutenant-Governor of Bengal; vol. 14, Letters to Lieutenant-Governor of North- West Provinces; vol. 15, Letters to Lieutenant-Governor of Punjab; vol. 16, letters to Members of Council; vol. 17, Miscellaneous; vol. 18, Letters from Governor of Bombay; vol. 19, Letters from Governor of Madras; vol. 20, Letters from Lieutenant-Governor of Bengal; vol. 21, Letters from Lieutenant-Governor of North-West Provinces; vol. 23, Letters from Members of Council; vol. 24, Miscellaneous.

` Section 1, part 3. Vol. 29, Letters from Commander-in-Chief; vol. 30, Letters to the Queen.

Sir John Lawrence Papers (MSS Eur. F. 90)

Letters from Secretary of State, vols. 3-5, 1866-8. (The letters for the earlier years of the viceroyalty have been consulted in the Wood Papers.)

Letters to Secretary of State, vols. 3-5, 1866-8.

Letters from Members of Council 1864-9 (3 vois.).

Letters to Members of Council 1864-9 (2 vols.).

Nonthcrook Papers (MSS Eur. C- 144)

Vol. 7, General Correspondence 1876-9; vol. 8, Letters to the Queen 1872-6; vol. 9, Correspondence with Argyll 1872-4; vol.

10, Telegrams to and from Secretary of State 1873-4; vols. 11 and 12, Correspondence with Salisbury 1874-6; vols. 13-19, Correspondence with persons in India 1872-80; vols. 20-3, Correspomdence with persons in England. 1872-6.

Lytton Papers (MSS Eur. E. 218)

Series 5 16, Correspondence with .Secretary of State, 6 vols.; series 517, Letters from persons in England, 9 vols.; series 518, Letters despatched, vols. 1-4 and 6; series 522, Letters to John Morley, vols. 15 and 16.

Dufferin Papers (microfilm copy)

Reel 516, correspondence with the Queen and some letters of Secretary of State 1885-7, reels 517 and 518, Correspondence with Secretary of State 1884-8; reel 522, Correspondence regarding resignation 1888; reels 525-7, Correspondence with persons in England; reels 528-34, Correspondence with persons in India.

Lansdowne Papers (MSS Eur. D. 558)

Series VII, Correspondence with persons in India 1888-94, 10 vols.; Series VIII, Correspondence with persons in England 1888-94, 5 vols,; series IX, Correspondence with Secretary of State 1888-94, 5 vols,; series XIII, Volume of Notes and Minutes 1889-94.

Papers of the 9th Earl of Elgin (MSS Eur. F 84)

Volume of letters from Secretary of State 1894; Correspondence with persons in England and elsewhere 1894-8, 5 vols.; Correspondence with persons in India 1894-8, 10 vols,

Wolverhampton Papers (MSS Eur. C. 145 (Papers of Sir H. H. Fowler later Lord Wolverhampton)). Correspondence with Viceroy 1894-5, 3 vols.

Lord George Hamilton Correspondence

Letters to Elgin 1895-8, C125, 3 vols.; Letters to Curzon 1899-1903, C126, 5 vols.; D508, Private telegrams 1895-9; Letters from Elgin 1895-9, D509, 12 vols.; Letters from Curzon 1898-1903, D510, 14 vols.

Curzon Papers (MSS Eur. F. III)

Correspondence with Lord Salisbury, A. J. Balfour, St. John Brodrick and Sir Arthur Godley, vols. 158-64; Correspondence with persons in England and abroad, vols. 181-3; Correspondence with persons in India. vols. 199-211.

Ampthill Papers (MSS Eur. E. 233) Correspondence with John Morley 1906, vol. 13; Correspondence with Curzon 1901-5, vols. 15-19; Correspondence with Lord Kitchener, vol. 21; Correspondence with persons in India April to December 1904, vol. 34; Correspondence with India Office 1904, vol. 37; Correspondence with persons in England 1904, vol. 40.

Morley Papers (MSS Eur. D. 555)

These have not been listed.

PUBLIC RECORD OFFICE

Granville Papers (Series 30/29)

No. 21, Box of papers concerning India and Burma 1852-62. These include Granville's letters to Canning.

No, 51, Volume of correspondence with Argyll 1869-73.

Kitchener Papers

These are in three trunks and have not been listed.

BRITISH MUSEUM

Palmerston Papers

Add. MSS 48580, Correspondence with the Chairman of the East India Company, the President of the Board of Control and the Governor-General 1856-7; Add. MSS 48581, Correspondence with Lord John Russell 1859.

Gladstone Papers

Add- MSS 44099, Correspondence with Argyll 1861-4; Add. MSS 44101-4, Correspondence with Argyll 1869-80; Add. MSS 44112, Correspondence with John Bright 1853-71; Add. MSS 44145-6, Correspondence with Hartington 1879-83; Add. MSS 44228-9, Correspondence with Kimberley 1882-6 and 1889-96; Add.MSS 44151, Correspondence with Duffein; Add. MSS 44156, Correspondence with Fawcett; Add.MSS 44266-7, Correspondence with Northbrook 1868-85; Add.MSS 44642-6, Memoranda of Cabinet meetings 1880-5; Add. MSS 44747, Memorandum on Indian legislation July 1858; Add. MSS 44769, Notes on Afghan affairs 1885.

Northcote Papers
These were consulted when they were still in the possession of the family. They are now in the British Museum.

Ripon Papers
These have now been renumbered; the old numbers are given in the notes. Letters received. 29 vols. ; letters to Lady Ripon, I vol.; diary, 3 vols.; miscellaneous, I vol. ; general correspondence, 15 vols.; correspondence with Secretary of State, 7 vols.; military operations and famine papers, 6 vols.; correspondence with Queen, I vol.; official papers, 19 vols.

Cross Papers
Add. MSS 51275-7, General Correspondence 1886-90.

Campbell-Bannerman Papers
Add. MSS 41212, Correspondence with Col Cruce; Add. MSS 41214, Correspondence with Henry Fowler; Add.MSS 41221, Correspondence with Kimberley; Add. MSS 41224-5, Correspondence with Ripon; Add. MSS 41227, Correspondence with Lord Sandhurst, Governor of Bombay.

Kitchener-Marker Papers
Add. MSS 52276-8, Correspondence of Lord Kitchener with Major Maker.

CAMBRIDGE UNIVERSITY LIBRARY

Mayo Papers (Add. 7490)
Vols. 33-46, Letters despatched; vols. 47-50, Letters from Secretary of State; nos. 51-61, Bundles of correspondence.

CHRIST CHURCH LIBRARY, OXFORD

Salisbury Papers (I have consulted the microfilm copy in the National Archives of India) Reels 807-10, Letters from persons in India 1866-73; reels 820-1, Letters from Members of the Council of India.

LINCOLN CASTLE

Welby Manuscript. Lindsey Deposit, vol. 24/3/31.

HUGHENDEN MANOR

Disraeli Papers
These have not been listed.
Kimberley Papers (In the possession of the Earl of Kimberley who kindly granted me access)
D/2, Letters from Northbrook 1883-4; D/6, Letters from Hartington 1883-5; D/8, Letters from Cabinet Ministers 1882-5; D/18, Letters from Members of Council of India 1883-5; D/19, Cabinet minutes and correspondence regarding Afghan coundary 1882-5; D/21,32 Cand 34, Miscellaneous; D/22a to d and D/28, Correspondence with Dufferin 1884-6; D/26 a and b. Correspondence with Lord Reay; D/30, Correspondence with Cabinet Ministers 1886; D/37, Memoranda regarding Afghan boundary 1885; E/5, Letters from Godley 1892; E/6 a and b. Correspondence with Gladstone 1893-4; E/7, Letters from Campbell-Bannerman 1892-3; E/8, Letters from Rosebery 1892-4; E/10, Correspondence regarding appointment of Sir Henry Norman as Viceroy 1893; E/14, Letters from Sir Owen Burne and Lord Elgin 1892-4; E/18 a to e. Correspondence with Lansdowne and Elgin 1892-4; E/19, Telegrams 1892-4; E/36, Abstracts of letters from India 1892-4; E/13, 15, 17, 26 and 29, Miscellaneous.
Canning Papers (In the possession of the Earl of Harewood)
Volume of Correspondence with Secretary of State 1858-9; Volume of Letters from Her Majesty's Ministers 1856-62; Volume of letters to Her Majesty's Ministers 1856-62; Volume of Correspondence with the Queen; Volume of Letters to Members of Council 1858-62; Volume of Minutes.

NATIONAL ARCHIVES OF INDIA

Tyabji Papers
The papers of Badruddin Tyabji have not been listed.
Gokhale Papers
The papers of Gopal Krishna Gokhale have not been listed.
Government of India Records
The Judicial, Political and Public Series of the Home

Department, the Secret Series of the Foreign Department, and the papers concerning tariffs in the Finance and Commerce and Industry Departments have been found particularly useful. The specific references have been given in the notes.

PRINTED AUTHORITIES

PARLIAMENTARY PAPERS

These again constitute a large number and are indispensable to the student of the period. Of those cited in the notes, particular mention may be made of those on Afghanistan and Central Asia 1878-9 C. 2190 and 1885 C. 4387; Local Self-Government 1883 nos. 931 and 9311; the Ilbert Bill 1883 C. 3512, C. 3545, C.3650 and C. 3655 and 1884 liv and C. 3877 and 3952; the partition of Bengal 1905 C. 2746; and the Curzon- Kitchener controversy 1905 C. 2572 and C. 2718.

PUBLISHED WORK

Mention is made here only of those works merit more than a passing reference in a note but which are yet not the standard works of reference for all work on this period.

M. Maclagan, *Clemency Canning* (London, 1962). Sir R. *Temple, Men and Events of My Time in India* (London, 1882).

T. Walrond, *Letters and Journals of James, Eighth Earl of Elgin* (London, 1872).

J L. Morison, *The Eighth Earl of Elgin* (London, 1928).

Sir George Campbell, *Memories of My Indian Career* (London. 1893).

J. Beames. *Memories of a Bengal Civilian* (London, 1961).

Dharm Pal, *Administration of Sir John Lawrence in India* (Simla. 1952).

M. Cowling,' Lytton, the Cabinet, and the Russians. August to November 1878, *English Historical Renew*, vol. LXXV1 (January 1961). Lady Betty Balfour, *The History of Lord Lylton's Indian Administation, 1876-1880* (London, 1899). W. W. Hunter, *The Indian Musalmans* (London. 1871). G. R. G. Hambly, 'Unrest in Northern India during the Viceroyalty of Lord Mayo 1869-72: The Background to Lord Northbrook's

Policy of Inactivity'. *Journal of the Royal Central Asian Society* (January 1961).
R. P. Masani, *Dadabhai Naoroji* (London, 1939).
S. Gopal, *The Viceroyalty of Lord Ripon* (Oxford. 1953).
D. K. Ghose, *England and Afghanistan* (Calcutta. 1960).
M Cumpston, 'Some early Indian Nationalists and then allies in the British Parliament, 1851-1906', *English Historical Review*, vol. LXXVI (April 1961).
I. P. Minayeff, *Travels in and Diaries of India and Burma* (Calcutta, no date).
C.C.Daves,*The Problem if the North-West frontier* (Cambridge. 1932).
R. L. Greaves, *Persia and the Defence of India, 1884-1892* (London 1959).
P. Fleming, *Bayonets to Lhasa* (London, 1961).
A, Lamb, *Britain and Chinese Central Asia* (London, 1961).

❑

www.ingramcontent.com/pod-product-compliance
Ingram Content Group UK Ltd.
Pitfield, Milton Keynes, MK11 3LW, UK
UKHW042059021026
15589UKWH00001B/60

9 788189 72409